विज्ञानाच्या बाबतीत एक अशी काहीतरी विलक्षण गोष्ट आहे की क्षुल्लक तथ्यांवर विसंबून त्यामध्ये घाऊक प्रमाणात अंदाज हाती लागतात.

— मार्क ट्वेन

कोणत्याही महत्त्वाच्या विषयाला नेहमी असे काही पैलू असतात की कोणालाच त्याची चर्चा नको असते.

— जॉर्ज ऑरवेल

ही कादंबरी काल्पनिक आहे. व्यक्ती, संघटना व संस्था ह्या लेखकाच्या कल्पनेतील आहेत. जर काही खऱ्या असल्याच तर त्यांचा कल्पनेपुरता वापर केलेला असून त्यांचा वास्तवातील त्या संस्थांच्या कामाशी कसलाही संबंध नाही. तथापि, ज्या खऱ्याखुऱ्या व्यक्ती व संस्था यांचे उल्लेख टिपांमध्ये आहेत ते सर्व खरे आहेत.

स्टेट ऑफ फिअर

मायकेल क्रायटन

अनुवाद
डॉ. प्रमोद जोगळेकर

मेहता पब्लिशिंग हाऊस

✆ +91 020-24476924 / 24460313

Email : production@mehtapublishinghouse.com

Website : www.mehtapublishinghouse.com

- *या पुस्तकातील लेखकाची मते, घटना, वर्णने ही त्या लेखकाची असून त्याच्याशी प्रकाशक सहमत असतीलच असे नाही.*

STATE OF FEAR by **MICHAEL CRICHTON**

Translated into Marathi Language by Dr. Pramod Joglekar

स्टेट ऑफ फिअर / अनुवादित कादंबरी

अनुवाद : डॉ. प्रमोद जोगळेकर

Email : author@mehtapublishinghouse.com

प्रकाशक : सुनील अनिल मेहता, मेहता पब्लिशिंग हाऊस,
१९४१ सदाशिव पेठ, माडीवाले कॉलनी, पुणे – ३०.

अक्षरजुळणी : इफेक्ट्स, २१/६ब, आयडिअल कॉलनी, कोथरूड, पुणे- ३८

मुखपृष्ठ : चंद्रमोहन कुलकर्णी

प्रथमावृत्ती : नोव्हेंबर, २००८

P Book ISBN 9788177669695

अनुवादकाचे मनोगत

मायकेल क्रायटन या प्रसिद्ध अमेरिकन लेखकाची त्यामधील विषयामुळे वादग्रस्त ठरलेली ही नवीन कादंबरी मराठी वाचकांपुढे आणताना काही गोष्टी स्पष्ट करण्याची आवश्यकता आहे. कादंबरीचा 'जागतिक तापमानवाढ' हा विषय वर्तमानपत्रांमधील शेकडो लेखांमुळे आपल्या सगळ्यांना परिचयाचा आहे. मायकेल क्रायटनने या कादंबरीत पर्यावरणवादी विचारसरणी आणि पर्यावरण रक्षणाच्या चळवळीवर खरपूस टीका केलेली आहे. विशेषत: 'जागतिक तापमानवाढ' असे काही मुळातच अस्तित्वात नाही, हे या कादंबरीचं मुख्य सूत्र आहे. ते कितपत खरं आहे, हे प्रत्येक वाचकानं स्वत: ठरवायचं आहे.

मायकेल क्रायटनच्या इतर अनेक कादंबऱ्यांप्रमाणे या ठिकाणीही विज्ञान आणि रोमांचक रहस्यकथा यांचं वाचकाला विचार करायला लावणारं मिश्रण आहे. मायकेल क्रायटनच्या लेखनाचं ते एक वैशिष्ट्य म्हणता येईल. या कादंबरीत वारंवार पर्यावरणवादी विचारसरणीच्या लोकांमधील अतिरेकीपणा आणि पर्यावरण रक्षणाच्या चळवळींमधील अपप्रवृत्ती यांची सविस्तर चर्चा आहे. पर्यावरणाचं रक्षण करायलाच हवं याबद्दल कोणाचंही दुमत नाही. पर्यावरणाचा ऱ्हास थांबवण्यासाठी शक्य ते सर्व प्रयत्न करायला हवेत याबद्दल माझा काहीही आक्षेप नाही आणि मायकेल क्रायटनचाही नाही. मुक्तपणाच्या आवरणाखाली विकसित जगानं आविकसित जगाचं आणि पर्यायानं गरीबांचं शोषण करण्याचं जे नवीन चक्र चालू केलेलं आहे त्यात पर्यावरणाच्या नावानं आणखी भर पडू नये असं मला वाटतं.

विज्ञानाचा राजकीय-आर्थिक फायद्यासाठी उपयोग सध्या वाढलेला आहे. अर्थात ही गोष्ट काही आजची नाही. औद्योगिक क्रांतीपासून ते चालूच आहे. क्रायटननी या आणि आधीच्या काही कादंबऱ्यांमध्ये हे सूत्र वापरलेलं आहे. विज्ञानाचा राजकीय-आर्थिक फायद्यासाठी उपयोग व्हायला काही वैज्ञानिकही जबाबदार असतात, हे माझं मत वाचून अनेकांना धक्का बसण्याची शक्यता आहे. पण वैज्ञानिक हे कोणी मानवी भावभावनांच्या पलीकडील देवदूत किंवा संतमहात्मे नाहीत. विज्ञानाच्या आणि विशेषत: तंत्रज्ञानाच्या क्षेत्रात इतर कोणत्याही क्षेत्राप्रमाणे मत्सर, हेवेदावे, गळेकापू स्पर्धा, फसवणूक आणि आपल्याच क्षेत्राचं उदात्तीकरण हे सगळं असतं. (मी यातल्या बऱ्याच गोष्टींचे कटु अनुभव चांगल्या चांगल्या सन्माननीयांकडून घेतलेले आहेत) हा मूळ मानवी स्वभाव आहे.

सध्या प्रसिद्धीचं तंत्र फार प्रगत झालेलं आहे. अनेकदा खोट्या गोष्टींचा पुन्हापुन्हा लोकांवर मारा करून आणि अमुकतमुक वैज्ञानिक तसं म्हणतात असं

सांगून, ती खरीच असल्याचा आभास निर्माण केला जातो. सामान्य माणसांनी केवळ वैज्ञानिक सांगतात म्हणून एखाद्या गोष्टीवर विश्वास टाकू नये. ती गोष्ट ते कोणत्या आधारावर सांगताहेत, ते नीट तपासून घेतलं पाहिजे. तसंच त्या मागे काही आर्थिक किंवा राजकीय स्वार्थ आहे का, ते बघायला हवं. मुळात तार्किक पद्धतीनं सत्य पारखून घेतलं पाहिजे, ही विज्ञानाची सर्वांत महत्त्वाची प्रेरणा आहे. वैज्ञानिक सत्य हे माहिती आणि तथ्यं यांच्यावरच आधारित असलं पाहिजे. विज्ञानात अंधश्रद्धेला अजिबात थारा नाही. जी गोष्ट सिद्ध झाली नसेल ती वैज्ञानिक वाटणाऱ्या वेष्टणात का आली असेना, ती तशी भासवणं ही शुद्ध फसवणूक आहे. या कादंबरीत मायकेल क्रायटननं जागतिक तापमानवाढीसाठी कारणीभूत असणाऱ्या घटकांविषयी पुन्हापुन्हा शंका व्यक्त केल्या आहेत. हे करताना प्रत्येक ठिकाणी माहितीचे मूळ स्रोत सांगितले आहेत. मायकेल क्रायटनच्या लेखनाचं ते आणखी एक वैशिष्ट्य आहे. क्रायटन अनेक संदर्भ देतो. क्रायटनची कादंबरी प्रथमच वाचणाऱ्यांना ते चमत्कारिक वाटण्याची शक्यता आहे. या खेरीज कादंबरीत आलेल्या काही संकल्पना, ज्या मराठी वाचकांना थोड्या अपरिचित असतील त्यांची वेगळी माहिती टिपांच्या स्वरूपात मागच्या पानांवर दिली आहे.

अनुवादित साहित्याचा दर्जा व प्रकाशनाच्या निर्मितीमूल्यांबद्दल नेहमीच अतिशय काटेकोर असणाऱ्या श्री. सुनील मेहता आणि मेहता पब्लिशिंग हाऊसच्या सर्व कर्मचाऱ्यांचा मी ऋणी आहे.

– डॉ. प्रमोद जोगळेकर

प्रारंभ

सन २००३ अखेरीस जोहान्सबर्ग येथे झालेल्या 'शाश्वत वसुंधरा परिषदे'त पॅसिफिक महासागरातील एक बेट असणाऱ्या वानुटू या राष्ट्राने घोषणा केली, की जागतिक तापमानवाढ या मुद्द्यावर ते राष्ट्र अमेरिकेच्या एन्व्हरॉनमेंटल प्रोटेक्शन एजन्सीवर खटला भरण्याचा विचार करत आहे. वानुटु बेट हे समुद्राच्या पातळीपासून अवघे काही फूट उंचीवर असल्याने जागतिक तापमानात वाढ झाल्यास हे बेट पाण्याखाली जाण्याची शक्यता होती. साहजिकच या बेटावरील आठ हजार लोकांपुढे तेथून देशोधडीस लागण्याचा धोका होता. जगातील सर्वांत बलिष्ठ आर्थिक ताकद असणाऱ्या अमेरिकेकडूनच वातावरणात सर्वांत जास्त कार्बन डायऑक्साईड वायू सोडला जातो. म्हणूनच हा देश जागतिक तापमानवाढीला सर्वांत जास्त जबाबदार आहे.

अमेरिकेमधील 'नॅशनल एन्व्हरॉनमेंटल रिसर्च फंड' अथवा एन.ई.आर.एफ. या चळवळ्या लोकांच्या संस्थेने वानुटु राष्ट्राला प्रस्तावित खटल्यात मदत करणार असल्याचे जाहीर केले. हा खटला २००४च्या उन्हाळ्यात भरला जाण्याची शक्यता होती. जॉर्ज मॉर्टन या परोपकारी श्रीमंत माणसाने ८० लक्ष डॉलरपेक्षा जास्त खर्च येऊ शकेल अशा या खटल्याला वैयक्तिकरीत्या आर्थिक पाठबळ देण्याचे ठरवले असल्याची वदंता होती. मॉर्टन नेहमीच पर्यावरणाशी निगडित कामांना मदत करत असे. हा खटला अखेरीस सान फ्रान्सिस्कोमधील 'नाईन्थ सर्किट' या सहानुभूती असणाऱ्या पीठापुढे चालणार असल्याने ह्या खटल्यासंबंधी सर्वांनाच उत्सुकता होती. पण हा खटला प्रत्यक्षात दाखलच झाला नाही.

वानुटु किंवा एन.ई.आर.एफ. यांनी कोणीही त्याबद्दल अधिकृतरीत्या काहीही स्पष्टीकरण दिले नाही. जॉर्ज मॉर्टन अचानक गायब झाल्यानंतर प्रसिद्धी माध्यमांचा ह्या खटल्यासंबंधातील रस का संपला याचे स्पष्टीकरण मिळत नाही. पण त्यामुळे ह्या संबंधातील अनेक बाबी तशाच अंधारात राहून गेल्या. परंतु २००४च्या अखेरीला एन.ई.आर.एफ. संस्थेच्या बोर्डवर असणारे काही माजी सदस्य संस्थेत तेव्हा काय घडत होते याविषयी उघडपणे बोलू लागले, तसेच मॉर्टनचे काही कर्मचारी आणि लॉस एंजलीसमधील हॅसल ॲन्ड ब्लॅक या कायदेविषयक फर्ममधील काही माजी सदस्यांकडून या कहाणीमधला काही भाग उजेडात आला.

अखेर मे ते ऑक्टोबर २००४ या दरम्यान वानुटु खटल्याचे कामकाज कसे चालले होते आणि त्यातूनच जगात अनेक ठिकाणी बरेच लोक का मरण पावले याची स्पष्ट कल्पना आता आलेली आहे.

– मायकेल क्रायटन, लॉस एंजलीस, २००४

राष्ट्रीय सुरक्षा परिषद (एन.एस.सी.) या संस्थेला सादर केलेल्या गुप्त अंतर्गत अहवालातील संपादित केलेला भाग (क्र.०३/०४/०४)

> मागे वळून पाहताना दिसते की [redacted] कारस्थान अतिशय योजनाबद्ध होते. प्रत्यक्ष घटना घडण्याअगोदर त्यांची तयारी एक वर्षापेक्षा जास्त काळ चालू होती. प्राथमिक [redacted] अगदी अगोदर मार्च[redacted] २००३ आणि ब्रिटीश [redacted] [redacted]
> व जर्मन [redacted] [redacted]
> पहिली घटना पॅरिसमध्ये मे २००४ मध्ये घडली. असे दिसते [redacted] की अधिकाऱ्यांनी [redacted] पण आता मात्र अजिबात शंका नाही की पॅरिसमधील घटना [redacted] आणि त्यानंतरचे गंभीर परिणाम [redacted].

भाग १

अकामायी

पॅरिस नोर्ड

रविवार, २ मे २००४
दुपारी १२ वाजता

अंधारात त्याने तिच्या दंडाला स्पर्श केला, 'इथं थांब' असं तो म्हणाला. ती जागीच वाट पाहत उभी राहिली. खाऱ्या पाण्याचा वास फार उग्र होता. पाण्याचा अस्पष्ट खळखळ आवाज तिला ऐकू आला.

मग दिवे लागले. साधारण पन्नास मीटर लांब आणि वीस मीटर रुंदीच्या टँकमधील पाण्याच्या पृष्ठभागावरून प्रकाश परावर्तित झाला. हा टँक पोहोण्याच्या तलावासारखा वाटत असला तरी तसा तो नव्हता. त्याच्या अवतीभोवती सगळीकडे इलेक्ट्रॉनिक उपकरणे होती.

तलावाच्या एका टोकापाशी एक फारच चमत्कारिक उपकरण होते.

जोनाथन मार्शल एखाद्या मूर्खासारखा दात काढत तिच्याजवळ परत आला.

''क्वेस्टेसे क्वे तू पेन्से?'' तो म्हणाला. आपले फ्रेंच उच्चार भयंकर आहेत याची त्याला कल्पना होती. ''कसं काय वाटलं तुला?''

''अप्रतिम आहे.'' ती म्हणाली. तिच्या इंग्लिश उच्चारांवरून ती परकी आहे हे कळत होते. तिच्या एकूण सगळ्याच गोष्टी वेगळ्या वाटत होत्या. तिची गडद त्वचा, ठसठशीत रेखीव चेहेरा आणि काळे केस. जोनाथनला ती एखादी मॉडेल असावी असे वाटले. तिचे उंच टाचेचे शूज, छोटा स्कर्ट आणि दिमाखदार चाल पाहून तसे वाटणे साहजिकच होते. वंशाने ती अर्धी व्हिएतनामी होती. तिचे नाव मारीसा होते.

''पण इथं कोणी येणार तर नाही?'' इकडेतिकडे नजर फिरवत ती म्हणाली.

''नाही, नाही.'' तो म्हणाला, ''आज रविवार आहे. कोणीही येणार नाही.''

चोवीस वर्षांचा जोनाथन मार्शल लंडनमधला भौतिकशास्त्राचा विद्यार्थी होता. तो लाटांचा अभ्यास करणाऱ्या 'लॅबोरेतोरे ओन्दुलातोरे' या अत्याधुनिक प्रयोगशाळेत उन्हाळ्याच्या सुट्टीत कामासाठी आला होता. पॅरिसच्या उत्तरेला थोड्याच अंतरावर फ्रेंच मरीन इन्स्टिट्यूटची ही प्रयोगशाळा होती. पॅरिसच्या या उपनगरात प्रामुख्याने तरुण कुटुंबे राहत असत. मार्शलला हा उन्हाळा एकटेपणानेच काढावा लागला होता. म्हणूनच ही मुलगी भेटली तेव्हा त्याचा आपल्या नशिबावर विश्वास बसेना. ही मुलगी तर अप्रतिम सुंदर होतीच, शिवाय सेक्सीदेखील.

''हे यंत्र काय करतं ते मला दाखव.'' मारीसा म्हणाली. तिचे डोळे चमकत होते, ''तू काय काम करतोस ते मला दाखव.''

''आनंदाने दाखवतो.'' मार्शल म्हणाला. तो एका मोठ्या नियंत्रक पॅनेलपाशी

गेला आणि त्याने निरनिराळी बटणे दाबायला सुरुवात केली. टॅंकच्या दुसऱ्या टोकाला असणाऱ्या यंत्राच्या पॅनेलवरील तीस दिवे एका मागोमाग एक लागले. त्यांचे क्लिक् क्लिक् असे आवाज येत होते.

मार्शलने मारीसाकडे वळून पाहिले. ती स्मितहास्य करत होती. ''हे इतकं गुंतागुंतीचं आहे तर.'' मारीसा मार्शलच्या जवळ येऊन उभी राहिली. ''तुझं हे संशोधन कॅमेरा वापरून रेकॉर्ड केलं जातं का?''

''होय. छतापाशी आणि टॅंकच्या बाजूला कॅमेरे बसवलेले आहेत. ज्या लाटा तयार होतात त्यांची दृश्यं टिपली जातात. त्याचप्रमाणे लाट पुढे सरकताना त्या ठिकाणच्या दाबाची आकडेवारी तशा खास संवेदकांद्वारा नोंदवली जाते.''

''आत्ता कॅमेरे चालू आहेत का?''

''नाही, नाही. आत्ता त्यांची गरज नाही. कारण आत्ता आपण प्रयोग करत नाही.''

''कदाचित करतो आहोत.'' मारीसाने त्याच्या खांद्यावर हात ठेवला. तिची लांबसडक आणि नाजूक बोटे सुंदर दिसत होती.

थोडा वेळ समोर पाहत राहिल्यानंतर मारीसा म्हणाली, ''या ठिकाणी असलेली ही सगळी यंत्रणा फारच महाग आहे, तेव्हा तुमच्या इथं सुरक्षा व्यवस्थाही तशीच भक्कम असणार नाही?''

''खरं म्हणजे तेवढी नाही.'' मार्शल म्हणाला, ''आत येण्यासाठी साधं कार्ड पुरतं. शिवाय या ठिकाणी एकच कॅमेरा बसवलेला आहे.'' त्याने खांद्याच्या मागे नजर फिरवून दाखवले, ''त्या ठिकाणी कोपऱ्यात तो आहे.''

तिने मागे वळून पाहिले, ''तो चालू आहे आत्ता?''

''होय... हा कॅमेरा नेहमीच चालू असतो.''

मारीसाने हात पुढे सरकवून त्याच्या मानेला हलकेच कुरवाळलं, ''याचा अर्थ, आपल्याला कोणीतरी आत्ता पाहतं आहे. होय ना?''

''होय.''

''तर मग आपण नीट वागलं पाहिजे.''

''कदाचित... बरं ते जाऊ दे. तुझ्या बॉयफ्रेंडचं काय?''

''तो होय...'' मारीसा हेटाळणीयुक्त तिरस्काराने म्हणाली, ''त्याचा सहवास खूप झाला आता.''

त्या दिवशी अगोदर काही वेळापूर्वी आपल्या छोट्या अपार्टमेंटमधून बाहेर पडून मार्शल रू मॉन्टेन या ठिकाणी असणाऱ्या कॅफेत गेला होता. तो रोजच बरोबर वाचायला एखादे जर्नल घेऊन सकाळी या कॅफेत जात असे. तिथे ही पोरगी बाजूच्या टेबलावर आपल्या बॉयफ्रेन्डसह बसलेली होती. त्या दोघांमध्ये वादविवाद सुरू झाला होता.

मार्शलला वाटले की मारीसा आणि तिचा बॉयफ्रेन्ड एकमेकांना शोभेसे नाहीत. मजबूत बांध्याचा एखाद्या फुटबॉल खेळाडूसारख्या दिसणाऱ्या त्या अमेरिकन माणसाचा चेहेरा लालसर होता. त्याने त्याच्या दणकट बांध्याला न शोभणारा नाजूक फ्रेमचा चष्मा लावलेला होता. एखाद्या डुकराने विद्वान दिसण्याचे सोंग घ्यावे तसे वाटत होते.

मारीसाच्या बॉयफ्रेंडचे नाव जिम होते. तो तिच्यावर रागावला होता. कारण आदली रात्र ती त्याच्याबरोबर नव्हती असे दिसत होते. जिम पुन्हा पुन्हा विचारत होता, "तू कुठं होतीस ते मला का सांगत नाहीस हे कळत नाही."

"कारण तुझा त्याच्याशी संबंध नाही म्हणून."

"पण आपण रात्री जेवायला एकत्र जाणार होतो."

"जिमी, मी तुला सांगितलं ना की तसं नव्हतं म्हणून."

"नाही, तू म्हणाली होतीस की आपण जाणार आहोत. मी सगळी रात्र तुझी वाट पाहत हॉटेलवरच थांबून होतो."

"बरं मग? तुला कोणीही थांब म्हणून सांगितलं नव्हतं. तू बाहेर जाऊन मौजमजा करू शकला असतास."

"पण मी तुझी वाट पाहत होतो."

"जिमी, मी तुझ्या मालकीची वस्तू नाही." मारीसा आता भडकली होती. उसासे टाकत आणि हात हवेत नाचवत ती बोलत होती. तिने घातलेला आखूड स्कर्ट वर सरकला होता. "मला जे वाटतं ते मी करणार."

"ते तर दिसतंच आहे."

"होय." मग मारीसा मार्शलकडे वळली आणि म्हणाली, "तू काय वाचतो आहेस? ते बरंच गुंतागुंतीचं दिसतंय."

मारीसाच्या बोलण्यामुळे मार्शल एकदम दचकला होता. ती त्याच्याशी बोलत होती आणि तिचा उद्देश आपल्या बॉयफ्रेंडला खिजवण्याचा होता. मार्शलला त्या दोघांच्या भांडणात पडायची इच्छा नव्हती.

"भौतिकशास्त्राचं पुस्तक आहे." मार्शल तुटकपणाने म्हणाला. तो जरासा बाजूला वळून पाहू लागला. तो तिच्या सौंदर्याकडे दुर्लक्ष करायचा प्रयत्न करत होता.

"भौतिकशास्त्राचा कोणता भाग?" मारीसाने बोलणे पुढे रेटले.

"लाटांचा यांत्रिक अभ्यास. सागरी लाटांचा."

"म्हणजे तू विद्यार्थी आहेस तर?"

"होय. ग्रॅज्युएट विद्यार्थी."

‘‘ओह्!... आणि हुशार दिसतो आहेस. तू इंग्लिश आहेस का? आणि तू फ्रान्समध्ये काय करतो आहेस?’’

त्यानंतर त्याच्या लक्षात येण्याअगोदर मार्शल तिच्याशी बोलू लागला होता. तिने आपल्या बॉयफ्रेंडची ओळख करून दिली. स्वत:वरच खूश असल्याप्रमाणे भासवत त्याने मरगळलेल्या हाताने हस्तांदोलन केले. अजूनही मार्शलला अवघडलेपणा वाटत होता. पण ती पोरगी मात्र जणू काहीच घडले नसल्यासारखी वागत होती.

‘‘अच्छा, तू इथं काय करतोस? कशा प्रकारचं काम असतं? यंत्रं बसवलेला टँक?... खरंच की काय? पण तू काय म्हणतो आहेस ते मला कळत नाही. मला दाखवशील का ते?’’

आणि अशा प्रकारे ते आत्ता त्या ठिकाणी आले होते. ते दोघे लाटांवरील संशोधनाच्या प्रयोगशाळेत इथे असताना जिमी दुर्मुखलेल्या चेहेऱ्याने इकडेतिकडे पाहत पार्किंगमध्ये सिगारेट ओढत उभा होता.

‘‘जिमीचं काय करायचं आपण?’’ मार्शलच्या बाजूला उभं राहात मारीसाने विचारले.

‘‘तो इथं सिगारेट ओढू शकत नाही.’’

‘‘तो तसं करणार नाही हे मी पाहते. पण मला त्यानं आणखी चिडायला नकोय. त्याला मी आत बोलावू का? तुला काय वाटतं?’’

मार्शलला निराशेने घेरले. ‘‘मला वाटतं.... चालेल.’’

मारीसाने मार्शलचा खांदा जरासा दाबला. ‘‘काळजी करू नकोस. नंतर तो त्याच्या कामात गुंतलेला असेल.’’

तिने मागे जाऊन दार उघडले. जिमी आत आला. मार्शलने वळून पाहिले. जिमी खिशात हात घालून मागे रेंगाळताना दिसला. मारीसा पुन्हा मार्शलच्या बाजूला येऊन उभी राहिली.

‘‘तो ठीक आहे. हं, दाखव मला आता.’’

टँकच्या पलीकडच्या बाजूला असणाऱ्या इलेक्ट्रिक मोटारींची घरघर सुरू झाली. लाटा निर्माण करणाऱ्या वल्ह्यांसारख्या पात्यांनी पहिली लाट निर्माण केली. ही लाट छोटी होती. ती अलगदपणाने सरकत टँकमधून पुढे पुढे गेली. नंतर ती पलीकडच्या बाजूला असलेल्या, तिरक्या बसवलेल्या पॅनेलवर जाऊन थडकली.

‘‘भरतीची लाट ही अशी असते का?’’

‘‘होय. पण ही सुनामी लाटेची एक प्रकारची प्रतिकृती आहे.’’ मार्शल म्हणाला, ‘‘तो की-बोर्डवरची काही बटणे दाबत होता. समोरच्या पॅनेलवर तापमान

आणि दाब यांची आकडेवारी दाखवली जात होती. तसेच, लाटांची कृत्रिम रंगात बनवलेली आकृतीही दिसत होती.

''प्रतिकृती? म्हणजे काय असतं नेमकं?''

''आम्ही या टँकमध्ये एक मीटर उंचीच्या लाटा निर्माण करू शकतो.''

मार्शल म्हणाला, ''पण खऱ्याखुऱ्या सुनामी लाटा चार, आठ किंवा दहा मीटर उंच असतात. काही वेळा तर त्यापेक्षाही जास्त उंच असतात.''

''सागरावर दहा मीटर उंचीची लाट येते?'' मारीसाचे डोळे मोठे झाले होते. ''खरंच?'' ती छताकडे पाहत उंचीचा अंदाज बांधण्याचा प्रयत्न करत होती.

मार्शलने मान डोलावली, ''ती तीस फुटापेक्षा जास्त उंच असू शकते. म्हणजे तीन मजली इमारतीएवढी. आणि ती किनाऱ्याच्या दिशेने ताशी आठशे किलोमीटर वेगाने सरकते.''

''आणि ती किनाऱ्यावर येते तेव्हा काय होतं?'' मारीसा म्हणाली, ''या बाजूला उतार आहे का? त्यावर बारीक गोटे बसवल्यासारखं मला वाटतंय. तो किनारा आहे का?''

मारीसाचा बॉयफ्रेंड पुढे आला, पण तो अगदी टँकच्या जवळ मात्र आला नाही. तो काही बोलतही नव्हता.

''होय.'' मार्शल म्हणाला, ''लाट किनाऱ्यावर किती उंचीपर्यंत जाईल हे किनाऱ्याचा चढ व त्याला असणारा कोन यावर अवलंबून असतं. आम्ही या ठिकाणी कितीही कोनाचा किनारा बनवू शकतो.''

मारीसा उत्तेजित झाली होती, ''तो कसा काय?''

''कारण तो यंत्रांनी तयार केला जातो.''

''कितीही अंशाच्या कोनात?'' मारीसा खिदळत म्हणाली, ''मला तू *व्हिनूसेप्त* म्हणजे सत्तावीस अंशाचा कोन करून दाखवशील का?''

''होय.'' मार्शल बटणे दाबू लागला. थोडासा घर्षणाचा आवाज झाला आणि मग किनाऱ्याचा चढ आणखी तीव्र झाला.

हे सारे पाहून मारीसाचा बॉयफ्रेंड टँकच्या जवळ येऊन पाहू लागला. हे दृश्य खरोखरच पाहण्यासारखेच होते म्हणा हा विचार मार्शलच्या मनात आला. कोणालाही त्यात रस वाटलाच असता. पण तो बॉयफ्रेंड बोलला मात्र काहीही नाही. तो फक्त हलणाऱ्या पृष्ठभागाकडे पाहत उभा होता.

''अच्छा. म्हणजे हा तो किनाऱ्याचा चढ आहे तर.''

''होय.'' मार्शल म्हणाला, ''खरं म्हणजे सत्तावीस अंशाचा कोन जरा जास्त झाला. खऱ्याखुऱ्या किनाऱ्यांना एवढा तीव्र उतार नसतो. प्रत्यक्षात हा उतार किती असायला हवा बरं...''

मारीसाने आपला हात त्याच्या हातावर ठेवला. ''नको, नको.'' मारीसाची त्वचा फारच मुलायम होती. ''जाऊ दे ते. मला लाट कशी तयार होते ते दाखव. मला लाट पाहायची आहे.''

दर तीस सेकंदांनी छोट्या लाटा तयार होत होत्या. वूशऽऽ असा आवाज करत त्या टँकच्या दुसऱ्या टोकापाशी पसरत येत होत्या. ''हं.... पण मला अगोदर किनाऱ्याचा आकार कसा आहे ते ठरवायला हवं. आत्ता तो सपाट सरळसोट बीचसारखा आहे. पण जर त्या जागी थोडी आत शिरण्याची जागा असेल तर....''

''अशी जागा त्या किनाऱ्यावरही तयार होऊ शकेल?''

''अर्थातच.''

''खरंच? दाखव बरं मला.''

''काय हवंय तुला? बंदर, नदीचं मुख की उपसागर....''

''ओह्!... उपसागर बनव.'' मारीसा खिदळली.

मार्शल हसला, ''हं.... ठीक. पण आकार केवढा हवा?''

इलेक्ट्रिक मोटारींचा आवाज वाढला. किनाऱ्याची रेषा आतमध्ये दुमडल्यासारखी होऊ लागली. त्यातून एखाद्या वाडग्यासारखा खोलगट आकार तयार होत गेला.

''अती उत्तम.'' मारीसा म्हणाली, ''हं जोनाथन, चल आता मला लाट दाखव.''

''अजून थांब जरा. त्या उपसागराचा आकार किती मोठा हवा?''

''ओह्!...'' मारीसाने हवेत हात हलवले, ''एक मैल.... आता तरी मला दाखवशील का?'' ती मार्शलच्या जवळ झुकून बोलू लागली,

''मला वाट पाहायला आवडत नाही. तुला हे कळायला हवं होतं.''

मार्शलला तिने लावलेल्या अत्तराचा वास आला. त्याची बोटे वेगाने बटणे दाबू लागली. ''हं.... आता पाहा. मोठी लाट आली बघ. ती एक मैल रुंदीच्या उपसागराकडे येते आहे. किनाऱ्याचा चढ सत्तावीस अंश आहे.''

टँकच्या पलीकडच्या बाजूला तयार होणाऱ्या लाटेचा आवाज चांगलाच मोठा होता. ती पसरत पसरत त्यांच्या दिशेने येऊ लागली. पाण्याच्या पृष्ठभागावर चांगला सहा इंच उंचीचा फुगवटा आला होता.

''ओहो!'' मारीसा म्हणाली, ''तू तर म्हणाला होतास की लाट मोठी असेल.''

''जरा थांब.''

''तिचा आकार वाढेल की काय?'' मारीसा खिदळत म्हणाली. तिने पुन्हा त्याच्या खांद्यावर हात ठेवला. त्या वेळी तिच्या अमेरिकन बॉयफ्रेंडने मागे वळून पाहिले. त्याच्या नजरेत रागाची झलक होती. उलट मारीसाने हवेत आपली हनुवटी उंचावून एक झटका दिला. ती त्याला जुमानत नव्हती असे वाटले. पण त्याने पुन्हा तिच्याकडे पाहताच मात्र तिने आपला हात मागे घेतला.

मार्शलची पुन्हा घोर निराशा झाली. ती त्याचा वापर करून घेत होती. तो त्या दोघांच्या खेळामधले एक साधे प्यादे ठरत होता.

''तू म्हणालास की आकार वाढेल...''

''होय.'' मार्शल म्हणाला. ''लाट किनाऱ्याकडे जसजशी येईल तसा आकार वाढत जाईल. खोल पाण्यात सुनामी लाट छोटी असते, पण उथळ भागात मात्र तिचा जोर वाढतो. शिवाय त्या खोलगट आकारामुळे तिची शक्ती आणखीनच वाढेल.'' लाट उंच होत गेली आणि वक्राकार किनाऱ्यावर येऊन धडकली. फेस तयार झाला आणि लाट किनाऱ्यावर सगळीकडे पसरली. लाटेची किनाऱ्यावरची उंची जवळजवळ पाच फूट असावी असा मार्शलचा अंदाज होता.

''म्हणजे ही एवढी उंच लाट येते तर.... आणि खऱ्याखुऱ्या किनाऱ्यावर काय होतं?''

''त्या ठिकाणी ती चाळीस-पन्नास फूट असते. म्हणजे पंधरा मीटर.''

''ओ.... ला... ला....'' मारीसा ओठांचा चंबू करत म्हणाली, ''म्हणजे कोणीही पळून जाऊन वाचू शकणार नाही.''

''नाही.'' मार्शल म्हणाला, ''भरतीच्या लाटेच्या वेगावर मात करता येत नाही. हवाईमध्ये १९५७ साली हिलो या ठिकाणी एक अशी लाट आली होती. ती सरळ गावात शिरली होती. तिची उंची एखाद्या इमारतीएवढी होती. लोक तिच्यापासून वाचण्यासाठी दूर पळाले पण–''

''ओह्... म्हणजे हे एवढंच आहे तर.'' अमेरिकन म्हणाला, ''इतकंच होतं की काय?'' त्याचा आवाज गुरगुरल्यासारखा होता. जणू त्याचा घसा स्वच्छ करण्याची गरज होती.

''त्याच्याकडे लक्ष देऊ नकोस.'' मारीसा शांतपणाने म्हणाली.

''होय. आम्ही इथं हेच काम करतो.'' मार्शल सांगू लागला, ''आम्ही या इथं लाटा निर्माण करतो आणि–''

''××××'' अमेरिकन माणसाने अर्वाच्य शिवी हासडली, ''मी तर सहा महिन्यांचा असताना आंघोळीच्या टबात ते करू शकत होतो.''

''हं....'' मार्शल समोरच्या निरनिराळ्या पॅनेलकडे आणि पडद्यांकडे पाहत म्हणाला, ''आम्ही जगातल्या अनेक संशोधकांना उपयुक्त माहिती–''

''हा... हा हे बस्स झालं आता. हे देवमाश्यांच्या गुवाइतकं कंटाळवाणं आहे. मी निघालो. मारीसा तू येतेस की नाही?'' तो तिच्याकडे रोखून पाहत उभा राहिला.

''नाही.''

मारीसाचा बॉयफ्रेंड वळला आणि त्याने बाहेर पडताना दार शक्य तेवढ्या जोरात आपटले.

नॉत्र दामच्या जवळच नदीच्या पलीकडे तिचा फ्लॅट होता. बाल्कनीमधून मार्शलला कॅथीड्रलचे सुंदर दृश्य दिसत होते. रात्रीच्या वेळी त्याचे दिवे लावलेले असल्याने ते चमकत होते. रात्रीचे दहा वाजलेले असूनही आकाशात अद्याप गडद निळी छटा होती. त्याने खाली नजर टाकली. कॅफेमधले दिवे, रस्त्यावरून जाणारे लोक वगैरेंमुळे तो भाग झगझगत होता.

''काळजी करू नकोस.'' मारीसा पाठीमागून येत म्हणाली, ''तू जर जिमी कुठं दिसतोय का ते पाहत असशील तर.... काळजी नको. तो इथं येणार नाही.''

खरे तर हा विचार मारीसाने बोलून दाखवेपर्यंत त्याच्या मनात आला नव्हता. ''नाही?''

''नाही.'' मारीसा म्हणाली, ''तो दुसरीकडे कुठेतरी जाईल. जिमीच्या कितीतरी पोरी आहेत.'' तिने रेड वाईनचा एक घुटका घेतला आणि ग्लास पलंगाशेजारच्या टेबलावर ठेवला. अचानक तिने शर्ट डोक्यावरून काढून टाकला आणि स्कर्ट खाली सोडला. आतमध्ये तिने काहीही कपडे घातले नव्हते.

मारीसा त्याच्याकडे आली. तिच्या पायात अद्याप उंच टाचांचे बूट होते. मार्शल चकित झालेला पाहून ती म्हणाली, ''मी तुला सांगितलं होतं की मला वाट पाहायला आवडत नाही.'' मारीसाने त्याच्या गळ्यात हात टाकून त्याचे अत्यंत आवेगाने चुंबन घेतले. त्यात धसमुसळेपणा होता नि त्वेषही. पुढचे काही क्षण विचित्र होते; कारण ती त्याचे कपडे ओरबाडून काढत होती. तिचा श्वासोच्छ्‌वास जोरजोराने होत होता. ती एकही शब्द बोलत नव्हती. फक्त अत्यंत आवेगाने त्याचे कपडे उतरवत होती. तिचा तो आवेग, तिचे रेखीव सौंदर्य पाहून मार्शल जरासा बुजला होता. पण ते फारच थोड्या वेळापुरते होते. प्रणयानंतर मारीसा मार्शलच्या अंगावर रेलून पडली होती. तिची त्वचा मुलायम असली तरी त्याखालचे तिचे शरीर एकदम टणटणीत आहे हे त्याला जाणवत होते. समोरच्या चर्चमधून येणारा प्रकाश मंदपणाने छतावर पडलेला होता. मार्शल सुखावला होता. पण मारीसा मात्र प्रणयानंतर अधिकच जोमात आली होती. ती बेचैन वाटत होती. ती प्रणयाच्या वेळी कण्हली असली तरी तिचे खरोखरच समाधान झाले होते की नाही हे मार्शलला कळेना.

मारीसा अचानक उठली.

''काय झालं?''

तिने वाईनचा एक घोट घेतला. ''काही नाही.... टॉयलेटला जातेय.''

ती निघून गेली. मारीसाचा ग्लास टेबलावर होता. मार्शलने तो उचलून एक घोट घेतला. ग्लासावर त्याला तिच्या लिपस्टिकची खूण दिसली.

त्याने पलंगावर नजर टाकली. तिच्या उंच टाचांच्या बुटांमुळे त्यावर रेघोट्या उमटल्या होत्या. मारीसाने प्रणय अर्धा होईपर्यंत बूट काढलेले नव्हते. नंतर मात्र तिने

ते काढून उडवले होते. आता ते खिडकीपाशी पडलेले दिसत होते. त्यांच्या प्रणयाच्या आवेगाची खूण. मार्शलला आपण अजूनही स्वप्नात आहोत असे वाटत होते. त्याला कधीही अशा पोरीचा सहवास मिळाला नव्हता. इतक्या सुंदर आणि अशा भागात राहाणाऱ्या पोरीचा. तो फ्लॅटमध्ये नजर टाकत त्याच्या किमतीचा अंदाज करू लागला. किती किंमत असेल बरं....

मार्शलने वाईनचा आणखी एक घोट घेतला. आपण यालाही सरावून जाऊ असा विचार त्याच्या मनात आला.

बाथरूममधून पाणी वाहण्याचा आवाज आला.

अचानक धाड् असा आवाज आला. पुढच्या दारातून तीन माणसे एकदम आत घुसली. त्यांच्या डोक्यावर हॅट होत्या आणि अंगात गडद रेनकोट. घाबरून मार्शलने हातातला ग्लास टेबलावर ठेवला. तो खाली पडला. मार्शल पलंगाजवळ पडलेले कपडे उचलण्यासाठी झेपावला. पण त्याच क्षणी त्या माणसांनी त्याच्यावर झडप घातली होती. त्यांच्या हातात मोजे होते.

त्या लोकांनी मार्शलला ढकलून खाली पाडले. तो भीतीने किंचाळू लागला; पण त्या लोकांनी त्याचे तोंड उशीवर दाबायला सुरुवात केली. त्याला वाटले की आपल्याला आता गुदमरून ठार करणार बहुतेक. पण तसे घडले नाही. एक माणूस फिस्कारला, "गप्प बस. गप्प राहिलास तर तुला काहीही होणार नाही."

पण मार्शलचा त्यावर विश्वास बसला नाही. तो मदतीसाठी ओरडू लागला. मारीसा कुठे होती? ती काय करते आहे? सर्व काही फारच वेगाने घडत होते. एक माणूस त्याच्या पाठीवर बसला होता. त्याचे गुडघे मार्शलच्या कण्यावर रुतले होते. त्याचे थंड बूट मार्शलच्या उघड्या कुल्ल्यांवर होते. तो माणूस मार्शलची मानगूट धरून त्याचे डोके खाली दाबून धरत होता.

"गप्प बस!" तो माणूस पुन्हा फिस्कारला.

इतरांनी मार्शलचे हात धरून ते ताणले होते. त्यांनी त्याला पलंगावर पालथा पसरल्याप्रमाणे दाबून धरले होते. *ते काहीतरी करण्याच्या तयारीत होते.* मार्शलचा थरकाप उडाला. तो किंचित कण्हू लागला. कोणीतरी त्याच्या डोक्यावर फटका मारला, "आवाज बंद!"

सगळे काही फारच वेगात घडत होते. मारीसा कुठे आहे? कदाचित बाथरूममध्ये लपून बसली असावी. मार्शलला ते समजत होते. त्याला प्लॅस्टिकचा कागद फडफडल्याचा आवाज आला. त्याला एक प्लॅस्टिकची पिशवी दिसली. त्यात गोल्फच्या चेंडूसारखी पांढऱ्या रंगाची काहीतरी वस्तू होती. त्या माणसांनी ती पिशवी त्याच्या काखेत धरली.

हे काय चालले आहे? मार्शलला काखेमध्ये थंडगार पाण्यासारखे काहीतरी

लागल्याची जाणीव झाली. त्याने धडपड करून सुटण्याचा निष्फळ प्रयत्न केला. त्याच्या त्वचेला काहीतरी चिकट, एखाद्या च्युईंगमसारखे काहीतरी लागले होते. त्याला थोडासा चिमटा बसल्यासारखे वाटले. पण ती जाणीव अगदी कळणार नाही एवढी अल्पकाळापुरती होती.

त्या माणसांनी प्लॅस्टिकची पिशवी दूर केली. त्याच क्षणी मार्शलला दोन वेळा गोळ्या झाडल्याचे आवाज आले. मारीसा भराभरा फ्रेंचमध्ये किंचाळत होती.

त्या आवाजांपाठोपाठ मार्शलच्या पाठीवर बसलेला माणूस खाली पडला होता. तो लगेच उठून धडपडत उभा राहिला. पुन्हा गोळीबाराचे आवाज ऐकू आले. मारीसा अजूनही किंचाळत होती. खोलीत सगळीकडे बंदुकीच्या जळक्या दारूचा वास भरला होता. आता ती माणसे तिथून निघून गेली होती. दाराचा धाड् असा आवाज आला. संपूर्णपणे नग्न असलेली मारीसा आत आली. ती फ्रेंचमध्ये काहीतरी बडबडत होती. पण काय ते मार्शलला कळत नव्हते. ती काहीतरी 'वाक्केरी' असे म्हणत होती. त्याला वाटले की त्याचा अर्थ 'गाय' असा काहीतरी असावा. पण त्याचे डोके त्या वेळी नीट काम करत नव्हते. मार्शल पलंगावर थरथरत पडला होता.

मारीसा पुढे झाली. तिने त्याच्या अंगाभोवती हात लपेटले. तिच्या हातातल्या पिस्तुलाचे गरम बॅरल लागल्याने मार्शल किंचाळला. तेव्हा तिने ते बाजूला केले. ''ओ! जोनाथन.... माफ कर मला... मला माफ कर....'' मारीसाने त्याचे डोके कुशीत धरले, ''मला क्षमा कर.... सर्व काही ठीक आहे आता.... खरंच....''

हळूहळू मार्शलचे थरथरणे थांबले. मारीसाने त्याच्याकडे नजर टाकली, ''तुला त्यांनी काही इजा केली नाही ना?''

त्याने नकारार्थी मान हलवली.

''छान!.... मला तसं वाटत नव्हतं.... महामूर्ख! हे जिमीचे मित्र.... त्यांनी तुला घाबरवण्यासाठी ही गंमत केली असावी. मला तरी खात्रीनं तसं वाटतंय. पण तुला खरोखरच काही झालं नाही ना?''

मार्शलने पुन्हा मान हलवून नकार दिला. खोकत खोकत तो बोलू लागला,

''मला वाटतं.... मला वाटतं.... मी आता इथून जायला हवं.''

''नाही.... नाही.... तू असं कसं म्हणू शकतोस....''

''मला बरं वाटत....''

''बिलकूल नाही.'' मारीसाने त्याला आपल्याजवळ घेतले. तिच्या शरीराचा त्याला स्पर्श होत होता. ''तू आणखी थोडा वेळ इथंच थांब.''

''आपण पोलिसांना बोलवायचं का?''

''*मई नोन*, इथले पोलीस काहीही करणार नाहीत. प्रेमिकांमधील झगडे... इथं

फ्रान्समध्ये अशा कारणांसाठी आम्ही पोलिसांना बोलावत नाही.''

''पण त्यांनी तर घरात घुसून....''

''ते आता निघून गेले आहेत.'' मारीसा कानात कुजबुजत म्हणाली. त्याला तिचा श्वास जाणवला. ''आता इथं फक्त आपण दोघं आहोत जोनाथन.... फक्त आपण दोघं.''

मारीसाने त्याच्या छातीखाली आपले अंग सरकवले.

आता मध्यरात्र उलटून गेली होती. कपडे घालून मार्शल खिडकीपाशी उभा राहून समोरच्या नॉत्र दामकडे पाहत होता. अजूनही रस्ते गजबजलेले होते.

''तू रात्री इथंच का राहात नाहीस.'' मारीसाने ओठांचा अत्यंत मोहक चंबू करत विचारले, ''तू राहिलास तर मला आवडेल. तुला माझं मन राखावं असं वाटत नाही का?''

''माफ कर.'' मार्शल म्हणाला, ''मला जायला हवं. मला तितकंसं बरं वाटत नाही.''

''मी तुला बरं वाटेल असं करीन....''

मार्शलने डोके हलवून नकार दिला. त्याला खरोखरच बरे वाटत नव्हते. त्याला सतत चक्कर येत होती. अचानकपणे पायातले त्राणही कमी झाल्यासारखे वाटत होते. त्याने बाल्कनीच्या कठड्यावर आधारासाठी ठेवलेले हात थरथरत होते.

''मला माफ कर.'' तो पुन्हा म्हणाला, ''पण मला जायला हवं.''

''ठीक आहे. तर मग मी तुला गाडीतून सोडते.''

तिची गाडी सीन नदीच्या दुसऱ्या काठावर पार्क केलेली आहे याची मार्शलला कल्पना होती. तिथे जायचे म्हणजे खूप चालावे लागणार हे त्याला जाणवले. पण त्याने सुन्नपणाने मान डोलावली, ''ठीक आहे.''

तिला कसलीही घाई नव्हती. ते दोघे हातात हात घालून फिरायला निघाल्याप्रमाणे चालत होते. नदीच्या पात्रात कडेला बांधून ठेवलेल्या बोटींमधील रेस्टॉरंटजवळून ते गेले. त्यांच्यात दिवे लागलेले होते. अजून तिथे लोकांची वर्दळ होती. पलीकडच्या बाजूला झगझगणारे नॉत्र दाम कॅथीड्रल दिसत होते. तिचे डोके मार्शलच्या खांद्यावर विसावलेले होते. काही वेळापुरते अशा फिरण्याने त्याला थोडे बरे वाटले. ती त्याच्याशी अगदी मृदूपणाने बोलत होती.

पण काही वेळाने मात्र मार्शल अडखळला. आपल्या शरीरातील सारी शक्ती ओसरत आहे असे त्याला वाटू लागले. त्याचा घसा फारच कोरडा पडला होता. आपले जबडे अवघडून गच्च बसले आहेत आणि आपल्याला बोलणे अवघड झाले

असल्याची त्याला जाणीव झाली.

तिला याची कल्पना नसावी. ते आता प्रकाशातून निघून पुलाखाली आले होते. मार्शल पुन्हा अडखळला. यावेळी तो बाजूच्या दगडी कठड्यावर आदळला.

"माय डार्लिंग...." मारीसाच्या स्वरात काळजी आणि आस्था होती. तिने त्याला नीट उभा राहाण्यासाठी मदत केली.

"मला वाटतं.... मला वाटतं." तो म्हणाला.

"डार्लिंग.... तू ठीक आहेस ना?" मारीसाने त्याला एका बाकावर बसवले. हा बाक नदीपासून दूर होता. "इथं जरासा बस. तुला आत्ता काही क्षणात बरं वाटेल."

पण त्याला बरे वाटत नव्हतेच. त्याने बसण्याला नकार देण्याचा प्रयत्न केला. पण त्याच्या तोंडातून शब्द बाहेर पडले नाहीत. आपल्याला डोके हलवताही येत नाही हे कळल्यावर त्याचा थरकाप उडाला. *काहीतरी भयंकर घडत होतं.* त्याला प्रचंड थकवा जाणवत होता. बघता बघता जणू सारी शक्ती ओसरून जात होती. त्याने बाकावरून उठण्याचा प्रयत्न केला. पण त्याचे हातपाय जराही हलू शकत नव्हते. त्याला मान सुद्धा हलवणे शक्य नव्हते. त्याने आपल्या बाजूला बसलेल्या मारीसाकडे नजर टाकली.

"जोनाथन काय होतंय? आपण डॉक्टरकडे जायचं का?"

होय. मला डॉक्टरकडे जायची गरज आहेच हा विचार त्याच्या मनात आला.

"जोनाथन.... हे बरोबर नाही...."

जोनाथन मार्शलची छाती जड झाली होती. त्याला श्वास घ्यायला त्रास होत होता. त्याने सरळ समोर नजर टाकली. त्याचा थरकाप झाला. *आपल्याला पक्षाघात झालाय बहुतेक.*

"जोनाथन?"

त्याने तिच्याकडे पाहण्याचा प्रयत्न केला. पण त्याला आता डोळ्यांची हालचाल देखील करता येईना. तो फक्त समोर पाहू शकत होता. त्याचा श्वासोच्छ्वास आता भराभरा होत होता.

"जोनाथन?"

मला डॉक्टरची गरज आहे.

"जोनाथन. माझ्याकडे पाहा. तुला पाहता येत नाही? नाही का? तुला डोकं हलवता येत नाही का?"

मारीसा जरी हे बोलत असली तरी तिच्या आवाजात काळजीचा लवलेश नव्हता. ती अलिप्त आणि भावनाहीन वाटत होती. बहुधा त्याच्या कानांवरही परिणाम झाला होता. त्याच्या कानात जोरदार हवा वाहत असल्यासारखा आवाज

येत होता. श्वास घेणं अधिकाधिक अवघड होत चाललं होतं.

"ठीक आहे. जोनाथन, आपण इथून जाऊ या."

मारीसाने त्याच्या काखेखाली डोके घातले आणि आश्चर्यकारक ताकदीने तिने त्याला उभे केले. त्याचे शरीर जणू लिबलिबीत झाले असावे असे वाटत होते. त्याचे पाय डगमगत होते. आपण कुठे पाहतोय यावर त्याचे नियंत्रण नव्हते. त्याला कोणीतरी येत असल्याचे पावलांचे आवाज आले. *थँक गॉड.* मार्शलला कोणातरी माणसाचा बोलण्याचा आवाज ऐकू आला.

तो फ्रेंचमध्ये विचारत होता, "मादामोंसे... काही मदत हवी का?"

"धन्यवाद.... नाही. जरा ड्रिंक जास्त झालंय बस्स."

"नक्की मदत नको ना?"

"हा नेहमीच असं करतो."

"होय का?"

"मी सांभाळू शकते त्याला."

"ओह्, तर मग ठीक आहे. बोने न्यूईत्."

"बोने न्यूईत्."

मारीसा तशीच पुढे जात राहिली. आलेल्या माणसाच्या पावलांचे आवाज कमी झाले. मग ती थांबली. तिने सगळीकडे नजर टाकली. आणि आता... *ती त्याला नदीच्या दिशेने नेत होती.*

"मला वाटलं होतं त्यापेक्षा तू जड आहेस." ती जणू नेहमीचं काहीतरी बोलावं अशा प्रकारे म्हणाली. भयंकर भीतीने त्याच्या मनाचा पगडा घेतला. त्याचं सगळं शरीर पूर्ण लुळे पडले होते. त्याला काहीच करता येत नव्हते. त्याचे पाय खालच्या फरशीवर घसटत चालले होते.

तो नदीकडे जात होता.

"मला वाईट वाटतंय." मारीसाने त्याला नदीत सोडून दिलं.

तो खाली पडला आणि थंड पाण्याच्या पृष्ठभागाखाली गेला. काही बुडबुडे उठले. अगोदर त्याला हिरवा रंग दिसला, मग काळा. पाण्यातही त्याला अजिबात हालचाल करता येत नव्हती. हे सारे आपल्या बाबतीत घडले आहे आणि आपण अशा प्रकारे मरतोय यावर त्याचा विश्वास बसत नव्हता.

पुन्हा एकदा आपण वर येतोय हे त्याला जाणवले. पुन्हा हिरवा रंग दिसला. मग तो पाण्याबाहेर आला होता. त्याला आता पूल, वरचे काळे आकाश आणि कठड्यापाशी उभी असलेली मारीसा दिसले. तिने सिगारेट पेटवली होती. तिचा एक हात कंबरेवर होता आणि एखाद्या मॉडेलसारखा एक पाय पुढे टाकून ती रुबाबात

त्याच्याकडे पाहत उभी होती. तिने तोंडातून धूर सोडला.

तो पुन्हा पाण्याच्या पृष्ठभागाखाली गेला. त्याला पुन्हा थंडगार पाण्याची जाणीव झाली. मग सगळीकडून त्याच्याभोवती अंधार दाटून आला.

पहाटे तीन वाजता फ्रेंच मरीन इन्स्टिट्यूटच्या लॅबोरेतोरे ओन्दुलातोरेमधले दिवे भराभरा लागले. कंट्रोल पॅनेलवरचे दिवे चमकू लागले. लाटा निर्माण करणाऱ्या यंत्राने तयार केलेल्या लाटा एका पाठोपाठ एक येत, कृत्रिम किनाऱ्यावर आदळू लागल्या. पडद्यांवर निरनिराळी माहिती आणि त्रिमिती प्रतिमा येऊ लागल्या होत्या. ही सगळी माहिती फ्रान्समधल्या कोणत्यातरी अज्ञात ठिकाणाकडे पाठवली जात होती.

पहाटे चार वाजता कंट्रोल पॅनेलवरचे दिवे विझले. सगळीकडचे दिवे बंद झाले. काय करण्यात आले होते त्याची सगळी नोंद हार्ड डिस्कवरून नष्ट झाली.

पहांग

मलायातल्या दाट वर्षारण्यातून जाणाऱ्या त्या नागमोडी वळणांच्या रस्त्यावर झाडांची घनदाट सावली होती. रस्ता अरुंद होता आणि लँडक्रूझर वळताना त्या रस्त्याच्या पृष्ठभागावर टायरचा कच्कच् असा आवाज येत होता. मागच्या बाजूला बसलेल्या साधारण चाळिशीच्या दाढीवाल्या माणसाने हातातल्या घड्याळावर नजर टाकली. ''अजून किती लांब आहे?''

''फक्त आणखी काही मिनिटे.'' गाडी चालवणारा माणूस म्हणाला. त्याने गाडीचा वेग कमी केला नाही. ''आपण जवळजवळ येऊन पोहोचलोच आहोत.''

गाडी चालवणारा माणूस चिनी असला तरी त्याचे उच्चार ब्रिटिश धाटणीचे होते. त्याचे नाव चार्ल्स लिंग होते. तो आदल्या रात्री हाँगकाँगहून विमानाने कुआलालंपूरला आला होता. सकाळी विमानतळावर त्याला त्याचा हा प्रवासी भेटला होता. तेव्हापासून दोघे मान मोडेपर्यंत वेगाने सतत प्रवास करत होते.

प्रवासी व्यक्तीने लिंगला त्याचे कार्ड दिले होते. त्यावर 'अॅलन पॅटरसन, सिस्मीक सर्व्हिसेस, कॅलगरी' असे लिहिलेले होते. लिंगचा त्यावर विश्वास बसला नव्हता. कारण त्याला पक्की माहिती होती, की अशा प्रकारची यंत्रे विकणारी इ.एल.एस. इंजिनियरिंग नावाची एक कंपनी अल्बर्टामध्येच होती. ही यंत्रे पाहण्यासाठी एवढ्या दूरवर मलेशियात येण्याची काहीही गरज नव्हती.

इतकेच नाही तर लिंगने सकाळी आलेल्या विमानातल्या प्रवाशांची यादी तपासून पाहिली होती. त्यात अॅलन पॅटरसन हे नाव नव्हते. म्हणजेच हा माणूस कोणत्या तरी वेगळ्याच नावाने प्रवास करून आला होता.

याखेरीज या पॅटरसन नावाच्या माणसाने लिंगला सांगितले होते, की तो एक प्रत्यक्ष क्षेत्रीय काम करणारा भूशास्त्रज्ञ आहे. आपण कॅनडातल्या ऊर्जा क्षेत्रातल्या कंपन्यांसाठी स्वतंत्रपणाने सल्लागार म्हणून काम करतो असेही पॅटरसनने सांगितले होते. या कंपन्या म्हणे तेलक्षेत्रांचा अंदाज घेणाऱ्या होत्या. या माहितीवरही लिंगचा विश्वास बसला नव्हताच. त्याला हे पेट्रोलियम इंजिनियर मैलभर अंतरावरूनही ओळखता येत असत आणि हा माणूस त्यामधला नक्कीच नव्हता.

थोडक्यात म्हणजे लिंगला हा माणूस कोण आहे हे माहिती नव्हते. त्याला त्याची फारशी फिकीर वाटत नव्हती. कारण मि. पॅटरसनची पत भक्कम होती. बाकीच्या गोष्टींशी लिंगला काही देणेघेणे नव्हते. त्याचा त्या दिवशीचा उद्देश एकमेव होता. त्याला त्याची खळगे पाडणारी कॅव्हिटेशन यंत्रे विकायची होती. आज तर मोठे घबाड मिळण्याची संधी होती. मि. पॅटरसन तीन यंत्रे विकत घ्यायची गोष्ट बोलत होता. त्यांची किंमत दहा लाख डॉलरपेक्षा जास्त होती.

लिंगने अचानक गाडी बाजूच्या चिखलाने भरलेल्या रस्त्यावर घेतली. ते आता मोठमोठ्या वृक्षांच्या खालून धक्के खात जात होते. एकदम त्यांची गाडी झाडांमधून बाहेर पडली आणि सूर्यप्रकाशात आली. त्या ठिकाणी खूप मोठी मोकळी जागा होती. त्यात मध्यभागी मोठ्या आकाराची अर्धवर्तुळाकार घळ होती. त्यात हिरव्या रंगाचे पाणी होते. घळीच्या भिंतीसारख्या कडा करड्या रंगाच्या होत्या.

"हे काय आहे?" पॅटरसनने डोळे किलकिले करत विचारले.

"ही पूर्वी उघडी खाण होती. केओलिनची. आता ती वापरात नाही."

"केओलिन.... म्हणजे....?"

लिंग मनाशी म्हणाला की हा माणूस भूशास्त्रज्ञ नाही. मग त्याने केओलिन म्हणजे काय ते समजावून सांगितले, "हा पदार्थ कागद आणि सिरॅमिक उद्योगात वापरला जातो. सिरॅमिकचा वापर उद्योगधंद्यात वाढतो आहे. आता सिरॅमिकच्या अत्यंत धारदार सुऱ्या बनवणे शक्य झाले आहे. लवकरच सिरॅमिक वापरून गाड्यांची इंजिनेही बनवली जातील. या ठिकाणच्या उत्पादनाची गुणवत्ता कमी प्रतीची होती. चार वर्षांपूर्वी ही खाण बंद झाली."

पॅटरसनने मान डोलावली. "आणि ते कॅव्हिटेटर कुठं आहेत?"

लिंगने घळीच्या काठापाशी उभ्या असलेल्या मोठ्या ट्रककडे बोट दाखवले.

"तिकडे." असे म्हणून लिंगने गाडी त्या दिशेने वळवली.

"याची बनावट रशियन आहे का?"

"हे वाहन आणि त्याची कार्बन-मॅट्रिक्स फ्रेम रशियन बनावटीची आहे. इलेक्ट्रॉनिक्स तैवानहून आलेले आहे. आम्ही स्वत: कुआलालंपूरमध्ये जोडणी करून घेतो."

''आणि हे तुमचं सर्वांत मोठं यंत्र आहे काय?''

''नाही. हे मध्यम आकाराचं आहे. सर्वांत मोठं यंत्र तुम्हाला दाखविण्यासाठी आज इथं नाही.''

लँडक्रूझर त्या ट्रकपाशी जाऊन थांबली. त्या ट्रकचा आकार माती हलवण्यासाठी वापरल्या जाणाऱ्या मोठ्या यंत्राएवढा होता. लँडक्रूझरचे छत त्या ट्रकच्या टायरच्या जेमतेम वरपर्यंत पोहोचत होते. मध्यभागी एखादे मोठे डिझेल इंजिन वाटावे अशा आकाराचा चौकोन कॅव्हिटेशन जनरेटर होता. त्याच्या सगळ्या बाजूंना पाईप आणि वायरचे जाळे होते. वक्राकार कॅव्हिटेशन प्लेट जमिनीपासून काही फूट उंचीवर लोंबकळत होती.

लिंग आणि पॅटरसन अंगाची लाही लाही करणाऱ्या उष्ण हवेत बाहेर पडले. घामाने लिंगच्या गॉगलच्या काचा धुरकट झाल्या. त्याने शर्टने त्या साफ केल्या. पॅटरसनने ट्रकला वळसा घातला. ''मला ट्रकशिवाय यंत्र मिळेल का?''

''होय. आम्ही हलवता येतील अशीच यंत्रं बनवतो. ती बोटींवरही चढवता येतात. पण बहुधा आमच्या ग्राहकांना ती कोणत्या ना कोणत्या प्रकारच्या वाहनावर बसवून हवी असतात.''

''मला फक्त यंत्रं हवीत.'' पॅटरसन म्हणाला, ''आता तुम्ही मला प्रात्यक्षिक दाखवणार का?''

''होय. लगेचच.'' लिंग म्हणाला. त्याने ट्रंकमध्ये उंचीवर बसलेल्या माणसाला खूण केली, ''आपण थोडे दूर गेलो तर बरं.''

''एक मिनिट.'' पॅटरसन एकदम सावध होत म्हणाला, ''मला वाटलं, आपण दोघंच इथं असणार आहोत. हा माणूस कोण आहे?''

''माझा भाऊ आहे.'' लिंग सफाईने म्हणाला, ''तो एकदम विश्वासू आहे.''

''बरं....''

''आपण जरा लांब जाऊ या.'' लिंग म्हणाला, ''लांबूनच जास्त चांगलं दिसेल.''

कॅव्हिटेशन यंत्र सुरू झाल्याचा मोठा आवाज आला. मग आणखी एका आवाजाची त्यात भर पडली. हा आवाज गुणगुणल्यासारखा होता. लिंगला हा आवाज नेहमीच आपल्या छातीत आणि पार हाडांपर्यंत पोहोचतो असे वाटत असे. पॅटरसनलाही त्याची जाणीव झाली असणार, कारण तोदेखील घाईघाईने मागे सरकला होता.

''ही कॅव्हिटेशन यंत्रं **अतिउच्च ध्वनीतरंगांचा** वापर करतात.'' लिंग स्पष्टीकरण देऊ लागला, ''त्यामध्ये वर्तुळाकारात सममिती असणारे क्षेत्र तयार होते. त्याचा मध्यबिंदू एखाद्या भिंगाच्या मध्यबिंदूप्रमाणे पाहिजे त्या ठिकाणी स्थिर

करता येतो. फरक एवढाच आहे की या ठिकाणी प्रकाशाऐवजी ध्वनीतरंग एकवटता येतात. त्याचा वापर करून खड्डा किती मोठा करायचा हे ठरवता येते.''

लिंगने हात हलवून खूण केली. यंत्र चालवणाऱ्या माणसाने मान डोलावली. कॅव्हिटेशन प्लेट खाली आली आणि जमिनीपासून अगदी थोड्या अंतरावर थांबली. आता आवाज बदलला होता. तो कमी झाला होता. पण ते दोघे उभे होते त्या ठिकाणची जमीन किंचितशी थरथरू लागली होती.

''जीझस.'' पॅटरसन दोन पावले मागे सरकत म्हणाला.

''काळजी करू नका.'' लिंग म्हणाला, ''हा अगदी मामुली स्वरूपाचा परिणाम आहे. ऊर्जेचा मुख्य रोख सरळ खालच्या दिशेने ठेवलेला आहे.''

ट्रकच्या खालच्या बाजूला साधारण चाळीस फुटांवरील जमीन किंचित सैल झाली. अचानक घळीची कड पुसट झाली. क्षणभर धुळीचा एक लोट वर उसळला आणि मग घळीच्या कडेचा एक मोठा भाग खालच्या पाण्यात कोसळला. सगळा भाग धुळीच्या ढगाने भरून गेला.

धुळीचा पडदा विरू लागल्यावर लिंग म्हणाला, ''आता ध्वनीतरंगाचा रोख कसा ठेवता येतो ते पाहा.''

पुन्हा एकदा गडगडाट सुरू झाला. पण आता आणखी दूरवर म्हणजे साधारण दोनशे फुटांवरची घळीची कड वेडीवाकडी होऊ लागली. पुन्हा एकदा करड्या रंगाची माती घसरू लागली. या वेळी माती अगदी अलगद तळ्यात पडली.

''आडव्या दिशेनेही यंत्र रोखता येतं का?'' पीटरसनने विचारले.

लिंगने होकार दिला. ट्रकच्या उत्तर दिशेला साधारण शंभर यार्ड अंतरावर असणारी घळीची कड सैल झाली आणि माती खाली घसरली.

''आपण कोणत्याही दिशेला आणि कितीही खोलवर केंद्रित करू शकतो.''

''कितीही खोलवर?''

''आमच्या मोठ्या यंत्राने एक हजार मीटरपर्यंत केंद्रित करता येतं. अर्थातच एवढ्या खोलवर जाण्याची आमच्या कोणत्याही ग्राहकाला गरज नसते.''

''नाही, नाही.'' पॅटरसन म्हणाला, ''आम्हाला तसलं काही नकोच आहे. पण आम्हाला झोत मात्र ताकदवान हवा.'' पॅटरसनने विजारीवर हात पुसले, ''मला पाहिलं ते पुरेसं वाटतंय.''

''खरंच? आमच्याकडच्या इतर काही यंत्रांचं प्रात्यक्षिक मी–''

''मला परत जायला हवं.'' पॅटरसन म्हणाला. त्याने गॉगल लावल्यामुळे लिंगला त्याच्या नजरेतले भाव कळू शकले नाहीत.

''उत्तम.'' लिंग म्हणाला, ''तुमची जर खात्री असेल तर–''

''माझी खात्री झाली आहे.''

परत येताना गाडीत पॅटरसन म्हणाला, ''तुम्ही यंत्रं कुआलालंपूरहून पाठवणार की हाँगकाँगमधून?''

''कुआलालंपूर.''

''त्यावर काही बंधनं असतील का?''

लिंगने विचारले, ''म्हणजे काय?''

''उच्चध्वनीक्षमतेचा वापर करणाऱ्या कॅव्हिटेशन तंत्रज्ञानावर अमेरिकेत बंदी आहे. परवान्याशिवाय ती निर्यात करता येत नाही.''

''मी मघाशी सांगितलं त्याप्रमाणे आम्ही तैवानी बनावटीचं इलेक्ट्रॉनिक्स घेतो.''

''आणि ते अमेरिकन तंत्रज्ञानाएवढंच विश्वासार्ह आहे का?''

लिंग म्हणाला, ''दोन्ही जवळपास सारखीच आहेत.'' लिंग विचार करू लागला. जर पॅटरसनला खरोखरच व्यवसायातलं कळत असेल तर त्याला माहिती असायला हवी होती, की अशा प्रकारचे अत्याधुनिक इलेक्ट्रॉनिक **चिपसेट** बनवण्याची क्षमता अमेरिकेने केव्हाच गमावली आहे. अमेरिकन कॅव्हिटेशन यंत्रांचे चिपसेट तैवानमध्येच तयार होतात. ''तुम्ही हे का विचारता आहात? तुम्ही अमेरिकेत ही यंत्रं निर्यात करणार आहात का?''

''नाही.''

''मग काहीच अडचण नाही.''

''तुम्हाला यंत्रं पुरवायला किती अवधी लागतो?''

''सात महिने.''

''मला वाटत होतं, पाच महिने.''

''तसं करणं शक्य आहे. पण त्याला जास्त किंमत पडेल. किती यंत्रं हवीत?''

''तीन.''

कोणाला एकदम तीन कॅव्हिटेशन यंत्रं कशाला हवीत हे लिंगच्या लक्षात येईना. भूशास्त्रीय सर्वेक्षण करणाऱ्या जगातल्या कोणत्याही कंपनीकडे एकापेक्षा जास्त यंत्रं नसतात.

''तुमच्याकडून रक्कम जमा झाली की मी ऑर्डर तयार करीन.''

''तुम्हाला उद्या रक्कम मिळेल.''

''आणि आम्ही यंत्रं कुठं पाठवायची आहेत? कॅनडा?''

''पाच महिन्यांनंतर यंत्रं कुठं पाठवायची याच्या सूचना तुम्हाला मिळतील.''

समोर **कुरोकावा**ने रचना केलेला अत्याधुनिक विमानतळ दिसत होता. गाडीत बसलेला पीटरसन गप्प होता. विमानतळावर जाताना लिंग म्हणाला, ''आपण

वेळेवर पोहोचू असं वाटतंय.''

''काय?... ओह्... होय. ठीक आहे.''

''तुम्ही कॅनडाला परत जाणार आहात का?''

''होय.''

लिंगने गाडी आंतरराष्ट्रीय टर्मिनलपाशी थांबवली. बाहेर पडल्यावर त्याने पीटरसनशी हस्तांदोलन केले. पीटरसनने आपली छोटीशी बॅग खांद्याला अडकवली. त्याच्याजवळ हे एवढेच सामान होते.

''हं.... मला वाटतं, आता निघायला हवं.'' पीटरसन म्हणाला.

''तुमचा प्रवास सुखाचा होवो.''

''धन्यवाद. तुम्हालाही हाँगकाँगच्या प्रवासासाठी शुभेच्छा.''

''नाही.'' लिंग म्हणाला, ''मला फॅक्टरीकडे जायला हवं. काम ताबडतोब सुरू व्हायला हवं.''

''फॅक्टरी जवळच आहे का?''

''होय. पदुरायामध्ये. जवळच काही किलोमीटर अंतर आहे.''

''ठीक तर मग.'' पीटरसन अखेरचा हात हलवून टर्मिनलमध्ये शिरून दिसेनासा झाला. लिंग पुन्हा गाडीत बसून बाहेर पडू लागला. पण अचानक त्याला गाडीत पीटरसनचा सेलफोन सीटवर पडलेला दिसला. त्याने गाडी बाजूला थांबवली आणि टर्मिनलच्या दिशेने नजर टाकली. पण पीटरसन केव्हाच निघून गेला होता. लिंगने पाहिले, त्याच्या हातातला सेलफोन हलक्या प्रतीचा होता. प्री-पेड कार्ड टाकण्याचे कामचलाऊ फोन असतात, तशा प्रकारचा तो होता. हा पीटरसनचा मुख्य फोन असणे शक्यच नव्हते.

लिंगच्या डोक्यात कल्पना आली. त्याच्या एका मित्राकडून त्या फोनमधल्या कार्डाचा वापर करून माहिती काढता येणार होती. यंत्रे खरेदी कोणी केली हे कळू शकणार होते. लिंगला आणखी जाणून घेण्याची इच्छा होती. म्हणून त्याने पीटरसनचा फोन खिशात सरकवला आणि उत्तरेकडे फॅक्टरीच्या दिशेने निघाला.

शॅड थेम्स

शुक्रवार, २१ मे,

सकाळी ११ वाजून ४ मिनिटे

डेस्कपाशी बसलेल्या रिचर्ड मॅलरीने वर पाहिले, ''काय हवं?''

दाराजवळ उभ्या असलेल्या माणसाने किंचित विटलेला नेव्ही सूट घातलेला होता. त्याच्या पायात मळलेले आदिदास बूट होते. बारीक केस कापलेला हा

सडपातळ माणूस अमेरिकन दिसत होता. त्याच्या एकूण अवताराकडून पाहून असे वाटत होते, की तो जॉगिंगला निघाला असावा आणि जाता जाता सहज या ऑफिसात डोकावला असावा.

हे ऑफिस म्हणजे क्वेस्ट नावाचे ग्राफिक्स क्षेत्रात काम करणारे व जोरात चालणारे दुकान होते. लंडनच्या टॉवरब्रीजखाली असणाऱ्या बटलर्स वार्फ या ठिकाणी सामान्यत: गोदामे असल्याने त्या भागातील प्रथेप्रमाणे या ऑफिसमधील बहुतेक लोकांचे पोशाख अगदी सर्वसाधारण प्रकारचे होते. याला अपवाद फक्त मॅलरीचा होता. तो तिथला बॉस असल्याने त्याने पांढरा शर्ट परिधान केलेला होता. त्याने घातलेले बूट त्याला चावत होते खरे, पण ते एकदम झकास होते.

मॅलरीने विचारले, ''काही मदत करू शकतो का मी?''

''मी पॅकेजसाठी आलोय.''

''पॅकेज?'' माफ करा.'' मॅलरी म्हणाला, ''जर तुम्ही डी.एच.एल.बद्दल बोलत असाल तर तिकडे पुढच्या बाजूला सेक्रेटरी आहे....''

तो अमेरिकन माणूस वैतागलेला दिसला, ''हे जरा जास्त होतंय असं वाटत नाही का? मला ते ××× पॅकेज द्या.''

''ठीक आहे...'' मॅलरी डेस्कच्या मागून उठून पुढे येत म्हणाला.

आपण फार कठोर बोललो असे त्या अमेरिकन माणसाला वाटले असावे. कारण मॅलरीच्या मागच्या भिंतीवर लावलेल्या पोस्टरकडे बोट दाखवत तो म्हणाला, ''छान आहेत... तुम्ही बनवलीत काय?''

''होय. आमच्या फर्मनं बनवलीत.''

भिंतीवर शेजारी शेजारी दोन पोस्टर लावलेली होती. संपूर्ण काळ्या रंगाच्या पार्श्वभूमीवर त्यांच्यावर तरंगणाऱ्या पृथ्वीचे रंगीत चित्र होते. दोन्हीमध्ये फरक फक्त मजकुराचा होता. एकावर 'पृथ्वी वाचवा' असे लिहिलेले होते. त्या खाली 'हे आपले एकुलते एक घर आहे' अशी ओळ होती. दुसऱ्या पोस्टरवर 'पृथ्वी वाचवा' या ओळीखाली 'आपण आणखी कुठे जाऊ शकत नाही.' ही ओळ होती.

भिंतीवर एका बाजूला सोनेरी केसांच्या व टी-शर्ट घातलेल्या मॉडेलचा फोटो फ्रेम करून लावलेला होता. त्यावरही 'पृथ्वी वाचवा' ही घोषणा होती. खाली लिहिलेले होते– 'ते करताना सुंदर दिसा.'

''आम्ही 'पृथ्वी वाचवा' नावाची मोहीम तयार केली होती. पण त्यांनी ती खरेदी केली नाही.''

''कोणी खरेदी केली नाही?''

''इंटरनॅशनल कॉंझर्वेशन फंड.''

मॅलरी त्या अमेरिकन माणसाला वळसा घालून मागच्या बाजूला असणाऱ्या

पायऱ्यांवरून गॅरेजकडे निघाला. अमेरिकन त्याच्या पाठोपाठ गेला.

"का बरं? त्यांना ती आवडली नाही का?"

"तसं नव्हे. त्यांना ती आवडली होती. पण त्यांनी ती कल्पनाच रद्द केली. त्याऐवजी त्यांनी प्रसिद्धीसाठी व्हिडिओचा वापर करायचा विचार केला."

पायऱ्यांवरून खाली गेल्यावर मॅलरीने कार्ड वापरून दार उघडले. दाराचा क्लिक् असा आवाज आला. ते दोघे आता इमारतीखालच्या छोट्या गॅरेजमध्ये आले होते. गॅरेजमध्ये अंधार होता. फक्त गाड्या आतबाहेर करण्यासाठी बनवलेल्या उताराच्या दिशेने थोडा प्रकाश आत येत होता. एक व्हॅन त्या उताराच्या समोरच अर्धवट लावलेली दिसत होती. मॅलरीला ते पाहून वैताग आला. हे असे त्या ठिकाणी नेहमीच घडत असे.

मॅलरी अमेरिकन माणसाला म्हणाला, "तुमच्याकडे गाडी आहे का?"

"होय. ती व्हॅन." अमेरिकन माणसाने बोट दाखवले.

"अच्छा, म्हणजे ती व्हॅन तुमची आहे तर. बरं तुम्हाला मदत करायला कोणी बरोबर आलं आहे का?"

"नाही. मी एकटाच आहे. पण का?"

"कारण वजन फार आहे." मॅलरी म्हणाला, "म्हटलं तर नुसती तार आहे. पण ती पाच लाख फूट लांब आहे. तिचं वजन सातशे पौंड आहे."

"मी ते उचलू शकतो."

मॅलरी आपल्या गाडीपाशी गेला. त्याने डिकी उघडली. अमेरिकन माणसाने शीळ वाजवून खूण करताच थड्थड् आवाज करत व्हॅन खाली आली. गडद मेकअप केलेली आणि उभे केस असलेली एक दणकट वाटणारी बाई व्हॅन चालवत होती.

मॅलरी म्हणाला, "मला वाटलं की तुम्ही एकटेच आहात."

"तिला काहीही माहिती नाही. ती फक्त व्हॅन चालवणारी आहे. तिची फिकीर नको."

मॅलरी डिकीकडे वळला. आतमध्ये पांढऱ्या रंगाची खोकी रचून ठेवलेली होती. त्यावर 'इथरनेट केबल (असंरक्षित)' असे लिहिलेले होते. शिवाय इतरही काही माहिती छापलेली होती.

"मला एक खोकं पाहायचं आहे." अमेरिकन माणूस म्हणाला.

मॅलरीने एक खोके उघडले. आतमध्ये मुठीएवढ्या आकारात लपेटलेली अतिशय पातळ तार होती. अशी अनेक बंडले प्लॅस्टिकच्या आवरणात त्यात बसवलेली दिसत होती. "हं, हे पाहा." मॅलरी म्हणाला, "ही नियंत्रक तार आहे. रणगाडाभेदी क्षेपणास्त्रांसाठीची तार."

"होय का?"

''मला तरी त्यांनी तसं सांगितलं. म्हणून तर ती अशा प्रकारे गुंडाळून पॅक केलेली आहे. एका क्षेपणास्त्रासाठी एक गुंडाळी.''

''मला कल्पना नाही.'' अमेरिकन म्हणाला, ''मी केवळ नेणारा माणूस आहे.''

मग त्याने जाऊन व्हॅनचे मागचे दार उघडले आणि तो एक एक करून ती खोकी आत ठेवू लागला. मॅलरी त्याला मदत करू लागला.

''त्या माणसानं आणखी काही सांगितलं का?'' अमेरिकन माणसाने विचारले.

''होय तर.'' मॅलरी म्हणाला, ''तो सांगत होता की **वॉर्सा करार**च्या वेळची उरलेली पाचशे क्षेपणास्त्रं कोणीतरी खरेदी केली आहेत. हॉटफादर, हॉटवायर किंवा असलं काहीतरी त्यांचं नाव आहे म्हणे. क्षेपणास्त्रांवर बसवलेलं मात्र काही नाही. फक्त क्षेपणास्त्रं आहेत म्हणत होता. त्या क्षेपणास्त्रांबरोबर असणारी वायर खराब असूनही ती विकण्यात आली असं काहीतरी आहे म्हणे.''

''मला माहिती नाही.''

''असं तोच सांगत होता. स्वीडनमध्ये गॉथेनबर्गमध्ये खरेदी करण्यात आली.

मला वाटतं, तिथून ती क्षेपणास्त्रं सागरी मार्गानं बाहेर पाठवण्यात आली आहेत.''

''तुम्हाला त्याबद्दल काळजी वाटतेय, असं दिसतंय.''

''मला काही काळजी वाटत नाही.''

''म्हणजे आपण कसल्या भानगडीत अडकतो की काय याची काळजी...''

''तसं नाही वाटत मला.''

''नक्की का?''

''नक्कीच.'' मॅलरी म्हणाला.

आता बहुतेक खोकी व्हॅनमध्ये भरण्याचे काम पूर्ण होत आले होते. मॅलरी घामाघूम झाला होता. तो अमेरिकन माणूस डोळ्यांच्या कोपऱ्यातून मॅलरीवर सतत नजर ठेवून होता. त्याला उघडपणे संशय येत होता हे दिसत होते.

''हं... तर मला सांगा, की तो माणूस दिसायला कसा होता?'' अमेरिकन माणसाने मॅलरीला विचारले.

मॅलरीला आपण काय उत्तर द्यावे याची नेमकी जाण होती. त्याने खांदे उडवले, ''माणसासारखा माणूस.''

''अमेरिकन?''

''कोण जाणे.''

''तो अमेरिकन होता की नाही हे तुम्ही सांगू शकत नाही का?''

''मला त्याच्या उच्चारांवरून अंदाज करता आला नाही.''

''का बरं?''

‘‘तो कदाचित कॅनेडियन असू शकेल.’’

‘‘एकटाच होता का?’’

‘‘होय. का?’’

‘‘कारण मी ऐकलंय की कोणीतरी उंच टाचांचे बूट घालणारी, घट्ट स्कर्ट घातलेली सुंदर आणि सेक्सी बाई आहे म्हणे.’’

‘‘तशी कोणी असली तर माझ्या ते नक्कीच लक्षात आलं असतं.’’ मॅलरी म्हणाला.

‘‘तसंही होऊ शकतं... जर ती बाहेरच थांबली असेल तर?’’ अमेरिकन माणसाने पुन्हा संशयखोर नजरेने पाहिले.

मॅलरीला त्या अमेरिकन माणसाच्या पाठीमागे फुगवटा दिसला. पिस्तूल होतं की काय? कदाचित पिस्तूलच होते.

‘‘नाही. तो एकटाच होता.’’

‘‘जो कोणी असेल तो माणूस....’’

‘‘होय.’’

‘‘मला विचाराल, तर मला नवल वाटतंय की कोणाला ही एवढी लांब रणगाडाभेदी क्षेपणास्त्रांची तार कशासाठी हवी असावी? कारण काय असावं?’’

मॅलरी म्हणाला, ‘‘त्यानं काही सांगितलं नाही.’’

‘‘जाऊ दे. तो विषय माझ्यावर सोडलेला बरा. मला कसलाच प्रश्न पडत नाही.’’

‘‘पण तुम्हीच तर सगळे प्रश्न विचारता आहात असं दिसतंय.’’ मॅलरीला अजून भरपूर घाम येत होता.

‘‘आणि त्यामागे कारणही आहे.’’ अमेरिकन म्हणाला. त्याच्या स्वरात धमकावणी होती. ‘‘आणि तुम्हाला एक गोष्ट बजावून सांगतो. मी हे जे काही ऐकतोय ते मला बिलकूल पसंत नाही.’’

आता खोकी भरण्याचे काम पूर्ण झाले होते. मॅलरी मागे सरकला. अमेरिकन माणसाने दोन्ही दारे फटाफट बंद करून घेतली. दुसरे दार बंद होताच मॅलरीला मागे उभी असलेली ड्रायव्हर दिसली.

‘‘मलाही अजिबात पसंत नाही.’’ ती म्हणाली. तिने सैनिकी पद्धतीचा सैलसर पोशाख घातलेला होता. पायात उंच बूट होते. तिच्या अंगात जाडजूड हिरवे जाकीट होते आणि हातात तसे मोठे हातमोजे होते. तिने गडद रंगाचा गॉगल लावलेला होता.

‘‘हं, आता एक मिनिटभर थांब.’’ अमेरिकन माणूस म्हणाला.

‘‘मला तुझा सेलफोन दे.’’ तिने हात पुढे केला. तिचा हात जणू पिस्तूल धरले

असावे अशा प्रकारे पाठीमागे होता.

''कशासाठी?''

''मला सेलफोन दे.''

''कशाला?''

''कारण मला तो बघायचा आहे म्हणून.''

''त्यात विशेष असं काहीही नाही–''

''सेलफोन इकडे दे.''

अमेरिकन माणसाने खिशातून सेलफोन बाहेर काढून तिच्याकडे दिला. पण फोन घ्यायच्याऐवजी तिने त्याचे मनगट पकडून त्याला आपल्याकडे खेचले. सेलफोन खाली पडला. तिने पाठीमागे असलेल्या हातात जाड हातमोजा चढवलेला होता. तिने एकदम दोन्ही हातांनी अमेरिकन माणसाचा गळा धरला. जणू ती त्याचा गळा आवळणार होती असे वाटत होते.

क्षणभर तो माणूस चकित झाला होता. मग तो सुटण्याची धडपड करू लागला. ''हे... हे काय चाललंय? ए! कोण आहेस तू? त्याने जोराने तिचे हात मागे ढकलले आणि जणू चटका बसला असावा अशा प्रकारे त्याने मागे उडी मारली, ''काय होतं ते?... काय केलंस तू अं?''

अमेरिकन माणसाने मानेपाशी हात लावला. तिथून अगदी सूक्ष्म असे रक्ताचे दोन-चार थेंब खाली ओघळले होते. त्याच्या हाताला फक्त ओलसरपणा जाणवला. पण त्यापेक्षा जास्त रक्त मात्र दिसले नाही.

''तू काय केलं आहेस?''

''काहीही नाही.'' हातातले मोजे काढत ती म्हणाली. ती मोजे अगदी काळजीपूर्वक काढते आहे हे मॅलरीच्या लक्षात आले. जणू मोज्यांच्या आत काहीतरी होते आणि त्याला ती स्पर्श करू इच्छित नव्हती.

''काही नाही?'' अमेरिकन म्हणाला, ''*काही नाही?* कुत्तरडी!'' असे म्हणून तो अचानक बाहेर रस्त्याच्या दिशेने पळू लागला.

तिने शांतपणाने त्याला पळताना पाहिले. मग खाली वाकून तिने सेलफोन उचलला आणि खिशात टाकला. मग ती मॅलरीकडे वळली, ''आपल्या कामाला लागा.''

मॅलरी घुटमळला.

''तू चांगलं काम केलं आहेस. मी तुला कधी पाहिलेलं नाही नि तू देखील मला बघितलेलं नाहीस. आता नीघ.''

मॅलरी मागे वळला आणि पायऱ्यांकडे जाऊ लागला. आपल्या पाठीमागे व्हॅनचे दार बंद झाल्याचा आवाज त्याला ऐकू आला. त्याने मागे नजर टाकली तेव्हा त्याला

व्हॅन बाहेर पडताना दिसली. व्हॅन उजवीकडे वळली आणि दिसेनाशी झाली.

ऑफिसमध्ये मॅलरीची मदतनीस एलिझाबेथ नवीन जाहिरातीसाठी तयार केलेली एक प्रतिकृती घेऊन आली. ते तोशिबाच्या नवीन अत्यंत कमी वजनाच्या संगणकाची जाहिरात बनवणार होते. त्या जाहिरातीचे चित्रीकरण दुसऱ्या दिवशी होणार होते. त्या प्रतिकृतीवर अखेरचा हात फिरवायचा बाकी होता. मॅलरी भराभरा बटणे दाबत होता खरा; पण त्याचे लक्ष केंद्रित होत नव्हते.

"आवडली नाही का?" एलिझाबेथने विचारले.

"नाही, नाही. उत्तमच आहे."

"तुमचा चेहेरा फिक्कट दिसतोय."

"हं... मला जरा... माझं पोट..."

"जिंजर टी." एलिझाबेथ म्हणाली, "अगदी उत्तम उपाय आहे. मी बनवू का?"

मॅलरीने तिला बाहेर पिटाळण्यासाठी मान डोलावली. त्याने खिडकीतून बाहेर नजर टाकली. मॅलरीच्या ऑफिसमधून थेम्स नदी आणि टॉवरब्रीजचे सुंदर दृश्य दिसत असे. तो छान निळ्या-पांढऱ्या रंगाने रंगवलेला पूल पाहून मॅलरीला नेहमी आनंद होत असे. त्याला पुलाकडे पाहून सुरक्षितपणा वाटायचा.

मॅलरी खिडकीजवळ जाऊन पुलाकडे पाहत विचार करू लागला. त्याच्या एका जवळच्या मित्राने त्याला विचारले होते, की एका अत्यंत मूलभूत महत्त्वाच्या पर्यावरणाशी संबंधित कामात तो मदत करेल का. तेव्हा मॅलरीला ती बाब गमतीची वाटली होती. थोडीशी गुप्तता पाळणे आणि थोडेफार धाडस त्यात असणार म्हणून मॅलरीला मजा वाटली होती. त्यात कोणत्याही प्रकारची दांडगाई किंवा हिंसकपणा असणार नाही असे त्याला सांगण्यात आले होते. आपल्यावर अशी घाबरण्याची वेळ येईल असे त्याला अजिबात वाटले नव्हते.

पण आता मात्र मॅलरी हादरला होता. त्याचे हात थरथरत होते. तो हात खिशात खुपसून बाहेर पाहत विचार करत होता. *पाचशे क्षेपणास्त्रे.* आपण कसल्या भानगडीत अडकलो आहोत? मग हळूहळू त्याच्या लक्षात आले की बाहेर सायरनचे आवाज येत होते. पुलावर लाल दिव्यांची उघडझाप होत होती.

पुलावर अपघात झाला होता. तिथे जमा झालेली पोलिसांची वाहने वगैरे पाहून अपघात गंभीर स्वरूपाचा आहे हे मॅलरीच्या लक्षात आले. कोणीतरी ठार झाले असावे एवढा गंभीर अपघात.

मॅलरीला स्वत:वर नियंत्रण ठेवणे अवघड जात होते. तो भीतीने हादरून गेला होता. तो घाईघाईने पुलाच्या दिशेने निघाला तेव्हा त्याचे काळीज धडधडत होते.

लाल रंगाच्या डबल-डेकर बसच्या वरच्या मजल्यावरील खिडक्यांमधून अनेक

पर्यटक खाली वाकून पाहत होते. भीषण दृश्य पाहत असल्याने त्यांचे हात तोंडावर धरलेले होते. बसच्या समोरच्या बाजूला जमा झालेल्या गर्दीतून वाट काढत मॅलरी पुढे गेला. एका माणसाच्या देहाभोवती काही पोलीस आणि वैद्यकीय मदतनीस काहीतरी करत होते. पलीकडच्या बाजूला मजबूत बांध्याचा बस ड्रायव्हर उभा होता. त्याच्या डोळ्यांत पाणी तरळत होते. तो सांगत होता की त्याची काहीही चूक नव्हती. अगदी अखेरच्या क्षणी तो माणूसच एकदम बससमोर आला. तो कदाचित दारूच्या नशेत असावा. कारण तो झोकांड्या खात होता. तो बहुधा वरच्या रेलिंगवरून खाली पडला असण्याची शक्यता त्याला वाटत होती.

मॅलरीला प्रत्यक्ष मृतदेह दिसत नव्हता. गर्दीत सर्वत्र शांतता होती. लोक फक्त पाहत होते. मग मृतदेहावर वाकलेला एक पोलीस ताठ उभा राहिला. त्याच्या हातात लाल रंगाचा पासपोर्ट होता– जर्मन पासपोर्ट. देवाचे आभार! मॅलरीच्या मनात क्षणभर विचार आला. त्याला एकदम सुटल्याप्रमाणे वाटले. पण ते क्षणभरच. कारण एक वैद्यकीय मदतनीस बाजूला होऊन मॅलरीला त्या माणसाचा एक पाय दिसला होता. त्याच्या अंगावर तोच काळा ट्रॅकसूट होता आणि पायात मळके आदिदास बूट. आता रक्ताने माखलेले.

मॅलरीला एकदम मळमळून आले. तो वळून गर्दीतून वाट काढत बाहेर निघाला. त्याच्या समोरून भराभरा अनेक चेहरे सरकले. काही निर्विकार, तर काही वैतागलेले. पण कोणाचेही मॅलरीकडे लक्ष नव्हते. ते मृत माणसाकडेच पाहत होते.

याला अपवाद फक्त एकच होता. टाय लावलेला एखाद्या अधिकाऱ्याप्रमाणे पोशाख केलेला एकजण थेट मॅलरीकडेच पाहत होता. दोघांची नजरानजर झाली. त्या माणसाने किंचित मान हलवली. पण मॅलरीने त्याला प्रतिसाद दिला नाही. तो वेगाने आपल्या ऑफिसकडे परतला.

आपल्याला अज्ञात अशा कोणत्यातरी कारणामुळे आपले आयुष्य संकटात आहे याची त्याला जाणीव झाली होती.

टोकियो

मंगळवार, २ जून
सकाळी १० वाजून १ मिनिट

आय.डी.इ.सी.– इंटरनॅशनल डेटा एन्व्हरॉनमेंटल कनर्सटियम ही संस्था एका विटांनी बांधलेल्या छोट्या इमारतीत होती. ही इमारत किओमिता विद्यापीठाच्या आवाराला लागूनच असल्याने सहज पाहणाऱ्याला ही संस्था म्हणजे विद्यापीठाचाच भाग असावा असे वाटत असे. इमारतीवर 'कलॅमस ग्लाडिओ फॉर्टिअर' ही अक्षरे

असणारे बोधचिन्ह असूनही ही संस्था विद्यापीठापासून स्वतंत्र होती. इमारतीच्या मध्यभागी एक छोटेसे सभागृह होते. वक्ता उभा राहाण्यासाठीच्या जागेसमोर पाच-पाच खुर्च्यांच्या दोन रांगा होत्या. त्यांच्यासमोर पडदा होता.

सकाळी दहा वाजता आय.डी.इ.सी.चा संचालक अकिरा हितोमी व्यासपीठापाशी उभा राहून एक अमेरिकन माणूस आत येतोय हे पाहत होता. त्या चांगल्या धिप्पाड अमेरिकन माणसाची शरीरयष्टी एखाद्या खेळाडूसारखी होती. तो फारसा उंच नव्हता, पण खांदे रुंद आणि छाती भरदार होती. तो आत येऊन खुर्चीवर बसला. एवढ्या धिप्पाड शरीराच्या मानाने त्याची हालचाल अगदी सफाईदार आणि अजिबात आवाज न होणारी होती. त्याच्या मागोमाग एक नेपाळी माणूस आत आला. तो गडद वर्णाचा माणूस सगळीकडे सावध नजरेने पाहत होता. त्या माणसाने अमेरिकन माणसाच्या मागची खुर्ची जराशी बाजूला घेतली व तो बसला. हितोमीने त्या दोघांकडे पाहून फक्त मान झुकवली.

त्या खोलीच्या भिंतींवर लाकडी पॅनेल लावलेली होती. आता हळूहळू प्रकाश मंदावत गेला. डोळ्यांना सराव व्हावा म्हणून दिवे हळूहळू मंद करण्यात आले होते. आता अलगदपणाने सगळ्या बाजूची पॅनेल बाजूला सरकली आणि त्यातून सपाट पडदे बाहेर आले. या पडद्यांचा आकार मोठा होता.

अखेर स्लिक् असा आवाज होऊन मुख्य दार बंद झाले. मगच हितोमी बोलू लागला, ''गुड मॉर्निंग केनर-सान.'' पडद्यावर हितोमी अकिरा हे नाव इंग्लिश आणि जपानी भाषेत झळकले. ''आणि गुड मॉर्निंग थापा-सान.''

हितोमीने अगदी चपटा आणि छोटा लॅपटॉप उघडला, ''आज मी गेल्या एकवीस दिवसांमधली माहिती सादर करणार आहे. ही माहिती गेल्या वीस मिनिटांपर्यंत अद्ययावत करण्यात आलेली आहे. ही आमच्या अकामायी ट्री या संयुक्त प्रकल्पामधली आहे.''

पाहुण्यांनी माना डोलावल्या. केनरने स्मितहास्य केले. त्यात उत्सुकता होती. तसे तो करणारच म्हणा, असा विचार हितोमीच्या मनात आला. कारण जगात आणखी कुठेही त्यांना ही माहिती मिळणार नव्हती. इलेक्ट्रॉनिक माहिती जमा करणे आणि त्यावर प्रक्रिया करणे या क्षेत्रात हितोमीची संस्था जगात अग्रेसर होती.

आता एक-एक करून पडद्यांवर प्रतिमा चमकू लागल्या. त्यांच्यावर एखाद्या मोठ्या उद्योगाचे बोधचिन्ह असावे अशा प्रकारचे चिन्ह होते. पांढऱ्या पार्श्वभूमीवर हिरवे झाड त्यात दाखवलेले असून त्याखाली 'अकामायी ट्री डिजिटल नेटवर्क सोल्युशन्स' ही अक्षरे होती.

हे नाव आणि बोधचिन्हाची रचना जाणीवपूर्वक अशी निवडण्यात आली होती. हे चिन्ह खऱ्याखुऱ्या इंटरनेट कंपन्यांच्या बोधचिन्हाशी साधर्म्य असणारे होते. गेली दोन वर्षं अकामायी ट्री संस्थेच्या अनेक सर्व्हरच्या जाळ्याची रचना अशी होती की

तो एक प्रकारचा छुपा सापळा होता. त्यामध्ये संशोधन आणि व्यवसाय अशा दोन्ही क्षेत्रांमधल्या माहितीवर नजर ठेवण्यासाठी वेगवेगळ्या पातळ्यांवर 'क्वाड-चेक **हनीनेट**' उभारण्यात आली होती. सर्व्हरपासून ते वापरणाऱ्यांपर्यंत या जाळ्यांमुळे जवळपास ८७% एवढ्या प्रमाणात सहज जाता येत होते. माहिती मिळवताना लोकांना भुलविण्यासाठी सुरुवातीला साधीसुधी आमिषे दाखवण्यात येत होती आणि आता त्यासाठी अधिकाधिक चमचमीत गोष्टी गळाला लावल्या जात होत्या.

"आमची संकेतस्थळं प्रस्थापित भूशास्त्र, उपयोजित भौतिक विज्ञान, परिस्थितीविज्ञान, इंजिनियरिंग आणि जैविक भूगोल अशा निरनिराळ्या विषयांवरच्या सर्वसाधारण संकेतस्थळांसारखीच दिसतात." हितोमी म्हणाला, "जास्त खोलात शिरू इच्छिणाऱ्या लोकांसाठी विशेष माहिती पुरविण्यात आली आहे. त्यात भूगर्भातील कंपने मोजण्यासाठी स्फोटकांचा उपयोग, कंपनांचा विविध रचनांवर होणारा परिणाम, भूकंपामुळे होणारे नुकसान अशी माहिती आहे. शिवाय महासागरांसंबंधी आमच्या संकेतस्थळांवर चक्रीवादळं, सुनामी लाटा अशा गोष्टींची माहिती दिलेली आहे."

केनरने मान डोलावली.

हितोमी पुढे सांगू लागला, "आम्हाला कल्पना आहे की आमचे शत्रू विखुरलेले आहेत नि हुशारही. लोक नेटनॅनी प्रकारच्या **फायरवॉल**च्या मागे राहून काम करतात किंवा ए.ओ.एल. वरची वरवर साधी वाटणारी इंटरनेट अकाऊंट वापरतात. पाहणाऱ्यांना ती फुटकळ पोरांची वाटतात. आमचे शत्रू अतिशय नियोजनबद्ध काम करणारे, वाट पाहण्याची तयारी असलेले आणि निष्ठुरपणा कधीही न सोडणारे आहेत. गेल्या काही आठवड्यांमध्ये आम्हाला त्यांच्याबद्दल भरपूर माहिती मिळू लागली आहे."

पडद्यावर आता एक यादी दिसू लागली होती.

"विविध प्रकारच्या संकेतस्थळांमधून आणि चर्चा करणाऱ्या गटांमधून आमच्याकडे जी माहिती जमा झाली, त्यात खोलात शिरू पाहणाऱ्यांनी ज्या विषयात रस दाखवला त्यांचीही यादी आहे. त्यात पोटॅशिअम हायड्रॉक्साईड, वायर-नियंत्रित अग्निबाण, ऑस्ट्रेलियन लष्करी इतिहास, नियंत्रित पद्धतीने इमारती पाडणे, शिनकाई-२००० अशा काही विषयांचा समावेश आहे."

Aarhus, Denmark
Argaon/Oxygen Drives
Australian Military History
Caisson Seawalls
Cavitation (solid)
Cellular Encryption

Controlled Demolition
Flood Mitigation
High-Voltage Insulators
Hilo, Hawaii
Mid-Ocean Relay Network (MORN)
Missionary Diaries of the Pacific
National Earthquake Information Center (NEIC)
National Environmental Resource Fund (NERF)
Network Data Encryption
Potassium Hydroxide
Prescott, Arizona
Rain Forest Disease Foundation (RFDF)
Seismic Signatures, Geological
Shaped Explosives (Timed)
Shinkai 2000
Solid Rocker Propellant Mixtures
Toxins and Neurotoxins
Wire-guided Projectiles

''यादी चांगलीच भारी, पण फार गूढ दिसतेय.'' हितोमी म्हणाला, ''पण खरे लोक आणि फुटकळ यांच्यातला फरक ओळखण्यासाठी आमच्याकडे खास फिल्टर आहेत. आम्ही नजर ठेवलेल्यांमध्ये फायरवॉलवर हल्ला करणारे, **ट्रोजन हॉर्स** सोडणारे, वाईल्ड स्पायडरचा वापर करणारे अशा नाना प्रकारचे लोक आहेत. त्यामधले बरेचजण क्रेडिट कार्डांच्या यादीच्या शोधात असणारे आहेत.''

हितोमीने लॅपटॉपवरची काही बटणे दाबली. पडद्यावरच्या प्रतिमा बदलल्या.

''आम्ही हे सगळे विषय हनीनेटवर टाकले आणि त्यांचा 'चिकटपणा' वाढवला. अखेर आम्ही पुढील काळात येणाऱ्या संशोधनातील माहिती थोडीफार उघडी केली. त्यासाठी आम्ही ऑस्ट्रेलिया, जर्मनी, कॅनडा व रशियामधले वैज्ञानिक एकमेकांशी ई-मेलवर संपर्क करत असल्याचा आभास निर्माण केला होता. आणि मग आम्हाला उत्तर अमेरिकेतल्या केंद्राचा पत्ता लागला. केंद्रामध्ये टोरोंटो, शिकागो, आन आर्बोर आणि मॉन्ट्रियल यांचा समावेश आहे. तर त्याचे फाटे उत्तर अमेरिकेच्या दोन्ही किनाऱ्यांपर्यंत पसरलेले आहेत. काही फाटे इंग्लंड, फ्रान्स नि जर्मनीपर्यंत आहेत. हा अतिशय गंभीर स्वरुपाचा 'अल्फा' दहशतवादी गट आहे. त्यांनी बहुधा या अगोदरच पॅरिसमध्ये एका संशोधकाला ठार केलेलं आहे. आम्ही आणखी माहिती गोळा करतो आहोत. पण फ्रेंच

यंत्रणा आणि अधिकारी फारच मंदपणानं काम करू शकतात–''

केनर आता प्रथमच बोलला, ''आणि सेलचं काय? डेल्टा सेल्युलरमधून काय मिळतंय?''

''सेलफोनवरचा संपर्क वेगानं वाढतोय. ई-मेल फारच सांकेतिक स्वरूपात पाठवल्या जाताना दिसतात. एकूणच जागतिक पातळीवर काहीतरी गुंतागुंतीचं आणि अतिशय महागडं चालू आहे. कोणता तरी नवीन प्रकल्प चालू आहे हे उघड दिसतंय.''

''पण कोणता ते आपल्याला माहिती नाही?''

''अजून नाही.''

''तर मग तुम्ही पैशाच्या देवाणघेवाणीचा माग काढायला लागा.''

''आम्ही ते सगळीकडेच करतोय.'' हितोमी कठोरपणाने हसला, ''फक्त यामधला पहिला मासा कधी गळाला लागतोय हे बघण्याचाच काय तो प्रश्न आहे.''

व्हँकूवर

मंगळवार, ८ जून

दुपारी ४ वाजून ५५ मिनिटे

नॅट डॅमनने लफ्फेदार अक्षरांत सही केली, ''मला यापूर्वी कधीही गुप्तता पाळण्याच्या करारावर सही करावी लागली नव्हती.''

''नवलच आहे.'' नॅटच्या हातातून कागद परत घेत झगझगीत सूट घातलेला माणूस म्हणाला, ''मला वाटत होतं की ही नेहमीची पद्धत असेल. आम्हाला आमच्या मालकीची माहिती कोणाला कळू द्यायची नाही.''

झगझगीत सूट घातलेला हा माणूस वकील होता. तो त्याच्या अशिलाबरोबर आलेला होता. वकिलाच्या या अशिलाने जीनची पॅन्ट आणि साधा शर्ट परिधान केलेला असून चष्मा लावलेला होता. त्याने दाढी राखलेली होती. या दाढीवाल्या माणसाने आपण पेट्रोलियम क्षेत्रातला भूशास्त्रज्ञ आहोत असे सांगितले होते. डॅमनला ते खरे वाटले होते. अशा भूशास्त्रज्ञांशी त्याचा नेहमी संबंध येत असे. हा माणूस तसाच दिसत होता.

डॅमनच्या कंपनीचे नाव 'कॅनडा मरीन आर. एस. टेक्नॉलॉजीज' असे होते. त्याचे ऑफिस व्हँकूवर शहराबाहेर होते. आपल्या छोट्या आणि दाटीवाटीच्या ऑफिसात बसून डॅमन जगभरातल्या ग्राहकांना संशोधनासाठी लागणाऱ्या पाणबुड्या आणि दूर अंतरावरून नियंत्रित करता येणारी पाण्यातली उपकरणे भाड्याने देत असे. या पाणबुड्या त्याच्या मालकीच्या नव्हत्या. तो फक्त त्या भाड्याने घेऊन ग्राहकांना

तशाच प्रकारे पुरवत असे. त्याच्या या उपकरणांमध्ये पूर्ण क्षमतेची पन्नास फुटी पाणबुडी होती. त्यात सहाजण बसू शकत होते. ही पाणबुडी जगभरात कुठेही संचार करू शकत असे. त्याचप्रमाणे त्याच्याकडे एकच माणूस बसेल अशी पाण्यात खोलात जाणारी पाणबुडी होती. याखेरीज दूर अंतरावरून नियंत्रित करण्याजोग्या यंत्रमानवी प्रकारच्या अगदी छोट्या पाणबुड्याही त्याच्याजवळ होत्या. त्यांचे नियंत्रण जहाजावरून करता येत असे. डॅमनच्या या सगळ्या प्रकारच्या पाणबुड्या जगात योकोहामा, मेलबर्न, दुबई आणि सान दिएगो अशा अनेक ठिकाणी विखुरलेल्या होत्या.

डॅमनची गिऱ्हाईके म्हणजे ऊर्जा आणि खाणकाम क्षेत्रातल्या कंपन्या होत्या. समुद्राच्या खोलात जाऊन तेथील सर्वेक्षण करणे किंवा समुद्रात किनाऱ्यापासून दूर अंतरावरच्या ऑईल रिग व प्लॅटफॉर्मची तपासणी करणे यासाठी डॅमनच्या पाणबुड्या वापरल्या जात असत. डॅमनचा हा व्यवसाय अगदी खास प्रकारचा होता. त्यामुळे बोटी दुरुस्तीच्या एका यार्डामागे असणाऱ्या त्याच्या छोटेखानी ऑफिसात लोकांची फार वर्दळ नसायची.

ही दोन माणसे त्याचे ऑफिस अगदी बंद होण्याच्या सुमारास आली होती. बोलण्याचे बहुतेक सारे काम वकील महाशयांनीच केले होते. त्याच्याबरोबर आलेल्या माणसाने फक्त आपले कार्ड दिले होते. त्यावर 'सिस्मिक सर्व्हिसेस' असे नाव असून पत्ता कॅलगरीचा होता. हे ठीकच होते. कारण कॅलगरी हे हायड्रोकार्बन क्षेत्रातल्या कंपन्यांचे मोठे केंद्र होते. पेट्रो-कॅनडा, शेल, सनकोर या बड्या कंपन्यांप्रमाणेच इतर अनेक कंपन्या होत्या. साहजिकच सर्वेक्षण आणि संशोधन यासंबंधी सल्ला पुरविणाऱ्या डझनावारी छोट्या फर्म तिथे उदयास आलेल्या होत्या.

डॅमनने आपल्या मागच्या शेल्फमधून एक छोटे मॉडेल खाली काढले. ते एका नकटे नाक असलेल्या पाणबुडीचे होते. वरच्या बाजूला पारदर्शक काचेचा माणसांना बसण्याचा भाग होता. डॅमनने मॉडेल त्या दोघांसमोर ठेवले.

''तुमच्या कामासाठी ही पाणबुडी उपयोगी ठरेल असं मला वाटतं.'' नॅट सांगू लागला, ''ही आर.एस. स्कॉर्पिअन पाणबुडी फक्त चार वर्षांपूर्वी इंग्लंडमध्ये बांधलेली असून त्यात दोन माणसे बसण्याची सोय आहे. तिला डिझेल इंजिनाप्रमाणेच इलेक्ट्रिक पॉवर आहे. इंजिनात अर्गान वापरलेला आहे. पाण्याखाली ती वीस टक्के ऑक्सिजन आणि ऐंशी टक्के अर्गानवर चालते. तंत्रज्ञान पारखलेलं आणि जबरदस्त आहे. त्यात पोटॅशिअम हायड्रॉक्साईड स्क्रबर, दोनशे व्होल्ट विद्युतप्रणाली आहे. ही पाणबुडी दोन हजार फुटांपर्यंत काम करते आणि एका वेळी ३.८ तास चालते. ही पाणबुडी, जर तुम्हाला माहिती असेल तर जपानी बनावटीच्या शिनकाई-२००० सारखी आहे. तसेच तिची तुलना डाऊनस्टार-८० बरोबर करता येईल. या प्रकारच्या जगात चार पाणबुड्या आहेत खऱ्या; पण त्या सगळ्या दीर्घ मुदतीसाठी भाड्याने

दिलेल्या आहेत. स्कॉर्पिअन ही फार उत्तम पाणबुडी आहे.''

दोघा माणसांनी एकमेकांकडे पाहिले आणि माना डोलावल्या, ''आणि बाहेरच्या बाजूला काम करण्यासाठी काय सोय आहे?'' दाढीवाल्याने विचारले.

''ते खोली किती आहे त्यावर अवलंबून आहे. कमी खोलीवर–''

''समजा, दोन हजार फूट.... बाहेरच्या बाजूला हाताळण्यासाठी काय आहे?''

''तुम्ही दोन हजार फुटांवर नमुने गोळा करणार आहात?''

''खरं म्हणजे आम्ही तळापाशी देखरेख करणारी उपकरणं ठेवणार आहोत.''

''असं होय... म्हणजे रेडिओसारखी काही उपकरणं? पृष्ठभागाकडे माहिती पाठवणारी वगैरे?''

''तसंच काहीसं असेल.''

''ही उपकरणं किती मोठी आहेत?''

दाढीवाल्या माणसाने दोन्ही हात साधारण दोन फूट लांब केले. ''या एवढी.''

''त्यांचं वजन किती असेल?''

''ओह्... मला नेमकं माहीत नाही. कदाचित दोनशे पौंड असेल.''

डॅमनने आपल्याला वाटलेले आश्चर्य लपवले. खरे म्हणजे आपण नेमकी कोणती उपकरणे वापरणार आहोत हे अशा पेट्रोलियम क्षेत्रातल्या भूशास्त्रज्ञांना अचूक माहिती असते. त्यांची नेमकी मापे, नेमके वजन नि नेमकी घनता वगैरे सर्व काही. हा माणूस मात्र अंदाजाने बोलत होता. कदाचित डॅमनला विनाकारण भीती वाटत असण्याची शक्यताही होती. तो पुढे बोलू लागला,

''आणि ही उपकरणं म्हणजे भूशास्त्रीय कामासाठीचे संवेदक आहेत का?''

''होय. शेवटी तसंच असेल. पण अगोदर आम्हाला महासागरातले प्रवाह, प्रवाहाचा वेग, तळाचे तापमान अशी माहिती हवी आहे.''

डॅमनच्या मनात विचार आला, *'कशासाठी?* त्यांना प्रवाहाबद्दल माहिती का हवी आहे? हं... कदाचित त्यांना एखादा टॉवर पाण्यात सोडायचा असेल. पण कोणीही दोन हजार फुटांवर तसं करत नाही.'

'हे लोक नेमकं काय करणार आहेत?'

''बरं...'' डॅमन म्हणाला, ''जर तुम्हाला बाहेरून काही उपकरणे सोडायची असली तर ती पाणबुडीच्या धडाला बाहेरच्या बाजूने व्यवस्थित जखडून घ्यावी लागतील. दोन्ही अंगांना त्यासाठी कप्पे आहेत–'' त्याने मॉडेलकडे बोट दाखवले,''–हे या इथं आहेत– एकदा का तुम्ही खोलात शिरलात की मग तुम्हाला उपकरणे ठेवण्यासाठी दोन दूरनियंत्रित हात वापरण्याचा पर्याय खुला होईल. तुम्ही किती उपकरणांविषयी बोलता आहात?''

''थोडीफार.''

“आठपेक्षा जास्त?”

“ओह्... होय. कदाचित...”

“बरं. तसं असेल तर तुम्ही अनेकदा डाईव्ह करायचा विचार करणार आहात. कारण एका डाईव्हच्या वेळी तुम्ही आठ किंवा फार फार तर दहा उपकरणं ठेवू शकता.” डॅमन बोलता बोलता त्यांचे चेहेरे नीट निरखून पाहत होता. त्यांच्या निर्विकार चेहेऱ्यांमागे नेमके काय चालू आहे याचा तो अंदाज घेत होता. या लोकांना पाणबुडी चार महिन्यांसाठी हवी होती. त्यांना ती ऑगस्टपासून लागणार होती. पाणबुडी आणि तिच्याबरोबरचे जहाज त्यांना न्यू गिनीमध्ये पोर्ट मोर्सबी या ठिकाणी हवे होते. मग तिथून पुढे जहाज ते नेणार होते.

“तुम्ही कुठं जाणार आहात त्या तिथं तुम्हाला सागरी वाहतुकीचे विशिष्ट परवाने लागणार आहेत कारण–”

“आम्ही ते नंतर पाहू.” वकील म्हणाला.

“बरं. आता पाणबुडीवरचे लोक–”

“आम्ही त्याबद्दलदेखील नंतर पाहू.”

“हा कंत्राटाचाच एक भाग आहे.”

“तर मग ते लिहा तुम्हाला हवं असेल त्या पद्धतीनं.”

“तुम्ही जहाज कंत्राटाचा कालावधी संपल्यानंतर पोर्ट मोर्सबीला परत आणाल?”

“होय.”

डॅमन संगणकासमोर बसून फॉर्म भरू लागला. विम्यासंबंधी भाग वगळता एकूण त्रेचाळीस रकाने भरायचे होते. ते सगळे भरून झाल्यावर एकूण अंदाजाची रक्कम किती ते कळले. “पाच लाख त्र्याऐंशी हजार डॉलर.”

त्या दोघांनी पापणीही लववली नाही. फक्त माना डोलावल्या.

“अर्धी रक्कम अगोदर लागेल.”

त्यांनी पुन्हा माना डोलावल्या.

“उरलेली अर्धी रक्कम पोर्ट मोर्सबीमध्ये जहाज ताब्यात घेण्याच्या वेळी अनामत स्वरूपात द्यावी लागेल.”

डॅमन त्याच्या नेहमीच्या ग्राहकांना कधीच अशा अटी घालत नसे. पण त्याला कशामुळे तरी या दोघांबद्दल फारसा विश्वास वाटत नव्हता.

“हे ठीक आहे.” वकील म्हणाला.

“शिवाय अकस्मात उद्भवणाऱ्या खर्चासाठी वीस टक्के रक्कम जादा पडेल. ती आगाऊ द्यावी लागेल.”

ही मागणी तर सर्वस्वी विनाकारण होती. पण आता डॅमनला काहीही करून या लोकांना टाळायचे होते. आणि ते शक्य होत नव्हते.

''चालेल.''

''ठीक तर मग.'' डॅमन म्हणाला, ''पण तुम्हाला सही करायच्या आधी तुमच्या कंपनीबरोबर बोलून घ्यायचं असेल तर–''

''नाही. आम्ही व्यवहार पूर्ण करण्याच्या तयारीनंच आलोय.''

मग दोघांपैकी एकाने एक लिफाफा काढून तो डॅमनच्या हातात ठेवला.

''ही रक्कम पुरेशी आहे का ते सांगा.''

लिफाफ्यामध्ये सिस्मिक सर्व्हिसेसकडून कॅनडा मरीन या नावाने काढलेला दोन लाख पन्नास हजार डॉलरचा चेक होता.

डॅमनने मान डोलावली आणि चेक पुरेसा आहे हे सांगितले. त्याने चेक आणि लिफाफा पाणबुडीच्या मॉडेलशेजारी टेबलावर ठेवून दिला.

मग समोर बसलेल्या दोघांपैकी एकजण म्हणाला, ''मी काही टिपणं घेतली तर तुमची हरकत नाही ना?'' त्याने टेबलावर पडलेला लिफाफा उचलला आणि त्यावर काहीतरी खरडले. दोघे निघून गेल्यानंतर बऱ्याच वेळाने डॅमनच्या लक्षात आले की त्यांनी लिफाफा बरोबर नेलेला आहे.

तेव्हा बोटांचे ठसे मागे राहण्याची शक्यताच उरली नव्हती.

डॅमन विचार करू लागला की आपणच विनाकारण जरुरीपेक्षा जास्त घाबरतो आहोत. दुसऱ्या दिवशी सकाळी त्याला नक्कीच तसे वाटू लागले होते. स्कॉटीआ बँकेत तो चेक भरण्यासाठी गेला तेव्हा त्याने मॅनेजर जॉन किमची भेट घेतली. त्याने किमला सांगितले की सिस्मिक सर्व्हिसेसच्या खात्यात पुरेशी रक्कम आहे का ते पाहा.

जॉन किमने लगेचच तसे करायची तयारी दर्शवली.

स्टांगफेडलीस

सोमवार, २३ ऑगस्ट
पहाटे ३ वाजून २ मिनिटे

परोपकारी वृत्तीचा जॉर्ज मॉर्टन कोट्यधीश होता. काय भयंकर थंडी आहे ही हा विचार त्याच्या मनात आला. लँडक्रूझरमधून उतरल्यावर त्याने ऊब मिळविण्यासाठी हातमोजे घट्ट केले आणि पाय आपटले. पहाटेचे तीन वाजलेले होते तरीही आकाशात अजूनही चांगला लाल-पिवळा प्रकाश होता. आईसलंडच्या अंतर्भागात असणाऱ्या स्प्रेंगीसांडूर म्हणजे विस्तृत आणि ओबडधोबड पठारावर अत्यंत बोचरा वारा वाहत होता. त्या पठारावर कित्येक मैल दूरपर्यंत लाव्हाने तयार झालेले खडक पसरलेले होते. त्यावर अगदी थोड्या उंचीवर करड्या रंगाचे चपटे ढग तरंगत होते. आईसलंडच्या रहिवाशांना ही जागा फार आवडत असे. मॉर्टनला त्याचे कारण कळेना.

सर्वजण आता त्यांच्या मुक्कामावर जाऊन पोहोचले होते. समोर मळकट बर्फ पडलेल्या खडकांची एक प्रचंड आकाराची कंगोरे असणारी भिंत दिसत होती. ती सरळ पाठीमागच्या पर्वताकडे गेलेली होती. ही भिंत म्हणजे स्नोरायोकूल होती. विशाल आकाराच्या आणि युरोपातील सर्वांत मोठ्या अशा वाटान्योकूल ग्लेशिअरच्या अनेक जिभांपैकी ती एक होती.

गाडी चालवणारा विद्यार्थी खाली उतरला. त्याने आनंदाने टाळ्या वाजवल्या. "अजिबात वाईट नाही! हवा छान उबदार आहे! तुम्ही सुदैवी आहात. ऑगस्ट महिन्यातली ही रात्र चांगलीच सुखद आहे." या विद्यार्थ्याने अंगात टी-शर्ट आणि अगदी हलके जाकीट घातले होते. मॉर्टनच्या अंगावर आतून पिसे असणारे लांब जाकीट होते. त्याची पॅन्टही जाड होती. असे असूनही त्याला थंडी वाजत होती.

आता गाडीमधले इतर लोक उतरत होते. सडपातळ अंगयष्टीचा निकोलस ड्रेक खाली उतरला. त्याने शर्ट-टाय आणि वरच्या जाकिटाखाली ट्वीडचा कोट परिधान केलेला होता. थंड वारा अंगावर आल्यामुळे त्याने एकदम अंग आखडून घेतले. विरळ केस, तारांच्या फ्रेमचा चष्मा आणि चेहेऱ्यावर सतत दिसणारी नापसंतीदर्शक छटा यामुळे तो विद्वान असल्याचा भास होत असे. अर्थात ड्रेकने हे जाणीवपूर्वक जोपासले होते. आपण जे आहोत ते दिसणार नाही याची तो काळजी घेत असे. ड्रेक हा अतिशय यशस्वी वकील होता आणि आता त्या पेशातून निवृत्त झाल्यानंतर तो नॅशनल एन्व्हरॉनमेंटल रिसोर्स फंड म्हणजे एन.ई.आर.एफ. या अमेरिकेतल्या पर्यावरण क्षेत्रातल्या प्रमुख संस्थेचा संचालक म्हणून गेली दहा वर्षं काम पाहत होता.

ड्रेकनंतर तरुण वयाच्या पीटर इव्हान्सने गाडीतून उडी मारली. इव्हान्स हा मॉर्टनसाठी काम करणाऱ्या वकिलांमधला सर्वांत तरुण होता. मॉर्टनला तो सर्वांत जास्त आवडत असे. अठ्ठावीस वर्षांचा इव्हान्स लॉस एंजलीसमधल्या हॅसल ॲन्ड ब्लॅक या फर्ममध्ये कनिष्ठ सहायक म्हणून काम करत होता. इतक्या रात्री उशिराही तो आनंदी आणि उत्साही वाटत होता. त्याने अंगातले जाकीट ओढून ठीकठाक केले आणि खिशात हात खुपसले. पण याखेरीज थंड हवेचा त्रास होत असल्याचे कोणतेही चिन्ह त्याच्यात दिसत नव्हते.

मॉर्टन या सगळ्यांना त्याच्या गल्फस्ट्रीम जी-५ जेट विमानातून घेऊन लॉस एंजलीसहून सरळ तिथे आला होता. आदल्या दिवशी सकाळी नऊ वाजता ते केफ्लाविक विमानतळावर उतरले होते. कोणाचीही झोप झालेली नव्हती. तरीही पासष्ट वर्षांच्या मॉर्टनसकट कोणालाही दमल्यासारखे वाटत नव्हते.

मॉर्टनला अजिबात थकवा जाणवत नव्हता. फक्त थंडी होती इतकेच.

मॉर्टनने जाकिटाची चेन ओढून घेतली आणि तो गाडी चालवणाऱ्या ग्रॅज्युएट विद्यार्थ्याबरोबर खडकाळ उतारावरून चालू लागला.

''रात्री प्रकाश असल्याने आपल्याला उत्साही वाटतं.'' बरोबरचा विद्यार्थी म्हणाला, ''उन्हाळ्यात डॉ. इनारसन कधीच चार तासांपेक्षा जास्त झोपत नाहीत. आम्ही कोणी नाही.''

''डॉ. इनारसन कुठं आहेत?''

''तिकडे खाली.'' त्या पोराने डावीकडे बोट दाखविले.

सुरुवातीला मॉर्टनला काहीच दिसले नाही. मग त्याला एक लाल ठिपका दिसला. ती गाडी आहे हे त्याच्या लक्षात आल्यानंतर त्याला ग्लेशिअरचा खरा आकार कळला.

उतारावरून खाली जाताना ड्रेकने मॉर्टनला गाठले, ''जॉर्ज, तू आणि इव्हान्स या ठिकाणी इकडे तिकडे फिरायला गेलात तरी चालेल. मी पर इनारसनशी एकटाच बोलतो.''

''का?''

''जर आजूबाजूला खूप लोक नसतील तर इनारसनला जास्त मोकळेपणानं बोलता येईल.''

''पण या संशोधनाला मीच तर निधी पुरवतोय ना?''

''अर्थातच.'' ड्रेक म्हणाला, ''पण मला ती बाब अगदी स्पष्टपणानं नजरेसमोर यायला नकोय. कदाचित परला त्यामुळे अवघडल्यासारखं होईल. मला ते नकोय.''

''ते कसं टाळणार हे मला कळत नाही.''

''मी फक्त त्याला काय पणाला लागलंय ते दाखवीन. त्यानं व्यापक प्रमाणावरील चित्र पाहावं म्हणून मी हा प्रयत्न करीन.''

''खरं सांगायचं तर मला चर्चा करण्याची अपेक्षा होती.''

''मला कल्पना आहे.'' ड्रेक म्हणाला, ''पण हा मामला नाजूक आहे.''

ते ग्लेशिअरच्या जवळ गेल्यावर त्यांना वारा आणखी गार झाला असल्याचे जाणवले. तापमान कितीतरी अंशांनी उतरले होते. आता त्यांना लाल रंगाच्या लँडक्रूझर गाडीजवळ असणारे तपकिरी रंगाचे चार मोठे तंबू दिसले. दूर अंतरावर असताना ते तंबू मागच्या रंगात मिसळून गेलेले होते.

एका तंबूमधून सोनेरी केस असलेला एक उंच माणूस बाहेर आला. त्याने हात हवेत उडवले नि ओरडला, ''निकोलस!''

''पर!'' ड्रेक पुढे धावला.

ड्रेकने आपल्याला उडवून लावले असे वाटल्यामुळे वैतागलेला मॉर्टन तसाच हळूहळू खाली उतरत राहिला. इव्हान्स मॉर्टनच्या बरोबरीने चालत आला.

''मला इथं कुठंही फिरायचं बिरायचं नाही.'' मॉर्टन म्हणाला.

''ओह्.... कोणास ठाऊक. कदाचित आपल्याला वाटतंय त्यापेक्षा ही सफर

मजेदार होईल.''

समोर असणाऱ्या एका तंबूमधून खाकी कपडे घातलेल्या सोनेरी केसांच्या तीन सुंदर पोरी बाहेर आल्या. त्यांनी पाहुण्यांकडे पाहून हात हलवले.

''कदाचित तुमचं म्हणणं बरोबर असेल.'' मॉर्टन म्हणाला.

जॉर्ज मॉर्टनला पर्यावरण वगैरे विषयात रस असला तरी त्याला त्यापेक्षा जास्त रस सुंदर स्त्रिया या विषयात आहे हे पीटर इव्हान्सला माहिती होते. आणि खरोखरच त्यावेळी इनारसनशी जुजबी ओळख झाल्यावर मॉर्टन आनंदाने इव्हा जोन्सडोटिरबरोबर निघाला. पांढरे-सोनेरी केस बारीक कापलेले असणारी इव्हा उंच आणि एखाद्या ॲथलेटिक्स खेळाडूसारखी होती. इव्हान्सला वाटले की ती मॉर्टनच्याच स्वभावाची असावी. त्याला ती मॉर्टनच्या सारा जोन्स या त्याच्या सुंदर मदतनीसाप्रमाणे भासली.

मॉर्टन म्हणाला, ''भूशास्त्र या विषयात इतक्या स्त्रियांना रस असतो हे मला माहिती नव्हते.'' मॉर्टन आणि इव्हा ग्लेशिअरच्या दिशेने रेंगाळत निघून गेले.

इव्हान्सला कल्पना होती की आपण मॉर्टनबरोबर जाणं जरुरी आहे. पण कदाचित त्यावेळी मॉर्टनला एकट्यानेच जायचं असावं हा विचार त्याच्या मनात आला. शिवाय आणखी महत्त्वाची गोष्ट म्हणजे इव्हान्सची फर्म निकोलस ड्रेक याच्यासाठीही काम पाहत असे. ड्रेकच्या मनात नेमकं काय आहे याची काळजी त्याला मनाच्या कोपऱ्यात सतत टोचत होती. ड्रेक उद्धटपणाने वागू शकतो आणि त्यामुळे नंतर पेचप्रसंग उद्‌भवू शकतो याची त्याला कल्पना होती. त्यामुळे काही वेळ आपण नेमके कुणाबरोबर जावे याचा विचार करत इव्हान्स तिथेच उभा राहिला.

अखेर इव्हान्सचा निर्णय ड्रेकनेच घेतला. इनारसनबरोबर एका मोठ्या तंबूत शिरत असताना त्याने इव्हान्सला हलकेच येऊ नको अशा अर्थाचा इशारा केला. इव्हान्सने तो इशारा समजून जलद गतीने मॉर्टनच्या दिशेने जायला सुरुवात केली.

इव्हा सांगत होती की आईसलंडच्या बारा टक्के भूभागावर ग्लेशिअर आहेत आणि काही ग्लेशिअरमधून डोकावणारे जिवंत ज्वालामुखी दिसतात. तिने समोर दिसणाऱ्या ग्लेशिअरकडे बोट दाखवले, ''या प्रकारच्या ग्लेशिअरला सर्ज ग्लेशिअर म्हणतात. कारण या ग्लेशिअरची वेगाने मागे-पुढे होण्याची सवय. यावेळी हे ग्लेशिअर दिवसाला शंभर मीटर म्हणजे एका फुटबॉल मैदानाएवढं पुढं सरकतंय. काही वेळा तर वारा पडला की घर्षणाचा आवाजही ऐकू येतो. हे ग्लेशिअर गेल्या काही वर्षांत दहा किलोमीटर पुढं सरकलं आहे.''

काही वेळाने त्यांच्याजवळ एस्दीस स्वेन्सडोटिर आली. ती इव्हाची धाकटी बहीण वाटत होती. तिने खुशामत केल्यासारखे दाखवत इव्हान्सकडे लक्ष दिले. त्याला प्रवास कसा झाला, आईसलंड कसे वाटले नि तो किती दिवस तिथे राहणार

आहे हे प्रश्न विचारले. बोलण्याच्या ओघात तिने सांगितले की ती नेहमी रिज़्विकमध्ये ऑफिसात काम करते. ती त्या दिवसापुरतीच आलेली होती. इव्हान्सच्या लक्षात आले की निधी पुरवणारे लोक येणार म्हणून इनारसनने मुद्दाम ही व्यवस्था केली होती. पाहुण्यांना आपली भेट संस्मरणीय वाटावी म्हणून हे सारे होते.

इव्हा सांगत होती की सर्ज ग्लेशिअर खूप असतात. अलास्कामध्ये तर शेकडो आहेत. सर्ज होण्याचे कारण अजून समजलेले नाही. पुढे जाणे व पुन्हा मागे हटणे याचे कारणदेखील माहिती नाही. वारंवार असे होण्याचा वेग प्रत्येक ग्लेशिअरसाठी निरनिराळा असतो. "अजून कितीतरी गोष्टी कळायच्या आहेत." इव्हा मॉर्टनकडे स्मितहास्य करत म्हणाली.

त्याचवेळी त्यांना मोठ्या तंबूमधून जोरजोराने बोलण्याचे आणि भरपूर शिवीगाळ चालू असल्याचे आवाज ऐकू आले. इव्हान्सने दिलगिरी व्यक्त केली आणि तो तंबूच्या दिशेने निघाला. काहीशा अनिच्छेने मॉर्टन त्याच्या पाठोपाठ जाऊ लागला.

पर इनारसन रागाने थरथरत होता. मुठी आवळून तो ओरडला, "मी तुला सांगितलं ना, नाही!" त्याने टेबलावर मूठ आपटली.

समोर उभा असलेल्या निकोलसचा चेहेरा रागाने लालीलाल झालेला होता. दातावर दात रोवत तो म्हणाला, "पर.... मी तुला वास्तवाकडे पाहा हे सांगतोय."

"नाही!" इनारसन पुन्हा टेबलावर मूठ आपटत म्हणाला, "*वास्तव* हे आहे की मी काही प्रकाशित करावं अशी तुझी इच्छा नाही."

"हे बघ, पर..."

"*वास्तव* हे आहे की ग्रीनलंडप्रमाणेच आईसलंडमध्ये वातावरण विसाव्या शतकाच्या पूर्वार्धात उबदार होते. शतकाच्या उत्तरार्धपेक्षा ग्रीनलंडमध्ये हे तापमान जास्त होते.* *वास्तव* हे आहे की १९३० नंतर उन्हाळ्यातील तापमान ०.६ अंश सेल्सिअसने वाढल्यानं बहुतेक ग्लेशिअरच्या वस्तुमानात घट झाली आहे. पण नंतर मात्र हवामान थंड झालं आहे. *वास्तव* हे आहे की १९७० नंतर हे सारे ग्लेशिअर हळूहळू पुढे येत आहेत. पूर्वी झालेल्या पीछेहाटीमधील अर्धे अंतर त्यांनी भरून काढले आहे. आत्ता अकरा ग्लेशिअर सर्ज अवस्थेत आहेत. *वास्तव* हे आहे निकोलस! आणि मी त्याबद्दल खोटं काहीही लिहिणार नाही."

---

* यासाठी चायलेक व त्यांच्या सहकाऱ्यांचा शोधनिबंध पाहावा. त्यांच्या मते ग्रीनलंडमधील बर्फाचे थर जागतिक तापमानवाढीपेक्षा १९४० नंतर वेगळेपणा दाखवत आहेत. Chylek, P. and others (2004). "Global Warming and the Greenland Ice Sheet", *Climate change* 63 : 201-221

"तुला तसं करायला कोणी सांगत नाही." आवाज खाली आणत ड्रेक म्हणाला.

त्याने आत आलेल्या लोकांकडे नजर टाकली होती, "पर.... मी फक्त तू तुझ्या शोधनिबंधात काय शब्दरचना करावीस हे सांगतोय."

इनारसनने एक कागद उंच करून दाखवला, "होय. आणि तू काही शब्द कसे असावेत याची *सूचना–*"

"फक्त एक *सूचना–*"

"ही सत्याची उलथापालथ आहे!"

"पर.... तुझ्याबद्दल पूर्ण आदर असूनही मी हे म्हणतोय की तू जरा अतिशयोक्ती करतो–"

"होय का?" इनारसन इतरांकडे वळत वाचू लागला, "मी हे असं लिहावं असं तो सांगतोय; जागतिक तापमानवाढीमुळे जगात सर्वत्र ग्लेशिअर वितळत आहेत. हेच आईसलंडमध्ये घडतं आहे. अनेक ग्लेशिअरच्या आकारात घट होते आहे. विरोधाभास असा आहे की काहींचा आकार वाढतोय. अर्थात बहुसंख्य बाबतीत अलीकडच्या काळात हवामानात झालेले आत्यंतिक फेरबदल हे त्याचे कारण आहे. ब्ला.... ब्ला.... ब्ला.... *ऑग स्व्हो फ्रामवेगीस.*" इनारसनने हातातला कागद खाली फेकला. "हे अजिबात खरं नाही."

"हा तर फक्त सुरुवातीचा परिच्छेद आहे. शोधनिबंधाच्या उरलेल्या भागात–"

"सुरुवातीचा परिच्छेद खोटा आहे."

"खराच आहे. त्यामध्ये हवामानात झालेले आत्यंतिक फेरबदल असे शब्द आहेत. अशा संदिग्ध शब्दरचनेला कोणीही आक्षेप घेणार नाही."

"अलीकडच्या काळातले आत्यंतिक फेरबदल? पण आईसलंडमध्ये हे परिणाम अलीकडच्या काळात झालेले नाहीत."

"तर मग अलीकडच्या काळात हा शब्द गाळून टाक."

"ते पुरेसं नाही." इनारसन म्हणाला, "कारण या परिच्छेदाचा अर्थ असा होतो की हरितगृहवायूंमुळे होणाऱ्या जागतिक तापमानवाढीचे परिणाम आपण पाहत आहोत. खरी परिस्थिती अशी आहे की आम्ही पाहतोय ते परिणाम आईसलंडच्या पातळीवरचे स्थानिक परिणाम आहेत. त्यांचा जागतिक पातळीवरील परिणामांशी संबंध असण्याची शक्यता कमी आहे."

"हे तू तुझ्या शोधनिबंधाच्या निष्कर्षात मांडू शकशील."

"पण सगळ्या आर्क्टिक संशोधकांमध्ये हा सुरुवातीचा परिच्छेद विनोदाचा विषय होऊन बसेल. तुला वाटतंय की मोटोयामा किंवा सिग्योरोसन यांना खरं काय ते कळणार नाही? टिक्स? वाटानवे? आयझॅकसन? ते हसतील आणि मी तडजोड केली असं म्हणतील. मी हे निधी मिळावा म्हणून केलं असंच त्यांना वाटेल."

“पण इतरही काही गोष्टींचा विचार करायला हवा.” ड्रेक समजावण्याच्या स्वरात म्हणाला, “आपल्या सगळ्यांना याची जाणीव ठेवायला हवी की पेट्रोलियम, वाहनउद्योग वगैरेंनी पैसा पुरवलेले मुद्दाम खोटीनाटी माहिती पसरविणारे अनेक गट आहेत. ते या शोधनिबंधाचा नेमका फायदा उठवतील. काही ग्लेशिअरचा आकार वाढतोय या माहितीचा उपयोग ते जागतिक तापमानवाढीच्या विरोधी पुरावा म्हणून करतील. ते नेहमीच असं करतात. ते काय हाती लागेल त्याचा वापर चुकीचं चित्र रंगविण्यासाठी करतात.”

“माहिती कशी वापरली जाईल याची मला फिकीर नाही. माझा अहवाल सत्यच असेल एवढंच मला कळतं.”

“कल्पना फार उदात्त आहे.” ड्रेक म्हणाला, “पण तेवढी व्यवहार्य नाही.”

“अस्सं. आणि तू मि. मॉर्टनच्या रूपानं मला निधी पुरवणारा स्त्रोतच इथं माझ्यापुढे उभा केलास तर! मला मुद्दा नीट कळावा म्हणून?”

“नाही....नाही पर.” ड्रेक घाईघाईने म्हणाला, “कृपया गैरसमज करून घेऊ–”

“मी काय समजायचं ते नीट समजून चुकलोय. हा माणूस इथं कशासाठी आलाय?”

इनारसन आता संतापला होता, “मि. मॉर्टन, मि. ड्रेक मला जे काही करायला सांगत आहेत ते तुम्हाला मान्य आहे?”

नेमक्या त्याच वेळी मॉर्टनचा सेलफोन वाजू लागला. मॉर्टनला सुटकेचा आनंद झाला. त्याला तो नीट लपवता आला नाही. त्याने फोन उघडला, “मॉर्टन बोलतोय. होय? होय जॉन. तू कुठं आहेस? व्हँकूवर? आत्ता तिथं किती वाजले आहेत?” मॉर्टनने फोनवर हात ठेवला, “व्हँकूवरच्या स्कॉटीआ बँकेचा जॉन किम.”

इव्हान्सने मान डोलावली खरी. पण त्याला जॉन किम कोण याची कल्पना नव्हती. मॉर्टनचे आर्थिक व्यवहार अतिशय गुंतागुंतीचे होते. जगातल्या अनेक बँकांशी त्याचे संबंध होते.

मॉर्टन तंबूमध्ये दुसऱ्या बाजूला गेला. तंबूमध्ये अवघडल्यासारखी शांतता पसरली. इनारसन जोरात श्वास घेत खाली पाहत उभा होता. तो अजून रागावलेला होता. सोनेरी केसांच्या पोरी आपण काम करतो आहोत असा बहाणा करत कागदांची चाळवाचाळव करू लागल्या. खिशात हात खुपसून ड्रेक तंबूच्या छताकडे पाहत उभा होता.

तिकडे फोनवर बोलणारा मॉर्टन हसत होता, “खरंच की काय? मी तसलं काही ऐकलेलं नाही.” मॉर्टन गालातल्या गालात जीभ फिरवत होता. त्याने एकदा मागे वळून इतरांकडे पाहिले आणि मग पुन्हा त्यांच्याकडे पाठ फिरवून बोलू लागला.

ड्रेक म्हणाला, “हे पाहा पर... मला वाटतं आपल्या बोलण्याची सुरुवातच चुकीच्या पद्धतीने झाली–”

"नाही." इनारसन थंडपणाने म्हणाला, "आपण दोघं एकमेकांना काय म्हणायचंय ते नीट समजून आहोत. तुला मदत देणं थांबवायचं असेल तर खुशाल तसं कर."

"कोणीही तसं म्हटलेलं नाही...."

"आत्ता नाही तर नंतर ते होईलच."

फोनवर मॉर्टन म्हणाला, "काय? त्यांनी काय केलं? त्यांनी कशात जमा केलीय रक्कम? किती रक्कम आहे–? जीझस ख्राईस्ट! जॉन. हे अविश्वसनीय आहे." बोलता बोलता मॉर्टन मागे वळला आणि तंबूच्या बाहेर पडला.

इव्हान्स घाईघाईने त्याच्यामागे बाहेर गेला.

बाहेर आता चांगला प्रकाश होता. ढगांमधून सूर्य वर येत होता. मॉर्टन किंचित अडखळत चढावर जात होता. तो अजून फोनवर बोलत होता. तो ओरडून बोलत असला तरी वाऱ्यामुळे इव्हान्सला त्याचे शब्द ऐकू येत नव्हते. मॉर्टन आता लॅंडक्रूझरपाशी आला होता. त्याने वाऱ्यापासून बचाव करण्यासाठी गाडीचा आडोसा केला, "ख्राईस्ट! जॉन.... माझ्यावर त्यामुळे काही कायदेशीर जबाबदारी तर येणार नाही ना? म्हणजे मला– नाही. मला याबद्दल चकार शब्दही माहीत नाही. कोणती संस्था आहे? फ्रेंड्स ऑफ द प्लॅनेट फंड?"

मॉर्टनने इव्हान्सकडे प्रश्नार्थक नजर टाकली. इव्हान्सने नकारार्थी मान हलवली. त्याने कधीही हे फ्रेंड्स ऑफ द प्लॅनेट नाव ऐकले नव्हते. पर्यावरण क्षेत्रातल्या बहुतेक सर्व संस्था त्याला माहिती होत्या.

"कुठं आहे ही संस्था?" मॉर्टन फोनवर विचारत होता, "सान होजे? कॅलिफोर्निया? ओह्, जीझस! ही संस्था कोस्टारिकात असली तरी काय फरक पडतो?" मॉर्टनने फोनवर हात ठेवला. "फ्रेंड्स ऑफ द प्लॅनेट फंड. सान जोस. कोस्टारिका."

इव्हान्सने मान हलवली.

"मी कधीही हे नाव ऐकलेलं नाही." मॉर्टन म्हणाला, "इतकंच काय माझ्या वकिलाला सुद्धा माहिती नाही आणि मला काहीच आठवत नाही– नाही. एड. जर अडीच लाखांची रक्कम असेल तरच मला आठवू शकेल. चेक कुठून देण्यात आलाय? अच्छा.... आणि त्याच्यावर माझं नाव होतं?.... बरं... ठीक आहे. धन्यवाद.... होय. मी पाहतो...."

मॉर्टनने फोन बंद केला. मग तो इव्हान्सकडे वळला, "पीटर.... एक पॅड घे आणि टिपणं काढ."

मॉर्टन भराभरा बोलत होता. इव्हान्स खरडत होता. मॉर्टनच्या वेगाशी तो जुळवून घेण्याचा प्रयत्न करत होता. मॉर्टन सांगत होता ते फार गुंतागुंतीचं होतं.

त्याने ते जास्तीत जास्त चांगल्या प्रकारे लिहून घेण्याचा प्रयत्न केला.

व्हँकूवरच्या स्कॉटीआ बँकेचा मॅनेजर असलेल्या जॉन किमकडे त्यांचा एक खातेदार नॅट डॅमन आला होता. डॅमन स्थानिक व्यावसायिक होता. त्याने एका कॅलगरीच्या सिस्मिक सर्व्हिसेस नावाच्या कंपनीने दिलेला चेक भरला होता आणि हा चेक परत आला होता. चेक तीन लाख डॉलरचा होता. डॅमन या प्रकारामुळे अस्वस्थ झाला. त्याला चेक देणाऱ्यांबद्दल संशय आला. त्याने किमला याबद्दल चौकशी करायला सांगितले होते.

जॉन किम कायदेशीर पद्धतीने अमेरिकेत चौकशी करू शकत नव्हता. पण चेक देणारी बँक कॅलगरीमधली होती. त्याचा एक मित्र तिथे काम करत होता. त्याला माहिती कळली की सिस्मिक सर्व्हिसेस कंपनीचा पत्ता एका पोस्ट बॉक्सचा होता. हे खाते सर्वसाधारण स्वरूपाचे होते. अधूनमधून त्या खात्यावर रकमा जमा होत असत. त्या सर्व रकमा एकाच ठिकाणाहून येतात. फ्रेंड्स ऑफ द प्लॅनेट फंड, सान जोस, कोस्टारिका.''

किमने या संस्थेला फोन लावला असतानाच त्याला दिसले की सिस्मिक सर्व्हिसेसचा तो चेक क्लिअर झाला आहे. त्याने डॅमनला फोन करून चौकशी थांबवायची का ते विचारले. डॅमनने त्याला नकार दिला आणि माहिती काढायला सांगितली.

किम सान जोसमधल्या बांको क्रेडिटो ॲग्रीकोलाच्या मायग्युएल चावेझ याच्याशी बोलला. त्याने माहिती सांगितली की मोरिया विंड पॉवर असोसिएटससाठी ग्रॅन्ड केमेन बेटावरच्या खासगी बँकेकडून इलेक्ट्रॉनिक स्वरूपात रक्कम जमा झाली आहे आणि त्याला या पलीकडे काहीही माहिती नाही.

दहा मिनिटांनंतर चावेझने फोन केला. त्याने ही बँक ज्या ठिकाणी होती त्या आन्सबाख या ठिकाणी चौकशी केली. मोरिया असोसिएटस कंपनीच्या खात्यामध्ये तीन दिवसांपूर्वी इलेक्ट्रॉनिक पद्धतीने रक्कम जमा झाली होती. ती इंटरनॅशनल वाईल्डरनेस प्रिझर्वेशन सोसायटीकडून आलेली होती. त्या व्यवहाराच्या वेळी माहिती कळली की त्यात 'जी. मॉर्टन रिसर्च फंड' असा उल्लेख आहे.

जॉन किमने आपला खातेदार नॅट डॅमनला फोन करून विचारले की चेक कोणत्या व्यवहारासाठी दिलेला होता. डॅमनने माहिती दिली की दोन माणसे बसू शकतील अशा संशोधनासाठी वापरायच्या पाणबुडीसाठी तो होता.

किमला ही माहिती चांगलीच महत्त्वाची वाटली. म्हणून त्याने आपला मित्र जॉर्ज मॉर्टनला फोन केला होता. मॉर्टनला पाणबुडी कशासाठी भाड्याने हवी हे विचारून त्याची थोडी गंमत करण्याचा त्याचा उद्देश होता. पण आश्चर्याची गोष्ट म्हणजे मॉर्टनला त्याबद्दल जराही कल्पना नव्हती.

इव्हान्सने पॅडवर नोंदी घेण्याचे काम संपवले, ''हे सारे त्या व्हँकूवरमधल्या बँक मॅनेजरने सांगितले?'

''होय, तो माझा चांगला मित्र आहे. पण तू माझ्याकडे असा का पाहतो आहेस?''

''कारण ही माहिती खूपच जास्त आहे.'' इव्हान्स म्हणाला. त्याला कॅनडामधला नि कोस्टारिकामधल्या बँक नियमांची अजिबात कल्पना नव्हती. पण कोणत्याही बँका इतक्या सहजपणे माहितीची देवाणघेवाण करतील यावर त्याचा विश्वास बसत नव्हता. जर व्हँकूवरच्या त्या माणसाची कहाणी खरी असेल तर तो सांगत होता त्यापेक्षा जास्त काहीतरी नक्कीच होते. इव्हान्सने आणखी माहिती काढली पाहिजे याची नोंद घेतली, ''आणि या इंटरनॅशनल वाईल्डनेस प्रिझर्वेशन सोसायटीने जो अडीच लाख डॉलरचा चेक दिलाय त्याबद्दल तुम्हाला माहिती आहे?''

मॉर्टनने मान हलवली, ''मी हे नाव कधीच ऐकलेलं नाही.''

''म्हणजेच तुम्ही कधीही त्यांना तेवढे अडीच लाख डॉलर दिले नाहीत तर?''

मॉर्टनने नकारार्थी मान हलवली, ''मी मागच्या आठवड्यात काय काय केलं ते तुला सांगतो.'' मॉर्टन म्हणाला, ''मी निकोलस ड्रेकला या महिन्यात कमी पडत होते म्हणून अडीच लाख डॉलर दिले होते. तो म्हणत होता की त्याच्याकडे सिॲटलच्या कोणा वर्गणीदाराकडून रक्कम जमा व्हायची अपेक्षा होती. पण ती न झाल्यामुळे थोडीशी अडचण उद्‌भवली होती. ड्रेकने यापूर्वीही एक-दोनदा माझ्याकडे अशा प्रकारे मदत मागितली होती.

''तुम्हाला वाटतं का ही रक्कम व्हँकूवरपर्यंत जाऊन पोहोचली आहे?'' मॉर्टनने मान डोलावली.

''तर मग तुम्ही त्याबद्दल ड्रेककडे विचारणा केलेली बरी.''

''मला काडीचीही कल्पना नाही.'' ड्रेक गोंधळलेला दिसत होता, ''कोस्टारिका? इंटरनॅशनल वाईल्डरनेस प्रिझर्वेशन सोसायटी? बापरे! मला काहीच कळत नाहीये.''

इव्हान्स म्हणाला, ''तुम्हाला या इंटरनॅशनल वाईल्डरनेस प्रिझर्वेशन सोसायटीची माहिती आहे का?''

''आहे. चांगलीच आहे.'' ड्रेक म्हणाला, ''ते लोक चांगले आहेत. आम्ही जगभरात त्यांच्याबरोबर अनेक प्रकल्पांवर काम केलेलं आहे. 'द एव्हरग्लेड्स' नेपाळमध्ये 'टायगर टॉप्स' आणि सुमात्रा बेटांवर 'टोबा लेक प्रिझर्व'. मला एवढंच वाटतंय की जॉर्जचा चेक चुकीच्या खात्यात भरला गेला असावा. किंवा.... नाही. मला काहीच सांगता येत नाही. मी ऑफिसात फोन करून विचारतो. पण आता उशीर झालाय. कॅलिफोर्नियात रात्र झालेली असेल. आपल्याला उद्या सकाळपर्यंत वाट पाहावी लागेल.''

मॉर्टन एकही शब्द न बोलता ड्रेककडे एकटक पाहत होता.

''जॉर्ज.'' ड्रेक मॉर्टनकडे वळला, ''तुला हे सगळं विचित्र वाटत असणार याची मला कल्पना आहे. मला खात्री आहे की जे काही झालंय ती निव्वळ एक नजरचूक आहे. तरीही नजरचुकीनंही घोटाळा होऊ नये एवढी ही रक्कम मोठी आहे. मला हे भयंकर वाटतंय. पण चुका होतात. विशेषत: जिथे मोफत काम करणारे स्वयंसेवक जास्त प्रमाणात असतात तिथे हे घडू शकतं. पण आपली मैत्री दीर्घकाळची आहे. मी तरीही तुला सांगतो, की मी या सगळ्या प्रकारच्या मुळाशी जाणार आहे. अर्थातच सगळा पैसा तत्काळ परत मिळेल हे मी पाहीनच. मी तुला तसा शब्द देतो.''

''धन्यवाद.''

सर्वजण लँडक्रूझरमध्ये बसले.

त्या उघड्याबोडक्या पठारावर गाडी खडखड करत जात होती. ''हे आईसलंडचे लोक खरंच अडेलतट्टू असतात. डॅम!'' ड्रेक बाहेर पाहत म्हणाला,

''हे लोक म्हणजे जगातले सर्वात अडेलतट्टू संशोधक असतील.''

''त्यांना तुमचा मुद्दा अजिबात कळला नाही?'' इव्हान्स म्हणाला.

''नाही.'' ड्रेक म्हणाला, ''मला त्याला माझा मुद्दा पटवता आला नाही. पण शास्त्रज्ञ आता अशा चढेलपणानं वागू शकणार नाहीत. ते असं म्हणूच शकत नाहीत की मी फक्त संशोधन करीन नि त्याचा वापर कसा होईल याची मला फिकीर नाही. ही वृत्ती आता इतिहासजमा झालीय. हा तर बेजबाबदारपणा आहे. अगदी ग्लेशिअरचा अभ्यास करणाऱ्या भूशास्त्राच्या शाखेतही हे अशक्य आहे. कोणाला आवडो न आवडो, पण आपण एका युद्धात पडलेलो आहोत हे नक्की. खरी माहिती आणि खोटी माहिती याचं जागतिक पातळीवरील युद्ध. हे युद्ध अनेक रणांगणांवर लढलं जात आहे. वर्तमानपत्रे, त्यामधल्या जाहिराती, टी.व्ही., वैज्ञानिक नियतकालिके, वेबसाईट्स, परिसंवाद, वर्ग आणि तशीच वेळ पडली तर कोर्टात देखील.'' ड्रेकने मान हलवली, ''सत्य आपल्या बाजूला आहे. पण आपली संख्या कमी आहे नि आपल्या बाजूकडे पैसाही कमी आहे. आज पर्यावरणाच्या प्रश्नाची लढाई डेव्हिड विरुद्ध गॉलियथ अशा प्रकारची झालेली आहे. त्यात गॉलियथ आहेत अव्हेंतिस, अलकटेल, ह्यूमाना, जी.ई. बायर, शेल आणि ग्लॅक्सो अशा महाप्रचंड जागतिक ताकदीच्या कॉर्पोरेट कंपन्या. हे लोक कोणताही संवाद साधण्यापलीकडे गेलेले असून पृथ्वीचे शत्रू आहेत. आणि इथं त्या ग्लेशिअरवर बसलेला पर इनारसन बहाणा करतोय की तसं काहीच घडत नाही.''

ड्रेकच्या शेजारी बसलेल्या पीटर इव्हान्सने सहानुभूतीपूर्वक मान हलवली खरी;

पण प्रत्यक्षात तो ड्रेकचे बोलणे थोडे साशंकपणे घेत होता. एन.ई.आर.एफ.चा हा संचालक त्याच्या भडक अतिरंजीतपणाबद्दल कुप्रसिद्ध होता. आणि तो एका अगदी महत्त्वाच्या गोष्टीकडे संपूर्ण दुर्लक्ष करत होता, की तो ज्यांची नावे घेत होता तेच लोक दरवर्षी सर्वांत जास्त वर्गणी त्याच्या एन.ई.आर.एफ.ला देत असत. तसेच त्यांचे तीन प्रतिनिधी ड्रेकच्या सल्लागार मंडळावरही होते. बहुतेक पर्यावरणवादी संघटनांच्या बाबतीत हीच परिस्थिती होती. कॉर्पोरेट कंपन्यांच्या सहभागामागच्या कारणांविषयी वादविवाद चालू होते.

"हं..." मॉर्टन म्हणाला, "कदाचित पर नंतर पुन्हा एकवार विचार करेल."

"मला त्याबद्दल शंका आहे." ड्रेक उद्विग्नपणे म्हणाला, "तो चिडलेला आहे. आपण या ठिकाणी हरलो आहोत. मला हे सांगायला वाईट वाटतंय. पण आपण जे नेहमी करतो तेच करायला हवं. कंबर कसायची. चांगल्या कारणासाठीची झुंज लढायचीच."

गाडीत बराच वेळ कोणी काही बोलत नव्हते.

"पोरी फारच छान होत्या ना पीटर?" मॉर्टन म्हणाला, "होय की नाही?"

"होय."

इव्हान्सला कळत होते की मॉर्टन गाडीमधले वातावरण जरा हलकेफुलके करण्याचा प्रयत्न करत होता. पण ड्रेकवर त्याचा परिणाम होत नव्हता. तो दुर्मुखलेल्या चेहेऱ्याने बाहेर पाहत अधूनमधून स्वत:शीच मान हलवत बसला होता.

गेल्या काही वर्षांमध्ये इव्हान्सने मॉर्टन आणि ड्रेकबरोबर बराच प्रवास केलेला होता. मॉर्टन नेहमी सगळ्यांना हसत खेळत ठेवत असे. अगदी नेहमी खिन्न आणि प्रक्षुब्ध असणाऱ्या ड्रेकलाही.

पण अलीकडच्या काळात मात्र ड्रेक नेहमीपेक्षा जास्त निराशावादी झाला होता. इव्हान्सच्या ही गोष्ट गेल्या काही आठवड्यात लक्षात आली होती. त्याच्या घरी कोणी आजारी आहे की आणखी कशामुळे तरी तो असा वागतोय असे त्याला वाटले होते. पण वेगळे काहीही घडले नव्हते. निदान कोणी त्याबद्दल काही बोलत नव्हते हे नक्की. एन.ई.आर.एफ.मध्ये सतत काही ना काही चालू होते. नुकतीच संस्था बिव्हर्ली हिल्सवरच्या एका सुंदर नवीन इमारतीत गेली होती. निधी जमा करण्याचे काम खूप जोरात चालू होते. नवीन परिसंवाद आणि चमकदार समारंभांची आखणी केली जात होती. त्यामध्ये लवकरच होणारी आकस्मिक हवामान बदल या विषयावरची परिषदही होती. दोन महिन्यांनंतर ही परिषद होणार होती. हे सारे चांगले होत असूनही ड्रेक मात्र पहिल्यापेक्षा जास्तच केविलवाणा व दुर्मुखलेला वाटत होता.

मॉर्टनच्याही ही गोष्ट लक्षात आली होती, पण त्याने ती मनातून झटकून

टाकली होती. ''तो तर एक वकील आहे. त्याच्याकडून आणखी काय अपेक्षा ठेवणार. जाऊ दे. विसरून जा ते.'' मॉर्टन म्हणाला होता.

ते रिज्विकला पोहोचेपर्यंत वातावरण बदलले होते. हवा अतिशय बोचरी झाली होती. पाऊस आणि बर्फ अधूनमधून पडत होते. केफ्लाविक विमानतळावर त्यांच्या गल्फस्ट्रीम जेट विमानावरचे बर्फ साफ होईपर्यंत त्यांना थांबावे लागले. इव्हान्स हँगरच्या एका कोपऱ्यात गेला. अमेरिकेत अद्यापि रात्र असल्याने त्याने बँकेत असणाऱ्या आपल्या एका मित्राला हाँगकाँगमध्ये फोन लावला. त्याने व्हँकूवरची सगळी कथा त्याच्या कानावर घातली.

''सर्वस्वी अशक्य.'' मित्राने उत्तर दिले, ''कोणतीही बँक अगदी दुसऱ्या बँकेलाही अशी माहिती पुरवणार नाही. या सगळ्यात काहीतरी गडबड आहे.''

''म्हणजे?''

''संशयास्पद व्यवहाराचा अहवाल. जर एखाद्या व्यवहारात अमली द्रव्यांच्या विक्रीमधून आलेला पैसा असावा किंवा त्याचा दहशतवादाशी काहीतरी संबंध असावा असा संशय आला तर त्या खात्यावर सतत नजर ठेवली जाते. अगदी कितीही गुप्तता पाळण्याची व्यवस्था केली असली तरी इलेक्ट्रॉनिक आर्थिक व्यवहारांचा छडा लावण्याचे काही मार्ग आहेत. पण यामधून मिळणारी कोणतीही माहिती एखाद्या बँक मॅनेजरच्या हाती लागण्याचा बिलकूल संभव नाही.''

''नाही?''

''शक्यच नाही. असले अहवाल पाहण्यासाठी तुम्ही आंतरराष्ट्रीय कायदा अंमलबजावणी क्षेत्रातली बडी अधिकारी व्यक्ती असणं आवश्यक आहे.''

''म्हणजे हे सारं त्या बँक मॅनेजरनं एकट्यानं केलेलं नाही?''

''मला शंका आहे. या सगळ्यात आणखी कोणाचा तरी सहभाग आहे. कोणत्यातरी प्रकारचा पोलीस अधिकारी. ज्याबद्दल तुला अंधारात ठेवण्यात आलेलं आहे.''

''म्हणजे कस्टमचा अधिकारी किंवा इंटरपोल असं कोणीतरी?''

''किंवा आणखी कोणीतरी.''

''पण माझ्या अशिलाला हे कळवण्याची काय गरज होती?''

''मला सांगता येणार नाही. पण हा योगायोग नाही हे नक्की. तुझ्या या अशिलाचा मूलतत्त्ववादी विचारसरणीशी काही संबंध आहे का?''

मॉर्टनचा विचार मनात येताच इव्हान्सला मनोमन हसू आले होते. ''छे, अजिबात नाही.''

''तुला खात्री आहे, पीटर?''

''हं.... होय.....''

''कारण काही वेळा हे श्रीमंत, दानशूर लोक गमतीखातर दहशतवादी गटांना मदत करतात. आयरिश रिपब्लिकन आर्मीच्या बाबतीत हेच घडलं आहे. बोस्टनमधल्या श्रीमंत अमेरिकन माणसांनी कित्येक दशकं त्यांना पैसा पुरवला. पण आता कोणीही अशा गोष्टींकडे गंमत म्हणून पाहू शकत नाही. तुझ्या अशिलानं सावधगिरी बाळगायला हवी. आणि जर तू त्याचा वकील म्हणून काम पाहत असशील तर तू सुद्धा. मला तुझी भेट तुरुंगात घ्यायला आवडणार नाही, पीटर.''

हाँगकाँगमधल्या मित्राने फोन बंद केला होता.

लॉस एंजलीसकडे जाताना
सोमवार, २३ ऑगस्ट
दुपारी १ वाजून ४ मिनिटे

फ्लाईट अटेंडंटने मॉर्टन समोरच्या कट-ग्लासच्या मगमध्ये व्होडका ओतली.

''आणखी बर्फ नको हं गोड पोरी....'' मॉर्टन हात उंचावत म्हणाला.

विमान आता ग्रीनलंडच्या विस्तीर्ण भूप्रदेशावरून पश्चिमेकडे निघाले होते. खाली फिक्कट उन्हात बर्फ आणि ढग पसरलेले दिसत होते. मॉर्टनजवळ ड्रेक बसला होता. तो ग्रीनलंडवरचे बर्फाचे आवरण कसे वितळत आहे हे सांगत होता. आर्क्टिक बर्फ वितळण्याचा वेग आणि कॅनडामधील ग्लेशिअरचे आकारमान कमी होत आहे हे तो सांगत होता. मॉर्टनने व्होडकाचा एक घोट घेतला आणि मान डोलावली. ''म्हणजे आईसलंड ही यातली विसंगती आहे का?''

''होय, विसंगतीच.'' ड्रेक म्हणाला, ''सगळीकडे पूर्वी कधीही नव्हता एवढ्या वेगात ग्लेशिअर वितळत आहेत.''

''निक. तू आमच्याबरोबर आहेस म्हणून बरं आहे.'' ड्रेकच्या खांद्यावर हात ठेवत मॉर्टन म्हणाला.

ड्रेक हसला, ''आणि तू आमच्याबरोबर आहेस हे आमच्या दृष्टीनं चांगलं आहे, जॉर्ज. तू एवढ्या उदारपणानं मदत केली नसतीस तर आम्हाला काहीच करता येणार नव्हतं. तुझ्यामुळेच तर वानुटू खटला शक्य झाला आहे. हा खटला प्रसिद्धी मिळण्याच्या दृष्टीनं फार महत्त्वाचा आहे. आणि तू दिलेल्या इतर निधीबद्दल सांगायचं तर.... मला त्यासाठी शब्द कमी पडतात.''

''तुला कधीही शब्द कमी पडत नाहीत.'' ड्रेकच्या पाठीवर चापट मारत मॉर्टन म्हणाला.

बाजूला कोपऱ्यात बसलेला इव्हान्स या जोडगोळीकडे पाहत होता. ही जोडी

किती विजोड आहे असा विचार त्याच्या मनात आला.

मॉर्टन धष्टपुष्ट असून त्याने साधासुधा शर्ट आणि जीन्स पॅन्ट घातली होती. त्याचे शरीर कोणत्याही क्षणी कपड्यातून बाहेर पडेल असे वाटत असे. उलट उंच-लुकड्या ड्रेकने कोट-टाय असा पोशाख केलेला होता. कधीही मापाचा शर्ट घातला नसावा असे वाटणाऱ्या ड्रेकची मान चमत्कारिकपणे कॉलरमधून वर डोकावत असे.

मॉर्टन आणि ड्रेक यांची वर्तणूकही संपूर्णपणे एकमेकांच्या विरोधी असायची. मॉर्टनला आपल्याभोवती जास्तीत जास्त लोक असणे आवडत असे. त्याला खाणेपिणे आणि धमाल करण्यात मौज वाटायची. त्याला सुंदर पोरी, जुन्या काळातल्या गाड्या, आशियाई कला आणि विनोद यांची आवड होती. त्याच्या होमबी हिल्सवरच्या घरातल्या पार्टीमध्ये जवळजवळ सगळे हॉलिवूड येत असे. त्याचे सगळे समारंभ नेहमी खास असत आणि त्यांच्यावर दुसऱ्या दिवशी वर्तमानपत्रात भरपूर छापून येई.

अर्थातच या सगळ्या पार्टी-समारंभाला ड्रेक हजर असे. पण तो नेहमी लवकर निघून जात असे. काही वेळा तर जेवणाअगोदरच तो निघून जाई. काही वेळा आपण आजारी आहोत किंवा आपला एखादा मित्र आजारी आहे असा बहाणा तो करी. खरे म्हणजे ड्रेक हा एकटा राहाणे आवडणारा, काहीसा निरिच्छ स्वभावाचा माणूस होता. त्याला पार्टीला जाणे आणि गोंगाट यांची नावड होती. त्याच्याकडे पाहिल्यावर जणू तो खोलीत एकटा आहे असे वाटायचे. अगदी भाषण द्यायला तो व्यासपीठावर उभा असला तरी हेच वाटत असे. त्याने आपल्याला कामात बुडवून घेतले होते. तो असे सुचवायचा की श्रोत्यांना सत्य समजण्यासाठी जीवाचा आटापिटा करणारा तो एकांडा शिलेदार आहे.

हे एवढे फरक असूनही ड्रेक आणि मॉर्टन अनेक वर्षं एकमेकांचे चांगले मित्र होते. मॉर्टन अफाट संपत्तीचा वारस म्हणूनच जन्मला होता. अशा वडिलोपार्जित संपत्तीमुळे त्याला जन्मत:च अवघडल्यासारखे वाटत होते. ड्रेक त्याच्या या पैशाचा चांगला वापर करी. त्यामधून मॉर्टनला आपल्यापुढे असणारे ध्येय आणि त्यासाठी लागणारी इच्छाशक्ती मिळत असे. त्यामुळेच मॉर्टनला जगण्यासाठी लागणारी दिशा प्राप्त झाली होती. तो ऑदुबॉन सोसायटी, वाईल्डरनेस सोसायटी, वर्ल्ड वाईल्ड लाईफ फंड आणि सिएरा क्लब यांच्या सल्लागार मंडळांवर होता. 'ग्रीनपीस' आणि 'एन्व्हरॉनमेंटल ॲक्शन लीग' या पर्यावरणवादी संघटनांना निधी पुरवणाऱ्यांमध्ये तो अग्रभागी होता.

या सगळ्यामुळेच अलीकडे मॉर्टनने एम.ई.आर.एफ.ला दोन मोठ्या देणग्या दिल्या होत्या. पहिली देणगी दहा लाख डॉलर्सची होती. ती वानुटू खटल्यासाठी वापरायची होती. दुसरी देणगी थेट एन.ई.आर.एफ.साठीच होती. भविष्यकाळात

पर्यावरणाच्या बाजूने खटले भरण्यासाठी आणि संशोधनासाठी त्याने नव्वद लाख डॉलर्सची देणगी दिली होती. अर्थातच त्या वर्षी एन.ई.आर.एफ.च्या संचालक मंडळाने मॉर्टनची त्या वर्षीच्या 'जागरूक नागरिक' या सन्मानासाठी निवड केली होती यात काही आश्चर्य वाटण्याजोगे नव्हते. हिवाळा सुरू होताना त्याच्या सन्मानार्थ सान फ्रान्सिस्कोमध्ये एका भव्य मेजवानीचे आयोजन केले जाणार होते.

इव्हान्स एक मॅगेझीन चाळत बसला होता. पण खरं तर हाँगकाँगमधल्या मित्राशी बोलल्यानंतर तो मनातून धास्तावला होता. तो मॉर्टनकडे जरा काळजीने पाहत होता.

अजूनही मॉर्टनचा हात ड्रेकच्या खांद्यावर होता. तो काहीतरी विनोद सांगून नेहमीप्रमाणे ड्रेकला हसवण्याचा प्रयत्न करत होता. पण तरीही मॉर्टनची वागणूक थोडी फटकून वागल्यासारखी आहे असे इव्हान्सला जाणवले. मॉर्टन थोडासा अलिप्त झाला होता; पण त्याला ड्रेकपासून ते लपवून ठेवायचे होते.

आपली शंका खरी आहे हे इव्हान्सला काहीच वेळाने लक्षात आले. मॉर्टन एकदम उठून उभा राहिला आणि कॉकपिटकडे निघाला, "मला तिथल्या इलेक्ट्रॉनिक उपकरणांची माहिती हवीय."

विमान उडाल्यापासून त्यांना कसल्यातरी सौर परिणामांमुळे अडचणींना तोंड द्यावे लागले होते. त्यांना सॅटेलाईट फोन वापरता येत नव्हते. पायलट म्हणाला होता, की उत्तर ध्रुवापाशी असल्याने असे होत आहे आणि दक्षिणेकडे गेल्यावर हा परिणाम कमी होईल.

मॉर्टनला तर तातडीने काही फोन करायचे होते. कोणाला करायचे असावेत हे इव्हान्सला कळेना. कारण त्यावेळी न्यूयॉर्कमध्ये पहाटेचे चार वाजले होते आणि लॉस एंजलीसमध्ये मध्यरात्रीचा एक वाजला होता. अशा वेळी मॉर्टन कोणाला फोन करणार होता? अर्थात मॉर्टनला ज्याबद्दल काळजी वाटत होती असे अनेक प्रकल्प होते. त्यात कंबोडियामधला पाणी शुद्ध करण्याचा प्रकल्प, गिनीमधील वनीकरण, मादागास्करमधील पर्यावरण संरक्षण, पेरूमधील औषधी वनस्पती असे अनेक विषय होते. शिवाय अंटार्क्टिका खंडावरील बर्फाची जाडी मोजण्यासाठी गेलेली जर्मन मोहीम होतीच. मॉर्टनला या सगळ्या प्रकल्पांमध्ये वैयक्तिक रस होता. त्याला त्यामधले शास्त्रज्ञ आणि काम यांची सखोल माहिती होती. त्याने या सर्व ठिकाणांना स्वत: भेटी दिलेल्या होत्या.

तेव्हा कोणतंही कारण असणं शक्य होतं. पण तरीही कोणतंही साधं कारण नाही असं इव्हान्सला वाटत होतं. मॉर्टन परत आपल्या जागेवर आला. "पायलट म्हणत आहेत की आता सर्व काही ठीक आहे." मग तो विमानाच्या पुढच्या भागात गेला. त्याने हेडसेट कानाला लावला आणि एकांत मिळावा म्हणून मधलं दार बंद

करून घेतलं. इव्हान्स पुन्हा मॅगेझीन चाळू लागला.

''तुला वाटतं का, की तो जरुरीपेक्षा जास्त पितोय?'' ड्रेकने विचारले.

''नाही. तसं वाटत नाही.''

''मला काळजी वाटते.''

''काळजी करायचं काही कारण नाही.''

''तुझ्या एक लक्षात येतंय का, की त्याच्या सन्मानार्थ होणारी मेजवानी फक्त पाच आठवडे दूर आहे. या वर्षी निधी गोळा करण्यासाठीचा तो सर्वांत मोठा कार्यक्रम असेल. त्याची भरपूर प्रसिद्धीही होईल. आकस्मिक हवामान बदल या विषयावरची परिषद भरवायला आम्हाला या मेजवानीचा उपयोग होणार आहे.''

''अं... हं....''

''मला याची खात्री करून घ्यायची आहे की कार्यक्रमाची मुख्य प्रसिद्धी पर्यावरण या विषयावर केंद्रित असेल. ती व्यक्तीवर केंद्रित नसावी. मला काय म्हणायचंय ते तुझ्या लक्षात येत असेल.''

इव्हान्स म्हणाला, ''ही चर्चा तुम्ही जॉर्जबरोबर केलेली बरी, असं तुम्हाला वाटत नाही का?''

''मी ती अगोदरच केलीय. मी तुला सांगतोय कारण तू जॉर्जबरोबर नेहमी बराच वेळ असतोस.''

''तसं काही नाही.''

''पीटर, त्याला तू आवडतोस हे तुला माहिती असेलच.'' ड्रेक म्हणाला, ''तू त्याला त्याच्या कधीही न झालेल्या मुलासारखा आहेस. ओह्! म्हणजे तशी खात्री नाही म्हणा. असो. पण त्याला तू आवडतोस हे खरं. आणि तू मदत करू शकत असशील तर आम्हाला मदत कर एवढंच मी तुला सांगतोय.''

''तुम्हाला ते अडचणीत आणतील असं मला वाटत नाही.''

''फक्त... फक्त त्याच्यावर जरा लक्ष ठेव.''

''ठीक आहे.''

विमानाच्या पुढच्या भागात दार उघडण्याचा आवाज आला. मॉर्टन म्हणाला, ''मि. इव्हान्स.... जरा इकडे येणार....''

इव्हान्स उठला आणि त्याने विमानाच्या पुढच्या भागात जाऊन दार बंद करून घेतलं.

''मी साराला फोन करत होतो.'' मॉर्टन म्हणाला. सारा जोन्स ही मॉर्टनची लॉस एंजलीसमधली मदतनीस होती.

"उशीर झालेला नाही का आत्ता?"

"हे तिचं कामच आहे. तिला त्याचा चांगला पगार मिळतोय. खाली बस." इव्हान्स मॉर्टनसमोर बसला.

"तू कधी एन.एस.आय.ए. याबद्दल काही ऐकलं आहेस का?"

"नाही."

"नॅशनल सिक्युरिटी इंटेलिजन्स एजन्सी."

इव्हान्सने नकारार्थी मान हलवली, "नाही. पण असल्या सुरक्षाविषयक वीस-पंचवीस एजन्सी आहेत."

"तू कधी जॉन केनर हे नाव ऐकलं आहेस?"

"नाही..."

"तो म्हणे एम.आय.टी.मध्ये प्राध्यापक आहे."

"नाही." इव्हान्स म्हणाला, "माफ करा. पण या माणसाचा पर्यावरणाशी काही संबंध आहे का?"

"असू शकेल. तुला त्याच्याबद्दल काही माहिती काढता येते का ते पाहा."

इव्हान्सने आपला लॅपटॉप उघडला. त्यावर सॅटेलाईटवरून आलेले इंटरनेट कनेक्शन होते. इव्हान्सने टाईप करायला सुरुवात केली.

काही वेळातच इव्हान्सला त्याच्या स्क्रीनवर एका करडे केस असणाऱ्या आणि जाड फ्रेमचा चष्मा लावलेल्या तंदुरुस्त वाटणाऱ्या माणसाचे चित्र दिसू लागले होते. बरोबर असणारी माहिती त्रोटक होती. इव्हान्सने ती मोठ्या आवाजात वाचायला सुरुवात केली. "रिचर्ड जॉन केनर. विल्यम टी. हार्डिंग प्राध्यापक. विषय भू-पर्यावरण अभियांत्रिकी."

"त्याचा काय अर्थ असेल तो असो." मॉर्टन म्हणाला.

"वय एकोणचाळीस. विसाव्या वर्षी कॅल्टेकमधून अभियांत्रिकी विषयात डॉक्टरेट. त्याचा प्रबंध नेपाळमधल्या जमिनींच्या ऱ्हासावर होता. ऑलिंपिकसाठीच्या स्किईंग टीममध्ये होणारी निवड थोडक्यात चुकली. नंतर हार्वर्ड लॉ स्कूलमधून आणखी एक पदवी. पुढची चार वर्षं सरकारी नोकरी. डिपार्टमेंट ऑफ इंटिरिअर, धोरण विश्लेषण विभाग. आंतरराष्ट्रीय पातळीवर होणाऱ्या वाटाघाटींसाठीचा वैज्ञानिक सल्लागार. गिर्यारोहण हा आवडीचा छंद. नया खांगा पर्वतशिखरावर चढताना मृत म्हणून घोषणा. पण ते खरे नव्हते. के-टू शिखरावर चढण्याचा प्रयत्न खराब हवामानामुळे सोडून द्यावा लागला."

"के-टू." मॉर्टन म्हणाला, "हे फार खतरनाक शिखर आहे ना?"

"होय. मला कल्पना आहे. हा माणूस चांगलाच सराईत गिर्यारोहक आहे असं दिसतंय. मग तो एम.आय.टी.मध्ये गेला. तिथे त्याची प्रगती फार झपाट्यानं झाली

असंच म्हटलं पाहिजे. १९९३ मध्ये सहयोगी प्राध्यापक. १९९५ मध्ये एम.आय.टी.च्या 'सेंटर फॉर रिस्क ॲनॅलिसिस'चा संचालक. १९९६ मध्ये विल्यम टी. हार्डिंग प्राध्यापकपद. एन्व्हरॉनमेंटल प्रोटेक्शन एजन्सी, डिपार्टमेंट ऑफ द इंटिरिअर, संरक्षण खाते, नेपाळ सरकार आणि कोण जाणे किती ठिकाणी सल्लागाराचे काम. अनेक ठिकाणी कामाचा दांडगा अनुभव आणि २००२ पासून रजेवर गेलेला आहे.''

''म्हणजे काय?''

''तो रजेवर आहे, एवढंच इथं लिहिलंय.''

''दोन वर्षं रजेवर आहे? मॉर्टन इव्हान्सच्या खांद्यावरून लॅपटॉपकडे डोकावून पाहू लागला, ''मला हे चमत्कारिक वाटतंय. हा माणूस एम.आय.टी.मधून रजेवर निघून जातो आणि रजेवरून परत येत नाही... तुला वाटतं का तो काही अडचणीत पडला असावा?''

''मला माहिती नाही. पण....''

इव्हान्स समोरच्या माहितीमधल्या वर्षांचा विचार करत होता, ''अवघ्या विसाव्या वर्षी केनरने डॉक्टरेट मिळवली. ती देखील कॅल्टेकमधून. मग हार्वर्ड लॉ स्कूलमधून तीन वर्षांच्या ऐवजी दोन वर्षांत पदवी. वयाच्या अठ्ठाविसाव्या वर्षी एम.आय.टी.मध्ये प्राध्यापक...''

''ठीक आहे. ठीक आहे. याचा अर्थ माणूस हुशार आहे.'' मॉर्टन म्हणाला.

''पण मला अजूनही हे हवंय की तो रजेवर कशासाठी गेलाय आणि तो व्हॅंकूवरमध्ये काय करतोय?''

''तो व्हॅंकूवरमध्ये आहे?''

''त्याने साराला व्हॅंकूवरमधून फोन केले आहेत.''

''कशासाठी?''

''त्याला माझी भेट घ्यायची आहे.''

''बरं. मला वाटतं तुम्ही तसं केलंत तर उत्तम होईल.''

''होय.'' मॉर्टन म्हणाला, ''मी त्याला भेटेन. पण त्याला काय हवं असेल असं तुला वाटतं?''

''मला कल्पना नाही. आर्थिक मदत. एखाद्या प्रकल्पाला निधी?''

''सारा सांगत होती की त्याला ही भेट गुप्तपणानं व्हायला हवी आहे. ही गोष्ट कोणालाही कळायला नको आहे त्याला.''

''ते काही अवघड नाही. तुम्ही विमानात आहात आत्ता.''

''नाही.'' मॉर्टन मागच्या बाजूला अंगठा उडवत म्हणाला, ''त्यानं सांगितलंय की विशेष म्हणजे ड्रेकला ही गोष्ट बिलकूल कळता कामा नये.''

''कदाचित मी त्या वेळी हजर असलो तर बरं.'' इव्हान्स म्हणाला.

''होय. तू असायलाच हवास तिथं.''

लॉस एंजलीस
सोमवार, २३ ऑगस्ट
दुपारी ४ वाजून ९ मिनिटे

फाटकाची लोखंडी दारे उघडली. झाडांच्या सावलीतून गाडी घराकडे निघाली. घर हळूहळू दिसू लागले. हा भाग म्हणजे होमबी हिल्स, बिव्हर्ली हिल्समधला अतिश्रीमंत लोकांचा होता. इथे अब्जाधीश राहात असत. उंच दारे आणि दाट झाडी यांच्यामुळे त्यांची घरे सहजासहजी नजरेस पडत नसत. या भागात सगळीकडे लावलेले कॅमेरे हिरव्या रंगाने रंगवलेले असून ते देखील दडवलेले होते.

आता घर दिसू लागले. हा मेडिटरेनियन शैलीचा एक व्हिला होता. त्याला पिवळसर रंग दिलेला होता. हे घर दहाजणांना पुरेल एवढे प्रशस्त होते. आपल्या ऑफिसशी बोलत असलेल्या इव्हान्सने घराजवळ येताच फोन बंद केला. गाडी थांबल्यावर तो खाली उतरला.

बागेतल्या झाडांचा खास सुगंध येत होता. पक्ष्यांची किलबिल ऐकू येत होती. गॅरेजजवळ असणाऱ्या बोगनवेलीवर एक हमिंगबर्ड बसलेला दिसला. हे सगळे पाहून इव्हान्सला हे खास कॅलिफोर्निया धाटणीचे घर असल्याची जाणीव झाली. इव्हान्सचे सारे लहानपण कनेक्टिकट आणि बोस्टन या ठिकाणी गेले होते. गेली पाच वर्षं कॅलिफोर्नियात राहात असूनही त्याला अजून हे सारे नवलाईचे वाटत असे.

घरासमोर इव्हान्सला आणखी एक गाडी उभी आहे हे दिसले. सेडान पद्धतीच्या या गाडीचा रंग करडा होता. तिच्या नंबरवरून ती सरकारी आहे हे लक्षात येत होते.

पुढच्या दारामधून मॉर्टनची सहायक सारा जोन्स बाहेर आली. तीस वर्षांची सोनेरी केसांची, उंच सारा एखाद्या सिनेतारकेसारखी मोहक दिसत असे. तिने टेनिस खेळाडूंसारखा पांढरा आखूड स्कर्ट आणि वर गुलाबी रंगाचा शर्ट घातला होता. तिने केसांचे पोनीटेल बांधले होते.

मॉर्टनने तिच्या गालावर पुसटसे ओठ टेकवले, ''तू आज खेळणार आहेस वाटतं?''

''होते... पण माझा बॉस आज परत आला ना.'' तिने बोलता बोलता इव्हान्सशी हस्तांदोलन केले आणि मग ती पुन्हा मॉर्टनकडे वळली, ''सफर चांगली झाली?''

''उत्तम. पण ड्रेक उदास झाला होता नि मग तो पीत नव्हता. फार दमायला झालं.''

मॉर्टन दाराकडे जाऊ लागताच सारा म्हणाली, ''मला तुम्हाला एक गोष्ट सांगायला हवी. ते अगोदरच इथं आलेले आहेत.''

''कोण आले आहेत?''

''प्राध्यापक केनर आणि त्याच्याबरोबर एकजण आहे. परदेशी आहे तो.''

''खरं की काय? पण तू त्यांना सांगितलं नाहीस का की–''

''अगोदर भेटीची वेळ ठरवायला हवी होती? होय, मी ते सांगितलं. पण त्यांना असं वाटतं की त्यांना याची गरज नाही. ते येऊन बसले आणि आपण वाट पाहू असं म्हणाले.''

''तू मला फोन करायला हवा होतास–''

''ते फक्त पाच मिनिटांपूर्वी आले आहेत.''

''हं... हं... ठीक आहे.'' मॉर्टन पीटरकडे वळला, ''चल, पीटर.''

मॉर्टन आणि पीटर आत गेले. मॉर्टनच्या दिवाणखान्यातून मागची बाग दिसत असे. दिवाणखान्याची सजावट करताना आशियातून आणलेल्या अनेक पुरातन वस्तू वापरलेल्या होत्या. त्यात कंबोडियातून आणलेले एक मोठे दगडी शीर्षशिल्प होते.

कोचावर दोन माणसे ताठपणाने बसली होती. त्यातला मध्यम उंचीचा आणि आखूड करडे केस असलेला माणूस अमेरिकन होता. तर दुसरा माणूस भक्कम बांध्याचा आणि काळसर वर्णाचा होता. त्याच्या डोळ्यापाशी एक मोठा व्रण असूनही तो देखणा होता. त्यांच्या अंगावर सुती कपडे आणि हलके कोट होते. जणू केव्हाही चट्‌कन उठता यावे अशा प्रकारे ते कोचाच्या कडेला अगदी सावध असे बसलेले होते.

''हे तर लष्करी प्रकारचे दिसत आहेत...'' मॉर्टन स्वत:शीच पुटपुटत आत शिरला. मॉर्टनला पाहताच दोघे उठून उभे राहिले. ''मि. मॉर्टन, मी जॉन केनर. एम.आय.टी.मधून आलोय. आणि हा माझा सरकारी संजोंग थापा. ग्रॅज्युएट विद्यार्थी आहे. तो नेपाळमधल्या मस्तंग इथला आहे.''

मॉर्टन म्हणाला, ''आणि हा *माझा* सहकारी, पीटर इव्हान्स.''

सर्वांनी एकमेकांशी हस्तांदोलन केले. केनरची पकड मजबूत होती. संजोंग थापाने हस्तांदोलन करताना किंचित झुकून अभिवादन केले होते. त्याचे मृदू उच्चार ब्रिटिश धाटणीचे होते, ''कसं काय? ठीक आहे ना?''

''मी तुम्ही येण्याची अपेक्षा करत नव्हतो.'' मॉर्टन म्हणाला, ''म्हणजे एवढ्या लवकर.''

''आम्ही फार वेगानं काम करतो.''

''ते दिसतंच आहे. काम काय आहे?''

''मला वाटतं मि. मॉर्टन, आम्हाला तुमच्याकडून मदतीची अपेक्षा आहे.''

केनर सारा आणि इव्हान्सकडे पाहत स्मितहास्य करत म्हणाला, ''पण दुर्दैवानं आपली ही चर्चा गुप्त स्वरूपाची आहे.''

''मि. इव्हान्स माझे वकील आहेत.'' मॉर्टन म्हणाला, ''आणि माझ्या सहायकापासून गुप्त ठेवणे–''

''तसं नक्कीच असणार.'' केनर म्हणाला, ''पण तुम्ही पाहिजे त्या वेळी त्यांना नंतर विश्वासात घेऊ शकाल. पण आत्ता फक्त आम्हाला तुमच्याशीच बोलायचं आहे.''

इव्हान्स म्हणाला, ''तुमची हरकत नसेल तर मला ओळखपत्रं पाहायची आहेत.''

''जरूर.'' केनर म्हणाला. केनर आणि थापा दोघांनी पाकिटात हात घालून मॅसॅच्युसेट्समधील गाडी चालवण्याचा परवाना, एम.आय.टी.मधील ओळखपत्र आणि आपले पासपोर्ट दाखवले. मग त्यांनी त्यांची व्हिजिटिंग कार्ड्स दिली.

जॉन केनर, पी.एच.डी.
सेंटर फॉर रिस्क ॲनॅलिसिस
मॅसॅच्युसेट्स इन्स्टिट्यूट ऑफ टेक्नॉलॉजी
४५४, मॅसॅच्युसेट्स अव्हेन्यू
केंब्रीज, मॅसॅच्युसेट्स ०२१३८

संजोंग थापा, पी.एच.डी.
संशोधन सहायक,
डिपार्टमेंट ऑफ जिओएन्व्हरॉनमेंटल इंजिनिअरिंग,
मॅसॅच्युसेट्स इन्स्टिट्यूट ऑफ टेक्नॉलॉजी
केंब्रिज, मॅसॅच्युसेट्स ०२१३८

त्यांच्या कार्डावर फॅक्स, फोन, ई-मेल वगैरे माहिती होती. सर्व काही व्यवस्थित दिसत होते.

केनर म्हणाला, ''आता कृपया मि. जोन्स आणि तुम्ही....''

सारा आणि पीटर इव्हान्स बाहेरच्या पॅसेजमध्ये आले. तेथून काचेमधून त्यांना दिवाणखान्याच्या आतले दृश्य दिसत होते. मॉर्टन दोघांच्या समोर एका कोचावर बसला होता. त्यांची चर्चा अगदी शांतपणाने चाललेली होती. इव्हान्सला ही इतर गुंतवणूकविषयक चर्चांसारखीच एक चर्चा वाटली. मॉर्टन कसाबसा त्या सहन करत असे.

इव्हान्सने बाहेरच्या हॉलमधला फोन घेऊन एक नंबर लावला.

''सेंटर फॉर रिस्क ॲनॅलिसिस....''

''प्राध्यापक केनर यांच्या ऑफिसमध्ये कृपया....''

''एक सेकंद.'' फोनवर क्लिक् असा आवाज आला. मग दुसरा आवाज ऐकू आला.

''सेंटर फॉर रिस्क ॲनॅलिसिस. प्राध्यापक केनर यांचे ऑफिस.''

''माझं नाव पीटर इव्हान्स. मला प्राध्यापक केनर यांच्याशी बोलायचं आहे.''

''माफ करा. पण ते आत्ता ऑफिसात नाहीत.''

''ते कुठं असतील, सांगू शकाल का?''

''प्राध्यापक केनर यांनी रजा वाढवलेली आहे.''

''माझं त्यांच्याशी बोलणं फार गरजेचं आहे. मी त्यांच्याशी संपर्क कसा करू शकतो ते सांगता येईल का?''

''ते फार अवघड नाही. कारण तुम्ही आत्ता आहात तिथंच ते आहेत.''

याचा अर्थ केनरच्या ऑफिसमधल्या बाईने कॉलर आय.डी. पाहून इव्हान्स लॉस एंजलीसमध्ये असल्याचे पाहिले होते. खरे तर मॉर्टनच्या फोनवर ही ओळख दडवण्याची सोय असायला हवी होती हा विचार त्याच्या मनात आला. कदाचित पलीकडच्या बाजूला त्यावरही मात करण्याची काहीतरी यंत्रणा असण्याची शक्यता इव्हान्सला दिसली.

''बरं... मला तुम्ही सांगू शकता का...''

''माफ करा, मि. इव्हान्स. मी तुम्हाला आणखी मदत करू शकत नाही.''

क्लिक्. फोन बंद झाला होता.

साराने विचारले, ''हे कशाबद्दल होतं?''

इव्हान्सने उत्तर देण्याअगोदर दिवाणखान्यातून सेलफोन वाजल्याचा आवाज आला.

केनरने खिशात हात घालून फोनवर भराभरा उत्तरे दिलेली लक्षात आली. मग तो इव्हान्सकडे वळला आणि त्याला हात हलवून खूण केली.

''त्याच्या ऑफिसमधून फोन आला होता वाटतं?'' साराने विचारले.

''असं दिसतंय.''

''तेव्हा हा माणूस प्राध्यापक केनरच आहे तर.''

''होय. आणि आपल्याला आता निघून जाण्याचा इशारा झालाय.''

''चल.'' सारा म्हणाली, ''मी तुला सोडते.''

सारा आणि इव्हान्स मॉर्टनच्या उघड्या गॅरेजजवळून गेले. त्यामध्ये रांगेने ठेवलेल्या फेरारी गाड्या उन्हात चमकत होत्या. मॉर्टनकडे नऊ फेरारी गाड्या होत्या. त्यामध्ये १९४७ ची स्पायडर कोर्सा, १९५६ ची टेस्टा रोस्सा आणि १९५९ ची कॅलिफोर्निया

स्पायडर या गाड्या होत्या. प्रत्येक गाडीची किंमत दहा लाख डॉलरपेक्षा जास्त होती. इव्हान्सला हे माहिती असण्याचे कारण म्हणजे मॉर्टनने नवीन फेरारी घेतली की तिच्या विम्याचे काम तोच करत असे. गाड्यांच्या रांगेच्या शेवटी साराची काळ्या रंगाची पोर्श कन्व्हर्टिबल गाडी होती. साराने ती मागे घेतली. इव्हान्स तिच्याशेजारी बसला.

लॉस एंजलीसमधल्या सर्वमान्य निकषांनुसारदेखील उंच आणि मधासारख्या वर्णाची सारा जोन्स अतिशय सुंदर म्हणूनच गणली जात होती. तिचे सोनेरी केस खांद्यावर रूळत होते. तिचे शरीर प्रमाणबद्ध होते आणि साधारणत: कॅलिफोर्नियामधले लोक जसे एखाद्या खेळाडूसारखे तंदुरुस्त असतात, तशीच ती देखील होती. अनेक जण तिथे कामाला जाताना जॉगिंग किंवा टेनिसच्या कपड्यातच येताना दिसतात. सारा गोल्फ, टेनिस खेळत असे. स्कूबा डायव्हिंग, बर्फावरचे खेळ आणि आणखी काय काय ती करते देवालाच माहिती हा विचार इव्हान्सच्या मनात आला. त्याला निव्वळ त्या विचारानेच दमल्यासारखे झाले.

इव्हान्सला हे देखील माहिती होते की साराची काही 'प्रकरणे' होती. हा खास कॅलिफोर्नियातला शब्द होता. सारा ही सान फ्रान्सिस्कोच्या एका धनाढ्य घराण्यातली सर्वांत लहान मुलगी होती. तिचे वडील एक नामांकित वकील होते आणि त्यांनी राजकारणात एक पदही भूषविले होते. तिची आई फॅशन विश्वातली माजी मॉडेल होती. सारापेक्षा मोठी सगळी भावंडे व्यवस्थित लग्न करून सुखी झालेली होती. त्या सर्वांनी यश संपादन केलेले होते. सर्वजण तिने तसेच करायची वाट पाहत होते. पण साराला या यशस्वी भावंडांच्या अपेक्षांचे ओझे असह्य वाटत असे.

इव्हान्सला कधीकधी या गोष्टीचे आश्चर्य वाटत असे, की साराने मॉर्टनसारख्या वजनदार नि श्रीमंत माणसाकडे काम करण्याचे कारण काय असावे. मुळातच ती लॉस एंजलीसला कशासाठी आली असावी? कारण तिच्या घरातल्यांच्या मते बे ब्रीजच्या दक्षिणेचा कोणताही पत्ता भिकार होता. सारा तिचे काम उत्तम प्रकारे करायची. तिची मॉर्टनवर निष्ठा होती. जॉर्ज मॉर्टन म्हणत असे त्याप्रमाणे तिच्या तिथे असण्याने वातावरण सुंदर होत असे. मॉर्टनच्या पार्ट्यांना येणारे सिनेतारे व तारका मॉर्टनच्या मताशी सहमत होते. साराने त्यामधल्या अनेक नटांबरोबर डेटींग केले होते. त्यामुळे साराच्या घरचे लोक तिच्यावर जास्तच नाराज होते.

अनेक वेळा इव्हान्सला वाटे की सारा बंडखोरी करण्यासाठी म्हणूनच हे सारे करत असावी. तिचे गाडी चालवणेही तसेच होते. त्यावेळीही ती तशीच वेगात आणि बेफिकीरपणे गाडी चालवत होती. बिव्हर्ली हिल्स भागात शिरताना तिने विचारले, "तू ऑफिसात जाणार आहेस की घरी?"

"घरी." इव्हान्स म्हणाला, "मला माझी गाडी लागेल."

साराने मान डोलावली. एका कमी वेगाने जाणाऱ्या मर्सीडीज गाडीपुढून वेगाने

ती डावीकडच्या रस्त्यावर वळली. इव्हान्सने खोलवर श्वास घेतला.

"ऐक." सारा म्हणाली, "तुला नेटवॉर म्हणजे काय माहिती आहे का?"

"काय म्हणालीस?" इव्हान्सला वाऱ्यामुळे तिचे शब्द नीट ऐकू आले नव्हते.

"नेटवॉर."

"नाही. का बरं?"

"कारण तू यायच्याअगोदर मी त्या केनर नि संजोंगला तसं बोलताना ऐकलंय."

इव्हान्सने नकारार्थी मान हलवली, "मला कल्पना नाही. पण ते नेटवेअर असं तर म्हणत नव्हते ना?"

"असेलही." सारा म्हणाली. तिने वेगाने जाताना ट्रॅफिकच्या पिवळ्या दिव्याकडे दुर्लक्ष केले होते. बिव्हर्ली जवळ आल्यावर तिने विचारले, "तू अजून रॉक्सबरी ड्राईव्हवरच राहतोस की काय?"

इव्हान्सने होकार दिला. त्याची नजर तिच्या आखूड स्कर्टकडे आणि सुंदर पायांकडे गेली. "तू आज टेनिस कोणाबरोबर खेळणार आहेस?"

"तुला तो माहिती नसावा."

"तो... म्हणजे..."

"नाही. तो विषय संपला."

"असं होय."

"मी गंभीरपणानं सांगतेय. ते संपलं सगळं."

"ठीक आहे, सारा. कळलं मला."

"तुम्ही सगळे वकील असेच शंकाखोर असता."

"म्हणजे तू एखाद्या वकिलाबरोबर खेळणार आहेस की काय?"

"नाही. मी वकिलांबरोबर खेळत नाही."

"मग तू त्यांच्याबरोबर काय करतेस?"

"कमीत कमी जेवढं काही करता येईल ते."

"हे ऐकून मला वाईट वाटतंय."

"अर्थात त्याला तू अपवाद आहेस." सारा झगझगीत हसली. मग तिने गाडीला वेग दिला. इंजिनाने किंचाळल्यासारखा आवाज केला.

पीटर इव्हान्स बिव्हर्ली हिल्स भागात रॉक्सबरी ड्राईव्ह रस्त्यावर एका जुन्या इमारतीत राहात असे. इमारतीसमोर रॉक्सबरी पार्क होता. या पार्कमध्ये भरपूर झाडी होती. श्रीमंत लोकांची पोरे सांभाळता सांभाळता स्पॅनिश वंशाच्या नोकराणी गप्पा मारत असलेल्या दिसत होत्या. काही वृद्ध लोक उन्हाची मजा लुटत बसलेले दिसले. एका कोपऱ्यात एक काम करणारी बाई मुलांबरोबर लंच घेत होती.

कच्कच् आवाज करत गाडी थांबली, ''हं, आलोच आपण.''

''धन्यवाद.'' इव्हान्स बाहेर उतरत म्हणाला.

''तू आता जागा बदलत का नाहीस? तू इथं पाच वर्षं आहेस ना?''

''मला जागा बदलायला वेळच नाही.''

''घराची किल्ली आहे ना?''

''होय. पण एक नेहमीच दारासमोरच्या पायपुसण्याखाली ठेवलेली असते.''

इव्हान्सने खिशात हात घातला. किल्ल्यांचा आवाज आला. ''आहेत किल्ल्या.''

''भेटू नंतर.'' सारा म्हणाली आणि गाडीला वेग दिला. कोपऱ्यावरून वळताना किंकाळल्यासारखा कर्कश्य आवाज आला. मग गाडी दिसेनाशी झाली.

इव्हान्स त्याच्या दुसऱ्या मजल्यावरच्या अपार्टमेंटकडे निघाला. नेहमीप्रमाणे त्याला सारामुळे अस्वस्थपणा आला होता. ती फारच सुंदर आणि उच्छृंखल होती. ती पुरुषांना नेहमीच गोंधळलेल्या अवस्थेत ठेवत असे नि त्यामुळे पुरुष किंचित दूर राहतात असे त्याला वाटले. किमान ती त्याला तसे गांगरून टाकत असे हे नक्की. आपण तिला बाहेर फिरायला न्यावे अशी तिची अपेक्षा आहे की नाही याची त्याला खात्री नव्हती. पण त्याचे नि मॉर्टनचे संबंध लक्षात घेता तसे करण्याची कल्पना चांगली नव्हती.

इव्हान्स दाराजवळ असतानाच त्याचा फोन वाजू लागला. तो त्याची सहायक हीथरचा होता. बरे वाटत नाही म्हणून ती लवकर घरी जाणार होती. रहदारीची मुख्य वेळ टाळण्यासाठी ती बऱ्याच वेळा लवकर घरी जाई. विशेषत: शुक्रवारी आणि सोमवारी तिला बरे वाटत नसे. पण असे असूनही आश्चर्यकारकरीत्या फर्मने अजून तिची हकालपट्टी केलेली नव्हती.

काही जण म्हणत की फर्मचा संस्थापक भागीदार ब्रूस ब्लॅकशी तिचे संबंध होते. ब्रूस त्याच्या पैसेवाल्या बायकोला काही कळू नये या प्रयत्नात असतो. इतर काही जणांच्या मते हीथर आणखी कोणातरी पार्टनरबरोबर झोपत असे. पण कोणत्या ते मात्र कोणीच सांगत नसे. तिसरी कथा अशी होती की फर्मने एकदा मागे जागा बदलली होती तेव्हा योगायोगाने हीथरच्या हातात अशी काही कागदपत्रे आली होती, की त्याचा तिला फायदा उठवता येत होता.

इव्हान्सला मात्र वाटत होते की सत्य यापेक्षा फारच क्षुल्लक असणार. हीथर चलाख होती. फर्ममध्ये अनेक वर्षं काम केल्यामुळे तिला नोकरीवरून काढण्याच्या बाबतीतल्या अनेक खाचाखोचा माहिती होत्या. त्याचा अचूक फायदा उठवून आठवड्याला अवघे तीस तास काम करण्याची युक्ती तिने साध्य केली होती.

सहायकांपैकी सर्वांत चांगल्या वकिलाच्या हाताखाली हीथरची नेमणूक होत असे. तिच्या काम करण्याच्या पद्धतीचा तोटा चांगल्या वकिलाला होणार नाही असा

त्या मागचा विचार होता. पुढच्या वर्षी इव्हान्सला नवीन सहायक मिळेल असे मान्य झाले होते. इव्हान्स त्याच्याकडे बढती म्हणून पाहत होता.

''तुला बरं वाटत नाही हे ऐकून वाईट वाटलं.'' इव्हान्स कर्तव्य बजावल्याप्रमाणे म्हणाला. हीथरच्या बहाण्यांकडे काणाडोळा करणे हाच एक उपाय होता.

''माझं पोट बिघडलंय. मला डॉक्टरकडे जायला हवं.''

''आज जाणार आहेस का?''

''अं... म्हणजे मी अपॉईंटमेंट मिळते का पाहणार....''

''ठीक तर मग.''

''मला तुला सांगायचं आहे की परवा एक जंगी मीटिंग होणार आहे. सकाळी नऊ वाजता मोठ्या कॉन्फरन्सरूममध्ये.''

''होय का?''

''मि. मॉर्टननी आत्ताच फोन केला होता. बहुधा दहा-बारा लोकांना बोलावलंय.''

''कोणाला ते माहीत आहे का?''

''नाही. मला सांगितलं नाही.''

इव्हान्स मनात म्हणाला, 'निरुपयोगी आहे ही.' पण फोनवर म्हणाला, ''ठीक आहे.''

''आणि तुला मॉर्टनच्या मुलीच्या सुनावणीसाठी जायचं आहे हे विसरू नकोस. या वेळेला ती पसाडेनात आहे. मार्गो लेननं तिच्या त्या मर्सीडीजसंबंधी दाव्यासाठी अनेकदा फोन केला होता. त्या बी.एम.डब्ल्यू. डीलरला खटला पुढं चालवायचा आहे.''

''त्याला अजून चर्चवर दावा लावायचा आहे?''

''तो रोजच फोन करतोय.''

''ठीक आहे. एवढंच आहे ना?''

''नाही. अजून दहा गोष्टी आहेत. मला जर बरं वाटलं तर मी तुझ्या टेबलावर त्यांची यादी ठेवते....''

त्याचा अर्थ ती तसे करणार नव्हती. ''ठीक आहे.'' इव्हान्स म्हणाला.

''तू इथं येणार आहेस का?''

''नाही. आता बराच उशीर झालाय. मी थोडी झोप घ्यायचा प्रयत्न करणार आहे. मला झोपेची गरज आहे.''

''बरं तर मग. उद्या भेटू.''

आपल्याला भूक लागली आहे हे इव्हान्सच्या लक्षात आलं. पण फ्रीजमध्ये कधीपासून पडलेल्या दह्याच्या डब्याखेरीज, शिळ्या सॅलडचा काही भाग आणि दोन आठवड्यांपूर्वीच्या डेटच्या वेळची वाईनची अर्धी बाटली याखेरीज काहीही शिल्लक नव्हते.

दुसऱ्या एका लॉ फर्ममध्ये काम करणाऱ्या कॅरोल नावाच्या एका मुलीला तो भेटत असे. एकदा एका जिममध्ये त्यांची ओळख झाली. मग अधूनमधून ते भेटत. पण त्यांचा हा संबंध अगदी वरवरचा होता. दोघेही आपापल्या कामात एवढे व्यग्र असत की त्यांना खरोखरच मनापासून एकमेकांमध्ये रस नव्हता. ते आठवड्यातून एक दोनदा भेटत. दोघे जोरदार प्रणयक्रीडेचा आनंद घेत. मग दोघांपैकी एकजण आपल्याला जायची घाई आहे हे सांगून निघून जात असे. क्वचित ते रात्री जेवणासाठी एकत्र येत. पण खऱ्या अर्थाने दोघांनाही एकमेकांसाठी फार वेळ देणे पसंत नव्हते.

इव्हान्सने आन्सरिंग मशीनमध्ये कोणाचा फोन आला होता का ते पाहिले. कॅरोलचा नाही, पण जॅनिसचा फोन आला होता. तो कधीकधी तिलाही भेटत असे.

जॅनिस एका जिममध्ये व्यायाम शिकवत असे. तिचे शरीर प्रमाणबद्ध आणि दगडासारखे टणक होते. जॅनिससाठी प्रणय म्हणजे खरोखरच एक खेळ होता. अनेक खोल्या, कोच नि खुर्च्या यांचा त्यात समावेश असे. त्याला आपण नेहमीच कमी पडतो असे वाटायचे. प्रणयात फारशी मजा आली नाही तरी जॅनिससारखी पोरगी आपल्याबरोबर झोपते ही भावना त्याला सुखावत असे. बऱ्याचदा ती अचानक बोलावूनही सहज येई. जॅनिसचा बॉयफ्रेंड एक टी.व्ही. निर्माता होता. हा काहीसा वयस्कर माणूस बऱ्याचदा गावाबाहेर असायचा नि जॅनिस त्यामुळे अस्वस्थ असे.

जॅनिसला इव्हान्सने फोन केला नाही. कारण तिच्या बाबतीत *लगेच* याला फार महत्त्व होते. *नंतर* याला काही अर्थ नव्हता.

जॅनिस आणि कॅरोल यांच्याअगोदर त्याच्या आयुष्यात इतरही काही स्त्रिया आल्या होत्या. पण एकही गंभीरपणाने घेण्याजोगी नव्हती. आपल्याला योग्य अशी स्थिर मैत्रीण आपण शोधली पाहिजे हे त्याला जाणवत होते. पण तो कामात एवढा गुंतलेला होता की तो परिस्थिती जशी समोर येईल तसा तिला सामोरा जात होता.

इव्हान्स जवळच्या एका हॅम्बर्गर जॉईंटकडे गेला. तिथले लोक त्याच्या ओळखीचे होते. त्याने डबल चीजबर्गर खाल्ले नि वर स्ट्रॉबेरी शेक घेतला.

घरी परत आल्यावर तो झोपायला जात असतानाच त्याला आपण मॉर्टनला फोन करणार होतो याची आठवण झाली.

''तू फोन केलास हे छानच झालं.'' मॉर्टन म्हणाला, ''मी काही गोष्टी पाहत होतो– बरं मी एन.ई.आर.एफ.ला जी देणगी देणार आहे, म्हणजे ती वानुटू खटल्यासाठी.... तिचं काम कुठवर आलंय?''

''मला कल्पना नाही.'' इव्हान्स म्हणाला, ''कागदपत्रं सह्या होऊन तयार आहेत. पण अजून रक्कम दिली गेलेली नाही बहुतेक.''

''उत्तम. तू रक्कम देणं थांबव.''

''जरूर. काही अडचण नाही.''

''फक्त काही काळापुरती.''

''ठीक आहे.''

''एन.ई.आर.एफ.ला काहीही सांगायची गरज नाही.''

''नाही. अर्थातच नाही.''

''उत्तम.''

इव्हान्स फोन बंद झाल्यावर बेडरूममध्ये गेला. तो कपडे काढणार एवढ्यात फोन वाजला. तो जॅनिसचा होता.

''हाय. मी तुझाच विचार करत होते. काय करतो आहेस तू?''

''खरं म्हणजे मी झोपायच्या तयारीत होतो.''

''इतक्या लवकर.''

''मी आत्ताच आईसलंडहून परत आलोय.''

''मग तू दमला असशील.''

''दमलोय. पण तेवढा नाही.''

''येऊ का?''

''जरूर.''

जॅनिस खिदळली आणि तिने फोन बंद केला.

बिव्हर्ली हिल्स

मंगळवार, २४ ऑगस्ट

सकाळी ६ वाजून ४ मिनिटे

जोरजोरात लयीत श्वासोच्छ्वास होत असल्याच्या आवाजाने इव्हान्सला जाग आली. त्याने पलंगावर हात फिरवून पाहिला. जॅनिस तिथे नव्हती, पण ती ज्या बाजूला झोपली होती ती बाजू अद्याप उबदार होती. त्याने जांभई देत डोके जरासे उचलून पाहिले. त्याला एक प्रमाणबद्ध पाय वर होताना दिसला. पाठोपाठ दुसरा पाय वर आला. मग दोन्ही पाय खाली गेले नि पुन्हा वर आले.

''जॅनिस, काय करते आहेस?''

''मला जरा वॉर्मअप करायला हवं.'' हसत हसत जॅनिस उभी राहिली. पूर्ण नग्न असूनही ती आरामात त्याच्याकडे पाहत उभी होती. तिच्यात कमालीचा आत्मविश्वास होता. तिचे सगळे स्नायू उठून दिसत होते.

''मला सात वाजता क्लास घ्यायचा आहे.'' ती म्हणाली.

''आत्ता किती वाजले आहेत?''

''सहा.''

इव्हान्सने कण्हल्याचा आवाज काढला नि उशीत डोके खुपसले.

"तू आता मात्र उठायला हवंस." जॅनिस म्हणाली, "उशिरापर्यंत झोपलं की आयुष्य कमी होतं."

इव्हान्स पुन्हा कण्हला. जॅनिसकडे आरोग्यविषयक माहिती भरपूर होती. ते तिचे कामच होतं.

"जास्त झोपल्यानं आयुष्य कसं काय कमी होतं?"

"उंदरांवर प्रयोग झालेले आहेत. प्रयोगात उंदरांना कमी झोपू दिलं. मग काय झालं माहिती आहे? त्यांचं आयुष्य वाढलं."

"हं... हं... बरं, तू जरा कॉफी बनवशील का?"

"ठीक आहे." जॅनिस म्हणाली, "पण तू कॉफी पिणं खरं म्हणजे बंदच करायला हवंस...." ती खोलीतून बाहेर पडली.

पलंगावरून उतरत इव्हान्स म्हणाला, "तू हे ऐकलं नाहीस का?... कॉफी प्यायल्यामुळे पक्षाघात होत नाही."

"तसं होत नाही." स्वयंपाकघरातून जॅनिस म्हणाली, "कॉफीमध्ये नऊशे तेवीस निरनिराळी रसायनं असतात आणि ती चांगली नाहीत तुझ्यासाठी."

"नवीन संशोधन दिसतंय!"

"शिवाय कॅन्सरही होतो."

"हे मी कधी ऐकलेलं नाही."

"आणि गर्भपातही."

"मला ती काळजी नाही."

"आणि नर्व्हसपणाचा ताण."

"जॅनिस प्लीज...."

जॅनिस परत आली. तिने आपले हात प्रमाणबद्ध उरोजांवर धरलेले होते. तिच्या कमावलेल्या शरीरावरच्या शिरा उठून दिसत होत्या. त्याची नजर तिच्या पोटावरून ओटीपोटाकडे जाणाऱ्या एका शिरेवरून खाली गेली.

"पीटर, तू नर्व्हस झालेला आहेस. तू ते मान्य कर."

"मी जेव्हा तुझ्या शरीराकडे पाहतो तेव्हाच तसं होतं."

जॅनिसने ओठांचा चंबू केला, "पीटर, तू माझं बोलणं गंभीरपणानं घेतच नाहीस कधी." ती पुन्हा स्वयंपाकघराकडे जायला वळली. जाताना तिचा भरदार पार्श्वभाग पीटरला दिसला.

आतमध्ये फ्रीज उघडल्याचा आवाज आला, "दूध नाहीये."

"काळी कॉफी चालेल."

इव्हान्स उठला आणि शॉवर घेण्यासाठी गेला.

''तुझ्या इथं काही नुकसान झालं का?''

''कशामुळं?''

''भूकंप. तू इथं नसताना सौम्य भूकंप झाला. साधारण ४.३ एवढा.''

''मला कल्पना नाही.''

''नक्कीच झालं असणार. कारण तुझा टी.व्ही. हललेला आहे.''

इव्हान्स जागच्या जागी थांबला, ''काय म्हणालीस?''

''त्यामुळे तुझा टी.व्ही. हललेला आहे. तूच पाहा स्वत:.''

खिडकीमधून येणाऱ्या प्रकाशाच्या तिरपीमध्ये इव्हान्सला टी.व्ही. पूर्वी गालिचावर कुठे रुतलेला होता ती जागा स्पष्ट दिसली. टी.व्ही. मूळ जागेवरून तीन इंच हललेला दिसत होता. त्याचा टी.व्ही. जुन्या प्रकारचा आणि चांगला जड होता. तो सहजासहजी हलत नसे. तो हललेला पाहून इव्हान्सच्या अंगावर काटा आला.

''तू सुदैवी आहेस.'' जॅनिस म्हणाली, ''तुझ्याकडे तर सहज फुटू शकणाऱ्या काचेच्या कितीतरी वस्तू आहेत. तुझ्याकडे विमा पॉलिसी आहे का?''

इव्हान्सने उत्तर दिले नाही. तो वाकून टी.व्ही.मागच्या वायर पाहत होता. सर्व काही ठाकठीक वाटत होते खरे. पण त्याने कितीतरी महिने टी.व्ही.च्या मागे नजर टाकलेली नसल्याने त्याला आता काही फरक पडला असता तरी कळणार नव्हता.

''बरं...'' जॅनिस म्हणाली, ''ही कॉफी ऑरगॅनिक नाही. निदान तू तेवढं तरी करायला हवंस. तू ऐकतो आहेस का?''

''एक मिनिट....'' इव्हान्स आता टी.व्ही.च्या खाली पाहत होता.

इथेही सर्व काही ठाकठीक वाटत होते.

''आणि हे काय आहे?'' जॅनिसने विचारले.

इव्हान्सने सरळ होत पाहिले. जॅनिसच्या हातात डोनट होता.

''पीटर.'' जॅनिस कठोरपणाने म्हणाली, ''या असल्या गोष्टीत किती तूप असतं माहिती आहे का तुला? त्यापेक्षा तू सरळ तूपच का खात नाहीस?''

''मला कल्पना आहे... मी तसलं खाणं सोडायला हवंय.''

''होय. तू तसं केलेलंच बरं. अर्थात तुला पुढच्या काळात मधुमेह झालेला चालणार असेल तर गोष्ट वेगळी. पण तू असा जमिनीवर पडून काय पाहतो आहेस?''

''मी टी.व्ही. तपासून पाहत होतो.''

''का? कुठं काही मोडलं आहे का?''

''नाही. मला तसं वाटत नाही.'' इव्हान्स उठून उभा राहिला.

''शॉवरमध्ये पाणी वाहतंय.'' जॅनिस म्हणाली, ''पर्यावरणाची जाणीव नसणं असा याचा अर्थ होतो.'' तिने इव्हान्सच्या हातात कॉफीचा कप दिला, ''जा, शॉवर

घेऊन ये. मला आता जायला हवं.''

इव्हान्स शॉवर घेऊन बाहेर आला तेव्हा जॅनिस गेलेली होती. त्याने पलंगावरचे पांघरूण जितके चांगल्या प्रकारे करता येईल तसे नीट करायचा प्रयत्न केला. मग तो कपडे घालण्यासाठी कपाटाजवळ गेला.

सेंच्युरी सिटी
मंगळवार, २४ ऑगस्ट
सकाळी ८ वाजून ४५ मिनिटे

सेंच्युरी सिटीमधल्या एका ऑफिस बिल्डिंगचे पाच मजले हॅसल ॲन्ड ब्लॅक या लॉ फर्मने व्यापलेले होते. ही फर्म प्रागतिक विचारांची आणि सामाजिक जाणीव असणारी होती. पर्यावरणाविषयी प्रेम असणाऱ्या अनेक हॉलिवूड सिनेताऱ्यांसाठी आणि श्रीमंतांसाठी ही फर्म काम करत असे. ही फर्म ऑरेंज कंट्रीमधल्या तीन अतिबड्या बिल्डर्ससाठीही काम करते ही गोष्ट फारशी कोणाला माहिती नव्हती. पण फर्मचे भागीदार म्हणत की त्यामुळे फर्मच्या कामात संतुलन राखले जाते.

पर्यावरण क्षेत्रात काम करणाऱ्या अनेक नेत्यांसाठी म्हणून इव्हान्स या फर्ममध्ये आला होता. त्यात विशेषत: जॉर्ज मॉर्टन ही महत्त्वाची व्यक्ती होती. मॉर्टनसाठी चार वकील जवळपास पूर्ण वेळ काम करत असत. पीटर इव्हान्स त्यामधला एक होता. तो विशेषत: मॉर्टनच्या लाडक्या संस्थेची म्हणजे नॅशनल एन्व्हरॉनमेंटल रिसोर्स फंडची कामे पाहत असे.

असे असले तरी इव्हान्स अजूनही कनिष्ठ सहायक याच पातळीवर होता. त्याचे ऑफिस छोटे होते. त्याच्या ऑफिसच्या खिडकीमधून त्याला समोर एक गगनचुंबी इमारतीची काच दिसत असे.

इव्हान्सने टेबलावरच्या कागदपत्रांकडे नजर टाकली. कनिष्ठ स्तरावरच्या वकिलांकडे नेहमी जे काही येई तेच तिथे होते. एक पोटभाडेकरूचे प्रकरण, नोकरीचा करारनामा, दिवाळखोरीच्या खटल्यामधील चौकशीचा लेखी मसुदा, टॅक्स बोर्डाकडील दस्तऐवज आणि त्याच्या दोन अशिलांच्या वतीने खटला भरण्याची धमकी देणाऱ्या पत्रांचे कच्चे मसुदे. त्यामधला एक एका चित्रकारासाठी होता. एक आर्ट गॅलरी त्याची विकली न गेलेली चित्रे परत देत नव्हती. दुसरे पत्र जॉर्ज मॉर्टनच्या रखेलीच्या संदर्भात होते. तिच्या मते पार्किंग करताना एका नोकराने तिच्या मर्सीडीज कन्व्हर्टिबल गाडीला ओरखडा पाडला होता.

मार्गारिट लेन ही मॉर्टनची रखेली एकेकाळी सिनेमात काम करत असे. ती भडकू डोक्याची होती नि सतत ती खटले भरण्याची भाषा बोलत असायची. जेव्हा

जॉन तिच्याकडे दुर्लक्ष करी तेव्हा ती कोणावर तरी खटला भरण्यासाठी निमित्तच शोधत असायची. अलीकडे काही महिन्यांत जॉर्जचे तिच्याकडे फारसे लक्ष नव्हते आणि मग असे सगळे खटले इव्हान्सकडेच ओघाने येत असत. इव्हान्सने तिला फोन करायचा आहे याची मनोमन नोंद घेतली. ती हा खटला पुढे चालवणार नाही असे त्याला वाटत होते. अर्थात त्यासाठी तिला पटवून द्यावे लागणार होते.

कागदपत्रांमध्ये एक तक्ता होता. हा बी.एम.डब्ल्यू.च्या एका डीलरकडून मिळालेला होता. 'जीझसला कोणती गाडी आवडली असती?' या नावाच्या एका जाहिरात मोहिमेमुळे त्याच्या धंद्यावर परिणाम झाला आहे असा त्याचा दावा होता. त्याचे दुकान एका चर्चजवळ होते. तिथल्या काही धर्मप्रसारकांनी येऊन त्याच्या ऑफिसमधल्या कर्मचाऱ्यांना गाठून प्रवचने झोडली होती. त्या डीलरला हे अजिबात आवडलेले नव्हते. पण इव्हान्सला मात्र दिसत होते की गेल्या वर्षीपेक्षा या वर्षी विक्री जास्त झालेली होती. त्याने त्या डीलरला फोन करायचा आहे अशी नोंद केली.

मग त्याने ई-मेल तपासून पाहिल्या. त्यात अनेक बिनकामाच्या नि वैताग देणाऱ्या होत्या. अगदी मोजक्या मेल महत्त्वाच्या होत्या. त्यात हर्ब लोवेनस्टाईनची मेल होती. त्याने भेटायला बोलावले होते. मॉर्टनचे काम पाहणारा लोवेनस्टाईन हा वरिष्ठ भागीदार होता. तो मुख्यत: मालमत्तेचे व्यवहार सांभाळत असे. पण गुंतवणुकीच्या इतर बाबींकडेही तो लक्ष देत असे. मॉर्टनच्या मालमत्तेचे व्यवहार सांभाळणे हे पूर्ण वेळेचे काम होते. इव्हान्स हर्बच्या ऑफिसकडे निघाला.

इव्हान्स हर्बच्या ऑफिसपाशी पोहोचला तेव्हा त्याची सेक्रेटरी लिसा फोनवर बोलत होती. तिने फोन बंद केला आणि अपराधीपणाने इव्हान्सकडे पाहिले, "हर्ब आत्ता फोनवर जॅक निकोलसनशी बोलत आहेत."

"जॅक कसा आहे?"

"उत्तम. तो मेरील बरोबरचं पिक्चर पूर्ण करतोय. मध्यंतरी काहीतरी अडचण होती. सत्तावीस वर्षं वयाची टपोऱ्या डोळ्यांची लिसा हा कायमचा 'चर्चेचा' विषय होता. तिला कुचाळक्या करायला फार आवडत होत्या. ऑफिसची सगळ्या प्रकारची बित्तंबातमी इव्हान्स तिच्याकडून काढून घेत असे.

"हर्बनी मला कशाला बोलावलंय?"

"निक ड्रेकच्या संदर्भात काहीतरी आहे."

"उद्या सकाळी नऊ वाजताची मीटिंग कशासाठी आहे?"

"मला कल्पना नाही. मला जरासुद्धा वास लागलेला नाही."

"मीटिंग कोणी बोलावलीय?"

"मॉर्टनचे अकाऊंटंट." लिसाने फोनकडे पाहिले, "ओह्.... बोलणं पूर्ण

झालंय. तू आत जा.''

हर्ब लोवेनस्टाईनने उठून औपचारिकपणे इव्हान्सशी हस्तांदोलन केले. सौम्य प्रवृत्तीच्या आणि टक्कल पडू लागलेल्या हर्बचा चेहेरा आनंदी होता. त्यावर थोडासा तिरसटपणा कधीतरी दिसत असे. त्याच्या ऑफिसमध्ये त्याच्या कुटुंबाचे तीन-चार फोटो लावलेले होते. इव्हान्सशी त्याचे चांगले जमत असे. कारण अलीकडे जेव्हा मॉर्टनच्या तीस वर्षं वयाच्या पोरीला कोकेन जवळ बाळगल्याबद्दल अटक व्हायची तेव्हा तिच्या जामीनासाठी रात्री-बेरात्री इव्हान्स जात होता. अनेक वर्षं हर्बने हे काम केलेले होते. आता त्याला त्यातून सुटल्याबद्दल बरं वाटत होतं.

''हं.... आईसलंड कसं काय होतं?''

''उत्तम. फार थंडी होती.''

''सर्व काही ठीक आहे ना?''

''होय.''

''म्हणजे मला जॉर्ज आणि निक यांच्याबद्दल विचारायचं आहे. सर्व काही व्यवस्थित आहे ना?''

''होय. असावं. पण का?''

''निकला काळजी वाटतेय. त्याने मला गेल्या एका तासात दोन वेळा फोन केला होता.''

''कशासाठी?''

''आपलं जॉर्जच्या एन.ई.आर.एफ.ला देणगी देण्यासंबंधीचं काम कुठवर आलंय?''

''निक त्याबद्दल विचारतोय का?''

''त्याबद्दल काही अडचण आलीय का?''

''जॉर्जला काही काळासाठी देणगी रोखून ठेवायची आहे.''

''का?''

''ते त्यानं मला सांगितलं नाही.''

''त्याचा या केनर नावाच्या माणसाशी काही संबंध आहे का?''

''जॉर्जनं मला एवढंच सांगितलं की देणगीचं काम थांबव.'' इव्हान्स म्हणाला. लोवेनस्टाईनला केनरबद्दल कसं काय कळलं याचा तो विचार करत होता.

''मी निकला काय सांगू?''

''त्याला सांग की काम चालू आहे आणि अजून निश्चित तारीख ठरलेली नाही.''

''पण खरंच काही अडचण नाही ना?''

''निदान माझ्या माहितीत तरी नाही.''

''ठीक आहे.'' लोवेनस्टाईन म्हणाला, ''आपल्या दोघांपुरतंच मला सांग.

काही अडचण आहे का?''

''असण्याची शक्यता आहे.'' इव्हान्स म्हणाला. जॉर्ज अशा प्रकारे क्वचितच देणगी देणे थोपवत असे हा विचार त्याच्या मनात आला. काल रात्री फोनवर बोलताना जॉर्जच्या आवाजात ताण आहे हे त्याला जाणवले होते.

''उद्या ही मोठ्या कॉन्फरन्स रूममध्ये होणारी मीटिंग कशाबद्दल आहे?'' लोवेनस्टाईनने विचारले.

''काय माहीत?''

''जॉर्जनी तुला सांगितलं नाही?''

''नाही.''

''निक फार अस्वस्थ झालाय.''

''ही काही निकसाठी नवीन गोष्ट नाही.''

''निकच्या कानावर या केनरचं नाव आलंय. तो म्हणे उपद्रवकारी आणि पर्यावरणविरोधी माणूस आहे.''

''मला तसं वाटत नाही. तो एम.आय.टी.मध्ये कसल्यातरी पर्यावरणविज्ञान शाखेचा प्राध्यापक आहे.''

''निकला तो त्रासदायक वाटतो.''

''मला त्याबद्दल शंका आहे.''

''त्यानं विमानात तू आणि मॉर्टन त्या केनरसंबंधी बोलत असताना ऐकलंय.''

''निकनं अशा प्रकारे दाराआडून ऐकणं बंद केलेलं बरं.''

''त्याला त्याच्याविषयी जॉर्जला काय वाटतं याबद्दल काळजी वाटते.''

''त्यात काहीच आश्चर्यकारक नाही.'' इव्हान्स म्हणाला, ''निकनं एक मोठ्या रकमेच्या चेकचा घोटाळा केलाय. त्यानं तो चुकीच्या खात्यात भरला.''

''मी त्याबद्दल ऐकलंय. पण ती एका स्वयंसेवकाची चूक होती. त्यासाठी निकला दोषी धरता येणार नाही.''

''पण त्यामुळे विश्वास टिकून राहात नाही.''

''तो चेक इंटरनॅशनल वाईल्डरनेस प्रिझर्वेशन सोसायटीच्या खात्यात भरला होता. ही संस्था उत्तम आहे आणि आपण आता बोलतोय त्याक्षणी ती रक्कम परत येण्याचं काम सुरू आहे.''

''छान.''

''यात तुझी भूमिका काय आहे?''

''काहीही नाही. मला आपला अशील जे करायला सांगतो ते मी करतो.''

''पण तू त्याला सल्लाही देतोस.''

''त्यानं विचारला तर देतो. पण त्यानं या बाबतीत विचारला नाही.''

''तुझा स्वत:चा स्वत:वरचा विश्वास उडालाय असं वाटतंय.''

''हर्ब.'' इव्हान्स डोके हलवत म्हणाला, ''मला काय अडचण आहे ते माहिती नाही. मला फक्त देणगीला होणाऱ्या विलंबाबद्दल कल्पना आहे.''

''ठीक आहे.'' हर्ब म्हणाला. त्याने फोन उचलला, ''मी निकला शांत करतो, समजावतो.''

इव्हान्स स्वत:च्या ऑफिसात परतला तेव्हा त्याचा फोन वाजत होता. फोन मॉर्टनचा होता. ''तू आज काय करतो आहेस?''

''फारसं काही नाही. नेहमीचंच काम.''

''ते थांबू शकतं. तू वानुटू खटल्याचं काम कसं चाललंय हे प्रत्यक्ष जाऊन पाहावंस.''

''जीझस. जॉर्ज, हा खटला अजून प्राथमिक अवस्थेत आहे. मला वाटतं प्रत्यक्ष खटला दाखल व्हायला कित्येक महिने अवकाश आहे.''

''तिकडे जा.'' मॉर्टन म्हणाला.

''ठीक. मी तिकडे कल्व्हर सिटीत फोन करतो नि–''

''नाही. फोन करू नकोस. नुसता जा.''

''पण जर त्यांना मी तिथं जाण्याची अपेक्षा नसेल तर–''

''तेच तर आहे. मला नेमकं तेच हवंय. तू तिथं जा आणि काय दिसतं ते पाहा.''

मॉर्टनने फोन बंद केला.

कल्व्हर सिटी

मंगळवार, २४ ऑगस्ट

सकाळी १० वाजून ३० मिनिटे

कल्व्हर सिटीत दक्षिणेकडे वानुटू खटला चालवणाऱ्या गटाने एका गोदामात आपले ऑफिस थाटले होते. या औद्योगिक क्षेत्रात रस्त्यांवर मोठे खड्डे होते. या गोदामाच्या इमारतीत पाहण्यासारखे काहीही नव्हते. साधीसुधी विटांची भिंत आणि त्यावर ठोकलेल्या पत्र्यावर एक नंबर बस्स. इव्हान्सने बेल दाबल्यानंतर दार उघडले. त्याला एका छोट्या खोलीत प्रवेश देण्यात आला होता. हा तिथला स्वागत-कक्ष होता. भिंतीपलीकडच्या बाजूला असणाऱ्या लोकांचे आवाज त्याला ऐकू येत होते. पण त्याला पलीकडचे काही दिसत नव्हते.

पलीकडच्या बाजूला असणाऱ्या दारापाशी दोन सशस्त्र पाहरेकरी उभे होते. एका छोट्या टेबलापाशी रिसेप्शनिस्ट बसली होती. तिने इव्हान्सकडे कठोरपणे

नजर टाकली.

''– आणि तुम्ही आहात....?''

''पीटर इव्हान्स. हॅसल ॲन्ड ब्लॅक.''

''कोणाला भेटण्यासाठी....?''

''मिस्टर बाल्डर.''

''भेटीची वेळ अगोदर ठरवलीय?''

''नाही.''

रिसेप्शनिस्टने त्याच्याकडे अविश्वासाने पाहिले, ''मी त्यांच्या सहायकाला फोन करते.''

''धन्यवाद.''

रिसेप्शनिस्ट फोनवर हलक्या आवाजात बोलत होती. त्याच्या लॉ फर्मचे नाव तिने सांगितल्याचे इव्हान्सला ऐकू आले. इव्हान्सने दोन्ही पहारेकऱ्यांकडे नजर टाकली. ते खासगी कंपनीचे होते. त्यांनी त्याच्याकडे निर्विकार नजरेने पाहिले.

रिसेप्शनिस्टने फोन ठेवला. ''मिस हेन्स काही क्षणातच बाहेर येईल.'' तिने मग पहारेकऱ्यांकडे नजर टाकली. त्यामधला एक इव्हान्सकडे आला आणि त्याला म्हणाला, ''सर, ही निव्वळ औपचारिकता आहे. मला तुमचं ओळखपत्र मिळेल का?''

इव्हान्सने त्याला त्याचा वाहन चालवण्याचा परवाना दाखवला.

''तुमच्याजवळ कॅमेरा किंवा इतर काही तत्सम उपकरणं आहेत का?''

''नाही.''

''डिस्क ड्राईव्ह, फ्लॅश कार्ड किंवा तशीच काही संगणक उपकरणं?''

''नाही.''

''सर तुमच्याजवळ शस्त्र आहे का काही?''

''नाही.''

''क्षणभरासाठी तुम्ही हात वर करू शकता का?''

इव्हान्सने त्याच्याकडे चमत्कारिकपणे पाहताच तो म्हणाला, ''विमानतळावर असते तशीच ही तपासणी आहे असं समजा.'' मग त्याने इव्हान्सच्या शरीरावर हात फिरवून तपासणी केली. तो कुठे वायर नाही ना हे काळजीपूर्वक पाहत होता. मग त्याने त्याच्याभोवती इलेक्ट्रॉनिक उपकरण फिरवले.

''तुम्ही हे सारं गंभीरपणानं करता आहात.''

''होय, सर. धन्यवाद.''

तो पहारेकरी मागे झाला आणि पुन्हा आपल्या जागी जाऊन उभा राहिला. त्या ठिकाणी बसण्यासाठी काहीही नव्हतं म्हणून मग इव्हान्स उभाच राहिला. एक-दोन

मिनिटांनंतर एक तिशीजवळ आलेली निळ्या डोळ्यांची दणकट दिसणारी बाई बाहेर आली. तिने जीन पॅन्ट आणि पांढरा टी-शर्ट असा वेष केलेला होता. "मिस्टर इव्हान्स?... माझं नाव जेनिफर हेन्स." तिची पकड चांगली मजबूत होती. हस्तांदोलन करताना ती म्हणाली, "मी जॉन बाल्डर यांच्यासाठी काम करते. इकडून या."

हेन्स आणि इव्हान्स आत शिरले.

ते आता एका कॉरिडॉरमध्ये आले होते. कॉरिडॉरच्या दुसऱ्या टोकाला कुलूपबंद दार होते. दुसऱ्या प्रवेशद्वाराची व्यवस्था सुरक्षेची खबरदारी म्हणून आहे, हे इव्हान्सच्या लक्षात आले.

"हे सगळं कशासाठी आहे?" पहारेकऱ्यांकडे इशारा करत इव्हान्सने विचारले.

"आम्हाला थोडा त्रास झाला होता."

"कसला त्रास?"

"लोकांना आत काय चाललंय याबद्दल कुतूहल वाटतं."

"हं... हं...."

"आम्ही आता सावध राहायला शिकलोय."

हेन्सने दाराजवळ खाचेत कार्ड लावताच दार उघडले. ते आतमधल्या उंच छत असणाऱ्या मोठ्या गोदामात आले होते. काचेची पार्टीशन घालून त्यात मोठ्या खोल्या तयार करण्यात आल्या होत्या. इव्हान्सला दिसलेल्या पहिल्या खोलीत अनेक संगणक पडदे होते. प्रत्येक टर्मिनलपाशी तरुण माणसे होती. त्यांच्याजवळ कागदांच्या मोठ्या चळती होत्या. काचेवर मोठ्या अक्षरात 'कच्ची माहिती' असे लिहिलेले होते.

उजव्या बाजूला तशीच खोली होती. त्यावर 'उपग्रह/रेडिओ सोन्डे' असे लिहिलेले होते. आतमध्ये एका मोठ्या आलेखासमोर उभे असणारे चारजण चर्चा करताना इव्हान्सला दिसले. आणखी एका खोलीवर 'जी.सी.एम.' अशी अक्षरे होती. त्या खोलीत सगळीकडे जगाचे निरनिराळ्या रंगांचे मोठे नकाशे लावलेले दिसत होते.

"बापरे! हे तर फार प्रचंड काम दिसतंय." इव्हान्स म्हणाला.

"खटलाही मोठा आहे." जेनिफर म्हणाली, "आम्ही निरनिराळ्या प्रश्नांवर काम करण्यासाठी बनवलेले हे सगळे गट आहेत. ते मुख्यत: हवामानशास्त्र विषयातले ग्रॅज्युएट विद्यार्थी आहेत. ते वकिली शिक्षण घेतलेले नाहीत. प्रत्येक गट एका प्रश्नावर संशोधन करत आहे. "जेनिफरने गोदामात सर्वत्र नजर फिरवली. "पहिला गट कच्ची माहिती जमा करतो आहे. म्हणजे तो गोदार्द इन्स्टिट्यूट या न्यूयॉर्कमधल्या संस्थेमधून मिळालेली माहिती, ओकरिजमधल्या यू.एस.एच.सी.एन.मधली

माहिती आणि इंग्लंडमधल्या ईस्ट अँग्लीआतील हॅडली सेंटरकडून प्राप्त झालेली माहिती एकत्र करते. जगभरातल्या तापमानविषयक माहितीचे ते सर्वांत महत्त्वाचे स्रोत आहेत.''

''असं होय.''

''तो तिकडे जो गट आहे तो उपग्रहाकडील माहितीवर काम करतोय. सन १९७९ पासून वातावरणाच्या वरच्या थराचे तापमान उपग्रह नोंदवत आहेत. म्हणजेच या नोंदी वीसपेक्षा जास्त वर्षांच्या आहेत. त्यांचं काय करता येईल यावर आम्ही विचार करतो आहोत.''

''काय करता येईल म्हणजे?''

''उपग्रहाकडून आलेल्या माहितीत समस्या असतात.''

''का?''

जणू तिने इव्हान्सचा प्रश्न ऐकलाच नसावा अशा प्रकारे तिने पुढच्या खोलीकडे बोट दाखविले. ''त्या ठिकाणचा गट जी.एस.एम.चा अभ्यास करतोय. जी.एस.एम. म्हणजे संगणकाने निर्माण केलेली हवामानाची मॉडेल पाहणे. ही मॉडेल १९७० नंतरची आहेत. तुम्हाला कल्पना असेलच की ही मॉडेल फारच गुंतागुंतीची असतात. त्यांच्यात एकाच वेळी लक्षावधी विविध **चलां**चा अभ्यास करावा लागतो. ही मॉडेल आजवर मानवाने निर्माण केलेल्या मॉडेलपैकी सर्वांत क्लिष्ट स्वरूपाची आहेत. आम्ही मुख्यत: अमेरिकन, ब्रिटिश आणि जर्मन मॉडेलवर काम करतो आहोत.''

''अस्सं...'' इव्हान्सला हे सगळं डोईजड होऊ लागलं होतं.

''आणि तो गट तिथे आहे ना तो सागरी पातळीच्या संबंधातील प्रश्नांवर काम करतोय. त्या कोपऱ्यात आहे तो गट पुरातन काळातल्या पर्यावरणासाठी आहे. अर्थातच हा अभ्यास अप्रत्यक्ष स्वरूपाचा आहे. त्या तिकडे शेवटी जो गट आहे तो सौर प्रारणे आणि हवेतील सूक्ष्म कणांचा विशेष अभ्यास करणाऱ्यांचा आहे. शिवाय आमचा एक गट यू.सी.एल.ए.मध्ये असून त्यांचे काम ढगांचे आच्छादन आणि तापमान यांच्यातील संबंधांवर संशोधन करणे हे आहे. आता सगळं सांगून पूर्ण झालं.'' जेनिफर थांबली. तिला इव्हान्सच्या चेहेऱ्यावरचा गोंधळ स्पष्ट दिसला होता. ''माफ करा. पण तुम्ही जॉर्ज मॉर्टनबरोबर काम करता म्हणून मला वाटलं की तुम्ही या सगळ्याशी परिचित असाल.''

''तुम्हाला कोणी सांगितलं मी जॉर्ज मॉर्टनबरोबर काम करतो म्हणून?'' जेनिफरने स्मितहास्य केले, ''आम्ही आमच्या कामात चोख आहोत मिस्टर इव्हान्स.'' अखेर ते एका कोणतेही नाव नसलेल्या खोलीपाशी आले. त्या ठिकाणी मोठमोठे आलेख आणि फोटो लावलेले दिसत होते. काही त्रिमिती मॉडेलही बनवून ठेवलेली दिसत होती. ''हे काय आहे सारं?''

''इथं ज्यूरींना समजतील अशा प्रकारे माहिती सादर करण्यासाठी काम चालतं. काही माहिती फारच क्लिष्ट असते. आम्ही ती जास्तीत जास्त सोपी पण मनावर पकड करणारी असेल अशा प्रकारे सादर करण्यासाठी प्रयत्न करतो.''

''हे सारं एवढं क्लिष्ट आहे का?'' जाता जाता इव्हान्सने विचारले.

''होय. बेटांवर असलेलं वानुटू राष्ट्र म्हणजे दक्षिण पॅसेफिक महासागरातली चार प्रवाळ बेटांची वर्तुळं आहेत. बेटांची सर्वांत जास्त उंची समुद्रपातळीपासून अवघी वीस फूट आहे. जागतिक तापमानवाढीमुळे समुद्राच्या पातळीत जी वाढ होईल त्यामुळे या बेटांवरच्या आठ हजार नागरिकांना देशोधडीला लागण्याचा धोका निर्माण झाला आहे.''

''होय. मला त्याची कल्पना आहे.'' इव्हान्स म्हणाला, ''पण या विषयावर काम करण्यासाठी इतक्या सगळ्या लोकांची काय गरज आहे?''

जेनिफरने इव्हान्सकडे विचित्र नजरेने पाहिले. ''कारण आम्हाला हा खटला जिंकायचा आहे.''

''हं... हं...''

''आणि हा खटला जिंकणं ही सोपी बाब नाही.''

''म्हणजे काय?'' इव्हान्स म्हणाला, ''ही जागतिक तापमानवाढ. सगळ्यांना माहिती आहे की जागतिक तापमानवाढ ही–''

गोदामाच्या दुसऱ्या टोकाकडून एक मोठा आवाज घुमला, ''जागतिक तापमानवाढ ही काय–?''

चष्मा घातलेला आणि टक्कल पडलेला एकजण त्यांच्या दिशेने आला. त्याच्याकडे पाहून आनंद व्हावा असे काहीही त्याच्यात नव्हते. त्याचा अवतार त्याच्या 'टकल्या गरूड' या टोपणनावाला साजेसा होता. नेहमीप्रमाणेच जॉन बाल्डरचा कोट, टाय, शर्ट आणि पॅन्ट सारे काही निळे होते. इव्हान्सनकडे पाहताना त्याने डोळे किंचित बारीक केले होते. काहीही कारण नसताना इव्हान्सला बाल्डरपुढे दबल्यासारखे वाटू लागले.

इव्हान्सने हात पुढे केला, ''पीटर इव्हान्स, हॅसल ॲन्ड ब्लॅक.''

''आणि तुम्ही जॉर्ज मॉर्टनबरोबर काम करता?''

''होय, सर.''

''आम्ही मिस्टर मॉर्टनच्या उदारपणामुळे त्यांच्या ऋणात आहोत. आम्ही त्यांचा पाठिंबा मिळवण्याजोगे काम करण्यासाठी सतत प्रयत्नशील आहोत.''

''मी हे त्यांना सांगेन, सर.''

''जरूर सांगा. तुम्ही जागतिक तापमानवाढीबद्दल काहीतरी बोलत होतात, मिस्टर इव्हान्स. तुम्हाला या विषयात रस आहे का?''

''होय सर, आहे. या पृथ्वीतलावरचा एक हितचिंतक म्हणून आहे.''

''मला त्याची खात्री आहे. पण मला एक सांगा, तुमच्या मते जागतिक तापमानवाढ म्हणजे काय?''

इव्हान्सने आपले आश्चर्य लपवण्याचा प्रयत्न केला. आपल्याला प्रश्न विचारले जाण्याची त्याला अपेक्षा नव्हती. ''हे तुम्ही का विचारता आहात?''

''इथं येणाऱ्या प्रत्येकालाच मी हा प्रश्न विचारतो,'' बाल्डर म्हणाला, ''या विषयावर सर्वसामान्य मते काय स्वरूपाची आहेत ते जाणून घेणे हा आमचा त्यामागचा हेतू आहे. जागतिक तापमानवाढ म्हणजे काय?''

''जागतिक तापमानवाढ म्हणजे जीवाश्म इंधनांच्या ज्वलनामुळे पृथ्वीचे तापमान वाढणे.''

''खरं म्हणजे हे बरोबर नाही.''

''नाही?''

''जवळपासही बरोबर नाही. तुम्ही पुन्हा एकदा प्रयत्न करा.''

इव्हान्स थबकला. त्याच्या लक्षात आले की एक अशांत आणि कायद्याचे जबरदस्त ज्ञान असणारी व्यक्ती आपल्याला प्रश्न विचारत आहे. त्याला कायद्याचे शिक्षण घेताना अशा प्रकारचे बरेच लोक भेटलेले होते. तो काही क्षण थांबला आणि शब्दांची काळजीपूर्वक निवड करत म्हणाला, ''जागतिक तापमानवाढ म्हणजे.... अं..... जीवाश्म इंधनांच्या ज्वलनामुळे पृथ्वीच्या वातावरणात जो जादा कार्बन डायऑक्साइड वायू मिसळतो, त्याच्या परिणामामुळे पृथ्वीच्या पृष्ठभागाच्या तापमानात होणारी वाढ.''

''पुन्हा एकदा चूक.''

''का बरं?''

''अनेक कारणं आहेत. मला यात किमान चार त्रुटी दिसतात.''

''मला कळलं नाही. माझं विधान असं– म्हणजे जागतिक तापमानवाढ म्हणजे काय ते मी सांगितलं त्यातून.''

''नाही. ते खरं नाही.'' बाल्डरचा स्वर अधिकार गाजवणारा होता.

धारदार आवाजात तो म्हणाला, ''जागतिक तापमानवाढ हा एक *सिद्धांत* आहे.''

''– सिद्धांत... आता तो सिद्धांत राहिलेला नाही–''

''नाही. तो एक सिद्धांतच आहे.'' बाल्डर म्हणाला, ''मी सांगतो त्यावर विश्वास ठेवा. उलट असतं तर मला आनंदच झाला असता. पण वस्तुत: कार्बन डायऑक्साइड आणि इतर वायूंच्या प्रमाणात वाढ झाल्यामुळे *तथाकथित हरितगृह परिणाम* होऊन पृथ्वीच्या वातावरणाच्या सरासरी तापमानात वाढ होत आहे हा एक *सिद्धांतच* आहे.

“ठीक आहे... ठीक आहे. ही अधिक नेमकी व्याख्या आहे खरी, पण...”

“मिस्टर इव्हान्स, तुम्हाला स्वत:ला जागतिक तापमानात वाढ होतेय हे खरं वाटतं. होय ना?”

“अर्थातच.”

“तुमचा ठाम विश्वास आहे तसा?”

“होय. सगळ्यांचाच आहे की.”

“तर मग आपल्याला जे ठामपणानं वाटतं ते अचूक शब्दांत सांगायला नको का?”

इव्हान्सला घाम येऊ लागला. त्याला आपण शाळेत असल्यासारखे वाटू लागले होते. “हं... सर.... मला असं वाटतं की.... या केसमध्ये तसं नाही. कारण जेव्हा तुम्ही जागतिक तापमानवाढ म्हणता तेव्हा सर्वांना म्हणजे काय ते कळतं.”

“खरंच? उलट तुम्हाला स्वत:ला तरी त्याचा अर्थ कळलाय असं मला वाटत नाही.” बाल्डर म्हणाला.

इव्हान्सचे डोके एकदम गरम झाले. त्याने स्वत:वर ताबा मिळवण्याच्या आतच त्याच्या तोंडून रागाने शब्द बाहेर पडले, “हे पाहा, मी वैज्ञानिक शब्दांत सांगू शकलो नाही म्हणून–”

“मला तसल्या तपशीलांची फिकीर नाही मिस्टर इव्हान्स. तुमच्या मनात असलेल्या ठाम कल्पनांच्या गाभ्याबद्दल मला फिकीर आहे. तुमच्या या ठाम विश्वासाला काहीही आधार नाही.”

“सर... तुमच्याविषयी पूर्ण आदर ठेवून सांगतो... हे हास्यास्पद आहे.”

इव्हान्स श्वास ओढून धरत म्हणाला.

“म्हणजे तुमच्या मताला आधार आहे म्हणता?”

“अर्थातच आहे.”

बाल्डर इव्हान्सकडे रोखून पाहत होता. तो स्वत:वरच खूष झाला होता.

“तसं असेल तर या खटल्यासाठी तुमची फार मदत होईल. तुम्ही मला तुमचा एखादा तास देऊ शकाल का?”

“अं... तसं करता येईल...”

“आम्ही तुमची एक व्हिडिओटेप घेतली तर काही हरकत नाही ना?”

“नाही.... पण, कशासाठी?”

बाल्डर जेनिफर हेन्सकडे वळला. ती म्हणाली, “तुमच्यासारख्या भरपूर माहिती असणाऱ्या लोकांना जागतिक तापमानवाढीबद्दल नेमकं काय वाटतं याची एक आधारभूत पातळी आम्ही ठरवतो आहोत. आम्ही ज्यूरींसाठी जे काही दाखवणार आहोत त्यात आणखी नीटनेटकेपणा येण्यास मदत होईल.”

“म्हणजे एका माणसाची ज्यूरी समिती समजून–”

“अगदी बरोबर. आम्ही या अगोदर अनेक लोकांच्या मुलाखती घेतलेल्या आहेत.”

“ठीक आहे.” इव्हान्स म्हणाला, “आपण कधीतरी ते ठरवू या.”

“आत्ताची वेळच उत्तम आहे.” बाल्डर हे बोलून जेनिफरकडे वळला, “चार नंबरच्या खोलीत तुझ्या लोकांना जमायला सांग.”

“मला तुम्हाला मदत करायला नक्कीच आवडेल.” इव्हान्स म्हणाला.

“पण मी या ठिकाणी साधारण काय काम चालतं याची जुजबी माहिती घ्यायला आलो–”

“कारण या खटल्याच्या बाबतीत काहीतरी गडबड आहे असं तुमच्या कानावर आलं म्हणून? पण आमच्यापुढे चांगलीच आव्हानं आहेत.” बाल्डर म्हणाला, “त्याने हातातल्या घड्याळावर नजर टाकली, “मला एका मीटिंगसाठी जायची वेळ झाली आहे. तुम्ही काही वेळ मिस हेन्सशी बोला. ते काम पूर्ण झालं की मग आपण या खटल्याबद्दल काय वाटतं त्यावर बोलू. हे ठीक आहे ना मिस्टर इव्हान्स?”

इव्हान्स होकार देण्याशिवाय आणखी काहीही करूच शकत नव्हता.

कल्व्हर सिटी
मंगळवार, २४ ऑगस्ट
सकाळी ११ वाजता

इव्हान्सला कॉन्फरन्सरूममध्ये एका मोठ्या टेबलाच्या टोकाला बसवण्यात आलं. पलीकडच्या टोकाला व्हिडिओ कॅमेरा लावण्यात आला. पाच तरुण पोरे तिथे आली नि टेबलापाशी बसली. सर्वांनी टी-शर्ट आणि जीन्स असे साधे कपडे घातलेले होते. जेनिफर हेन्सने त्यांची ओळख करून दिली. पण ती एवढ्या वेगात बोलली की इव्हान्सला एकही नाव नीट कळलं नाही. तिने सांगितले की वेगवेगळ्या विज्ञानाचा अभ्यास करणारे ते सारे ग्रॅज्युएट विद्यार्थी आहेत.

त्यांची तयारी चालू असताना जेनिफर इव्हान्सजवळच्या खुर्चीत येऊन बसली.

“माफ करा. जॉन तुमच्याशी फार कठोरपणे बोलला. पण तो कामाच्या दबावामुळे हताश होऊ लागला आहे.”

“या खटल्याचा दबाव?”

“होय.”

“कशा प्रकारचा दबाव आहे?”

“आता या मुलाखतीदरम्यान तुम्हाला त्याची थोडीफार कल्पना येऊ शकेल.”

ती इतरांकडे वळली, ''तयारी झाली का?''

सगळ्यांनी माना डोलावल्या. टिपणवह्या उघडण्यात आल्या. कॅमेऱ्यामधला दिवा लागला. जेनिफर म्हणाली, ''हॅसल ॲन्ड ब्लॅकमधल्या पीटर इव्हान्स यांची मुलाखत. मंगळवार, चोवीस ऑगस्ट. मिस्टर इव्हान्स, जागतिक तापमानवाढीचे समर्थन करणाऱ्या पुराव्यांविषयी आम्हाला तुमची मतं जाणून घ्यायची आहेत. ही काही कसली परीक्षा नाही. आम्हाला फक्त या बाबतीत तुम्हाला काय वाटतं ते माहिती करून घ्यायचं आहे.''

''ठीक आहे.''

''आपण अनौपचारिकपणे सुरुवात करू. जागतिक तापमानवाढीच्या संदर्भातल्या पुराव्यांबद्दल तुम्हाला काय माहिती आहे ते सांगा.''

''हं.'' इव्हान्स म्हणाला, ''मला माहिती आहे की उद्योगांमध्ये गेल्या वीस-तीस वर्षांत जाळल्या गेलेल्या इंधनातून बाहेर पडलेल्या कार्बन डायऑक्साइडमुळे जगभरात सगळीकडे तापमानात चांगलीच वाढ झालेली आहे.''

''बरं. ही जी चांगलीच वाढ झालेली आहे ती किती आहे?''

''मला वाटतं, एखादा अंश.''

''फॅरनहीट की सेल्सिअस?''

''फॅरनहीट.''

''आणि ही वाढ गेल्या वीस वर्षांत झालीय?''

''वीस-तीस वर्षं. होय.''

''आणि विसाव्या शतकाच्या प्रारंभी काय परिस्थिती होती?''

''तेव्हाही तापमानात वाढ होत होती. पण इतक्या वेगानं नव्हती.''

''ठीक. आता मी तुम्हाला एक आलेख दाखवते...'' जेनिफरने एका पुठ्ठ्यावर चिकटवलेला आलेख त्याच्यासमोर धरला.

''हा आलेख परिचयाचा वाटतो का?''

''होय. मी पूर्वी हा पाहिलेला आहे.''

''हा आलेख ज्या माहितीवरून बनवलेला आहे ती गोदार्द इन्स्टिट्यूट व नासा यांच्याकडील आहे. ही माहिती संयुक्त राष्ट्रसंघटना व इतरही संघटना वापरतात. संयुक्त राष्ट्र संघटना हा माहितीचा भरवसा ठेवण्याजोगा स्रोत आहे असं तुम्हाला वाटतं का?''

''होय.''

''तर मग हा आलेख अचूक आणि पूर्वग्रहरहित आहे नि कसलातरी चावटपणा नाही असं मानता येईल?''

''होय.''

''छान. हा आलेख काय दर्शवतो ते माहिती आहे का?''

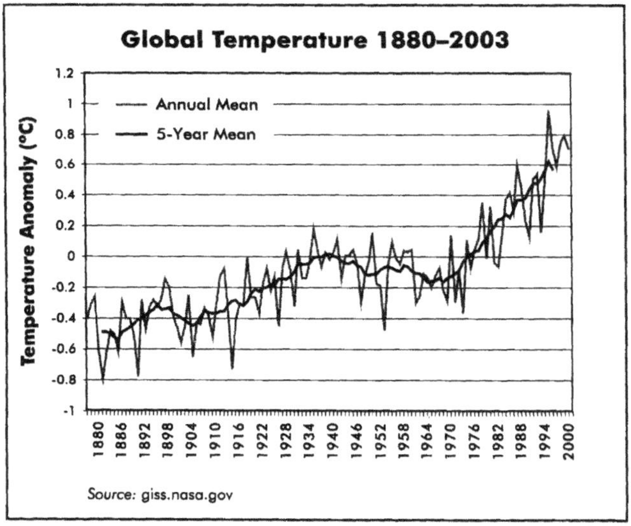

इव्हान्सला ते वाचता येत होते. तो म्हणाला, ''गेल्या शंभर वर्षांत जगभरातून अनेक हवामानकेंद्रांमधून मिळालेल्या तापमानाच्या आकड्यांची ती सरासरी आहे.''

''बरोबर.'' जेनिफर म्हणाली, ''आणि या माहितीचा अर्थ कसा लावता येईल?''

''हं...'' इव्हान्स म्हणाला, ''मी मघाशी जे सांगत होतो तेच त्यात आहे.'' त्याने आलेखातल्या रेषेवर बोट ठेवले, ''जगाचे तापमान साधारणत: १८९० पासून वाढू लागले आहे. पण १९७० नंतर वाढीचा वेग जास्त आहे. त्याच सुमारास औद्योगिक प्रगती अत्यंत जोरात होती. हा जागतिक तापमानवाढीचा खरा पुरावा आहे.''

''ठीक आहे.'' जेनिफर म्हणाली, ''१९७० नंतर वेगाने झालेली वाढ कशामुळे होती?''

''औद्योगिकीकरणातून बाहेर पडणाऱ्या कार्बन डायऑक्साइडच्या वाढत्या प्रमाणामुळे.''

''उत्तम. याचा अर्थ कार्बन डायऑक्साइड वाढत गेला की तापमान वाढत जातं.''

''होय.''

''ठीक आहे. बरं तुम्ही म्हणालात की १८९० पासून ते १९४० पर्यंत तापमानात वाढ होत होती. ती कशामुळे होती? कार्बन डायऑक्साइडमुळे की काय?''

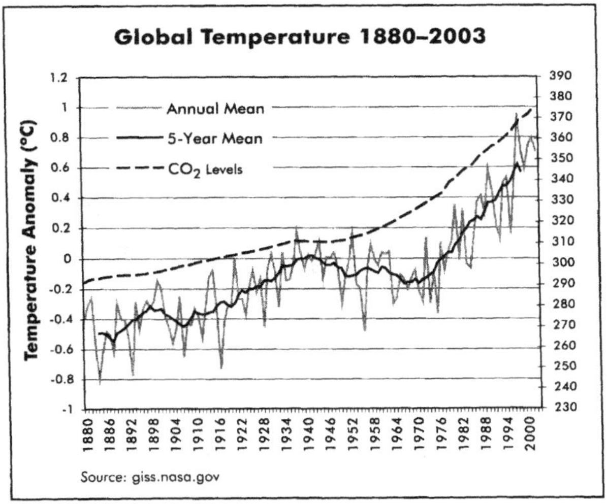

"अं... मला खात्रीनं सांगता येणार नाही."

"पण १८९० मध्ये तर औद्योगिक प्रगती तेवढी नव्हती आणि तरीही तापमानात वाढ झाली हे दिसतंय. तेव्हा कार्बन डायऑक्साइड वायू वाढत होता का?"

"मला खात्री नाही त्याबद्दल."

"खरंच तसं आहे. हा कार्बन डायऑक्साइड आणि तापमानाचा आलेख पाहा."

"ठीक आहे." इव्हान्स म्हणाला, "हे तर अपेक्षेप्रमाणेच आहे. कार्बन डायऑक्साइडचं प्रमाण वाढलं की तापमानात त्यामुळे वाढ होत होती."

"छान." जेनिफर म्हणाली, "आता तुम्ही आपलं लक्ष १९४० ते १९७० या

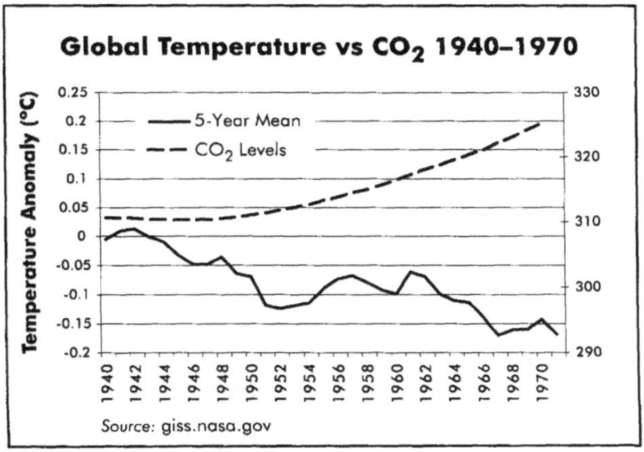

कालखंडाकडे केंद्रित करा. तुम्हाला दिसेल की जागतिक तापमान या तीस वर्षांत कमी झालं होतं. लक्षात आलं का?''

''होय....''

''बरं. मी आता त्या काळाची सखोल माहिती दर्शवणारा आणखी एक आलेख दाखवते.'' जेनिफरने त्याच्यासमोर आणखी एक आलेख ठेवला.

''हा कालखंड तीस वर्षांचा आहे. या तीन दशकांच्या काळात तापमान कमी झालं होतं. उन्हाळ्यात बर्फामुळे पिकांचं नुकसान होत होतं. युरोपमधल्या ग्लेशिअरच्या आकारात वाढ होत होती. तापमानातली ही घट का झाली?''

''मला माहीत नाही.''

''या काळातही कार्बन डायऑक्साइडचे प्रमाण वाढत होतं का?''

''होय.''

''जर कार्बन डायऑक्साइडमधली वाढ हे तापमानवाढीचं कारण असेल तर मग १९४० ते १९७० या काळात तसं का घडलं नाही?''

''मला कल्पना नाही.'' इव्हान्स म्हणाला, ''आणखी एखादा घटक असेल किंवा कदाचित हा अपवादात्मक असंबद्धतेचा प्रकार असावा. अशी असंबद्धता अनेकदा आढळते. शेअर मार्केटच्या अशा माहितीत असंबद्धता दिसतेच की.''

''शेअर मार्केटमध्ये असंबद्धता तीस वर्षं टिकते?''

इव्हान्सने खांदे उडविले. ''किंवा हा हवेतल्या काजळीचा परिणाम असेल. कदाचित हवेत तरंगणाऱ्या कणांमुळे हे घडत असेल. कारण पर्यावरणविषयक कायदे तयार होण्याच्या अगोदर हवेत तरंगते कण खूप मोठ्या प्रमाणात असायचे. किंवा आणखी काही घटक असेल.''

''या आलेखांवरून दिसतंय की कार्बन डायऑक्साइडच्या प्रमाणात सतत वाढ होत होती पण तापमान मात्र वाढत नव्हतं. ते वाढलं. मग कमी झालं आणि पुन्हा वाढलं. असं असूनही कार्बन डायऑक्साइडमुळे तापमानात वाढ झाली असं तुम्हाला ठामपणानं वाटतंय?''

''होय. सगळ्यांनाच कारण काय ते माहिती आहे.''

''हा आलेख पाहिल्यानं तुम्हाला अडचणीत पडल्यासारखं वाटतंय का?''

''नाही.'' इव्हान्स म्हणाला, ''पण त्यामुळे काही नवीन प्रश्न उद्भवले आहेत हे मी मान्य करतो. पण हवामानाबद्दल सगळं काही आपल्याला माहिती नसतं. तेव्हा.... नाही, हा आलेख मला अडचणीचा वाटत नाही.''

''ठीक आहे. उत्तम. मला हे ऐकून आनंद झाला. आपण पुढे जाऊ. तुम्ही म्हणालात की हा आलेख जगभरातल्या हवामान केंद्रांच्या माहितीच्या सरासरीचा आहे. ही हवामानविषयक माहिती कितपत विश्वासार्ह असते असं तुम्हाला वाटतं?''

“मला कल्पना नाही.”

“ठीक. मी एक उदाहरण देते. एकोणिसाव्या शतकाच्या अखेरीस ठिकठिकाणी ठेवलेल्या उपकरणांपाशी जाऊन लोक दिवसातून दोन वेळा तापमान लिहून घेत असत. काही वेळा कित्येक दिवस ते विसरून गेले असण्याची शक्यता आहे. काही वेळा त्यांच्या घरात कोणी आजारी आहे म्हणून काम राहून गेले असेल. पण त्यांना नंतर माहिती तर भरावीच लागत होती.”

“ही पूर्वीची गोष्ट झाली.”

“बरोबर. पण पोलंडमधली १९३० नंतरची किंवा १९९० नंतर रशियामधली हवामानाची माहिती कितपत अचूक आहे असं तुम्हाला वाटतं?”

“फारशी अचूक नसावी.”

“हे बरोबर आहे. म्हणजेच गेल्या शंभर वर्षांतली जी माहिती आहे त्यामधली बऱ्याच हवामान केंद्रामधून मिळालेली माहिती अत्यंत अचूक दर्जाची व विश्वासार्ह नाही असे म्हणता येईल.”

“शक्य आहे.”

“गेल्या काही वर्षांत कोणत्या देशामधल्या हवामान केंद्रांच्याकडून मिळणारी माहिती सर्वांत चांगली आहे?”

“अमेरिका.”

“बरोबर. मला वाटतं याबद्दल काही दुमत नाही. आता हा आणखी एक आलेख पाहा.”

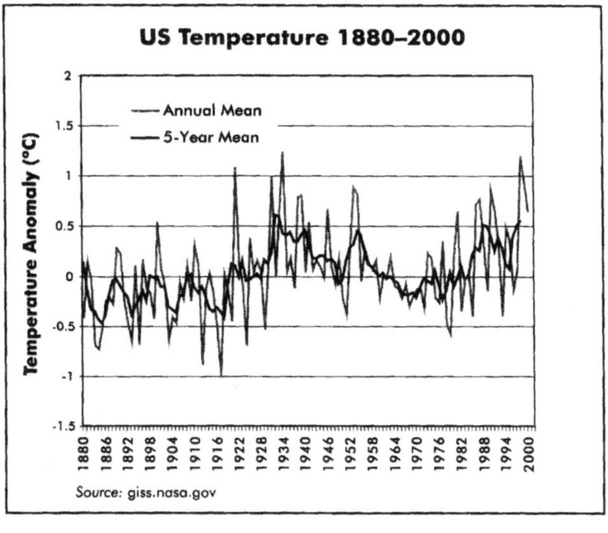

''हा आलेख आणि आपण जागतिक तापमानाचा जो पहिला आलेख पाहिला त्यात काही साम्य आहे का?'' जेनिफरने विचारले.

''तंतोतंत नाही.''

''सन १८८० नंतर तापमानात काय बदल झालेला आहे?''

''हं.... एक तृतीयांश वाटतोय.''

''शंभर वर्षांत एका सेल्सिअस अंशाचा तिसरा भाग. हे काही फार मोठं प्रमाण नाही.''

जेनिफर आलेखावर बोट ठेवत म्हणाली, ''आणि गेल्या शतकामधलं सर्वांत जास्त तापमान कोणत्या वर्षी होतं?''

''१९३४ हे असावं.''

''या आलेखावरून तुम्हाला वाटतंय का की जागतिक तापमान वाढ होत आहे?''

''हं... तापमान तर वाढतंय.''

''होय. गेल्या तीस वर्षांत वाढतंय हे खरं. पण त्या अगोदरच्या तीस वर्षांत ते खाली गेलं होतं. आणि सध्या अमेरिकेतलं तापमान साधारणत: १९३० या वर्षीच्या तापमानाएवढंच आहे. तेव्हा हा आलेख जागतिक तापमानवाढीच्या युक्तिवादाला पुष्टी देतो का?''

''होय.'' इव्हान्स म्हणाला, ''अमेरिकेत ते तेवढं ठळकपणे जाणवत नाही इतकंच. पण तसं नक्की घडतंय.''

''पण अचूक नोंद झालेल्या ठिकाणी दिसतं की वाढीचं प्रमाण सर्वांत कमी आहे. हे तुम्हाला अडचणीचं वाटत नाही का?''

''नाही. कारण जागतिक तापमानवाढ हा जागतिक पातळीवरचा परिणाम आहे. तो फक्त अमेरिकेपुरता मर्यादित नाही.''

''जर तुम्हाला हे आलेख कोर्टासमोर ठेवून ज्यूरींना पटवण्याची वेळ आली तर तुम्ही त्यांना ते पटवून देऊ शकाल का? की एखादा ज्यूरी हा आलेख बघून म्हणेल की या जागतिक तापमानवाढीत काहीही अर्थ नाही?''

''तुम्ही साक्षीदाराला मुद्दाम प्रवृत्त करता आहात.'' इव्हान्स हसून म्हणाला.

पण खरे तर त्याला थोडासा अस्वस्थपणा आलेला होता. पण थोडासाच, कारण त्याने पर्यावरणविषयक परिषदांमध्ये अशा प्रकारचे युक्तिवाद ऐकलेले होते. औद्योगिक क्षेत्राने पाठबळ दिलेले 'मारेकरी' समोर मुद्दाम बदल केलेली माहिती टाकून कोणालाही सहज पटेल असे भाषण देत असत आणि बऱ्याचदा इव्हान्सला स्वत:च्या माहितीबद्दल अविश्वास निर्माण होऊ लागायचा.

जणू इव्हान्सचे मन वाचले असावे अशा प्रकारे जेनिफर म्हणाली, ''पीटर ही

माहिती भक्कम आहे. कोलंबिया विद्यापीठाच्या गोदार्द इन्स्टिट्यूट या अवकाश संशोधन संस्थेने तापमानाची आकडेवारी पुरवली आहे, तर मौना लोआ नि अंटार्क्टिकाच्या 'लॉ डोम' बर्फगाभ्यातून कार्बन डायऑक्साइड पातळीची नोंद करण्यात आलेली आहे.* ही सगळी माहिती जागतिक तापमानवाढीवर विश्वास ठेवणाऱ्या संशोधकांनी जमा केलेली आहे.''

''होय.'' इव्हान्स म्हणाला, ''कारण जगभरातल्या वैज्ञानिकांमध्ये पक्की सहमती आहे की जागतिक तापमान वाढतंय आणि ही महत्त्वाची धोकादायक गोष्ट आहे.''

''ठीक आहे. छान.'' जेनिफर सफाईदारपणे म्हणाली, ''हे आलेख पाहूनही तुमचं मत बदललं नाही याचा मला आनंद वाटतो. हं, डेव्हिड आता आपण आणखी काही महत्त्वाच्या प्रश्नांकडे वळू या.''

एक ग्रॅज्युएट विद्यार्थी पुढे झाला. ''मिस्टर इव्हान्स, मला तुमच्याशी जमिनीचा वापर या विषयी बोलायला आवडेल. शहरातील उष्णतेची बेटं आणि वरच्या हवेतील तापमानाविषयी उपग्रहांकडून मिळालेली माहिती यावरही.''

'ओह्, जीझस' इव्हान्सच्या मनात विचार आला. पण त्याने मान डोलावली. ''ठीक आहे...''

''आम्ही एका प्रश्नावर विचार करतोय की जमिनीच्या वापरातील बदलांचा पृष्ठभागावरच्या तापमानावर काय परिणाम होत असावा? तुम्हाला या प्रश्नाबद्दल काही कल्पना आहे का?''

''खरं म्हणजे नाही.'' इव्हान्सने घड्याळाकडे नजर टाकली, ''मोकळेपणानं सांगायचं तर तुम्ही लोक ज्या पातळीवर चर्चा करता आहात ती माझ्या दृष्टीने फार वरची आहे. मी फक्त वैज्ञानिक सांगतात ते ऐकतो—''

''आणि इथं आम्ही वैज्ञानिक जे सांगतात त्याच्या आधारावर एका खटल्याची तयारी करतोय.'' जेनिफर म्हणाली, ''खटला याच पातळीवर लढवला जाणार आहे.''

''लढवला जाणार?'' इव्हान्सने खांदे उडवले, ''कोण लढणार आहे? एवढ्या दर्जाचा आहे कोण? शिवाय जगात जागतिक तापमानवाढीवर विश्वास नसलेला कोणीतरी वैज्ञानिक आहे का?''

''हे मात्र चुकीचं आहे मिस्टर इव्हान्स. बचावासाठी हार्वर्ड, एम.आय.टी., कोलंबिया, ड्रेक, व्हर्जिनिया, कोलोरॅडो, बर्कले अशा अनेक मान्यवर विद्यापीठात काम करणाऱ्या प्राध्यापकांना बोलावण्यात येईल. ते नॅशनल ॲकॅडमी ऑफ

* D. M. Etheridge and others. 1996. Natural and Anthropogenic changes in Atmospheric CO_2 over the last 1000 years from Air in Antarctic Ice and Firn, *Journal of Geophysical Research* 101 : 4115-4128

सायन्सेसच्या माजी अध्यक्षांना बोलावतील. ते काही नोबेल मानकऱ्यांसाठी बोलविण्याची शक्यता आहे. इंग्लंड, जर्मनीमधल्या मॅक्स प्लँक इन्स्टिट्यूटमधले, स्टॉकहोम विद्यापीठातले लोकही बोलावले जातील. हे सगळे युक्तिवाद करून दाखवतील की जागतिक तापमानवाढ अजून सिद्ध झालेली नाही. कदाचित काहीजण तर हा निव्वळ कल्पनाविलास आहे असंही म्हणतील.''

''त्यांच्या संशोधनासाठी कंपन्या पैसा पुरवत असणार हे नक्की.''

''सर्व नाही. काहींच्या.''

''पक्के पुराणमतवादी– ***नव-पुराणमतवादी***.''

''या खटल्यामधला मुख्य भर माहितीवर असणार–''

इव्हान्सने सर्वांच्या चेहेऱ्याकडे नजर टाकली. त्यांच्या चेहेऱ्यांवर चिंता दिसत होती. *आपण बहुधा खटला हरणार* असे त्यांना वाटत असावे हा विचार इव्हान्सच्या मनात आला.

''पण हे सगळं हास्यास्पद आहे.'' इव्हान्स म्हणाला, ''तुम्हाला वर्तमानपत्रं वाचणं, टी.व्ही. पाहणं एवढंच करायचं आह–''

''वर्तमानपत्रं आणि टी.व्ही.वर सर्व काही पाहिजे तसं बेतता येतं. पण खटल्यात तसं होत नाही.''

''तर मग प्रसिद्धी माध्यमांकडे दुर्लक्ष करा.'' इव्हान्स म्हणाला, ''तुम्ही फक्त वैज्ञानिक नियतकालिके वाचण्यावर भर दिलात–''

''ते आम्ही करतोच आहोत, मिस्टर इव्हान्स. पण त्यामुळे आम्हाला फारसा उपयोग होत नाही. जर तुम्ही थोडा आणखी त्रास सहन करू शकत असाल तर आपण पुढच्या प्रश्नाकडे वळू या.''

त्याच क्षणी फोन वाजला. बाल्डरने इव्हान्सची या त्रासदायक मुलाखतीतून मुक्तता केली, ''तो हॅसल ॲन्ड ब्लॅकमधून आलेला माणूस आहे ना त्याला माझ्या ऑफिसात पाठवा. मी त्याच्यासाठी दहा मिनिटे काढू शकतो.''

कल्व्हर सिटी

मंगळवार, २४ ऑगस्ट

दुपारी १२ वाजून ४ मिनिटे

बाल्डर त्याच्या काचेच्या भिंती असलेल्या बालेकिल्ल्यात काचेच्या टेबलावर पाय वर ठेवून बसला होता. त्याच्यासमोर कागदपत्रे आणि शोधनिबंधांचा ढीग पडलेला होता. इव्हान्स आत शिरला तरी बाल्डरने आपले पाय खाली घेतले नाहीत.

''तुला हे चांगलं वाटलं का?'' बाल्डर इव्हान्सच्या मुलाखतीबद्दल विचारत

होता.

''एका परीनं होय.'' इव्हान्स म्हणाला, ''पण मला तुम्ही हे बोलण्याबद्दल माफ करत असाल तर सांगतो, तुमच्या लोकांना आपण खटला हरू अशी भीती वाटत असावी.''

''आम्ही हा खटला जिंकणार याबद्दल मला जराही शंका नाही.'' बाल्डर म्हणाला. ''अजिबातच शंका नाही त्याबद्दल. पण मला माझ्या लोकांना तसं वाटायला नको आहे. मला त्यांनी प्रचंड काळजीतच राहायला हवंय. आम्ही हा खटला इ.पी.ए.विरुद्ध लावतोय आणि त्यांनी बाहेरचा एक वकील खटल्याच्या अगोदरच नेमला आहे. बॅरी बेकमन.''

''ओह्! चांगलाच दणकेबाज आहे की त्यांचा वकील.'' इव्हान्स म्हणाला.

बॅरी बेकमन हा त्याच्या पिढीमधला अत्यंत नावाजलेला वकील होता. वयाच्या अठ्ठाविसाव्या वर्षीच तो स्टॅनफोर्ड लॉ स्कूलमध्ये प्राध्यापक बनला होता. नंतर काही वर्षांनी त्याने विद्यापीठ सोडून खासगी व्यवसाय सुरू केला. त्याच्या अशीलांमध्ये मायक्रोसॉफ्ट, टोयोटा, फिलिप्स आणि अशा कितीतरी बड्या बहुराष्ट्रीय कंपन्या होत्या. बेकमनची बुद्धी कुशाग्र होती. त्याचे वागणे रुबाबदार होते नि त्याला नर्मविनोदाची झालर होती. त्याची स्मरणशक्ती अचाट होती. सर्वांना माहिती होतं की जेव्हा तो सर्वोच्च न्यायालयापुढे युक्तिवादाला उभा राही (अगोदर तीन वेळा असे घडलेले होते) तेव्हा न्यायाधीशांच्या प्रश्नांना उत्तरे देताना तो विशिष्ट संदर्भाचे पृष्ठक्रमांक सांगत असे. 'युवर ऑनर, तुम्हाला हे पान २३७ च्या तळटीपेत आढळेल' अशी त्याची भाषा असायची.

''पण बॅरीमध्येही काही कमकुवतपणा आहे.'' बाल्डर म्हणाला, ''त्याच्या जिभेच्या टोकावर एवढी प्रचंड माहिती असल्याने कधी कधी तो घसरून भरकटत जातो. त्याला स्वत:चं भाषण ऐकणं सुखावतं. तो सहज दिशाहीन होऊ शकतो. मी त्याला एकदा पराभूत केलंय. पण एक गोष्ट मात्र नक्की आहे. आपल्याला अतिशय तयारीच्या प्रतिस्पर्ध्याशी सामना करावा लागणार आहे.''

''पण खटला दाखल व्हायच्या अगोदरच वकील नेमणं हे असाधारण वाटत नाही का?''

''ती एक चाल आहे.'' बाल्डर म्हणाला, ''सध्याच्या प्रशासनाला हा खटला चालवण्यात रस नाही. आपण जिंकू यावर त्यांना विश्वास असला तरी त्यांना जागतिक तापमानवाढीच्या संदर्भातील तपशीलांमुळे होणारी नकारात्मक प्रसिद्धी टाळायची आहे. म्हणूनच ते आम्हाला घाबरवून टाकून खटलाच भरला जाणार नाही यासाठी प्रयत्न करत आहेत. अर्थातच आम्ही तसं करणार नाही. आता तर मिस्टर मॉर्टननी उदारपणे निधी दिलेला असताना तर नाहीच नाही.''

“उत्तम.” इव्हान्स म्हणाला.

“पण आमच्या पुढची आव्हाने चांगलीच आहेत.” बाल्डर म्हणाला, “बॅरी असा युक्तिवाद करेल की जागतिक तापमानवाढ होते आहे हे दर्शवणारा पुरावा अपुरा आहे. तो म्हणेल की त्यामागील वैज्ञानिक आधार दुबळा आहे. दहा पंधरा वर्षांपूर्वी केलेली भाकितं खोटी ठरली आहेत हे तो दाखवेल, शिवाय तो हे सांगेल की जागतिक तापमानवाढीच्या खंद्या समर्थकांनीही उघडपणे अशा भाकितांबद्दल शंका व्यक्त केलेली आहे. इतकंच नाही तर ही गंभीर समस्या मुळातच अस्तित्वात आहे की नाही असंही त्यांनी म्हटल्याचं तो सांगेल.”

“खंद्या समर्थकांनी असं म्हटलंय?”

“होय. वैज्ञानिक नियतकालिकांमध्ये.” बाल्डरने सुस्कारा टाकला.

“मी असलं काही वाचलेलं नाही.”

“अशी विधानं उपलब्ध आहेत. बॅरी ती शोधून काढेल.” बाल्डर डोके हलवत म्हणाला, “काही तज्ज्ञांनी वेगवेगळ्या वेळी वेगवेगळी मतं व्यक्त केली आहेत. काहीजणांनी पूर्वी कार्बन डायऑक्साइड वाढणं ही समस्या नाही असं म्हटलेलं होतं. पण आता ते तसं म्हणतात. ज्याला उलटापालटा करता येणार नाही असा एकही साक्षीदार आमच्याकडे नाही. किंवा जो उलटतपासणीत अत्यंत मूर्ख वाटेल असा कोणीही आमच्या डोळ्यासमोर नाही.”

इव्हान्सने सहानुभूतीदर्शक मान डोलावली. त्याला अशा परिस्थितीची कल्पना होती. कायद्याचे शिक्षण घेताना त्यांना पहिली गोष्ट कोणती कळली असेल तर ती कायद्याचा सत्याशी संबंध नाही अशी होती. कायद्याचा संबंध मतभेदांचे निवारण करणे हा आहे. एखादा वाद सोडवताना सत्य बाहेर येईलच असे नाही. एखादा माणूस अपराधी आहे हे वकिलांना माहिती असूनही त्याला ते शिक्षा देववू शकतीलच याची खात्री नाही. हे सारे नेहमीच घडते.

“म्हणूनच तर या खटल्याचा मुख्य भर पॅसिफिक महासागराच्या तापमानाच्या नोंदीवर असणार आहे. आम्ही सगळ्या नोंदी जमा करतो आहोत.”

“का बरं?” इव्हान्सने विचारले.

“कारण माझ्या मते या खटल्यात आपण मुद्दाम काही वेळा भरकटत जायला हवं. ही चर्चा जरी जागतिक तापमानवाढीसाठी असली तरी ज्यूरींच्या दृष्टीने त्याला काहीच भावनिक महत्त्व नसेल. ज्यूरींना आलेखांचा अर्थ लावणं फारसं जमणारं नाही. आणि एक अंश सेल्सिअसचा दशांश भाग वगैरे प्रकारची चर्चा तर सरळ त्यांच्या डोक्यावरून जाईल. अशा प्रकारचे तांत्रिक तपशील आणि त्यामधल्या खाचाखोचा सामान्य माणसांना फारच नीरस वाटतात.”

“कोणाही ज्यूराला हा खटला गरीब लोकांना त्यांच्या घरादारापासून बाहेर पडून

असहाय करणाऱ्या परिस्थितीबद्दल आहे असं वाटणार नाही. हा खटला अचानक आणि त्यांचा काही दोष नसताना वाढणाऱ्या समुद्रपातळीच्या धोक्याचा आहे असं वाटण्याची शक्यता नाही. अर्थात जर सगळ्या जगावर पूर्वी कधीही न उद्‌भवलेलं काहीतरी अभूतपूर्व परिणाम घडवणार आहे हे दाखवता आलं तरच काहीतरी फरक पडेल. निर्दोष अशा माणसांना नि मुलाबाळांना वाढत्या सागरी पातळीचा धोका आहे हे दाखवता आलं पाहिजे.''

''आणि ते काहीतरी म्हणजे जागतिक तापमानवाढ आहे, असंच ना?''

बाल्डरने मान डोलावली. ज्यूरींना स्वत:ची मतं स्वत: बनवावी लागतील. जर आपण त्यांना समुद्रपातळीच्या संबंधी नोंदी दाखवून त्यांना पटवून दिलं तर आपली बाजू भक्कम होईल. ज्यूरींना असं नुकसान होण्याची खात्री पटली की मग ते *कोणाला तरी दोषी धरायला* तयार होतील.

''ठीक आहे. म्हणजे ही समुद्रपातळीची माहिती महत्त्वाची आहे तर.''

''होय. पण ती मात्र जबरदस्त आणि विवादाच्या कक्षेबाहेरची असणं गरजेचं आहे.'' बाल्डर म्हणाला.

''तशी माहिती मिळणं अवघड आहे का?''

बाल्डरने भुवई उंचावली, ''मिस्टर इव्हान्स, तुम्हाला समुद्रपातळीच्या अभ्यासाबद्दल काही माहिती आहे का?''

''नाही. मला इतकंच माहिती आहे की जगभरात समुद्राच्या पातळीत वाढ होते आहे.''

''दुर्दैवानं हा दावा विवादास्पद ठरलेला आहे.''

''तुम्ही गंमत तर करत नाही ना?''

''सगळ्यांना हे चांगलंच माहिती आहे की मला विनोदाचं वावडं आहे.''

''पण समुद्राच्या पातळीबद्दल वाद कसा काय होऊ शकतो?'' इव्हान्स म्हणाला, ''हे तर अगदी साधं आहे. भरतीच्या वेळेस बंदरावर एक खूण करायची. दरवर्षी ती मोजत जायची. ती खूण वरवर जाताना पाहायचं... म्हणजे मला म्हणायचंय की त्यात अवघड ते काय आहे?''

बाल्डरने सुस्कारा सोडला, ''तुम्हाला वाटतं की समुद्रपातळीचा विषय हा साधा आहे? माझं ऐका. तसं नाही. तुम्ही 'जिऑइड' म्हणजे काय आहे ते कधी ऐकलंय का? नाही का? बरं. जिऑइडचा संबंध पृथ्वीच्या गुरुत्वाकर्षणामुळे पृथ्वीच्या पृष्ठभागावर होणाऱ्या परिणामामुळे निर्माण होणाऱ्या सागरी पातळीच्या सरासरीशी आहे. यामुळे काही लक्षात आलं का?'' इव्हान्सने नकारार्थी मान हलवली.

''तर ही संकल्पना सागरी पातळीच्या मोजमापामधली मध्यवर्ती कल्पना आहे.''

बाल्डर म्हणाला, ''बरं ग्लेशिअर-जल-समप्रमाणाचं मॉडेल बनवणं माहिती

आहे? पृथ्वीच्या पोटातील हालचालींचा किनाऱ्याच्या रचनेवर होणारा परिणाम? होलोसीन काळातील निक्षेपांची मालिका? भरती-ओहोटीच्या सीमारेषेवरील फोरामिनीफेरांची विविधता? प्राचीन पर्यावरणातील कार्बनचे विश्लेषण? ॲमिनो आम्लावर आधारलेली स्तररचना? नाही? काहीही समजलं नाही ना? मी पुन्हा सांगतो. सागर पातळीचा अभ्यास करणाऱ्या क्षेत्रात जबरदस्त वादविवाद चालतात.'' बोलता बोलता चाळत असलेले कागद बाल्डरने खाली ठेवले होते. शेवटचा कागद खाली ठेवल्यानंतर तो म्हणाला, ''मी सध्या हे सगळं वाचतोय. या क्षेत्रात एवढे वादविवाद आहेत म्हणून तर भक्कम माहिती मिळणं याला फार महत्त्व प्राप्त झालं आहे.''

''आणि तुम्ही अशी माहिती मिळवणार आहात का?''

''होय. तशी माहिती हाती येण्याची वाट पाहतोय. ऑस्ट्रेलियन लोकांकडे अशा माहितीचे अनेक संच आहेत. फ्रेंचांकडे मूरीयात किमान एक आणि कदाचित पपीतेमध्ये दुसरा संच उपलब्ध आहे. एका संचासाठी व्ही. ॲलेन विली फौंडेशनने निधी पुरविला होता. पण तो फार कमी काळासाठी जमा केलेल्या माहितीचा आहे. तसेच इतरही काही तसेच आहेत. तेव्हा आम्हाला नीट लक्ष ठेवायला हवंय.''

इंटरकॉमचा आवाज आला, ''मिस्टर बाल्डर, मिस्टर ड्रेक फोनवर बोलू इच्छितात.''

''चालेल.'' बाल्डर इव्हान्सकडे वळला. त्याच्यापुढे हात धरत म्हणाला,

''तुम्हाला भेटून आनंद वाटला. पुन्हा एकदा जॉर्जचे आभार मानतो. त्यांना सांगा की त्यांना कधीही इथं काही पाहायचं असेल तर त्यांनी जरूर यावं. आम्ही फार कठोर मेहनत घेऊन इथं काम करतोय. तुम्हाला शुभेच्छा आणि जाता जाता दार बंद करून घ्या.''

बाल्डरने वळून फोन उचलला. त्याचे बोलणे इव्हान्सच्या कानावर पडले. ''हं निक, एन.ई.आर.एफ.मध्ये हे ××× काय चाललंय? तू ते सारं ठीक करणार आहेस की नाही?''

इव्हान्सने बाहेर पडून दार बंद करून घेतलं.

इव्हान्स बाल्डरच्या ऑफिसातून बाहेर पडला तेव्हा त्याच्या अस्वस्थ मनात सतत टोचणी लागली होती. बाल्डर हा दुसऱ्यांना पटवण्यात अतिशय कुशल होता. इव्हान्स तेथे जॉर्ज मॉर्टनसाठीच आलाय हे त्याला समजत होतं. मॉर्टन खटल्याच्या कामासाठी मोठी देणगी देण्याच्या विचारात आहे याची त्याला जाणीव होती. त्यामुळे बाल्डरच्या वागण्यात कमालीचा आत्मविश्वास झळकणं गरजेचं होतं. त्याने बोलताना सुरुवात तशीच केली होती.

आम्ही हा खटला जिंकणार याबद्दल मला जराही शंका नाही.

पण नंतर तोच म्हणाला होता :

आमच्यापुढे चांगलीच आव्हानं आहेत.

ज्याला उलटापालटा करता येणार नाही असा एकही साक्षीदार आमच्याकडे नाही.

म्हणून तर आपण मुद्दाम भरकटत जायला हवं.

या खटल्याचा मुख्य भर समुद्रपातळीच्या नोंदींवर असणार आहे.

समुद्रपातळी हा विषय अतिशय घनघोर पातळीवर लढला जाणार आहे.

आम्हाला नीट लक्ष ठेवायला हवं.

या संभाषणामधून निश्चितच इव्हान्सला विश्वास वाटला नव्हता. इतकंच नव्हे, तर मुलाखतीमुळेही त्याच्या विश्वासात भर पडलेली नव्हती. पण त्याला आणखी विचार करताना जाणवलं, की शंका व्यक्त करणं हा खटला चालवणाऱ्यांच्या विश्वासाचाच एक भाग होता. इव्हान्स स्वत: एक वकील असल्याने एखाद्या दाव्याच्या अवतीभवती किती प्रश्न असतात याची त्याला कल्पना होती. जरी जिंकणं अवघड असलं तरी हा दावा ते जिंकणार हे त्याला कळत होतं. फक्त माहितीची प्रचंड गुंतागुंत आणि ज्यूरींचे कमी प्रमाणात लक्ष असणे या अडचणी मात्र होत्या.

तेव्हा अखेर मॉर्टनने मदत चालू ठेवावी अशी शिफारस तो करणार होता का?

अर्थातच तो तशी शिफारस करणार होता.

जेनिफर बाल्डरच्या ऑफिसबाहेर वाट पाहत उभी होती. ''ते तुमची तिकडे वाट पाहत आहेत.''

इव्हान्स म्हणाला, ''मला माफ करा. पण ते शक्य नाही. माझ्याकडे खरोखरच...''

''मी ते समजू शकते.'' जेनिफर म्हणाली, ''आपण परत कधी तरी ते काम करू. मी विचार करत होते की तुमचा आजचा कार्यक्रम एवढा भरगच्च आहे का, की आपल्याला लंचसाठी एकत्र थोडा वेळ काढता येणार नाही?''

इव्हान्स क्षणाचाही विलंब न लावता म्हणाला, ''एवढा भरगच्च नक्कीच नाही.''

''उत्तम.'' जेनिफर म्हणाली.

कल्व्हर सिटी

मंगळवार, २४ ऑगस्ट

दुपारी १२ वाजून १५ मिनिटे

ते कल्व्हर सिटीमधल्या एका निवांत मेक्सिकन रेस्टॉरंटमध्ये गेले. त्यावेळी तिथे गर्दी तुरळक होती. जवळच्या सोनी स्टुडिओमधले काही चित्रपटसंपादक एका बाजूला बसलेले होते. काही पोरं गळ्यात गळे घालून बसलेली दिसत होती. सनहॅट घातलेल्या म्हाताऱ्या बायकांचा एक ग्रुपही तिथे होता. इव्हान्स आणि जेनिफर एका

कोपऱ्यावरच्या बूथमध्ये जाऊन बसले. दोघांनीही स्पेशल लंच मागवले.

इव्हान्स म्हणाला, ''बाल्डरच्या मते समुद्रपातळीची माहिती या खटल्यात फार महत्त्वाची असणार आहे.''

बाल्डरला तसं वाटतं खरं. पण मला मात्र तशी खात्री वाटत नाही.''

''का बरं?''

''कोणीही ती माहिती अजून पाहिलेली नाही. जरी ती उच्च प्रतीची असली तरी ज्यूरींना प्रभावित करण्यासाठी त्यातून समुद्र पातळीत भरपूर वाढ होत असल्याचं दिसायला हवं. आणि प्रत्यक्षात तसं नसेलही.''

''असं कसं होईल? इतके ग्लेशिअर वितळत आहेत नि अंटार्क्टिका खंडाचे भाग विलग होऊन—''

''असं असूनही पातळी फार वाढणार नाही.'' जेनिफर म्हणाली, ''तुम्हाला हिंदी महासागरातील मालदीव बेटं माहिती आहेत का? त्या बेटांवरच्या लोकांना समुद्राची पातळी वाढेल म्हणून भीती वाटत होती. म्हणून मग स्कॅन्डेनेव्हियातून काही संशोधक सागरीपातळीचा अभ्यास करण्यासाठी तिथं गेले. त्या वैज्ञानिकांना कित्येक शतके समुद्राच्या पातळीत वाढ झालेली नाही असं आढळलं. उलट गेल्या वीस वर्षांत तर ती कमीच झाली आहे.''

''कमी? हे संशोधन प्रसिद्ध झालंय का?''

''होय. गेल्या वर्षी.'' जेनिफर म्हणाली. तेवढ्यात त्यांचे खाद्यपदार्थ आले.

जेनिफरने हात हलवून चर्चा खूप झाली अशा अर्थाची खूण केली.

ती तिची 'ब्युरिटो विथ गस्टो' ही डिश खाऊ लागली. हनुवटीवर लागलेले अन्नकण पालथ्या हाताने पुसताना इव्हान्सला तिच्या तळहातावरचा मोठा व्रण दिसला. खात खात जेनिफर म्हणाली, ''मला हे जेवण फार फार आवडतं. वॉशिंग्टनमध्ये कुठंही चांगलं मेक्सिकन जेवण मिळत नाही.''

''तू वॉशिंग्टनमधून आली आहेस का?''

''मी जॉनला मदत करण्यासाठी आले.'' जेनिफरने मान डोलावली.

''त्यानं तशी विचारणा केली होती?''

''मी त्याला नकार देऊ शकले नाही.'' जेनिफरने खांदे उडवले, ''म्हणून मग आता मी दर पंधरा दिवसांनी माझ्या बॉयफ्रेंडला भेटते. कधी तो इथं येतो किंवा मी तिथं जाते. हा खटला एक-दोन वर्षं चालण्याची शक्यता आहे. तसं झालं तर आमच्यातलं नातं कितपत टिकेल हे सांगता येत नाही.''

''तो काय करतो? म्हणजे तुझा बॉयफ्रेंड.''

''वकील आहे.''

इव्हान्सने स्मित केले, ''काही वेळा मला वाटतं की सगळेच जण वकील

आहेत की काय.''

''तसंही असेल. तो सिक्युरिटीजविषयक कायद्यांचं काम करतो. मला त्यात रस नाही.''

''मग कशात आहे?''

''साक्षीदारांना तयार करणं आणि ज्यूरींची निवड. लोकांचं मानसिक विश्लेषण करणं. म्हणून या ठिकाणीही मी त्याच विभागाची प्रमुख आहे.''

''असं होय.''

''आम्हाला कल्पना आहे की आम्ही ज्यूरी म्हणून ज्यांना बसवू त्यांच्यापैकी बहुतेकांनी जागतिक तापमानवाढीबद्दल ऐकलेलं असणार. बहुतेकांना ती गोष्ट खरी आहे असंही वाटत असणार.''

''जीझस.'' इव्हान्स म्हणाला, ''तशी आशा करायला हवी. म्हणजे मला असं म्हणायचं आहे, की ती गोष्ट गेल्या पंधरा वर्षांत चांगलीच प्रस्थापित झाली आहे.''

''पण जेव्हा विरोधी पुरावा समोर येईल तेव्हा लोकांचं मत काय होईल ते पाहायला हवं.''

''विरोधी पुरावा म्हणजे—?''

''मी आज जसे आलेख दाखवले तसे किंवा उपग्रहांनी जमा केलेली माहिती. या उपग्रहांच्या माहितीबद्दल काही कल्पना आहे का?''

इव्हान्सने नकारार्थी मान हलवली.

''जागतिक तापमानवाढीचा सिद्धांत असं सांगतो की एखाद्या हरितगृहात व्हावं त्याप्रमाणे साचून राहिलेल्या उष्णतेमुळे वातावरणातील वरच्या थराचे तापमान वाढेल. पृथ्वीचा पृष्ठभाग त्यानंतर गरम होईल. पण सन १९७९ पासून आपल्याजवळ पृथ्वीभोवती फिरणारे उपग्रह आहेत. पृष्ठभागापासून आठ किलोमीटरवरच्या थरांचे तापमान ते सतत मोजतात. त्यांनी जमा केलेल्या माहितीवरून दिसतं की पृष्ठभागापेक्षा वरचे वातावरण कमी प्रमाणात तापत आहे.''

''कदाचित या माहितीमध्ये काही गडबड असू—''

''माझ्यावर विश्वास ठेव. उपग्रहांकडच्या माहितीचं डझनावारी वेळा पुन्हा पुन्हा विश्लेषण करण्यात आलं आहे. जगात कुठल्याही इतर माहितीची एवढी प्रचंड छाननी कदाचित झालेली नसेल. हवेत बलून सोडून गोळा केलेली माहिती उपग्रहांनी जमा केलेल्या माहितीसारखीच आहे. सिद्धांत सांगतो त्यापेक्षा कितीतरी कमी प्रमाणात वरच्या वातावरणाचे तापमान वाढत आहे.'' जेनिफरने खांदे उडवले, ''आमच्या दृष्टीनं आणखी एक अडचणीची गोष्ट. पण आम्ही त्यावरही काम करतोय.''

''म्हणजे काय?''

‘‘आम्हाला वाटतं की ही सगळी माहिती ज्यूरींसाठी फार जड होईल. म्हणजे मायक्रोवेव्ह नोंदणारी उपकरणं, चार चॅनेल असणारे स्कॅनर्स आणि चॅनेल दोनवरची माहिती पाहताना त्यात दिवसरात्र यामुळे होणारा फरक किंवा दोन उपग्रहांमधल्या वेळेतील फरक यांचा विचार केला आहे की नाही अशा प्रकारचे प्रश्न ज्यूरींसाठी फारच क्लिष्ट आहेत. ज्यूरी अशामुळे वैतागतील. असो. हे आता मात्र पुरे झालं.’’ जेनिफरने चेहेरा पुसला. पुन्हा त्या वेळी इव्हान्सला तिच्या तळहातावरचा व्रण दिसला.

‘‘हा व्रण कशाचा आहे?’’ इव्हान्सने विचारले.

‘‘कायद्याचं शिक्षण घेताना तो झालाय.’’

‘‘मला वाटत होतं की माझं कॉलेजजीवन खडतर होतं.’’

‘‘मी कराटे क्लासमध्ये शिकवत होते. कधी कधी मला परतायला बराच उशीर व्हायचा.... बरं आणखी चिप्स हवेत का?’’

‘‘नको.’’

‘‘तर मग बिल मागवायचं का?’’

‘‘मला सांग ना त्याबद्दल आणखी.’’

‘‘फार काही सांगण्यासारखं नाही. एका रात्री मी घरी परतण्यासाठी गाडीत बसले. त्याचवेळी एकजण मागच्या बाजूला घुसला. त्याच्याजवळ पिस्तूल होतं. त्यानं मला गाडी चालवायला फर्मावलं.’’

‘‘तुमच्या क्लासमधलाच होता की काय?’’

‘‘नाही. मोठा होता. तिशीजवळ आलेला असावा तो.’’

‘‘मग तू काय केलंस?’’

‘‘मी त्याला बाहेर नीघ म्हणाले. त्यानं उलट मला गाडी चालवायला सांगितलं. मी गाडी सुरू करून त्याला कुठं जायचं म्हणून विचारलं. त्यानं मूर्खपणा करून मला दिशा दाखवण्यासाठी इशारा केला. मी त्याच क्षणाचा फायदा उठवून त्याच्या नरड्यावर फटका मारला. माझा फटका फार जोराचा नव्हता. त्यानेही एक गोळी झाडली. मी मग कोपराने तीन वेळा त्याला मारलं.’’

‘‘मग काय झालं?’’

‘‘तो मेला.’’

‘‘जीझस!’’

‘‘काही लोक चुकीचा निर्णय घेतात नि मग—’’ जेनिफर म्हणाली, ‘‘पण तू माझ्याकडे असा का पाहतो आहेस? हे पाहा, तो सहा फूट दोन इंच उंचीचा नि चांगला दोनशेदहा पौंड वजनाचा होता. त्याच्यावर इथपासून ते पार नेब्रास्कापर्यंत गुन्हे नोंदवलेले होते. सशस्त्र दरोडा, शस्त्राचा धाक दाखवणे, हल्ला करणे,

बलात्काराचा प्रयत्न.... आणखी इतरही अनेक प्रकारचे गुन्हे. तुला वाटतं का मला त्याच्याबद्दल वाईट वाटायला हवं होतं?''

''नाही.'' इव्हान्स घाईघाईने म्हणाला.

''तसं तुला वाटतंय.'' जेनिफर म्हणाली, ''मला तुझ्या डोळ्यांत तसं स्पष्ट दिसतंय. अनेकांना तसं वाटतं. पण लोकांना आपण कशाबद्दल बोलतोय हेच कळत नाही. हे पाहा, त्या रात्री आमच्यापैकी एकजण ठार होणार होता हे नक्की. मी झाले नाही एवढंच. पण अर्थातच त्यामुळे मला अजून त्रास होतो.''

''होय तर.''

''अनेकदा मला झोपेत असताना घाम येऊन जाग येते. माझ्या चेहेऱ्याच्या अगदी जवळून काचेवर आदळलेली त्याची गोळी आठवते. मृत्यू माझ्या किती समीप आला होता ते जाणवतं. आता वाटतं की मी मूर्खपणाच केला होता. मी त्याला पहिल्यांदाच ठार करायला हवं होतं.''

इव्हान्स गप्प बसला. त्याला यावर काय बोलावं ते कळेना.

''कोणी कधी तुझ्या डोक्यापाशी पिस्तूल लावलेलं आहे का?''

''नाही....''

''तर मग त्यावेळी काय वाटतं ते तुला कसं कळणार?''

''यानंतर काही त्रास झाला का?'' इव्हान्सने विचारले.

''अर्थातच झाला. मला सुरुवातीला वाटलं की मी वकिली करू शकणार नाही. विरुद्ध पक्षानं दावा केला की मीच त्याला बोलावलं होतं. तुझा यावर विश्वास बसतो का? मी तर त्याला कधीच पूर्वी पाहिलेलं नव्हतं. पण एक उत्तम वकील मला मिळाला. त्यानं माझी सुटका केली.''

''बाल्डर?''

''होय. म्हणून तर मी त्याच्यासाठी इथं आले.''

''आणि हा तळहातावरचा व्रण?''

''तो होय. गाडी धडकली होती. एका फुटलेल्या काचेवर माझा हात कापला.'' जेनिफरने वेट्रेसला इशारा केला, ''बिल मागवायचं का?''

''होय. मी देतो ते.''

काही वेळाने ते दोघे बाहेर आले. प्रकाशात अचानक आल्याने इव्हान्सने डोळे मिचकावले, ''हं, म्हणजे तू कराटेमध्ये प्रवीण आहेस तर.'' इव्हान्स म्हणाला.

''बऱ्यापैकी.''

दोघे आता चालत गोदामापाशी आले. त्यांनी हस्तांदोलन केले.

''मला पुन्हा कधीतरी एकत्र लंच घ्यायला आवडेल.'' जेनिफर म्हणाली.

तिचे हे बोलणे एवढे थेट होते की इव्हान्सला ते वैयक्तिक स्वरूपाचे आहे की

तिला खरोखरच हा खटल्याबद्दल आणखी माहिती द्यायची होती हे कळेना. कारण बाल्डरप्रमाणेच खटल्याबद्दल तिनेही जे काही सांगितले होते ते फारसे आशादायक नव्हते.

"लंच.... उत्तमच होईल."

"पण फार नंतर कधीतरी घेऊ असं मात्र नको."

"ठरलं."

"मला फोन करणार का?"

"नक्कीच." इव्हान्स म्हणाला.

बिव्हर्ली हिल्स

मंगळवार, २४ ऑगस्ट

संध्याकाळी ५ वाजून ४ मिनिटे

इव्हान्स घरी पोहोचला तेव्हा जवळजवळ अंधार पडला होता. रस्त्याच्या बाजूला असलेल्या गल्लीत त्याने गॅरेजमध्ये गाडी लावली. तो मागच्या बाजूने जिना चढणार तोच घर सांभाळणाऱ्या बाईने डोके बाहेर काढले, "तुझी नि त्यांची नुकतीच चुकामूक झाली बघ."

"कोणाची?"

"केबल दुरुस्ती करणारे. ते आत्ताच गेले."

"मी तर काही कोणाला बोलावलं नव्हतं." इव्हान्स म्हणाला, "त्यांना तुम्ही आत घेतलं नाही ना?"

"अर्थातच नाही. ते म्हणाले की ते वाट पाहतील थोडा वेळ. आत्ताच निघून गेले ते."

इव्हान्सने कधी केबल दुरुस्ती करणारे लोक कोणासाठी थांबून राहिल्याचे ऐकले नव्हते. "किती वेळ वाट पाहत होते ते?"

"फार नाही. साधारण दहा मिनिटं."

"ठीक आहे."

इव्हान्स आपल्या दारापाशी आला. दारावर चिठ्ठी लटकत होती, 'माफ करा. आपली चुकामूक झाली.' चिठ्ठीवर 'पुन्हा बोलावण्यासाठी' असे लिहिलेला एक चौकोन होता. ते पाहताना इव्हान्सच्या काय घोटाळा झाला ते लक्षात आले. पत्त्याच्या ठिकाणी २११९ रॉक्सबरी असे लिहिलेले दिसले. त्याचा पत्ता २१२९ रॉक्सबरी असा होता. त्यांनी साधी चूक केली होती. इव्हान्सने दारापुढे टाकलेले पायपुसणे उचलून पाहिले. किल्ली होती त्याच जागी होती. कारण किल्लीभोवतीची

धूळही तशीच आहे हे दिसत होते.

दार उघडून इव्हान्स घरात शिरला. त्याने फ्रीज उघडून आत नजर टाकली. त्याला आत फक्त दह्याचा एकच जुना डबा तिथे पडलेला दिसला. त्याला खरेदीसाठी सुपरमार्केटमध्ये जायला हवं होतं खरं; पण तो फार दमला होता. त्याने जॅनिस किंवा कॅरोल कोणाचा फोन येऊन गेला होता का ते पाहिले. पण कोणाचाही फोन नव्हता. अर्थात आता जेनिफर हेन्स हा आणखी एक पर्याय त्याच्यासमोर होता; कारण तिचा बॉयफ्रेंड वॉशिंग्टनमध्ये होता आणि.... त्याला एकदा वाटले की जॅनिसला फोन करावा. पण त्याने तो विचार बदलला. त्याने शॉवर घेतला आणि आपण घरपोच पिझ्झा पुरवणाऱ्यांना फोन करावा असं त्याला वाटलं. काही वेळ जरा विश्रांती घ्यावी म्हणून तो पलंगावर पडला; पण त्याला तत्काळ झोप लागली.

सेंच्युरी सिटी

बुधवार, २५ ऑगस्ट

सकाळी ८ वाजून ५९ मिनिटे

चौदाव्या मजल्यावरच्या मोठ्या कॉन्फरन्स रूममध्ये मीटिंग भरली होती. मॉर्टनचे चार अकाऊंटंट, त्याची मदतनीस सारा जोन्स, हर्ब लोवेनस्टाईन, एन.ई.आर.एफ.साठी टॅक्सचे काम करणारा मार्टी ब्रेन नावाचा एकजण आणि इव्हान्स एवढेजण तिथे जमले होते. असल्या पैशासंबंधी चर्चांचा मनस्वी कंटाळा असणारा मॉर्टन सतत येरझाऱ्या घालत होता.

"हं, चला मुद्द्याचं बोलू या." मॉर्टन म्हणाला, "मी एन.ई.आर.एफ.ला एक कोटी डॉलर देणार आहे असं ठरलंय आणि आपण कागदपत्रं सह्या करून तयार ठेवली आहेत, बरोबर?"

"बरोबर." लोवेनस्टाईन म्हणाला.

"पण आता त्यांना त्या ॲग्रीमेंटमध्ये आणखी काही शर्ती टाकायच्या आहेत?"

"होय." मार्टी ब्रेन म्हणाला, "अशा प्रकारे दान म्हणून मिळणाऱ्या सगळ्या निधीचा संस्थांना पुरेपूर उपयोग करायचा असतो." मार्टी हातातले कागद वरखाली करत होता. "अगदी निधी विशिष्ट कामासाठी म्हणून मिळाला असला तरी. असंही असू शकतं की विशिष्ट प्रकल्प रेंगाळल्यामुळे त्याचा खर्च अपेक्षेपेक्षा वाढतो किंवा एखादा प्रकल्प खटल्यात अडकून पडतो. या ठिकाणी देण्यात येणारा निधी वानुटू खटल्यासाठी म्हणून आहे. एन.ई.आर.एफ.ला पुढील वाक्ये हवी आहेत– सदर निधी वानुटू खटल्यासाठी खर्च करायचा आहे. त्यात फी देणे, फाईलमध्ये कागदपत्रे लावणे, प्रती काढणे... आणि अमूक अमूक ××× किंवा कायद्याशी निगडित इतर

खर्च यांचा समावेश आहे किंवा पर्यावरण क्षेत्रात काम करणारी संस्था या नात्याने एन.ई.आर.एफ.ला जे कारण योग्य वाटेल त्या कारणांसाठी हा निधी वापरता येईल.''

मॉर्टनने विचारले, ''त्यांना ही वाक्ये हवी आहेत?''

''होय.''

''मी पूर्वी ज्या देणग्या दिल्या आहेत त्यांच्या ॲग्रीमेंटमध्ये ही वाक्ये आहेत का?''

''मला एकदम सांगता येणार नाही.''

''कारण मला असं वाटतंय की त्यांना निव्वळ हा खटला सुरू केला एवढंच दाखवून सगळा पैसा इतर कशासाठी तरी वापरायचा आहे.''

''मला याबद्दल शंका वाटते.'' हर्ब म्हणाला.

''का?'' मॉर्टनने विचारले, ''नाहीतर त्यांना हा बदल कशाला हवाय?''

''हा तसा बदल नाही....'' मार्टी म्हणाला.

''नाही कसा? आहेच, मार्टी.''

''जर तुम्ही मूळ ॲग्रीमेंट पाहिलं तर लक्षात येईल.'' ब्रेन शांतपणानं म्हणाला.

''त्यात असं लिहिलंय की जो निधी खटल्यासाठी वापरला जाणार नाही, तो एन.ई.आर.एफ.ला इतरत्र वापरता येईल.''

''होय. पण ते केव्हा, जर पैसा उरला तर.'' मॉर्टन म्हणाला, ''जोपर्यंत हा खटला पूर्ण होत नाही तोपर्यंत त्यांना हा पैसा इतर कामांसाठी वापरता येणार नाही.''

''बहुधा त्यांना खटला दीर्घकाळ रेंगाळेल असं वाटत असावं.''

''तसं का व्हावं?'' मॉर्टन इव्हान्सकडे वळला, ''पीटर, तिथं कल्व्हर सिटीत नेमकं काय चालू आहे?''

''खटल्याचं काम चालू आहे असं दिसतंय.'' इव्हान्स म्हणाला, ''त्यांचं काम मोठ्या प्रमाणावर सुरू आहे. साधारण चाळीसजण खटल्याची तयारी करत आहेत. ते खटला सोडून देतील असं मला वाटत नाही.''

''बरं. त्या खटल्याबाबत काही अडचणी निर्माण झाल्या आहेत का?''

''त्यांच्यापुढे काही आव्हाने नक्कीच आहेत.'' इव्हान्स म्हणाला, ''हा खटला फार गुंतागुंतीचा आहे आणि विरुद्ध पक्षाचा वकील फार जबरदस्त आहे. ते भरपूर परिश्रम घेत आहेत.''

''पण मला हे सारं का पटत नाही?'' मॉर्टन म्हणाला, ''सहा महिन्यांपूर्वी ड्रेक म्हणत होता, की हा खटला म्हणजे पोरखेळ असेल; पण त्यातून भरपूर प्रसिद्धी मिळण्याची संधी समोर येईल. आणि आता त्यांना पळवाट हवीय?''

''आपण निकला विचारायला हवं.''

“माझ्या डोक्यात एक चांगली कल्पना आलीय. आपण एन.ई.आर.एफ.चे ऑडिट करून घेऊ.”

सगळीकडे कुजबूज सुरू झाली.

“जॉर्ज, मला वाटतं की हा हक्क तुला नाही.”

“तसं ॲग्रीमेंटमध्ये लिहून घे.”

“तसं करता येईल की नाही याची मला खात्री नाही.”

“का? त्यांना अट घालायचीच असेल तर मी पण एक अट घालतो. त्यानं काय बिघडणार आहे?”

“त्यांच्या सगळ्या कामाचं ऑडिट करता येईल की नाही ते मला सांगता येत नाही–”

“जॉर्ज.” हर्ब लोवेनस्टाईन म्हणाला, “तू आणि निक मित्र आहात. त्याच्या संघटनेने या वर्षीचा 'जागरूक नागरिक' म्हणून तुझी निवड केली आहे. त्यांचं ऑडिट करणं ही कल्पना तुमच्या संबंधांना साजेशी ठरणार नाही.”

“माझा त्यांच्यावर विश्वास नाही असं वाटेल का?”

“स्पष्टपणानं सांगायचं तर, होय.”

“नाही.” मॉर्टन टेबलापाशी झुकून सगळ्यांकडे पाहत म्हणाला, “मला काय वाटतं माहिती आहे? माझ्या मते त्यांना काहीतरी करून, उडवाउडवी करून या खटल्याचा पैसा इतर कशासाठी तरी खर्च करायचा आहे. उदाहरणार्थ, निक सध्या ज्याबद्दल एवढा उत्साहानं बोलतोय त्या आकस्मिक हवामान बदलांच्या परिषदेवर.”

“परिषदेसाठी एक कोटी डॉलर लागत नाहीत.”

“त्यांना किती लागतात ते काही मला माहिती नाही.” मॉर्टन म्हणाला, “त्यानं या अगोदरच माझे अडीच लाख डॉलर चुकीच्या ठिकाणी पाठवले आहेत. ते पैसे ××× व्हँकूवरला जाऊन पोहोचले. तो काय काय करतोय याची मला अजिबात कल्पना नाही.”

“तसं असेल तर तू तुझी देणगी परत घेतलेली बरी.”

“हो... थांब...” मार्टी ब्रेन म्हणाला, “एवढी घाई नको. ही देणगी येणार या अपेक्षेने त्यांनी अगोदरच काही खर्चाची तरतूद केली असणार. ती बांधिलकी त्यांना पाळावी लागणार.”

“तर मग त्यांना काही रक्कम देऊन आपण हे सगळं विसरून जाऊ.”

“नाही.” मॉर्टन म्हणाला, “मी देणगी रद्द करणार नाही. पीटर इव्हान्स म्हणाला की खटल्याचं काम चाललंय, मी त्याच्या शब्दावर विश्वास ठेवतो. निक म्हणाला की ते अडीच लाख नजरचुकीनं तसे भलतीकडे गेले, मी त्याच्यावर विश्वास ठेवतो. पण तुम्ही त्याला या ऑडिटबद्दल विचारा नि मग काय होतं ते मला

पाहायचं आहे. मी पुढचे तीन आठवडे बाहेरगावी जाणार आहे.''

''होय का? कुठं?''

''मी सहलीला जातोय.''

''पण जॉर्ज आम्हाला तुझ्याशी संपर्क करता यायला हवा.''

''माझ्याशी संपर्क साधता येणार नाही. साराशी बोला किंवा पीटरशी बोलून त्याला माझ्याशी संपर्क साधायला सांगता येईल.''

''पण जॉर्ज–''

''बस्स. लोकहो एवढं पुरेसं आहे. निकशी बोलून तो काय म्हणतोय ते पाहा. आपण लवकरच भेटू.''

एवढे म्हणून जॉर्ज मॉर्टन कॉन्फरन्स रूमबाहेर पडला. सारा त्याच्या मागे धावली.

लोवेनस्टाईन इतरांना उद्देशून म्हणाला, ''हा सगळा प्रकार काय होता?''

व्हँकूवर
गुरुवार, २६ ऑगस्ट
दुपारी १२ वाजून ४४ मिनिटे

ढगांचा भीतीदायक गडगडाट चालू होता. नॅट डॅमनने खिडकीतून बाहेर नजर टाकली आणि एक उसासा टाकला. पाणबुडी भाड्याने देण्याच्या व्यवहारामुळे काहीतरी गडबड होते आहे हे त्याला माहिती होते. चेक वटला नाही म्हटल्यानंतर त्याने ऑर्डर रद्द करून टाकली होती. हे प्रकरण संपलं असा त्याचा समज होता. पण तसं नव्हतं.

कित्येक आठवडे त्याला त्या प्रकरणाबाबत काहीही कळलं नव्हतं. पण अचानक तो झगझगीत सूट घातलेला वकील परत येऊन त्याच्या तोंडासमोर बोटं नाचवत उभा होता. त्याने गुप्तता पाळण्याच्या करारावर सही केली आहे आणि त्यानुसार तो त्या व्यवहाराची माहिती कोणालाही सांगणार नव्हता हे तो बजावत होता. जर तसं केलं नाही तर त्याच्यावर खटला भरण्याची धमकी तो वकील देत होता. ''आम्ही हा खटला जिंकू किंवा हरूदेखील. पण काहीही झालं तरी मित्रा, तू मात्र धंद्यातून पार उठशील बघ. तुझं घर गहाण पडेल. उरलेलं सारं आयुष्य तू कर्जाच्या बोज्याखाली दबलेला असशील. तेव्हा विचार कर नि थोबाड बंद ठेव.''

हे सगळे ऐकत असताना डॅमनची छाती धडधडत होती. कारण या अगोदर कसल्यातरी एजन्सीचा एक माणूस त्याच्यापर्यंत अगोदरच येऊन पोहोचला होता. त्याचं नाव जॉन केनर. तो त्याच दिवशी दुपारी डॅमनला प्रत्यक्ष भेटायला येणार

होता. त्याला काही प्रश्न विचारायचे होते म्हणे. डॅमनला भीती वाटत होती की हा वकील तिथे असतानाच हा जॉन केनर येऊन टपकतो की काय. पण आता त्याला हायसं वाटत होतं. कारण ओन्टारिओची नंबरप्लेट असलेल्या आपल्या ब्यूक गाडीत बसून तो वकील निघून गेला होता.

डॅमन घरी जाण्यासाठी ऑफिसची आवराआवर करू लागला. हा केनर टपकण्याअगोदरच सटकावे असा त्याचा विचार होता. केनरचा संबंध कसल्यातरी महसूल विभागाशी होता. पण डॅमनने काहीही चूक केलेली नव्हती. आणि जरी केली असली तरी आपण प्रश्नांची उत्तरे देऊ शकत नाही असे तो सरळ सांगणार होता. मग कदाचित त्याला जबरदस्तीने कोर्टात खेचले जाणार होते....

डॅमनने तत्काळ निघून जायचे ठरवले. पुन्हा मोठा गडगडाट झाला. दूरवर कोठेतरी वीज चमकली. एक मोठे वादळ तिकडेच सरकत होते. आवराआवरी करताना डॅमनला त्या वकिलाचा सेलफोन दिसला. त्याने बाहेर नजर टाकून तो फोनसाठी परत येतोय का ते पाहिले. अजून तरी तो आला नव्हता. पण त्याच्या लक्षात आले की तो नक्कीच परत येणार होता. डॅमनने तो येण्याअगोदर निघून जायचे ठरवले.

डॅमनने घाईघाईने सेलफोन खिशात टाकून दिवे बंद केले नि ऑफिसला कुलूप लावले. त्याची गाडी दाराबाहेरच लावलेली होती. तो गाडीचे दार उघडून आत शिरत असताना पावसाचे थेंब येऊ लागले होते. अचानक सेलफोन वाजू लागला. काय करावे ते न कळून तो पाहत राहिला. फोन सतत वाजतच होता.

विजेची एक वेडीवाकडी रेषा लखकन चमकली. प्रचंड गडगडाट होत नांगरून ठेवलेल्या एका बोटीच्या डोलकाठीवर वीज पडली. पुढच्या क्षणी त्याच्या गाडीजवळ मोठा धमाका झाला. डॅमन त्या धक्क्याने खाली पडला. तिरीमिरी झालेला डॅमन उठून उभा राहण्याचा प्रयत्न करू लागला. त्याला वाटले की गाडीत स्फोट झाला आहे. पण तसे झाले नव्हते. गाडीचे फक्त दार काळे पडले होते. पण लगेच पॅन्ट पेटली आहे हे त्याच्या लक्षात आले. तो खुळ्यासारखा ज्वाळांकडे पाहत होता. आपल्यावर वीज कोसळली आहे असे त्याला वाटले.

डॅमन हातांनी ज्वाला विझवण्याचा प्रयत्न करू लागला. पण त्या विझेनात. ऑफिसमध्ये आग विझविण्यासाठी लागणारे उपकरण आहे हे त्याला आठवले. तो धडपडत उठला आणि दार उघडू लागला. त्याची बोटे थरथरत होती. अचानक आणखी एक स्फोट झाला. वेदना त्याच्या मेंदूपर्यंत जाऊन पोहोचली. आपले रक्ताळलेले हात पाहत असतानाच डॅमन कोलमडून मरून पडला.

सेंच्युरी सिटी
गुरुवार, २ सप्टेंबर
दुपारी १२ वाजून ३४ मिनिटे

खरे तर इव्हान्स जॉर्ज मॉर्टनशी दररोजच फोनवर बोलत असे. काहीवेळा दिवसात दोनदाही त्यांचे बोलणे होई. पण एक आठवडा मॉर्टनकडून काहीच न कळल्याने इव्हान्सने त्याच्या घरी फोन केला. साराने फोन घेतला.

''मला काय चाललंय याची काहीच कल्पना नाही.'' सारा म्हणाली.

''दोन दिवसांपूर्वी तो नॉर्थ डाकोटामध्ये होता. कुठं? नॉर्थ डाकोटा! त्याच्या आदल्या दिवशी तो शिकागोमध्ये होता. आज तो कदाचित व्यायोमिंगमध्ये असावा. आपण कोलोरॅडोत बोल्डरला जाणार आहोत असं तो म्हणत होता. पण मला काही कल्पना नाही.''

''बोल्डरमध्ये काय आहे?''

''कोण जाणे. पण अजून बर्फ पडायलाही अवकाश आहे.''

''नवीन गर्लफ्रेंड की काय?'' इव्हान्सने विचारले. अनेकदा मॉर्टन नवीन पोरगी मिळाली की अदृश्य होत असे.

''मला तरी तसं काही माहीत नाही.''

''त्याचं काय चाललंय सध्या?''

''मला बिलकूल कल्पना नाही. पण तो शॉपिंगच्या मोहिमेवर असावा असं वाटतंय.''

''शॉपिंग?''

''हं... म्हणजे जवळपास तसंच काहीतरी. त्यानं मला सांगितलं की कसल्यातरी प्रकारचं एक *जी.पी.एस.* उपकरण विकत घे. कशासाठी माहीत आहे? स्थान निश्चित करण्यासाठी. मग त्याला काहीतरी सी.सी.डी. की सी.सी.एफ. असलं काहीतरी असणारा खास प्रकारचा व्हिडिओ कॅमेरा हवा होता. मला तो तातडीनं हाँगकाँगहून मागवावा लागला. आणि काल त्यानं मला मॉन्टेरेमधल्या एका माणसाकडून फेरारी गाडी विकत घेऊन ती सान फ्रान्सिस्कोला पाठवायला सांगितलं.''

''आणखी एक फेरारी?''

''होय ना.'' सारा म्हणाली, ''एक माणूस किती फेरारी वापरू शकतो? आणि ही गाडी त्याच्या नेहमीच्या अपेक्षेप्रमाणेही नाही. मी ई-मेलवर आलेले फोटो पाहिलेत. त्यावरून ती भरपूर मार खाऊन पोचे पडलेली अशी वाटते आहे.''

''कदाचित तो ती नीट करून घेणार असेल.''

''तसं असेल तर त्यानं ती रेनोला पाठवायला सांगायला हवं होतं. त्याच्या

गाड्या तिथंच पुन्हा ठाकठीक केल्या जातात.''

इव्हान्सला साराच्या बोलण्यात काळजीची छटा जाणवली, ''सारा, सर्व काही ठीक आहे ना?''

''हे बोलणं आपल्या दोघांमध्येच राहू दे. पण मला काही कळत नाही.'' सारा म्हणाली, ''त्यानं जी नवीन फेरारी घेतलीय ती १९७२ची ३६५ जी.टी.एस. डेटोना स्पायडर आहे.''

''बरं मग?''

''पीटर त्याच्याकडे तशीच एक अगोदरच आहे. जणू त्याला ते आठवत नाही असं वाटतंय. आणि त्याचं बोलणं चमत्कारिक वाटतंय.''

''चमत्कारिक म्हणजे कसं?''

''चमत्कारिक म्हणजे... फक्त चमत्कारिक. त्याचं बोलणं नेहमीसारखं नाही.''

''त्याच्याबरोबर कोणी आहे का?''

''निदान माझ्या माहितीत तरी नाही.''

इव्हान्स विचारात पडला. हे खरंच विलक्षण होतं. कारण मॉर्टनला एकटं राहणं बिलकूल पसंत नव्हतं. त्यामुळे इव्हान्सचा यावर विश्वास बसेना.

''हा केनर नि त्याच्या बरोबरचा नेपाळी, त्यांचं काय?''

''मी ऐकलं त्यानुसार ते आधी व्हँकूवरला नि तिथून जपानला जाणार होते. तेव्हा ते त्याच्याबरोबर नाहीत.''

''हं... हं...''

''त्याच्याकडून फोन आला की मी तुझा फोन आला होता हे सांगीन.''

इव्हान्सने फोन ठेवला. त्याचं समाधान झालं नव्हतं. त्याने त्याच झटक्यात मॉर्टनच्या सेलफोनला फोन लावला. पण त्याला व्हॉईसमेलमध्ये निरोप ठेवण्याचा प्रतिसाद मिळाला : ''मी जॉर्ज बोलतोय. बीप आवाजानंतर...''

बीप आवाज आल्यानंतर इव्हान्स म्हणाला, ''जॉर्ज, मी पीटर इव्हान्स. सहज फोन केला होता. तुम्हाला कशाची गरज तर नाही ना हे पाहण्यासाठी. काही हवं असेल तर मला फोन करा.''

इव्हान्सने फोन बंद केला आणि काही वेळ बाहेर पाहत राहिल्यानंतर त्याने पुन्हा फोन केला.

''सेंटर फॉर रिस्क ॲनॅलिसिस....''

''प्राध्यापक केनर यांच्याशी बोलायचं आहे मला.''

काही क्षणातच केनरची सेक्रेटरी फोनवर बोलत होती.

''मी पीटर इव्हान्स बोलतोय. मला प्राध्यापक केनरशी बोलायचं आहे.''

''ओह्.... मिस्टर इव्हान्स. डॉ. केनर म्हणत होते की तुमचा फोन येऊ शकेल.''

''होय का?''

''होय. तुम्हाला डॉ. केनर यांच्याशी संपर्क साधायचा आहे का?''

''होय.''

''ते सध्या टोकियोत आहेत. त्यांचा सेलफोन नंबर हवाय का?''

''प्लीज...''

इव्हान्सने फोन नंबर लिहून घेतला. तो त्या नंबरला फोन करणार होता. एवढ्यात हीथर आत आली. त्या दुपारी तिचं पोट लंचनंतर कशाने तरी बिघडलं होतं नि ती घरी जाते आहे हे सांगायला आली होती.

''बरी हो.'' इव्हान्स सुस्कारा टाकत म्हणाला.

आता हीथर गेलेली असल्याने इव्हान्सलाच फोन घेणे भाग होते. पुढचा फोन मार्गो लेनचा होता. जॉर्जची ही रखेली तो कुठे आहे हे ओरडून विचारत होती. इव्हान्स जवळजवळ अर्धा तास तिच्याशी बोलत होता. मग निकोलस ड्रेक त्याच्या ऑफिसमध्ये शिरला.

''मला फार काळजी वाटते.'' खिडकीपाशी उभा राहून ड्रेकने विचारले.

त्याचे हात पाठीमागे गुंफलेले होते. तो समोरच्या इमारतीकडे पाहत बोलत होता.

''कशाबद्दल?''

''हा केनर म्हणून कोणीतरी जॉर्जबरोबर आहे ना त्याबद्दल. तो बराच वेळ जॉर्जबरोबर आहे.''

''मला ते बरोबर असल्याची कल्पना नाही.''

''अर्थातच आहेत.'' ड्रेक म्हणाला, ''जॉर्ज एकटाच आहे असं तुला खरोखरच पटतंय?''

इव्हान्स काहीच बोलला नाही.

''जॉर्ज कधीच एकटा राहात नाही. तुलाही ते माहिती आहे, पीटर. मला हे अजिबात रुचलेलं नाही. जॉर्ज चांगला माणूस आहे... म्हणजे हे मी तुला सांगायला नकोच म्हणा. पण त्याच्यावर चटकन कशाचाही परिणाम होतो. त्यात वाईट गोष्टींचाही होतोच ना.''

''एम.आय.टी.मधला प्राध्यापक वाईट परिणाम करेल असं वाटतंय तुला?''

''मी त्याच्याबद्दल चौकशी केली आणि त्यात मला काही गूढ गोष्टी आढळल्या.''

''अस्सं?''

''त्याच्याबद्दलच्या माहितीत लिहिलंय की त्यानं सरकारमध्ये काही वर्षं काम केलं. तो डिपार्टमेंट ऑफ इंटिरिअरमध्ये होता. देशांदरम्यान होणाऱ्या वाटाघाटींच्या समितीवरही तो होता आणि असंच बरंच काही त्यानं केलंय.''

''बरं, मग?''

''पण डिपार्टमेंट ऑफ इंटिरिअरमध्ये त्याच्या कामाची नोंदच नाही.''

इव्हान्सने खांदे उडवले, ''हे सगळं दहा वर्षांपूर्वीचं आहे आणि सरकारी नोंदी कशा ठेवल्या जातात याचा विचार केला तर–''

''तसंही असेल.'' ड्रेक म्हणाला, ''पण आणखीही काही आहे. प्राध्यापक केनर एम.आय.टी.मध्ये परततो आणि तिथं आठ वर्षं काम करतो. तिथं तो अतिशय यशस्वी होतो. पर्यावरण संरक्षण विषयाचा सल्लागार, संरक्षण विभागासाठी सल्लागाराचं काम आणि काय काय ते देवालाच ठाऊक– आणि मग अचानक तो दीर्घकालीन रजेवर जातो नि त्यानंतर त्याचं काय झालं ते कोणालाच माहिती नाही. तो निव्वळ अदृश्य झाला आहे.''

''मला त्याची कल्पना नाही.'' इव्हान्स म्हणाला, ''त्याच्या कार्डावर लिहिलंय की तो सेंटर फॉर रिस्क ॲनॅलिसिसचा संचालक आहे.''

''पण तो तर रजेवर आहे. तो नेमके कसले उपद्व्याप करतोय ते कळत नाही. त्याचा उदरनिर्वाह कोण चालवतं हे मला समजत नाही. तू त्याला भेटला होतास ना?''

''अगदी थोड्या वेळासाठी.''

''आणि आता हा माणूस नि जॉर्ज जानी दोस्त बनलेले आहेत.''

''मला माहीत नाही निक. मी एक आठवड्यापेक्षा जास्त दिवस त्याच्याशी बोललेलो नाही.''

''तो केनरबरोबर आहे का?''

''मला कल्पना नाही.''

''मी तुला सगळं स्पष्टपणानं सांगतो.'' ड्रेक म्हणाला, ''मी तुला हे खात्रीपूर्वक सांगतोय की या केनरचे संशयास्पद संबंध आहेत. या सेंटर फॉर रिस्क ॲनॅलिसिसला मिळणारा सगळा पैसा उद्योगांकडून येतो. मी आणखी काही सांगायची गरज नाही. शिवाय या केनरनी अनेक वर्षं पेंटागॉनला सल्ला देण्याचं काम केलंय. इतकंच नाही तर त्याचा त्यांच्याशी एवढा जवळचा संबंध आहे, की त्यानं कसल्यातरी प्रकारे लष्करी प्रशिक्षणही घेतलं आहे.''

''लष्करी प्रशिक्षण?''

''होय. फोर्ट ब्रॅग आणि हार्वे पॉईंट येथे.'' ड्रेक म्हणाला, ''या माणसाचे लष्कराशी आणि उद्योगांशी संबंध आहेत हे उघड आहे. मी ऐकलंय की तो मुख्य प्रवाहातल्या पर्यावरणवादी संघटनांच्या विरुद्ध आहे. असा माणूस बिचाऱ्या जॉर्जच्या बरोबर असावा ही कल्पना मला असय वाटते.''

''मी जॉर्जबद्दल चिंता करत नाही. त्याला प्रचारकीपणाच्या पलीकडे काय पाहायचं ते कळतं.''

''तशी आशा करू या. पण खरं सांगायचं तर मी तुझ्याएवढा त्याबद्दल खात्री देऊ शकत नाही. हा केनर माणूस जॉर्जकडे येतो आणि दुसऱ्याच दिवशी जॉर्ज आमचं ऑडिट करायचं सांगू लागतो. माय गॉड! म्हणजे जॉर्जला असं का करावं वाटलं असेल? जॉर्जला हा पैशाचा अपव्यय आहे हे कळत नाही का? पैसा, वेळ, सगळं काही... माझा फार वेळ त्यात वाया जाणार आहे.''

''मला ऑडिट होणार आहे याची माहिती नव्हती.''

''तशी चर्चा चालू आहे. अर्थातच आमच्याजवळ लपविण्यासारखं काही नाही. कधीही ऑडिट होऊ शकेल. मी नेहमीच तसं सांगत आलोय. पण हा वानुटू खटला भरण्याची तयारी चालू असताना कामाच्या गर्दीत... आणि शिवाय आकस्मिक हवामानबदलांसंबंधी परिषदही होणार आहे. हे सगळं पुढच्या काही आठवड्यात घडणार आहे. मला खरं तर जॉर्जशी बोलायला हवं होतं.''

इव्हान्सने खांदे उडवले, ''मग त्याच्या सेलफोनवर कर फोन.''

''मी केला होता. तू केला होतास का?''

''होय.''

''त्यानं तुला नंतर फोन केला का?''

''नाही.''

ड्रेकने मान हलवली. ''हा माणूस... हा माझा या वर्षीचा 'जागरूक नागरिक' आहे, आणि मी त्याच्याशी फोनवरही बोलू शकत नाही.''

बिव्हर्ली हिल्स
सोमवार, १३ सप्टेंबर
सकाळी ८ वाजून ७ मिनिटे

मॉर्टन बिव्हर्ली ड्राईव्हवरच्या एका कॅफेबाहेर टाकलेल्या टेबलापाशी सकाळी आठ वाजता साराची वाट पाहत बसला होता. सहसा सारा वेळेवर येत असे. तिचं घरही फार लांब नव्हतं. अर्थात ती पुन्हा त्या अभिनेत्यात गुंतली नसेल तर म्हणा. तरुण पोरं चुकीच्या संबंधांवर फार वेळ वाया घालवतात हा विचार मॉर्टनच्या मनात आला.

कॉफीचे घुटके घेत मॉर्टन वॉलस्ट्रीट जर्नल वरवर चाळत बसला होता. त्याच्या बाजूच्या टेबलापाशी एक जरा वेगळं वाटणारं जोडपं येऊन बसल्यावर तर त्याचा वाचण्यातला रस एकदम कमी झाला होता.

काळ्या केसांची ती नेटकी दिसणारी तरुणी नजरेत भरण्याएवढी सुंदर होती. ती कदाचित मोरक्कोची असावी; पण तिच्या उच्चारांवरून ते सांगणं अवघड होतं. तिचा पेहेराव– टाईट स्कर्ट, उंच टाचांचे बूट आणि समोर उघडे जाकीट– हा लॉस

एंजलीसच्या धाटणीत न बसणारा होता. तिच्याबरोबरचा माणूस फारसा निराळा नव्हता. लाल चेहेऱ्याचा तो अमेरिकन माणूस आडव्या बांध्याचा होता. त्याचा चेहेरा काहीसा एखाद्या डुकरासारखा होता. त्याने अंगावर स्वेटर चढवलेला होता. तो एखाद्या फुटबॉल खेळाडूसारखा दांडगा होता. टेबलापाशी खुर्चीत धप्पकन बसत तो म्हणाला, ''स्वीट हार्ट.... मला लात्ते हवंय....''

''मला वाटलं की एखाद्या सभ्य गृहस्थाप्रमाणे तूच मला आणून देशील.''

''मी सभ्य गृहस्थ नाही नि तू ××× सभ्य स्त्री नाहीस. काल रात्री तू घरी आली नाहीस... त्यानंतर तर नाहीच नाही. तेव्हा हे सभ्य स्त्री-पुरुष वगैरे विसरायचं. कळलं?''

''चेरे.... तमाशा करू नकोस.''

''ए... मी तुला लात्ते आणायला सांगितलं होतं... कोण तमाशा करतंय?''

''पण चेरे...''

''तू आणणार आहेस की नाही?'' तो तिच्याकडे जळजळीत नजरेने पाहत म्हणाला, ''मी तुझं वागणं खूप सहन केलंय. मारीसा, तुला ते माहिती आहेच.''

''मी तुझ्या मालकीची नाही. मी मला हवं ते करीन.''

''ते तर दिसतंच आहे.''

हे संभाषण चालू असताना मॉर्टनच्या हातातलं वर्तमानपत्र हळूहळू खाली जात त्याच्या गुडघ्यावर आलं होतं. तो वाचत असल्याचा देखावा करत होता. पण प्रत्यक्षात त्याची नजर त्या तरुणीवरच खिळली होती. ती फार तरुण नव्हती. साधारण पस्तीस वर्षांची असावी. बहुधा तिच्या फक्त वयामुळे त्याला ती जास्तच सेक्सी वाटत असावी. तो एकटक नजरेने तिच्याकडे पाहत होता.

''विल्यम, मला तुझ्याशी बोलण्याचा कंटाळा आलाय.''

''मी निघून जाऊ का?''

''कदाचित तेच योग्य होईल.''

''ओह्... ×××'' त्या दांडगटाने तिच्या थोबाडीत मारली.

मॉर्टनला आता स्वत:वर ताबा ठेवता आला नाही. ''ए... हे काय चाललंय... अं.''

त्या तरुणीने मॉर्टनकडे पाहून स्मितहास्य केले. तो दांडगट माणूस उठला आणि मूठ वळवून मॉर्टनला दाखवत म्हणाला, ''××× स्वत:पुरतं पाहा!''

''तिला मारायचं काम नाही.''

''मग तू नि मी भिडायचं का?'' तो माणूस मूठ उगारत म्हणाला.

त्याचवेळी बिव्हर्ली हिल्स पोलिसांची एक गाडी त्या ठिकाणी आली. मॉर्टनने त्या दिशेने हात हलवला. गाडी बाजूला येऊन उभी राहिली, ''ठीक आहे ना सर्व काही?'' एका पोलिसाने विचारले.

“ठीक आहे ऑफिसर.” मॉर्टन म्हणाला.

“×××” तो माणूस म्हणाला आणि रस्त्यापर्यंत गेला.

गडद वर्णाच्या त्या तरुणीने मॉर्टनकडे पाहून स्मित केले. “धन्यवाद–”

“हरकत नाही. तू तुला लात्ते हवंय असं काहीतरी म्हटल्याचं मी ऐकलं होतं काय?”

ती पुन्हा हसली. तिने पायांची हालचाल करताच तिचे गुडघे उघडे पडले. “तुम्ही जर म्हणत असाल तर–”

मॉर्टन लात्ते आणण्यासाठी उठत असतानाच साराची हाक ऐकू आली, “जॉर्ज! उशिराबद्दल माफ कर.” सारा ट्रॅकसूट घालून जॉगिंग करतच आली होती. नेहमीप्रमाणे ती सुंदर दिसत होती.

त्या गडद वर्णाच्या तरुणीच्या चेहेऱ्यावर रागाची झलक दिसली. ती क्षणभरच होती. पण मॉर्टनला ती दिसली होती. *काहीतरी गडबड आहे.* तो तिला ओळखत नव्हता, त्यामुळे तिला राग यायचं काहीही कारण नाही, हा विचार त्याच्या मनात आला. कदाचित तिला आपल्या बॉयफ्रेंडला धडा शिकवायचा असेल. अजूनही तो माणूस कोपऱ्यापाशी रेंगाळत होता. तो एका दुकानापाशी पाहत असल्याचा बहाणा करत होता. पण एवढ्या सकाळी सगळी दुकानं बंद होती.

“निघायचं का?” साराने विचारले.

मॉर्टनने त्या तरुणीकडे पाहून किंचित दिलगिरी व्यक्त केली. तिने ‘काही फरक पडत नाही’ अशा अर्थाचा आविर्भाव केला. ती फ्रेंच असावी असं मॉर्टनला त्यावेळी वाटलं.

“कदाचित आपण पुन्हा भेटू.” मॉर्टन म्हणाला.

“होय.” ती म्हणाली, “पण मला खात्री वाटत नाही, असो. *चाव्हा.*”

“गुड डे.”

सारा आणि मॉर्टन बाहेर पडून रस्त्यावर आले.

“कोण होती ती?”

“मला माहीत नाही. पलीकडच्या टेबलापाशी बसलेली होती.”

“झणझणीत मसाला होता की!”

मॉर्टनने खांदे उडवले.

“मी आल्यामुळे व्यत्यय तर आला नाही ना? नाही? उत्तम.” साराने मॉर्टनच्या हातात तीन मोठी पाकिटे ठेवली. “यात एन.ई.आर.एफ.ला देणगीबद्दलची आजवरची माहिती आहे. यात मागच्या देणगीच्या वेळेचं ॲग्रीमेंट आहे. म्हणजे त्याची भाषा तुला पाहता येईल. आणि यात तुला हवा तसा चेक आहे. तो नीट ठेव. रक्कम फार मोठी आहे.”

"ठीक आहे. फारशी काळजी करायला नको. मी एका तासात निघणारच आहे."

"कुठं ते सांगणार का?"

मॉर्टनने नकारार्थी मान हलवली, "तुला ते न कळणंच उत्तम."

सेंच्युरी सिटी

सोमवार, २७ सप्टेंबर

सकाळी ९ वाजून ४५ मिनिटे

जवळजवळ दोन आठवडे मॉर्टनकडून काहीही कळलं नाही. एवढा काळ त्याने आपल्याशी संपर्क साधला नाही असे आधी कधी झाल्याचे इव्हान्सला आठवतही नव्हते. इव्हान्स आणि सारा लंचसाठी भेटले. साराच्या चेहेऱ्यावर चिंता स्पष्ट दिसत होती.

"जॉर्जकडून काहीतरी कळले का?" इव्हान्सने विचारले.

"चकार शब्द नाही."

"विमानाचे पायलट काय म्हणतात?"

"ते व्हान न्यूसमध्ये आहेत. जॉर्जने दुसरंच कुठलंतरी विमान भाड्यानं घेतलंय. तेव्हा जॉर्ज कुठं आहे ते मला माहीत नाही."

"आणि तो परत केव्हा..."

साराने खांदे उडवले, "कोण जाणे?"

यानंतर पुन्हा साराचा फोन आला तेव्हा इव्हान्सला आश्चर्य वाटले. सारा म्हणाली, "तू ताबडतोब निघ. जॉर्जला तुझी तत्काळ भेट घ्यायची आहे."

"कुठे?"

"एन.ई.आर.एफ., बिव्हर्ली हिल्स."

"तो परत आलाय का?"

"तसं म्हणता येईल."

सेंच्युरी सिटीमधल्या आपल्या ऑफिसपासून एन.ई.आर.एफ.च्या इमारतीपर्यंत जायला इव्हान्सला दहा मिनिटे लागली. एन.ई.आर.एफ.चे मुख्यालय वॉशिंग्टनमध्ये होते; पण अलीकडेच त्यांनी बिव्हर्ली हिल्स भागात पश्चिमेकडचे केंद्र या स्वरूपात ऑफिस उघडले होते. टीकाकारांच्या मते एन.ई.आर.एफ.ने हॉलीवूडच्या ताऱ्यांच्याजवळ राहण्यासाठी म्हणून हे ऑफिस उघडले होते. पण ही निव्वळ गावगप्पांची बाब होती.

इव्हान्सला मॉर्टन बाहेरच येरझाऱ्या घालत असण्याची अपेक्षा होती. पण तो कुठेच दिसत नव्हता. इव्हान्स मग स्वागतकक्षापाशी गेला. तिथे कळले की मॉर्टन

तिसऱ्या मजल्यावरच्या कॉन्फरन्स रूममध्ये आहे. इव्हान्स पायऱ्या चढून तिथे पोहोचला.

कॉन्फरन्स रूमच्या दोन भिंती काचेच्या पॅनेलच्या होत्या. इव्हान्सला आत तीन जण बसलेले दिसले. त्यांच्यात वादविवाद चालू होता. लाल चेहेरा झालेला मॉर्टन हातवारे करत बोलत होता. ड्रेक मागेपुढे होत मॉर्टनकडे बोट रोखून बोलत होता. तो रागावलेला दिसला. त्या ठिकाणी जॉन हेनली हा एन.ई.आर.एफ.चा प्रसिद्धी अधिकारी होता. तो वाकून पिवळ्या पॅडवर नोंद घेत होता. मॉर्टन आणि ड्रेक यांच्यात जोरदार वाद चालू होता.

इव्हान्सला काय करावे ते न कळून तो काही वेळ तसाच उभा राहिला. काही क्षणांनंतर मॉर्टनला इव्हान्स दिसला. त्याने बोटाने इव्हान्सला बाहेरच बस अशा अर्थाचा इशारा केला. इव्हान्स बाहेर बसून आतले दृश्य पाहू लागला.

नंतर इव्हान्सच्या लक्षात आले की आतमध्ये चौथी व्यक्ती आहे. अगोदर तो माणूस दिसला नव्हता कारण तो पोडियमच्या मागे वाकला होता. तो उभा राहिल्यावर दिसले की तो कोणीतरी कामगार होता. व्यवस्थित इस्त्री केलेल्या ओव्हरऑल घातलेल्या त्या माणसाच्या हातात एक ब्रीफकेससारखी अवजारांची पेटी होती. त्याच्या पट्ट्यामध्ये काही इलेक्ट्रॉनिक मीटर अडकवलेले दिसले. त्याच्या खिशावर असणाऱ्या पट्टीवर लिहिलेले होते 'एव्ही नेटवर्क सिस्टीम्स.'

तो कामगार गोंधळून गेलेला दिसला. ड्रेकला तो तिथे असणे नको होते, तर मॉर्टनला नेहमीच श्रोते हवे असायचे. ड्रेकला तो तिथून जायला हवा होता. उलट मॉर्टन त्याला थांब म्हणत असावा. यात सापडलेला तो कामगार अस्वस्थपणाने पाहत होता. अखेर ड्रेकची सरशी झाली असावी. कारण तो कामगार तिथून बाहेर पडला. तो कामगार बाहेर पडून इव्हान्सजवळून जाऊ लागला, ''आजचा दिवस फारच अवघड होता वाटतं?''

त्या कामगाराने खांदे उडवले, ''या इमारतीत नेटवर्कमध्ये काहीतरी समस्या उद्भवल्या आहेत. मला वाटतं की इथरनेट केबल खराब असावी किंवा ***रूटर्स*** गरम होत असावेत...'' एवढे बोलून तो निघून गेला.

आतमधला वाद आणखीनच चिघळला असावा. तो आणखी पाच मिनिटं चालू होता. काच साऊंडप्रूफ होती. पण जेव्हा आतल्या लोकांचे आवाज वाढायचे तेव्हा

इव्हान्सला दोन-चार शब्द ऐकू येत होते. एकदा मॉर्टन म्हणाला, ''गॉड डॅम इट! मला जिंकायचंच आहे!'' नंतर ड्रेकचा आवाज आला, ''ते फार धोकादायक आहे.'' या उत्तरामुळे बहुधा मॉर्टन आणखीनच रागावला होता.

काही वेळानंतर मॉर्टन म्हणाला, ''आपल्या या ग्रहापुढच्या सर्वांत मोठ्या समस्येसाठी आपण लढायला नको का?'' यावर ड्रेक काहीतरी वास्तव किंवा

व्यावहारिकपणा अशा अर्थाचे काहीतरी म्हणाला असावा. कारण मॉर्टन ओरडला, "वास्तव गेलं ×××."

यानंतर हेनली उभा राहिला आणि मी देखील त्याच्याशी सहमत आहे असे काहीतरी म्हणाला.

इव्हान्सला वाटले की हा वाद वानुटू खटल्यासंबंधी असावा. पण आणखी मुद्द्यांवरही तो चालू असण्याची शक्यता होती.

अचानक मॉर्टन दार आपटत बाहेर पडला. त्याने दार एवढ्या जोराने लावले होते की काचेची भिंत थरथरली. "××× त्या सगळ्यांनाच-!"

इव्हान्स मॉर्टनच्या पाठोपाठ चालू लागला. तिकडे आतले दोघेजण काहीतरी कुजबूज करत आहेत हे त्याला जाता जाता दिसले.

"त्यांची ×××" जॉर्ज मोठ्या आवाजात ओरडला. तो थांबला आणि त्याने मागे वळून पाहिले, "जर सत्य आपल्या बाजूला असेल तर आपण खरंच काय ते सांगायला नको का?"

आतमध्ये ड्रेकने निराशेने डोके हलवले.

"त्यांची ×××!" मॉर्टन पुन्हा जाता जाता ओरडला.

इव्हान्स म्हणाला, "मला बोलावलं होतं का?"

"होय." मॉर्टनने आत बोट दाखवले, "तो माणूस कोण आहे माहीत आहे का?"

"आहे. जॉन हेनली."

"बरोबर. ती दोघंही एन.ई.आर.एफ.ची माणसं आहेत! त्यांच्या लेटरहेडवर कोणकोण प्रसिद्ध व्यक्तींची नावं आहेत याची मला फिकीर नाही. किंवा त्यांच्याकडे किती वकील आहे याची मला तमा नाही. हे दोघंच सारं काही चालवतात आणि इतर सगळे नुसते माना डोलावतात. कोणाही विश्वस्ताला काय चालू आहे हे खरोखरच माहीत नाही. नाहीतर त्यांनी यात भाग घेतला नसता. आणि मी सांगतो ते ऐकून ठेव. मी यात असणार नाही. यानंतर बिलकूल नाही."

दोघे जिना उतरू लागले. इव्हान्सने विचारले, "म्हणजे काय?"

"म्हणजे मी त्यांना एक कोटी डॉलरची देणगी देणार नाही."

"हे त्यांना सांगितलं?"

"नाही." मॉर्टन म्हणाला, "मी सांगितलं नाही आणि तू सुद्धा सांगायचं नाही. नंतर त्यांना धक्का द्यायचाच मला." मॉर्टन विषण्णपणे हसला,

"पण कागदपत्रं मात्र लगेच तयार कर."

"जॉर्ज हे नक्की ना?"

"मला चिडवू नकोस पोरा!"

“मी फक्त–”

“आणि म्हणालो की कागदपत्रं तयार कर. कर म्हणजे कर.”

इव्हान्सने होकार दिला.

“आजच्या आज.”

इव्हान्स म्हणाला की तो ते काम तत्काळ करेल.

मॉर्टन आणि इव्हान्स गॅरेजपाशी जाईपर्यंत इव्हान्स गप्प बसला. मॉर्टनच्या गाडीपाशी गेल्यानंतरच तो पुन्हा बोलला. मॉर्टनचा ड्रायव्हर हॅरीने दार उघडले. इव्हान्स म्हणाला, “जॉर्ज तुझ्या सन्मानार्थ एन.ई.आर.एफ.ची मेजवानी पुढच्या आठवड्यात आहे. ती तशीच असणार आहे ना?”

“अर्थातच.” मॉर्टन म्हणाला, “मी ती संधी काहीही झालं तरी सोडणार नाही.”

मॉर्टन गाडीत बसला. हॅरीने दार बंद केले.

“गुड डे सर.” हॅरी इव्हान्सला म्हणाला.

गाडी सुरू झाली आणि निघून गेली.

इव्हान्सने आपल्या गाडीतून साराला फोन केला. “सारा–”

“हो... हो. मला माहीत आहे.”

“काय चाललंय?”

“मला त्यानं काही सांगितलं नाही. पण तो फार चिडलाय. पीटर *फार फार चिडलाय तो.*”

“मलाही तसंच वाटलं.”

“आणि तो निघून गेला.”

“काय?”

“तो निघून गेला. आपण एक आठवड्यानं परतू असं सांगून गेला. आपण आल्यावर मेजवानीसाठी सान फ्रान्सिस्कोला सगळ्यांना विमानानं नेऊ असं सांगत होता.”

ड्रेकने इव्हान्सला सेलफोनवर फोन केला, “पीटर, हे काय चाललंय?”

“निक. मला कल्पना नाही.”

“हा माणूस भ्रमिष्ट झालाय... तो जे काही बोलत होता... तुला काही ऐकू आलं का?”

“नाही.”

“तो भ्रमिष्ट झालाय. मला त्याची खरोखरच काळजी वाटते. म्हणजे एक मित्र म्हणून. आणि पुढच्या आठवड्यातल्या मेजवानीबद्दल न बोललेलंच बरं. म्हणजे

मला असं म्हणायचंय की तो ठीक असेल ना?''

''असेल. कारण तो विमान भरून मित्रमंडळींना तिकडे नेणार आहे.''

''तुला खात्री आहे?''

''सारा तसं सांगत होती.''

''मी जॉर्जशी बोलू शकतो का? तू काही मदत करू शकतोस काय?''

''माझ्या समजुतीनुसार तो आत्ताच गावाबाहेर निघूनही गेला आहे.''

''हे त्या हरामखोर केनरचंच काम असणार.''

''जॉर्जच्या बाबतीत काय चाललंय याची मला कल्पना नाही, निक. मला एवढंच माहीत आहे की तो मेजवानीला उपस्थित राहणार आहे.''

''तू त्याला तिथं आणशील असं मला वचन दे.''

''निक, जॉर्ज त्याला हवं तेच करतो.''

''मला त्याचीच तर काळजी वाटते.''

सान फ्रान्सिस्कोकडे जाताना
सोमवार, ४ ऑक्टोबर
दुपारी १ वाजून १८ मिनिटे

मॉर्टन त्याच्या विमानात एन.ई.आर.एफ.ला मदत करणाऱ्या अनेक प्रसिद्ध व्यक्तींना घेऊन जात होता. त्यात दोन रॉक स्टार होते. एका विनोदी नटाची बायको, टी.व्ही.वर राष्ट्राध्यक्षांचे काम करणारा एक अभिनेता, नुकताच गव्हर्नरपदासाठी उभा राहिलेला एक लेखक आणि दुसऱ्या लॉ फर्ममधले दोन वकील त्यात होते. स्मोक्ड सामनची डिश आणि वाईनचा आस्वाद घेताना त्यांची चर्चा रंगात आली होती. जगातली सर्वांत मोठी आर्थिक ताकद या नात्याने अमेरिकेने पर्यावरणाचे पावित्र्य राखण्यासाठी काय करायला हवे हा त्यांच्या चर्चेचा विषय होता.

आश्चर्याची गोष्ट म्हणजे मॉर्टन त्यात सहभागी न होता मागच्या बाजूला अस्ताव्यस्त बसला होता. तो चिडखोर आणि खिन्न दिसत होता. इव्हान्स त्याच्या शेजारी बसला होता. मॉर्टन पाणी किंवा काही न घालता सरळ कोरी व्होडका घेत होता. त्याचा आत्ताच दुसरा ग्लास चालू होता.

''मी देणगी रद्द करण्यासंबंधीची कागदपत्रं तयार करून आणली आहेत. म्हणजे तू तसं करण्याचं अजून ठरवलं असेल तर–''

''आहेच.'' मॉर्टनने सही खरडली. त्याने कागदांवर उडतउडत नजर टाकली. तो म्हणाला, ''हे कागद उद्यापर्यंत जपून ठेव.''

मॉर्टनने आपल्या पाहुण्यांकडे नजर टाकली. चर्चा आता वर्षारण्यातील वृक्षतोड

या विषयाकडे वळली होती. काहीजण त्यामुळे किती प्रजातींचा नाश होतोय याची आकडेवारी सांगत होते. टी.व्ही.वर राष्ट्राध्यक्षाची भूमिका करणारा टेड ब्रॅडली सांगत होता, की तो विजेवर चालणारी गाडी पसंत करतो. तो ती कित्येक वर्षं वापरतोय असे तो म्हणाला.

मधल्या टेबलापाशी बसलेली ॲन गार्नर अनेक पर्यावरण संघटनांच्या संचालक मंडळावर होती. लोकांनी आपल्या गाड्या कमी वापराव्यात यासाठी सार्वजनिक वाहतूक व्यवस्था सुधारण्याची गरज आहे असे ती म्हणत होती. जगातल्या इतर कोणाहीपेक्षा अमेरिकन नागरिक सर्वांत जास्त कार्बन डायऑक्साइड वातावरणात सोडतात ही बाब लाजिरवाणी आहे असे ती म्हणाली. ॲन सुंदर होती. तिचा नवरा एक प्रसिद्ध वकील होता. पर्यावरणाच्या कोणत्याही प्रश्नावर ती पोटतिडिकेने बोलत असे.

एक उसासा टाकून मॉर्टन इव्हान्सकडे वळला, ''आपण आत्ता या क्षणी किती प्रदूषण करतोय याची काही कल्पना आहे का तुला? बारा जणांना सान फ्रान्सिस्कोला नेण्यासाठी हे विमान चारशे पन्नास गॅलन इंधन जाळतंय. निव्वळ यामुळे होणारे प्रदूषण दरमाणशी जगात एक वर्षात होईल तेवढे आहे.''

मॉर्टनने व्होडका संपवली आणि वैतागून ग्लासातला बर्फ हलवला. त्याने तो ग्लास इव्हान्सच्या हातात ठेवला. त्याने तत्परतेने आणखी व्होडकासाठी इशारा केला.

''लिमोझिनमधून फिरणाऱ्या उदारमतवाद्यांपेक्षा आणखी काही भयानक असेल तर ते म्हणजे ही... गल्फस्ट्रीम जेटमधून फिरणारी पर्यावरणवादी माणसं.''

''पण जॉर्ज, तू देखील तसलाच गल्फस्ट्रीम पर्यावरणवादी आहेस की.''

''होय. मला खरं तर त्यामुळे अस्वस्थ व्हायला हवं होतं. पण तसं होत नाही. मला माझ्या विमानातून जगभर फिरायला आवडतं.''

इव्हान्स म्हणाला, ''मी ऐकलं की तू अलीकडेच नॉर्थ डाकोटा आणि शिकागोला गेला होतास...''

''होय.''

''तिथं काय केलंस?''

''पैसा खर्च केला. भरपूर पैसा खर्च केला. भरपूर म्हणजे भरपूर.''

इव्हान्सने विचारले, ''तू काही कलात्मक वस्तू विकत घेतल्यास का?''

''नाही. मी त्यापेक्षा फार महत्त्वाची नि महागडी गोष्ट मिळवली. मी माझं स्वत्त्व मिळवलं.''

''ते तर तुझ्याकडे पूर्वीपासूनच आहे की.''

''ओह्! माझं नाही. मी दुसऱ्या कोणाचं तरी स्वत्त्व विकत घेतलं.''

इव्हान्सला यावर काय बोलावे ते कळेना. तो गप्प राहिला. त्याला वाटले की मॉर्टन थट्टा करीत असावा.

‘‘मी तुझ्याशी त्याबद्दल बोलणारच होतो.’’ मॉर्टन पुढे सांगू लागला, ‘‘पोरा, मी एक यादी मिळवली आहे आणि ती तू केनरकडे घेऊन जा. ते फार फार– नंतर... हॅलो ॲन–’’

ॲन गार्नर त्यांच्या दिशेने येत होती. ‘‘हं... तर जॉर्ज तू थोडा वेळ काढशील का? कारण आम्हाला इथं तुझी गरज आहे. तू वानुटू खटल्याला मदत करतो आहेस ही देवाचीच कृपा म्हणायची. आणि शिवाय निक आयोजन करणार आहे ती हवामानबदलसंबंधीची परिषद– माय गॉड. जॉर्ज. सध्या परिस्थिती–’’

ॲनसाठी जागा करून देण्यासाठी म्हणून इव्हान्स उठू लागला. पण मॉर्टनने त्याला दाबून खाली बसवले.

‘‘ॲन,’’ मॉर्टन म्हणाला, ‘‘तू पहिल्यापेक्षाही जास्त सुंदर दिसतेस; पण आत्ता आम्ही जरा थोडं काम करतोय–’’

ॲनने इव्हान्सच्या उघड्या ब्रीफकेसकडे आणि त्यांच्यासमोरच्या कागदांकडे नजर टाकली. ‘‘मी कामात व्यत्यय आणला हे मला माहीत नव्हतं.’’

‘‘नाही, तसं काही नाही. फक्त एखादं मिनिट–’’

‘‘जरूर. माफ कर मला–’’ ॲन म्हणाली; पण तरीही ती तिथेच रेंगाळली.

‘‘जॉर्ज, हे तुझं वागणं नेहमीसारखं नाही. तू विमानात काम करतो आहेस–’’

‘‘होय.’’ जॉर्ज म्हणाला, ‘‘पण तुला ऐकायचं असेल तर ऐक. मला अलीकडे खूपच वेगळं वाटू लागलंय.’’

ॲनला या बोलण्यावर आपण काय प्रतिक्रिया द्यावी ते कळेना. ती फक्त हसली आणि डोळे मिचकावत, मान डोलावत ती तिथून दूर गेली.

मॉर्टन म्हणाला, ‘‘ती फारच छान दिसू लागलीय. तिच्यावर कोणी काम केलंय कोण जाणे!’’

‘‘काम केलंय म्हणजे?’’

‘‘गेल्या काही महिन्यांत तिनं डोळे नि कदाचित हनुवटीवर काम करून घेतलं असावं... असो.’’ मॉर्टनने हात झटकला. ‘‘मी ज्या यादीबद्दल बोललो त्याविषयी तू कोणालाही काही सांगणार नाहीस. पीटर, *कोणालाही नाही.* विशेष म्हणजे–’’

‘‘जॉर्ज डॅम इट! तू इथं मागे का लपून बसला आहेस?’’ पाठीमागून आवाज आला. टेड ब्रॅडली त्यांच्याकडे येत होता. दुपार असूनही टेड त्यावेळी चांगलाच झिंगलेला होता. ‘‘जॉर्ज तुझ्याखेरीज... माय गॉड... जॉर्ज, टेडशिवाय हे जग म्हणजे– ओ! म्हणजे मला म्हणायचंय की जॉर्ज मॉर्टनशिवाय हे जग किती कंटाळवाणं आहे... जॉर्ज ऊठ. हा माणूस वकील आहे. ऊठ. इकडे ये आणि घसा ओला कर.’’

मॉर्टन टेडबरोबर गेला. जाता जाता मागे वळून इव्हान्सला म्हणाला, ‘‘नंतर बोलू.’’

सान फ्रान्सिस्को

सोमवार, ४ ऑक्टोबर

रात्री ९ वाजून २ मिनिटे

मार्क हॉपकिन्स हॉटेलच्या मुख्य बॉलरूममधले दिवे जेवणानंतरच्या भाषणांसाठी मंद करण्यात आले. उपस्थित लोक अत्यंत उंची पोषाखात होते. झुंबरे अत्यंत सुशोभित करण्यात आली होती. पोडियमपाशी उभ्या निकोलस ड्रेकचा आवाज घुमत होता.

"सभ्य स्त्री-पुरुषहो, आपल्यापुढे कधीही नाही एवढी पर्यावरण समस्या उभी आहे असं म्हणणं ही अजिबात अतिशयोक्ती नाही. आपली जंगलं नष्ट होत आहेत. आपली तळी नि नद्या सारं काही प्रदूषित होत आहे. पूर्वी कधी नाही एवढ्या वेगाने आपल्या सभोवतालच्या वनस्पती नि प्राणी प्रजाती लुप्त होत चालल्या आहेत. दरवर्षी चाळीस हजार प्रजाती नष्ट होतात. म्हणजे दररोज पन्नास प्रजाती. या वेगाने पृथ्वीवरच्या अर्ध्या प्रजाती पुढच्या काही दशकात अदृश्य होतील. हा विनाश पृथ्वीच्या इतिहासात यापूर्वी कधीही झालेला नव्हता.

आणि आपलं स्वत:चं आयुष्य कसं झालंय? प्राणघातक कीटकनाशकं आपल्या अन्नात मिसळलेली आहेत. जागतिक तापमानवाढीमुळे पिकांची अवस्था वाईट आहे. आपली हवा दिवसेंदिवस वाईट होत जाते आहे. जगभर सगळीकडे पूर, दुष्काळ, वादळे, चक्रीवादळे येत आहेत. आपल्या सागरांची पातळी वाढणार आहे. पुढील शतकात ती पंचवीस फूट किंवा त्यापेक्षाही जास्त होईल. आणि या सगळ्यापेक्षा भयंकर गोष्ट म्हणजे आपल्या विनाशकारी वर्तणुकीमुळे होणारे हवामानातले आकस्मिक बदल. नवीन वैज्ञानिक पुरावे हे दाखवतात की असे बदल होणार आहेत. सभ्य स्त्री-पुरुषहो, थोडक्यात सांगायचं तर जागतिक पातळीवर उभ्या ठाकलेल्या एका भयंकर विनाशकारी घटनेला आपल्याला तोंड द्यावे लागणार आहे."

इव्हान्सने श्रोत्यांकडे नजर टाकली. काहीजण आपल्यासमोरच्या डिशकडे पाहत जांभया देत होते, तर काहीजण एकमेकांशी बोलत होते. कोणीही फारसे मनापासून ड्रेकचे भाषण ऐकत नव्हते.

"हे सगळं त्यांनी अगोदरच ऐकलंय." मॉर्टन गुरगुरला. तो खुर्चीत जरा सावरून बसला आणि त्याने हलकी ढेकर दिली. सगळ्या संध्याकाळभर तो सतत पीत होता आणि आता चांगलाच झिंगला होता.

"....जैवविविधतेचा नाश, अधिवास कमी कमी होत जाणे, ओझोन थराचा नाश...."

उंच निकोलस ड्रेक बेडौल वाटत होता. त्याचा सूटदेखील उंची असूनही ढगळ

झालेला होता. त्याच्या लुकड्या मानेपाशी कॉलर उभी झालेली दिसत होती. नेहमीप्रमाणेच त्याच्याकडे पाहून तो एखादा गाढा पण गरीब विद्वान आहे असे वाटत होते. एक प्रकारे तो ***इकाबोड क्रेन*** वाटत होता.

इव्हान्सच्या मनात विचार आला की याच्याकडे पाहून याला दरवर्षी पगार म्हणून जवळजवळ साडेतीन लाख डॉलर मिळतात हे खरे तरी वाटेल का! किंवा निकोलसला विज्ञानाची पार्श्वभूमी नाही हे सुद्धा कोणाला पटले नसते. निकोलस हा वकील होता. कित्येक वर्षांपूर्वी त्याच्यासारख्या एकूण पाच जणांनी एन.ई.आर.एफ. ही संघटना सुरू केली होती. प्रत्यक्ष खटल्यात युक्तिवाद करण्याचा अनुभव असलेला वकील म्हणून त्याला पोषाख फार झकपक न ठेवण्यामधला फायदा चांगलाच माहिती होता.

"…. जैविक विविधता सांभाळणाऱ्या राखीव क्षेत्रांचा ऱ्हास, नवनवीन आणि जास्तच प्राणघातक रोगांचा होणारा उदय…."

"यानं आता लवकर संपवायला हवं." मॉर्टन म्हणाला. टेबलावर त्याने बोटांनी ताल धरला होता. मॉर्टनला भाषण करायचं असेल तर त्याला नेहमीच टेन्शन येतं हे इव्हान्सला माहिती होतं.

तिकडे ड्रेक बोलत होता : "सकारात्मक ताकदीचा अगदी हलका पण आशेचा किरण म्हणजे…. हा माणूस दुसरा तिसरा कोणी नसून आपण आज ज्याच्या समर्पित जीवनाचा गौरव करायला जमलो आहोत तो–"

"मला आणखी मिळेल का?" हातातला मार्टिनीचा सहावा ग्लास रिकामा करत जॉर्ज म्हणाला. त्याने टेबलावर ठेवलेला ग्लास चांगलाच आदळला. इव्हान्स वेटर कुठे दिसतो का ते पाहण्यासाठी वळला. जॉर्जने चांगलीच दारू झोकली होती. वेटर लवकर येऊ नये असे इव्हान्सला वाटत होते.

"…गेली तीन दशके त्याने आपल्या शक्तीचा मोठा भाग हे जग अधिक निरोगी जीवन जगण्यासाठी चांगले व्हावे म्हणून खर्च केला आहे. सभ्य स्त्री-पुरुषहो नॅशनल एन्व्हरॉनमेंटल रिसोर्स फंड ही संघटना अभिमानाने–"

"आह!… ×××" मॉर्टन म्हणाला. त्याने उठण्याची तयारी केली. "मला कधीही चांगल्या कामासाठी माझं हसं करून घ्यायला आवडत नाही."

"तसं हसं होईल असं का वाटतं?" इव्हान्स म्हणाला.

"….. माझा परममित्र आणि या वर्षीचा जागरूक नागरिक पुरस्काराचा मानकरी… मिस्टर जॉर्ज मॉर्टन."

टाळ्यांचा कडकडाट झाला. मॉर्टन उठून उभा राहतानाच त्याच्यावर प्रकाशाचा झोत पडला. मॉर्टन पोडियमकडे निघाला. चांगला धष्टपुष्ट असलेल्या मॉर्टनची मान खाली झुकलेली आणि पाठ वाकलेली होती. मॉर्टन पहिल्या पायरीपाशी अडखळला तेव्हा इव्हान्स सावध झाला. मॉर्टन आता मागे पडणार असे त्याला वाटले, पण

मॉर्टनने तोल सावरला. तो स्टेजवर पोहोचला तेव्हा ठीक भासला. ड्रेकशी हात मिळवून तो पोडियमपाशी गेला. मॉर्टनने पोडियमच्या दोन्ही बाजूंवर हात ठेवले. त्याने सगळीकडे नजर फिरवली. काही क्षण तो काही बोलला नाही.

तो काही न बोलता नुसता उभा होता.

इव्हान्सच्या मागे बसलेल्या ॲन गार्नरने त्याला किंचित ढोसून विचारले, ''तो ठीक आहे ना?''

''होय. अगदी व्यवस्थित आहे.'' इव्हान्स मान डोलावत म्हणाला खरा, पण त्याला स्वत:लाच त्याबद्दल खात्री नव्हती.

अखेर जॉर्ज बोलू लागला.

''मी निकोलस ड्रेक आणि नॅशनल एन्व्हरॉनमेंटल रिसोर्स फंड यांचे या पुरस्कारासाठी आभार मानतो. पण मला वाटतं की मी त्यासाठी लायक नाही. विशेषत: जेवढं काम करायचं बाकी आहे ते पाहता नक्कीच नाही. मित्रहो, तुम्हाला माहीत आहे का, की आपल्याला चंद्राबद्दल जेवढं काही माहीत आहे तेवढं पृथ्वीवरच्या महासागरांबद्दल नाही, ही खरी पर्यावरण समस्या आहे. आपण जगण्यासाठी ज्या ग्रहावर अवलंबून आहोत त्याविषयी आपल्याला पुरेशी माहिती नाही. पण तीनशे वर्षांपूर्वी मॉन्टेन म्हणाला होता ते खरं आहे– ज्याबद्दल सर्वांत जास्त अज्ञान असतं त्यावर सर्वांत जास्त विश्वास नेहमीच ठेवला जातो.''

इव्हान्स मनात म्हणाला : मॉन्टेन? जॉर्ज मॉर्टन मॉन्टेनचा दाखला देत होता!

प्रकाशाच्या झोताखाली मॉर्टन पुढे-मागे झुलताना स्पष्ट दिसत होता. तोल सावरण्यासाठी त्याने पोडियमचा आधार घेतला होता. सारा श्रोतृवर्ग पूर्णपणे गप्प होता. सारेजण स्तब्ध बसून पाहत होते. वेटरदेखील जागच्याजागी उभे होते. इव्हान्स श्वास रोखून ऐकू लागला.

''पर्यावरणाशी निगडित चळवळीमधल्या आपल्या सर्वांनी या अगोदर अनेकवेळा विजय मिळण्याचे प्रसंग पाहिले आहेत. पर्यावरणाच्या संरक्षणासाठी इ.पी.ए. स्थापन झाली. पाणी आणि हवा अधिक शुद्ध झाल्याचे आणि सांडपाण्याची जास्त चांगली व्यवस्था झाली असल्याचे आपण पाहिलेले आहे. घातक विषारी पदार्थांची कचऱ्यात टाकून विल्हेवाट लावायची पद्धत बदलली. शिशाप्रमाणे इतर अनेक घातक प्रदूषकांच्या वापरावर आपण नियंत्रण आणू शकलो आहोत. मित्रांनो, हे विजय खरेखुरे होते. आपल्याला त्याबद्दल सार्थ अभिमानही वाटतो आणि आणखी बरंच काही करायचं राहिलंय हे आपण जाणतो.''

श्रोते आता किंचित विसावत होते. मॉर्टन आता त्यांच्या परिचयाच्या क्षेत्रात शिरत होता.

''पण हे काम होईल का? मला खात्री वाटत नाही. माझ्या प्रिय पत्नीच्या, डोरोथीच्या मृत्यूनंतर माझी मानसिक अवस्था फारशी आशावादी राहिलेली नाही याची मला कल्पना आहे.''

इव्हान्स खुर्चीत एकदम ताठ बसला. पलीकडच्या टेबलापाशी बसलेल्या हर्ब लोवेनस्टाईनला धक्का बसला होता. तो आ वासून पाहत होता. जॉर्ज मॉर्टनला बायको नव्हती. त्याच्या सहा माजी बायकांपैकी एकीचेही नाव डोरोथी नव्हते.

''डोरोथी मला कळकळीने माझी संपत्ती शहाणपणाने खर्च करण्याविषयी सांगायची. मला वाटतं मी तसं केलं. पण आता मात्र मला खात्री देता येत नाही. मी मघाशी म्हणालो की आपल्याला पुरेशी माहिती नाही. पण मला वाटतं अलीकडे एन.ई.आर.एफ. समोर एकच वाक्य आहे– आपण पुरेशा प्रमाणात खटले भरत नाही.''

श्रोत्यांमध्ये अनेकांनी खोल श्वास घेतल्याचे आवाज ऐकू आले.

''एन.ई.आर.एफ. ही एक कायदाविषयक फर्म आहे. तुम्हाला ते माहिती आहे की नाही कोण जाणे. ही फर्म काही वकिलांनी सुरू केली नि आजही ती वकीलच चालवतात. पण माझं मत आहे की खटले भरत बसण्यापेक्षा पैसा संशोधनावर खर्च व्हायला हवा आणि म्हणूनच मी एन.ई.आर.एफ.ला देणार असलेला निधी थांबवतो आहे. म्हणूनच मी–''

पुढची काही मिनिटे तिथे उत्तेजित लोकांचा एवढा कोलाहल होता, की इव्हान्सला काहीही ऐकू आलं नाही. सर्वजण मोठ्या आवाजात बोलत होते. काहीजण निघून जाऊ लागले होते. आपल्या बोलण्याचा काय परिणाम झालेला आहे याची मॉर्टनला फिकीर नसावी अशा तऱ्हेने तो बोलतच होता. ''....पर्यावरणासाठी दिलेल्या एका देणगीबाबत एफ.बी.आय. चौकशी करत आहे... दूरदृष्टीचा संपूर्ण अभाव...''

ॲन गार्नर इव्हान्सकडे झुकून हलक्या आवाजात म्हणाली, *''त्याला खाली आण.''*

''मी काय करू म्हणतेस?''

''जा नि त्याला घेऊन ये. तो झिंगलाय हे उघड दिसतंय.''

''तसं असलं तरी मी तसं करू शकत–''

''तुला हे थांबवायलाच हवं.''

पण तिकडे स्टेजवर ड्रेक अगोदरच पुढे झाला होता. ''ठीक आहे. जॉर्ज... धन्यवाद–''

''कारण आत्ता इथं सत्य सांगितलं तर–''

''धन्यवाद जॉर्ज.'' ड्रेक मॉर्टनच्या जवळ जात म्हणाला. तो त्याला पोडियमपासून हलवून दूर करण्याचा प्रयत्न करत होता.

''ठीक... ठीक.'' मॉर्टन पोडियमला चिकटून बसत म्हणाला, ''मी डोरोथीखातर काय केलं ते सांगितलं... माझी प्रिय पत्नी डोरोथी...''

''धन्यवाद जॉर्ज.'' ड्रेक आता टाळ्या वाजवू लागला. त्याने हात उंच धरून श्रोत्यांनी सामील व्हावे असा इशारा केला. ''धन्यवाद...''

''...मला तिची फार फार उणीव भासते....''

''सभ्य स्त्री-पुरुषहो, मी आभार मानतो आहे त्यात सर्वजण सामील–''

''ए... ठीक आहे. मी निघालो–''

आता टाळ्या बंद झाल्या होत्या. मॉर्टन धडपडत स्टेजवरून खाली उतरला. ड्रेक तत्काळ पोडियमपाशी गेला आणि त्याने बँड पथकाला खूण केली. त्यांनी विली जोएलचे 'यू मे बी राईट' हे गाणे वाजवायला सुरुवात केली.

हे गाणे मॉर्टनचे आवडते गाणे आहे असे त्यांना कोणीतरी सांगितले होते. ते खरेही होते, पण त्यावेळी ते वाजवणे चांगलेच चमत्कारिक वाटले होते.

हर्ब लोवेनस्टाईन इव्हान्सकडे झुकला. त्याचा खांदा ओढून जवळ येत म्हणाला, ''ऐक. त्याला इथून बाहेर घेऊन जा!''

''होय! काळजी करू नकोस.''

''हे घडणार याची तुला कल्पना होती?''

''नाही. शपथ घेऊन सांगतो.''

जॉर्ज मॉर्टन टेबलापाशी येताच हर्बने इव्हान्सचा खांदा सोडून दिला.

सर्वजण सुन्न होऊन पाहत होते. पण मॉर्टन मात्र आनंदात गाणे म्हणत होता : ''यू मे बी राईट, आय मे बी क्रेझी...''

''जॉर्ज...'' इव्हान्स उठून उभा राहिला, ''इथून बाहेर जाऊया आपण.''

पण मॉर्टनने त्याच्याकडे दुर्लक्ष केले. ''... बट इट मस्ट बी जस्ट ल्यूनॅटिक, यू आर लुकिंग फॉर...''

''जॉर्ज...'' इव्हान्सने मॉर्टनचा हात धरला.

''... टर्न आऊट द लाईट, डोन्ट ट्राय टू सेव्ह मी... मला वाचवण्याचा प्रयत्न करू नकोस.''

''मी तसं करत नाहीये जॉर्ज.''

''मग आणखी एक मार्टिनी घेण्याची कल्पना कशी वाटते?'' मॉर्टन म्हणाला.

त्याने आता गाणे थांबवले होते. त्याचे डोळे थंड होते. त्यात थोडासा खेद वाटत होता. ''मला वाटतं ×××× माझा आणखी एक मार्टिनी मिळविण्याचा हक्क आहे...''

''गाडीत हॅरी तुला देईल.'' इव्हान्स मॉर्टनला टेबलापासून दूर नेत म्हणाला.

''इथंच मार्टिनी हवी असेल तर तुला थांबावं लागेल आणि तुला थांबायची इच्छा नसेल असं...'' इव्हान्स त्याला बोलत बोलत बाहेर नेत असताना मॉर्टन गात

होता, ''टू लेट टू फाईट... टू लेट टू चेंज मी...''

तिथून बाहेर पडायच्या आतच त्यांच्या चेहऱ्यांवर झगझगीत प्रकाश पडला. हातात टेपरेकॉर्डर घेतलेले दोन टी.व्ही. रिपोर्टर मॉर्टनसमोर उभे राहिले होते. सगळेजण ओरडून प्रश्न विचारत होते. इव्हान्सने डोके खाली घातले, ''माफ करा... माफ करा... जाऊ द्या आम्हाला...''

मॉर्टन अजूनही गातच होता. इव्हान्सने गर्दीतून वाट काढली. रिपोर्टर पाठीमागून धावले. काहीजण पुढे जाण्याचा आणि पुढे थोडी जागा मिळवण्याचा प्रयत्न करत होते. इव्हान्सने मॉर्टनचे कोपर घट्ट धरले होते. मॉर्टन अजून गातच होता. ''मी नुसती गंमत करत होतो... कोणालाही न दुखवता... आणि आपण सगळ्यांनीच वीकएंडची जरा वेगळ्या प्रकारे मजा घ्यावी म्हणून...''

''इकडून ये.'' इव्हान्स दाराकडे जात म्हणाला.

''मी ऐन धुमश्चक्रीत सापडलो...''

अखेर मॉर्टनला घेऊन इव्हान्स बाहेर आला. एकदम गार हवा लागताच मॉर्टनने गाणे थांबवले. ते लिमोझिन येण्याची वाट पाहत उभे होते. सारा बाहेर येऊन मॉर्टनशेजारी उभी राहिली. काही न बोलता तिने त्याचा फक्त दंड धरला होता.

आता रिपोर्टर बाहेर आले होते. पुन्हा झगझगीत प्रकाश पडला. मग एकदम जोरात ड्रेक बाहेर आला, ''गॉड डॅम इट! जॉर्ज–''

कॅमेरा दिसताच ड्रेकने आपले बोलणे तोडले. त्याने एकदा जळजळीत नजरेने मॉर्टनकडे पाहिले आणि मग वळून तो पुन्हा आत शिरला. तिथे तसे थांबणे फार अस्वस्थ करणारे होते. अखेर जणू युगे लोटली आहेत असे वाटल्यानंतर लिमोझिन समोर येऊन उभी राहिली. हॅरीने उतरून जॉर्जसाठी दार उघडले.

''ठीक आहे, जॉर्ज.'' इव्हान्स म्हणाला.

''नाही. आज रात्री नाही.''

''हॅरी वाट पाहत थांबलाय.''

''मी म्हणालो, *आज रात्री नाही.*''

खर्जातला आवाज आला. चंदेरी रंगाची फेरारी लिमोझिनजवळ येऊन उभी राहिली.

''माझी गाडी–'' मॉर्टन पायऱ्या उतरू लागला. त्याची थोडी झोकांडी जात होती.

सारा म्हणाली, ''जॉर्ज, मला वाटतं की आज–''

पण जॉर्जचं तिच्याकडे लक्ष नव्हतं. तो पुन्हा गाऊ लागला होता. ''तुम्ही मला गाडी चालवू नको म्हणून सांगितलं आणि मी तर माझं घर जागवलं...''

एक पत्रकार म्हणाला, ''तो तर चक्रम झालाय. ठीक आहे–''

इव्हान्सला काळजी वाटली. तो मॉर्टनच्या मागे जाऊ लागला. मॉर्टनने जाता

जाता पार्किंग सांभाळणाऱ्याच्या हातात शंभर डॉलरची नोट ठेवली आणि म्हणाला, ''हे वीस तुला ठेव, माझ्या मित्रा.'' मग तो फेरारीच्या दाराशी धडपड करत म्हणाला, ''या इटालियन गाड्या म्हणजे–'' नंतर तो आत बसला.

इंजिनाचा मोठा आवाज आला. ''हं... आता कसा मस्त पुरुषी आवाज आला–''

इव्हान्स गाडीजवळ वाकला. ''जॉर्ज, हॅरीला गाडीतून घेऊन जाऊ दे. शिवाय–आपण कशाबद्दल तरी बोलायची गरज आहे ना?''

''नाही.''

''पण मला तर वाटलं की–''

''पोरा, माझी वाट अडवू नकोस.'' अजून कॅमेऱ्याचा प्रकाश दोघांवर होता.

तो पाहून मॉर्टन इव्हान्सच्या आड सावलीत हलला. ''तुला बौद्ध लोकांच्यात एक वाक्प्रचार आहे, तो माहीत आहे का?''

''काय?''

''पोरा, नीट लक्षात ठेव. जे काही महत्त्वाचं आहे ते बुद्धाच्या आसनापासून दूर नाही.''

''जॉर्ज, आज तू गाडी चालवू नयेस असं मला खरोखरच–''

''मी काय म्हणालो ते लक्षात ठेवशील का?''

''होय.''

''युगायुगांचं ज्ञान आहे हे. गुडबाय पोरा.''

गाडीने वेग घेतला. इंजिनाची मोठी गर्जना झाली. इव्हान्सने एकदम मागे उडी घेतली. कोपऱ्यावरची थांबण्याची खूण न पाहता फेरारी वेगाने कचकच आवाज करत बाहेर पडली.

''पीटर, चल.''

इव्हान्सने वळून पाहिले. सारा लिमोझिनपाशी उभी होती. हॅरी गाडीत बसत होता. इव्हान्स आणि साराने मागच्या सीटवर उड्या टाकल्या. लिमोझिन मॉर्टनच्या मागे निघाली.

टेकडी उतरताना फेरारी डावीकडे वळून कोपऱ्यावरून दिसेनाशी झाली. हॅरीने वेग वाढवला. तो ती अवाढव्य लिमोझिन सफाईने चालवत होता. इव्हान्सने विचारले, ''तो कुठं चालला असावा?''

''कल्पना नाही.'' सारा म्हणाली.

''त्याचं आजचं भाषण कोणी लिहिलं होतं?''

''त्यानं स्वतःच.''

''खरंच?''

''काल दिवसभर तो घरी तयारी करत होता नि मला काय करतोय हे तो दाखवत नव्हता....''

''जीझस! मॉन्टेन अं?''

''काल त्याच्याजवळ प्रसिद्ध वाक्यांचं पुस्तक होतं.''

''ही डोरोथी कुठून आली?''

''मला कल्पना नाही.'' साराने नकारार्थी मान हलवली.

आता गोल्डन गेट पार्क मागे पडला होता. रहदारी फार नव्हती. फेरारी गाड्यांमधून वाट काढत वेगाने जात होती. समोर आता दिव्यांमुळे झगझगणारा गोल्डन गेट पूल होता. मॉर्टनने वेग आणखी वाढवला. फेरारी आता नव्वद मैलांपेक्षा जास्त वेगाने जात होती.

''तो मार्टिनच्या दिशेने निघाला असावा...'' सारा म्हणाली.

इव्हान्सचा सेलफोन वाजला. ''हा काय प्रकार आहे मला कळेल का?'' ड्रेक विचारत होता.

''निक, माफ कर, पण मला माहीत नाही.''

''आपण मदत थांबवणार हे तो गंभीरपणे म्हणत होता का?''

''तसं वाटतंय.''

''हे अविश्वसनीय आहे. त्याची मानसिक अवस्था नीट नाही हे तर उघडच दिसतंय.''

''मला तसं वाटत नाही.''

''मला याची काळजी वाटतेय.'' ड्रेक म्हणाला, ''असं काहीतरी होणार याची मला भीती वाटतच होती. आपण आईसलंडहून परत येताना विमानात... आठवतंय का? मी तुला हेच विचारलं होतं नि तू काळजी करू नकोस असं म्हणाला होतास. अजूनही तुझं तेच मत आहे? की मी काळजी करायची गरज नाही?''

''निक, तू हे काय विचारतो आहेस, ते मला समजलं नाही.''

''ॲन गार्नर म्हणाली की त्यानं विमानात काही कागदांवर सह्या केल्या होत्या–''

''बरोबर आहे.''

''ज्या संघटनेवर त्याचं एवढं प्रेम होतं त्या संघटनेला तो देत असलेली मदत अचानक आणि विनाकारण थांबवण्याच्या त्याच्या निर्णयाशी त्या कागदपत्रांचा काही संबंध आहे का?''

''त्यानं आपलं मत बदललंय असं दिसतंय.''

''आणि हे तू मला का सांगितलं नाहीस?''

''त्यानं मला तशी सूचना केली होती.''

''इव्हान्स, तुझी ××××''

''माफ कर निक– मला खेद वाटतो.''

''नंतर तुला जेवढा खेद करावा लागेल ना त्याच्यापुढे हे–''

ड्रेकने फोन बंद केला होता.

सारा म्हणाली, ''ड्रेक पिसाळलाय का? ड्रेकला वेड लागलंय की काय?''

''संतापलाय.''

पूल उतरल्यानंतर फ्री-वेवर असणाऱ्या प्रकाशातून मॉर्टन पश्चिमेकडच्या कडेकपारी असणाऱ्या अंधाऱ्या रस्त्याने निघाला. त्याचा वेग आता आणखी वाढला होता. इव्हान्सने हॅरीला विचारले, ''आपण कुठे आहोत, काही कल्पना आहे का?''

''आपण स्टेट पार्कमध्ये असण्याची शक्यता आहे.''

हॅरी मॉर्टनच्या मागे राहण्याचा प्रयत्न करत होता. पण तिथल्या अरुंद आणि वेडीवाकडी वळणे असणाऱ्या रस्त्यावर लिमोझिन फेरारीला गाठूच शकत नव्हती. फेरारी त्यांच्यासमोर वेगाने पुढे पुढे जातच होती. आता फक्त त्यांना फेरारीचे मागचे दिवे तेवढे वळणांवरून दिसेनासे होताना दिसत होते. फेरारी त्यांच्यापासून साधारण सव्वा मैल पुढे होती.

अखेर लिमोझिन मागेच पडली होती. हॅरीने एका वळणावर जास्त वेगात गाडी वळवली, त्यामुळे ती कड्याच्या बाजूला झुकली. ते पाहून हॅरीला वेग कमी करणे भागच होते. आता ते निर्मनुष्य भागात होते. सगळीकडे अंधार होता. दूरवरच्या पाण्यात चंद्रप्रकाशाची एक तिरीप पडल्याने ते चंदेरी दिसत होते.

आता फेरारीचे मागचे दिवेदेखील दिसत नव्हते. लिमोझिन आणखी पुढे एका वळणावरून जात असताना त्यांना पुढच्या साधारण शंभर यार्ड अंतरावर असणाऱ्या वळणापाशी करड्या रंगाचा धुराचा लोट दिसला. त्यामुळे पुढचे काही दिसत नव्हते.

''ओह्... नाही नाही!'' साराने तोंडावर हात ठेवला.

फेरारी वळणावरून वेगाने जाताना कड्याजवळच्या झाडावर धडकून उलटली होती. त्यामधून धूर येत होता. गाडी कड्याच्या एवढी जवळ होती की तिचे पुढचे टोक कड्यावरून खाली झुकले होते.

इव्हान्स आणि सारा पुढे धावले. इव्हान्स हातापायावर बसून कड्याच्या बाजूने शिरून गाडीत पाहण्याचा प्रयत्न करू लागला. नीट काही दिसत नव्हते. पुढचा भाग चेपल्यासारखा दिसत होता.

हॅरी फ्लॅशलाईट घेऊन आला. इव्हान्सने त्याचा झोत टाकून पाहिले. गाडी रिकामी होती. फक्त मॉर्टनचा काळा टाय दरवाज्यापाशी लोंबकळत होता.

"तो बहुदा खाली फेकला गेलाय."

इव्हान्सने झोत खाली फिरवला. ऐंशी फूट खोलीवर समुद्र होता. पण पिवळ्या रंगाच्या खडकांखेरीज त्याला काहीच दिसले नाही. मॉर्टनचा कुठेही पत्ता नव्हता.

सारा हळूहळू रडत होती. हॅरीने लिमोझिनमधून आग विझवण्यासाठीचा सिलिंडर आणला होता. तो फेरारीची आग विझवू लागला. इव्हान्स मागे आला.

"सर, तुम्हाला कुठे दिसले का ते?" हॅरीने विचारले. त्याला प्रचंड दुःख झाल्याचे त्याच्या चेहऱ्यावर स्पष्ट दिसत होते.

"नाही."

"कदाचित... तिथे..." हॅरी झाडाकडे बोट दाखवत होता. त्याचे म्हणणे बरोबर होते. कारण जर पहिल्या धक्क्याने मॉर्टन बाहेर फेकला गेला असला तर तो रस्त्यावर वीस यार्ड मागे कुठेतरी असणार होता.

इव्हान्स मागे गेला. त्याने हातातल्या फ्लॅशलाईटचा झोत पुन्हा खाली टाकला. बॅटरी संपत आल्याने प्रकाश मंदावत होता. पण तरीही त्याला पाण्याजवळ पडलेली मॉर्टनची कातडी चप्पल दिसली.

इव्हान्स रस्त्यावरच खाली वाकला आणि ओंजळीत तोंड खुपसून रडू लागला.

पॉईंट मूडी

मंगळवार, ५ ऑक्टोबर

पहाटे ३ वाजून १० मिनिटे

पोलिसांनी येऊन जबाब नोंदवून घेण्याचे काम पूर्ण करेपर्यंत बचाव दलाने दोरावरून खाली उतरून पाण्याजवळ पडलेली चप्पल आणली होती. त्यांना मॉर्टनचा देह कुठेही सापडला नाही. पहाटेचे तीन वाजले होते.

पोलीस एकमेकांमध्ये बोलत होते की पाण्याच्या प्रवाहामुळे देह पिस्मो बीचवरही जाऊ शकतो. "आपल्याला तो सापडेल साधारण एखाद्या आठवड्यानं. अर्थात म्हणजे पांढऱ्या शार्कच्या तावडीतून त्याच्या देहाचं जे काय वाचेल ते म्हणा."

आता फेरारी गाडी उचलून मोठ्या ट्रकमध्ये ठेवण्यात आली होती. इव्हान्सला तेथून जायची इच्छा होती, पण त्याचा जबाब नोंदवणाऱ्या हायवेवरच्या पोलिसाला पुन्हा पुन्हा त्याला आणखी प्रश्न विचारायचे होते. हा विशीतला तरुण पोलीस नवखा असावा. त्याने पूर्वी कधीही एवढे फॉर्म भरलेले नसावेत.

पहिल्या वेळेस त्याने इव्हान्सला विचारले होते, "तुम्ही हे घडल्यानंतर किती वेळानं इथं आलात असं म्हणता येईल?"

"मला सांगणं अवघड आहे." इव्हान्स म्हणाला, "फेरारी अर्धा मैल पुढे होती,

कदाचित त्यापेक्षाही जास्त असेल. आमचा वेग ताशी चाळीस मैल होता. तेव्हा एखादं मिनिट असू शकेल...''

तरुण पोलीस एकदम सावध झाला, ''तुम्ही या लिमोझिनमधून या अशा रस्त्यावर चाळीसच्या वेगानं जात होतात?''

''अं... हे एवढंच धरून बसायला नको.''

काही वेळाने तरुण पोलीस परत आला. ''तुम्ही म्हणालात की तुम्ही या जागी पोहोचणारी सर्वप्रथम व्यक्ती होतात. तुम्ही सांगितलंत की तुम्ही रस्त्याच्या कडेने सरपटत खाली गेलात?''

''बरोबर.''

''म्हणजे तुम्ही फुटलेल्या काचांवर पाय दिला असणार ना?''

''होय. पुढची काच फुटली होती. मी रांगत जाताना माझ्या हाताखालीही त्या काचेचे तुकडे होतेच.''

''म्हणूनच काचा अस्ताव्यस्त झाल्या होत्या तर...''

''होय.''

''काच लागली नाही हे तुमचं सुदैवच म्हणायचं.''

''हं...''

तिसऱ्या खेपेस तो पोलीस परत आला. ''तुमच्या अंदाजानुसार हा अपघात किती वाजता झाला असावा?''

''किती वाजता?'' इव्हान्सने घड्याळाकडे नजर टाकली, ''मला कल्पना नाही. पण मी जरा विचार करून पाहतो...'' इव्हान्स विचार करू लागला. भाषण साधारण साडेआठच्या सुमारास सुरू झाले असावे... मॉर्टनने नऊ वाजता हॉटेल सोडले असणार. मग सान फ्रान्सिस्कोमधून जाऊन... पुलावरून जाऊन... रात्री पावणेदहा किंवा दहा वाजले असावेत.''

''म्हणजे साधारण पाच तासांपूर्वी?''

''होय.''

''ओह्...'' तरुण पोलीस आश्चर्यचकित झाल्याप्रमाणे म्हणाला.

इव्हान्सने ट्रककडे नजर टाकली. त्यात चेपलेली फेरारी गाडी चढवण्यात आली होती. तीन पोलीस एका उत्तम सूट परिधान केलेल्या माणसाबरोबर जोरजोरात काहीतरी बोलत होते. तो माणूस पाठमोरा होता. तो वळला तेव्हा इव्हान्स चकित झाला. कारण तो जॉन केनर होता.

''तिकडे काय चाललंय?'' इव्हान्सने त्या पोरगेल्या पोलिसाला विचारले.

''मला माहीत नाही. त्यांनी मला फक्त अपघात किती वाजता झाला ते तपासायला सांगितलं होतं.''

ड्रायव्हर ट्रकमध्ये बसला. त्याने इंजिन सुरू केले. ट्रकपाशी उभा असणारा एकजण ओरडला, ''जाऊ दे! एडी...''

''तिकडे काय चाललंय?'' इव्हान्सने त्या पोरगेल्या पोलिसाला विचारले.

''मला माहीत नाही. त्यांनी मला फक्त अपघात किती वाजता झाला ते तपासायला सांगितले होते.''

ड्रायव्हर ट्रकमधे बसला. त्याने इंजिन सुरू केले. ट्रकपाशी उभा असणारा एकजण ओरडला, ''जाऊ दे! एडी...''

''चला, ठीक तर मग. सर्व काही ठीकठाक झालेलं दिसतंय.'' तो तरुण पोलीस इव्हान्सला म्हणाला.

इव्हान्सने साराकडे नजर टाकली. केनरची उपस्थिती तिच्या लक्षात आली का हे तो पाहत होता. पण ती लिमोझीनला रेलून फोनवर बोलत होती. इव्हान्सने पुन्हा ट्रकच्या दिशेने पाहिले. त्याला केनर सेडान गाडीत बसून जाताना ओझरता दिसला. गाडी तो नेपाळी माणूस चालवत होता.

पोलीस आता निघून जात होते. फेरारी ठेवलेला ट्रक पुलाच्या दिशेने निघून गेला.

हॅरी म्हणाला, ''आपणही निघावं आता.''

इव्हान्स गाडीत बसला. लिमोझीन सान फ्रान्सिस्कोच्या दिशेने निघाली.

लॉस एंजलीसकडे जाताना
मंगळवार, ५ ऑक्टोबर
दुपारी १२ वाजून २ मिनीटे

मॉर्टनचे जेट दुपारी लॉस एंजलीसकडे निघाले. विमानातले वातावरण गंभीर होते. येताना असणारेच लोक असूनही सर्वजण गप्प होते. दुपारच्या वर्तमानपत्रांनी निरनिराळे मथळे देऊन बातम्या छापल्या होत्या : आपली प्रिय पत्नी डोरोथी हिच्या मृत्यूमुळे निराश झालेल्या दानशूर अब्जाधीश जॉर्ज मॉर्टनचा अपघाती मृत्यू झाला. त्याने अतिशय विस्कळीत भाषण केले होते. सान फ्रान्सिस्को क्लॉनिकलने त्याच्या भाषणाला 'भरकटलेले आणि अतार्किक' म्हटले होते. आपली नवीन फेरारी चालवताना झालेल्या दुर्दैवी अपघातात मॉर्टनचा मृत्यू झाला अशा स्वरूपाची स्टोरी प्रसिद्ध झाली होती.

तिसऱ्या परिच्छेदात वार्ताहराने म्हटलं होतं, की लक्षात न येणाऱ्या निराशेमुळे अशा प्रकारे अनेक अपघात होतात. एक प्रकारे त्या छुप्या आत्महत्याच असतात. मॉर्टनच्या अपघातामागे असेच कारण असल्याचे लिहून त्या वार्ताहराने मानसोपचारतज्ज्ञाचा हवाला दिला होता.

विमानात बसलेला टेड ब्रॅडली दहा मिनिटांनंतर म्हणाला, ''आपण जॉर्जच्या स्मृतीसाठी काही गौरवशब्द उच्चारायला हवेत आणि एक मिनिट शांतता पाळायला हवी.''

सगळीकडे शॅम्पेनचे ग्लास वाटण्यात आले.

''जॉर्ज मॉर्टनसाठी.'' टेड म्हणाला, ''थोर अमेरिकन, थोर मित्र आणि पर्यावरणाचा महान पाठीराखा. आपल्याला आणि या पृथ्वीला त्याची उणीव भासेल.''

यानंतर विमानात बसलेले सर्व प्रसिद्ध स्त्री-पुरुष काहीसे शांत राहिले होते. हळूहळू संभाषणाने गती घेतली. पुन्हा त्यांच्यात नेहमीसारखे वाद सुरू झाले. इव्हान्स येताना बसला होता त्याच जागी विमानात मागे बसून मधल्या टेबलापाशी चाललेले हे संभाषण ऐकत होता. ब्रॅडली आता ऊर्जा आणि इंधन याबद्दल काहीतरी सांगत होता. बघता बघता हे संभाषण नवीन प्रकारचे इंधन, सौरउर्जा वगैरे अनेक गोष्टींकडे वळले होते.

त्या लोकांना पाहून आणि बोलताना ऐकून इव्हान्सला हळूहळू बरे वाटू लागले होते. जॉर्ज मॉर्टनच्या मृत्यूनंतर आलेली खिन्नता कमी होऊ लागली होती. जॉर्ज मॉर्टन गेला असला तरीही पुढच्या पिढीला मार्गदर्शन करणारे आणि जग बदलण्याचा वसा घेतलेले अनेक प्रसिद्ध व ताकदवान लोक अजूनही शिल्लक होते.

इव्हान्सला गुंगी येऊ लागली होती. एवढ्यात निकोलस ड्रेक येऊन त्याच्या शेजारी बसला. त्याच्या दिशेने झुकून तो म्हणाला, ''ऐक... काल रात्रीबद्दल मी तुझी माफी मागायला हवी...''

''ठीक आहे.''

''मी भरकटत गेलो होतो. मला त्याबद्दल खेद वाटतोय हे तुला मला सांगितलंच पाहिजे. मी अस्वस्थ झालो होतो आणि फार काळजीतही होतो. गेले काही आठवडे जॉर्ज काहीसा चमत्कारिक वागत होता हे तुलाही माहीत आहेच. त्याचं बोलणं विचित्र होतं नि तो सतत भांडायच्या तयारीत होता. आता मला वाटतंय की त्याची मानसिक स्थिती बिघडण्याचीच ती चिन्हं होती. तुला काय वाटतं?''

''तसं होतं की नाही याची मला खात्री नाही.''

''तसंच असणार.'' ड्रेक म्हणाला, ''दुसरं काय असणार? माय गॉड! हा माणूस आपलं स्वत:चं जन्मभराचं काम नाकारतो आणि मग जाऊन स्वत:ला संपवतो! बरं.. त्यानं काल ज्या काही कागदपत्रांवर सह्या केल्या असतील त्याबद्दल विसरून जा. कालची परिस्थिती पाहता काल त्याची मानसिक अवस्था ठीक नव्हती हे उघड दिसतंय.'' ड्रेक पुढे म्हणाला, ''आणि तू देखील यापेक्षा निराळं काही

म्हणणार नाहीस असं मला वाटतं. या अगोदरच तो आणि आम्ही अशा दोघांसाठी काम करताना तुझी ओढाताण झालेली आहे. तू खरं तर अशी कागदपत्रं बनवताना बाहेरच्या तटस्थ वकिलाची मदत घेतली जाईल याची व्यवस्था करायला हवी होतीस. तू काही चुकीचं केलं आहेस असा आरोप मी करणार नाही. पण तुझी वागणूक शंकास्पद होती हे नक्की.'' इव्हान्स काहीही बोलला नाही. ड्रेकची धमकावण्याची भाषा अगदी स्पष्ट होती.

''असो.'' इव्हान्सच्या गुडघ्यावर हात ठेवत ड्रेक म्हणाला, ''मला फक्त माफी मागायची होती. अवघड परिस्थितीत तू तुला शक्य होतं ते केलंस हे मला माहीत आहे पीटर. आणि... मला वाटतं, आपण यामधूनही व्यवस्थित बाहेर येऊ.''

विमान व्हान न्यूस विमानतळावर उतरले. सध्याच्या फॅशनप्रमाणे असणाऱ्या डझनभर काळ्या रंगाच्या लिमोझीन गाड्या रनवेजवळ रांगेने उभ्या होत्या. सर्व प्रसिद्ध व्यक्तींनी मिठ्या मारून आणि हवेत चुंबने उडवून एकमेकांचा निरोप घेतला.

इव्हान्स सर्वांत शेवटी तिथून निघाला. त्याच्याजवळ त्याची साधी प्रायस हायब्रीड गाडी होती. तो गाडीतून बाहेर पडला आणि आपण ऑफिसला जावे असा विचार त्याच्या मनात आला. पण अनपेक्षितपणे त्याच्या डोळ्यांतून अश्रू आले. आपण बहुधा फार दमलो आहोत म्हणून असे झाले असावे हा विचार त्याच्या मनात डोकावला. त्याने घरी जाऊन थोडी झोप काढायची असे ठरवले.

इव्हान्स घराजवळ आला असताना सेलफोन वाजला. वानुटू खटल्याशी संबंधित जेनिफर हेन्सचा फोन होता, ''जॉर्जबद्दल ऐकून वाईट वाटलं. हे फार भयंकर आहे. इथं सगळेजण प्रचंड अस्वस्थ आहेत. तुला ते समजू शकेल. त्यानं निधी देणं थांबवलं. होय ना?''

''होय. पण निक त्याविरुद्ध झगडणार आहे. तुम्हाला निधी मिळू शकेल.''

''आपण एकदा लंचसाठी जायला हवं.''

''मला वाटतं...''

''आज?''

तिच्या स्वरात असे काहीतरी होते की इव्हान्स म्हणाला, ''मी प्रयत्न करतो.''

''तू इथं आलास की मला फोन कर.''

इव्हान्सने फोन बंद केला. पण त्याच क्षणी पुन्हा फोन वाजू लागला. मार्गो लेन बोलत होती. ती चिडली होती, ''हे ×××× काय चाललंय?''

''तुला काय म्हणायचं आहे?''

''कोणी ×××× मला फोन करून सांगणार का काही?''

''माफ कर मार्गो, पण–''

''मी आत्ताच टी.व्ही.वर बातमी पाहिली. सान फ्रान्सिस्कोत तो हरवला आहे नि कदाचित मृत. त्यांनी गाडीची काही दृश्यं दाखवली.''

''मी ऑफिसमध्ये पोहोचलो की तुला फोन करणारच होतो.'' इव्हान्स म्हणाला.

खरं म्हणजे तो तिला साफ विसरून गेला होता.

''आणि ते कधी करणार होतास? पुढच्या आठवड्यात? तुझी ती गचाळ मदतनीस आणि तू दोघंही सारखेच आहात. पीटर, तू जॉर्जचा वकील आहेस. तेव्हा तू तुझं xxxx काम नीट कर. कारण आपण जे आहे त्याला सामोरं जायला हवं. एक ना एक दिवस हे होणार याची मला कल्पना होती. आपल्याला सगळ्यांनाच होती. तू इकडं ये.''

''आजचा दिवस मला फारच काम आहे.''

''एखादं मिनिट–''

''ठीक आहे.'' इव्हान्स म्हणाला, ''फक्त मिनिटभरासाठी येतो.''

पश्चिम लॉस एंजलीस

मंगळवार, ५ ऑक्टोबर

दुपारी ३ वाजून ४ मिनिटे

विलशायर कॉरीडॉर भागात मार्गो लेन एका उत्तुंग इमारतीत पंधराव्या मजल्यावर राहत होती. इव्हान्सला लिफ्टमध्ये प्रवेश देण्यासाठी तिने डोअरमनला फोन केला. इव्हान्स येणार आहे हे माहिती असूनही मार्गो टॉवेल गुंडाळूनच दार उघडायला आली होती.

''ओह्! तू इतक्या लवकर पोहोचशील असं मला वाटलं नाही, बरं, ये आत ये. मी आत्ताच शॉवर घेऊन आलेय.'' मार्गो म्हणाली. आपले शरीर दाखवण्यासाठी मार्गो नेहमी असलं काहीतरी करत असे.

इव्हान्स आत शिरून कोचावर बसला. मार्गो त्याच्यासमोर बसली. टॉवेलमुळे तिचा देह जेमतेमच झाकला जात होता.

''हं... तर काय झालं जॉर्जचं?''

''मला सांगायला वाईट वाटतंय. जॉर्ज फेरारी फार वेगात चालवत होता नि ती धडकून तो खाली पाण्यात फेकला गेला. अजून देह सापडलेला नाही. पण कदाचित एखाद्या आठवड्यानंतर मिळेल असं पोलीस म्हणत होते.''

मार्गो नेहमी प्रेमाचे एवढे नाटक करायची की इव्हान्सला वाटले ती आता रडणार. पण ती रडली नाही. ती इव्हान्सकडे रोखून पाहत होती, ''×××× अशक्य.''

"का बरं?"

"कारण तो कुठंतरी लपलेला आहे. आणि तुला ते माहीत आहे."

"लपलाय? पण ते कशासाठी? कोणापासून लपणार तो?"

"कदाचित कोणापासूनही नाही. अलीकडे त्याला प्रचंड भयगंडानं ग्रासलं होतं. तुला त्याची कल्पना असेलच."

हे म्हणत असताना मार्गोने पाय एकमेकांवर टाकले. इव्हान्स प्रयत्नपूर्वक तिच्या चेहेऱ्याकडेच पाहत राहिला.

"भयगंड?"

"तुला काहीच माहीत नसल्याचं दाखवू नकोस. पीटर, ते उघड आहे."

इव्हान्सने मानेने नकार दिला, "मला तरी तसं दिसलं नाही."

"तो काही दिवसांपूर्वी इथं आला होता. तेव्हा तो खिडकीपाशी गेला होता. पडद्याआड उभा राहून तो खाली पाहत होता. आपला पाठलाग होतोय असं त्याला खात्रीनं वाटत होतं."

"त्यापूर्वी तो असं कधी वागला होता का?"

"मला सांगता येणार नाही; पण हल्ली तो फारच हिंडत असल्याने आमची फारशी भेट होत नव्हती. मी त्याला फोन करून कधी येतोस विचारलं तर म्हणायचा की त्यानं इथं येणं सुरक्षित नाही."

इव्हान्स उठून खिडकीपाशी गेला आणि खाली रस्त्याकडे पाहू लागला.

"तुझाही पाठलाग होतोय का?"

"मला तसं वाटत नाही."

विलशायर बुलेव्हार्डमधली रहदारी जोरात होती. दोन्ही बाजूंनी तिन्ही लेनमधून गाड्या वेगाने जात होत्या. कुठेही पार्किंग करायला किंवा बाजूला थांबायला जागा नव्हती. पण तरीही त्याला एक निळी प्रायस हायब्रीड बाजूला उभी राहिलेली दिसली. मागून गाड्या जोरजोरात हॉर्न वाजवू लागल्या. मग क्षणभरानंतर ती गाडी पुन्हा सुरू होऊन निघून गेली.

"तुला काही संशयास्पद दिसलं का?" मार्गोने विचारले.

"नाही."

"मला काही कधी दिसलं नाही. पण जॉर्जला दिसायचं. म्हणजे निदान त्याला तसं वाटत तरी होतं."

"आपला पाठलाग कोण करतंय वगैरे काही त्यानं सांगितलं होतं का?"

"नाही." मार्गोने पुन्हा पायांची हालचाल केली. "मी त्याला औषधं घे असं सांगितलं होतं."

"त्यावर तो काय म्हणाला?"

''तो म्हणाला की मलाही धोका आहे आणि म्हणून मी काही दिवस गावाबाहेर जावं. मला तो ओरेगॉनला बहिणीकडे जा म्हणाला. पण मी काही जाणार नाही.''

मार्गोचा टॉवेल सैल होऊ लागला होता. तिने तो आपल्या भरदार वक्षावर किंचित खाली घेऊन घट्ट केला. ''म्हणूनच मी तुला सांगतेय. जॉर्ज कुठंतरी लपून बसलाय. आणि तू त्याला लवकरात लवकर शोधलंस तर बरं. कारण त्याला मदतीची, उपचारांची गरज आहे.''

''अस्सं.'' इव्हान्स म्हणाला, ''पण हे देखील शक्य आहे की तो लपलेला नाही. खरोखरच त्याची गाडी धडकली... आणि अशा परिस्थितीत तुला काही गोष्टी कळायला हव्यात.''

इव्हान्सने मार्गोला कल्पना दिली की जर जॉर्ज सापडला नाही तर त्याची संपत्ती गोठवलेल्या अवस्थेत राहील. याचा अर्थ असा की तिला लागणाऱ्या रकमेसाठी तिने ताबडतोब तिच्यासाठी असलेल्या खात्यामधून सगळी रक्कम ताबडतोब काढून घेणं गरजेचं आहे.

''पण हे मूर्खपणाचं आहे.'' मार्गो म्हणाली, ''मला खात्री आहे की तो काही दिवसातच परत येईल.''

''पण तरीही–''

मार्गोच्या कपाळावर आठ्या दिसू लागल्या. ''पीटर, तू माझ्यापासून काहीतरी लपवतो आहेस का?''

''नाही.'' इव्हान्स म्हणाला, ''मी एवढंच सांगतोय की सर्व काही स्पष्ट व्हायला थोडा अवधी लागेल.''

''हे पाहा. तो आजारी आहे. तू त्याचा मित्र आहेस म्हणे. तर मग त्याला शोधून काढ.''

इव्हान्स आपण तसे करण्याचा प्रयत्न करू असे सांगून निघाला. तो बाहेर पडताच बँकेत जाण्यासाठी कपडे करायला मार्गो वेगाने बेडरूमकडे धावली.

बाहेर पडल्यानंतर इव्हान्सला एकदम खूप थकवा जाणवू लागला. त्याक्षणी त्याला फक्त घरी जाऊन विश्रांती घेणं एवढंच समजत होतं. तो गाडीत बसून निघाला. तेवढ्यात फोन वाजला. जेनिफर तो कुठे आहे हे विचारत होती.

''माफ कर. पण मी आज येऊ शकत नाही.''

''पीटर. काम महत्त्वाचं आहे. खरंच.''

त्याने पुन्हा तिची माफी मागून नंतर फोन करतो असे सांगितले.

त्यानंतर हर्ब लोवेनस्टाईनची मदतनीस लिसाचा फोन आला. निकोलस ड्रेक दुपारभर त्याला गाठण्याचा प्रयत्न करतोय असं ती म्हणाली, ''त्याला तुझ्याशी

खरंच बोलायचं आहे.''

''ठीक आहे. मी त्याला फोन करतो.''

''तो फार हादरलेला वाटला.''

''बरं.''

''पण तू अगोदर साराला फोन कर.''

''का?''

पण त्याच क्षणी फोन बंद पडला. इव्हान्स त्याच्या घराशेजारच्या गल्लीत शिरला होता. तिथे नेहमीच असं होत असे. त्याने नंतर फोन करायचे ठरवून तो बंद करून ठेवला. गाडी पार्क करून तो घरापाशी आला. त्याने दार उघडून आत पाऊल टाकले नि तो पाहतच राहिला.

त्याच्या घरात सगळीकडे सामान विखुरलेलं होतं. फर्निचर उलटंपालटं होऊन पडलं होतं. सगळ्या घरभर पुस्तकं आणि कागद इतस्तत: पसरून पडलेले दिसले. काही क्षण सुन्नपणे पाहिल्यानंतर इव्हान्स आत शिरला. उलटी पडलेली एक खुर्ची सरळ करून तो त्यात बसला. पण आपण पोलिसांना फोन केला पाहिजे हा विचार मनात येताच तो पुन्हा उठून उभा राहिला.

खाली पडलेला फोन उचलून तो पोलिसांना फोन करत होता, एवढ्यात त्याचा सेलफोन वाजू लागला. फोन लिसाचा होता.

''मघाशी फोन मधेच बंद पडला. बरं, तू लगेचच साराला फोन कर.''

''का?''

''ती मॉर्टनच्या घरी गेलीय. मॉर्टनच्या घरी बहुधा घरफोडी झालीय.''

''काय?''

''होय. तू साराशी बोल. ती घाबरून गेलेली वाटली.''

इव्हान्स फोन बंद करून स्वयंपाकघरात गेला. तिथे आणि बेडरूममध्येही सगळीकडे सामान अस्ताव्यस्त पडलेलं होतं. घर आवरणारी पुढच्या मंगळवारी येईल. तोपर्यंत आपण हे कसं आवरणार हा विचार त्याच्या मनात आला.

इव्हान्सने साराला फोन केला, ''सारा–''

''पीटर, तू आहेस का?''

''होय. काय झालं?''

''फोनवर नको. तू घरी पोहोचलास का?''

इव्हान्स काही क्षण गप्प होता. ''होय, आत्ताच आलोय.''

''आणि... तुझ्याकडेही?''

''होय.''

“तू इकडे येऊ शकशील का?”
“होय.”
“किती लवकर?” सारा घाबरलेली होती.
“दहा मिनिटांत.”
“ठीक आहे. ये.”

इव्हान्स आपल्या गाडीत बसला. लॉस एंजलीसमध्ये हायब्रीड गाडी मिळण्यासाठी सहा महिने वाट पाहावी लागते हा विचार मनात येताच त्याला बरे वाटले. त्याला करड्या रंगाची प्रायस हायब्रीड घ्यावी लागली होती. हा रंग त्याला फारसा आवडला नव्हता.

इव्हान्स रस्त्यावर आला आणि बिव्हर्ली हिल्सकडे जाऊ लागला. तेव्हा त्याला निळी प्रायस हायब्रीड गाडी दिसली. तो रंग त्याला कुरूप वाटला. आपल्याच गाडीचा रंग चांगला आहे असे त्याला त्या गाडीकडे पाहून वाटले. तो विलशायरपाशी सिग्नलसाठी थांबला असताना त्याला मागे तीच कुरूप निळी प्रायस गाडी दिसली. त्यात फारसे तरुण नसलेले दोघेजण होते. नंतर आणखी पुढच्या सिग्नलपाशीही ती गाडी त्याच्यामागे होती. मधे दोन गाड्या होत्या. इव्हान्स होमबी हिल्सच्या दिशेने वळताच प्रायसही तिकडे वळली.

ती गाडी त्याच्या पाठलागावर होती.

मॉर्टनच्या घरापाशी इव्हान्स आला. गेटपाशी त्याने बेल दाबली. वरच्या बाजूच्या सुरक्षा कॅमेरा चमचम करू लागला. “काही मदत हवी का?”

“मी पीटर इव्हान्स. सारा जेम्सला भेटायला आलोय.”

काही क्षणानंतर दारे उघडली. वाट पाहत असताना इव्हान्स मागे पाहत होता. निळी प्रायस वळणावरून पुढे आली आणि वेग कमी न करता निघून गेली. म्हणजे त्याचा पाठलाग होत नसावा.

इव्हान्सने एक खोल श्वास घेतला आणि तो आत शिरला.

होमबी हिल्स
मंगळवार, ५ ऑक्टोबर
दुपारी ३ वाजून ५४ मिनिटे

इव्हान्स मॉर्टनच्या घरापाशी आला तेव्हा जवळजवळ चार वाजले होते. मॉर्टनच्या घरापाशी सुरक्षा कर्मचारी सगळीकडे पसरलेले दिसत होते. काहीजण मुख्य दारापाशी,

काहीजण झाडांमध्ये तर काहीजण घराजवळच्या वाटेपाशी काहीतरी शोधत फिरत होते. 'ॲन्डरसन सुरक्षा सेवा' असे लिहिलेल्या अनेक गाड्या तिथे उभ्या होत्या.

इव्हान्सने आपली गाडी साराच्या पोर्शजवळ उभी केली आणि तो पुढच्या दारापाशी गेला. एका सुरक्षा रक्षकाने दार उघडले, ''मिस जोन्स दिवाणखान्यात आहेत.''

इव्हान्स दिवाणखान्याकडे निघाला. आपल्या घरातल्याप्रमाणेच तिथेही सामान अस्ताव्यस्त पडलं असेल असं त्याला वाटलं होतं. पण मॉर्टनच्या घरात सर्व काही ठीकठाक असल्याचं त्याला दिसलं. मॉर्टनकडे आशियातून गोळा केलेल्या अनेक प्राचीन वस्तू होत्या. त्या दिवाणखान्यात मांडलेल्या होत्या. त्यात जरीकाम केलेला मोठा चिनी पडदा होता. कोचाजवळ कंबोडियामधील सुप्रसिद्ध अंकोरवाटमधून आणलेलं मोठं शीर्षशिल्प होतं. त्या मूर्तीच्या जाड ओठांमधून अर्धस्मित झळकत होते. एका भिंतीला टेकवून सतराव्या शतकातील जपानी तान्सू होता. त्याचे उंची लाकूड चमकत होते. हिरोशीगेने लाकडात केलेले, दोनशे वर्षं जुने आणि अत्यंत किमती असे लाकूडकाम भिंतीवर मागच्या बाजूला होते. दुसऱ्या दारापाशी ब्रह्मदेशातून आणलेली बुद्धाची लाकडी मूर्ती ठेवलेली होती.

या सगळ्या उंची पुराणवस्तूंच्या मध्यभागी एका कोचावर सारा बसलेली होती. ती शून्य नजरेने खिडकीबाहेर पाहत होती. इव्हान्सला आत आलेला पाहून तिने विचारले, ''तुझ्याही घरी ते आले होते का?''

''होय. सगळं अस्ताव्यस्त झालंय.''

''इथं रात्री कधीतरी घरफोडी झालीय. नेमकं काय झालं असावं याचा शोध सुरक्षा कर्मचारी घेत आहेत. हे पाहा.''

साराने कंबोडियातून आणलेला दगडी शीर्षाचा स्टॅन्ड हलवला. वजन खूप अजूनही ते मोठे डोके सहज हलले. त्याच्याखाली एक गुप्त तिजोरी होती. ती आता उघडी दिसत होती. त्यामध्ये अनेक लिफाफे रचून ठेवलेले दिसले.

''काय चोरलं गेलंय?''

''काहीच नाही असं दिसतंय. सगळं काही जागच्या जागी आहे. पण यात नेमकं काय होतं त्याची मला कल्पना नाही. जॉर्जच्या या तिजोरीशी माझा फार क्वचित संबंध येत असे.''

सारा तान्सूजवळ गेली आणि तिने मधला कप्पा उघडला. त्याच्या आत आणखी एक चोरकप्पा होता. इथेही तिजोरी उघडी पडली होती. ''या घरात अशा एकूण सहा तिजोऱ्या आहेत. तीन इथं, एक वरच्या मजल्यावर, एक तळघरात आणि एक त्याच्या बेडरूममध्ये कपड्यांच्या कपाटाआड आहे. सगळ्या तिजोऱ्या उघडल्या गेल्या आहेत.''

''फोडल्या का?''

''नाही. कुणाला तरी नेमके नंबर माहिती असावेत.''

''हे तू पोलिसांना सांगितलंस का?''

''नाही.''

''का?''

''मला आधी तुझ्याशी बोलायचं होतं.''

साराचे डोके इव्हान्सच्या डोक्याच्या अगदी जवळ होते. त्याला तिच्या मंद सेंटचा वास जाणवत होता. इव्हान्सने विचारले, ''कशासाठी?''

''कारण पीटर, कोणाला तरी सगळे नंबर व्यवस्थित माहीत होते...''

''म्हणजे हे काम आपल्या कोणाचं तरी असावं असं तुला म्हणायचंय का?''

''तसंच असणार.''

''इथं रात्री कोण कोण असतं?''

''रात्री घर सांभाळणारे दोघेजण टोकाच्या खोलीत राहतात. पण काल त्यांच्या सुट्टीचा दिवस होता. त्यामुळे ते नव्हते.''

''म्हणजे घरात कोणीच नव्हतं?''

''बरोबर.''

''धोक्याच्या घंटांचं काय?''

''मीच त्या लावून गेले होते.''

''आणि त्या घंटा वाजल्या नाहीत?''

साराने नकारार्थी मान हलवली.

''म्हणजेच कोणाला तरी त्याचे कोडनंबर माहिती होते किंवा त्यांना निष्प्रभ करण्याचा मार्ग त्याला माहिती असणार. बरं, कॅमेऱ्यांचं काय?''

''ते सगळीकडे आहेत. तळघरात असलेल्या संगणकात त्यांचं चित्रण साठवलं जातं.''

''तू ते पाहिलंस का?''

साराने मान डोलावली. ''काहीही नाही त्यात. सगळं पुसून टाकण्यात आलंय. सुरक्षा कर्मचारी त्यातून काही मिळतंय का ते पाहत आहेत. पण मला वाटतं की...'' साराने खांदे उडवले, ''पण त्यातून काही हाती लागेल असं वाटत नाही.''

''संगणकातली माहिती कशी पुसून टाकायची हे साध्या घरफोड्यांना कळणार नाही. धोक्याच्या घंटा आणि तिजोऱ्यांच्या कोडची माहिती कोणाकोणाला आहे?''

''जॉर्ज आणि मी. पण आता आणखी कोणाला तरी आहे हे दिसतंय.''

''मला वाटतं तू पोलिसांना कळवायला हवंस.''

''कोणीतरी जॉर्जजवळ असलेलं किंवा आपल्याजवळ असलेलं काहीतरी शोधत आहेत. त्यांना वाटतंय की ते जॉर्जनं आपल्याला दिलं असावं.''

इव्हान्स विचारात पडला, ''पण तसं असेल तर ते हे सगळं एवढ्या उघडपणे का करतील? माझ्या घरी त्यांनी मला कळावं म्हणून सामान इतस्ततः फेकलं होतं. इथंही घरफोडी झालीय हे कळण्यासाठी तिजोऱ्या उघड्या टाकल्या होत्या...''

''अगदी बरोबर.'' सारा म्हणाली, ''त्यांना काय करायचं आहे ते आपल्याला कळावं हाच त्यांचा उद्देश आहे. आपण घाबरून जाऊन त्यांना हवंय ते आणायला जाऊ अशी त्यांची कल्पना आहे. ते जे काय असेल त्यासाठी ते आपला पाठलाग करतील.''

इव्हान्स याचा विचार करू लागला. ''त्यांना काय हवं असेल याची तुला काही कल्पना आहे का?''

''नाही. तुला आहे का?''

इव्हान्सला जॉर्ज विमानात ज्या यादीबद्दल बोलला होता त्याची आठवण झाली. पण त्या यादीबद्दल आणखी काही सांगायचं राहून गेलं होतं. हे नक्की होतं की ती यादी मिळवण्यासाठी मॉर्टनने भरपूर पैसा मोजला असावा. पण त्यावेळी त्याला तिचा उल्लेख करावासा वाटला नाही. ''मला कल्पना नाही.''

''जॉर्जनं तुला काही दिलं होतं का?'' साराने विचारले.

''नाही.''

''मलाही नाही.'' सारा ओठ चावत म्हणाली, ''मला वाटतं, आपण निघायला हवं...''

''निघायचं?''

''होय. थोडे दिवस गावाबाहेर जावं.''

''अशी घरफोडी झाल्यानंतर तसं वाटणं साहजिक आहे. पण माझ्या मते आपण पोलिसांना कळवणं हे योग्य होईल.''

''जॉर्जला तसं करणं आवडणार नाही.''

''जॉर्ज आता आपल्यात नाही सारा.''

''जॉर्जला बिव्हर्ली हिल्स पोलिसांबद्दल तिटकारा होता.''

''सारा...''

''जॉर्ज त्यांना कधीच बोलावत नसे. तो नेहमी खासगी सुरक्षा सेवाच वापरायचा.''

''तसं असेलही, पण...''

''ते रिपोर्ट लिहून फाईलमध्ये ठेवण्याखेरीज काहीही करणार नाहीत.''

''कदाचित तसं असेल, पण...''

''तू तुझ्या घरच्या प्रकारासाठी पोलिसांना फोन केला होतास का?''

''अजून नाही. पण मी करणार आहे.''

''ठीक आहे. तसंही करून पाहा. काय होतं त्याचा स्वतः अनुभव घे. पण निव्वळ वेळ वाया जाईल.''

इव्हान्सचा सेलफोन वाजला. त्याने तो उघडला. त्याला मेसेज आला होता–

'ऑफिसात ताबडतोब येणे. निक ड्रेक.'

''ऐक.'' इव्हान्स म्हणाला, ''मला निकची ताबडतोब गाठ घ्यायची आहे.''

''मी ठीक आहे.''

''मला जमेल तितक्या लवकर मी परत येईन.''

''मी ठीक आहे.'' सारा पुन्हा म्हणाली.

दोघेही उठून उभे राहिले. अचानक इव्हान्सने साराला मिठीत घेतले.

''सगळं काही ठीक होईल. काळजी करू नकोस.''

इव्हान्स दूर झाल्यावर सारा म्हणाली, ''पीटर, पुन्हा हे करू नकोस. मी पूर्णपणे भानावर आहे. परत आलास की मला भेट.''

इव्हान्स घाईघाईने निघून जाऊ लागला. त्याला स्वत:ला खुळ्यासारखे वाटत होते. तो दारापाशी असताना सारा म्हणाली, ''बरं पीटर, तुझ्याजवळ पिस्तूल आहे का?''

''नाही. तुझ्याजवळ?''

''फक्त नऊ मिलीमीटर बेरेट्टा आहे. पण काहीच नसण्यापेक्षा बरं आहे ते.''

''ओह्... ठीक आहे.''

गाडीपाशी जाताना इव्हान्स आजच्या जमान्यातल्या स्त्रियांना सुरक्षित वाटण्यासाठी काय काय लागते त्याबद्दल विचार करू लागला.

विचारात गढल्यामुळे इव्हान्सला कळायला वेळ लागला. ऑफिसात शिरताना त्याला कोपऱ्यावर उभी असणारी निळी प्रायस गाडी दिसली. त्यात दोघेजण होते. ते त्याच्याकडेच पाहत होते.

बिव्हर्ली हिल्स

मंगळवार, ५ ऑक्टोबर

दुपारी ४ वाजून ४५ मिनिटे

''नाही, नाही, नाही!'' एन.ई.आर.एफ.च्या मिडीया रूममध्ये पाच-सहा जणांच्या घोळक्यात उभा असणारा निकोलस ड्रेक म्हणाला. ग्राफिक्स बनवणारे ते सगळे जण सुन्न होऊन पाहत होते. त्यांच्या समोर भिंतीवर हिरवा-तांबडा बॅनर लावलेला होता. त्यावर 'आकस्मिक हवामान बदल : पुढील काळातले धोके' अशी अक्षरे होती.

''मला हे पसंत नाही. मला हे ×××× पसंत नाही!'' ड्रेक म्हणाला.

''का?''

"कारण हे मला एखाद्या जाहिरातीसारखं भिकार वाटतंय. आपल्याला त्यात काहीतरी चिमटा काढणारं टाकायला हवं..."

"हं... सर." एकजण म्हणाला, "तुम्हाला कदाचित आठवत असेल, तुम्हाला मुळात अतिशयोक्त विधानं नको होती."

"होय का? नाही. ते तसं नव्हतं. हेनलीला तशी विधानं टाळायची होती. त्याला हे सर्वसामान्य परिषदेसारखं वाटावं असं म्हणायचं होतं. पण तसं झालं तर प्रसिद्धी माध्यमांचं आपल्याकडे दुर्लक्ष होईल. म्हणजे मला म्हणायचं आहे की... ×××× एका वर्षात या विषयाच्या किती परिषदा होतात ते तुला ठाऊक आहे का?"

"नाही सर. किती?"

"अं... सत्तेचाळीस. असो. मुद्दा तो नाही." ड्रेक बॅनरशी चाळा करत म्हणाला, "म्हणजे हे पाहा. धोके? हा शब्द इतका भोंगळ आहे की त्याचा काहीही अर्थ काढता येईल."

"मला वाटलं, तुम्हाला तसंच हवं होतं– म्हणजे कसाही अर्थ निघावा..."

"नाही. मला संकट किंवा महासंकट असं काहीतरी हवंय– 'पुढील संकट', नाही, 'पुढील महासंकट' हे जास्त चांगलं होईल."

"तुम्ही मागच्या परिषदेच्या वेळी महासंकट शब्द वापरला होता."

"असेल. पण त्याचा उपयोग होतो म्हणून तो वापरायचा. या परिषदेत महासंकट हा मुद्दा असायलाच हवा."

"ओह्. सर..." एकजण म्हणाला, "तुमच्याबद्दल पूर्ण आदर ठेवून मी सांगतोय. पण आकस्मिक हवामान बदलांमुळे महासंकट येईल हे तंतोतंत खरं आहे का? कारण आम्हाला वाचायला जे काही दिलं होतं त्यावरून..."

"होय. आहेच." ड्रेकने फटकारले, "तसंच होणार आहे. मी सांगतोय ना, त्यावर विश्वास ठेवा! आता बदल करा!"

त्या माणसाने टेबलावर पसरलेलं सगळं साहित्य पाहिलं आणि मग तो म्हणाला, "मिस्टर ड्रेक, ही परिषद आणखी चार दिवसांनी सुरू होणार आहे."

"तुला वाटतं की मला ते माहीत नाही? मला ×××× ते माहीत नाही!"

"एवढ्या वेळात काय काय करता येईल, हे मला कळत नाही–"

"महासंकट! धोका शब्द उडवायचा. महासंकट शब्द तिथं टाकायचा. बस्स. हे एवढं करणं अवघड आहे?"

"मिस्टर ड्रेक. बॅनर आणि इतर गोष्टींमध्ये बदल करता येतील. पण कॉफी मगांच्या बाबतीत–"

"त्यांचं काय?"

"आपण ते चीनमधून बनवून आणतो आणि–"

‘‘चिनी बनावटीचे मग? त्या प्रदूषण असलेल्या ठिकाणाहून आणतो आपण? ही कल्पना कुणाची होती?’’

‘‘आपण नेहमीच मग चीनमधून मागवतो–’’

‘‘असो. आपण ते काय वाटेल ते झालं तरी वापरणार नाही. किती मग आहेत?’’

‘‘तीनशे. आपण ते पत्रकारांना इतर साहित्याबरोबर देतो.’’

‘‘तर मग पर्यावरणाला योग्य वाटणारे मग मागवून घ्या.’’ ड्रेक म्हणाला, ‘‘कॅनडात मग तयार होत नाहीत का? कॅनडाबद्दल कोणीच कधी आक्षेप घेत नाही. तेव्हा कॅनडातून मग आणा नि त्यावर ‘महासंकट’ हे छापा. बस्स.’’

सगळेजण एकमेकांकडे पाहत राहिले. मग एकजण म्हणाला, ‘‘तिकडे व्हँकूवरमध्ये एक तशी फर्म आहे–’’

‘‘पण त्यांचे मग फिक्कट पिवळे आहेत–’’

‘‘ते कसल्याही रंगाचे का असेनात!’’ ड्रेकचा आवाज वाढला होता. ‘‘हे करा! बरं, प्रसिद्धी माध्यमांना आपण जे देणार आहोत त्यांचं काय?’’ मग ड्रेक त्याच्या प्रसिद्धी अधिकाऱ्यांकडे वळला, ‘‘प्रसिद्धी मोहीम कधी सुरू होईल?’’

एकजण उभा राहिला, ‘‘रविवारी सकाळी वर्तमानपत्रं आणि टी.व्ही.वर सुरुवात होईल. बुधवारी चांगल्या चेहेऱ्यांच्या लोकांच्या मुलाखती होतील. जगभरातल्या प्रमुख नियतकालिकांमध्ये खास लेख असतील. एकूण पन्नास मुख्य मॅगेझीन या विषयावर निरनिराळ्या लोकांची मते छापतील. किमान वीसच्या कव्हरवर हीच स्टोरी असेल.’’

‘‘ठीक.’’ ड्रेकने मान डोलावली.

‘‘परिषद बुधवारी सुरू होईल. लोकांचे लाडके असणारे सुप्रसिद्ध पर्यावरणप्रेमी आणि जगातल्या मुख्य औद्योगिक राष्ट्रांमधले अनेक मोठे राजकीय नेते येणार आहेत. औद्योगिक राष्ट्रांमध्ये आता भारत, कोरिया आणि चीन हे देखील आहेत. चिनी प्रतिनिधी फक्त सहभागी होतील. ते बोलणार नाहीत.’’

‘‘दोनशे निमंत्रित टीव्ही पत्रकार हिल्टन हॉटेलात राहतील आणि तिथून मुलाखती घेतील. शिवाय टी.व्ही. न पाहणाऱ्या पण महत्त्वाचे निर्णय घेण्याची ताकद असणाऱ्यांपर्यंत जाण्यासाठी वर्तमानपत्राचे लोकही तिथं आहेत.’’

‘‘उत्तम.’’ ड्रेक खूश झालेला दिसला.

‘‘राजकीय नेते प्रत्यक्ष परिषदेत नसतील. काहीजण एखाद्या दिवसापुरते तर काहीजण काही तास एवढेच थांबतील आणि फोटो काढून झाले की त्यांचं काम संपेल. दररोज चौथी ते सातवीची मुलं धोक्यांसंबंधी– माफ करा– महासंकटांसंबंधी कुतूहल म्हणून येतील. आपण त्या त्या वर्षीच्या शिक्षकांना देण्यासाठी खास किट

तयार केली आहेत. म्हणजे मग ते आकस्मिक हवामान बदलांबद्दल त्यांना शिकवू शकतील.''

''बरं. वरच्या वर्गांचं काय?''

''वरच्या वर्गातल्या काही मुलांना आम्ही काही किट देऊन चाचणी केली होती. पण–''

''पण काय?'' ड्रेकचा चेहेरा बदलला.

''काहीजण म्हणत होते की यात खरं विज्ञान तर काहीच नाही. हे सगळं निव्वळ अंदाजावर आधारित दिसतंय.''

''गॉड डॅम इट!'' ड्रेक म्हणाला, ''अंदाज नाही. हे सगळं खरंखुरं आहे.''

''कदाचित त्यांना योग्य ते–''

''ओह् ××××. ते राहू दे आता. माझ्यावर भरोसा ठेवा. हे सगळं खरंच असं घडतंय यावर विश्वास ठेवा.'' मग अचानक ड्रेक वेगळ्याच आवाजात म्हणाला, ''इव्हान्स! तू किती वेळ इथं उभा आहेस?''

इव्हान्स दारापाशी किमान दोन मिनिटे उभा होता आणि त्याने बरेचसे संभाषण ऐकले होते. ''मिस्टर ड्रेक आत्ताच तर आलोय मी.''

''ठीक आहे.'' ड्रेक इतरांना उद्देशून म्हणाला, ''हे आता पुरेसं झालंय. इव्हान्स, माझ्याबरोबर ये.''

दरवाजा बंद करून घेतल्यावर ड्रेक म्हणाला, ''पीटर, मला तुझा सल्ला हवाय.'' तो टेबलापाशी गेला आणि काही कागद उचलून इव्हान्सला दाखवत म्हणाला, ''हा ×××× काय प्रकार आहे?''

इव्हान्सने कागदांकडे नजर टाकली, ''जॉर्जनं मदत थांबवली त्यासंबंधी–''

''हे तू तयार केलंस?''

''होय.''

''यातला तीन-अ. हा परिच्छेद कोणाच्या डोक्यातून आला?''

''परिच्छेद तीन-अ?''

''होय. हे शहाणपणाचे बोल तुझे आहेत की काय?''

''मला नीट आठवत नाही–''

''मग मी तुझ्या आठवणीला उजाळा देतो.'' ड्रेक म्हणाला.

त्याने कागदावर नजर टाकली, 'जर असा काही मुद्दा उपस्थित झाला की माझी बुद्धी शाबूत नाही, तर या कागदपत्रांमध्येच मदतीची सोय करण्यात येत आहे. म्हणूनच या ठिकाणी खटल्याचा अंतिम निकाल लागेपर्यंत एन.ई.आर.एफ.ला दर आठवड्याला पन्नास हजार डॉलर दिले जातील अशी तरतूद करण्यात येत आहे.

ही रक्कम तोपर्यंत नैमित्तिक खर्चासाठी पुरेशी होईल. त्यामुळे या संदर्भात कायद्याच्या आधारे काही करून संपूर्ण रक्कम मिळवता येणार नाही.'

"हे तू लिहिलंस का इव्हान्स?"

"होय."

"ही कल्पना कोणाची?"

"जॉर्जची."

"जॉर्ज वकील नव्हता. तेव्हा त्याला मदत–"

"मी केली नाही. त्यानं जवळजवळ हा सगळा भाग लिहून घ्यायला लावला. माझ्या डोक्यात तो येणं शक्यच नव्हतं."

ड्रेक वैतागून फुरफुरत होता, "दर आठवड्याला पन्नास हजार. या पद्धतीनं दहा लाख डॉलर मिळायला चार वर्षं लागतील."

"जॉर्जनं तेच तर या ठिकाणी लिहिलंय."

"पण ही कल्पना तुझी नाही तर मग कोणाची आहे?"

"मला माहिती नाही."

"शोधून काढ."

"ते मी कसं करणार? म्हणजे, जॉर्ज तर आता मरण पावला आहे. त्यानं कोणाचा सल्ला घेतला हे मला कसं समजणार–"

ड्रेक इव्हान्सकडे जळजळीत नजरेने पाहत होता, "पीटर, तू आमच्यासोबत आहेस की नाही?" हे बोलून तो येरझाऱ्या घालत भाषण देण्यासारख्या आवाजात सांगू लागला, "कारण हा वानुटू खटला आजवरचा सर्वांत मोठा खटला ठरणार आहे. यात फार महत्त्वाच्या गोष्टी पणाला लागल्या आहेत. जागतिक तापमानवाढ हे मानवजातीपुढचं फार फार मोठं संकट आहे. तुला ते माहिती आहे याची मला कल्पना आहे. सर्व सुसंस्कृत जगाला ते माहिती आहे. उशीर होण्याअगोदर आपण ही पृथ्वी वाचवण्यासाठी काम करायलाच हवं."

"होय. मला माहीत आहे."

"होय ना?" ड्रेक म्हणाला, "आम्ही हा जो वानुटू खटला भरणार आहोत तो फार महत्त्वाचा आहे. आम्हाला मदतीची गरज आहे. दर आठवड्याला पन्नास हजार मिळाले तर खटला गुदमरून खलास होऊन जाईल."

"पण पन्नास हजार ही रक्कम मोठी आहे. तेव्हा असं का होईल–"

"कारण तसं होईल!" ड्रेक फटकारत म्हणाला, *"कारण मी तुला सांगतोय की तसं होईल!* ड्रेक स्वत:च त्याच्या या उद्रेकामुळे आश्चर्यचकित झाला होता. त्याने टेबलाची कड धरून स्वत:ला सावरण्याचा प्रयत्न केला.

"हे बघ. आपण आपल्या विरोधकांना कधीच विसरता कामा नये. ते फार

ताकदवान आहेत. फार फार ताकदवान. उद्योगक्षेत्राला सगळीकडे प्रदूषण करण्यासाठी मोकाट राहायचं आहे. इथं, मेक्सिकोत, चीनमध्ये आणि जिथं कुठं धंदा मिळेल तिथं.''

''मी समजू शकतो.''

''पीटर या खटल्यात अनेक ताकदवान घटक रस घेत आहेत.''

''होय. तसं असणारच म्हणा.''

''आपण हा खटला हरावा यासाठी काहीही करायला ते तयार आहेत.''

इव्हान्स विचारात पडला. ड्रेक हे काय सांगत होता?

''पीटर त्यांचा प्रभाव सगळीकडे आहे. त्यांनी तुमच्या फर्ममधल्या किंवा तू ज्यांच्यावर विश्वास ठेवतोस त्यांच्यावरही प्रभाव पाडला असणार. पण तू तसा विश्वास टाकून चालणार नाही. कारण ते विरुद्ध बाजूला आहेत पण त्यांना त्याची कल्पनाही नाही.''

इव्हान्स काहीही न बोलता ड्रेककडे पाहत होता.

''तेव्हा पीटर, विचार कर. जरा पाठीमागे काय घडतंय त्याकडे लक्ष दे. तू काय करतो आहेस त्याबद्दल माझ्याखेरीज कोणाशीही काही बोलू नकोस. *कोणाशीही नाही.* सेलफोन वापरणं टाळ. ई-मेल बंद कर आणि तुझा पाठलाग होतोय का ते पाहा.''

''ठीक आहे... पण माझा पाठलाग याअगोदरच सुरू झालाय. एका निळ्या प्रायस गाडीतले–''

''ते लोक आमचे आहेत. ते अजून काय करत आहेत ते कळत नाही मला. मी त्यांना काही दिवसांपूर्वीच–''

''तुमचे लोक?''

''होय. आम्ही एका नवीन सुरक्षा कंपनीची चाचणी घेत होतो. अर्थात ते चांगले नाहीत हे दिसतंय.''

''माझा गोंधळ उडालाय. एन.ई.आर.एफ.कडे सुरक्षा कंपनी आहे–''

''होय तर. गेली चार वर्षं. कारण आम्हाला काही धोके जाणवले. पीटर मी काय म्हणतोय ते समजण्याचा प्रयत्न कर. *आपण सगळेच धोक्यात आलो आहोत.* पीटर. हा खटला आपण जिंकणं याचा अर्थ तुझ्या लक्षात येतोय का? पुढच्या काही वर्षांमध्ये उद्योगक्षेत्राला कितीतरी अब्ज डॉलर देणं भाग पडणार आहे. ते वातावरणात सोडत असलेला विषारी धूर बंद करण्यासाठी त्यांना हा खर्च करावा लागेल. हे एवढं पणाला लागलं असेल तर त्यापुढे एक-दोन जीव म्हणजे कस्पटासमान आहेत. तेव्हा अगदी सावध राहा.'' इव्हान्सने मान डोलावली.

''हा परिच्छेद जॉर्जला कोणी तयार करून दिला याची मला माहिती हवी आहे. आणि आम्हाला हव्या त्या प्रकारे वापरण्यासाठी ती सगळी रक्कम मोकळी व्हायला हवी आहे. हे सगळं आता तुझ्यावर अवलंबून आहे पीटर. तेव्हा तुला शुभेच्छा.''

इमारतीतून खाली उतरताना इव्हान्स एका तरुण पोराला धडकला. तो वेगाने वर येत होता. वानुटू खटल्याची तयारी करणाऱ्यांपैकी तो असावा. तो तरुण पोरगा दिलगिरी व्यक्त करून निघून गेला. संकट म्हणजे नेमकं काय असेल असा विचार करत इव्हान्स बाहेर पडला. निळी प्रायस गाडी तिथे नव्हती.

इव्हान्स साराला भेटण्यासाठी पुन्हा मॉर्टनच्या घराकडे निघाला.

होमबी हिल्स

मंगळवार, ५ ऑक्टोबर

संध्याकाळी ५ वाजून ५७ मिनिटे

रहदारी खूप होती. इव्हान्स हळूहळू पुढे सरकत असल्याने त्याला विचार करायला भरपूर वेळ मिळाला. ड्रेकबरोबरचं संभाषण त्याला विचित्र वाटत होतं. ड्रेकला आपला अधिकार गाजवायचा होता किंवा आपण बोलावलं की इव्हान्सला लगेच यावंच लागतं हे दाखवणं हा त्याचा हेतू असावा असं इव्हान्सला वाटत होतं.

काहीतरी विचित्र होतं हे नक्की. इव्हान्सच्या मनात त्या सुरक्षा कंपनीचा विचार आला. ते देखील चमत्कारिकच होते. कारण एन.ई.आर.एफ.ला अशा लोकांची गरजच नव्हती. त्यांनी लोकांचा पाठलाग करावा किंवा त्यांच्यावर नजर ठेवावी हे इव्हान्सला चमत्कारिक वाटू लागले होते.

इव्हान्सने आपल्या ऑफिसला फोन लावला. पण हीथर अगोदरच घरी निघून गेली होती. त्याने हर्ब लोवेनस्टाईनच्या ऑफिसात फोन केला. तिथे लिसा होती.

''लिसा, मला तुझी मदत हवीय.''

लिसा कारस्थान करण्यासारख्या हलक्या आवाजात म्हणाली, ''जरूर, पीटर.''

''माझ्या घरी घरफोडी झालीय.''

''नाही... म्हणजे तुझ्याहीकडे की काय?''

''होय. माझ्याही घरी. मला पोलिसांना कळवायचं आहे–''

''जरूर. त्यांनी काही चोरलं की काय?''

''तसं वाटत नाही. पण मला रिपोर्ट तर लिहिला पाहिजे... पण आत्ता मी फार गडबडीत आहे... साराकडे जायचंय आणि–''

''मी पोलिसांच्या संदर्भात तुला मदत करू का?''

''करशील?... मला ती मदत खूप मोठी होईल.''

''का नाही पीटर? मी बघते.'' लिसा जरा थांबली, ''तुझ्याकडे... म्हणजे घरी पोलिसांनी काही पाहू नये असं काही आहे का?'' लिसाचा आवाज आता कुजबुजल्याएवढा हलका होता.

“नाही.”

“म्हणजे असं की बऱ्याच जणांना वाईट सवयी असतात... नाहीतर आपण इथं राहू शकलोच नसतो म्हणून–”

“नाही लिसा. माझ्याकडे ड्रग नाहीत. म्हणजे तुला त्याबद्दलच म्हणायचं आहे ना?”

“नाही. मला तसं काही नेमकं म्हणायचं नव्हतं. बरं... काही फोटो वगैरे–”

“नाही.”

“मी फक्त खात्री करून घेत होते.”

“मदतीसाठी धन्यवाद लिसा. हं, आता दार उघडण्यासाठी–”

“मला माहीत आहे. पाय पुसण्याखाली किल्ली आहे.”

“होय.” इव्हान्स किंचित थबकला, “तुला हे कसं काय माहिती?”

“पीटर...” लिसाचा स्वर दुखावल्यासारखा होता, “माहिती मिळवण्याबाबत तू माझ्यावर भरोसा ठेवत जा.”

“ठीक आहे... धन्यवाद.”

“त्याची गरज नाही. बरं, मार्गोचं काय? ती कशी आहे?”

“ठीक.”

“तू तिला भेटायला गेला होतास का?”

“होय. आज सकाळी, आणि–”

“नाही, म्हणजे मला हॉस्पिटलमध्ये गेला होतास का असं म्हणायचं होतं– तुला समजलं की नाही? मार्गो आज सकाळी बँकेमधून परत आली त्याचवेळी तिचं घर फोडलं जात होतं. एका दिवसात तीन घरफोड्या! तू, सारा आणि मार्गो. हे काय चाललंय? तुला काही कल्पना आहे का?”

“नाही. हे फार चमत्कारिक आहे.”

“होय.”

“पण मार्गोचं काय–”

“हं... तिनं घरात शिरलेल्या तिघांना प्रतिकार करायचा ठरवलं असावं. ती तिची चूक होती. त्यांनी तिला मारहाण केली. पोलीस तिची विचारपूस करत असतानाच तिची शुद्ध हरपली. ती पार लुळीपांगळी झाली होती. तिला तर श्वासही घेता येत नव्हता.”

“तू गंमत तर करत नाहीस ना?”

“नाही. तिथं असलेल्या गुप्तचराबरोबर मी बोलले आहे. तो म्हणाला की ते तिथं पोहोचेपर्यंत ती जागची हलू शकत नव्हती आणि पूर्ण काळीनिळी पडली होती. ती आता अतिदक्षता विभागात आहे. डॉक्टर तिला निळ्या कडीबद्दल जास्त माहिती

विचारण्यासाठी उत्सुक आहेत.''

''निळी कडी?''

''तिचे शब्द अडखळत येत होते खरे. पण ती निळी कडी किंवा मृत्यूची निळी कडी असलं काहीतरी बरळत होती.''

''मृत्यूची निळी कडी... म्हणजे काय?''

''कोण जाणे. मार्गो त्यानंतर काहीही बोलण्याच्या स्थितीत नाही. ती अमली पदार्थ वगैरे काही घेते का?''

''नाही. ती स्वत:च्या आरोग्याबद्दल फार दक्ष आहे.''

''डॉक्टर सांगत होते की ती तशी ठीक आहे. तिला तात्पुरत्या स्वरुपाचा पक्षाघात झालेला आहे.''

''मी तिला भेटायला नंतर जाईन.'' इव्हान्स म्हणाला.

''भेटून आल्यानंतर मला फोन करशील का? मी तुझ्या घराचं सगळं पाहते. काळजी करू नकोस.''

मॉर्टनच्या घरी इव्हान्स पोहोचला तेव्हा अंधार झाला होता. घरापुढे फक्त साराची गाडी उभी होती. तिनेच दार उघडले.

''सर्व काही ठीक आहे ना?'' इव्हान्सने विचारले.

''होय.'' सारा म्हणाली.

दोघे आता दिवाणखान्यात आले. तिथले दिवे लावलेले होते. आत उबदार वाटत होते.

''सुरक्षा कर्मचारी कुठं आहेत?''

''ते जेवायला गेले आहेत. आता येतीलच परत.''

''सगळेच्या सगळे?''

''ते येतील परत. बरं, मला तुला काहीतरी दाखवायचं आहे.'' साराने एक पट्टा बाहेर काढला. त्याला एक इलेक्ट्रॉनिक मीटर जोडलेला दिसत होता. विमानतळावर सुरक्षा कर्मचारी ज्या प्रकारे काम करतात, त्याप्रमाणे तिने तो पट्टा इव्हान्सच्या खिशावर किंचित आपटला. ''खिसा रिकामा कर.''

''हे काय आहे?''

साराने फक्त डोके हलवले. ती काही बोलली नाही. इव्हान्सच्या खिशातल्या सगळ्या वस्तूंवर तिने तो पट्टा फिरवला. मग तिने तो इव्हान्सच्या किल्लीवरून फिरवला. किल्लीला एक प्लॅस्टिकचा चौकोनी तुकडा लावलेला होता. साराने तो मध्यभागी उचकटला. आतमध्ये इलेक्ट्रॉनिक सर्किट आहेत हे दिसले. साराने त्यामधला एक अगदी छोटा भाग उचकटून बाहेर काढला. तो पेन्सिलच्या टोकाएवढा

बारीक होता. ''ओहो!''

''काय आहे हे?''

साराने तो भाग ग्लासामधल्या पाण्यात टाकला. मग तिने इव्हान्सच्या खिशातून बाहेर काढून ठेवलेले एक पेनीचे नाणे उलटेपालटे करून बारकाईने न्याहाळून पाहिले. तिने तो बोटांमधून फिरवताच त्याचे दोन भाग अलग झाले. त्यामधले इलेक्ट्रॉनिक सर्किट पाहून इव्हान्स चकित झाला.

साराने तो इलेक्ट्रॉनिक भागही पाण्यात टाकला, ''तुझी गाडी कुठं आहे?''

''पुढच्या बाजूला.''

''आपण ती नंतर तपासून बघू.''

''हे सगळं काय आहे?''

''सुरक्षा रक्षकांना माझ्याजवळ आणि सगळ्या घरात बग आढळले. घरफोडीचा मुख्य हेतू बहुदा तोच होता. बग लपवणे. आणि पाहा तुझ्याजवळही बग होतेच.''

इव्हान्सने सगळीकडे नजर फिरवत विचारले, ''घर बाकी ठीक आहे ना?''

''आत्ता नीट झालंय. सुरक्षा कर्मचाऱ्यांना बारा बग सापडले. आता आणखी नसावेत.'' दोघे आता कोचावर बसून बोलू लागले.

''जे कोण हे सारं करतंय त्यांना वाटतंय की आपल्याला काहीतरी माहीत आहे. मलाही वाटू लागलंय की ते खरं असावं.''

इव्हान्सने तिला मॉर्टन ज्या यादीबद्दल बोलला होता त्यासंबंधी सांगितले.

''त्यानं ती यादी मुद्दाम विकत घेतली?''

''होय. म्हणजे तो तरी तसं म्हणाला.''

''यादी कसली होती ते काही त्यानं सांगितलं का?''

''नाही. तो मला नंतर सांगणार होता. पण तशी वेळच आली नाही.''

''तुम्ही दोघंच एकत्र असतानाही त्यानं तुला काही सांगितलं? आठवून पाहा.''

''मला तसं काही आठवत नाही.''

''विमानात बसलेले असताना?''

''नाही...''

''जेवणाच्या वेळी?''

''नाही.''

''तू त्याच्याबरोबर गाडीकडे जात होतास तेव्हा?''

''नाही. तो सतत गात होता. खरं सांगायचं तर मला त्यावेळी थोडं शरमल्यासारखं वाटत होतं. मग तो गाडीपाशी गेला नि... थांब एक मिनिट...'' इव्हान्स एकदम ताठ बसला. ''तो एक गमतीची गोष्ट बोलला होता.''

''कोणती?''

''काहीतरी बौद्ध तत्त्वज्ञानासंबंधी होतं. त्यानं मला ते नीट लक्षात ठेवायला सांगितलं होतं.''

''काय होतं ते?''

''मला आठवत नाही.'' इव्हान्स म्हणाला, ''म्हणजे अगदी स्पष्ट आठवत नाही. जे काही महत्त्वाचं आहे ते बुद्धाच्या आसनापासून दूर नाही असं काहीतरी तो म्हणाला होता.''

''जॉर्जला बौद्ध धर्माबद्दल रस नव्हता.'' सारा म्हणाली, ''त्यानं हे असं का सांगावं तुला?''

''जे काही महत्त्वाचं आहे ते बुद्धाच्या आसनापासून दूर नाही.'' इव्हान्सने पुन्हा ते वाक्य उच्चारले.

इव्हान्स समोरच्या खोलीकडे पाहत होता.

''सारा...''

त्यांच्यासमोरच वरच्या दिव्याच्या प्रकाश झोताखाली बसलेल्या अवस्थेतील बुद्धाचे लाकडी शिल्प होते. चौदाव्या शतकातील हे शिल्प ब्रह्मदेशातून मिळालेले होते. चार फूट उंचीचा हा पुतळा एका उंच बैठकीवर बसवलेला होता.

इव्हान्स त्या पुतळ्याच्या मागच्या बाजूला गेला.

''तुला तसं वाटतंय?'' साराने विचारले.

''बहुदा.''

इव्हान्सने पुतळ्यावर सगळ्या बाजूने बोट फिरवून पाहिले. मांडी घातलेल्या ठिकाणी पायांमध्ये एक छोटी फट होती. पण त्यात काहीही मिळाले नाही. इव्हान्सने खाली वाकून पाहिले. काहीही नाही. पुतळ्याच्या लाकडात काही ठिकाणी मोठमोठ्या भेगा होत्या. पण त्यातही काही आढळले नाही.

''बैठक हलवून पाहिली तर?'' इव्हान्स म्हणाला.

''तिला चाकं लावलेली आहेत.''

दोघांनी बैठक हलवून बाजूला केली. खालचा पांढरा गालिचा दिसला. पण तिथे आणखी काही नव्हते.

इव्हान्सने उसासा टाकला.

''बुद्धाचे आणखी काही पुतळे आहेत का?'' इव्हान्सने सभोवती नजर फिरवली.

सारा हात आणि गुडघे टेकून वाकून पाहत होती.

''पीटर...''

''काय?''

''हे बघ.''

इव्हान्सही खाली बसला. त्याला दिसले की बैठकीची खालची बाजू आणि

फरशी यांच्यामध्ये एक इंच मोकळी जागा होती. त्या जागेत बैठकीला चिकटवलेल्या एका पाकिटाचा कोपरा जेमतेम दिसत होता.

साराने आत बोटे सरकवली.

''तुला ते बाहेर काढता येईल का?''

''अं... तसं वाटतंय खरं... होय, मिळालं!''

साराने काहीही न लिहिलेले साधेसुधे बंद पाकीट बाहेर काढले. ''मला वाटतं पीटर... हेच ते असावं...''

अचानक सगळीकडे अंधार झाला.

दोघेजण धडपडत उठून उभे राहिले.

''काय झालं?'' इव्हान्सने विचारले.

''काही नाही. ठीक आहे. जनरेटर एवढ्यातच सुरू होईल.''

''तसं होणार नाही.'' अंधारातून आवाज आला.

सारा आणि इव्हान्सच्या डोळ्यांवर दोन प्रखर फ्लॅशलाईटचे झोत मारलेले होते. इव्हान्सने डोळे किलकिले केले होते, तर प्रखर प्रकाशापासून बचाव व्हावा म्हणून साराने डोळ्यांवर हात आडवा धरला होता.

''पाकीट इकडे द्या.'' अंधारातली व्यक्ती म्हणाली.

''नाही.'' सारा म्हणाली.

पिस्तूल सज्ज केल्याचा क्लिक् असा आवाज आला.

''आम्ही ते पाकीट मिळवणारच आहोत. असं नाही तर तसं.''

''ते शक्य नाही.'' सारा म्हणाली.

''सारा...'' इव्हान्स हलक्या आवाजात म्हणाला.

''पीटर तू गप्प बस. मी देणार नाही.''

''गरज पडली तर आम्ही गोळी घालू.''

''सारा... ते ×××× पाकीट दे!'' इव्हान्स म्हणाला.

''त्यांनी घेऊन तर बघावं.'' सारानं उघड आव्हान दिले.

''सारा...''

''कुत्रे!'' अंधारातली व्यक्ती किंचाळली आणि मग गोळीचा आवाज घुमला. नंतर पुन्हा एक किंचाळी ऐकू आली. एक फ्लॅशलाईट जमिनीवर घरंगळत कोपऱ्यात जाऊन पडला. इव्हान्सला एक सावली सारावर हल्ला करताना दिसली. साराने किंचाळत त्या माणसाला लाथेने उडवण्याचा प्रयत्न केला. त्याच क्षणी पुढचा मागचा विचार न करता इव्हान्सने त्या हल्लेखोरावर झेप घेतली आणि त्याचा कातडी जाकीट घातलेला हात धरला. त्याला त्या माणसाने प्यायलेल्या बियरचा

वास आला. पुढच्या क्षणी कोणीतरी इव्हान्सला मागे खेचून जमिनीवर पाडले होते. मग त्याच्या बरगडीत लाथ बसली.

अचानक कोणीतरी फ्लॅशलाईट उंचावला होता. वेगळाच कोणीतरी बोलत होता, ''दूर हो!'' हे ऐकताच हल्लेखोरही थांबून या आवाजाच्या दिशेने पाहू लागला.

सारा जमिनीवर पडलेली दिसली. आणखी एकजण उठून उभा राहिला आणि फ्लॅशलाईटकडे पाहू लागला. एकदम मोठा दणका बसल्याचा आवाज आला. तो माणूस किंचाळत मागे पडला. मग फ्लॅशलाईट इव्हान्सवर हल्ला करणाऱ्या माणसाकडे वळला.

''तू...''

तो हल्लेखोर तत्काळ खाली पडला.

''तोंड खाली.''

तो माणूस पालथा पडला.

''उत्तम.'' खर्जातला आवाज असणारी ती व्यक्ती म्हणाली, ''तुम्ही दोघं ठीक आहात का?''

''ठीक आहे.'' धापा टाकत सारा म्हणाली, ''कोण आहेस तू?''

''सारा, तू मला ओळखलं नाहीस म्हणून माझी निराशा झाली बघ.''

त्याचवेळी घरातले सगळे दिवे लागले.

''जॉन!'' सारा विस्मयाने म्हणाली.

इव्हान्स चकित होऊन पाहत असताना सारा खाली पडलेल्या हल्लेखोराला ओलांडून गेली. तिने एम.आय.टी.मधल्या प्राध्यापक जॉन केनरला कृतज्ञतेने मिठी मारली.

होमबी हिल्स
मंगळवार, ५ ऑक्टोबर
रात्री ८ वाजून ३ मिनिटे

''मला वाटतं मला स्पष्टीकरण मिळायला हवं.'' इव्हान्स म्हणाला.

केनर खाली वाकून जमिनीवर पडलेल्या दोघांना हातकड्या घालत होता. पहिला माणूस अजूनही बेशुद्ध होता.

''हा नियंत्रित **टेसर**चा परिणाम आहे.'' केनर म्हणाला, ''पाचशे मेगाहर्ट्झ क्षमतेच्या चार मिलीसेकंद बसणाऱ्या दणक्यामुळे तत्काळ बेशुद्धावस्था येते. पण ती फक्त काही मिनिटेच टिकते.''

“नाही.” इव्हान्स म्हणाला, “मला म्हणायचं आहे की–”

“मी इथं कसा काय?” केनर किंचित स्मित करत म्हणाला.

“होय.”

“तो जॉर्जचा चांगला मित्र आहे.” सारा म्हणाली.

“अस्सं? कधीपासून?”

“काही दिवसांपूर्वी आपण भेटलो तेव्हापासून.” केनर म्हणाला, “आणि तुला या माझ्या मदतनीसाची ओळख आहेच. संजोंग थापा.”

काळसर वर्णाचा, पिळदार स्नायू असणारा संजोंग थापा आत आला. पुन्हा एकदा इव्हान्सला तो लष्करातला आहे हे जाणवले. त्याचे उच्चार ब्रिटिश धाटणीचे होते. “सगळे दिवे लागले आहेत. पोलिसांना फोन करू का?”

“एवढ्यात नको.” केनर म्हणाला, “मला जरा मदत कर पाहू.”

केनर आणि त्याच्या मदतनीसाने हातकडीत अडकवलेल्या माणसांचे खिसे तपासले. “मला वाटलंच होतं.” केनर सरळ होत म्हणाला, “ओळख पटण्याजोगं त्यांच्याजवळ काहीही नाही.”

“कोण आहेत हे?”

“पोलीस ते शोधून काढतील.” केनर म्हणाला.

जमिनीवर पडलेली माणसं आता खोकत शुद्धीवर येत होती.

“संजोंग, त्यांना पुढच्या दरवाज्यातून बाहेर नेऊ या.” केनर म्हणाला. मग दोघांनी मिळून त्यांना अर्धवट खेचत, थोडेफार ढकलत बाहेर नेले.

खोलीत आता सारा आणि इव्हान्स दोघेच उरले. “केनर घरात कसा काय शिरला?” इव्हान्सने विचारले.

“तो तळघरात होता. तो दुपारभर घरात सगळीकडे शोध घेत होता.”

“आणि हे तू मला का सांगितलं नाहीस?”

“मीच तिला तसं सांगितलं होतं.” खोलीत परत येत केनर म्हणाला, “कारण मला तुझ्याबद्दल खात्री नव्हती. हा सगळा प्रकार फारच गुंतागुंतीचा आहे.” त्याने हातावर हात चोळत विचारले, “हं, आता त्या पाकिटात काय आहे ते पाहायचं का?”

“होय.” साराने कोचावर बसत पाकीट फोडले. आतमध्ये व्यवस्थित घडी घातलेला एकच कागद होता. सारा अविश्वासाने त्याच्याकडे पाहत होती. तिचा चेहेरा पडला होता.

“काय आहे त्यात?” इव्हान्सने विचारले.

एकही शब्द न बोलता साराने तो कागद त्याच्या हातात ठेवला. कॅलिफोर्नियातल्या एका कंपनीने बुद्धाच्या पुतळ्यासाठी बनवून दिलेल्या लाकडी बैठकीच्या कामाचे ते बिल होते. त्यावरची तारीख तीन वर्षांपूर्वीची होती.

उदास होत इव्हान्स साराच्या शेजारी कोचावर बसला.

"काय झालं?" केनरने विचारले, "एवढ्यावरच हार मानली का?"

"मला काय करावं ते कळत नाही."

"जॉर्जनं तुला नेमकं काय सांगितलं होतं ते तू मला सांगायला सुरुवात कर."

"मला नीटसं आठवत नाही."

"तुला जे काही आठवेल ते सांग."

"तो म्हणाला होता की हा एक तत्त्वज्ञानविषयक विचार आहे. तो असा काहीतरी होता. जे काही महत्त्वाचं आहे ते बुद्धाच्या आसनापासून दूर नाही."

"नाही. ते अशक्य आहे." केनर म्हणाला.

"का?"

"तो तसं म्हणणं शक्य नाही."

"कारण?"

केनरने सुस्कारा टाकला. "त्याला जर सूचना द्यायची असती तर तो एवढ्या संदिग्धपणे बोलला नसता. तेव्हा तो आणखी काहीतरी म्हणाला असणारच."

"मला तरी एवढंच आठवतंय." इव्हान्स बचावात्मक स्वरात म्हणाला. त्याला केनरची वागणूक खटकत होती. त्याला ती अपमानास्पद वाटत होती. त्याला केनरबद्दल तिरस्कार वाटू लागला होता.

"हे एवढंच आठवतंय?" केनर म्हणाला, "बरं. आपण पहिल्यापासून सुरुवात करू या. जॉर्जने हे वाक्य तुला कुठं सांगितलं? तुम्ही लॉबीमधून बाहेर पडल्यानंतरच असणार ना?"

क्षणभर इव्हान्सच्या लक्षात आले नाही. मग त्याने विचारले, "तुम्ही तिथं होता?"

"होय. मी एका बाजूला होतो."

"का?"

"आपण त्यावर नंतर बोलू." केनर म्हणाला, "तर तू आणि जॉर्ज बाहेर पडलात आणि मग..."

"होय." इव्हान्स म्हणाला, "आम्ही बाहेर पडलो. बाहेर फार थंडी होती. गारठल्यानं जॉर्जचं गाणं बंद झालं. आम्ही गाडीची वाट पाहत हॉटेलच्या पायऱ्यांवर इथे होतो."

"हं... हं..."

"मग गाडी आली. जॉर्ज फेरारीत बसला. त्यानं गाडी चालवू नये असं मला वाटत होतं. मी त्याला तसं म्हटल्यावर तो म्हणाला की मला बौद्ध तत्त्वज्ञानामधला एक वाक्प्रचार आठवतो. मी कोणता असं विचारल्यावर त्यानं सांगितलं की जे

काही महत्त्वाचं आहे ते बुद्धाच्या आसनापासून दूर नाही.''

''दूर नाही?''

''तो तसं म्हणाला होता.''

''ठीक आहे.'' केनर म्हणाला, ''आणि हे बोलत असताना तुम्ही...''

''मी फेरारीपाशी वाकून उभा होतो.''

''वाकून उभा होतास?''

''होय.''

''तू त्यावर काय म्हणाला होतास?''

''मी फक्त त्याला गाडी चालवू नकोस एवढंच सांगितलं.''

''तू तो वाक्प्रचार पुन्हा एकवार उच्चारला होतास का?''

''नाही.''

''का?''

''कारण त्यावेळी मला त्याची काळजी वाटत होती. पण तो फार दूर नाही हे नक्की म्हणाला होता.''

''फार दूर नाही असं म्हणाला होता?''

''होय.''

''फार दूर नाही हे शब्द नक्की त्याचे होते ना?''

''होय.''

''उत्तम. हे जास्त चांगलं झालं.''

''चांगलं का?'' इव्हान्स वैतागून म्हणाला.

केनर इकडेतिकडे पाहत जरासा मागेपुढे झाला. ''पीटर, जरा नीट पाहा सगळीकडे. तुला काय काय दिसतंय?''

''मला समोर मिडीया रूम दिसतेय.''

''बरोबर.''

''पण मला कळत नाही...''

''पीटर, कोचावर बस.''

चडफडत इव्हान्स कोचावर बसला. हाताची घडी घालून तो केनरकडे रागाने पाहत होता. एवढ्यात बेल वाजली. पोलीस आले होते. केनर म्हणाला, ''मी पाहतो. त्यांनी तुला न पाहणं योग्य होईल.'' असे म्हणून केनर बाहेर गेला. बाहेर त्या पकडलेल्या माणसांबद्दल हलक्या आवाजात चर्चा चालली आहे, हे इव्हान्सच्या लक्षात आले. हे सगळे त्याला चमत्कारिक वाटत होते.

''या केनरचा कायदा अंमलबजावणी विभागाशी काही संबंध आहे का?''

''नक्की तसं म्हणता येणार नाही.'' सारा म्हणाली.

''याचा अर्थ काय?''

''त्याच्या फक्त खूप ओळखी आहेत इतकंच.''

''त्याच्या ओळखी आहेत.'' इव्हान्सने तेच वाक्य उच्चारले.

''होय. वेगवेगळ्या लोकांशी त्याच्या ओळखी आहेत. विशेषत: पर्यावरणाच्या विषयातल्या कितीतरी लोकांशी.''

''म्हणजे ते सेंटर फॉर रिस्क ॲनॅलिसिस त्यासाठीच आहे का? पर्यावरणातल्या धोक्यांवरच्या संशोधनासाठी?''

''मला नक्की माहीत नाही.''

''तो दीर्घ मुदतीच्या रजेवर कशासाठी आहे?''

''ते तू त्यालाच विचार.''

''ठीक आहे.''

''तुला तो आवडत नाही. होय ना?''

''चांगलाच आवडतो. मला तो पक्का ×××× वाटतो.''

इव्हान्स उठून थोडासा पुढे गेला. तेथून त्याला बाहेर उभा असलेला संजोंग दिसला.

''आणि त्या दुसऱ्या माणसाचं काय?''

''संजोंग थापा.'' सारा म्हणाली, ''नेपाळमध्ये गिर्यारोहण करताना केनरची आणि त्याची ओळख झाली. हिमालयात होणारी जमिनीची धूप यावर संशोधन करणाऱ्या शास्त्रज्ञांना मदत करण्यासाठी नेपाळी लष्कराने त्याची नेमणूक केली होती. केनरने नंतर त्याला अमेरिकेत आपल्याबरोबर काम करण्यासाठी बोलावून घेतले.''

''हं. मला आत्ता आठवलं. केनर गिर्यारोहक आहे. त्याचा ऑलिंपिक स्की टीममध्ये समावेश होण्याची शक्यता होती.'' इव्हान्सला हे सांगताना आपला वैताग लपवता आला नाही.

''पीटर, तुला जरी आवडत नसला तरी तो एक विलक्षण माणूस आहे.''

इव्हान्स पुन्हा कोचावर बसत म्हणाला, ''होय. मला तो आवडत नाही हे खरं आहे.''

''तसं वाटणारा तू एकटा नाहीस.'' सारा म्हणाली, ''त्याचा तिरस्कार करणाऱ्यांची यादी खूपच लांबलचक आहे.''

इव्हान्स फुरफुरत काहीही न बोलता बसून राहिला.

केनर परत आला. ''हं... त्या दोघांना एवढंच सांगायचं होतं की त्यांना अगोदर वकिलांशी बोलायचं आहे. काही तासात आपल्याला आणखी कळेलच. बरं, पीटर, ते बुद्धाबद्दलचं कोडं सुटलं का?''

इव्हान्स रागाने रोखून पाहत म्हणाला, ''नाही.''

''खरंच? पण ते तर अगदी साधंसरळ आहे.''

''मग ते सरळ सांगून का टाकत नाही?''

''तुझा हात उजवीकडे टेबलाच्या कडेपाशी ने.''

''बरं मग?'' इव्हान्सने हात पुढे सरकवला.

''काय आहे तिथं?''

''टी.व्ही., डी.व्ही.डी. वगैरे चालवण्यासाठी बटणं...'' हे म्हणतानाच इव्हान्सच्या लक्षात आले. ही रिमोट कंट्रोलची बटणे होती आणि मॉर्टनने 'फार दूर नाही' हे सांगताना 'रिमोट' असा शब्द वापरला होता हे त्याला तत्काळ जाणवले. तो रिमोटची बटणे पाहत म्हणाला, ''तुझं म्हणणं बरोबर आहे.''

इव्हान्सने तो रिमोट कंट्रोल सेट नीट तपासून पाहायला सुरुवात केली. त्याने बॅटरी बसवण्याचा भाग उघडला. त्या ठिकाणी एक बॅटरी होती आणि दुसऱ्या बॅटरीच्या जागी एक घट्ट गुंडाळी करून ठेवलेला कागद दिसला. त्याने काळजीपूर्वक तो बाहेर काढला. ती गुंडाळी हलकेच उलगडून हाताने घड्या साफ केल्या. त्या कागदावर अनेक क्रमांक आणि काही शब्द एवढेच होते. ते पाहून इव्हान्स म्हणाला, ''म्हणजे सगळेजण ज्याच्यामागं लागलेत ते हेच की काय?''

662262	3982293	24FXE 62262 82293	**TERROR**
882320	4898432	12FXE 82232 54393	**SNAKE**
774548	9080799	02FXE 67533 43433	**LAUGHER**
482320	5898432	22FXE 72232 04393	**SCORPION**

ALT

662262	3982293	24FXE 62262 82293	**TERROR**
382320	4898432	12FXE 82232 54393	**SEVER**
244548	9080799	02FXE 67533 43433	**CONCH**
482320	5898432	22FXE 72232 04393	**SCORPION**

ALT

662262	3982293	24FXE 62262 82293	**TERROR**
382320	4898432	12FXE 82232 54393	**BUZZARD**
444548	7080799	02FXE 67533 43433	**OLD MAN**
482320	5898432	22FXE 72232 04393	**SCORPION**

ALT

662262	3982293	24FXE 62262 82293	**TERROR**
382320	4898432	12FXE 82232 54393	**BLACK MESA**
344548	9080799	02FXE 67533 43433	**SNARL**
482320	5898432	22FXE 72232 04393	**SCORPION**

सारा कागदावर नजर टाकत म्हणाली, ''मला याचा अर्थ कळत नाही.''

इव्हान्सने तो कागद केनरपुढे धरला. त्यावर एकच नजर टाकताच तो म्हणाला,

''आता लोक एवढे का त्याच्यामागे आहेत याचं काहीच नवल वाटत नाही.''

''याचा अर्थ समजला का?''

''त्याबद्दल काही शंकाच नको.'' केनर तो कागद संजोंगकडे देत म्हणाला, ''ही भौगोलिक ठिकाणं आहेत.''

''ठिकाणं? कुठली?''

''त्यासाठी थोडी आकडेमोड करावी लागेल.'' संजोंग म्हणाला, ''ही माहिती **यू.टी.एम.** प्रकारची आहे. त्याचा अर्थ असा की ही यादी वैमानिकांसाठी बनवण्यात आलेली असावी.''

केनरच्या लक्षात आले की इतरांना काहीही कळलेले नाही. तो सांगू लागला, ''पृथ्वी गोलाकार आहे आणि नकाशे सपाट असतात. म्हणजेच गोलावरील बिंदू सपाट नकाशावर दर्शवणं गरजेचं असतं. अशी एक पद्धत म्हणजेच यू.टी.एम. युनिव्हर्सल ट्रान्सव्हर्स मॅर्केटर चौकट. मुळात ही पद्धत लष्करी उपयोगासाठी होती. पण वैमानिकांसाठी बनवलेल्या काही नकाशांमध्ये ती वापरली जाते.''

''म्हणजे हे आकडे वेगळ्या स्वरूपात अक्षांश-रेखांश आहेत का?''

''बरोबर.'' केनर म्हणाला आणि यादीवर बोटे फिरवत बोलू लागला, ''इथं मला अनेक संच दिसताहेत, नि त्यात चार पर्यायी ठिकाणं आहेत. कारण कळत नाही. पण प्रत्येकात पहिलं आणि शेवटचं ठिकाण एकच आहे. कशासाठी तरी...''

केनरने संजोंगकडे पाहिले.

संजोंग गंभीर चेहेऱ्यानं पाहत मान डोलावत म्हणाला, ''आज काय वार आहे?''

''मंगळवार.''

''म्हणजे आपल्याजवळ फार थोडा वेळ आहे.''

केनर म्हणाला, ''सारा, आपल्याला जॉर्जचं विमान लागणार आहे. त्याच्याकडे किती वैमानिक आहेत?''

''दोन.''

''आपल्याला किमान चारजण लागतील. तुला त्यांची व्यवस्था कितपत लवकर करता येईल?''

''कोण जाणे. पण कुठं जायचं आहे?''

''चिली.''

''चिली! आणि कधी निघायचंय?''

"शक्य तितक्या लवकर. फार फार तर आज मध्यरात्री."

"मला व्यवस्था करायला थोडा वेळ लागेल–"

"तर मग कामाला लाग." केनर म्हणाला, "वेळ थोडा आहे सारा, फार थोडा."

सारा बाहेर गेल्यावर इव्हान्स केनरकडे वळला, "मी हरलो. बरं, आता सांग की चिलीत काय आहे?"

"भरपूर इंधन मिळू शकेल असा विमानतळ." केनर म्हणाला आणि मग पलीकडच्या खोलीमधल्या साराला उद्देशून विचारले, "सारा, विमान कुठल्या प्रकारचं आहे?"

"जी-फाईव्ह."

केनर संजोंगकडे वळला. संजोंग जवळच्या छोट्या संगणकावर भराभरा काम करत होता.

"अकामायीशी संपर्क झालाय का?"

"होय."

"माझं म्हणणं बरोबर होतं का?"

"मी आत्तापर्यंत फक्त पाच ठिकाणं तपासून पाहिलीत. पण होय. आपल्याला चिलीला जायला हवं."

"म्हणजे टेरर याचा अर्थ टेरर आहे तर?"

"होय. मला तसंच वाटतंय."

इव्हान्स दोघांकडे गोंधळून पाहत होता, "टेरर याचा अर्थ टेरर?"

"अगदी बरोबर." केनर म्हणाला.

-2147483640,8,0*x°%ÁgKÀ__^0#_QÀ__cÁ«ªªªªªÚ?_ ____ÿÿÿ__å
-2147483640,8,0%h° â#KÀ_0,__@BÀ__cÁ«ªªªªªÚ?ÿÿÿÿ____ÿÿÿ__
-2147483640,8,0ã'»^$PNÀ_N__éxFÀ__cÁ¬ªªªªªÚ¿____ÿÿÿ__Â
-2147483640,8,0óW»1/4_OÀ   ò°q_IMÀ__cÁ«ªªªªªÚ?ÿÿÿÿ____ÿÿÿ__¥
-2147483640,8,0‰œ°/Ñ_LÀøø_8_ÔPÀ__cÁ«ªªªªªÚ?_____ÿÿÿ__

-2147483640,8,0*x°%ÁgKÀ__^0#_QÀ__cÁ«ªªªªªÚ?_ ____ÿÿÿ__å
-2147483640,8,0%h° â#KÀ_0,__@BÀ__cÁ«ªªªªªÚ?ÿÿÿÿ____ÿÿÿ__
-2147483640,8,0óW»1/4_OÀ   ò°q_IMÀ__cÁ«ªªªªªÚ?ÿÿÿÿ____ÿÿÿ__¥
-2147483640,8,0ë{»I_´OÀã°°"d,LÀ__cÁ¬ªªªªªÚ¿____ÿÿÿ
-2147483640,8,0‰œ°/Ñ_LÀøø_8_ÔPÀ__cÁ«ªªªªªÚ?_____ÿÿÿ__

-2147483640,8,0*x°%ÁgKÀ__^0#_QÀ__cÁ«ªªªªªÚ?_ ____ÿÿÿ__å
-2147483640,8,0%h° â#KÀ_0,__@BÀ__cÁ«ªªªªªÚ?ÿÿÿÿ____ÿÿÿ__
-2147483640,8,0óW»1/4_OÀ   ò°q_IMÀ__cÁ«ªªªªªÚ?ÿÿÿÿ____ÿÿÿ__¥
-2147483640,8,0ë{»I_´OÀã°°"d,LÀ__cÁ¬ªªªªªÚ¿____ÿÿÿ
-2147483640,8,0‰œ°/Ñ_LÀøø_8_ÔPÀ__cÁ«ªªªªªÚ?_____ÿÿÿ__

''तुम्ही लोक मला काही समजेल असं सांगणार आहात का?'' इव्हान्स म्हणाला.

''होय.'' केनर म्हणाला, ''पण अगोदर हे सांग, तुझ्याकडे पासपोर्ट आहे?''

''मी नेहमीच तो जवळ बाळगतो.''

''उत्तम.'' केनर म्हणाला. आता तो प्रचंड कामात गुंतून गेल्यासारखा दिसू लागला. टेबलावरच्या रिमोट कंट्रोलवर अस्वस्थपणाने बोटे फिरवत तो म्हणाला, ''ही यू.टी.एम. चौकट सहा अंशाची आहे. त्याचा अर्थ असा की ही ठिकाणं साधारण एक हजार मीटर एवढ्यापर्यंतच अचूकपणे सांगता येतील. याचा काही उपयोग नाही.''

''का? किती अचूकपणा पाहिजे?''

''तीन मीटर.'' संजोंग म्हणाला.

''तसं असेल तर...'' केनर हातातल्या रिमोट कंट्रोलकडे डोळे बारीक करून पाहत म्हणाला, ''मला एकदा तसं वाटलंच होतं म्हणा... ही तर फार जुनी युक्ती आहे.'' असे म्हणत त्याने रिमोट कंट्रोलची मागची बाजू उघडली. आतमध्ये दिसणारे सर्किट त्याने बाहेर काढताच त्या जागी दुसरा कागद दडवलेला दिसला. हा कागद अगदी पातळ होता. त्यावर काही अक्षरे आणि आकड्यांच्या रांगा होत्या.

''हं... आता कसं अगदी बरोबर जमून आलं.'' केनर म्हणाला.

''पण हे आहे तरी काय?'' इव्हान्सने विचारले.

''खरे अक्षांश-रेखांश. बहुधा त्याच ठिकाणांचे.''

''टेरर याचा अर्थ टेरर... म्हणजे काय?''

''पीटर... आपण माऊंट टेररबद्दल बोलतोय. निद्रिस्त ज्वालामुखी. तू हे नाव ऐकलं आहेस का?''

''नाही.''

''आपण तिकडे जाणार आहोत.''

''पण कुठं?''

''मला वाटलं तुला एव्हाना कळलं असेल, पीटर.'' केनर म्हणाला, ''अंटार्क्टिका.''

भाग २

टेरर

पुन्टा अरेनासकडे जाताना
मंगळवार, ५ ऑक्टोबर
रात्री ९ वाजून ४४ मिनिटे

व्हान न्यूस विमानतळ आता मागे पडला होता. लॉस एंजलीस खोऱ्याचा सपाट भाग ओलांडून जेट आता दक्षिणेकडे निघाले होते. फ्लाईट अटेंडंटने इव्हान्ससाठी कॉफी आणली. समोरच्या पडद्यावर पोहोचण्याचे ठिकाण ६०२४ मैल दूर असे लिहिलेले दिसले. जवळजवळ बारा तासांचा प्रवास करायचा होता.

फ्लाईट अटेंडंटने जेवण हवे का म्हणून विचारले आणि ती जेवण तयार करण्यासाठी निघून गेली.

''हं.'' इव्हान्स म्हणाला, ''मी तीन तासांपूर्वी साराला मदत करण्यासाठी म्हणून आलो होतो आणि आता मी अंटार्क्टिकाकडे निघालोय. कोणी मला काही सांगेल का हे सारं काय आहे ते?''

केनरने मान डोलावली, ''तू ई.एल.एफ. हे नाव ऐकलं आहेस?... म्हणजे एन्व्हरॉनमेंटल लिबरेशन फ्रंट?''

''नाही.'' इव्हान्सने मान हलवली.

''मी ऐकलेलं नाही.'' सारा म्हणाली.

''हा एक भूमिगत दहशतवाद्यांचा गट आहे. त्यात ग्रीनपीस आणि अर्थफर्स्ट या संघटनांमधले माजी सदस्य आहेत म्हणे. या संघटना मवाळ बनल्या आहेत असं या लोकांना वाटतं. पर्यावरणाच्या बाजूने उभे राहण्यासाठी म्हणून ई.एल.एफ. हा गट हिंसाचार घडवून आणतो. त्यांनी कोलोरॅडोत हॉटेलं जाळली आहेत. लाँग आयर्लंडवर घरांना आगी लावल्या आहेत. त्यांनी मिशीगनमध्ये झाडांना खिळे ठोकले होते नि कॅलिफोर्नियात गाड्या पेटवून दिल्या होत्या.''

इव्हान्सने मान डोलावली, ''होय. मी त्याबद्दल वाचलंय... एफ.बी.आय. किंवा तत्सम यंत्रणांना त्यांच्या बाबतीत काहीही करता येत नाही. कारण त्यांचे घटक एकमेकांशी कधीही संपर्क ठेवत नाहीत...''

''होय. पण सेलफोनवरची संभाषणं ध्वनीमुद्रित करण्यात आली आहेत. बरेच दिवस आम्हाला कल्पना आहे की हा गट आता जागतिक पातळीवर येत्या काही दिवसांत मोठं काहीतरी घडवून आणण्याचा प्रयत्न करतोय.''

''घडवून आणणार म्हणजे काय?''

केनरने मानेने नकार दिला, ''ते माहीत नाही. पण काहीतरी मोठं आणि प्रचंड विनाशकारी असेल असं वाटतंय.''

“याचा जॉर्ज मॉर्टनशी काय संबंध आहे?” साराने विचारले.

“पैसा.” केनर म्हणाला, “त्यांना जगभर काहीतरी करायचं असेल तर प्रचंड निधी लागणार. मुद्दा असा आहे की हा निधी कुठून मिळणार?”

“म्हणजे जॉर्ज दहशतवादी गटांना पैसा पुरवतो असं म्हणायचंय का?”

“जाणीवपूर्वक नसेल.” केनर म्हणाला, “ई.एल.एफ. हा गुन्हेगारी कारवाया

करणारा गट आहे हे माहीत असूनही पी.ई.टी.ए.सारख्या संघटना त्यांना मदत करतात. खरं तर ही फार शरमेची गोष्ट आहे. पण पर्यावरण क्षेत्रातल्या अनेक प्रसिद्ध संघटनादेखील त्यांना निधी पुरवतात.”

“कोणत्या?”

“कितीतरी आहेत.”

“एक मिनिट.” सारा म्हणाली, “तुमच्या म्हणण्याचा अर्थ असा आहे का की ऑदुबॉन सोसायटी आणि सिएरा क्लब दहशतवाद्यांना पैसा पुरवतात?”

“नाही.” केनर म्हणाला, “मी हे सांगतोय की हे लोक आपल्याजवळच्या पैशाचं नेमकं काय करतात हे कोणालाच माहिती नाही. कारण अशा धर्मादाय संस्था आणि प्रतिष्ठानं यांच्या बाबतीत सरकारची भूमिका फारच बोटचेपेपणाची असते. त्यांच्या हिशेबाची तपासणी होत नाही. अमेरिकेतले पर्यावरणवादी गट दरवर्षी पाचशे कोटी डॉलर जमा करतात. त्याचं ते काय करतात हे कोणीच पाहत नाही.”

इव्हान्सच्या कपाळावर आठ्या दिसू लागल्या, “आणि हे सारं जॉर्जला माहीत होतं?”

“मी त्याला भेटलो तेव्हाच त्याला एन.ई.आर.एफ.बद्दल शंका वाटत होती. एन.ई.आर.एफ. दरवर्षी चार कोटी चाळीस लाख डॉलर खर्च करते...”

“पण एन.ई.आर.एफ. प्रत्यक्षपणे–”

“प्रत्यक्ष नाही.” केनर म्हणाला, “पण एन.ई.आर.एफ.चा जवळजवळ साठ टक्के खर्च निधी मिळविण्यासाठी होतो. ते लोक अर्थातच हे मान्य करणार नाहीत; कारण ते वाईट दिसेल. त्यासाठी एन.ई.आर.एफ. आपलं जवळजवळ सर्व काम बाहेरून कंत्राटी पद्धतीनं करून घेते. अनेकवेळा ज्यांच्याकडून काम करवलं जातं त्यांची नावं दिशाभूल करणारी असतात. उदाहरणार्थ, इंटरनॅशनल वाईल्ड लाईफ प्रिझर्वेशन फंड. ओमाहामधली ही संघटना आपल्याजवळचं काम कोस्टारिकातून करवून घेते.”

“हा विनोद तर नाही ना?”

“नाही. गेल्या वर्षी या आय.डब्ल्यू.पी.एफ.ने पर्यावरणासंबंधी माहिती गोळा करण्यासाठी सहा लाख पन्नास हजार डॉलर्स खर्च केले होते. त्यामधले तीन लाख डॉलर्स वर्षारण्य साहाय्य मोहिम किंवा असल्या काहीतरी नावाखाली खर्ची पडले

होते. आणि हे काम करणारी संघटना म्हणजे टपालपेटीचा पत्ता असणारी होती. तिचा पत्ता न्यूयॉर्कमध्ये एलमिरातला होता. तेवढीच रक्कम कॅलगरीतल्या सिस्मिक सर्व्हिसेस या कंपनीला दिली गेली होती. या ठिकाणीही पत्ता म्हणजे एक निव्वळ टपालपेटी होती.''

''याचा अर्थ...''

''टपालपेटी. माग काढणं अशक्य. खरं म्हणजे मॉर्टन आणि ड्रेकमधल्या मतभेदांचं हेच मुख्य कारण होतं. मॉर्टनला वाटत होतं की ड्रेक त्याचं दुकान नीट चालवत नाही. म्हणून तर त्याला बाहेरून ऑडिट करून घ्यायचं होतं. ड्रेकने नकार दिल्यानंतर मॉर्टनची चिंता आणखीनच वाढली. मॉर्टन एन.ई.आर.एफ.च्या नियामक मंडळावर असल्याने त्याच्यावर जबाबदारी होती. म्हणून मग मॉर्टनने एन.ई.आर.एफ.ची चौकशी करण्यासाठी खासगी गुप्तहेरांची मदत घेतली.''

''होय? खरंच की काय?''

''दोन आठवड्यांपूर्वी.'' केनरने मान डोलावली.

इव्हान्स साराकडे वळला. ''तुला याची कल्पना होती?''

साराने क्षणभर नजर चुकवली, नंतर इव्हान्सकडे पाहत म्हणाली, ''मी कोणालाही सांगायचं नाही असं तो म्हणाला होता.''

''जॉर्जनं सांगितलं तुला तसं?''

''मी सांगितलं होतं.'' केनर म्हणाला.

''म्हणजे या सगळ्याच्या मागे तुम्ही होतात तर?''

''नाही. मी फक्त जॉर्जला सल्ला दिला होता. कारण अखेर हा सगळा त्याचा खेळ होता. पण मुद्दा असा आहे की एकदा का तुम्ही बाहेर कंत्राट दिलंत की पैसा कसा खर्च होतोय यावर तुमचं नियंत्रण राहत नाही. किंवा तो कसा खर्च झाला हे नाकारायची सोय होते.''

''जीझस!'' इव्हान्स म्हणाला, ''मी इतके दिवस समजत होतो की जॉर्जला वानुटू खटल्याबद्दल चिंता आहे.''

''नाही.'' केनर म्हणाला, ''हा वानुटू खटला बहुधा उभाच राहणार नाही एवढा तो भिकार आहे.''

''पण बाल्डर तर म्हणत होता की त्याच्याजवळ सागरीपातळीची उत्तम माहिती जमा झाली की–''

''ती त्याच्याकडे अगोदरच आहे. गेल्या कित्येक महिन्यांपासून आहे.''

''काय?''

''त्या माहितीनुसार गेल्या तीस वर्षांमध्ये दक्षिण पॅसेफिक महासागराच्या पातळीत जराही वाढ झालेली नाही.''

“काय?”

केनर साराकडे वळला, “तो नेहमी असाच वागतो की काय?”

फ्लाईट अटेंडंटने जेवणाची तयारी केली होती. प्लेट-चमचे वगैरे मांडत ती म्हणाली, “माझ्याकडे आज फुसीली पास्ता विथ चिकन, ॲस्पॅरगस आणि सनड्राईड टोमॅटो आहेत. शिवाय सॅलड आहे. कोणाला वाईन हवी आहे का?”

“व्हाईट वाईन.” इव्हान्स म्हणाला.

“माझ्याकडे पुलीनी मोन्त्राची आहे. कोणत्या वर्षीची ते माहीत नाही. कदाचित ‘९८’ आहे. मिस्टर मॉर्टन सहसा विमानात ‘९८’ ठेवत असत.”

“मला अख्खी बाटली लागेल.” इव्हान्स विनोद करण्याचा प्रयत्न करत म्हणाला. तो केनरच्या बोलण्यामुळे अस्वस्थ झाला होता. संध्याकाळी तर केनर फारच अस्वस्थ झालेला होता. पण आता विमानात मात्र तो खंबीरपणाने शांत बसलेला दिसला. आपण वस्तुस्थिती सांगत आहोत याची त्याला कल्पना असल्याचा त्याचा आविर्भाव होता. पण इव्हान्सचे मन ती वस्तुस्थिती आहे हे मानायला तयार होत नव्हते. अखेर तो म्हणाला, “हे सगळं नक्कीच खरं नाही. कारण तुम्ही जे सांगता आहात ते खरं असेल तर–”

केनर फक्त हळूहळू मान डोलावत होता.

इव्हान्स साराकडे वळला, “तुला हे देखील सारं माहीत होतं?”

“नाही. पण काहीतरी गडबड आहे याची मला कल्पना होती. कारण गेले दोन आठवडे जॉर्ज फारच चिंतेत होता.”

“म्हणून मग त्यानं तसलं भाषण करून आत्मनाश करून घेतला की काय?”

“त्याला एन.ई.आर.एफ.ला अडचणीत आणायचं होतं. प्रसिद्धी माध्यमांनी सखोल चौकशी करावी असा त्याचा प्रयत्न होता. कारण जे काही घडणार आहे ते त्याला थांबवायचं होतं.”

कट ग्लास क्रिस्टलमध्ये वाईन समोर येताच इव्हान्सने ग्लास एका घोटात रिकामा केला आणि आणखी हवी म्हणून समोर धरला, “आणि हे काय घडणार आहे?...”

“त्या यादीनुसार चार घटना घडतील.” केनर म्हणाला, “जगात चार ठिकाणी चार घटना. मध्ये साधारण एक दिवसाच्या अंतराने.”

“कसल्या घटना?”

केनर मान हलवत म्हणाला, “आता तीन चांगले माग हाती आलेत.”

संजोंग चकित होत ग्लासकडे पाहत म्हणाला, “हा खरोखरीचा क्रिस्टलचा आहे.”

‘‘छान आहे ना?’’ इव्हान्सने पुन्हा ग्लास रिकामा केला.

‘‘कसले माग हाती आहेत?’’ साराने विचारले.

‘‘पहिली गोष्ट म्हणजे वेळ अगदी नेमकी नसेल. साधारणत: दहशतवाद्यांचे बेत अगदी वेळेनुसार आखलेले असतात असं वाटतं खरं. पण या ठिकाणी मात्र तसं नाही.’’

‘‘कदाचित हा गट तेवढा सुसंघटित नसेल.’’

‘‘मला तसं वाटत नाही.’’ केनर म्हणाला, ‘‘आज रात्री कळलेली दुसरी गोष्ट अशी की या तीन घटनांसाठी अनेक पर्यायी जागा त्यांच्याकडे आहेत. दहशतवादी गट एक ठिकाण निवडून काम करतात असं वाटतं. पण इथं या गटानं मात्र तसं केलेलं नाही.’’

‘‘असं का?’’

‘‘कारण त्या घटनांमध्ये मुळातच काहीतरी अनिश्चितपणा असावा असं वाटतंय किंवा या घटना घडण्यासाठी जी परिस्थिती लागणार आहे तीच तशी असेल.’’

‘‘हे फारच धूसर दिसतंय सगळं.’’

‘‘बारा तासांपूर्वीपेक्षा आणखी जास्त धूसर झालंय.’’

‘‘आणि तिसरा माग कोणता आहे?’’ फ्लाईट अटेंडंटला ग्लास पुन्हा भरण्यासाठी इव्हान्सने खूण केली.

‘‘ही गोष्ट आम्हाला बरीच अगोदर माहीत होती. दहशतवाद्यांच्या हाती लागू शकेल अशा काही धोकादायक उच्च तंत्रज्ञानाच्या विक्रीवर विशिष्ट सरकारी संस्था सतत नजर ठेवून असतात. उदाहरणार्थ, अणुतंत्रज्ञानात लागणारे विशिष्ट धातू, सेंट्रीफ्यूज वगैरे गोष्टी. त्याचप्रमाणे पारंपरिक स्फोटकं आणि काही ठरावीक अशा महत्त्वाच्या जैवतंत्रज्ञानावर नजर ठेवली जाते. दळणवळण यंत्रणा बिघडवू शकणाऱ्या तंत्रज्ञानावरही बारकाईने लक्ष ठेवलं जातं...’’

‘‘म्हणजे...’’

‘‘माहितीच्या प्रचंड साठ्यामधून ठरावीक आकृतीबंध ओळखण्यासाठी *‘न्यूरल नेटवर्क’* वापरणाऱ्या संगणकांमार्फत लक्ष ठेवण्यात येतं. या ठिकाणी खरेदी-विक्रीला हजारो व्यवहारांमधला आकृतीबंध पाहण्यात येतो. आठ महिन्यांपूर्वी संगणकांना एक अस्पष्ट असा आकृतीबंध दिसून आला. अनेक ठिकाणी विखुरलेल्या विक्रीमागील मागणी एकाच ठिकाणी निर्माण होत असल्याचं दिसलं.’’

‘‘संगणक हे कसं काय सांगतात?’’

‘‘संगणक काहीच सांगत नाहीत. ते फक्त तुमच्यासमोर आकृतीबंध ठेवतात. मग माणसं त्याचा अर्थ लावतात.’’

‘‘बरं मग?’’

“आकृतीबंध खरा असल्याचं लक्षात आलं. ई.एल.एफ. ओसाका, सेऊल, लंडन, हेलसिंकी आणि व्हँकूवर इथल्या कंपन्यांसाठी अतिउच्च तंत्रज्ञानाची खरेदी करत असल्याचं दिसून आलं.”

“कसली खरेदी?”

केनर बोटं मोजत सांगू लागला, “ए.ओ.बी. प्रायमर्ससाठी फर्मेंटेशन टॅक्स, ए.ओ.बी. म्हणजे अमोनिआ ऑक्सिडीकरण करणारे जीवाणू. लष्करी उपयोगाची मध्यम पातळीवरची कण-विखुरण यंत्रणा. भूगर्भाची हालचाल सुरू करणारे उपकरण, अतिउच्च ध्वनीकंपन्यांचा वापर करणारे कॅव्हिटेशन उपकरण...”

“यातल्या एकाचाही उपयोग मला कळला नाही.” इव्हान्स म्हणाला.

“फार कमी लोकांना तो समजतो.” केनर म्हणाला, “यामधली काही उपकरणं सर्वसामान्यपणे पर्यावरणाशी संबंधित कामात वापरली जातात. ए.ओ.बी. प्रायमर्स टँक हे औद्योगिक क्षेत्रात कचऱ्याच्या विल्हेवाटीसाठी उपयोगात येतात. यातलं काही तंत्रज्ञान लष्करी असलं तरी ते बाजारात उपलब्ध आहे. काही तंत्रज्ञान अगदीच प्रायोगिक पातळीवर आहे. पण हे सगळं तंत्रज्ञान अत्यंत महाग आहे हे नक्की.”

“पण याचा उपयोग कसा करणार आहेत ते?” साराने विचारले.

केनरने मान हलवली, “कोणालाच ते माहीत नाही. आणि तेच तर शोधून काढायचं आहे.”

“हे तंत्रज्ञान कसं वापरलं जाईल याबद्दल अंदाज काय आहे?”

“मला अंदाज बांधायला आवडत नाही.” केनर म्हणाला, “त्याने समोरची छोटी टोपली उचलली, “कोणाला ब्रेड हवा का?”

पुन्टा अरेनासकडे जाताना
बुधवार, ६ ऑक्टोबर
रात्री ३ वाजून १ मिनिट

रात्रभर विमानप्रवास चालू होता. केबिनच्या पुढच्या भागात दिवे मालवले होते. कामचलाऊ बिछान्यांवर सारा आणि संजोंग झोपी गेले होते. इव्हान्स झोपू शकला नाही. तो मागच्या बाजूला बसून खिडकीतून बाहेर पाहत होता. चंद्रप्रकाशात चंदेरी रंगांच्या ढगांचा गालिचा पसरलेला असावा असे वाटत होते.

इव्हान्सच्या समोर केनर बसला होता. त्याला इव्हान्स म्हणाला, “हे जग सुंदर आहे. नाही का?”

“पाण्याची वाफ हे आपल्या ग्रहाचं खास वैशिष्ट्य आहे. त्यामुळंच असं सौंदर्य निर्माण होतं. पण पाण्याच्या वाफेबद्दल शास्त्रीय माहिती फार कमी आहे.”

“होय का?”

''वातावरण हा फार गूढ विषय आहे. साधं उदाहरण पाहा. जागतिक तापमान वाढीमुळे ढग जास्त होतील की कमी हे कोणालाच सांगता येत नाही.''

''एक मिनिट...'' इव्हान्स म्हणाला, ''तापमानात वाढ झाली की महासागरातल्या पाण्याची जास्त प्रमाणात वाफ होईल. म्हणजेच ढग जास्त प्रमाणात बनतील.''

''ही एक कल्पना आहे खरी. पण जास्त तापमानामुळे हवेतील पाण्याची वाफ वाढेल नि त्यामुळे ढगांचं प्रमाण कमी होईल.''

''नेमकं काय खरं आहे?''

''कोणालाच माहीत नाही.''

''असं असेल तर मग लोक संगणकाचा वापर करून हवामानाची मॉडेल कशी बनवतात?''

केनरने स्मित केले, ''ढगांबद्दल बोलायचं तर ते फक्त अंदाज बांधतात.''

''अंदाज बांधतात?''

''अर्थात त्याला ते तसं म्हणत नाहीत. ते त्याला जवळपास किंमत निर्धारण असं म्हणतात. तुम्हाला एखादी गोष्ट कळली नाही तर त्याची सुमारे किंमत काढणं असं ते म्हणतात. प्रत्यक्षात तो साधा अंदाजच असतो.''

इव्हान्सचे डोके दुखू लागले. ''मी थोडी झोप घ्यावी म्हणतो.''

''उत्तम.'' केनर म्हणाला, त्याने घड्याळाकडे नजर टाकली, ''विमान उतरायला अजून आठ तास बाकी आहेत.''

फ्लाईट अटेंडंटने दिलेले झोपण्याचे कपडे घालून इव्हान्स बाथरूममधून परत आला.

केनर अजूनही बाहेरच्या ढगांकडे पाहत बसलेला दिसला. मनातून इच्छा नसतानाही इव्हान्स त्याला म्हणाला, ''जाता जाता विचारतो. मघाशी तू म्हणालास की वानुटू खटला प्रत्यक्षात चालणारच नाही.''

''बरोबर.''

''का? सागरीपातळीच्या माहितीमुळे की काय?''

''ते कारण तर आहेच. पण सागरीपातळीत वाढ होत नसेल तर एखादा देश पाण्याखाली जाईल हे सिद्ध करणं अवघड आहे.''

''सागरीपातळीत वाढ होत नाही हे कसं काय?'' इव्हान्स म्हणाला, ''सगळीकडं, टी.व्ही.वर, वर्तमानपत्रात आपण तसं वाचत-पाहत असतो...''

''तसं ते नाही.'' केनर म्हणाला, ''उदाहरणं पाहा की. त्या सैतानी आफ्रिकन माश्यांबद्दल वाचलेलं आठवतंय? कित्येक वर्षं त्यांच्याविषयी चर्चा चालायची. पण आता त्या प्रत्यक्षात इथं आलेल्या असूनही तसं भयंकर काहीही घडलेलं नाही.

वायटूकेबद्दल आठवून पाहा. त्यावेळी सगळेजण म्हणत होते की आता भयंकर उत्पात घडणार. अखेर काय झालं त्यावेळी? काहीच नाही.''

इव्हान्सला हा मुद्दा पटत नव्हता. पण त्यावेळी त्याला वाद घालायची इच्छा नव्हती. त्याने एक जांभई दाबण्याचा प्रयत्न केला.

''बराच उशीर झालाय आता. आपण सकाळी बोलू.'' केनर म्हणाला.

''तू झोपणार नाहीस का?''

''इतक्यात नाही. अजून थोडं काम बाकी आहे.''

इव्हान्स इतरजण झोपले होते त्या जागी गेला आणि आडवा झाला. त्याने ब्लँकेट गळ्यापर्यंत ओढून घेतले. पण त्याचे पाय उघडे पडले. उठून बसत त्याने ते पायाभोवती गुंडाळून घेतले. ते आता जेमतेम छातीपर्यंत आले. उठून फ्लाईट अटेंडंटकडून दुसरे ब्लँकेट मागावे असा विचार त्याच्या मनात आला. पण तो तसाच झोपून राहिला.

इव्हान्सला जाग आली तेव्हा झगझगीत प्रकाश पसरलेला होता. प्लेट-चमचे यांचा आवाज येत होता. त्याला कॉफीचा दरवळ आला. डोळे चोळत तो उठून बसला. मागच्या बाजूला इतर लोक न्याहारी करत होते. इव्हान्सने घड्याळाकडे नजर टाकली. तो चांगला सहा तास झोपला होता.

इव्हान्स मागच्या बाजूला गेला.

''खाऊन घे.'' सारा म्हणाली, ''आपण तासाभरात पोहोचणार आहोत.''

सर्वजण मार्सो डेल मार विमानतळावरच्या धावपट्टीवर उतरले. कमालीच्या बोचऱ्या वाऱ्यामुळे ते काकडत होते. आजूबाजूचा प्रदेश सपाट आणि पाणथळ दिसत होता. दूर अंतरावर 'एल फुगारा' पर्वतराजीमधली काही बर्फाच्छादित शिखरे दिसली.

''मला वाटलं होतं की आत्ता इथं उन्हाळा आहे.'' इव्हान्स म्हणाला.

''होय, उन्हाळाच आहे हा.'' केनरने उत्तर दिले.

विमानतळावर एक छोटे लाकडी टर्मिनल आणि पत्र्याच्या काही शेड होत्या. त्या ठिकाणी सात-आठ विमाने होती. काही विमानांना जोडलेली स्की वर उचलून घेतलेली होती.

''अगदी वेळेवर आली म्हणायची.'' विमानतळापलीकडच्या टेकड्यांकडे बोट दाखवत केनर म्हणाला, ''चला निघू या.''

एक लँडरोव्हर गाडी त्यांच्या दिशेने खडखडत येताना दिसली.

टर्मिनलमध्ये आल्यावर सर्वजण लँडरोव्हरमधून आणलेले कपडे, बूट, टोप्या

वगैरे चढवू लागले.

"मी सगळ्यांना बसू शकतील असे कपडे आणायचा प्रयत्न केलाय." केनर म्हणाला.

इव्हान्सने साराकडे नजर टाकली. ती पायात जाडजूड मोजे आणि बूट चढवत होती. अचानक तिने ब्रेसियर वगळता वरचे कपडे काढून टाकले आणि डोक्यातून जाडजूड गरम स्वेटर चढवला. हे करताना तिने इतरांकडे जराही लक्ष दिले नव्हते.

संजोंग टर्मिनलच्या आत भिंतीवर लावलेल्या एका आलेखाकडे लक्ष देऊन पाहत होता. इव्हान्स त्याच्याजवळ गेला, "कशाचा आहे?"

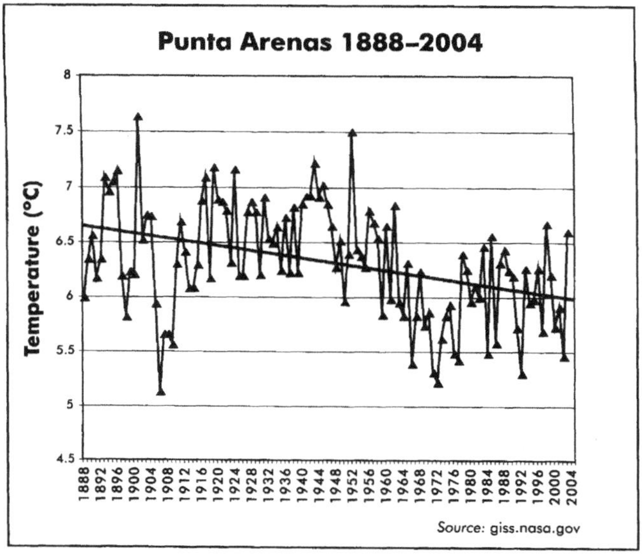

"इथून जवळच असलेल्या पुन्टा अरेनासच्या हवामान केंद्रांमधली माहिती. हे शहर अंटार्क्टिकाला सगळ्यात जवळ असणारं शहर आहे." त्याने त्या आलेखावर बोटे ठेवली आणि हसत म्हणाला, "ही पाहा तुमची जागतिक तापमानवाढ."

इव्हान्स कपाळाला आठ्या घालत पाहू लागला.

"चला, लवकर आटपा." केनर घड्याळाकडे नजर टाकत म्हणाला, "आपलं विमान दहा मिनिटात निघणार आहे."

"आपण नेमके कुठं चाललो आहोत?" इव्हान्सने विचारले.

"माऊंट टेररच्या जवळ असणाऱ्या तळाकडे." केनर म्हणाला, "त्या तळाला वेडेल स्टेशन म्हणतात. हा तळ न्यूझीलंडचे लोक चालवतात."

"तिथं काय आहे?"

"फारसं काही नाही." लँडरोव्हरचा ड्रायव्हर हसला, "लोकहो, हवेकडं पाहता मला तुम्ही तिथं पोहोचाल की नाही याचीच शंका वाटते."

वेडेल स्टेशनकडे जाताना
बुधवार, ६ ऑक्टोबर
सकाळी ८ वाजून ४ मिनिटे

व्हर्क्युलिस विमानाच्या अरुंद खिडकीमधून इव्हान्स बाहेर पाहत होता. प्रॉपेलर विमान असल्याने बसणाऱ्या हादऱ्यांमुळे त्याला झोप येत होती. पण खाली दिसणारे दृश्य विलक्षण होते. मैलोन्‌मैल प्रदेशावर करड्या रंगाचा बर्फ पसरलेला दिसत होता. अधूनमधून काळे खडक दिसत होते. पण एकूणच दृश्य अतिभव्य होते आणि ते एकरंगी होते.

"प्रचंड आहे." केनर म्हणाला, "नकाशात एका टोकाला असल्याने बऱ्याच जणांना अंटार्क्टिकाच्या भव्यपणाचा नेमका अंदाज येत नाही. पण प्रत्यक्षात हा भूभाग फार प्रचंड आकाराचा आहे आणि आपल्या पर्यावरणावर परिणाम करणारा फार महत्त्वाचा घटक. या खंडाचा आकार युरोपच्या दीडपट आहे नि पृथ्वीवरचा नव्वद टक्के बर्फ या खंडावर आहे."

"नव्वद टक्के?" सारा म्हणाली, "म्हणजे उरलेला फक्त दहा टक्के बर्फ इतरत्र आहे की काय?"

"प्रत्यक्षात ग्रीनलंडवर चार टक्के बर्फ आहे हे लक्षात घेतलं तर जगातल्या इतर सर्व हिमनद्यांमध्ये मिळून अवघा सहा टक्के भाग आहे. त्यात किलमांजारो, हिमालय, आल्प्स, सैबेरिया, स्वीडन नि नॉर्वे हे सगळे आले. आपल्या पृथ्वीवरलं सगळ्यात जास्त गोठलेलं पाणी एकट्या अंटार्क्टिकावर आहे. काही ठिकाणी तर बर्फाची जाडी चांगली पाच-सहा मैल आहे."

"म्हणूनच तर सगळ्यांना इथलं बर्फ वितळतंय याची काळजी वाटते ना." इव्हान्स म्हणाला.

हे ऐकून केनर काही बोलला नाही. संजोंग मात्र नकारार्थी मान हलवत होता.

"कम ऑन!" इव्हान्स म्हणाला, "अंटार्क्टिकावरचं बर्फ खरोखरच वितळतंय."

"खरं म्हणजे नाही." संजोंग म्हणाला, "हवं तर मी त्याबद्दलचे संदर्भ देऊ शकतो."

"तू झोपला होतास तेव्हा मी आणि संजोंग याचीच चर्चा करत होतो की तुझ्या काही गैरसमजुती कशा दूर करायच्या? कारण तुला एकूणच माहिती फार कमी

आहे हे तर दिसतंच आहे.'' केनर म्हणाला.

''गैरसमजुती?'' इव्हान्स एकदम ताठ बसत म्हणाला.

''नाहीतर त्याला आणखी काय म्हणणार ते कळत नाही मला. तुझा उद्देश चांगला आहे. पण आपण काय बोलतोय ते तुला मुळातच कळलेलं नाही.''

''हे पाहा...'' इव्हान्स रागावर नियंत्रण ठेवत म्हणाला, ''अंटार्क्टिकावरचं बर्फ वितळतंय हे खरं आहे.''

''एखादी गोष्ट केवळ पुन्हा पुन्हा बोलण्यानं खरी ठरते असं तुला वाटतं का? उपलब्ध माहिती अशी आहे की अंटार्क्टिका खंडाचा अंटार्क्टिका द्वीपकल्प हा एक लहानसा भाग वितळतोय आणि त्यातून हिमनग बाहेर पडत आहेत. दरवर्षी याचीच माहिती प्रसिद्ध होत असते. पण सगळा खंड म्हणशील तर अंटार्क्टिका थंड होतोय नि बर्फाची जाडी वाढते आहे.''

''अंटार्क्टिका *थंड* होतोय?''

दरम्यान संजोंगने त्याचा लॅपटॉप बाहेर काढला होता. त्याने जवळचा छोटा प्रिंटर त्याला जोडला नि लॅपटॉप सुरू केला.

''आम्ही असं ठरवलंय की यापुढं आता आम्ही तुला संदर्भ देणार आहोत.'' केनर म्हणाला, ''कारण प्रत्येक गोष्ट स्पष्ट करून सांगणं फार कंटाळवाणं आहे.''

प्रिंटरमधून एक कागद बाहेर आला.

Doran, P. T. Priscu, J. C. Lyons, W. B. Walsh, J. E. Fountain, A. G. McKnight, D. M. Moorhad, D. L. Virginia, R. A. Wall, D. H. Clow, G. D. Fritsen, C. H. McKay, C. P. and Parsons, A. N., 2002, "Antarctic Climate cooling and terrestrial ecosystem response." Nature 415 : 517-20.

From 1986 to 2000 central Antarctic Valleys cooled 7° C per decade with serious ecosystem damage from cold.

Comiso, J. C. 2000, "Variability and trends in Antarctic Surface temperatures from in situ and satelite infrared measurements." Journal of Climate 13: 1674-96.

Both satelite data and ground stations show slight cooling over the last 20 years.

Joughin I., and Tulaczyk, S., 2002, "Positive mass balance of the Ross Ice Streams, West Antarctica." Science 295: 476-80.

Side-looking rader measurements show West Antarctic Ice is increasing at 26.8 gigatons/yr. Reversing the melting trend of the last 6,000 years.

Thompson, D.W.J., and Solomon, S., 2002, "Interpretation of

recent Southern Hemisphere climate change." Science 296: 895-99.

Antartic peninsula has warmed several degrees while interior has cooled somewhat. Ice shelves have retreated but sea ice has increased.

Petit, J. R. Jouzel, J. Raynaud, D., Barkov, N. I. Barnola, J. M. Basile I., Bender M., Chappeliz, J., Davis, M., Delaygue, G., Delmotte, M. Kotiyakov, V. M. Legrand M., Lipenkov, V. Y. Lorius, C. Pepin, L. Ritz, C., Saltzman, E., and Stievenard M., 1999, "Climate and atmospheric history of the past 420,000 years from the Vostok ice core, Antarctica." Nature 399: 429-36.

During the last four intergiacials, going back 420,000 years, the Earth was warmer than it is today.

Anderson, J. B., and Andrews, J. T., 1999, "Radiocarbon contraints on ice sheet advance and retreat in the Weddell Sea, Antarctica." Geology 27: 179-82.

Less Antarctic ice has melted today than occured during the last interglacial.

Liu. J., Curry, J. A., and Martinson, D. G. 2004, "Interpretation of recent Antarctic sea ice variability." Geophysical Research Letters 31:10.1029/2003 GL018732.

Antarctic sea ice has increased since 1979.

Vyas, N. K. Dash, M. K. Bhandari, S. M. Khare, N. Mitra, A., and Pandey, P. C., 2003.

"On the secular trends in sea ice extent over the antarctic region based on OCEANSAT-1 MSMR observations," International Journal of Remote Sensing 24:2277-87.

Trend toward more sea ice may be accellerating.

Parkinson, C. L. 2002, "Trends in the length of the southern Ocean sea-ice season, 1979-99." Annals of Glaciology 34: 435-40.

The greater part of Antarctica experiences a longer sea-ice season, 1979-99." Annals of Glaciology 34:435-40.

The greater part of Antarctica experiences a longer sea-ice season, lasting 21 days longer than it did in 1979.

"हं... ठीक आहे. मला इथं थोडंसं थंड होतंय हे मान्य आहे."

इव्हान्स म्हणाला, "अंटार्क्टिका द्वीपकल्पाचं तापमान काही अंशांनी वाढतंय हे देखील मला इथं दिसतंय. हे नक्कीच फार महत्त्वाचं आहे. हे द्वीपकल्प हा अंटार्क्टिकाचा खूप मोठा भाग आहे हे तरी खरं ना?" इव्हान्सने हातातला कागद बाजूला टाकला, "खरं सांगायचं तर मी हे पाहून प्रभावित झालो नाही."

संजोंग म्हणाला, ''हे द्वीपकल्प म्हणजे एकूण खंडाचा फक्त दोन टक्के भाग आहे, आणि खरं म्हणजे मलाच या गोष्टीचं आश्चर्य वाटतंय की माहिती समोर असूनही सर्वांत महत्त्वाची बाब तुझ्या नजरेमधून कशी निसटली.''

''ती कोणती?''

''तू मघाशी म्हणालास की अंटार्क्टिकाचं बर्फ वितळतंय. तेव्हा ते *गेली सहा हजार वर्षं* वितळतंय याची तुला कल्पना होती का?''

''तशी नेमकी नव्हती.''

''पण सर्वसाधारणपणे तुला ते माहिती आहे ना?''

''नाही.''

''अंटार्क्टिकावरचं बर्फ वितळणं ही नवीन गोष्ट आहे असं तुला वाटतं का?''

''वितळण्याचा वेग पूर्वीपेक्षा जास्त आहे असं मला वाटतं.''

''जाऊ दे. आपण आणखी काही सांगत बसण्यात अर्थ नाही.'' केनर म्हणाला.

संजोंगने मान डोलावत लॅपटॉप बाजूला करायला सुरुवात केली.

''नाही... नाही,'' इव्हान्स म्हणाला, ''मला तुम्ही जे काही सांगताय त्यात रस आहे. मी या विषयावर माझ्या मनाची दारं बंद केलेली नाहीत. माझी नवीन माहिती ऐकायची तयारी आहे.''

''ती तर तू आत्ताच ऐकलीस.''

इव्हान्सने तो कागद पुन्हा उचलला आणि त्याची काळजीपूर्वक घडी घालून तो खिशात सरकवला, ''मला वाटतं... या संशोधनाला लागणारा पैसा कोळसा उद्योगानं पुरविला असावा.''

''शक्य आहे,'' केनर म्हणाला, तसं स्पष्टीकरण देता येईल हे खरं. पण अखेर प्रत्येकाला कोणीतरी पैसा पुरवतच असतं म्हणा. तुझा पगार कोण देतं?''

''माझी फर्म.''

''त्यांना पैसा कुठून मिळतो?''

''आमचे ग्राहक. आमच्याकडं शेकडो ग्राहक आहेत.''

''तू त्या सगळ्यांसाठी काम करतोस का?''

''मी वैयक्तिकरीत्या? नाही.''

''प्रत्यक्षात तुझं स्वत:चं बरंचसं काम पर्यावरणासंबंधी कामं आणणाऱ्यांचं असतं हे बरोबर आहे ना?''

''तसं म्हणता येईल.''

''तेव्हा तुझे हे ग्राहक तुझा पगार देतात असं म्हणायचं का?''

''तसा युक्तिवाद करता येईल.''

''पीटर मी फक्त एवढंच विचारतोय की पर्यावरणवादी तुझा पगार देतात हे

म्हणणं योग्य ठरेल का?''

''होय.''

''ठीक. तर मग तुझी मतं तुला पर्यावरणवादी पगार देतात म्हणून अशी आहेत असं म्हटलं तर?''

''अर्थातच नाही–''

''म्हणजे तुला पर्यावरणवादी एक कवडीही देत नाहीत, म्हणायचं?''

''नाही, उलट वस्तुस्थिती अशी आहे की–''

''तू पर्यावरणवादी गटांचा चमचा नाहीस? अब्जावधी डॉलर गोळा करण्याच्या उद्योगाचा आणि त्याला पाठिंबा देणाऱ्या प्रसार माध्यमांचा तू प्रवक्ता नाहीस का? अशा उद्योगाचा प्रवक्ता की ज्याचे हितसंबंध लोकांना उपयुक्त आहेतच असं नाही.''

''गॉड डॅम–''

''का? आता कसं झोंबलं अं–''

''तुमचं म्हणणं बरोबर आहे!''

''छान.'' केनर म्हणाला, ''आता सच्च्या वैज्ञानिकांवर संशय घेऊन त्यांच्या विश्वासार्हतेवर हल्ला होतो तेव्हा त्यांना काय वाटतं ते कळलं. संजोंग नि मी तुला माहितीचं अगदी खात्रीपूर्वक केलेलं विश्लेषण दाखवलं. त्यात जगातल्या अनेक वैज्ञानिकांचा समावेश होता. त्यावर तुझी प्रतिक्रिया काय होती तर प्रथम तू सरळ दुर्लक्ष केलंस. मग तू वैयक्तिक पातळीवर उतरलास. तू माहितीचं स्वत: योग्य स्पष्टीकरण तर दिलंच नाहीच. तू तुझ्या बाजूनं वेगळा काही पुरावा मांडला नाहीस. तू फक्त चारित्रहनन करण्याचा मार्ग पत्करलास.''

''ओह्! ×××× केनर.'' इव्हान्स म्हणाला, ''तुला वाटतं की तुझ्याजवळ सगळ्याच गोष्टींची उत्तरं आहेत. पण खरी समस्या हीच आहे की कोणीही तुझ्या मताशी सहमत होत नाही. अंटार्क्टिका थंड होतोय हे जगात कोणालाच पटत नाही.''

''पटतंय ना. हे शोधनिबंध लिहिणाऱ्या वैज्ञानिकांना तसं वाटतंय की.''

इव्हान्सने हवेत हात उडवले, ''सगळं खड्ड्यात जाऊ दे! मला आता यावर आणखी काहीही बोलायचं नाही.'' हे बोलून इव्हान्स विमानात पुढच्या भागात गेला आणि हातांची घडी घालून खिडकीतून बाहेर पाहत बसला.

केनरने संजोंग आणि साराकडे पाहिले. ''आणखी कोणाला कॉफी हवी?''

केनर आणि इव्हान्समधलं संभाषण सारा अस्वस्थपणानं ऐकत होती. गेली दोन वर्षं जरी ती मॉर्टनसाठी काम करत असली तरी पर्यावरणाच्या प्रश्नांवरची तिची भूमिका मॉर्टनएवढी उत्कट नव्हती. गेली दोन वर्षं सारा एका अत्यंत देखण्या

अभिनेत्यात गुंतली होती. त्यांच्यामधल्या नात्यात बेभानपणाने घालवलेल्या अनेक संध्याकाळ, वादविवाद, आपटलेली दारे, साश्रू नयनांनी झालेली दिलजमाई, मत्सर आणि अप्रामाणिकपणा हे सगळे काही होते. तिने कधीही आपल्या कामाचा भाग या पलीकडे न जाता आपले काम केलेले होते. ती तिच्या मित्रामध्ये संपूर्णपणे गुंतून गेली होती. पण एक दिवस मात्र तो हरामखोर अभिनेता आणि एक नवीन सुंदर अभिनेत्री यांचे फोटो 'पीपल'मध्ये झळकले. मग मात्र साराने निर्णय घेतला. तिने त्याचा नंबर सेलफोनमधून उडवून टाकला आणि आपले सारे लक्ष कामावर केंद्रित केले.

साराची पर्यावरणाविषयी एकूण मते साधारणतः इव्हान्ससारखी होती. फरक एवढाच होता की इव्हान्स आपली मते जास्त आक्रमकपणे मांडत होता आणि गृहितकांवर जास्त प्रमाणात विसंबून बोलत होता. तरीही सर्वसाधारणपणे तिला इव्हान्सची मते पटत होती. तिथे तर केनर प्रत्येक गोष्टीत शंकाकुशंका काढत बसला होता. केनरची मते खरोखरच बरोबर आहेत का याविषयी तिच्या मनात शंका उद्भवू लागली होती. मॉर्टन आणि केनर यांच्यात मैत्री कशी झाली हा विचारही तिच्या मनात आला. तिने केनरला विचारले, ''जॉर्जशी तुमची अशाच प्रकारची चर्चा व्हायची का?''

''होय, त्याच्या अखेरच्या काही आठवड्यांत व्हायची.''

''आणि इव्हान्ससारखाच तो वाद घालायचा का?''

''नाही.'' केनर डोके हलवत म्हणाला, ''कारण दरम्यान त्याला कल्पना आली होती.''

''कशाची कल्पना?''

पण त्यांचं संभाषण मध्येच तुटलं. पायलटने घोषणा केली, ''बातमी चांगली आहे. वेडेलवरची हवा सुधारली आहे. आपण दहा मिनिटांत उतरणार आहोत. ज्यांनी पूर्वी कधी बर्फावर उतरण्याचा अनुभव घेतलेला नाही, त्यांच्यासाठी सूचना– सीटबेल्ट घट्ट बांधलेलं नि सामान जागच्या जागी नीट हवं आणि मी हे गंभीरपणानं सांगतोय.''

विमान गिरकी घेऊन हळूहळू उतरू लागले. साराने बाहेर नजर टाकली. पांढऱ्याशुभ्र बर्फाच्या विस्तीर्ण दृश्यात दूरवर भडक रंगांच्या काही इमारती दिसल्या.

''तेच वेडेल स्टेशन आहे.'' केनर म्हणाला.

वेडेल स्टेशन

बुधवार, ६ ऑक्टोबर

सकाळी ११ वाजून ४ मिनिटे

लहान मुलांच्या खेळण्यांमधल्या ठोकळ्यांप्रमाणे वाटणाऱ्या इमारतींकडे कष्टानं चालत जाताना इव्हान्सने पायाने एका बर्फाच्या गोळ्याला ठोकरले. केनर सतत आपल्यावर दादागिरी करतोय असे वाटत असल्याने तो चिरडीस आला होता. केनर त्याला आता विरोधासाठी विरोध करणारा नतद्रष्ट माणूस आहे असे खात्रीपूर्वक वाटत होते. जे जे काही सर्वमान्य आणि पारंपरिक असेल त्याला फक्त विरोधासाठी विरोध करणे.

केनर त्याला चक्रमही वाटत होता. म्हणून त्याने केनरला टाळायचे असे ठरवले. पुढचे काही दिवस तो केनरबरोबर असणार होता आणि त्याला काही इलाज नव्हता. पण तो त्याच्याशी कसलाही वादविवाद करणार नव्हता. अतिरेकी मते असणाऱ्यांशी वाद घालण्यात काहीही अर्थ नसतोच.

इव्हान्सने साराकडे नजर टाकली. ती बाजूनेच चालत होती. थंड वाऱ्यामुळे तिचे गाल लाल झाले होते. ती सुंदर दिसत होती. ''मला वाटतं की हा माणूस चक्रम आहे.'' इव्हान्स तिला म्हणाला.

''केनर?''

''होय. तुला काय वाटतं?''

साराने खांदे उडवले, ''असेलही.''

''मी पैजेवर सांगतो की मला त्यानं दाखवलेले संदर्भ बनावट आहेत.''

''पण ते तपासून पाहणं फार सोपं आहे.'' सारा म्हणाली.

आपटून पाय साफ केल्यावर दोघेजण पहिल्या इमारतीत शिरले.

वेडेल स्टेशनमध्ये शास्त्रज्ञ, ग्रॅज्युएट विद्यार्थी, तंत्रज्ञ आणि इतर कर्मचारी मिळून तीसएक जण राहात होते. आतमध्ये सुखद उबदारपणा आहे हे पाहून इव्हान्स चकित झाला. आतमध्ये उत्तम कॅफेटेरिया, मनोरंजनाची खोली आणि व्यायामाची सुविधा हे सारे काही होते. भिंतींवर उसळत्या सागराची मोठी चित्रं होती. काही खिडक्यांमधून रॉस हिमखंडाचा प्रचंड विस्तार दिसत होता.

वेडेल स्टेशनच्या प्रमुखाने त्यांचे स्वागत केले. दणकट बांध्याचा दाढीवाला मॅकग्रेगर हा वैज्ञानिक सांता क्लॉजसारखा वाटत होता. या मॅकग्रेगरलाही केनर ऐकून का होईना पण माहीत होता हे पाहून इव्हान्स वैतागला. मॅकग्रेगर आणि केनर दोघे लगेचच गप्पा मारू लागले.

इव्हान्स म्हणाला की त्याला ई-मेल पाहायच्या आहेत. त्याला एका खोलीत नेण्यात आले. तेथे अनेक टर्मिनल होती. इव्हान्स त्यामधल्या एकासमोर बसला आणि ताबडतोब 'सायन्स' नियतकालिकाची वेबसाईट पाहू लागला.

केनरने दाखवलेले संदर्भ खरेखुरे आहेत हे त्याला काही मिनिटांतच कळून

आले. त्याने काही सारांश तर काही शोधनिबंध पूर्णपणे वाचले. मग त्याला थोडे बरे वाटू लागले. केनरने मूळ माहितीचा सारांश योग्य त्या प्रकारे सांगितला होता खरा, पण त्याने वेगळे निष्कर्ष काढले होते. शोधनिबंध लिहिणाऱ्यांनी जागतिक तापमानवाढ खरी आहे हे स्पष्टपणाने नमूद केले होते.

एकूण मामला गुंतागुंतीचा होता. एका शोधनिबंधात तर हे स्पष्ट दिसत होते की प्रत्यक्ष माहिती आणि त्या लेखकांनी काढलेले निष्कर्ष नेमके विरुद्ध होते. बहुधा हा शोधनिबंध अर्धा डझन जणांनी लिहिल्यामुळे असा गोंधळ उडाला असावा असे इव्हान्सला वाटले. पण त्यांनी आपण जागतिक तापमानात वाढ होते आहे याला पाठिंबा देतो असे स्पष्टपणाने म्हटले होते. इव्हान्सला ते महत्त्वाचे वाटले. रॉस हिमखंडावरील बर्फाच्या जाडीत होणाऱ्या वाढीसंबंधीचा एक शोधनिबंध जास्त अस्वस्थ करणारा होता. इव्हान्सला काही मुद्दे अडचणीचे वाटले. लेखकाने म्हटले होते की हिमखंड गेली सहा हजार वर्षं वितळत आहे. हे खरे असेल तर हिमखंड आता वितळतोय ही काही नवीन बाब ठरत नव्हती. उलट लेखक म्हणत होता की वितळणे थांबून आता बर्फाची जाडी वाढू लागल्याचे पहिले पुरावे मिळाले आहेत. त्याच्या मते ही पुढच्या *हिमयुगाची* नांदी होती.

जीझस!

पुढचे हिमयुग?

इव्हान्सला पाठीमागच्या दारावर टकटक केल्याचा आवाज आला. सारा आत डोकावली. ''केनर आपल्याला बोलावतोय. त्याला काहीतरी सापडलंय. आपण बाहेर जाणार आहोत.''

भिंतीवर खूप मोठा नकाशा लावलेला होता. तो ताऱ्यासारख्या आकाराच्या अंटार्क्टिका खंडाचा नकाशा होता. उजव्या कोपऱ्यात खाली वेडेल स्टेशन होते. चंद्रकोरीच्या आकाराचे रॉस हिमखंडही दिसत होते.

''आम्हाला कळलंय की पाच दिवसांपूर्वी एका मालवाहू जहाजातून एका अमेरिकन वैज्ञानिकासाठी काही खोकी आली होती. त्याचं नाव जेम्स ब्रूस्टर. मिशिगन विद्यापीठ. या माणसाला अगदी अखेरच्या क्षणी इथं काम करायला येण्याची परवानगी देण्यात आली. कारण त्याच्या निधीमधला 'सुविधांसाठी' वापरण्याचा भाग फारच मोठा होता. म्हणजेच त्याच्यामुळे या स्टेशनला गरज होती तो निधी त्याच्याकडून मिळणार होता.''

''म्हणजे त्यानं पैसा फेकून ही परवानगी चक्क विकत घेतली तर?''

''जवळपास तसंच.''

''तो इथं कधी आला?'' इव्हान्सने विचारले.

''मागच्या आठवड्यात.''

''आत्ता कुठंय तो?''

''बाहेर. प्रत्यक्ष कामाच्या जागी.'' केनर नकाशावर बोट ठेवत म्हणाला, ''इथं कुठंतरी माऊंट टेररच्या उताराच्या दक्षिणेस आणि आपण तिकडं जाणार आहोत.''

''हा माणूस मिशिगनचा वैज्ञानिक आहे ना?'' साराने विचारले.

''नाही.'' केनर म्हणाला, ''आम्ही आत्ताच विद्यापीठाकडं चौकशी केली. तिथं प्रा. जेम्स ब्रूस्टर नावाची व्यक्ती आहे हे खरं. मिशिगन विद्यापीठात तो भू-भौतिकविज्ञानाचा प्राध्यापक आहे, आणि या क्षणी तो आपल्या बाळाच्या प्रतीक्षेत आन आर्बोरला रजेवर गेलेला आहे.''

''तर मग हा माणूस कोण आहे?''

''कोणास ठाऊक.''

''आणि त्यानं आणलेलं सामान काय होतं?'' इव्हान्सने विचारले.

''कोणालाही त्याची कल्पना नाही. हेलिकॉप्टरनं ती खोकी सरळ त्याच्याकडे पाठवली गेली. हा माणूस गेला आठवडाभर त्याच्या दोन तथाकथित ग्रॅज्युएट विद्यार्थ्यांबरोबर बाहेर आहे. तो जे काही करतोय ते फारच विस्तृत प्रदेशावर पसरलेलं आहे. म्हणूनच तो त्याचा तळ वारंवार हलवतो. तो नेमका कुठं आहे हे कोणालाच इथं माहीत नाही.'' केनर मग हलक्या आवाजात म्हणाला, ''त्याचा एक ग्रॅज्युएट विद्यार्थी काहीतरी कामासाठी काल परत आलाय. पण आपण अर्थातच त्याचा उपयोग करून घेणार नाही. त्याऐवजी आपण इथल्या जिमी बोल्डेन नावाच्या माणसाची मदत घेऊ. वेडेल स्टेशनवरच्या या कर्मचाऱ्याला इथली उत्तम माहिती आहे. हवा मात्र हेलिकॉप्टर जाण्याजोगी नाही. त्याचा तळ इथून सतरा मैलांवर आहे. आपण तिथं दोन तासांत पोहोचू. अंटार्क्टिकाच्या वसंत ऋतूला साजेसं बाहेरचं तापमान उणे वीस अंश फॅरनहीट आहे. तेव्हा आता निघायची तयारी करा. बरं कोणाला काही शंका?''

इव्हान्सने घड्याळाकडे नजर टाकली, ''आपण जाईपर्यंत अंधार होणार नाही का?''

''वसंत ऋतू सुरू झाल्याने रात्र फारशी मोठी नसते. आपण जाऊ तेव्हाही भरपूर प्रकाश असेल.'' केनरने नकाशावर एका जागी बोटाने निर्देश केला. ''अडचण एवढीच आहे की आपल्याला शिअर झोन ओलांडावा लागणार आहे.''

द शिअर झोन

बुधवार, ६ ऑक्टोबर

दुपारी १२ वाजून ९ मिनिटे

''शिअर झोन?'' सर्वजण शेडमध्ये ठेवलेल्या वाहनांकडे हळूहळू जात असताना जिमी बोल्डेन म्हणाला, ''म्हणजे त्यात विशेष काही नाही. फक्त तिथं जरा काळजी घ्यायची एवढंच.''

''पण म्हणजे काय?'' साराने विचारले.

''या भागात बर्फावर आडव्यातिडव्या बलांचा प्रभाव पडतो. म्हणजे जमीन थोडीशी कॅलिफोर्नियासारखी. फरक इतकाच की तिथं भूकंप होतात, तर इथं बर्फात भेगा असतात. काही खोल असतात.''

''आपल्याला हा भाग ओलांडायचा आहे?''

''तशी काही अडचण नाही.'' बोल्डेन म्हणाला, ''दोन वर्षांपूर्वी हा भाग सुरक्षितपणानं ओलांडण्यासाठी रस्ता बांधण्यात आला आहे. रस्ता बांधताना त्यांनी सर्व भेगा बुजवून टाकल्या होत्या.''

सगळेजण पत्र्यांच्या शेडमध्ये गेले. तिथे चौकोनी आकाराची वाहने होती. त्यांचे टायर ट्रॅक्टरसारखे होते नि बसण्याची केबिन लाल रंगाची होती.

''यांना स्नो-ट्रॅक म्हणतात.'' बोल्डेन म्हणाला, ''तुम्ही नि सारा एकात बसा. डॉ. केनर एकात बसतील आणि मी एकात असेन. मी सगळ्यात पुढं असणार आहे.''

''आपण सगळे एकात का नाही जायचं?''

''ही इथली सर्वसाधारण स्वरूपाची खबरदारी आहे. वजन आटोक्यात ठेवणं. म्हणजे मग वाहन एखाद्या मोठ्या भेगेत पडण्याचा धोका राहत नाही.''

''पण रस्ता बनवताना भेगा बुजवल्या होत्या ना?''

''बरोबर. पण हा रस्ता बर्फावरच आहे. बर्फ दररोज काही इंच इकडंतिकडं सरकतो. म्हणजेच रोज रस्ता थोडासा सरकतोच. काळजी करू नका. रस्ता झेंडे लावून नीट दिसेल अशी व्यवस्था करण्यात आली आहे.'' बोल्डेन एका वाहनात चढला आणि म्हणाला, ''आता मी थोडी या स्नो-ट्रॅकची माहिती देतो. हे वाहन नेहमीच्या गाडीसारखंच चालवायचं आहे. हा ब्रेक, हा क्लच नि हा ॲक्सिलरेटर वगैरे. आतमध्ये हीटर हवा असेल तर त्यासाठी हे बटण आहे.'' बोल्डेनने एक बटण दाखवले. ''अर्थात हीटर कायमच चालू ठेवावा लागेल. इथं समोर डॅशबोर्डवर नारिंगी रंगाची जी वस्तू आहे ती वाहनामधला ट्रान्सपॉन्डर आहे. हे बटण दाबलं की तो सुरू होतो. जर वाहन आडव्या स्थितीपेक्षा तीस अंशापेक्षा जास्त कललं तर तो आपोआप सुरू होतो.''

''म्हणजे आम्ही एखाद्या भेगेत पडू तेव्हा?'' सारा म्हणाली.

''माझ्यावर विश्वास ठेवा. तसं काही होणार नाही.'' बोल्डेन म्हणाला, ''मी फक्त तुम्हाला याची वैशिष्ट्यं सांगतोय. ट्रान्सपॉन्डरमधून वाहनाचा विशिष्ट संदेश

पाठवला जातो. तो मिळाला की आम्ही येऊन वाहन शोधून काढतो. जर काही कारणांनी अशी सुटका करण्याची वेळ आलीच तर सर्वसाधारणपणे त्यासाठी दोन तास लागतात. इथं पाणी आणि अन्न आहे. ते दहा दिवस पुरेल एवढं आहे. प्रथमोपचारासाठी वस्तू या इथं आहेत. त्यात मॉर्फीन आणि प्रतिजैविकं आहेत. आग विझवण्याचं उपकरण या ठिकाणी आहे. गिर्यारोहणाला लागणाऱ्या दोर, क्रॅम्पॉन, कॅराबीनर वगैरे वस्तू या जागी ठेवलेल्या आहेत. ब्लँकेटं या इथं आहेत. त्यात अगदी छोटे हीटर बसवलेले आहेत. त्यात शिरलं तर माणूस गोठण्याच्या तापमानाच्या वर एक आठवडा राहू शकतो. तर हे सगळं असं आहे. संपर्कासाठी इथं रेडिओ वापरला जातो. विंडशील्डच्यावर मायक्रोफोन आहे. बोललं की तो सुरू होतो. फक्त बोलणं सुरू करायचं. ठीक आहे? समजलं का?''

''होय.'' सारा एका स्नो-ट्रॅकमध्ये चढत म्हणाली.

''तर मग निघू या.'' बोल्डेन म्हणाला, ''हं... प्राध्यापक, तुम्हाला सगळं कळलं ना?''

''कळलं.'' केनर एका वाहनात चढला.

''ठीक तर मग.'' बोल्डेन म्हणाला, ''एक गोष्ट पक्की लक्षात ठेवा. तुम्ही वाहनाच्या बाहेर पडलात तर बाहेर तापमान उणे तीस अंश असल्यानं चेहेरा नि हात झाकून ठेवा. उघड्या त्वचेला एका मिनिटात फ्रॉस्टबाईट होईल. जर पाच मिनिटं त्वचा उघडी पडली तर सरळसरळ एखादा अवयव गमावण्याची पाळी येईल. तुम्ही लोकांनी आपली बोटं किंवा नाकं गमावून घरी परतावं असं आम्हाला वाटत नाही.''

बोल्डेन तिसऱ्या वाहनाकडे जात म्हणाला, ''आपण सगळे एका रांगेत जाणार आहोत. प्रत्येक गाडीत तीन गाड्यांएवढं अंतर ठेवायचं. कोणत्याही परिस्थितीत गाड्यांमधलं अंतर कमी-जास्त होता कामा नये. जर वादळ आलं आणि समोर दिसण्यात अडचण आली, तरी अंतर एवढंच ठेवायचं. फक्त वेग कमी ठेवायचा. समजलं?''

सर्वांनी माना डोलावल्या.

''चला तर मग.''

पत्र्याच्या शेडचे दार उघडले. थंड धातूचा कच्कच् आवाज आला. दार उघडताच बाहेरचा प्रकाश दिसू लागला.

''बाहेर दिवस चांगला दिसतोय आज.'' बोल्डेन म्हणाला. डिझेल इंजिनातून धुराचा छोटा ढग बाहेर पडला आणि बोल्डेनचा पहिला स्नो-ट्रॅक शेडबाहेर पडला.

वाहने खडखडत आणि उडत जात होती. लांबून जो भाग सपाट वाटला होता तो तसा नव्हता. त्यावर अनेक ठिकाणी चढ-उतार आणि खाचखळगे होते.

इव्हान्सला तर आपण एखाद्या नावेतून हलत जातोय असे वाटत होते. फरक एवढाच होता की आजूबाजूचे पाणी गोठलेल्या अवस्थेत होते.

सारा स्नो-ट्रॅक चालवत होती. तिच्या चालवण्यात आत्मविश्वास होता. तिच्या बाजूला बसलेल्या इव्हान्सने आधारासाठी डॅशबोर्डची कड गच्च धरून ठेवली होती.

"आपला वेग किती आहे?"

"चौदा मैल असावा."

एका मोठ्या घळीतून दणका खात वर येताना इव्हान्स कण्हला, "हा असला प्रवास दोन तास करायचाय?"

"तो तसंच म्हणाला होता." साराने उत्तर दिले, "बरं, तू केनरनं दिलेले ते संदर्भ तपासलेस का?"

"होय." इव्हान्स उदास स्वरात म्हणाला.

"ते बनावट होते का?"

"नाही."

बोल्डेनच्या वाहनामागे केनरचे वाहन होते आणि सर्वांत शेवटी सारा-इव्हान्सचे.

रेडिओचा आवाज आला, "हं... आपण आता शिअर झोनजवळ आलोय." बोल्डेन सांगत होता, "योग्य अंतर राखा आणि झेंड्यांच्या आत राहा."

इव्हान्सला आजूबाजूला निराळे काही दिसले नाही. सूर्यप्रकाशात बर्फ चमकत होते. आता दोन्ही बाजूंना सहा फूट उंच खांबांवर लावलेले लाल झेंडे दिसू लागले होते.

शिअर झोनमधून आणखी पुढे गेल्यावर रस्त्याच्या बाहेरच्या बाजूला असणाऱ्या मोठमोठ्या भेगांची तोंडे त्यांना दिसली. त्यांचा रंग गडद निळा होता आणि ती चमचम करत होती.

"या भेगा किती खोल असतात?" इव्हान्सने विचारले.

"आम्हाला आढळलेली सर्वांत खोल भेग एक किलोमीटर खोलीची आहे." रेडिओवरून बोल्डेन म्हणाला, "काही भेगांची खोली एक हजार फूट असते. पण साधारणत: त्यांची खोली काही शेकडा फूट एवढी असतेच."

"सगळ्यांचाच रंग हा असा असतो?"

"होय. पण तुम्हाला जवळ जाऊन पाहायला नक्कीच आवडणार नाही म्हणा."

आता झेंडे लावलेला भाग मागे पडला होता. त्यांना आता डावीकडे एका पर्वताचा उतार दिसू लागला. पर्वतावर ढगांचे आच्छादन होते.

"हा इरेबस आहे." बोल्डेन म्हणाला, "हा जागृत ज्वालामुखी आहे. वर शिखरापाशी दिसतेय ती वाफ आहे. कधीकधी त्यामधून लाव्हाचे गोळे बाहेर

पडतात. पण या इथपर्यंत ते कधीच येत नाहीत. माऊंट टेरर मात्र निद्रिस्त आहे. तो समोर उतार दिसतोय ना तोच तो.''

इव्हान्सची निराशा झाली होती. माऊंट टेरर या नावावरून त्याला तिथे काहीतरी भीषण पाहायला मिळण्याची अपेक्षा होती. उलट समोर एक अगदी साधा उतार असणारे टेकाड होते.

''याला माऊंट टेरर का म्हणतात?'' इव्हान्सने विचारले, ''तो अजिबात भीतीदायक दिसत नाही.''

''या नावाचा भीती शब्दाशी काही संबंध नाही.'' बोल्डेन म्हणाला, ''इथं अंटार्क्टिकावरच्या ठिकाणांना नावं देताना ज्या जहाजांनी शोध लावले त्यांची नावे देण्यात आली आहेत. टेरर हे एकोणिसाव्या शतकातल्या एका अशाच जहाजाचं नाव होतं.''

''ब्रूस्टरचा तळ कुठं आहे?'' साराने विचारले.

''आता एवढ्यातच दिसायला लागेल.'' बोल्डेन म्हणाला, ''हं... तर तुम्ही लोक कसल्यातरी प्रकारचे तपासनीस आहात तर?''

''आम्ही आय.ए.डी.जी.चे आहोत. ही आंतरराष्ट्रीय पातळीवरची एक तपासणी संस्था आहे. अंटार्क्टिकाच्या संदर्भात झालेल्या कोणत्याही आंतरराष्ट्रीय कराराचा भंग एखादा अमेरिकन संशोधन प्रकल्प करत नाही ना हे पाहण्याची जबाबदारी आमच्यावर आहे.''

''हं... हं...''

''डॉ. ब्रूस्टर फार घाईघाईने इकडं आले.'' केनर म्हणाला, ''त्यांनी आपला प्रकल्प आय.डी.ए.जी.कडे मान्यतेसाठी पाठवलाच नाही. म्हणून मग आम्ही प्रत्यक्ष जागेवर जाऊन तपासणी करायची ठरवली. हे नेहमीचंच आहे.''

सर्वजण तसेच खडखडत आणखी काही मिनिटे पुढे गेले. पण अजून कुठेही ब्रूस्टरचा तळ दिसेना.

''ओह्... कदाचित त्यांनी तळ हलवला असावा.'' बोल्डेन म्हणाला.

''ते कसल्या प्रकारचं संशोधन करत आहेत?'' केनरने विचारले.

''मला नक्की कल्पना नाही. पण बर्फाचे तुकडे कसे पडतात याचा अभ्यास ते करत असावेत. हिमखंडातून तुटून वेगळा होणारा तुकडा कसा कसा सरकतो असलं काहीतरी पाहण्यासाठी डॉ. ब्रूस्टरनी अनेक ठिकाणी जी.पी.एस. उपकरणं लावून ठेवली आहेत.''

''आपण समुद्राच्या जवळ आहोत का?'' इव्हान्सने विचारले.

''दहा-अकरा मैल उत्तरेला.'' बोल्डेनने उत्तर दिले.

''पण जर त्यांना हिमनगांच्या निर्मितीचा अभ्यास करायचा आहे, तर ते

समुद्रापासून एवढ्या लांब कसं काय काम करत आहेत?'' साराने विचारले.

''तसं प्रत्यक्षात फार अंतर नाही.'' केनर म्हणाला, ''दोन वर्षांपूर्वी एक हिमनग रॉस हिमखंडापासून तुटून बाहेर पडला. त्याची लांबी चाळीस मैल नि रुंदी चार मैल होती. म्हणजे व्होड आयर्लंडएवढा मोठा होता तो.''

''अर्थात हे जागतिक तापमानवाढीमुळे नसणारच म्हणा.'' इव्हान्स वैतागून उपरोधिक स्वरात म्हणाला, ''जागतिक तापमानवाढ त्याला जबाबदार असूच शकत नाही.''

''प्रत्यक्षात ते कारण खरंच नव्हतं.'' केनर म्हणाला, ''त्याला स्थानिक परिस्थिती जबाबदार होती.''

''मी बिलकूल चकित झालो नाही हं.''

''पीटर, स्थानिक परिस्थितीची कल्पना करण्यात काहीही चुकीचं नाही. हा एक खंड आहे. जागतिक पातळीवर काहीही घडो अथवा न घडो, या खंडावर स्वतःचे म्हणून खास आकृतीबंध असणारच की.''

''हे बरोबर आहे.'' बोल्डेन म्हणाला, ''इथं स्थानिक आकृतीबंध आहेत. उदाहरणार्थ, काटाबेटिक वारे.''

''काय?''

''काटाबेटिक वारे. हे गुरुत्वाकर्षणीय वारे आहेत. तुमच्या लक्षात आलं असेल की इथं वारे जास्त जोराचे आहेत. खंडाचा मध्यभाग तुलनेनं शांत असतो.''

''गुरुत्वाकर्षणीय वारे म्हणजे काय?'' इव्हान्सने विचारले.

''अंटार्क्टिका हा एखाद्या विशाल घुमटासारखा आहे.'' बोल्डेन म्हणाला, ''या खंडाचा मध्यभाग किनाऱ्यापेक्षा जास्त उंचीवर आहे आणि जास्त थंडही आहे. वरून येणारी थंड हवा खाली येताना वेग धारण करते. काहीवेळा तर किनाऱ्यापर्यंत पोहोचणाऱ्या वाऱ्याचा वेग पन्नास किंवा ऐंशी मैल असतो. आज मात्र सुदैवानं वारा तेवढा जोराचा नाही.''

''हे चांगलंच म्हणायचं.'' इव्हान्स म्हणाला.

''पाहा. अगदी समोर पाहा.'' बोल्डेन म्हणाला, ''तो प्राध्यापक ब्रूस्टरचा तळ आहे.''

ब्रूस्टरचा तळ
बुधवार, ६ ऑक्टोबर
दुपारी २ वाजून ४ मिनिटे

तिथे पाहण्यासारखं फारसं काही नव्हतंच. नारिंगी रंगाचे दोन तंबू वाऱ्यावर

फडफडत होते. एक मोठा नि दुसरा छोटा. बहुधा मोठा तंबू उपकरणे ठेवण्यासाठी असावा. कारण तंबूच्या कापडाला चिकटून ठेवलेल्या खोक्यांच्या कडा दिसत होत्या. नारिंगी रंगाची निशाणं लावलेली काही उपकरणे इव्हान्सला दिसली. त्यांची एक रांग तळापासून निघून दूर अंतरावर दिसेनाशी झाली होती.

"आपण आता थांबू," बोल्डेन म्हणाला, "मला वाटतं की डॉ. ब्रूस्टर तिथं नाहीत. कारण त्यांचा स्नो-ट्रॅकही जागेवर दिसत नाही."

"मी जरा नजर टाकून येतो." केनर म्हणाला.

वाहनांची इंजिने बंद करून ते सगळे खाली उतरले. आतमध्ये गारठा फार आहे असे इव्हान्सला वाटत होते. पण खाली बर्फावर उतरताच अंगावर आलेल्या थंडगार वाऱ्यामुळे तो हबकलाच. तो खोकू लागला. पण केनरवर मात्र काहीच परिणाम झालेला दिसला नाही. तो वाहनातून उतरून सरळ तंबूत शिरला.

बोल्डेनने निशाणं लावलेल्या रेषेकडे बोट दाखवले, "पाहा. त्यांच्या गाडीच्या टायरचे ठसे या रेषेला समांतर गेलेले आहेत. डॉ. ब्रूस्टर ती तपासण्यासाठी गेले असणार. ही संवेदकांची मालिका पश्चिमेकडे जवळजवळ शंभर मैल अंतरापर्यंत गेलेली आहे."

"शंभर मैल?" सारा म्हणाली.

"होय. त्यांनी तेवढ्या अंतरापर्यंत सगळीकडे **जी.पी.एस.** रेडिओ उपकरणं बसवली आहेत. ती उपकरणं त्यांच्याकडे संदेश पाठवतात. त्यावरून ती बर्फाबरोबर किती सरकली याची डॉ. ब्रूस्टर नोंद घेतात."

"पण हालचाल तेवढ्या प्रमाणात असते का?"

"अर्थातच. काही दिवसांच्या अवधीत ती फारशी नसते हे खरं. पण हे संवेदक त्यांच्या जागी एक वर्ष किंवा त्यापेक्षा जास्त काळ राहणार आहेत. ते वेडेल स्टेशनकडे माहिती पाठवत राहतील."

"डॉ. ब्रूस्टर एवढे दिवस राहतात की काय?"

"नाही... नाही, ते परत जातील. इथं राहणं फार खर्चिक आहे. त्यांच्या निधीत सुरुवातीला फक्त एकवीस दिवस आणि नंतर दर महिन्याला एखादा आठवडा राहणं एवढीच तरतूद आहे. तेव्हा आम्ही जमा झालेली माहिती त्यांच्याकडे पाठवतो."

"त्यासाठी तुम्ही एखाद्या सुरक्षित वेबपेजची व्यवस्था केलीय, असंच ना?"

"होय. अगदी बरोबर."

थंडी कमी करण्यासाठी पाय आपटत इव्हान्स म्हणाला, "तर मग हा ब्रूस्टर इसम परत येणार आहे की नाही?"

"परत येणार. पण केव्हा ते मी सांगू शकत नाही."

तंबूत गेलेल्या केनरची मोठ्या आवाजात हाक ऐकू आली, ''इव्हान्स!''

''मला वाटतं तो मला बोलावतोय.'' इव्हान्स तंबूत शिरला.

साराला उद्देशून आणि दक्षिणेकडचे ढग दाखवत बोल्डेन म्हणाला, ''हवं असेल तर तुम्हीही आत जा. आपण इथं जास्त वेळ थांबू शकणार नाही. हवा बिघडतेय असं दिसतंय. आपल्या हाताशी जेमतेम दोन तास आहेत. जर हवा खराब झाली तर काही खरं नाही आपलं. दहा फुटांएवढंही दिसणं मुश्कील होऊन जातं. नाहीतर इथंच थांबावं लागेल नि कदाचित आपण दोन-तीन दिवस अडकून पडू शकतो.''

''मी जाऊन सांगते त्यांना.''

तंबूचे दार उचलून इव्हान्स आत शिरला. तंबूच्या कापडामुळे आत नारिंगी रंगाचा प्रकाश पसरला होता. आत उघडलेल्या खोक्यांच्या फळ्या एका बाजूला रचलेल्या दिसल्या. त्यावर डझनावारी पुठ्ठ्याची खोकी ठेवलेली होती. त्यांच्यावर प्रत्येकावर मिशिगन विद्यापीठाचे बोधचिन्ह आणि हिरव्या अक्षरांमध्ये छापलेली लेबले होती :

> मिशिगन विद्यापीठ
> पर्यावरणविज्ञान विभाग
> संशोधनासाठी लागणाऱ्या वस्तू.
> अत्यंत संवेदनशील. काळजीपूर्वक हाताळा.
> ही वरची बाजू आहे.

''हे सगळं अधिकृत प्रकारचं वाटतंय.'' इव्हान्स म्हणाला, ''हा माणूस खरंच संशोधक नाही ना?''

''तूच पाहून खात्री करून घे.'' केनर म्हणाला. त्याने एक पुठ्ठ्याचे खोके उघडले. आतमध्ये शंकूच्या आकाराच्या प्लॅस्टिकच्या वस्तू दिसल्या. त्यांचा रंग काळा होता.

''हे काय आहे, कल्पना आहे पीटर?''

इव्हान्सने नकारार्थी मान हलवली.

सारा तंबूत आली. ''बोल्डेन म्हणतोय की हवा खराब होण्याची शक्यता आहे. तेव्हा आपण जास्त थांबणं बरं नाही.''

''काळजी करू नको. आपण जास्त थांबणार नाहीच.'' केनर म्हणाला, ''सारा, तू त्या पलीकडच्या तंबूत जाऊन तिथं कॉम्प्युटर किंवा तसलं काही आहे का ते पाहा. म्हणजे लॅपटॉप वगैरे काहीही. ज्यात मायक्रोप्रोसेसर असेल असं काहीही.

तसंच तिथं रेडिओसारखं काही उपकरण आहे का ते पाहा.''

''म्हणजे रेडिओ किंवा ट्रान्समीटर?''

''होय. ज्याला ॲन्टेना जोडलेली आहे असं काहीही.''

''बरं.'' सारा वळली आणि बाहेर गेली.

इव्हान्स अजूनही खोकी पाहत होता. त्याने एव्हाना तीन-चार खोकी उघडली होती. त्यात सगळ्यात त्याच काळ्या रंगाचे शंकू होते.

''माझ्या लक्षात येत नाही.'' इव्हान्स म्हणाला.

केनरने एक शंकू उचलून प्रकाशासमोर धरला. त्यावर उठावात पुढील अक्षरे होती, ''युनिट पी.टी.बी.सी. – एक्स.एक्स १०४/८७७६ – ए.डब्ल्यू २०३. यू.एस.डी.ओ.डी.''

''याचा संबंध लष्कराशी आहे की काय?''

''बरोबर.''

''पण हे आहे तरी काय?''

''ही पी.टी.बी. सुरक्षित ठेवण्यासाठीची संरक्षक कवचं आहेत.''

''पी.टी.बी.?''

''म्हणजे प्रिसिजन टाईम्ड ब्लास्ट. या स्फोटकांचा अगदी अचूकपणानं स्फोट घडवता येतो. मिलीसेकंद एवढ्या अचूकतेनं स्फोट घडवण्यासाठी कॉम्प्युटर वापरला जातो. एकट्या स्फोटामुळे फारसा विध्वंस होत नाही. पण जर अचूक वेळेस स्फोट करवून एक मालिका घडवली तर त्यामुळे तयार होणारा तरंग मात्र चांगलाच विध्वंसक ठरू शकतो. ही खड्या तरंगाची ताकद असते.''

''खडा तरंग म्हणजे?''

''तू कधी मुली दोरीचा खेळ खेळताना पाहिला आहेस का? दोरी वर-खाली हलवताना दोरीमध्ये लाटा तयार होतात नि त्या मागेपुढे होत जातात. पण एखाद्या वेळेस लाटांचा प्रवास थांबतो आणि दोरीला एक वक्राकार प्राप्त होऊन तो स्थिर होतो. हाच तो खडा तरंग.''

''आणि या स्फोटकांमुळे असा तरंग तयार होऊ शकेल?''

''होय. आणि अशा प्रकारच्या खड्या तरंगांमुळे निसर्गात प्रचंड विनाश होऊ शकतो. त्यांची ताकद जबरदस्त असते. त्यांच्यामुळे पूल पडू शकतात नि गगनचुंबी इमारती कोसळू शकतात. भूकंपांच्या वेळेस सर्वांत जास्त विनाश या भूपृष्ठामध्ये तयार होणाऱ्या अशा खड्या तरंगांमुळेच होतो.''

''याचा अर्थ असा की त्या ब्रूस्टरनं ही स्फोटकं इथं आणली... ती शंभर मैल अंतरापर्यंत एका ओळीत ठेवली... बोल्डेन शंभर मैलच म्हणाला होता ना?''

''बरोबर.'' केनर म्हणाला, ''मला आता त्याबद्दल कोणतीही शंका राहिलेली

नाही. हा आपला मित्र ब्रूस्टर बर्फात शंभर मैल एवढी लांब भेग पाडून इतिहासात कधीही न पाहिलेला आजवरचा सर्वांत मोठा हिमनग निर्माण करणार आहे.''

सारा तंबूत डोकावली.

''तुला काही सापडलं का?''

''नाही. तिथं काहीही नाही. अक्षरश: काहीही नाही. स्लीपिंग बॅग, अन्नपदार्थ किंवा इतर वैयक्तिक वस्तू काहीही नाही. फक्त रिकामा तंबू. तो माणूस इथून पसार झालेला आहे.''

केनरने एक शिवी हासडली, ''ठीक आहे. आता मी काय सांगतो ते नीट ऐका.''

वेडेल स्टेशनकडे जाताना
बुधवार, ६ ऑक्टोबर
दुपारी २ वाजून २२ मिनिटे

''नाही... नाही'' जिमी बोल्डेन मानेने नकार देत म्हणाला, ''डॉ. केनर, मी याची परवानगी देऊ शकत नाही. त्यात फार मोठा धोका आहे.''

''त्यात कसला धोका आहे?'' केनर म्हणाला, ''तुम्ही या दोघांना घेऊन परत जा. मी ब्रूस्टरच्या स्नो-ट्रॅकच्या ठशांचा माग काढत जातो नि त्याला शोधून काढतो.''

''नाही सर. आपण सगळे एकत्रच राहायचं आहे.''

''असं आपण करणार नाही.'' केनर धारदार आवाजात म्हणाला.

''तुमच्याबद्दल पूर्ण आदर राखून मी सांगतोय सर, या ठिकाणी तुम्हाला हिंडणं फिरणं फार अवघड आहे...''

''मी एक आय.ए.डी.जी. तपासनीस आहे हे लक्षात ठेवा.'' केनर म्हणाला, ''मी १९९९च्या हिवाळ्यात व्होस्टॉक स्टेशनवर सहा महिने होतो. त्या आधी १९९१ मध्ये मी मोर्व्हलवर तीन महिने राहिलो होतो. तेव्हा मी काय करतोय त्याची मला पूर्ण कल्पना आहे.''

''अं... पण मला तरीही....''

''स्टेशनला फोन लावा, स्टेशन प्रमुख माझ्या म्हणण्याला दुजोरा देईल.''

''हं सर, तुम्ही जर तसं म्हणत असाल तर...''

''होय. मी तसंच म्हणतोय.'' केनर कणखर आवाजात म्हणाला, ''आणि आता या दोघांना घेऊन जा. वेळ वाया जातोय.''

''ठीक आहे.'' बोल्डेन सारा आणि इव्हान्सला म्हणाला, ''तुम्ही तयार असाल तर आपण निघू या.''

काही मिनिटांनंतर इव्हान्स आणि सारा त्यांच्या स्नो-ट्रॅकमधून खडखडत परत निघाले. पुढे बोल्डेनचा स्नो-ट्रॅक होता. पूर्वेकडे लावलेल्या नारिंगी निशाणांच्या रेषेला समांतर जाताना केनर त्यांना दिसला. केनर मधेच उतरला. त्याने एका निशाणापाशी उतरून काहीतरी तपासून पाहिले आणि तो परत पुढे निघाला. बोल्डेननेही ते पाहिले होते. त्याने विचारले, ''ते काय करत आहेत?''

''एखादं युनिट तपासत असणार.''

''त्यांनी अशा प्रकारे वाहनातून बाहेर पडता कामा नये. खरं म्हणजे त्यांनी इथं एकटं जाणंच नियमांविरुद्ध आहे.''

साराला वाटले की बोल्डेन मागे वळण्याच्या बेतात असावा. ती म्हणाली, ''जिमी... मी डॉ. केनरबद्दल काही सांगू का?''

''काय?''

''त्यांना भडकवण्यात काही अर्थ नाही.''

''अस्सं?''

''होय....''

''हं... बरं. ठीक आहे.''

दोन्ही स्नो-ट्रॅक पुढे निघाले. ते एका मोठ्या चढावरून जाऊन पलीकडे उतरले. आता समोर रॉस हिमखंडाचा करडा विस्तार होता.

''लोकहो चला. दोन तासांनंतर आपण मस्त गरम शॉवर घेत असू.'' बोल्डेन म्हणाला.

पहिला एक तास काहीच घडले नाही. इव्हान्स पेंगत होता. अधूनमधून बसणाऱ्या धक्क्यांनी त्याला जाग येत होती. पुन्हा तो पेंगू लागायचा. पुढचा धक्का बसेपर्यंत त्याची मान लटलट करत असायची.

सारा स्नो-ट्रॅक चालवत होती. तिला उद्देशून इव्हान्स म्हणाला, ''तू दमलेली नाहीस?''

''नाही. अजिबात नाही.''

आता सूर्य क्षितिजाच्या अगदी जवळ होता आणि धुक्यामुळे अंधुक दिसत होता. सगळीकडे करड्या रंगाच्या छटा होत्या. जमीन आणि आकाश यांच्यात फरक करता येत नव्हता.

इव्हान्सने एक जांभई दिली, ''मी चालवू का?''

''मी चांगली ड्रायव्हर आहे.''

''मला त्याची कल्पना आहे.''

इव्हान्स विचार करत होता की मोहक सौंदर्य असूनही साराच्या व्यक्तिमत्त्वात

थोडी अधिकार गाजवण्याची वृत्ती होती. सगळं काही आपल्याच तालाने चालावं असं वाटणाऱ्या स्त्रियांपैकी ती होती. इव्हान्सला थोडाफार याचा त्रास होत होता. कारण तिला त्याच्यामध्ये एक पुरुष म्हणून अजिबात रस नव्हता. ती त्याच्याकडे गांभीर्याने बघत नव्हती. तिच्या बाह्य सौंदर्याखाली थंडपणा आहे हे त्याला जाणवत होते. रेडिओवरून बोल्डेनचा आवाज आला, ''मला या हवेचा बदलणारा रंग काही खरा दिसत नाही. आपण शॉर्टकटनं गेलेलं बरं.''

''शॉर्टकट म्हणजे?''

''तो अवघा अर्धा मैल असेल. पण त्यामुळं आपली वीस मिनिटं वाचतील.'' बोल्डेन म्हणाला आणि डावीकडे वळला, ''माझ्या मागोमाग या.''

''ठीक आहे.'' सारा म्हणाली.

''हं... हा रस्ता मला माहिती आहे. आपण अजून वेडेल स्टेशनपासून एक तासाच्या अंतरावर आहोत. रस्ता सोपा आहे. फक्त माझ्या अगदी मागे राहा. किंचितही डावीकडे किंवा उजवीकडे नको. कळलं?''

''होय.''

''उत्तम.''

काही मिनिटांतच दोन्ही स्नो-ट्रॅक मुख्य रस्त्यापासून हजारभर यार्ड आत गेले होते. इथला बर्फ कडक होता. त्यावर वाहनांच्या टायरचा कर्रकर्र आवाज येत होता.

''आपण आता बर्फावर आहोत.'' बोल्डेन म्हणाला.

''माझ्या ते लक्षात आलंय.''

''पण हा भाग फारसा मोठा नाही.''

इव्हान्स आजूबाजूला पाहत होता. आता मुख्य रस्ता दिसत नव्हता. इतकेच नाही तर तो कोणत्या दिशेला आहे हे त्याच्या लक्षात येत नव्हते. सगळीकडे दृश्य एकसारखे होते. इव्हान्स अचानक अस्वस्थ होत म्हणाला, ''आपण कुठं आहोत काही कळत नाही.''

स्नो-ट्रॅक जरासा बाजूला कलला आणि घसरला. इव्हान्सने तोल सांभाळण्यासाठी डॅशबोर्ड घट्ट धरला. साराने लगेच वाहनावर नियंत्रण मिळवले.

''जीझस!''

''तू गाडीत बसतानाही असाच घाबरतोस का?''

''थोडासा.''

''इथं संगीत वगैरे काही नाही बहुधा.'' साराने मग बोल्डेनला विचारलं, ''तशी काही व्यवस्था आहे का?''

''आहे. वेडेल स्टेशनवरून चोवीस तास प्रसारण चालतं. एक मिनिट....''

बोल्डेनने आपले वाहन थांबवले आणि तो उतरून त्याच्या स्नो-ट्रॅकपाशी

आला. चाकांवर चढून त्याने दार उघडले. थंड वाऱ्याचा झोत एकदम आत आला. त्याने डॅशबोर्डवर लावलेला ट्रान्सपॉन्डर सुटा केला. ''यामुळे काही वेळा प्रसारणात अडथळा येतो. हं, आता तुमचा रेडिओ लावून पाहा.''

सारा रेडिओची बटणे फिरवून पाहू लागली. तिकडे बोल्डेन त्याच्या वाहनात चढला. त्याच्या स्नो-ट्रॅकमधून काळ्या धुराचा मोठा लोट बाहेर पडला. त्याच्याकडे पाहत इव्हान्स म्हणाला, ''त्यांनी इथं पर्यावरणाची जास्त काळजी घ्यायला हवी, नाही?''

''रेडिओवर काही ऐकू येत नाही.'' सारा म्हणाली.

''जाऊ दे. मला काही अगदी संगीत हवंच आहे असं काही नाही.''

साधारण शंभर यार्ड पुढे गेल्यावर बोल्डेन पुन्हा थांबला.

''आता काय?'' इव्हान्स म्हणाला.

बोल्डेन त्याच्या वाहनातून उतरून मागच्या बाजूला आलेला दिसला. तो त्याच्या वाहनाच्या बर्फातल्या खुणा निरखून पाहत होता.

सारा अजूनही रेडिओची निरनिराळी बटणे फिरवून प्रयत्न करत होती. ते पाहून इव्हान्स म्हणाला, ''जाऊ दे. फारसा फरक पडत नाही. पण आपण इथं कशासाठी थांबलोय?''

''कोण जाणे? पण तो काहीतरी तपासतोय बहुधा.''

आता बोल्डेन वळून त्यांच्याकडे पाहताना दिसला. तो एका जागी उभा राहून नुसता पाहत होता.

''आपणही उतरायचं का?'' इव्हान्सने विचारले.

रेडिओचा आवाज एकदम सुरू झाला, ''.... वेडेल स्टेशन... स्टेशनवरून ४०१ साठी... डॉ. केनर तुम्ही ऐकता आहात ना?... डॉ. केनर?...''

''ओह्!'' सारा स्मितहास्य करत म्हणाली, ''चला, काहीतरी सुरू झालं म्हणायचं.''

पुन्हा रेडिओचा हिस्सहिस्स आवाज आला, ''... नुकताच जिमी बोल्डेन बेशुद्ध अवस्थेत आढळला आहे.. तुमच्याबरोबर तिथं कोण आहे हे माहिती नाही... पण....''

''ओह् शिट्!'' इव्हान्स म्हणाला, ''हा माणूस बोल्डेन नाही तर मग कोण आहे?''

''कोण जाणे. पण तो आपली वाट अडवून उभा आहे आणि कशाची तरी वाट पाहत थांबलाय.''

''कशाची?''

काहीतरी तुटल्याचा मोठा आवाज आला. स्नो-ट्रॅकमध्ये तो एखाद्या गोळीसारखा घुमला. स्नो-ट्रॅक थोडासा घसरला.

"××××" साराने शिवी हासडली, "आपण इथून बाहेर पडणार आहोत. मी त्या हरामखोराला चिरडूनही टाकायला कमी करणार नाही." साराने गिअर टाकला आणि ती वाहनासाठी रस्ता काढण्यासाठी म्हणून थोडी मागे जाण्याचा प्रयत्न करू लागली. पुन्हा तुटल्याचा आवाज ऐकू आला.

साराने गिअर बदलून वाहन पुढे काढायला सुरुवात केली.

आणखी एक आवाज, *कट्!*

"चल! सारा... निघ."

कट्! कट्!

वाहन आता वाकडे झाले होते. स्वत:ला बोल्डेन म्हणवणाऱ्या समोरच्या माणसाकडे इव्हान्स पाहत होता.

"आपण बर्फावर आहोत." सारा म्हणाली, "आपल्या वजनामुळं बर्फ फुटायची तो वाट पाहतोय."

"त्याच्या अंगावर स्नो-ट्रॅक घाल!" इव्हान्स ओरडला.

समोरचा माणूस त्यांना उद्देशून काहीतरी खाणाखुणा करत होता. त्याचा अर्थ कळायला थोडा वेळ लागला. पण मग लक्षात आले.

तो माणूस त्यांना गुडबाय म्हणत होता.

साराने वेग वाढवला. इंजिनाचा मोठा आवाज झाला. पण वाहन पुढे मात्र गेले नाही. उलट पुढचा भाग खाली झुकला. इव्हान्सला एका भेगेची निळी कड दिसली. पुढच्याच क्षणी त्यांचे वाहन अंधारात गुरफटत खाली कोसळले.

द शिअर झोन

बुधवार, ६ ऑक्टोबर

दुपारी ३ वाजून ५१ मिनिटे

साराने डोळे उघडताच तिच्या डोळ्यांपुढे काजवे चमकले. तिच्या मानेत प्रचंड वेदना होत होती. तिने शरीर किंचित हलवून पाहिले. अनेक ठिकाणी वेदना होत आहेत हे तिला जाणवले. पण तिला हालचाल करता येत होती. उजवा पाय मात्र कशाच्यातरी खाली अडकला होता. ती कुशीवर पडलेल्या अवस्थेत होती. तिच्या डोक्यामुळे फुटलेली पुढची काच तिच्या नाकापासून अवघ्या काही इंचावर होती. डोके किंचित हलवून तिने आजूबाजूला नजर फिरवली.

तिथे अंधार होता. पण तिच्या डावीकडून कुठून तरी अगदी अंधुक प्रकाश येत होता. तिच्या लक्षात आले की त्यांचे वाहन एका बाजूवर पडलेले होते. ते बहुधा एखाद्या उंचवट्यावर अडकले असावे. साराने वर नजर टाकली. आश्चर्याची गोष्ट

म्हणजे त्या खाईचे तोंड अवघ्या तीस-चाळीस यार्डांवर होते. ते पाहून साराला थोडा उत्साह वाटला.

साराने इव्हान्स कुठे दिसतो का ते पाहण्यासाठी खाली नजर टाकली. पण खाली फक्त गडद अंधार होता. इव्हान्स कुठेही दिसत नव्हता. साराने खोलवर श्वास घेतला. आता तिथल्या अंधाराला सरावल्याने तिला खरी परिस्थिती दिसली.

त्यांचे वाहन एखाद्या उंचवट्यावर अडकले नसून ते खाईची एक बाजू फोडून त्यात पडून खाली आले होते. ते अर्धवट बाहेर आलेल्या अवस्थेत मध्येच अधांतरी लटकत होते. इव्हान्स बसला होता त्या बाजूचे दार उघड्या अवस्थेत खाली लोंबकळत होते.

इव्हान्स आत नव्हता.

तो बहुधा खाली खोल गर्तेत पडला होता.

"पीटर?"

उत्तर आले नाही.

"पीटर... तुला ऐकू येतंय का?"

सारा कान देऊन ऐकत होती.

पुन्हा उत्तर नाही.

कसलाही आवाज किंवा हालचाल नाही.

अचानक सत्य परिस्थितीचा अर्थ साराच्या लक्षात आला. ती त्या ठिकाणी बर्फाच्या खाईत एकटी होती. रस्त्यापासून दूर आणि मैलच्या मैल कोणी नाही अशा ठिकाणी *एकटी!*

साराला वाटले की हीच आपली शवपेटी असणार आहे.

साराच्या लक्षात आले की त्या बोल्डेन म्हणवणाऱ्या माणसाने सगळी योजना नीट बनवलेली होती. त्याने त्यांचा ट्रान्सपॉन्डर काढून नेला होता. आणखी काही मैल गेल्यावर तो ट्रान्सपॉन्डर एखाद्या खोल खाईत फेकून देणार. सुटकेसाठी निघालेली पथके त्या ट्रान्सपॉन्डरच्या दिशेने जाणार होती. ते लोक काही दिवस शोध घेऊन निराश होऊन परतणार होते.

अगदी हेलिकॉप्टर आले तरी खाईत पडलेले त्यांचे वाहन दिसणार नाही एवढे ते खाली होते. शोध घेणारे रस्त्याच्या आजूबाजूला पाहणार होते. रस्ता सतरा मैल लांब होता. त्यांना शोध करूनही काही मिळणार नव्हते.

"नाही." सारा मनाशी म्हणाली, "त्यांना सापडणं शक्यच नाही."

सारा विचार करू लागली. अगदी ती बाहेर गेली कशीबशी तरी त्याचा काय

उपयोग? तिच्याजवळ नकाशा किंवा जी.पी.एस. काहीही नव्हते. रेडिओही निकामी झालेला होता. फुटलेल्या अवस्थेत रेडिओ तिच्या पायापाशी पडलेला होता. वेडेल स्टेशन कोणत्या दिशेला आहे याचीही तिला कल्पना नव्हती.

तिला आठवले की आपल्याजवळ अन्न आणि काही वस्तू आहेत. म्हणजे निदान तो बोल्डेन म्हणवणारा माणूस तरी तसं म्हणाला होता. नेमकं तो काय काय सांगत होता बरं? क्रॅम्पॉन, दोरी आणि काय? तिला ते अस्पष्ट आठवत होतं.

साराने टुलबॉक्सखाली अडकलेला आपला पाय सोडवून घेतला आणि ती काळजीपूर्वक मागे सरकली. तिला तिथे लॉकर दिसला. पण चेमटल्यामुळे तो उघडेना. सारा मग पुन्हा पुढे सरकत आली आणि तिने टुलबॉक्समधून स्क्रू-ड्रायव्हर नि हातोडी घेऊन लॉकर उघडण्याचा प्रयत्न सुरू केला. जवळपास अर्धा तास खटाटोप केल्यावर अखेर लॉकर उघडला. साराने आत नजर टाकली.

आत काहीही नव्हतं. अन्नपदार्थ, पाणी, गिर्यारोहणाची साधनं. काहीही नाही.

लॉकर रिकामा होता.

साराने मोठा उसासा टाकला. आपण भेदरून जायचं नाही हे ती स्वत:लाच बजावत होती. दोरी आणि क्रॅम्पॉनशिवाय तिथून वर चढणं जवळपास अशक्य होतं. काय करता येईल याचा ती विचार करू लागली. ''क्रॅम्पॉन नाहीत. पण त्याऐवजी चाकांखाली असलेल्या धातूच्या पट्ट्या सुट्टा करून वापरता येतील का? आपल्याजवळ आईस-ॲक्स नाही. पण स्क्रू-ड्रायव्हर किंवा गिअरची दांडी सुटी करून तिचा वापर केला तर? दोरांच्या जागी काय करायचं? सीटचं कापड फाडून त्याचे तुकडे जोडले तर?''

सारा अशा प्रकारे विचार करून स्वत:ला धीर देत होती. सुटकेची संधी जरी अशक्य वाटली तरी ती प्रयत्न करणार होती. तिने त्या विचारांवर लक्ष केंद्रीत केले.

''केनर कुठं आहे? त्याने रेडिओवरचा संदेश ऐकला असणारच. तो आता काय करत असेल? तो वेडेल स्टेशनवर परत येईल का? नक्कीच येईल. तो त्या बोल्डेन म्हणवणाऱ्याचा शोध घेईल. पण बहुदा एव्हाना तो तिथून नाहीसाही झालेला असणार.''

साराचे घड्याळ फुटले होते. आपण किती वेळ आत पडलोय हे तिला कळेना. पण पहिल्यापेक्षा आता प्रकाश आणखी कमी झालाय हे तिच्या लक्षात आले. वरची हवा बिघडली असावी किंवा सूर्य खरोखरच अस्ताला गेला असावा. त्याचा अर्थ आता दोन-तीन तास तरी उलटले असावेत. आपले शरीरही कडक व्हायला लागलंय हे तिला जाणवत होतं. त्याचं कारणही तिच्या लक्षात आलं. गाडीच्या आतली ऊब नष्ट झाली होती.

साराने विचार केला की इंजिन सुरू केलं तर कदाचित हीटर पुन्हा सुरू होईल. साराने अगोदर दिवा लावून पाहिला. एक दिवा सुरू झाला. म्हणजेच बॅटरी नीट काम करत होती. तिने किल्ली फिरवली. जनरेटरचा गर्रगर्र आवाज आला. पण इंजिन सुरू झालं नाही.

अचानक तिला हाक ऐकू आली.

साराने वर हाकेच्या दिशेने पाहिले. पण बर्फावरून प्रकाश चमकत असल्याने तिला नीट दिसेना. तिने डोळे किलकिले करून पाहण्याचा प्रयत्न केला.

''ए... सारा.''

वर कोणीतरी खरंच आहे की काय हा विचार तिच्या मनात आला. ''मी इथं आहे!''

''मला ते दिसतंय.''

मग तिच्या लक्षात आलं की प्रत्यक्षात आवाज खालच्या दिशेने येत होता. साराने खालच्या गडद अंधाराकडे नजर टाकली, ''पीटर?''

''×××× मी गारठून गेलोय.''

''तुला लागलंय का?''

''कोण जाणे. मला डोकं हलवून वर पाहता येत नाही. मी अडकलोय सारा.'' पीटरचा आवाज भेदरलेला होता.

''तुला अजिबातच हालचाल करता येत नाही का?''

''एक हात हलतोय.''

''तुला काही दिसतंय का?''

''निळसर रंगाचा बर्फ. बर्फाची भिंत दोन फुटांवर असावी.''

साराने खाली डोळे ताणून पाहण्याचा प्रयत्न केला. पीटर बहुदा फार खाली नसावा असं तिला वाटलं.

''पीटर, तुला हात हलवता येईल ना?''

''होय.''

''मग हलव.''

''हलवला बघ.''

साराला काहीच दिसलं नव्हतं. ''ठीक आहे, बस्स.''

''तुला दिसलो का मी?''

''नाही.''

''शिट्!'' पीटर खोकू लागला, ''इथं फार गार आहे....''

''मला कल्पना आहे... जरा थोडा धीर धर.''

सारा स्नो-ट्रॅकमध्ये शोधू लागली. तिला फ्लॅशलाईट हवा होता. तिला आग विझवण्याचं उपकरण दिसलं. म्हणजे बहुदा तिथेच कुठेतरी फ्लॅशलाईट असणार हे तिच्या लक्षात आलं. तिने डॅशबोर्डखाली हात फिरवला.

फ्लॅशलाईट नव्हता. साराने ग्लोव्ह कंपार्टमेंटमध्ये हात घालून पाहिले.

इथेही नाही?

तिच्या बोटांना चुरगळलेले कागद लागले आणि मग तिची बोटे कसल्यातरी नळीला लागली. तिने ती ओढून बाहेर काढली.

तो फ्लॅशलाईटच होता.

साराने लाईट सुरू केला. त्याचा झोत खाली टाकून ती पाहू लागली.

''सारा... मला लाईट दिसतोय!''

''उत्तम. आता हात हलव पुन्हा.''

''मी हलवतोय...''

''आता?''

''मी हात हलवतोच आहे!''

सारा चकित होऊन पाहत राहिली. ''एक मिनिट, पीटर!'' सारा निरखून पाहू लागली, ''पीटर... मला दिसतंय!''

साराला त्याची लाल हातमोजा घातलेली बोटं हलताना दिसली.

''पीटर...''

''काय?''

''तू माझ्यापासून फार खाली नाहीस. फार तर पाच-सहा फुटांवर.''

''मला वर काढता येईल का?''

''जर दोर असता तर शक्य होतं...''

''म्हणजे? दोर नाही?''

''नाही. मी लॉकर उघडून पाहिला. त्यात काहीही नाही.''

''पण त्या वस्तू लॉकरमध्ये नाहीतच. त्या मी बसलो होतो त्या सीटखाली आहेत.''

''काय?''

''होय. मी त्या पाहिल्या होत्या. दोर आणि इतर वस्तू सीटखाली ठेवलेल्या आहेत.''

सीटखाली पाहणं तिला जवळपास अशक्य होतं. साराने क्षणभर विचार केला आणि सीटवरची उशी उचकटून काढली. त्याखाली आईस-ॲक्स, क्रॅम्पॉन, दोर वगैरे वस्तू दिसल्या.

''होय. आहेत त्या सगळ्या वस्तू इथं.''

''छान!''

साराने काळजीपूर्वक सगळ्या वस्तू एकएक करून बाहेर काढल्या. एकही वस्तू खाली पडणार नाही याची तिने खबरदारी घेतली. तिची बोटे गारठल्याने नीट काम करत नव्हती. पन्नास फूट लांबीची नायलॉनची दोरी आणि टोकाशी जोडलेला तीन दातांचा आकडा बाहेर काढताना तिला खूपच प्रयास पडले.

''पीटर, मी दोर खाली सोडते. तुला पकडता येईल का?''

''बहुदा येईल.''

''दोर घट्ट पकडून ठेव. म्हणजे मी तुला वर ओढून घेते.''

''कोण जाणे तसं करता येईल का नाही.''

''का?''

''माझा एकच हात मोकळा आहे. दुसरा अंगाखाली अडकलाय.''

''तुला एका हातानं दोर धरता येईल का?''

''अं... मला अवघड वाटतंय... म्हणजे मी थोडासा बाहेर आलो नि माझी पकड ढिली झाली तर?'' पीटरच्या आवाजावरून तो रडण्याच्या बेतात असावा असं साराला वाटलं.

''ठीक आहे. काळजी करू नकोस.''

''सारा... मी अडकून पडलोय... कायमचा!''

''नाही. पीटर...''

''होय... सारा, मी आता इथंच मरणार!''

''पीटर, गप्प बस!'' सारा म्हणाली. ती बोलता बोलता दोर कंबरेभोवती गुंडाळत होती, ''पीटर, सर्व काही ठीक होईल. माझ्या डोक्यात कल्पना आलीय.''

''कसली?''

''मी हा आकडा खाली सोडतेय. तुला तो कशाला तरी अडकवता येईल का? म्हणजे कंबरेचा पट्टा....''

''नाही सारा... मला ते शक्य वाटत नाही. मला हात पट्ट्यापर्यंत नेताच येत नाही.''

साराच्या लक्षात आलं की पीटर बहुदा एखाद्या कपारीत गच्च रुतून बसला असणार.

''पीटर... कशाला तरी अडकवता येतो का पाहा हा आकडा...''

''प्रयत्न करतो.''

''हं... हा पाहा मी दोर खाली सोडला.'' सारा म्हणाली, ''दिसतोय का तुला?''

“दिसतोय.”

“तिथपर्यंत हात पोहोचतोय का?”

“नाही.”

“ठीक आहे. मी तो आडवा हलवते, तुझ्या दिशेने....” साराने दोराला हलकेच झटका दिला आणि तो आडव्या दिशेने वळवला. टोकापाशी असणारा आकडा एका टोकाकडून दुसरीकडे हललेला दिसला.

“सारा... माझा हात लागला नाही. पुन्हा एकदा हलव.”

“होय. हलवला बघ.”

“नाही सारा... माझा हात पोहोचत नाही.”

“प्रयत्न करत राहा.”

“नाही सारा... दोर आणखी खाली हवा.”

“बरं... किती खाली?”

“एखादा फूट.”

“ठीक आहे.” साराने दोर खाली सोडला आणि पुन्हा त्याला झटका दिला. तिला पीटरच्या कण्हण्याचा आवाज आला. पण तरीही दोर तसाच फिरत राहिला होता.

“सारा, मला जमणार नाही.”

“जमणार आहे तुला पीटर, प्रयत्न चालू ठेव.”

“नाही... माझी बोटं बधीर झाली आहेत.”

“प्रयत्न कर... हा पाहा पुन्हा एकदा आला बघ.”

“सारा... नाही... शक्य नाही... ओ!”

“काय झालं?”

“माझ्या हातात आला होता आत्ता.”

“उत्तम. पीटर, पुन्हा एकदा प्रयत्न कर...”

“मी करतोच आहे... अगदी थोड्या अंतरानं... होय, सारा मला जमलं!”

साराने सुटकेचा निःश्वास टाकला.

पीटर खोकत होता. सारा वाट पाहत थांबली.

“ठीक आहे. मी आकडा जाकिटात अडकवलाय.”

“कुठं?”

“पुढच्या बाजूलाच. छातीपाशी.”

साराच्या लक्षात आले की जर आकडा थोडासा सुटा झाला तर सरळसरळ तो इव्हान्सच्या हनुवटीत शिरणे शक्य होते.

''पीटर, तिथं नको. काखेपाशी अडकव.''

''नाही. ते शक्य नाही. मला थोडं बाहेर काढलंस तरच ते जमेल.''

''ठीक आहे.''

''सारा...'' इव्हान्स खोकत म्हणाला, ''तुला मला ओढून काढणं जमेल का?''

''होय... जमेल.'' सारा म्हणाली. अर्थात हे बोलताना तिला फारशी खात्री वाटत नव्हती.

''नक्की? कारण माझं वजन एकशेसाठ आहे. कदाचित थोडं जास्त. म्हणजे दहा पौंड जास्त.''

''ठीक आहे. मी दोर स्टिअरिंगला बांधलाय.''

''ठीक... पण मला खाली पडू देऊ नकोस.''

''नाही, पीटर...''

क्षणभर इव्हान्स गप्प होता. मग म्हणाला, ''सारा, तुझं वजन किती आहे?''

''पीटर... असला प्रश्न स्त्रियांना कोणी कधी विचारतं का? विशेषतः लॉस एंजलीसमध्ये तर नाहीच नाही.''

''आपण आत्ता लॉस एंजलीसमध्ये नाही.''

''मला माझं वजन किती ते माहीत नाही.'' सारा म्हणाली. खरं म्हणजे तिला तिचं वजन नेमकं ठाऊक होतं. एकशेसदतीस पौंड. त्याचं वजन तिच्यापेक्षा कितीतरी जास्त होतं.

''ठीक आहे, पीटर. मी तुला ओढून काढते. तयार आहेस का?''

''शिट्!''

''पीटर... तयार आहेस की नाही?''

''आहे.''

साराने एक दीर्घ श्वास घेतला. दोन्ही पाय दारांमध्ये पक्के अडकवून ती तयार झाली. मग तिने जोर लावून उभे राहण्याचा प्रयत्न केला. पायात वेदना जाणवल्या. पण दोर ताठ झाला होता.

दोर आता हळूहळू वर येत होता.

''बस्स!... सारा. थांब!''

''काय?''

''थांब!''

''पण मी जास्त वेळ असं धरून ठेवू शकणार नाही.''

''त्याची आवश्यकताही नाही.'' इव्हान्स म्हणाला. त्याचा भेदरलेपणा आता कमी झाला होता. ''एक मिनिट... सारा... मी आकडा पट्ट्यात अडकवतोय.''

"बरं..."

"मला आता ट्रॅकची खालची बाजू दिसतेय. माझ्या डोक्यावर सहा फुटांपाशी."

"ठीक आहे."

"पण तू मला वर ओढशील तेव्हा दोर चाकांवर घासला जाईल."

"काळजी करू नकोस."

"पण मी त्या खाईच्या अगदी वर लटकत असणार नि..."

"मी तुला खाली पडू देणार नाही, पीटर..."

इव्हान्स काही वेळ खोकत होता. नंतर म्हणाला, "सारा... तू तयार झालीस की सांग."

"मी तयार आहे."

"तर मग चल, मी भेदरण्याअगोदर आपण हे काम पूर्ण करून टाकू, उरकून टाकू."

पीटरला वर काढताना एकच क्षण फार कसोटीचा होता. त्याला साधारण चार फूट वर उचललेले असताना त्याच्या शरीराचे सारे वजन तिच्यावर आले. ती किंचित हलली आणि दोर खाली घसरला.

"सारा....!"

साराने लगोलग दोर घट्ट पकडला, "ओह्! माफ कर..." साराने जोर एकवटून दोर खेचायला सुरुवात केली. ती कण्हत होती. काही क्षणात पीटरचा हात वर आलेला दिसला. मग दोन हात वर आले आणि चाकांना धरून इव्हान्स वर आला. त्याच्याकडे पाहून साराला धक्का बसला. त्याच्या चेहेऱ्यावर रक्त ओघळून साकळलेले दिसले. केसही रक्ताने माखून निघालेले होते. पण तो स्मित करत होता.

इव्हान्स पूर्णपणे केबिनमध्ये आल्यावर सारा मट्कन खाली बसली. तिचे पाय जोराने थरथरत होते. साराने औषधोपचाराची पेटी शोधून काढली आणि ती इव्हान्सच्या जखमा साफ करू लागली.

"जखम फार खोल नाही. पण तरीही टाके घालावे लागतील."

"आपण इथून बाहेर पडलो तरची गोष्ट झाली ही...."

"आपण इथून बाहेर पडणार आहोत."

"तुझा आत्मविश्वासच चांगलाच आहे." इव्हान्स आजूबाजूच्या बर्फाकडे पाहत म्हणाला, "तू कधी बर्फात चढली आहेस अशी?"

"नाही." सारा मान हलवत म्हणाली, "पण मी खडकांवर भरपूर चढलीय. तेव्हा फारसा फरक तो काय असणार?"

"बर्फावर चढताना घसरण्याचा धोका जास्त असतो... बरं, पण आपण वर

जाऊन तरी काय उपयोग होणार?''

''कोण जाणे.''

''आपण कुठं आहोत याची आपल्याला काहीच कल्पना नाही.''

''आपण त्या माणसाच्या स्नो-ट्रॅकच्या खुणांचा वापर करून जाऊ.''

''जर त्या तिथं असल्या तर... म्हणजे वाऱ्यानं काही झालं नसेल तर– सारा, इथून वेडेल स्टेशन किमान सात-आठ मैल तरी असणार.''

''पीटर....''

''जर वादळ आलं तर?... त्यापेक्षा आपण इथं आहोत तेच बरं आहे.''

''मी इथं राहणार नाही. मरायचंच असलं तर मी सूर्यप्रकाशात मरेन.''

खाईतून वर चढताना फारसा त्रास झाला नाही. आईस-ॲक्सला जोर किती पाहिजे आणि क्रॅम्पॉनचा वापर करून कसं चढतात हे लक्षात आल्यानंतर साराला चढायला वेळ लागला नाही. सात-आठ मिनिटांत ती वर पोहोचली. मग तिने इव्हान्सला वर यायला मदत केली.

बाहेरचं वातावरण होतं तसंच करड्या रंगाचं आणि एकसुरी होतं.

''कुठल्या दिशेला जायचंय आपल्याला... शिट्!'' इव्हान्स म्हणाला. त्याची जखम आता पुन्हा वाहू लागली होती.

सारा क्षितिजाच्या अगदी जवळ असणाऱ्या सूर्याकडे पाहत होती. तो मावळत होता की उगवत होता? सूर्याची दिशा कोणती असते? इथे दक्षिण ध्रुवावर तो कसा फिरतो? तिच्या हे लक्षात येईना. या बाबतीत चूक महागात पडणार होती.

''आपण ट्रॅकच्या खुणांच्या मागानं जाऊ.'' सारा म्हणाली. तिने बुटांना लावलेले क्रॅम्पॉन काढून टाकले आणि तिने चालायला सुरुवात केली.

आतल्यापेक्षा बाहेर थंडी जास्त होती. अर्धा तास उलटल्यानंतर वाऱ्याचा जोर वाढला. त्यातून पुढे जाण्यासाठी त्यांना पुढे झुकून चालावे लागत होते. सगळ्यात वाईट गोष्ट म्हणजे आता बर्फाचा भुगा उडू लागला होता. त्याचा अर्थ–

''आपल्याला खुणा आता नीट दिसणार नाहीत....'' इव्हान्स म्हणाला.

''मला कल्पना आहे.''

''वाऱ्यामुळे त्या पुसट होत आहेत.''

''मला समजतंय, पीटर.'' सारा म्हणाली. काही वेळा तो फारच बालिशपणा करत होता. वाऱ्याला सारा तरी काय करू शकणार होती.

''आपण आता काय करायचं?''

''मला माहीत नाही, पीटर. मी या आधी कधीही अंटार्क्टिकावर हरवलेली नाही.''

ते तसेच पाय ओढत चालत राहिले.

''पण ही वर येण्याची कल्पना तुझीच होती.''

''पीटर... स्वत:वर ताबा मिळव. धीर एकवटायचा प्रयत्न कर.''

''धीर एकवटू? ×××× थंडी एवढी आहे. मी गोठण्याच्या बेतात आहे. मला सध्या बोटांची किंवा नाकाची जाणीव होत नाहीये आणि....''

''पीटर!'' साराने इव्हान्सचे दोन्ही खांदे धरून त्याला गदागदा हलवले, ''पीटर... शट अप!''

इव्हान्स गप्प बसला. चेहेऱ्यावरच्या मास्कमधल्या फटींमधून त्याची नजर सारावर रोखलेली होती. त्याच्या पापण्यांवर बर्फ साचल्याने त्या पांढऱ्या दिसत होत्या.

''पीटर, मलाही माझ्या नाकाची जाणीव होत नाहीये... पण, आपल्याला झगडलंच पाहिजे.''

साराने सगळीकडे वळून नजर टाकली. आजूबाजूला काहीच दिसत नव्हते. फक्त सपाट करडी जमीन होती. आता वाऱ्याचा जोर वाढला होता. बर्फ वेगाने पडत होते. जर आणखी थोडा वेळ असेच चालू राहिले तर त्यांना जागीच थांबण्यावाचून गत्यंतर नव्हते. कारण बर्फामुळे त्यांना खाईची तोंडे नीट दिसणार नव्हती.

इव्हान्स म्हणाला, ''सारा... तू चिडलीस की फार सुंदर दिसतेस.''

''पीटर!''

''खरंच, सारा. तू सुंदरच आहेस.''

इव्हान्सच्या बोलण्याकडे दुर्लक्ष करत सारा पुढे चालू लागली. ती खाली वाकून ट्रॅकच्या खुणा नीट पाहत होती. ''पीटर, चल...''

कदाचित खुणा लवकरच रस्त्याला लागण्याची शक्यता होती. तसे असेल तर वादळातही चालणे अवघड जाणार नाही हे साराच्या लक्षात आले.

''सारा, मला वाटतं, मी प्रेमात पडलोय...''

''पीटर....''

''मला बोलू दे. कदाचित माझी ही बोलण्याची अखेरचीच संधी असेल.'' इव्हान्स खोकत म्हणाला.

''पीटर... बोलू नकोस. शक्ती राखून ठेव.''

'' ×××× गोठण्याएवढी थंडी आहे...''

त्यानंतर काही वेळ न बोलता दोघे धडपडत चालत राहिले. वाऱ्याची गर्जना जोरात चालू होती. आता पुढे चालणे जास्तच अवघड होत चालले होते. तरीही बराच वेळ जात राहिल्यानंतर सारा थांबली. तिने हाताने पीटरला थांबण्याची खूण केली होती. इव्हान्स कण्हत, करवादत तिच्याजवळ येऊन उभा राहिला.

“आपल्याला थांबलंच पाहिजे आता.” सारा म्हणाली. वाऱ्याचा आवाज मोठा असल्याने बोलणे ऐकण्यासाठी त्यांना एकमेकांच्या जवळ डोकी आणूनही ओरडावे लागत होते.

“होय...!” इव्हान्स म्हणाला.

आता काय करावे हे न कळून सारा खाली बसली. हातापायांची जुडी करून गुडघ्यांमध्ये डोके खुपसून ती बसली होती आणि फुटणारे रडू आवरत होती.

इव्हान्सही तिच्या शेजारी बसला, “आपण आता मरणार, सारा....”

द शिअर झोन

बुधवार, ६ ऑक्टोबर

संध्याकाळी ५ वाजून २ मिनिटे

साराचे शरीर थरथर करू लागले होते. सुरुवातीला मधूनमधून थरथर होत होती. नंतर मात्र ती सततच थरथरत होती. आपल्याला आता सीज़्र झाले असावे असे तिला वाटून गेले. पूर्वी स्किईंग केलेले असल्याने तिला काय होत आहे याची चांगली कल्पना होती. तिच्या शरीराच्या गाभ्यामधले तापमान कमी होत चालले होते. तरीही तिचे मन अजून काम करत होते.

“बर्फाचाच आडोसा उभारता येईल का?” इव्हान्स काहीतरी बोलला; पण तिला ते ऐकू आले नाही.

“तुला ते कसं करतात माहीत आहे का?”

इव्हान्सने उत्तर दिले. पण तिला ते ऐकू आले नाही.

पण आता खूप उशीर झाला आहे असे साराला वाटत होते. कारण आता आपला शरीरावरचा ताबा कमी होत चाललाय हे तिला जाणवत होते. आता तिला फार झोप येऊ लागली होती.

साराने इव्हान्सकडे नजर टाकली. तो एका कुशीवर बर्फात पडलेला होता. साराने त्याला ढोसून पाहिले. मग तिने धडपडत त्याला लाथेने उठवण्याचा प्रयत्न केला. इव्हान्स हलला नाही. साराने ओरडून त्याला उठवण्यासाठीही प्रयत्न केला. पण दात कडकड वाजत असल्याने तिला बोलणे अशक्यच झाले होते.

सारा शुद्धीत राहण्यासाठी आतल्या आत स्वत:शी झगडत होती. पण झोपण्याची इच्छा अनिवार होत होती. तिने डोळे उघडे ठेवण्याचा आटोकाट प्रयत्न केला. तिला अचानक आश्चर्याचा धक्का बसला; कारण तिच्या डोळ्यांसमोर आता तिच्या आयुष्यातली अनेक दृश्ये तरळू लागली होती. तिची आई, शाळा, शाळेतली गंमत... तिचे सारे आयुष्य तिच्या नजरेसमोर झरझर सरकत होते. गोठून मरण्याच्या

अगोदर असे घडते हे तिने वाचलेले होते. तिला त्यावेळी ते आठवले.

खूप लांबलचक अंधाऱ्या गुहेच्या तोंडापाशी तिला प्रकाशाचा किरण दिसू लागला होता...

प्रकाश आता अधिकाधिक प्रखर होत होता. पिवळे-हिरवे ठिपके चमचम करू लागले होते.

पिवळे-हिरवे दिवे!

साराने निकराचा जोर लावून उठायचा प्रयत्न केला. पण तिला तसूभरही हलता आले नाही.

पिवळे-हिरवे दिवे चमचम करतच मोठे मोठे होत जाताना तिला दिसले. मध्यभागी आता एक प्रखर पांढरा प्रकाशाचा ठिपका होता. तो जवळजवळ येत चालला होता. आणखी काही क्षणातच तिला चंदेरी रंगाचा छोटा घुमटाकार दिसला. त्याच्यावर काही अक्षरे होती. पुढच्याच क्षणी तिला अक्षरे वाचण्याऐवजी स्पष्ट दिसली– नासा!

सारा खोकत पाहत राहिली. ते कसल्यातरी प्रकारचे वाहन होते. हिरवळ कापण्यासाठी वापरतात त्या गाडीच्या आकाराच्या त्या वाहनाला चाके होती. बीप्‌बीप् असा आवाज करत ते वाहन सरळ तिच्याच दिशेने येत होते. काही क्षणात ते वाहन आपल्या अंगावरून जाणार हे तिला जाणवले. पण ती काहीच करू शकत नव्हती. पूर्णपणे हतबल होऊन त्या वाहनासमोर बर्फात पडलेली असताना तिला यांत्रिक आवाज ऐकू आला, ''कृपया बाजूला व्हा. कृपया बाजूला व्हा... धन्यवाद– कृपया बाजूला व्हा...''

यानंतर तिची शुद्ध हरपली.

वेडेल स्टेशन

बुधवार, ६ ऑक्टोबर

रात्री ८ वाजून २२ मिनिटे

अंधार. वेदना. आवाज.

वेदना.

अंगावर जणू अंगार चोळले जात असावेत असे वाटत होते.

वेदना.

कोणीतरी काहीतरी बोलले. खरखरीत घासल्यासारखा आवाज आला.

साराला तोंडात काहीतरी जाणवले. तिने ओठांवर जीभ फिरवली. तिला बर्फाची चव जाणवली.

''कसीन सेट?''

''नोड इली.''

कोणीतरी साराला अपरिचित भाषेत बोलत होते. तिला ती भाषा चिनी वाटली. आता आणखी काही आवाज ऐकू आले. साराने चेहऱ्यावर असणारे दडपण काढून टाकण्यासाठी हात उचलण्याचा प्रयत्न केला. पण आपले हातपाय जखडून ठेवलेले असल्याचे तिच्या लक्षात आले. तिच्या अंगावर चोळण्याचे काम चालूच होते. साराने कण्हत काहीतरी बोलण्याचा प्रयत्न केला.

''थिन सोंग नो वोअर नोड?''

''डोन थिंन सोंग.''

''की पब यार वोक.''

वेदना.

जे कोणी लोक तिच्याभोवती होते ते तिचे अंग जोरजोरात घासत होते. ती हालचाल न करता पडून होती. हळूहळू संवेदना पूर्ववत होत होत्या. आणि त्याचबरोबर वेदनांची तीव्रताही वाढत होती. आपले सारे अंग जळत असल्याप्रमाणे तिला जाणीव होऊ लागली होती.

आजूबाजूला बोलणारे लोक चार-पाच असावेत. पण कितीजण होते ते तिला कळत नव्हते. बहुदा सगळ्या बायकाच होत्या. तिला त्यांचे आवाज आजूबाजूला तरंगत असल्यासारखे वाटत होते.

आता ते लोक काहीतरी करत होते. आणखी काहीतरी. काही वेळाने तिच्या लक्षात आले. ते तिच्या गुप्तभागात काहीतरी खुपसत होते. ती हादरली. तिच्या अवतीभोवती आवाज तरंगत होते आणि सगळीकडून तिचे अंग घासले जात होते.

हे स्वप्न असणार किंवा मरण.

बहुदा आपण मेलो असणार असाही विचार तिच्या मनात तरळला. वेदनांमुळे जणू ती त्याकडे अलिप्तपणे पाहत होती.

कोणीतरी स्त्री तिच्या कानापाशी बोलत होती.

''सारा...''

साराने बोलण्याचा प्रयत्न केला.

''तू शुद्धीवर आलीस का?''

साराने डोके किंचित हलवले.

''मी तुझ्या चेहेऱ्यावरचा मास्क काढून टाकते. ठीक आहे?''

साराने मान जराशी हलवली.

चेहेऱ्यावरचे वजन कमी झाल्याचे जाणवले.

''हळूहळू डोळे उघड आता.''

साराने हळूहळू डोळे उघडले, आणि आजूबाजूला पाहून अंदाज घेतला. ती एका मंद प्रकाश असणाऱ्या खोलीत होती. भिंती पांढऱ्या रंगाच्या होत्या. एका बाजूला मॉनिटर होता. त्यावर हिरव्या रेषा उमटत होत्या. ती खोली एखाद्या हॉस्पिटलसारखी होती. साराशी बोलणाऱ्या बाईच्या अंगावर नर्सचा पोशाख होता.

"बोलण्याचा प्रयत्न करू नकोस."

सारा काही न बोलता पडून राहिली.

"तुझ्या शरीरातलं पाणी कमी झालंय. ते पूर्ववत व्हायला आणखी काही तास लागतील. आम्ही तुझ्या शरीराचं तापमान मूळपदावर आणण्याचा प्रयत्न करतोय. सारा तू सुदैवी आहेस. तुला काहीही अवयव गमवावा लागणार नाही."

अवयव गमवावा लागणार नाही!

साराने बोलण्याचा प्रयत्न केला. पण जीभ कोरडी पडल्याने तोंडातून फक्त हिस्स असा आवाज आला.

"बोलू नकोस. एवढ्यात नको. वेदना खूप होत आहेत का? होय का? बरं, मी तुला काहीतरी देते त्यासाठी." त्या बाईने सिरींज उचलली, "सारा, तुझ्या मित्रामुळे तुमचे प्राण वाचले. तो कसाबसा उठून बसू शकला आणि त्या नासाच्या रोबो वाहनातला फोन त्याला वापरता आला. म्हणून तर आम्ही तुमच्यापर्यंत पोहोचू शकलो."

साराचे ओठ हलले.

"तो पलीकडच्या खोलीत आहे. तो देखील ठीक आहे. पण आता मात्र फक्त विश्रांती घे तू."

साराला शिरेत काहीतरी टोचल्याची जाणीव झाली. तिने डोळे मिटून घेतले.

वेडेल स्टेशन

गुरुवार, ७ ऑक्टोबर

संध्याकाळी ७ वाजून ३४ मिनिटे

नर्स निघून गेल्यावर पीटर इव्हान्स अंगावर कपडे चढवू लागला. आपण तसे ठीक आहोत हे त्याच्या लक्षात आले. श्वास घेताना बरगड्यांमध्ये कळ येत होती. छातीवर डाव्या बाजूला खरचटल्याची मोठी जखम होती. मांडी आणि खांद्यावरही काळेनिळे झालेले मोठे भाग होते. डोक्यावरच्या जखमेला टाके घातलेले होते. सगळे शरीर आखडल्याप्रमाणे वाटत होते नि सगळ्या शरीरात ठसठसणारी वेदना होती. मोजे आणि बूट घालताना फार त्रास झाला होता.

असे असले तरी आपण ठीक आहोत असे त्याला वाटत होते. जणू आपला

पुनर्जन्म झाला आहे आणि आपण हे सगळे नव्याने पाहतो आहोत असा विचार त्याच्या मनात आला. बर्फात पडलो असताना आपण आता वाचणार नाही असेच त्याला अखेरच्या क्षणी वाटले होते. तरीही तो उठून बसला होता. ही शक्ती आपल्यात कशी आली हे त्याला कळत नव्हते.

साराने आपल्याला लाथ मारून उठवण्याचा प्रयत्न केल्याचे त्याला आठवले. पण तो हलला नव्हता. मग त्याला बीप् बीप् असा आवाज आला होता. कसल्यातरी वाहनाचे पुढचे चाक त्याच्या अगदी जवळ आलेले होते. त्याने पाहिले तेव्हा त्याला 'नासा' ही अक्षरे दिसली होती. तो उठून त्या वाहनाचा आधार घेण्याचा प्रयत्न करू लागला. अजूनही वाहनातला माणूस उतरून मदतीसाठी का येत नाही हे त्याच्या लक्षात येत नव्हते. अखेर त्याला वाऱ्याचा जोर खूप असूनही गुडघ्यावर बसण्यात यश मिळाले. तेव्हा त्याला कळले की ते वाहन अवघे चार फूट उंचीचे आहे. त्याचा आकार पाहून त्यात कोणीही माणूस बसू शकत नाही हे इव्हान्सच्या लक्षात आले.

ते वाहन बोलत होते. टेप केलेला आवाज पुन्हा पुन्हा काहीतरी सांगत होता. पण वाऱ्यामुळे इव्हान्सला काहीही नीट ऐकू येत नव्हते. त्याने बर्फ बाजूला करून पाहण्याचा प्रयत्न केला. संपर्कासाठी काहीतरी साधन तिथे असणारच– अचानक त्याच्या बोटांना एक पॅनेल लागले होते. त्यात बोट घालून उघडण्यासाठी खाच होती. त्याने ते पॅनेल काढल्यावर त्याला आतमध्ये लालभडक रंगाचा फोन दिसला होता. त्याने तो उचलून कानाशी लावला. त्यात काहीही आवाज येत नव्हता. तरीही तो दोन-तीन वेळा 'हॅलो' असे म्हणाला होता.

नंतर काय झाले ते इव्हान्सला आठवत नव्हते. कारण तो कोलमडून पडला होता.

नर्सनी त्याला आता सांगितले होते की त्याने जे काय केले ते पुरेसे ठरले होते. त्या रोबो वाहनाकडून पॅट्रीयट हिल्सवरच्या नासा केंद्राकडे संदेश गेला होता. त्यांनी वेडेल स्टेशनला कळवल्यावर दहा मिनिटांत शोधपथकाला सारा आणि तो सापडले होते. जवळजवळ मृतावस्थेत, पण अजून थोडी धुगधुगी होती.

हे सारे चोवीस तासांपूर्वी घडले होते.

नर्स म्हणाली की त्यांच्या शरीराचे तापमान पूर्वपदावर आणायला जवळजवळ बारा तास लागले होते. कारण ते काम फार सावकाशीने करावे लागले होते. इव्हान्सला त्यांनी सांगितले की तसा तो बरा आहे, पण कदाचित त्याला आपल्या पायाची दोन-चार बोटे गमवावी लागतील.

अर्थात काही दिवस नक्की काहीच सांगता येत नव्हते. इव्हान्सच्या पायाला मोठे बँडेज गुंडाळले असल्याने त्याला खूप मोठे बूट घालायला देण्यात आले होते. इव्हान्सला त्यामुळे आपण सर्कसमधल्या विदुषकासारखे दिसतो की काय असे

वाटले खरे. पण पायाला त्रास मात्र होत नव्हता. इव्हान्स उठून उभा राहिला. त्याचा थोडासा तोल गेला. पण तो लगेच सावरला.

नर्स परत आली, ''भूक लागलीय?''

''अजून नाही.''

''कुठे दुखतंय?''

इव्हान्सने मान डोलवली, ''होय, सगळंच अंग दुखतंय.''

''वेदना आणखी वाढतील.'' नर्स त्याला गोळ्यांची एक बाटली देत म्हणाली, ''यामधली एक गोळी वाटलं तर दर चार तासांनी घ्यायची. कदाचित पुढचे काही दिवस झोप येण्यासाठीही गोळी घ्यावी लागेल.''

''सारा कुठंय?''

''ती अर्ध्या तासात ठीक होईल.''

''केनर कुठे आहे?''

''मला वाटतं कॉम्प्युटर रूममध्ये.''

''तिकडे कसं जायचं?''

नर्स म्हणाली, ''मला वाटतं माझ्या खांद्याचा आधार घेतला तर बरं...''

''मी ठीक आहे, मला फक्त कसं जायचं सांग.''

नर्सने बोट दाखवले. इव्हान्स चालू लागला, पण त्याच्या अपेक्षेएवढी त्याची पावले स्थिर पडत नव्हती. तो अडखळू लागलेला पाहून नर्सने चटकन त्याला आधार दिला.

''माझं ऐकणार का?... मी फक्त कसं जायचं तेच दाखवतेय.''

यावेळेस इव्हान्स काही बोलला नाही.

कॉम्प्युटर रूममध्ये केनर, संजोंग थापा आणि वेडेल स्टेशनचा प्रमुख मॅकग्रेगर होते. सर्वांचे चेहरे गंभीर होते.

''आम्हाला सापडला तो,'' मॉनिटरकडे बोट दाखवत केनर म्हणाला, ''तुझ्या या मित्राची ओळख पटते का?''

इव्हान्स मॉनिटरकडे पाहून म्हणाला, ''होय, हाच तो हरामखोर.''

स्वत:ला बोल्डेन म्हणवणाऱ्या माणसाचा फोटो मॉनिटरवर होता. नाव होते डेव्हिड आर. केन. वय सव्वीस, जन्म मिनियापोलीस. बी.ए. नॉत्रदाम, एम.ए. मिशिगन विद्यापीठ, अन् अर्बोर, संशोधन प्रकल्प : जी.पी.एस. वापरून रॉस हिमखंडाच्या हालचालींचा अभ्यास. मार्गदर्शक/परीक्षक : प्रा. जेम्स ब्रूस्टर, मिशिगन विद्यापीठ.

''त्याचं नाव केन.'' मॅकग्रेगर म्हणाला, ''हा इथं ब्रूस्टरबरोबर एक आठवडा राहत होता.''

''आता तो कुठंय?'' इव्हान्सने चिंतेच्या स्वरात विचारले.

''कल्पना नाही. तो इथं स्टेशनवर परतलाच नाही. ब्रूस्टरही आला नाही. आम्हाला वाटतं ते सरळ मॅकमुर्डोला गेले असावेत, आणि तिथून सकाळची फ्लाईट पकडून पसार झाले असावेत. आम्ही मॅकमुर्डोला फोन करून वाहनांची गणती करायला सांगितलंय, पण अजून त्यांच्याकडून काही कळलेलं नाही.''

''तो नक्की इथं नाही?'' इव्हान्सने विचारले.

''नक्कीच नाही. बाहेरची दारं उघडायला आय.डी. कार्ड लागतं. त्यामुळे कोण कुठं आहे ते कळू शकतं. गेल्या बारा तासात केन किंवा ब्रूस्टरने कोणतंही दार उघडलेलं नाही. तेव्हा ते इथं नाहीत.''

''म्हणून तुम्हाला वाटतं ते विमानातून गेले असावेत?''

''मॅकमुर्डो टॉवरच्या लोकांना खात्रीनं सांगता येत नाही. तिथं फारसं कोणी लक्ष देत नाही. जर एखाद्याला जायचंच असेल तर तो माणूस तिथं जाऊन सरळ विमानात बसून जाऊ शकतो. मालवाहतुकीसाठी सी-१३० विमान असल्यानं नेहमीच भरपूर जागा असते. म्हणजे असं आहे की संशोधन चालू असताना बाहेर जायची परवानगी नसते. पण कुणाचे वाढदिवस, किंवा इतर घरगुती कार्यक्रम असतातच. तेव्हा लोक असे जातात-येतात. त्याची नोंद होत नाही.''

''माझ्या माहितीनुसार ब्रूस्टरबरोबर दोन ग्रॅज्युएट विद्यार्थी होते. तेव्हा तो दुसरा कुठंय?'' केनरने विचारले.

''तुम्ही आलात त्यानंतर लगेचच तो मॅकमुर्डोहून निघून गेला.''

''याचा अर्थ, ते सगळे पसार झालेत,'' केनर म्हणाला, ''पण त्यांना एका बाबतीत मानलंच पाहिजे. ते फार चलाख आहेत.'' केनरने हातातल्या घड्याळावर नजर टाकली, ''चला, निदान त्यांनी मागे सोडलेल्या सामानातून काही धागा मिळतो का, ते पाहू.''

दारावर 'डेव्हिड केन, मिशिगन विद्यापीठ' अशी पाटी होती.

इव्हान्सने दार ढकलले. त्या छोट्या खोलीत असलेल्या टेबलावर कागदाचे गठ्ठे विखरून पडलेले दिसले. तिथेच डाएट-कोकचे चार रिकामे कॅन पडलेले होते. बिछाना अस्ताव्यस्त होता. एका कोपऱ्यात एक उघडी सूटकेस पडलेली दिसली.

''चला, कामाला लागू या.'' केनर म्हणाला, ''मी बिछाना आणि सूटकेस तपासतो. तू टेबल बघ.''

इव्हान्स टेबलाकडे वळला. टेबलावर अनेक शोधनिबंधांच्या प्रती पडलेल्या होत्या. काहींच्या वर मिशिगन विद्यापीठाचा शिक्का आणि नंबरही होते.

''निव्वळ देखावा आहे. हे शोधनिबंध त्याने आपल्याबरोबरच आणलेले असणार.

अजून काही? म्हणजे खासगी काही?''

इव्हान्सला फारसे महत्त्वाचे काही दिसत नव्हते. काही शोधनिबंधांवर पिवळ्या मार्करने काही खुणाही केलेल्या होत्या. एका बाजूला टिपणे काढण्यासाठी वापरायच्या कार्डांची चवड होती. काही कार्डांवर खरीखुरी टिपणेही काढलेली दिसली.

''हा माणूस खरोखरच ग्रॅज्युएट विद्यार्थी तर नाही ना?''

''असेलही. पण मला शंका वाटते. पर्यावरणवादाशी संबंधित दहशतवादी सहसा फारसे शिकलेले नसतात.'' केनर म्हणाला.

टेबलावर अनेक उपग्रह-प्रतिमा पडलेल्या होत्या. इव्हान्स त्या भराभर पाहत असताना अचानक एका प्रतिमेखालच्या अक्षरांकडे त्याचे लक्ष वेधले गेले.

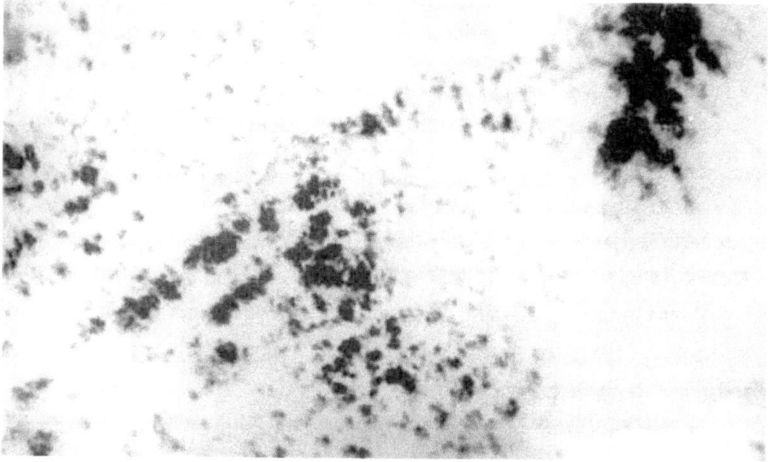

ISS006.ESC1.03003375 SCORPION B

''हे पाहा,'' इव्हान्स म्हणाला, ''ती यादी होती ना, त्यात स्कॉर्पिअन असं एक नाव होतं का?''

''बरं मग...?''

''ती जागा इथंच आहे, अंटार्क्टिकावर,'' इव्हान्स म्हणाला, ''हे पाहा.''

केनर म्हणाला, ''पण तसं असणार नाही–'' एवढं बोलून थांबला आणि नंतर म्हणाला, ''पीटर, छान काम केलंस. हा फोटो नेमका कुठं होता? बरं, आणखी काही?''

मनातून तिरस्कार वाटत असूनही केनरच्या बोलण्याने बरे वाटले. हे पाहून इव्हान्स स्वतःच आश्चर्यचकित झाला होता.

टेबलावर आणखी फोटो उलटे-पालटे करून शोधल्यानंतर तो अचानक म्हणाला, ''होय, आणखी एक आहे, हा पाहा.''

''आधीच्या फोटोत होतं तसंच इथं बर्फ नि खडक दिसताहेत.''

इव्हान्स उत्तेजित स्वरात म्हणाला, ''आणि या अस्पष्ट रेषा कशाच्या आहेत बरं?... रस्ते की काय?''

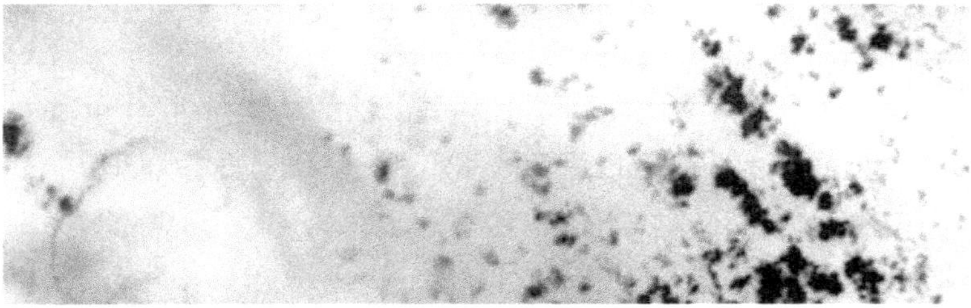

ISS006.ESC1.03003375 SCORPION B

''होय. बहुधा तू म्हणतोस ते बरोबर आहे.''

''आणि हे जर हवाई छायाचित्रण असेल तर ते कोणी काढले हे शोधून काढायचा काहीतरी मार्ग असेलच. हे आकडे कशाचे तरी संदर्भ आहेत की काय?''

''त्यात काहीच शंका नाही.'' केनर खिशातून भिंग बाहेर काढत म्हणाला. फोटो नीट निरखून पाहत तो इव्हान्सला म्हणाला, ''पीटर, होय... उत्तम. छान काम केलंस तू.'' इव्हान्स त्याच्याकडे रोखून पाहत राहिला.

दारापाशी मॅकग्रेगर उभा होता. तो म्हणाला, ''तुम्हाला काही सापडलं वाटतं? मी काही मदत करू शकतो का?''

''नाही. त्याची आवश्यकता नाही. आम्ही पाहतो काय करायचं ते.''

इव्हान्स म्हणाला, ''पण कदाचित हे नेमकं काय आहे ते ओळखायला...''

''नाही.'' केनर म्हणाला, ''आपण नासाकडून या फोटोचा संदर्भ मिळवू. चला, काम पुढं चालू ठेवा.''

यानंतर काही वेळ सर्वजण गप्प राहून शोधाशोध करत होते. केनरने खिशातून छोटा चाकू बाहेर काढला आणि तो कोपऱ्यात पडलेल्या सूटकेसची कड कापून काढू लागला. काही क्षणांनंतर तो सरळ उभा राहिला, ''हं...'' केनरच्या हातात फिक्कट रंगाच्या दोन बाकदार वस्तू होत्या.

''काय आहे ते? सिलिकॉन की काय?'' इव्हान्सने विचारले.

''तसलंच काहीतरी, किंवा प्लॅस्टिकचं काहीतरी.'' केनर चांगलाच खुशीत होता.

"त्यांचा काय उपयोग असेल?"

"मला कल्पना नाही." केनर हे म्हणून पुन्हा सूटकेस उसवत राहिला. केनर का खूश झाला आहे हे इव्हान्सला कळेना. बहुदा मॅकग्रेगरसमोर त्याला काहीही सांगायचे नव्हते. पण रबराच्या दोन वस्तूंचा नेमका काय उपयोग असेल?

इव्हान्सने टेबलावर पडलेले सगळे कागद पुन्हा तपासून पाहिले. पण त्याला आणखी काही मिळाले नाही. त्याने टेबललँप उचलून त्याचा तळही पाहिला. टेबलाच्या आतल्या बाजूला काही चिकटवून ठेवले आहे का ते देखील त्याने पाहिले. पण कुठेही काही नव्हते.

केनरने सूटकेस बाजूला ठेवली. "मला वाटलंच होतं म्हणा. पण जे काही मिळालं आहे ते पाहता आपण चांगलेच सुदैवी आहोत." केनर मग मॅकग्रेगरकडे वळला, "संजोंग कुठं आहे?"

"सर्व्हर रूममध्ये. तुमच्या म्हणण्याप्रमाणे तो ब्रूस्टर आणि इतरांना इथली प्रणाली वापरता येऊ नये म्हणून व्यवस्था करतोय."

'सर्व्हर रूम' एखाद्या मोठ्या कपाटाएवढीच होती. प्रोसेसर्स एकावर एक असे दोन रांगांमध्ये रचून ठेवलेले होते. ते पार छतापर्यंत गेलेले होते. छोट्या लोखंडी टेबलावर मुख्य टर्मिनल ठेवलेले दिसत होते. वेडेल स्टेशनमधला तंत्रज्ञ आणि संजोंग तिथे दाटीवाटीने बसलेले होते. दोघेही निराश झाल्यासारखे भासत होते.

केनर आणि इव्हान्स बाहेरूनच पाहत उभे राहिले. आपण स्थिर उभे राहू शकतोय हे पाहून इव्हान्सला बरे वाटत होते. त्याची ताकद पुन्हा मूळपदावर येत होती.

"हे काम वाटलं होतं तेवढं सोपं नाही," संजोंग केनरला म्हणाला, "इथं वेडेल स्टेशनवर येणाऱ्या प्रत्येकाला स्वतंत्र सुविधा पुरवल्या जातात. कॉम्प्युटरवर नेमकी जागा, रेडिओ आणि थेट इंटरनेट सुविधा त्यात असतात. त्यांनी नेमका याचा फायदा उठवला. बहुदा ब्रूस्टरबरोबर आलेला तिसरा माणूस संगणकतज्ज्ञ असावा. इथं आल्यानंतर अवघ्या काही दिवसांत त्यानं संगणक प्रणालीत 'रूट' म्हणून प्रवेश मिळवला. मग त्याला सगळीकडे '**बॅकडोअर**' नि 'ट्रोजन हॉर्स' घुसवायला फारसा वेळ लागला नाही. किती ते माहीत नाही. पण आम्ही शोधून काढायच्या प्रयत्नात आहोत."

"त्यानं काही डमी नावानंही प्रणालीचा वापर केला आहे." तंत्रज्ञ म्हणाला.

"साधारण वीस डमी अकाऊंट त्यानं उघडली आहेत." संजोंग म्हणाला, "मला त्याबद्दल फारशी फिकीर वाटत नाही. बहुतेक ती सगळी निव्वळ डमी अकाऊंट आहेत. हा माणूस खरंच चलाख असेल तर, म्हणजे तो तसा होताच म्हणा, त्यानं इथल्या कोणातरी व्यक्तीच्याच नावानं संगणक प्रणालीत प्रवेश

मिळवला असणार. गेल्या आठवड्यात कोणाच्या अकाऊंटच्या पासवर्डमध्ये फरक पडलाय ते मी पाहतोय. पण काम अवघड आहे. कारण मुळात या प्रणालीत तसं करायच्या सुविधा फार कमी आहेत. त्यामुळे वेळ फार लागतोय.''

''आणि ट्रोजनचं काय?'' केनरने विचारले, ''त्यांची वेळ काय आहे?''

''मला सापडलेल्या सर्वांची वेळ फार कमी आहे.'' संजोंग म्हणाला, ''एक-दोन दिवस. फक्त एकाचा कालावधी तीन दिवस आहे. त्यानंतरचे मात्र काहीही नाहीत.''

''हे अपेक्षेप्रमाणंच आहे तर.''

''बरोबर, संजोंगने मान डोलावली, ''त्यांना ते लवकरच घडायची अपेक्षा असावी.''

''काय घडायची अपेक्षा?'' इव्हान्सने विचारले.

''हिमनग तुटणं.''

''पण त्याचा काय उपयोग? कारण ते तर तेव्हा इथंच असणार होते.''

''मला तसं वाटत नाही. पण काहीही असलं तरी त्यांनी निवडलेली वेळ आणखी कशावर तरी अवलंबून असणार.'' केनर म्हणाला.

''अस्सं? कशावर असणार?''

केनरने इव्हान्सकडे एकदा नजर टाकली, ''यावर आपण नंतर बोलू.'' मग तो संजोंगकडे वळला, ''बरं, रेडिओ दळणवळणाचं काय?''

''आम्ही सगळे थेट रेडिओ संपर्क तोडून टाकलेत. आणि तुम्ही तिकडे जाऊनही काही नष्ट केलेच होते.''

''होय.''

''काय केलं तिथं?'' इव्हान्सने विचारले.

''काही नाही. अधूनमधून कनेक्शन तोडून टाकली.''

''कशाची कनेक्शन?''

''नंतर सांगतो.''

''म्हणजे आता आपण काही करू शकणार नाही तर इथं.'' संजोंग म्हणाला.

''नाही. तसं नाही. कारण इथं आपण जे करू ते उलटंपालटं करण्यासाठी आणखी कोणीतरी अगोदरच या ठिकाणी लपून बसला असू शकतो.''

''तुम्ही काय बोलता आहात ते मला कळलं तर...''

''नंतर.'' यावेळी केनरची नजर धारदार होती.

इव्हान्स गप्प बसला. तो थोडासा दुखावला गेला होता.

मॅकग्रेगर म्हणाला, ''मिस जोन्स आता ठीक आहे. ती कपडे बदलून तयार होते आहे.''

‘‘ठीक आहे.’’ केनर म्हणाला, ‘‘मला वाटतं, आमचं इथलं काम पूर्ण झालंय. चला आता तासाभरात चाकं उचलायची तयारी करा.’’

‘‘कुठं जायचंय?’’

‘‘मला वाटलं ते उघडच आहे.’’ केनर म्हणाला, ‘‘हेलसिंकी, फिनलंड.’’

प्रवास

शुक्रवार, ८ ऑक्टोबर

सकाळी ६ वाजून ४ मिनिटे

सकाळच्या झगझगीत प्रकाशात विमान उडत निघाले होते. सारा झोपी गेली होती. संजोंग लॅपटॉपवर काम करत होता. केनर खिडकीतून बाहेर पाहत बसला होता.

‘‘हं, ठीक आहे. आता मला कळू दे, कशाची कनेक्शन तोडली होती ते.’’ इव्हान्सने विचारले.

‘‘त्या शंकूंची. ते शंकू एकमेकांपासून चारशे मीटर अंतरावर बसवलेले होते. मी मुख्यत: पूर्वेकडचे पन्नास कोन निवडून त्यांचा संपर्क तोडून टाकला. त्यामुळे तिथं आता खडा तरंग तयार होणार नाही.’’

‘‘म्हणजे हिमनग सुटणार नाही?’’

‘‘होय.’’

‘‘आणि आपण हेलसिंकीला कशासाठी चाललोय?’’

‘‘नाहीच चाललो. मी फक्त त्या तंत्रज्ञासमोर म्हणालो इतकंच. आपण लॉस एंजलीसलाच चाललोय.’’

‘‘बरं, पण लॉस एंजलीसला कशासाठी ते कळेल का?’’

‘‘कारण तिथं एन.ई.आर.एफ.ची आकस्मिक बदलावरची परिषद होणार आहे.’’

‘‘या सगळ्याचा त्या परिषदेशी संबंध आहे?’’

केनरने मान डोलावली.

‘‘त्या परिषदेच्या वेळेस नेमका हिमनग सुटून यावा अशी त्यांची योजना होती की काय?’’

‘‘बरोबर. प्रसिद्धी माध्यमांसाठी मोठा धमाका. परिषदेचा हेतू लोकांच्या मनावर ठसावा म्हणून भरपूर दृश्य मिळण्यासाठी.’’

‘‘पण हे तू इतकं शांतपणानं कसं सांगू शकतोस?’’

केनरने खांदे उडवले, ‘‘पीटर, हे असंच चालतं इथं. पर्यावरणासंबंधीचे धोके लोकांसमोर योगायोगानं येत नाही.’’

“म्हणजे काय?”

“तुझ्या आवडीचा जागतिक तापमानवाढीचाच विषय घे. १९८८ मध्ये हवामान-शास्त्रज्ञ जेम्स हान्सेननं गाजावाजा करत हा विषय पुढं आणला. या विख्यात शास्त्रज्ञानं सिनेट आणि हाऊस यांच्या संयुक्त समितीसमोर निवेदन केलं होतं. कोलोरॅडोचा रीथ नावाचा सिनेटर समितीचा प्रमुख होता. साक्षी नोंदवण्याचं काम जूनमध्ये करायचं ठरलं होतं. कारण तेव्हा भाजून काढणारी उष्णता असणार होती. हा सगळा बनाव होता.”

“मला त्यात काहीही वावगं वाटत नाही.” इव्हान्स म्हणाला, “सरकारी समितीच्या कामकाजाचा वापर लोकांपर्यंत माहिती पोहोचवण्यासाठी करण्यात गैर काय आहे?”

“अस्सं? म्हणजे तुझ्या मते सरकारी समितीचं कामकाज आणि पत्रकार परिषद यात काहीच फरक नसतो?”

“मी म्हणतोय की तशा प्रकारे समितीच्या कामकाजाचा वापर पूर्वीही अनेकदा झालाय.”

“ते खरं आहे. पण हा राजकीय उचापतखोरपणा आहेच ना? जागतिक तापमान-वाढीच्या मुद्द्याला प्रसिद्धी देण्यासाठी असा गैरवापर काही हान्सेनच्या निवेदनाच्या वेळीच झालाय असं नाही. आय.पी.सी.सी.च्या १९९५च्या अहवालाच्यावेळी शेवटच्या मिनिटाला झालेले बदल विसरू नकोस.”

“आय.पी.सी.सी.? शेवटच्या मिनिटाला झालेले बदल म्हणजे?”

“हवामान बदलांच्या संदर्भात १९८०-९० दशकाअखेर संयुक्त राष्ट्रसंघटनेनं आय.पी.सी.सी. स्थापन केलं होतं. आय.पी.सी.सी. म्हणजे इंटरनॅशनल पॅनेल ऑन क्लायमेट चेंज. या आंतरराष्ट्रीय पॅनेलवर अनेक नोकरशहा होते आणि नोकरशहांच्या ताटाखालची मांजरं असणारे वैज्ञानिक होते. ही तापमानवाढीची समस्या जागतिक पातळीवरची असल्याने संयुक्त राष्ट्र संघटना या विषयावरील संशोधनावर देखरेख ठेवेल आणि दरवर्षी त्या संबंधीचे अहवाल तयार करेल अशी कल्पना होती. पहिला अहवाल १९९० मध्ये तयार झाला. अनेकांना वाटलं असलं तरी पर्यावरणावर मानवाचा होणारा परिणाम नेमका तपासून त्याचं मूल्यमापन करणं अवघड आहे असं त्यात नमूद केलं होतं. पण १९९५ मधल्या अहवालात मात्र हवामानावर मानवाचा परिणाम होत असल्याचे स्पष्ट दिसत आहे अशी भाषा वापरण्यात आली होती. हे वाचलेलं आठवतंय का?”

“थोडंफार.”

“ठीक. तर हा परिणाम होत आहे असं त्या अहवालात कधी लिहिलं गेलं तर सगळे वैज्ञानिक आपापल्या घरी परतल्यानंतर. मुळातल्या मसुद्यात लिहिलेलं होतं

की, हवामानावर होणारा परिणाम स्पष्ट दिसत नाही असं वैज्ञानिकांना वाटतं. तसंच तो कधी दिसेल हे सांगता येणार नाही. ते स्पष्ट शब्दांत एवढंच म्हणत होते की त्यांना सांगता येणार नाही. हे वाक्य गाळून टाकलं गेलं. त्या जागी ते वाक्य आलं की असा परिणाम स्पष्ट दिसू लागला आहे.''

''हे खरं आहे?''

''होय. असं वाक्य बदलल्यामुळं बराच गदारोळ झाला होता. त्यावेळी जो काही वादविवाद दोन्ही बाजूंनी झाला तो वाचला तर खरं काय ते कळणं अवघड होईल एवढा तो प्रचंड आहे. पण हे युग इंटरनेटचं आहे. आता सगळे मूळ दस्तऐवज तू स्वत:च वाचून पाहू शकतोस. मग तूच खरं काय ते ठरव. मूळ मसुद्यात बदल केला ही वस्तुस्थिती स्वच्छ दिसू शकते. त्याचा अर्थ असा की आय.पी.सी.सी. ही संस्था वैज्ञानिक क्षेत्रातली नसून तिचा उद्देश राजकीय आहे.''

इव्हान्सच्या कपाळाला आठ्या पडल्या. तो विचारात पडला होता. त्याला काय बोलावे ते कळत नव्हते. त्याने आय.पी.सी.सी. हे नाव ऐकलेले होते. पण त्याला आणखी काही माहिती मात्र नव्हती.

''माझा सवाल अगदी साधा आहे, पीटर. जर समस्या खरी असेल आणि त्यावर काहीतरी कारवाई व्हायची गरज असेल तर मग अवास्तव दावे करायची आवश्यकता काय? प्रसिद्धी माध्यमांच्या मदतीनं नियोजन करून मोहिमा कशाला हव्यात?''

''याचं उत्तर अगदी साधं आहे.'' इव्हान्स म्हणाला, ''प्रसिद्धीचं क्षेत्र फार मोठं आहे. लोकांवर दर मिनिटाला हजारो गोष्टींचा मारा केला जातो. तुमच्या बोलण्याकडे लक्ष जाण्यासाठी तुम्हाला मोठ्या आवाजात बोलावंच लागतं. थोडीफार अतिशयोक्ती करावीच लागते.''

''हरकत नाही. आपण या मुद्द्याचा विचार करू.'' केनर म्हणाला, ''हान्सेनने १९८८ मध्ये जागतिक तापमानवाढ होणार अशी घोषणा केली तेव्हा पुढील दहा वर्षांत जगाच्या तापमानात ०.३५ अंश सेल्सिअस वाढ होईल असं म्हटलं होतं. प्रत्यक्षात वाढ किती झाली, कल्पना आहे का?''

''ती कमी होती हेच ना?''

''कमी? पीटर, फारच कमी. डॉ. हान्सेनचा अंदाज तीनशे टक्क्यांनी जास्तीचा होता. प्रत्यक्षात वाढ अवघी ०.११ अंश सेल्सिअस एवढीच होती.''

''होय. पण तापमान वाढलंच ना?''

''आणि मूळ अंदाज केल्यानंतर दहा वर्षांनी हा डॉ. हान्सेन म्हणाला, की हवामानावर परिणाम करणाऱ्या घटकांचं आपलं ज्ञान अपुरं असल्याने दीर्घकालीन अंदाज व्यक्त करणं अशक्य आहे.''

"तो तसं म्हणाला. खरंच?"

केनरने एक सुस्कारा टाकला, "संजोंग...."

संजोंगने लॅपटॉपकडे नजर टाकली, "प्रोसिडिंग्ज ऑफ द नॅशनल ॲकॅडमी ऑफ सायन्सेस, ऑक्टोबर १९९८...."

"हान्सेन दीर्घकालीन अंदाज व्यक्त करणं अशक्य आहे असं म्हणाला नसणार."

"नेमकं तसंच तो म्हणाला होता. मी त्याचं विधान वाचतोय– हवामानावर दीर्घकालीन परिणाम घडवणाऱ्या घटकांची पुरेशी अचूक माहिती नसल्याने त्यांचा उपयोग भविष्यातील हवामानाची व्याख्या करण्यासाठी करता येणार नाही."*

"पण याचा अर्थ नेमका तसा होत..."

"पीटर, उगीच शब्दच्छल करू नकोस," केनर म्हणाला, "त्याचं विधान तसंच होतं."

बाल्डरला वानुटू खटल्यात साक्षीदारांविषयी काळजी वाटते ती उगीच की काय? या अशा विधानांमुळेच तर तो साशंक आहे. हे वाक्य कसंही वाचलं तरी त्याचा अर्थ अगदी स्पष्ट आहे. हे एकच विधान असं आहे असं समजू नकोस. आय.पी.सी.सी.ने अशी अनेक विधानं केलेली आहेत."**

"पण अजूनही हान्सेनचा जागतिक तापमानवाढीवर विश्वास आहे ना?"

"आहे की, पण त्याचं १९८८ मधलं मूल्यमापन तीनशे टक्क्यांनी चुकलं होतं हे खरं."

"म्हणून काय झालं?"

"या एवढ्या मोठ्या चुकीचा परिणाम कसा होऊ शकतो याकडं तू दुर्लक्ष करतो आहेस. हवं तर दुसऱ्या क्षेत्रातलं उदाहरण घे. नासाने मंगळावर मार्स रोव्हर ही बग्गी नेणारा अग्निबाण सोडला तेव्हा त्यांनी घोषणा केली होती, की दोनशे त्रेपन्न दिवसांनी ही बग्गी मंगळावर संध्याकाळी आठ वाजून अकरा मिनिटांनी उतरेल. अर्थात कॅलिफोर्नियाच्या वेळेनुसार. पण प्रत्यक्षात ती आठ वाजून पस्तीस मिनिटांनी उतरली. ही चूक फार म्हणजे फारच अत्यल्प आहे. म्हणजेच नासाच्या वैज्ञानिकांना आपण नेमकं कशाबद्दल बोलतोय याची अचूक कल्पना होती."

---

* James E. Hansen, Makiko Sato, Andrew Lacis, Reto Ruedy, In a Tagen and Elaine Malthews, 1998. "Climate Facings in the Industrial Era." *Proceedings of the National Academy of Sciences 95 : 12753-12758.*

** IPCC. *Climate Change 2001 : The Scientific Basis.* Cambridge : Cambridge University Press, P.774

IPCC. *Climate Change 1995 : The Science of Climate Change,*

''ठीक आहे. पण तरीही काही बाबतीत अंदाज करावेच लागतात.''

''बरोबर. अंदाज करावेच लागतात. विक्रीचे अंदाज बांधले जातात. नफ्याचे अंदाज केले जातात. बरं... पीटर, सरकारला देण्याच्या करांचा तू अंदाज करतोस का?''

''होय. दर तीन महिन्यांनी.''

''हे अंदाज कितपत अचूक असतात?''

''तसा पक्का नियम नाही–''

''पीटर, अंदाज कितपत अचूक असावे लागतात?''

''साधारण पंधरा टक्क्यांएवढे.''

''म्हणजे तुझा अंदाज शंभर टक्के चुकला तर तुला दंड भरावा लागतो?''

''होय.''

''हान्सेनचा अंदाज तीनशे टक्क्यांनी चुकला होता.''

''पण हवामान बदल म्हणजे काही करभरणा नाही.''

''पीटर, जर एखाद्याचा कोणताही अंदाज तीनशे टक्के चुकत असेल तर त्याचा अर्थ असा होतो की त्याला त्याच्या विषयातलं काहीही कळत नाही. बरं, समजा तू विमानात बसला आहेस. वैमानिकानं सुरुवातीला सांगितलं की प्रवासाला तीन तास लागतील. प्रत्यक्षात प्रवास एकाच तासात पूर्ण झाला तर तुला वैमानिक फारच निष्णात आहे असं वाटेल का?''

''हवामान हा विषय या सगळ्यापेक्षा जास्त गुंतागुंतीचा आहे.''

''होय, पीटर. ते खरंच आहे. हा विषय एवढा गुंतागुंतीचा आहे म्हणूनच तर कोणाला भविष्यातल्या हवामानाचं नेमकं भाकीत करता येत नाही, अगदी त्यासाठी जगभरात शेकडो माणसं काम करत असून आणि अब्जावधी डॉलर खर्च होत असूनही. पीटर तू हे सत्य का नाकारतो आहेस?''

''पण हवामानाचे जे अंदाज केले जातात ते खूपच चांगले असतात.''

''होय. हवामानाचे अंदाज करण्याच्या तंत्रात सुधारणा झालीय हे खरं. पण कोणीही दहा दिवसांनंतरचा अंदाज कधीच व्यक्त करत नाही. इथं मात्र लोक शंभर वर्षांनी किंवा काही हजार वर्षांनी तापमान काय असेल हे सांगायचा प्रयत्न करत आहेत.''

''आणि त्यांचं काम नक्कीच चांगलं आहे.''

''खात्रीनं नाही, पीटर. हे बघ. जागतिक हवामानाच्या संदर्भात एल निनो ही फार महत्त्वाची गोष्ट आहे. दर चार वर्षांनी हे साधारणत: घडतं. पण हवामानाच्या एकाही मॉडेलला त्यांचा अंदाज व्यक्त करता येत नाही. कालावधी किंवा त्याचं प्रमाण. यातल्या कशाचाही नाही. जर तुम्हाला हे करता येत नसेल तर तुमच्या भाकितांवर कसा विश्वास ठेवायचा सांग.''

"मी ऐकलं होतं की एल निनोंचं भाकीत करता येतं म्हणून."

"ती १९९८ची गोष्ट झाली. पण तो दावा खरा नाही."* केनर डोके हलवत म्हणाला, "अजून हवामानाचं विज्ञान तयार झालेलं नाही. कदाचित उद्या होईल, पण आज तरी ते नाही हे खरं आहे."

लॉस एंजलिसकडे
शुक्रवार, ८ ऑक्टोबर
दुपारी २ वाजून २२ मिनिटे

आणखी एक तास उलटला. संजोंग सतत लॅपटॉपवर काम करत होता. केनर स्तब्ध बसून बाहेर पाहत होता. संजोंगला त्याची सवय होती. मधूनच संजोंगने शिवी हासडली की तेवढ्यापुरता केनर त्याच्याकडे पाहत होता.

"काय झालं?" केनरने विचारले.

"सॅटेलाईटवरून मिळालेलं इंटरनेट कनेक्शन तुटलं. मघापासून बऱ्याच वेळा असं होतंय."

"तुला त्या उपग्रह प्रतिमांचा शोध लागला का?"

"होय. त्यात काहीच अडचण आली नाही. मी केव्हाच त्या जागा कोणत्या ते शोधून ठेवलंय. इव्हान्सला खरंच त्या प्रतिमा अंटार्क्टिकाच्या आहेत असं वाटलं होतं का?"

"होय. त्याला काळा रंग खडकांचा आणि करडा बर्फाचा असं वाटलं होतं. मला त्याचं म्हणणं बरोबर वाटलं होतं."

"प्रत्यक्षात ती जागा म्हणजे रिझोल्यूशन बे आहे." संजोंग म्हणाला, "ही जागा गरेडाच्या ईशान्येला आहे."

"लॉस एंजलीसपासून किती अंतर आहे?"

"साधारण सहा हजार सागरी मैल."

"म्हणजे लाट पसरण्याचा कालावधी दहा-बारा तास असेल."

"होय."

"आपण तिकडं नंतर पाहू. अगोदर वेगळी समस्या सोडवली पाहिजे."

इव्हान्स अवघडून झोपला होता. त्याला नीट झोप लागत नव्हती. कारण दोन

* C. Landsea *et.al.*2000 "How much skill was there in forecasting the very strong 1997-98 El. Nino?" *Bulletin of the American Meteorological Society 81 : 2107-2119.*

सीटमधली शिवण त्याला टोचत होती. इंजिनाच्या आवाजात त्याला केनर आणि संजोंगमधलं संभाषण नीट ऐकू येत नव्हते.

"...कारण मला त्याच्याकडून हे करवून घ्यायचं आहे..."

"तो नकार देईल..."

"...त्याला आवडो किंवा न आवडो, सगळ्याचा केंद्रबिंदू इव्हान्सच असणार...."

"प्रत्यक्ष ठिकाण... रिझोल्यूशन बे... गरेडा..."

"....हजार सागरी मैल..."

इव्हान्स एकदम उठून बसला.

"झोप नीट लागली का?" केनरने विचारले.

"नाही. मला नीट झोप आली नाही. मला वाटतं की मला तुमच्याकडून स्पष्टीकरण मिळायलाच हवं."

"कशाचं?"

"उदाहरणार्थ, उपग्रह प्रतिमा."

"मी तुला तिथं सगळ्यांसमोर काहीच सांगू शकत नव्हतो. शिवाय मला तुला नाउमेद करायचं नव्हतं."

इव्हान्सने जाऊन स्वत:साठी कॉफी आणली. "ठीक आहे. आता त्या प्रतिमा नेमक्या काय दाखवतात ते सांग."

संजोंगने लॅपटॉप फिरवला, "तू वाईट वाटून घेऊ नकोस. कारण तुला तसं काही कळणं सर्वथा अशक्य आहे. पण तू पाहिलेल्या प्रतिमा प्रत्यक्षात निगेटिव्ह होत्या. पुष्कळदा नीट दिसावं म्हणून उपग्रह प्रतिमा त्या स्वरूपात पाहतात."

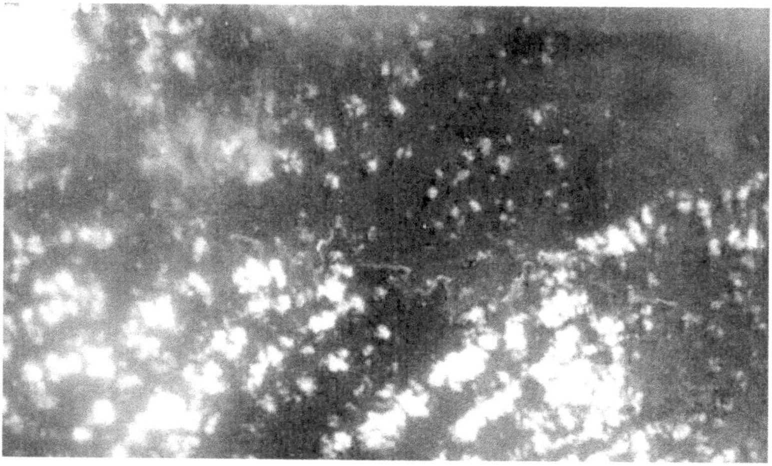

''निगेटिव्ह?''

''काळे भाग म्हणजे प्रत्यक्षात पांढरे ढग आहेत.''

इव्हान्सने एक सुस्कारा टाकला, ''आणि हा भाग आहे तरी कुठला?''

''गरेडा नावाचं बेट. सॉलोमन द्वीपसमूहातलं दक्षिणेकडचं एक बेट.''

''कुठे आहे हे....''

''ऑस्ट्रेलियाच्या उत्तरेला न्यूगिनीच्या किनाऱ्यापाशी.''

''म्हणजे पॅसिफिक महासागरात.'' इव्हान्स म्हणाला, ''अंटार्क्टिकावरच्या त्या माणसाजवळ ही दक्षिण पॅसिफिक महासागरातल्या बेटाची प्रतिमा होती.''

''बरोबर.''

''आणि मग तो स्कॉर्पिअन नावाचा संदर्भ...''

''कल्पना नाही. पण या ठिकाणाला रिझोल्यूशन बे म्हणतात. कदाचित त्यालाच स्थानिक नाव स्कॉर्पिअन बे असंही असू शकतं.'' संजोंग म्हणाला.

''त्यांचा बेत काय असावा?''

''त्याचीही कल्पना नाही.'' केनर म्हणाला.

''तुम्ही लाट पसरण्याचा कालावधी असं म्हणत होतात. कसली लाट?''

''नाही. तू काहीतरी चुकीचं ऐकलं असावंस.'' केनर म्हणाला, ''मी प्रत्यक्षात म्हणत होतो की चौकशी करण्याचा कालावधी किती असेल?''

''चौकशीचा कालावधी?''

''होय. अंटार्क्टिकावर आलेल्या त्या तिघांचे उत्तम फोटो आपल्याजवळ आहेत. तेव्हा त्यांच्यापैकी एकाची तरी ओळख पटेल अशी आम्हाला आशा वाटते आहे. हे फोटो त्यांचेच आहेत हे खरं आहे. कारण वेडेल स्टेशनवरच्या लोकांनी त्यांना प्रत्यक्ष पाहिलंय. पण याबाबतीत आपण फारसे सुदैवी नाही बहुदा.''

संजोंगने सांगितले की त्याने ब्रूस्टर आणि त्याच्या दोन्ही ग्रॅज्युएट विद्यार्थ्यांचे फोटो वॉशिंग्टनला पाठवले होते. तिथे गुन्हेगारांच्या नोंदींशी त्यांची पडताळणी करून झाली होती. पण अजून त्यांच्याकडून काहीही प्रतिसाद आलेला नव्हता.

''आता बरेच तास उलटून गेलेत. बहुदा काहीही उपयोग होईल असं...''

''मला ती अपेक्षा होतीच.'' केनर म्हणाला.

''होय. ते बरोबरच आहे.'' संजोंगने दुजोरा दिला.

''कारण या तिघांची गुन्हेगार म्हणून नोंद नाही म्हणून की काय?'' इव्हान्सने विचारले.

''ते एक कारण असू शकेल.''

''पण मग अजून काही निष्कर्ष का मिळाले नाहीत?''

''कारण हे एक नेट-युद्ध आहे. आणि सध्या त्यात आपण पिछाडीवर आहोत.''

लॉस एंजलिसकडे जाताना

शुक्रवार, ८ ऑक्टोबर

दुपारी ३ वाजून २७ मिनिटे

केनर समजावून सांगत होता. प्रसिद्धी माध्यमांच्या परिभाषेनुसार एन्व्हरॉनमेंटल लिबरेशन फ्रंट... ई.एल.एफ. ही तशी विस्कळीत स्वरूपाची संघटना होती. त्यात पर्यावरणासाठी दहशतवादी कृत्ये करणाऱ्यांचे अनेक गट होते. बऱ्याच प्रमाणात हे गट स्वत:चे स्वत: काम करत असत. धमाका उडवून देण्यासाठी ते काहीवेळा अगदी साध्या व कमी प्रतीच्या साधनांचा वापर करतात. आगी लावणे, गाड्यांची मोडतोड करणे वगैरे उद्योग ते करतात.

पण सत्य काही निराळेच होते. आजवर ई.एल.एफ.साठी काम करणारा फक्त एकजण सापडला होता. सांताक्रूझला असणाऱ्या कॅलिफोर्निया विद्यापीठात काम करणारा एकोणतीस वर्षांचा एक ग्रॅज्युएट विद्यार्थी त्यांच्यात सामील होता. एल सेग्युंडो इथल्या तेलविहिरीपाशी घातपाताचा प्रयत्न करताना तो सापडला होता. त्याने आपण कुठल्याही संघटनेचे सदस्य नाही, तर आपण एकटेच काम करतो असा कांगावा केला होता.

पण त्याची चौकशी करणाऱ्या अधिकाऱ्यांना मात्र हे पटत नव्हते. कारण त्याने डोक्यावर बसवण्यासाठी खास टोपीसारखी अशी रचना केलेली होती, ज्यामुळे त्याच्या भुवयांच्या आकारात फरक पडत होता. तसेच त्याने खोटे कानही चिकटवले होते. याचा अर्थ संगणकाचा वापर करून माणसे ओळखण्यासाठीचे प्रोग्रॅम कसे काम करतात याची त्याला चांगली कल्पना होती.

अशा प्रोग्रॅममध्ये चेहेऱ्यावर होणारे बदल टिपण्यासाठी केसांची रचना, केसांचे टोप, दाढीमिशा वगैरे तपासण्याची व्यवस्था केलेली असते. कारण वेषांतर करण्यासाठी हे उपाय सामान्यत: वापरले जातात. तसेच वय वाढले तर त्यानुसार चेहेऱ्यात पडणाऱ्या फरकांचाही विचार करण्याची सोय या प्रोग्रॅममध्ये असते. वयानुसार केसांची रचना बदलते, सुरकुत्या पडणे वगैरे गोष्टी होऊ शकतात. पण कानांच्या आकारात कधीच फरक होत नाही. कपाळाचा आकारही कधी बदलत नाही. म्हणूनच माणसे ओळखण्यासाठी कानाचा आकार आणि कपाळाचा आकृतीबंध यांचा प्रामुख्याने वापर केला जातो. या दोन्हीत बदल केला तर मग माणूस ओळखणे अवघड होऊन जाते.

सांताक्रूझमधल्या त्या विद्यार्थ्याला हे माहिती होते. तेलविहिरीपाशी जाताना सुरक्षा कॅमेरे त्याचे फोटो काढणार याची त्याला पूर्वकल्पना होती. म्हणूनच तर त्याने

आपला चेहेरा बदलून घेतला होता. त्याचप्रमाणे वेडेल स्टेशनवर आलेल्या तिघांना त्यांची कामे पार पाडण्यासाठी प्रचंड पाठबळ मिळाले असणार. त्या मागे अनेक महिन्यांचे नियोजन असणार आणि त्याला लागणारा पैसाही फार मोठा असणार. विद्यापीठातली माणसे वाटावीत अशी व्यवस्था करणे, अंटार्क्टिकावर प्रचंड सामान पाठवणे, खोट्या वेबसाईट तयार करणे आणि अशा डझनावारी लहानमोठ्या गोष्टी करणे ही सोपी गोष्ट नव्हती. मुख्य म्हणजे या सगळ्या कामात विलक्षण सफाई होती.

"त्यांना जवळजवळ यश मिळाल्यातच जमा होतं. पण मरणापूर्वी जॉर्ज मॉर्टननं ती यादी मिळवली आणि त्यामुळे त्यांचा बेत फिसकटण्याच्या मार्गावर आला." केनर म्हणाला. एकेकाळी जरी ई.एल.एफ. विस्कळीत संघटना असली तरी आता ती तशी राहिलेली नाही हे तर उघडच दिसत होतं. आता ते लोक ई-मेल, सेलफोन, रेडिओ आणि सर्व प्रकारची अत्याधुनिक दळणवळण यंत्रणा वापरत होते. तरीही हे लोक सापडत नव्हते. त्यांचे जाळे लक्षात येत नव्हते. जगभर अनेक देश अशी जाळी उघडकीस यावीत म्हणून प्रयत्नात आहेत. हेच ते 'नेट-युद्ध' आहे.

"दीर्घकाळापर्यंत नेट-युद्ध ही केवळ सैद्धांतिक पातळीवरची कल्पना होती." केनर म्हणाला, "पूर्वीपासून **रॅन्ड**कडून तशा प्रकारचे अनेक संकेत मिळत होते. पण लष्करात कोणी त्याकडे फारसे लक्ष दिले नाही. गुन्हेगार किंवा दहशतवाद्यांच्या जाळ्याचा मुकाबला करणे ही संकल्पना फारशी तयार झालेली नव्हती."

जाळ्याचा विस्कळीतपणा हा त्यांचा मुख्य शक्तीस्रोत होता. सतत बदलत असणे आणि विस्कळीत असणे यामुळे त्यात शिरून त्याचा मुकाबला करणे अवघड जाते. असे जाळे नेमके कुठे आहे ते सापडत नाही. त्यांच्यामधले संभाषण कधीतरी निव्वळ अपघातानेच हाती लागले तर लागते, नाहीतर काहीही कळत नाही. असा जाळ्याच्या प्रकारात काम करणारा शत्रू ही सर्वस्वी नवीन गोष्ट आहे. अशा शत्रूचा मुकाबला करण्यासाठी अगदी नवीन तंत्रांची गरज आहे.

"लष्करी तज्ज्ञांना याची कल्पना आली नाही हे खरं." केनर म्हणाला, "कटु असलं तरी हे सत्य आहे की आपण आत्ता या नेट-युद्धाच्या धामधुमीत आहोत."

"आणि हे नेट-युद्ध कसं लढतात?" इव्हान्सने विचारले.

"जाळं बनून काम करणाऱ्यांचा मुकाबला वेगळं जाळं बनवूनच करायचा. संभाषण ऐकण्याची जास्तीची व्यवस्था करायची. कूट संकेत उलगडण्यासाठी आणखी जोरात प्रयत्न करायचे. सापळे लावून त्यात लोकांना पकडायचं आणि इंटरनेटवरची सगळी गुप्त तंत्रं वापरायची."

"ते कसं करायचं?"

"हा भाग तांत्रिक आहे." केनर म्हणाला, "या कामात आम्ही जपानी तंत्रज्ञांच्यावर

विसंबतो. ते यात सगळ्यांत उत्तम आहेत. अर्थात आम्ही सगळ्याच दिशांनी प्रयत्न चालू ठेवतो.''

केनरने वेडेल स्टेशनवर मिळालेल्या माहितीच्या आधारे शोध घ्यायला सुरुवात केली होती. खऱ्या संशोधकांची नावे वापरणे, कूट संकेतांची देवाणघेवाण, स्फोटके उडण्यासाठी केलेली व्यवस्था हे सगळे काही नेहमी घडणारे नाही. साहजिकच हाताशी पुरेसा वेळ असेल तर हे उपद्व्याप उघडकीस येणे अवघड नसते.

''हाताशी पुरेसा वेळ आहे का?'' इव्हान्सने विचारले.

''मला खात्री वाटत नाही.''

केनर चिंताक्रांत झाला आहे हे इव्हान्सला जाणवलं. ''बरं... तर मग मी काय करावं असं तुमचं म्हणणं आहे?''

''फक्त एक साधी गोष्ट.''

''ती कोणती?''

केनर यावर फक्त हसला.

भाग ३

एंजल

लॉस एंजलीस

शनिवार, ९ ऑक्टोबर

सकाळी ७ वाजून ४ मिनिटे

''याची खरंच आवश्यकता आहे का?'' पीटर इव्हान्स चिंताक्रांत होत म्हणाला.

''होय.'' केनरने उत्तर दिले.

''पण तसं करणं बेकायदेशीर आहे.''

''नाही.''

''कारण तू कायदा-अंमलबजावणीशी संबंधित आहेस म्हणून?''

''अर्थातच. पण त्याची काळजी करू नकोस.''

विमान आता लॉस एंजलीसवरून जात होते. थोड्याच वेळात विमान व्हान न्यूस धावपट्टीकडे झेपावले. बाहेर स्वच्छ सूर्यप्रकाश दिसत होता. विमानाच्या मधल्या भागात बसलेल्या संजोंगसमोर इव्हान्सचा सेलफोन होता. त्याची मागची बाजू उघडलेली होती. अंगठ्याच्या नखाएवढ्या छोट्या आकाराची एक अतिशय पातळ चकती संजोंग फोनच्या बॅटरीवर चिकटवत होता.

''पण हे नेमकं आहे तरी काय?'' इव्हान्सने विचारले.

''**फ्लॅश मेमरी**.'' संजोंग म्हणाला, ''त्यावर चार तासांचं संभाषण रेकॉर्ड करता येईल.''

''बरं... आणि मी नेमकं काय करायचं आहे?''

''काही नाही. फक्त हातात हा फोन घेऊन जायचं आणि नेहमीप्रमाणे जे काही काम असेल ते करायचं.''

''आणि मी पकडला गेलो तर?''

''तसं होणार नाही.'' केनर म्हणाला, ''तू हा फोन घेऊन सहजच कुठंही जाऊ शकतोस. कोणत्याही सुरक्षा तपासणीतून तू अगदी विनासायास जाऊ शकशील.''

''पण जर त्यांच्याजवळ बग-शोधक उपकरणं असली तर...?''

''या उपकरणांनाही पत्ता लागणार नाही. कारण तुझ्या फोनमधून काहीही संदेश बाहेर पाठवला जाणार नाही. यामध्ये खास प्रकारचा ट्रान्समीटर आहे. दर तासाला अवघ्या दोन सेकंदासाठी तो काम करेल. इतर वेळी काहीही घडणारच नाही,'' केनरने एक सुस्कारा टाकला, ''हे बघ पीटर. हा अगदी साधासुधा फोन आहे. हल्ली सगळ्यांच्याच जवळ तो असतो.''

''कोण जाणे?'' इव्हान्स म्हणाला, ''मला हे चमत्कारिक वाटतंय. म्हणजे मी काही कोणी **'स्टूल पिजन'** नाही.''

सारा जांभई देत विमानात मागच्या बाजूला आली, "कोण आहे स्टूल पिजन?"

"मला तरी तसं वाटतंय," इव्हान्स म्हणाला.

"हा मुद्दा महत्त्वाचा नाही." केनर म्हणाला, "हं संजोंग?"

संजोंगने एक कागद काढला आणि तो इव्हान्सच्या हातात दिला. त्यावर मॉर्टनने दिलेली मूळ यादी होती, पण आता त्यात काही भर पडलेली दिसत होती.

662262	3982293	24FXE 62262 82293	**TERROR**	**Mt. Terror, Antarctica**
882320	4898432	12FXE 82232 54393	**SNAKE**	**Snake Butte, Arizona**
774548	9080799	02FXE 67533 43433	**LAUGHER**	**Laugher Cay, Bahamas**
482320	5898432	22FXE 72232 04393	**SCORPION**	**Resolution, Solomon Is.**
ALT				
662262	3982293	24FXE 62262 82293	**TERROR**	**Mt. Terror, Antarctica**
382320	4898432	12FXE 82232 54393	**SEVER**	**Sever City, Arizona**
244548	9080799	02FXE 67533 43433	**CONCH**	**Conch Cay, Bahamas**
482320	5898432	22FXE 72232 04393	**SCORPION**	**Resolution, Solomon Is.**
ALT				
662262	3982293	24FXE 62262 82293	**TERROR**	**Mt. Terror, Antarctica**
382320	4898432	12FXE 82232 54393	**BUZZARD**	**Buzzard Gulch, Utah**
444548	7080799	02FXE 67533 43433	**OLD MAN**	**Old Man Is., Turks & Caicos**
482320	5898432	22FXE 72232 04393	**SCORPION**	**Resolution, Solomon Is.**
ALT				
662262	3982293	24FXE 62262 82293	**TERROR**	**Mt. Terror, Antarctica**
382320	4898432	12FXE 82232 54393	**BLACK MESA**	**Black Mesa, New Mexico**
344548	9080799	02FXE 67533 43433	**SNARL**	**Snarl Cay, BWI**
482320	5898432	22FXE 72232 04393	**SCORPION**	**Resolution, Solomon Is.**

"तुला हे सहज दिसेल की संजोंगनं आता नेमकी ठिकाणं कोणती ते शोधून काढलंय." केनर म्हणाला, "त्यात नक्कीच काहीतरी आकृतीबंध आहे हे तुझ्या लक्षात आलंच होतं. पहिली घटना आपल्याला माहिती आहेच. दुसरी घटना अमेरिकेच्या वाळवंटी भागात म्हणजे उटाह, ॲरिझोना किंवा न्यू मेक्सिको यात कुठंतरी घडणार आहे. तिसरी घटना क्यूबाच्या पूर्वेला कॅरेबियन बेटांच्या आसपास, तर चौथी घटना सॉलोमन बेटांवर घडणार आहे."

"अस्सं? बरं मग?"

"सध्या आपल्याला दुसऱ्या घटनेबद्दल फिकीर करायची आहे," केनर म्हणाला. "त्याचं कारण म्हणजे उटाहपासून न्यू मेक्सिकोपर्यंत वाळवंटाचा विस्तार पन्नास हजार चौरस मैल आहे. आपल्याला आणखी काही माहिती मिळाली नाही तर आपण त्या लोकांना शोधूच शकत नाही."

"पण तुमच्याजवळ तर त्या ठिकाणाच्या जी.पी.एस. नोंदी आहेत ना?"

''होय. पण ते ही ठिकाणं नक्कीच बदलणार. कारण आता अंटार्क्टिकात झालेली गडबड त्यांना समजली असणार.''

''म्हणजे त्यांनी अगोदरच आपले बेत बदलले असतील असं म्हणायचंय का?''

''अर्थातच. कारण आपण काल वेडेल स्टेशनवर पोहोचलो तेव्हाच काहीतरी गडबड आहे हे त्यांच्या संपर्क यंत्रणेच्या लक्षात आलंच असेल. म्हणूनच तर मला वाटतं की तो पहिला माणूस तिथून निघून गेला. तोच त्यांचा म्होरक्या असावा. उरलेले दोघं त्याच्या हाताखालचे असावेत.''

''तेव्हा मी आता ड्रेकला भेटायला जायचं?''

''बरोबर. आणि तुला काही सुगावा लागतो का ते पाहायचं.''

''मला हे सारं नापसंत आहे.''

''मी ते समजू शकतो.'' केनर म्हणाला, ''पण तूच ते करू शकतोस.''

इव्हान्सने साराकडे पाहिले. ती अजूनही पेंगुळलेली दिसत होती. ती डोळे चोळत होती. ती नुकतीच झोपेतून उठलेली असूनही ती सुंदर दिसते आहे हे पाहून इव्हान्स वैतागला, ''कसं काय सारा?''

''मला दात घासायचे आहेत. अजून किती वेळ लागेल?''

''दहा मिनिटं.''

सारा उठून विमानाच्या मागच्या बाजूला गेली.

इव्हान्स खिडकीतून बाहेर पाहत होता. बाहेर प्रखर प्रकाश होता. त्याला पुरेशी झोप मिळालेली नव्हती. त्याच्या जखमेवर घातलेले टाके किंचित ठुसठुसत होते. त्या बर्फाच्या खाईत बराच वेळ पडल्यामुळे त्याचं सगळं अंग ठणकत होतं. सीटच्या हातावर कोपर टेकवतानाही वेदना होत होती.

इव्हान्सने एक उसासा टाकला.

''पीटर....'' केनर म्हणाला, ''त्या लोकांनी तुला खलास करण्याचा प्रयत्न केला. मी तुझ्या जागी असतो तर त्यांच्याशी लढताना तत्त्वांचा एवढा विचार केला नसता.''

''असेलही तसं, पण मी एक वकील आहे.''

''होय. पण तू लवकरच 'दिवंगत वकील' होऊ शकतोस आणि मला तसं व्हावं असं वाटत नाही.''

पीटर इव्हान्स फ्री वेवर आला तेव्हा रहदारी फार जोरात होती. बारा लेनच्या रस्त्यांवरून दोन्ही दिशांनी गाड्या सुसाट पळत होत्या. लॉस एंजलीसमध्ये पासष्ट टक्के भूभाग हा गाड्यांनी व्यापलेला आहे. अंतरे एवढी मोठी आहेत की कोणीही चालत जाऊच शकत नाही. प्रदूषण प्रचंड आहे. आणि केनरसारखे लोक फक्त

पर्यावरणवादी विचारांवर टीका करतात. त्यांना हे दिसत नाही का? असा विचार इव्हान्सच्या मनात आला.

बिव्हर्ली हिल्सकडे येईपर्यंत इव्हान्सच्या मनात असे अनेक उलटसुलट विचार घोळत होते. मधेच त्याची नजर बाजूच्या सीटवर ठेवलेल्या त्या खास बनवून घेतलेल्या सेलफोनवर गेली. त्याने ताबडतोब ड्रेकच्या ऑफिसात जाऊन काम उरकून टाकण्याचा विचार केला. त्याने ड्रेकच्या ऑफिसात फोन केला. तो जागेवर नव्हता. तो दातांच्या डॉक्टरकडे गेला आहे आणि कधी परतेल हे माहिती नाही असे ड्रेकच्या सेक्रेटरीने सांगितले. इव्हान्सने विचार बदलला. तो आता घरी जाऊन छान आंघोळ करणार होता.

गॅरेजमध्ये गाडी पार्क करून इव्हान्स छोट्याशा बागेतून घराच्या दिशेने जाऊ लागला. बागेत गुलाब चांगलेच फुललेले होते. पण त्या ठिकाणी त्याला सिगारचा उग्र वास दरवळताना जाणवला. बागेत कोणी सिगार ओढला असेल ही कल्पनाच त्याला चमत्कारिक वाटत होती आणि–

''स्सऽऽ, स्स... इव्हान्स!''

इव्हान्स जागच्या जागी थबकला. पण त्याला कोणीच दिसले नाही. त्याला अगदी हलक्या आवाजात कोणीतरी बोलतेय हे जाणवले. पण तो आवाज कुजबुजल्याएवढा बारीक होता, ''उजवीकडे वळ. एक गुलाब तोड.''

''काय?''

''मूर्खा... बोलू नकोस. इकडंतिकडं बघणं थांबव. इथं ये नि गुलाब तोड.''

इव्हान्स त्या आवाजाच्या दिशेने गेला. सिगारचा दर्प आता आणखी तीव्र झाला होता. झुडपांच्या गचपणामागे त्याला जुना दगडी बाक दिसला. हा बाक त्याला पूर्वी कधीच दिसला नव्हता. त्याच्यावर शेवाळ आलेले होते. त्या बाकावर एक माणूस पोक काढून बसलेला होता. तोच सिगार ओढत होता.

''कोण आहे–''

''बोलू नकोस.'' तो माणूस कुजबुजत्या स्वरात म्हणाला, ''तुला हे किती वेळा सांगू आणखी? गुलाब तोड आणि त्याचा वास घे. त्यामुळे तू इथं आणखी एखादं मिनिट रेंगाळू शकशील. आता नीट ऐक. मी एक खासगी गुप्तहेर आहे. मला जॉर्ज मॉर्टन यांनी काम दिलं होतं.''

इव्हान्सने गुलाबाचा वास घेतला. त्याला सिगारचाच वास येत होता.

''माझ्याकडं तुझ्यासाठी काहीतरी महत्त्वाची गोष्ट आहे. मी दोन तासांनी ती घेऊन तुझ्या घरी येईन. पण आत्ता मात्र तू इथून जा. म्हणजे मग ते लोक तुझ्या मागे येत राहतील. तुझ्या घराचं दार उघडंच ठेवून जा.''

जणू आपण नीट निरखून पाहतोय अशा तऱ्हेने इव्हान्सने गुलाबाचे फूल हातात थोडेसे फिरवले. पण तसे करताना प्रत्यक्षात तो त्या माणसाकडे पाहत होता. त्याचा चेहेरा ओळखीचा वाटत होता....

"होय... होय." जणू इव्हान्सने विचार वाचावेत अशा प्रकारे बाकावर बसलेला माणूस म्हणाला आणि त्याने आपल्या कोटावरचे लेबल इव्हान्सला दाखवले.

"मीच त्यावेळी एन.ई.आर.एफ.च्या इमारतीत तुला भेटलो होतो. आठवतंय ना?– पण आत्ता मान डोलावून उत्तर नकोय मला... एवढंच कर आता... वर जा. कपडे बदल आणि पुन्हा बाहेर पड. कुठेही जा. पण जा. हे ×××× लोक–" बाकावरच्या माणसाने रस्त्याच्या दिशेने डोक्याला झटका दिला. "तिथं तुझी वाट पाहत थांबलेत. त्यांना निराश करू नकोस... आता नीघ."

इव्हान्स घरात आला. घरात सगळी आवराआवर करून ठेवलेली होती. लिसाने चांगले काम केले होते. उशांची फाटकी बाजू बदलून ठेवलेली होती. पुस्तके कपाटात रचलेली होती. त्यांचा क्रम बदललेला होता खरा. पण ते इव्हान्स नंतर नीट करू शकत होता.

इव्हान्सने खिडकीबाहेर नजर टाकली. त्याला रॉक्सबरी पार्कमधील हिरव्या रंगाखेरीज काहीच दिसत नव्हते. काही मुले खेळत होती आणि त्यांना सांभाळणाऱ्या नोकराणी आपापसात गप्पा मारत बसल्या होत्या. त्याच्यावर नजर ठेवणारे त्याला कुठेच दिसले नाहीत.

सर्व काही व्यवस्थित वाटत होते.

इव्हान्सने मग कपडे काढून शॉवरखाली आंघोळ केली. त्याने गरम पाण्याने अंग चांगले शेकून काढले. त्याची नजर पायांच्या बोटांकडे गेली. ती जांभळी पडलेली होती. त्याने ती हलवून पाहिली. त्याला हालचाल जाणवत नव्हती. पण एकंदरीत पाय ठीक होते.

टॉवेल गुंडाळून बाहेर आल्यावर इव्हान्सने फोनवरचे मेसेज पाहिले. एक फोन जॅनिसचा होता. रात्री मोकळा आहेस का असे विचारण्यासाठी तिने फोन केलेला होता. पण नंतर आणखी एक होता की तिचा बॉयफ्रेंड नुकताच गावाहून परतला आहे आणि तिला वेळ नाही. याचा अर्थ 'फोन करू नको' असा घ्यायचा हे इव्हान्सला माहिती होते. हर्बची मदतनीस लिसाचाही फोन आला होता. हर्बला त्याला काही महत्त्वाची कागदपत्रे दाखवायची होती. हीथरच्या फोनमध्येही हाच संदेश होता की हर्ब लोवेनस्टाईन इव्हान्सला शोधतोय. हॉस्पिटलमधून मार्गो लेनचा फोन होता. इव्हान्सने फोन का केला नाही असे ती विचारत होती. शोरूमकडे कधी येणार हे विचारण्यासाठी बी.एम.डब्ल्यू.च्या वितरकाचाही फोन येऊन गेला होता.

शिवाय नुसतेच वाजलेले कितीतरी फोन होते. अशा फोनमुळे इव्हान्स नेहमीच अस्वस्थ होत असे.

टाय-सूट चढवून इव्हान्स बाहेरच्या खोलीत आला. त्याने टी.व्ही. सुरू केला. टी.व्ही.वर दुपारच्या स्थानिक बातम्या चालू होत्या. तो दाराकडे जात असतानाच त्याला टी.व्ही.वरचे शब्द ऐकू आले, "नवीन घडामोडींमुळे पुन्हा एकदा जागतिक तापमानवाढीचे धोके समोर आले आहेत. इंग्लंडमधील नवीन संशोधनातून असं दिसतंय की जागतिक तापमानवाढीचा परिणाम पृथ्वीच्या परिवलनावर होतोय. त्याच्यामुळे दिवसाच्या वेळेत घट होतेय."

इव्हान्स थबकून पाहू लागला. एक स्त्री आणि एक पुरुष एकत्र बातम्या देत होते. बातमी देता देता तो माणूस उत्साही स्वरात सांगत होता, "तेव्हा याचा अर्थ मालीबूला गुडबाय करायची वेळ आलीय. अर्थात त्याला काही वर्षं आहेत... पण तसं होणार हे नक्की. आपण जर आपली वागण्याची पद्धत बदलली नाही तर–"

इव्हान्स टी.व्ही.कडे पाठ फिरवून दाराकडे निघाला. या नवीन बातमीवर केनरची प्रतिक्रिया काय होईल हा विचार त्याच्या मनात डोकावला. पृथ्वीच्या परिवलनाच्या वेगावर परिणाम? कदाचित नेहमीप्रमाणे केनर ही गोष्टही उडवून लावेल.

इव्हान्स बाहेर पडला. आपल्या मागे दार बंद होणार नाही याची त्याने काळजी घेतली होती.

सेंच्युरी सिटी
शनिवार, ९ ऑक्टोबर
९ वाजून ८ मिनिटे

इव्हान्सला मध्येच जाता जाता हर्ब लोवेनस्टाईन भेटला. तो कॉन्फरन्स रूमकडे निघाला होता. "जीझस! पीटर तू कुठं कडमडला होतास? कुणालाच तू कुठं आहेस ते माहीत नव्हतं."

"मी एका ग्राहकासाठी गोपनीय काम करत होतो."

"पुढच्या खेपेस तुझ्या सेक्रेटरीला तुझ्याशी संपर्क कसा साधायचा ते सांगून जा." हर्ब म्हणाला, "तू एवढा गचाळ दिसतो आहेस... काय झालं? कुठं हाणामारी केलीस की काय? आणि ते कानशिलावर काय आहे? टाके पडलेत की काय?"

"मी पडलो होतो."

"हं... हं... बरं, हे गोपनीय काम तू कोणत्या ग्राहकासाठी करत होतास?"

''निक ड्रेक खरं तर.''

''अँ?... पण तो तसं काही म्हणाला नाही.''

''नाही का?''

''नाही. आणि तो आत्ताच इथून गेलाय. मी सगळी सकाळ त्याच्याबरोबरच घालवलीय. तो त्या मॉर्टन फौंडेशनकडून मिळणाऱ्या एक कोटी डॉलरच्या निधीविषयीच्या कलमामुळे फारच अस्वस्थ झालेला आहे.''

''मला कल्पना आहे.''

''हे कलम कुठून आलं हे त्याला जाणून घ्यायचंय.''

''मला कल्पना आहे.''

''कुठून आलं ते कलम?''

''जॉर्जनं मला त्याबद्दल काही सांगायची मनाई केलीय.''

''जॉर्ज आता जिवंत नाही.''

''अधिकृतरीत्या नाही.''

''पीटर तसं म्हणणं हा गाढवपणा आहे. बरं, हे कलम कुठून आलं?''

इव्हान्सने मानेने नकार दिला, ''माफ कर हर्ब. मला माझ्या अशिलाकडून तशी स्पष्ट सूचना देण्यात आली होती.''

''आपण एकाच फर्ममध्ये आहोत पीटर आणि तो माझाही अशील होताच.''

''हर्ब, मला त्यानं लेखी सूचना केली होती.''

''*लेखी?* ×××× पीटर, जॉर्ज कधी काही लिहायचा नाही.''

''त्याच्या हस्ताक्षरातलं टिपण आहे.''

''निकला मूळ करारातल्या कलमांचा भंग करायचा आहे.''

''तसं त्याला हवंच आहे म्हणा.''

''आणि मी त्याला आपण तसं करून देऊ असं म्हणालोय.''

''पण ते कसं करणार हे मला समजत नाही.''

''मॉर्टनची मन:स्थिती ठीक नव्हती.''

''ती ठीक होती हर्ब.'' इव्हान्स म्हणाला, ''तुम्ही त्याच्या संपत्तीमधून एक कोटी घेणार आहात. ही गोष्ट त्याच्या मुलीच्या कानावर गेली तर?''

''ती निव्वळ माथेफिरू आहे–''

''–पण पैसा पाहिला की तिची स्थिती केळीच्या बागेत शिरलेल्या माकडासारखी होते. कोणी तिच्या कानावर ही गोष्ट घातली तर फर्मला एक कोटीच्या भरपाईच्या दाव्याला तोंड द्यावं लागेल. आर्थिक गैरव्यवहारासाठी भरपाई द्यावी लागेल ती वेगळीच. तू फर्मच्या इतर वरिष्ठ भागीदारांशी या विषयावर चर्चा केली आहेस का?''

''तू मुद्दाम अडथळा आणतो आहेस.''

“मी फक्त सावधगिरी घ्यायला सांगतोय. मी तुला माझी मतं ई-मेलमधून पाठवणं जास्त चांगलं होईल.”

“पीटर... इथं फर्ममध्ये वर जाण्याचा हा मार्ग नाही.”

“माझ्या मते मी फर्मच्या भल्यासाठीच हे बोलतोय. आपल्या फर्मच्या बाहेरच्या तज्ज्ञांचं मत जाणून घ्यायच्या अगोदर तुम्ही हे कलम रद्दबातल कसं करणार ते मला कळत नाही. ही मतं लेखी स्वरूपात असायला हवीत.”

“पण बाहेरचा कोणीही वकील याला मान्यता द्यायला तयार–” हर्ब मध्येच थांबला. त्याने इव्हान्सकडे जळजळीत नजरेने पाहिले, “ड्रेक तुझ्याशी या विषयावर नक्कीच बोलणार आहे.”

“मला तसं करायला आवडेल.”

“मी त्याला तुला फोन करायला सांगतो.”

“उत्तम.”

लोवेनस्टाईन चालू लागला. काही पावले गेल्यावर तो थबकला, “आणि तुझ्या घरी ते पोलीस आले ती काय भानगड होती?”

“माझ्या घरी घरफोडी झाली होती.”

“कशासाठी? अमली पदार्थ?”

“नाही, हर्ब.”

“पोलिसांच्या त्या प्रकरणात मदत करण्यासाठी माझ्या मदतनीसाला जावं लागलं होतं.”

“होय. ती वैयक्तिक पातळीवरची मदत होती आणि ती ऑफिसच्या वेळेनंतर केली होती.”

लोवेनस्टाईन फुरफुरत पाय आपटत निघून गेला.

लॉस एंजलीस

शनिवार, ९ ऑक्टोबर

सकाळी ११ वाजून ४ मिनिटे

भर दुपारच्या उन्हात केनरने डाऊनटाऊन भागात एका पार्किंग लॉटमध्ये गाडी ठेवली. तो आणि सारा रस्त्यावरून जाऊ लागले. आता चांगलेच गरम होऊ लागले होते. काही निवडक ठिकाणच्या ‘चेक वटतील’ किंवा ‘कर्ज मिळेल’ अशा पाट्या वगळता सगळीकडच्या पाट्या स्पॅनिश भाषेत होत्या. खरखरीत आवाजाच्या लाऊडस्पीकरवरून मोठ्या आवाजात **मारीआची** संगीत ऐकू येत होते.

केनरने विचारले, “सगळी तयारी झाली?”

साराने खांद्यावरची छोटी बॅग तपासून पाहिली. बॅगेला दोन्ही टोकांपाशी नायलॉनची जाळी होती. त्या जाळीच्या आत छोट्या व्हिडीओ कॅमेऱ्याचे लेन्स दडवलेले होते, ''होय, मी तयार आहे.''

दोघेजण कोपऱ्यावरच्या दुकानाकडे गेले. दुकानावर 'ब्रॅडर्स आर्मी-नेव्ही सरप्लस' अशी पाटी होती.

''इथं आपण कशासाठी आलोय?''

''ई.एल.एफ.नं मोठ्या प्रमाणात क्षेपणास्त्रांची खरेदी केली होती.''

''क्षेपणास्त्रं?''

''छोटी. कमी वजनाची. साधारण दोन फूट लांबीची. पूर्वी वॉर्सा कराराच्या काळात हॉटफायर नावाची क्षेपणास्त्रे वापरली जात. आता कालबाह्य ठरलेल्या या क्षेपणास्त्रांचा हा वेगळा प्रकार आहे. ही खांद्यावरून सोडता येतात. लक्ष्यभेद करण्यासाठी तारेची मार्गदर्शन प्रणाली वापरली जाते. घन इंधन असणाऱ्या या क्षेपणास्त्राचा पल्ला साधारणत: एक हजार यार्ड आहे.''

साराला या माहितीतून फारसा बोध झाला नाही. ''म्हणजे ही अस्त्रं आहेत तर.''

''पण त्यासाठी ती विकत घेतली असतील असं मला वाटत नाही.''

''किती विकत घेतली होती त्यांनी?''

''पाचशे. आणि त्यांचे प्रक्षेपकही.''

''ओ... हो...''

''त्यांनी ही खरेदी छंद म्हणून नक्कीच केलेली नाही.''

दुकानाचे दार उघडताच किणकिण असा सुरेल आवाज आला. आतमध्ये दोन्ही बाजूंना असणाऱ्या रॅकमध्ये लष्करी साहित्य रचून ठेवलेले होते. त्यावेळी दुकानात फारसे लोक नव्हते. केनर सरळ कॅश काऊंटरपाशी बसलेल्या माणसाकडे गेला. त्याने पाकीट काढून त्याच्यापुढे नाचवले आणि मिस्टर ब्रॅडर कुठे आहे ते विचारले.

''पाठीमागच्या बाजूला.''

तो तरुण माणूस साराकडे पाहून हसला. तो जेमतेम वीस वर्षांचा होता. त्याच्या काळ्या टी-शर्टवर 'द क्रो' अशी अक्षरे होती.

केनर मागच्या बाजूला गेला. सारा काऊंटरपाशीच थांबली, ''हं... तर मला थोडी मदत पाहिजे.''

''मी प्रयत्न करतो.'' तो तरुण हसला.

''मी एका माणसाच्या शोधात आहे.'' साराने त्याच्यासमोर एक कागद सरकवला.

''खरं तर तुलाच कोणीतरी शोधत यायला हवं...'' तो तरुण म्हणाला. त्याने समोरचा फोटो उचलला. अंटार्क्टिकावर स्वत:ला ब्रूस्टर म्हणवणाऱ्या माणसाचा

तो फोटो पाहताच तत्काळ तो तरुण म्हणाला, ''ओहो... होय, मी त्याला पाहिलंय. हा माणूस कधी कधी इथं येतो.''

''त्याचं नाव काय आहे?''

''माहीत नाही. पण तो आत्ता इथंच आहे.''

''आत्ता इथं?'' साराने केनर कुठे आहे हे पाहण्यासाठी इकडेतिकडे पाहिले. पण तो दुकानात मागच्या बाजूला गेलेला होता. साराला त्याला बोलावून गडबड उडवून द्यायचा विचार नव्हता.

तो तरुण टाचांवर उभा राहून दुकानात सगळीकडे नजर फिरवत होता. ''आहे... तो नक्कीच इथं आहे.. म्हणजे काही मिनिटांपूर्वी तो इथं होता. त्याला काही 'टायमर' हवे होते.''

''तुमचे टायमर कुठं ठेवलेले आहेत?''

''मी दाखवतो.'' तो तरुण काऊंटरच्या मागून पुढे आला आणि तिला रॅकमधून वाट काढत नेऊ लागला. रॅकमध्ये हिरव्या रंगाचे कपडे आणि उंच खोकी रचून ठेवलेली होती. केनर कुठेच दिसत नव्हता.

त्या तरुणाने मागे वळून पाहिले. ''तुम्ही लोक कोण आहात? गुप्त पोलीस?''

''साधारण तसंच.''

ते आता दुकानात आणखी आत आत जात होते. त्यांना दरवाजा उघडल्याचा आवाज आला. साराने वळून पाहिले. दारातून पांढरा शर्ट आणि लाल कॉलर असलेली व्यक्ती बाहेर पडताना ओझरती दिसली. दार बंद झाले.

''तो निघून जातोय...''

साराने क्षणभरही विचारात वेळ घालवला नाही. ती दरवाज्याच्या दिशेने धावली. तिने मध्ये आलेल्या अडथळ्यांची पर्वा केली नाही.

''परत येणार का?'' तो तरुण मागून विचारत होता.

सारा दारामधून तीरासारखी बाहेर पडली.

बाहेर कडक ऊन होते आणि रस्त्यावर गर्दीही प्रचंड होती. तिने भराभरा सगळीकडे नजर फिरवली. लाल कॉलर असलेला शर्ट घातलेला तो माणूस कुठेही दिसत नव्हता. तो रस्ता ओलांडून नक्कीच गेला नव्हता. तिने कोपऱ्याकडे नजर टाकली. तो माणूस तिला दिसला. तो पाचव्या रस्त्याच्या कोपऱ्यापाशी रेंगाळत निघून जात होता.

साधारण पस्तीशीच्या त्या माणसाची पँट चुरगाळलेली होती. पायात घाण झालेले बूट होते. त्याने छोटी मिशी राखली होती आणि गडद काचांचा चष्मा लावलेला होता. त्याचा एकूण पेहराव बांधकामावर काम करणाऱ्या सुपरव्हायजरसारखा होता. सारा त्याला नीट निरखून पाहत त्याची वैशिष्ट्ये लक्षात ठेवायचा प्रयत्न करत होती.

सारा आता त्याच्याजवळ पोहोचणार होती. पण तिने मुद्दाम आपला वेग कमी केला. 'ब्रूस्टर' आता एका शोकेससमोर उभा राहून आतमध्ये काहीतरी पाहत असल्याचा बहाणा करत होता. काही वेळाने तो पुढे गेला.

सारा आता त्या शोकेसपाशी आली. तिथे स्वस्तामधल्या प्लेट वगैरे ठेवलेल्या होत्या. आपला पाठलाग होतो आहे हे त्याला कळले की काय असा विचार साराच्या मनात आला.

त्या दिवशी भर गर्दीत एखाद्या दहशतवादी माणसाचा पाठलाग करणे ही गोष्ट साराला एखाद्या सिनेमात घडते तशीच वाटत होती. तसेच आपण अपेक्षेपेक्षा जास्त घाबरलो आहोत हे देखील तिला जाणवले. केनर कुठेही दिसत नव्हता. आपण त्या ठिकाणी सहज नजरेत भरतो आहोत हे तिला कळत होते. कारण त्या गर्दीत जास्त माणसे स्पॅनिश वंशाची होती. त्यांच्यामध्ये साराचे सोनेरी केस उठून दिसत होते. सारा मग मुद्दाम फुटपाथवरून खाली उतरून चालू लागली. कारण त्यामुळे गर्दीत निदान तिची उंची सहा इंचांनी कमी झाली होती.

'ब्रूस्टर' आता तिच्यापुढे साधारण वीस यार्डांवर होता. त्यापेक्षा तो आणखी पुढे जाऊन चालणार नव्हते.

'ब्रूस्टर' आता पाचवा रस्ता ओलांडून थोडा पुढे गेला होता. मग तो डावीकडे एका गल्लीत वळला. काही वेळाने सारा गल्लीच्या तोंडापाशी आली. तिथे तिला ठरावीक अंतरावर ठेवलेल्या कचऱ्याच्या बॅगा दिसल्या. तिला कचऱ्याचा कुजलेला उग्र दर्प आला. गल्लीच्या दुसऱ्या टोकापाशी एक मोठा ट्रक उभा होता.

'ब्रूस्टर' कुठेही दिसत नव्हता.

जणू तो नाहीसा झाला असावा.

पण ते शक्य नव्हते. साराने पाहिले, त्या ठिकाणी अनेक दारे होती. त्यामध्ये शिरून तो पलीकडच्या बाजूने बाहेर पडला असण्याची शक्यता होती.

सारा तशीच पाहत पुढे निघाली.

त्या ठिकाणी अनेकजण ट्रकपाशी काम करत होते. 'ब्रूस्टर'चा कुठेही पत्ता नव्हता.

सारा आणखी पुढे गेली असताना तिला अचानक कसलातरी आवाज आला. तिने वळून पाहिले. तिला 'ब्रूस्टर' एका दारातून बाहेर पडून गल्लीत पुन्हा मागच्या दिशेने जाताना दिसला.

सारा मागे वळून धावली. 'ब्रूस्टर' ज्या दारातून बाहेर पडला होता त्या दारापाशी ती आली. दारावर 'मन्रो सिल्क ॲन्ड फॅब्रिक्स' अशी पाटी होती. एक वयस्कर बाई तिथे उभी होती.

"कोण होता तो?"

त्या वयस्कर बाईने खांदे उडवले. ''चुकून शिरला होता... नेहमीच होतं तसं...'' ती आणखी काहीतरी सांगत होती. पण सारा ते ऐकायला थांबली नाही. ती पुन्हा गल्लीतून मुख्य रस्त्यावर आली.

साराला 'ब्रूस्टर' दिसला. तो चौथ्या रस्त्यावरून वेगाने चालत जाताना दिसला. सारा त्याच्या दिशेने जवळजवळ धावत जात असतानाच एक ट्रक चौथ्या रस्त्यावरून आला आणि 'ब्रूस्टर'जवळ थांबला. निळ्या रंगाच्या त्या ट्रकची नंबरप्लेट ॲरिझोनाची होती.

'ब्रूस्टर'ने ट्रकमध्ये उडी टाकली आणि ट्रक वेगाने निघून गेला.

सारा नंबर लिहून घेत असतानाच पाठीमागून टायरचा कर्कच् असा आवाज आला.

गाडीत बसलेला केनर म्हणाला, ''आत बस.''

सारा गाडीत बसताच गाडी वेगाने निघाली. ''कुठं होतास तू?''

''गाडी आणायला गेलो होतो. मी तुला बाहेर पडताना पाहिलं होतं... बरं तू चित्रण केलंस का त्याचं?''

सारा त्याबद्दल पूर्ण विसरून गेली होती. ''बहुतेक केलंय मी.''

''उत्तम. मला त्या माणसाचं नाव कळलंय. कदाचित ते खोटंही असेल. त्याचं नाव डेव्हिड पोल्सन आहे. पत्तादेखील मिळालाय.''

''ती क्षेपणास्त्रं कुठं पाठवायला सांगितली होती त्या ठिकाणचा?''

''नाही. प्रक्षेपक कुठं पाठवायचे तिथला.''

''कुठला पत्ता आहे?''

केनर म्हणाला, ''फ्लॅगस्टाफ, ॲरिझोना.''

समोर निळ्या रंगाचा ट्रक दिसत होता. ते त्याच ट्रकच्या मागावर होते. ट्रक आता लॉस एंजलीस टाईम्सच्या इमारतीजवळून जात फ्रीवेवर गेला होता. केनर या कामात निष्णात असावा, कारण तो निळ्या ट्रकच्या मागे योग्य अंतर राखून पाठलाग करत होता.

''पूर्वीही असा पाठलाग करायचा अनुभव आहे का तुला?''

''नाही.''

''तू लोकांना ते कार्ड दाखवतोस ते कसलं आहे?''

केनरने खिशातून पाकीट काढले आणि ते सारासमोर धरले. त्यात पोलिसांच्या प्रमाणे चंदेरी रंगाचे कार्ड होते. त्यावर नॅशनल सिक्युरिटी इंटेलिजन्स एजन्सी– एन.एस.आय.ए. अशी अक्षरे आणि अधिकृत शिक्का होता. तसेच केनरचा फोटोही त्यावर होता.

''मी कधी हे नॅशनल सिक्युरिटी इंटेलिजन्स एजन्सी हे नाव ऐकलेलं नाही.''

केनरने मान डोलावत पाकीट परत घेतले.

''ही संस्था काय काम करते?''

''कोणाच्याही नजरेस न पडणे.'' केनर म्हणाला.

''बरं, इव्हान्सकडून काही कळलं का? मला सांगायचं नाही का?''

''सांगण्यासारखं काहीच नाही.'' केनर म्हणाला, ''देशांतर्गत दहशतवादामुळे देशात काम करणाऱ्या संस्था अडचणीत येतात. त्या फार कठोर किंवा फार ढिलाई देणाऱ्या होतात. पण एन.एस.आय.ए.मधल्या प्रत्येकाला खास प्रशिक्षण दिले जाते. बरं, आता संजोंगला फोन करून प्लेटवरचा नंबर सांग. त्याला त्यावरून काही माग काढता येतोय का ते पाहू.''

''तेव्हा तुम्ही लोक देशांमधल्या दहशतवाद्यांचा मुकाबला करता तर?''

''कधी कधी.''

पुढचा निळा ट्रक फ्रीवेवर वळला आणि पूर्वेकडे जाऊ लागला.

''कुठं निघालेत ते?'' साराने विचारले.

''कोण जाणे. पण हा रस्ता ॲरिझोनाला जातो.''

साराने फोन उचलून संजोंगला फोन करायला सुरुवात केली.

संजोंगने नंबर लिहून घेतल्यानंतर पाच मिनिटात फोन केला, ''हा ट्रक सेडोनाबाहेर असणाऱ्या लेझी-बार रॅन्चच्या नावावर आहे. ही रॅन्च पर्यटकांसाठी आहे. तिथं एक स्पा देखील आहे. हा ट्रक चोरीला गेल्याची तक्रार नोंदवण्यात आलेली नाही.''

''ठीक आहे. रॅन्चचा मालक कोण आहे?''

''त्याची मालकी एका कंपनीकडं आहे. ग्रेट वेस्टर्न एन्व्हरॉनमेंटल असोसिएट्स. मेक्सिको आणि ॲरिझोनात त्यांच्या मालकीच्या अनेक रॅन्च आहेत.''

''ही कंपनी कोणाच्या मालकीची आहे?''

''मी ते शोधतोय. पण त्याला आणखी थोडा वेळ लागेल.''

संजोंगने फोन बंद केला.

पुढे जाणारा निळा ट्रक उजवीकडच्या लेनमध्ये आला होता. त्याने वळण्यासाठी दिवे लावले होते.

''ट्रक मुख्य रस्ता सोडून वळतोय बहुतेक.'' केनर म्हणाला.

ट्रक आता औद्योगिक भागातून जात होता. तिथल्या इमारती चौकोनी ठोकळ्यांसारख्या होत्या. हवा धुरकट होती.

आणखी दोन मैल पुढे गेल्यानंतर ट्रक पुन्हा उजवीकडे वळला. तो आता 'एल.टी.एस.आय. कॉर्पोरेशन' असे लिहिलेल्या एका पाटीजवळून गेला. त्या पाटीवर विमानतळाची दिशा दर्शवणारा बाण होता.

“हा एखादा खासगी विमानतळ असणार.” केनर म्हणाला.

“पण एल.एस.टी.आय. म्हणजे काय?”

“कोण जाणे?” केनर म्हणाला, “मला कल्पना नाही.”

त्यांना आता समोर छोट्या विमानतळावर ठेवलेली सेस्ना आणि पायपर जातीची विमाने दिसली.

ट्रक एका दोन इंजिनांच्या विमानाजवळ जाऊन उभा राहिला.

“ट्विन ऑटर.” केनर म्हणाला.

“त्यात काही खास आहे का?”

“कमी अंतरात उडण्याची आणि भरपूर वजन नेण्याची क्षमता असलेलं हे विमान कामाला वाघ आहे. अनेक कामांसाठी ते वापरलं जातं.”

‘ब्रूस्टर’ ट्रकमधून बाहेर पडला. विमानात बसलेल्या वैमानिकाशी काहीतरी बोलून तो परत ट्रकपाशी आला. त्याने ट्रक चालू करून शंभर यार्ड पुढे एका खूप मोठ्या, पत्र्याच्या चौकोनी शेडकडे नेला. त्या शेडसमोर आणखी दोन ट्रक उभे होते. त्या शेडवर खूप मोठ्या अक्षरांमध्ये एल.टी.एस.आय. असे लिहिलेले दिसले. ब्रूस्टर ट्रकमधून उतरून पाठीमागे आला. आता ट्रक चालवणाराही उतरून मागे आला होता. त्याला पाहून साराने शिवी हासडली, कारण हाच माणूस तिला ‘बोल्डेन’ या नावाने भेटला होता. आता त्याने गॉगल लावलेला होता आणि बेसबॉल खेळाडूसारखी टोपी घातली होती. पण तोच होता यात काही शंका नव्हती. ‘ब्रूस्टर’ आणि ‘बोल्डेन’ शेडला असणाऱ्या छोट्या दारातून आत गेले. दार बंद झाले.

“तू इथंच थांब.” केनर साराला म्हणाला. तो गाडीतून उतरून भराभरा त्या दोघांच्या मागे शेडमध्ये शिरला.

सारा गाडीत बसून होती. उन्हापासून वाचण्यासाठी तिने डोळ्यावर हात धरला होता. बराच वेळ झाला होता. साराने डोळे किलकिले करून एल.टी.एस.आय. याच्या खाली लिहिलेली पांढरी अक्षरे वाचण्याचा प्रयत्न केला. पण तिला नीट दिसले नाही. साराने एकदा संजोंगला फोन करायचा विचार केला. पण तिने तो केला मात्र नाही. जर ‘बोल्डेन’ आणि ‘ब्रूस्टर’ बाहेर आले तर काय होईल ही चिंता तिला वाटत होती. केनर आत असल्याने जर ते बाहेर आले तर तिला एकटीला त्यांचा पाठलाग करावा लागणार होता. काहीही झालं तरी ती त्यांना जाऊ देणार नव्हती...

पुन्हा काही वेळ गेला. काहीच घडत नव्हते. गाडीत आता गरमही होऊ लागले होते. आपण काहीच न करता भेकडाप्रमाणे गाडीत बसून आहोत असे तिला वाटू लागले होते.

तिने एकदम मनाशी निश्चय केला आणि ती गाडीतून बाहेर पडली.

शेडला असणाऱ्या दारापाशी दोन पाट्या होत्या. एका पाटीवर 'लायटनिंग टेस्ट सिस्टीम इंटरनॅशनल' असे लिहिलेले होते, तर दुसऱ्या पाटीवर 'डिसचार्ज दरम्यान प्रवेश करू नये' अशी धोक्याची सूचना लिहिलेली होती. साराला त्या शब्दांचा अर्थ कळला नाही.

साराने काळजीपूर्वक दार उघडले. आत स्वागतकक्ष होता. पण त्यात कोणीच नव्हते. समोर एक साधे लाकडी दार होते. त्यावर हस्ताक्षरात 'मदतीसाठी बेल दाबा' अशी सूचना लावलेली होती.

साराने त्या सूचनेकडे दुर्लक्ष केले आणि तिने आतल्या बाजूला जाणारे दार उघडले. त्यावर धोक्याची सूचना लिहिलेली होती :

प्रवेश निषिद्ध
उच्च दाबाचे डिसचार्ज क्षेत्र
फक्त अधिकृत व्यक्तींनाच प्रवेश

सारा आत शिरली होती. तो भाग एखाद्या कारखान्यासारखा होता. तिथे प्रकाश कमी होता. फक्त मध्यभागी प्रकाशात असणारे एक मोठे दुमजली चेंबर होते. त्यात तिला जेट विमानाच्या इंजिनासारखे काहीतरी दिसले. ते एका पंखाला जोडलेले होते. एका बाजूला धातूची मोठी प्लेट होती. चेंबरच्या बाहेर एक नियंत्रक पॅनेल होते. एक माणूस त्या पॅनेलसमोर बसलेला दिसला. 'ब्रूस्टर' आणि 'बोल्डेन' मात्र कुठेही दिसत नव्हते.

चेंबरच्या आत असलेल्या मॉनिटरवर 'ही जागा रिकामी करा' अशी सूचना दिसू लागली. पाठोपाठ कॉम्प्युटरवरून आवाज आला, 'कृपया ही जागा रिकामी करा. चाचणी यानंतर... तीस सेकंदांनी सुरू होत आहे.'

साराला पंप सुरू होत असल्याचा गुणगुणल्यासारखा आवाज ऐकू येऊ लागला. पण समोर काहीही घडताना दिसत मात्र नव्हते.

सारा पुढे सरकली.

''स्सऽऽस्सऽऽ''

साराने आजूबाजूला पाहिले. पण तिला कोणीच दिसले नाही.

''स्सऽऽ... स्सऽऽ'' पुन्हा आवाज आला. साराने वर पाहिले. वरच्या बाजूला उभा असणारा केनर तिला बोटाने बाजूची शिडी दाखवून वर येण्यासाठी खूण करत होता.

पुन्हा एकदा कॉम्प्युटरचा आवाज आला. 'चाचणी यानंतर तीस सेकंदांनी...'

सारा वर गेली. आता गुणगुणण्याचा आवाज बंद झाला होता. त्याची जागा आता कर्कश आवाजाने घेतली होती. केनरने समोरच्या जेट इंजिनकडे बोट दाखवले

आणि हलक्या आवाजात तिला सांगितले, ''ते इथं विमानाच्या भागांची चाचणी घेत आहेत. विमानावर नेहमीच विजा पडतात. त्यामुळे विमानांचे भाग वीज-विरोधी असण्याची गरज असते.''

केनरने आणखी काहीतरी माहिती सांगितली. पण साराला ते ऐकू आले नाही. समोरच्या चेंबरमधले दिवे आता बंद झाले होते. फक्त जेट इंजिन आणि त्याच्या बाजूच्या वक्राकार पंखावर गडद निळा प्रकाशझोत पडला होता.

'चाचणी आता होत आहे... दहा, नऊ....'

'... सहा... पाच.... दोन... एक... आत्ता.'

एखाद्या बंदुकीच्या गोळीसारखा मोठा आवाज ऐकू आला. भिंतीजवळून विजेचा एक लोळ इंजिनावर आदळला होता. त्या लोळापाठोपाठ चारही बाजूंनी आणखी लोळ एकामागोमाग एक आदळत होते. प्रत्येकवेळी विजेचा लोळ इंजिनाला जोडलेल्या पंख्यावर आदळून मग खाली एका घुमटाकार धातूच्या वस्तूवर जाऊन आदळत होता. ही वस्तू साधारण एक फूट उंचीची होती.

काही लोळ मात्र इंजिनाकडे न जाता सरळ त्या घुमटावर जाऊन पडत होते. आता लोळांची तीव्रता वाढली होती. पंख्याच्या धातूमध्ये आता वेड्यावाकड्या भेगा पडताना दिसत होत्या. एक लोळ पंख्यावर आदळला आणि त्यामुळे पंखा गरागरा फिरू लागला.

विजेचे लोळ एकामागोमाग येऊन आता थेट त्या घुमटाकार वस्तूवर आदळत होते. त्यांची तीव्रता खूप मोठी होती. त्यांचे आवाजही फार प्रचंड होते.

अचानक चाचणी थांबली. खोलीमधले दिवे लागले. इंजिनाला जोडलेल्या पंख्यामधून निळसर धूर बाहेर पडताना दिसत होता.

पॅनलपाशी असणाऱ्या माणसाजवळ 'बोल्डेन' आणि 'ब्रूस्टर' उभे राहिलेले दिसले. मग सर्वजण आत शिरले आणि इंजिनाच्या खाली जमिनीवर ठेवलेल्या त्या धातूच्या घुमटाची तपासणी करू लागले.

''हे काय आहे?''

केनरने तोंडावर बोट ठेवून गप्प राहा अशी खूण केली. तो नाराज दिसला. आतमध्ये असलेल्या तिघांनी घुमटाची वरची बाजू उघडली होती. आतमधले हिरवे सर्किट बोर्ड आणि धातूच्या काही वस्तू दिसल्या. ते मोठ्या आवाजात आपापसात काहीतरी बोलत होते. जरा वेळाने त्यांनी ती वस्तू खाली ठेवली आणि एकमेकांच्या पाठीवर थापट्या मारत ते बाहेर पडले. बहुदा चाचणीमुळे ते चांगलेच खुषीत होते. एकजण बियर पिण्याबद्दल काहीतरी म्हणाला. मग सगळेजण मोठ्या आवाजात हसले आणि बाहेर निघून गेले.

बाहेरचे दार घट्ट बंद झाल्याचा आवाज आला.

काही मिनिटे वाट पाहिल्यानंतर सारा आणि केनर खाली उतरले, ''चल, आपण ते काय आहे पाहू.''

सारा आणि केनर चेंबरच्या आत शिरले. चेंबरमध्ये भरपूर प्रकाश होता. तिथे कसलातरी उग्र वास येत होता.

''ओझोन... विजेमुळं तयार झालाय.'' केनर म्हणाला.

केनर आता त्या धातूच्या घुमटाची तपासणी करत होता.

''हे काय असेल?''

''कल्पना नाही. पण हा चार्ज तयार करणारा जनरेटर किंवा तसलंच काहीतरी आहे.'' केनरने ती घुमटाकार वस्तू उलटी केली, ''त्याचं असं आहे की जर पुरेसा ऋण चार्ज निर्माण केला तर–''

केनरचे वाक्य अर्धवटच राहिले. कारण त्या वस्तूच्या आत काहीच नव्हते. त्यांनी पाहिलेली इलेक्ट्रॉनिक उपकरणे काढून नेण्यात आली होती. केनर पाहत असतानाच चेंबरचे दार धाडकन बंद झाले. साराने एकदम गर्रकन वळून पाहिले. 'बोल्डेन' शांतपणाने बाहेरून दाराला कुलूप घालताना तिला दिसला.

''ओह् शिट्!'' सारा म्हणाली, कारण आता 'ब्रूस्टर' नियंत्रक पॅनेलपाशी जाऊन काहीतरी बटणे दाबताना दिसत होता.

इंटरकॉमवरून आवाज आला, ''इथं परवानगीविना प्रवेशबंदी आहे... लोकहो तसं स्पष्ट लिहिलेलं आहे दारावर. तुम्ही ती सूचना वाचली नसावी...

'ब्रूस्टर' नियंत्रण पॅनेलपासून दूर झाला.

चेंबरमधले दिवे बंद झाले. तिथे फक्त निळसर झोत पडला होता. आता पुन्हा गुणगुणल्यासारखा आवाज येऊ लागला.

''कृपया ही जागा रिकामी करा. चाचणी यानंतर...''

'ब्रूस्टर' आणि 'बोल्डेन' पाठीमागे वळून पाहत निघून गेले. जाताना 'बोल्डेन' म्हणाला, ''मला जळणाऱ्या मांसाचा वास अजिबात आवडत नाही.''

भाग ४

फ्लॅश

सिटी ऑफ कॉमर्स
शनिवार, ९ ऑक्टोबर
दुपारी १२ वाजून १३ मिनिटे

चेंबरमध्ये आता हवा वादळापूर्वी होते तशी झाली होती. साराला आपल्या हातावरचे केस हलू लागल्याची जाणीव झाली. बहुदा ते विद्युत भारामुळे होत असावे. तिचे कपडेही तिच्या अंगाला चिकटले होते.

''कंबरेला पट्टा आहे का?'' केनरने विचारले.

''नाही....''

''केसांची पिन?''

''नाही.''

''धातूचं काही आणखी?''

''नाही! डॅम इट... नाही!''

केनरने काचेच्या भिंतीवर धडक मारली. पण तो मागे आपटला. त्याने लाथा मारून पाहिल्या. पण काहीही झाले नाही. केनरने ताकद लावून दार उघडतंय का ते पाहायचा प्रयत्न केला. पण कुलूप चांगलेच दणकट असणार.

''दहा सेकंदात चाचणी सुरू.'' कॉम्प्युटरने घोषणा केली.

''आता काय करायचं?'' सारा भयंकर घाबरली होती.

''कपडे काढून टाक.''

''काय?''

''आत्ता. या क्षणी.'' केनर म्हणाला आणि भराभरा आपले कपडे उतरवू लागला. त्याने शर्ट उचकटून काढल्याने बटणे इतस्तत: उडत होती ''सारा... लवकर...''

साराच्या अंगावर अंगोरा लोकरीचा सुंदर स्वेटर होता. तो तिच्या बॉयफ्रेंडने तिला भेट म्हणून दिलेला होता. ती त्याने दिलेली पहिली भेट होती हे साराला त्यावेळी आठवून गेले. तिने तो काढला आणि खालचा टी-शर्टही ओरबाडून काढला.

''सारा... स्कर्ट.'' केनर म्हणाला. हे म्हणताना तो पायातले बूट काढून फेकत होता. त्याच्या अंगावर फक्त छोटी चड्डी होती.

''कशासाठी?–''

''त्याला चेन आहे!''

साराने थरथरत्या बोटांनी स्कर्ट काढून टाकला. तिच्या अंगावर आता फक्त ब्रा

आणि पॅन्टी होती. सारा थरथरू लागली होती.

''दहा... नऊ.... आठ...''

केनरने भराभरा त्याचे आणि साराचे कपडे इंजिनवर फेकले. सगळ्यांच्या वर त्याने साराचा स्वेटर टाकला.

''आता काय करायचं?''

''जमिनीलगत समांतर पड. जितकं शक्य असेल तितकं सपाट हो– आणि कोणत्याही परिस्थितीत *हलू नकोस.*''

सारा खालच्या थंडगार काँक्रीटवर सपाट पडली. हवा फार थंड होती. तिचे शरीर थरथरत होते आणि हृदयाची गती विलक्षण वाढली होती.

''तीन... दोन... एक...''

पहिला लोळ गडगडाटी आवाज करत आला. त्याच्या धक्क्याने सारा हादरली. त्याचा आवाज भीषण होता. प्रकाश एवढा प्रखर होता की तिने डोळे गच्च मिटून घेतले. आता एका मागोमाग एक विजा पडत होत्या. सारा मनात म्हणाली की *आता प्रार्थना करायची वेळ आली आहे!*

चेंबरमध्ये आता जळण्याचा वास येऊ लागला होता. साराने पाहिले तर तिचा स्वेटर जळत असल्याने तेथे पिवळा प्रकाश पसरला होता. जळणाऱ्या स्वेटरचा एक तुकडा तिच्या उघड्या खांद्यावर पडला. जळणारी वेदना असह्य होती.

''आग लागलीय–''

''अजिबात हलू नकोस!'' केनर गुरगुरत म्हणाला.

विजांचे लोळ अजूनही एका मागोमाग एक चेंबरमध्ये पडतच होते. त्यांचा वेग आता वाढला होता. साराने डोळ्यांच्या कोपऱ्यातून पाहिले. इंजिनवरचा कपड्यांचा ढीग जळत होता.

साराला एकदम जाणवले की आपले केस जळत आहेत. तिला मानेपाशी आणि कानशिलांवर चटका बसलेला जाणवला. अचानक विजा पडणे थांबले होते आणि चेंबरमध्ये थंड पाण्याचे फवारे सुरू झाले होते. बघता बघता आग विझली.

''आता उठायचं का?''

''होय.'' केनर म्हणाला, ''चालेल.''

केनरने काच फोडायचा प्रयत्न केला. काही मिनिटे प्रयत्न करूनही काही झाले नाही. मग तो थांबला, आणि काचेकडे रोखून पाहत म्हणाला, ''माझ्या हे लक्षात येत नाही... इथून बाहेर पडायचा मार्ग असणारच काहीतरी.''

''त्यांनी बाहेरून दार लावलं ते आपण पाहिलंच की.''

''होय. बाहेरून दार लावून त्यांनी कुलूप घातलं हे ठीक. पण ते बाहेरून

घातलंय. बाहेरून कोणी आत येऊ नये म्हणून ही व्यवस्था असणं ठीक आहे. *पण आतून बाहेर जायचा काहीतरी मार्ग असणारच.''*

''असला तरी मला तरी तो दिसत नाही.'' सारा कुडकुडत म्हणाली. तिच्या खांद्यावरची चटक्याची वेदना चरचरत होती. तिची अंतर्वस्त्रे चिंब भिजली होती.

''काहीतरी मार्ग हा असलाच पाहिजे.'' केनर पुन्हा म्हणाला.

''ही काच फोडता येणार नाही?''

''नाही.'' केनर म्हणाला. तो काहीतरी विचार करत होता. तो खाली वाकला आणि काच भिंतीला जिथे जोडली होती ती जागा बोटांनी काळजीपूर्वक तपासू लागला.

चेंबरमधले थंड पाण्याचे फवारे अजून चालूच होते. सारा कुडकुडत पाहत होती. खोलीत आता तीन इंच पाणी साचलं होतं. अशा परिस्थितीतही केनर इतका आपल्या कामावर पूर्ण लक्ष देऊ शकतो, हे तिला जाणवलं.

''डॅम!'' केनर म्हणाला. त्याच्या हाताला छोटी खिट्टी लागली होती. मग आणखी बोटे पुढे सरकवल्यावर हाताला दुसरी खिट्टी लागली. त्याने दोन्ही खिट्ट्या पकडून दाब दिला. तिरकी होत खिडकी उघडली.

केनर त्यातून बाहेर पडला, ''हं, विशेष काही नाही म्हणा... बरं, मी तुला कोरडे कपडे आणून देऊ का?'' केनरने साराला मदतीसाठी हात पुढे केला.

''धन्यवाद.'' केनरच्या हाताचा आधार घेत सारा म्हणाली.

एल.टी.एस.आय.च्या टॉयलेटमध्ये फारसे सांगण्यासारखे काही नव्हते. पण तिथे मिळालेल्या कागदी रुमालांचा उपयोग करून त्यांनी जमेल तेवढे अंग कोरडे केले. तिथे त्यांना कामगार घालतात तसे ओव्हरऑल मिळाले. तो अंगावर घातल्यावर साराला जरा बरे वाटू लागले.

साराने आरशात पाहिले. डावीकडचे तिचे केस चांगले दोन इंच जळले होते. केनरने साराच्या खांद्यावरची जखम पाहिली. त्याने त्यावर बर्फ लावला. तो म्हणाला की ही भाजल्याची जखम फर्स्ट-डिग्री प्रकारची आहे. केनरने सांगितले की अशा भाजलेल्या भागावर पहिल्या दहा मिनिटांत बर्फ लावला तर फायदा होतो. त्यामुळे भाजलेल्या ठिकाणी फोड येत नाहीत.

साराला स्वत:ला खांद्यावरचा चटका बसलेला भाग दिसत नव्हता. त्यामुळे तिला केनरच्या सांगण्यावर विश्वास ठेवणं भाग होतं. पण जखम चांगलीच चरचरत होती. केनरने प्रथमोपचार पेटी शोधून त्यातून ॲस्पिरीनची बाटली आणली.

''ॲस्पिरीन?''

''काहीच नसण्यापेक्षा ते बरं.'' केनरने साराच्या हातावर दोन गोळ्या ठेवल्या.

''खरं तर ॲस्पिरीन हे फार जादुई औषध आहे. पण बऱ्याच लोकांना त्याची कल्पना नसते. त्याची वेदना शमवण्याची ताकद मॉर्फिनपेक्षा जास्त आहे. शिवाय त्याच्यामुळे ताप देखील–''

''आता पुरे... आणखी नको–'' सारा म्हणाली. तिला त्याचं आणखी एक अभ्यासपूर्ण व्याख्यान ऐकायची इच्छा नव्हती.

केनर काही बोलला नाही. त्याने साराच्या जखमेवर बँडेज बांधलं. त्याच्या या कामातही सफाई होती.

''असं एखादं काम आहे का की जे तुला नीट करता येत नाही?'' साराने विचारले.

''आहे की.''

''कोणतं काम? नृत्य की काय?''

''नाही. मला नाचता येतं. पण मी भाषांच्या बाबतीत कच्चा आहे.''

''हे चांगलंच झालं म्हणायचं!'' सारा म्हणाली. ती भाषांच्या बाबतीत चांगलीच कुशल होती. ती शाळेत असताना एक वर्ष इटलीत राहिली होती. तिला फ्रेंच आणि इटालियन या दोन्ही भाषा उत्तम येत होत्या. शिवाय तिने चिनी भाषेचाही अभ्यास केलेला होता.

''आणि तुझं काय सारा? तुला कोणतं काम नीट येत नाही?''

''संबंध जपणं.'' सारा म्हणाली.

बिव्हर्ली हिल्स

शनिवार, ९ ऑक्टोबर

दुपारी १ वाजून १३ मिनिटे

इव्हान्स घराच्या पायऱ्या चढत असताना त्याला घरात चालू असलेल्या टी.व्ही.चा आवाज ऐकू आला. कोणत्या तरी कार्यक्रमात लोक जोरजोरात हसत-खिदळत असावेत. बहुदा कार्यक्रमाचं थेट प्रक्षेपण चालू होतं.

इव्हान्स आत शिरला, तो खासगी गुप्तहेर कोचावर बसलेला होता. त्याची पाठ दाराकडे होती. त्याचं जाकीट बाजूच्या खुर्चीवर टांगलेलं दिसलं. कोचाच्या पाठीवर त्याचा हात टेकवलेला होता. त्याची बोटं अस्वस्थपणे नाचत होती.

''तुम्ही आरामात अगोदरच येऊन बसलेले आहात तर...'' इव्हान्स म्हणाला, ''पण टी.व्ही.चा आवाज जरा जास्तच मोठा नाही का?... तो जरा कमी करणार का?'' त्या माणसाने काहीच उत्तर दिलं नाही. तो तसाच टी.व्ही.कडे पाहत बसला होता.

“मी काय म्हणालो ते ऐकलं का?” इव्हान्स म्हणाला, “आवाज जरा कमी करणार का?”

तो माणूस काहीच बोलला नाही. फक्त त्याची बोटे अस्वस्थपणे नाचत होती.

इव्हान्स आता त्या माणसाच्या समोर गेला, “माफ करा, मला तुमचं नाव माहीत नाही आणि–”

इव्हान्सने वाक्य अर्धवटच सोडले. त्या माणसाने इव्हान्सकडे वळून पाहिले नव्हते. त्याची नजर टी.व्ही.कडेच लागलेली होती. तो अगदी निश्चल बसून होता. त्याच्या पापण्याही हलत नव्हत्या. फक्त एखादा झटका येताना हलतात तशी त्याची बोटे वेगाने हलत होती.

इव्हान्स सरळ त्या माणसाच्या समोर गेला, “तुम्ही ठीक आहात ना?”

त्या माणसाचा चेहेरा पूर्ण निर्विकार होता. त्याची नजर जणू इव्हान्सच्या आरपार पाहत होती.

“सर?”

त्या माणसाची छाती अगदी हलकी वर-खाली होत होती. त्याची त्वचा करड्या रंगाची झाल्यासारखी वाटत होती.

“तुम्ही हालचाल करू शकत नाही का?... काय झालंय तुम्हाला?”

काहीही उत्तर नाही.

इव्हान्सच्या मनात विचार एकदम चमकला, ‘मार्गोच्या बाबतीत त्यांनी अगदी असंच वर्णन केलं होतं. तसाच शरीराचा कडकपणा आणि तशीच शून्यातली नजर...’

इव्हान्सने फोन उचलला. ९११ नंबरला फोन करून ॲम्ब्युलन्स मागवली.

“ठीक आहे... आता लवकरच मदतीसाठी लोक येतील.” इव्हान्स त्या माणसाला उद्देशून म्हणाला. त्याने अजिबात प्रतिसाद दिला नाही. पण त्याला ऐकू येत असावे असे इव्हान्सला वाटले. त्याच्या त्या गोठून गेलेल्या शरीरातले मन जागृत असणार. पण ते कळायचा काही मार्ग नव्हता.

इव्हान्सने खोलीत सगळीकडे नजर फिरवून काही खुणा दिसतात का ते पाहिले. काहीही वस्तू हललेली वाटत नव्हती. फक्त कोपऱ्यामधली खुर्ची थोडी जागची हललेली होती. त्या माणसाचा उग्र वासाचा सिगार खाली पडलेला होता. तो अजून जळत होता. त्याच्यामुळे गालिच्याची कड थोडीशी जळली होती.

इव्हान्सने सिगार उचलला आणि किचनमधल्या नळाखाली धरून तो विझवला. सिगार कचऱ्याच्या डब्यात फेकून दिल्यावर इव्हान्स परत त्या माणसाजवळ आला.

“तुम्ही माझ्यासाठी काहीतरी वस्तू आणणार होतात ना...”

काहीही उत्तर आले नाही. फक्त बोटे हलत होती.

''ती वस्तू इथं आत्ता आहे का?''

बोटांची हालचाल थांबली. म्हणजे ती अगदी हळूहळू हलत होती. पण तो माणूस ती थांबवण्याचा प्रयत्न करतोय हे इव्हान्सच्या लक्षात आले.

''तुम्हाला बोटांवर नियंत्रण ठेवता येतंय का?''

पुन्हा बोटांची हालचाल सुरू होऊन थांबली.

''ठीक. म्हणजे तसं तुम्हाला जमतंय. बरं... तुम्ही मला जी वस्तू देणार होतात ती वस्तू इथं आहे का?''

बोटे हलू लागली.

''ठीक आहे. मी याचा अर्थ होय असा घेतो.'' इव्हान्स एक पाऊल मागे सरकला. त्याला लांबवरून येणाऱ्या ॲम्ब्युलन्सचा आवाज ऐकू येऊ लागला होता. ते लोक आता काही मिनिटांत तिथे पोहोचणार होते.

''मी आता एका दिशेला जातो. जर ती वस्तू तिकडं असेल तर बोटं हलवा.''

बोटांची हालचाल झाली आणि पुन्हा थांबली.

''ठीक आहे.'' इव्हान्सने उजवीकडे तीन-चार पावले टाकली. किचनच्या दारापाशी जाऊन त्याने मागे वळून उत्तरासाठी पाहिले.

बोटांची हालचाल झाली नाही.

''म्हणजे ही दिशा नाही तर.'' इव्हान्स आता टी.व्ही.च्या दिशेने गेला.

बोटे स्थिरच राहिली होती.

''ठीक आहे.'' इव्हान्स खिडकीच्या दिशेने गेला. पुन्हा एकदा बोटांची काहीही हालचाल झालेली नव्हती. आता एकच दिशा उरली होती. इव्हान्स कोचाच्या मागे आला आणि बाहेरच्या दारापाशी गेला. त्या माणसाला इव्हान्स दिसत नव्हता. म्हणून तो म्हणाला, ''मी आता बाहेर जाणाऱ्या दारापाशी आलोय.''

बोटे स्थिरच होती. पण आता काही वेळाने तो माणूस कोचच्या पाठीवर खरवडल्याप्रमाणे हालचाल करू लागला होता.

''कुठं आहे? मी तर सगळ्या दिशांना पाहिलंय–''

दरवाज्यावरची बेल वाजली. इव्हान्सने दार उघडताच स्ट्रेचर घेतलेले दोन जण घाईघाईने आत शिरले. आता एकदम गडबड सुरू झाली होती. त्या माणसाला उचलून स्ट्रेचरवर ठेवताना ते भराभरा इव्हान्सवर प्रश्नांची सरबत्ती करत होते. नंतर काही मिनिटांतच तिथे बिव्हर्ली हिल्स पोलीस येऊन पोहोचले.

पोलीस इव्हान्सशी नम्रपणाने बोलत होते. पण गडबड अशी होती की एक माणूस इव्हान्सच्या घरात लोळागोळा होऊन पडलेला होता आणि इव्हान्सला त्याच्याबद्दल काहीच सांगता येत नव्हतं.

अखेर बिव्हर्ली हिल्स पोलिसांच्या गुप्तहेर दलातला अधिकारी आत आला.

त्याने स्वत:ची रॉन पेरी अशी ओळख करून दिली आणि आपले कार्ड इव्हान्सच्या हातात ठेवलं. इव्हान्सनेही आपलं कार्ड त्याला दिलं. ते कार्ड पाहताच रॉन पेरी म्हणाला, ''हे कार्ड मला पाहिल्यासारखं वाटतंय. कुठं बरं?... हं, आठवलं. मी तिकडं विलशायर रस्त्यावर ती बाई लोळागोळा होऊन पडली होती तिथं गेलो असताना पाहिलं होतं.''

''ती माझी अशील होती.''

''आणि इथं पुन्हा तेच घडलंय. पुन्हा तसाच पक्षाघाताचा झटका. हा योगायोग म्हणायचा की काय?''

''कोण जाणे. मला माहीत नाही, कारण मी तिथं नव्हतो. तिथं काय झालं याची मला कल्पना नाही.''

''तुम्ही जिथं जाता तिथं लोकांना पक्षाघात होतो असं दिसतंय, अं?''

''नाही. मी तुम्हाला सांगितलं की मला तिथं काय झालं याची कल्पना नाही.''

''हा माणूसही तुमचा अशील आहे वाटतं?''

''नाही.''

''मग कोण आहे हा?''

''तो कोण आहे, मला माहीत नाही.''

''नाही? मग हा इथं तुमच्या घरात कसा?''

इव्हान्स अगदी सांगायच्या बेतात होता, की त्यानेच त्या माणसासाठी दार मुद्दाम उघडं ठेवलं होतं. पण त्याच्या लक्षात आलं की तसं सांगून भागणार नव्हतं. आणखी अवघड स्पष्टीकरण देत बसावं लागणार होतं.

''मला माहीत नाही... अं... म्हणजे कधी कधी मी दाराला कुलूप लावत नाही.''

''काय?... मि. इव्हान्स घराला कुलूप लावायचं असतं. ही सर्वसामान्य गोष्ट आहे.''

''तुमचं म्हणणं बरोबर आहे.''

''तुम्ही बाहेर पडलात की तुमचं दार आपोआप बंद होत नाही का?''

''मी तुम्हाला सांगितलं की तो कसा आला मला माहीत नाही.'' इव्हान्स रॉन पेरीच्या थेट नजरेला नजर देत म्हणाला.

रॉन पेरीनेही इव्हान्सच्या नजरेला नजर भिडवली, ''हे टाके कशामुळे पडले?''

''मी पडलो होतो.''

''पडणं फारच जोराचं होतं असं दिसतंय.''

''होय.''

रॉन पेरीने सावकाश मान डोलावली, ''मि. इव्हान्स, हा माणूस कोण ते

सांगितलंत तर आमचा खूप त्रास वाचेल. तुमच्या घरात एक माणूस होता. तो कोण ते तुम्हाला माहीत नाही. तो घरात कसा आला ते तुम्हाला सांगता येत नाही. मी हे म्हणतो म्हणून माफ करा, पण मि. इव्हान्स तुम्ही काहीतरी लपवता आहात.''

''होय–''

''ठीक आहे.'' पेरीने टिपणवही बाहेर काढली, ''आता सांगा.''

''हा माणूस एक खासगी गुप्तहेर आहे.''

''ते मला माहीत आहे.''

''होय का?''

''त्याच्या खिशात मिळालेल्या लायसन्सवरून त्याची ओळख पटलीय. पुढं बोला.''

''त्यानं मला सांगितलं होतं की माझ्या एका अशिलानं त्याला काम दिलं होतं.''

''हं... हं... बरं, कोणत्या अशिलानं सांगता का?'' पेरी नोंदी करत होता.

''मी ते तुम्हाला सांगू शकत नाही.''

पेरीने वर पाहिले, ''मिस्टर इव्हान्स–''

''माफ करा, पण हा भाग गोपनीयतेखाली येतो.''

गुप्त पोलीस अधिकाऱ्याने एक दीर्घ सुस्कारा टाकला, ''हं... तर या माणसावर तुमच्या एका अशिलानं काही काम सोपवलं होतं आणि हा माणूस एक खासगी गुप्तहेर आहे.''

''बरोबर.'' इव्हान्स म्हणाला, ''त्यानं माझ्याशी संपर्क साधून सांगितलं होतं की तो मला काहीतरी देणार आहे.''

''काहीतरी देणार होता?''

''होय.''

''आणि ती वस्तू त्याला त्या अशिलाला द्यायची नव्हती?''

''तो देऊ शकला नव्हता.''

''कारण?''

''कारण तो माणूस... ऊं.... उपलब्ध नव्हता.''

''अच्छा... म्हणून मग हा माणूस तुमच्याकडं आला?''

''होय. आणि तो जरा जास्तच घाबरला होता. तो मला माझ्याच घरी भेटू इच्छित होता.''

''म्हणून तुम्ही त्याच्यासाठी घराचं दार उघडं ठेवून गेलात?''

''बरोबर.''

''ज्याला तुम्ही कधी पाहिलं नाही अशा माणसासाठी?''

“होय... अं... म्हणजे तो माझ्या अशिलासाठी काम करतोय याची मला कल्पना होती.”

“ते तुम्हाला कसं कळलं?”

इव्हान्सने मान हलवली, “हे गोपनीय आहे.”

“ठीक आहे. तर मग हा माणूस तुमच्या घरात आला त्यावेळी तुम्ही कुठं होतात?”

“मी माझ्या ऑफिसमध्ये होतो.”

इव्हान्स मनातल्या मनात आदल्या दोन तासांत आपण काय काय केले ते भराभरा आठवत होता.

“लोकांनी तुम्हाला तिथं पाहिलं होतं?”

“होय.”

“कोणाशी संभाषण वगैरे?”

“होय.”

“एकापेक्षा जास्त जणांशी?”

“होय.”

“तुम्ही तुमच्या फर्मबाहेरच्या कोणाला भेटला होतात का?”

“मी वाटेत पेट्रोल भरण्यासाठी थांबलो होतो.”

“तिथला कर्मचारी तुम्हाला ओळखेल?”

“होय. कारण मी क्रेडिट कार्ड दिलं होतं.”

“कुठल्या पेट्रोल पंपावर?”

“शेलचा पिको रस्त्यावरचा पंप.”

“ठीक आहे. तर मग तुम्ही दोन तास बाहेर गेला असताना हा माणूस तुमच्या घरात येऊन बसला होता...”

“होय. तसा पक्षाघात झालेल्या अवस्थेत.”

“तो तुम्हाला काय देणार होता?”

“मला कल्पना नाही.”

“तुम्हाला घरात काही सापडलं नाही?”

“नाही.”

“तुम्हाला आणखी काही सापडलं नाही?”

“नाही.”

“तुम्हाला आणखी काही सांगायचंय?”

“नाही.”

पेरीने आणखी एकदा दीर्घ सुस्कारा टाकला, “हे पाहा मिस्टर इव्हान्स, मी दोन

जणांना गूढरीत्या लोळागोळा झालेलं पाहिलंय. त्यामुळे मी चिंतेत पडलो आहे. पण तुम्ही फार काळजीत दिसत नाही.''

''तसं नाही. मी देखील चिंतेत पडलोच आहे.''

पेरी इव्हान्सकडे कपाळाला आठ्या घालून पाहत होता. ''ठीक आहे.'' तो म्हणाला, ''तुम्ही अशिलाच्या संदर्भात आपला गोपनियतेचा अधिकार वापरता आहात. पण मी तुम्हाला सांगतो की माझ्याकडे यू.सी.एल.ए. आणि सी.डी.सी. यांच्याकडून त्या पक्षाघाताच्या संदर्भात विचारणा करण्यात आली आहे. आता ही दुसरी तशीच घटना घडलेली आहे. तेव्हा आणखीही चौकशी होणारच.'' त्याने टिपणवही मिटली.

''तुम्ही पोलीस स्टेशनवर येऊन मला लेखी जबाब द्यायचा आहे. तुम्ही आज उशीरानं येऊ शकाल का?''

''शक्य आहे.''

''चार वाजता?''

''होय. जमेल.''

''पत्ता त्या कार्डावर आहेच. इमारतीत खालच्या बाजूला पार्किंगची सोय आहे.''

''ठीक आहे.''

रॉन पेरी निघून गेल्यावर इव्हान्सने दार लावून घेतले. तो दाराला टेकून उभा राहिला. त्याला सुटल्यासारखे वाटत होते. तो घरात सावकाश फिरत आपले मन स्थिर करण्याचा प्रयत्न करू लागला.

टी.व्ही. अजूनही चालू होता. फक्त त्याचा आवाज बंद केलेला होता. इव्हान्सने तो खासगी गुप्तहेर कोचावर जिथे बसला होता तिथे पाहिले. अजून तिथली उशी दबलेली स्पष्ट दिसत होती.

इव्हान्सला ड्रेकला भेटायला जायला आणखी अर्ध्या तासाचा अवधी होता. त्या माणसाने काय वस्तू आणली असेल हा विचार त्याच्या मनात आला. आणि ती वस्तू आहे तरी कुठे? कारण इव्हान्स घरात सगळ्या दिशांना फिरला होता. प्रत्येक दिशेला त्या माणसाने नकार दिला होता. की ती वस्तू त्याने आणलीच नव्हती? का त्याची ती अवस्था करणाऱ्यांनी ती नेली होती? विचार करून त्याचे डोके जरासे चक्रावले होते. त्याने कोचावरची उशी हाताने सारखी करायचा प्रयत्न केला.

अचानक त्याच्या हाताला काहीतरी लागले. दोन उशांच्या खाचेत काहीतरी वस्तू होती. इव्हान्सने आत हात घातला. आतून एक चकाकणारी डी.व्ही.डी. बाहेर निघाली. नंतर याबद्दल विचार करताना इव्हान्सच्या लक्षात आले, की त्या माणसाने सर्व दिशांना नकार देणं बरोबरच होतं. कारण तो बसला होता त्या कोचावरच ती वस्तू होती.

इव्हान्सने डी.व्ही.डी. प्लेअरमध्ये डिस्क टाकून मेन्यूवरची पहिली फाईल सुरू केली.

एन.ई.आर.एफ.च्या कॉन्फरन्सरूममध्ये कोपऱ्यामधून चित्रण झालेले होते. चित्रणाचा कोन असा होता की कंबरेपर्यंतच्या उंचीवरून कॅमेरा दृश्ये टिपत असावा. कदाचित तो वक्ता उभा राहतो त्या ठिकाणी किंवा पोडियमवर कुठेतरी लपवला असणार हे इव्हान्सच्या लक्षात आले. इव्हान्सला तो खासगी गुप्तहेर एन.ई.आर.एफ.मध्ये भेटला होता. त्याच दिवशी त्याने कॅमेरा लपवला होता हे उघडच दिसत होते.

निकोलस ड्रेक एन.ई.आर.एफ.च्या प्रसिद्धी विभागाचा प्रमुख जॉन हेनलीशी बोलत होता. तो जाम वैतागून हात उडवताना दिसला.

''मला जागतिक तापमानवाढीचा *तिटकारा* आहे. मला त्या ×××× तापमानवाढीचा मनस्वी तिटकारा आहे. हे फार भयंकर संकट आहे.''

''तसं ते आहे खरं आणि ते कित्येक वर्षांपूर्वीच सिद्ध झालेलं आहे.'' हेनली शांतपणाने म्हणाला, ''ती वस्तुस्थिती मान्य करायला हवी.''

''मान्य करायला हवी? पण तसं नाही ना करता येत. त्याचा काही उपयोग होत नाही.'' ड्रेक म्हणाला, ''त्याचा उपयोग करून पैसा जमा करता येत नाही. हिवाळ्यात तर नाहीच. कोणी एक पै देखील देत नाही. प्रत्येक वेळी बर्फ पडलं की लोक जागतिक तापमानात होणारी वाढ विसरून जातात. किंवा काहीजणांना वाटतं की अशा वेळी थोडं तापमान वाढलं तर बरंच आहे. जॉन हे प्रदूषणासारखं नाही. प्रदूषणाचा उपयोग होतो. लोक प्रदूषणामुळे प्रचंड प्रमाणात भेदरून जातात. तुम्ही सांगा की प्रदूषणामुळे कॅन्सर होतो. ताबडतोब पैसा वाहू लागतो. पण या तापमानातल्या वाढीला कोणी घाबरत नाही. विशेषत: ती शंभर वर्षांनी होणार असल्यानं कोणाला काहीच भीती वाटत नाही.''

''तुम्हाला त्याच्याशीच खेळ करून काम साधायला हवं.'' हेनली म्हणाला.

''आता तसं होत नाही.'' ड्रेक म्हणाला, ''आम्ही ते करून पाहिलंय. जागतिक तापमानात वाढ झाल्यामुळं प्रजातींचा विनाश होतो असं सांगितलं– कोणीही लक्ष दिलं नाही. लोकांना हे कळलं की ज्या काही प्रजातींचा विनाश होईल त्यामध्ये सर्वांत जास्त कीटक असतील. कीटकांचा विनाश होतो म्हणून कोणी पैसा सोडत नाही जॉन. जागतिक तापमानवाढीमुळं नवीन रोग उद्‌भवतात असं सांगून पाहिलं. काही उपयोग नाही. मागच्या वर्षी आम्ही **एबोला आणि हांटा** विषाणूंचा संबंध जागतिक तापमानवाढीशी आहे असं सांगण्यासाठी खूप मोठी मोहीम सुरू केली होती. कोणी तिकडं ढुंकून पाहिलं नाही. आता जागतिक तापमानवाढीमुळं समुद्राच्या पातळीत वाढ होईल हे सांगतोय. त्याचं काय होणार आहे हे मला स्पष्ट दिसतंय.

वानुटू खटला म्हणजे ×××× झालंय नुसतं. सगळेजण हे धरून चालणार की समुद्राच्या पातळीत वाढ होत नाही. आणि तो सागरी पातळीच्या विषयातला स्कॅन्डेनेव्हियन तज्ज्ञ! तो तर आता आय.पी.सी.सी. या विषयात निकामी आहे म्हणून सरळ हल्ला चढवू लागलाय.''

''ते बरोबर आहे...'' हेनली शांतपणाने म्हणत होता.

''तेव्हा आता तूच सांग, मी काय करू? जागतिक तापमानवाढीचा मुद्दा मी कसा वापरू? ही संस्था चालवण्यासाठी मला काय काय करावं लागतं याची तुला कल्पना आहे. जॉन, मला दरवर्षी चार कोटी वीस लाख डॉलर लागतात. आपण जे कार्यक्रम करतो त्याला प्रसिद्ध लोक येतात खरे, पण ते पै देखील काढत नाहीत. त्यांना वाटतं की आपण आलो हेच खूप झालं. अर्थात आपण दरवर्षी इ.पी.ए.वर खटला भरतो. त्यांच्याकडून तीस-चाळीस लाख काढता येतात. फार फार तर पन्नास लाख. पण तरीही खूप मोठी तूट राहतेच. जॉन, ही जागतिक तापमानवाढ काही ही तूट भरून काढू शकत नाही. *मला असं कारण हवं की जे माझ्या कामात उपयोगी पडेल!''*

''मी समजू शकतो.'' हेनली अजूनही शांतपणाने समजावत होता, ''तू त्या परिषदेला विसरून गेलास की काय?''

''ओहो... ख्राईस्ट! त्या गाढवांना साधी पोस्टर्स नीट लावता येत नाहीत. बेन्डीक्स हा आपला सर्वोत्तम वक्ता आहे. पण त्याला काहीतरी घरगुती अडचण आहे. गॉर्डन येणार होता. पण तो कसल्यातरी खटल्यात अडकलाय. त्याच्या वह्या बनावट होत्या म्हणे...''

''निकोलस, हा सगळा तपशील बाजूला ठेव. मी तुला व्यापक दृष्टीनं बघायला...'' त्याचे वाक्य अर्धवट राहिले, कारण फोन वाजू लागला होता. ड्रेकने फोन घेतला. काही क्षणांनंतर त्याने फोनवर हात झाकला आणि तो हेनलीला म्हणाला, ''आपण या विषयावर नंतर पुन्हा बोलू. इथं आणीबाणीची परिस्थिती उद्भवलीय.''

हेनली उठून उभा राहिला आणि निघून गेला.

चित्रण संपलेले होते.

इव्हान्स रिकाम्या पडद्याकडे पाहतच बसला. त्याला एकदम अतिशय अस्वस्थ वाटू लागले होते. त्याच्या पोटात कालवाकालव होऊ लागली होती. त्याच्या हातात रिमोट होता. पण त्याला बटण दाबायचेही भान राहिलेले नव्हते.

काही क्षणांनंतर इव्हान्स सावरला. त्याने एकदा खोल श्वास घेतला. त्याला वाटले की त्याने जे पाहिले होते ते फारसे आश्चर्यजनक नव्हते. सगळेजणच बोलतात तसा खासगीत ड्रेक स्पष्ट बोलत होता. त्याला वाटणारी निराशाही

समजण्यासारखी होती. कोणत्याही बाबतीत दीर्घकालीन परिणामांच्या संदर्भात मानवजात फारशी फिकीर करत नाही हे खरंच. पर्यावरणाचा हळूहळू होणारा ऱ्हास लोकांच्या लक्षात येत नाही. लोकांच्या भल्याचे काय आहे ते त्यांना पटवणे हे महाकठीण काम असते. त्यासाठी सतत झगडावे लागते. हा झगडा आता कुठे सुरू होत होता. पर्यावरणाच्या क्षेत्रात काम करणाऱ्या संस्था अतिशय तुटपुंज्या निधीवर अवलंबून असतात. एन.ई.आर.एफ.ला चाळीस लाख, एन.आर.डी.सी.ला तेवढेच आणि सिएरा क्लबला फार फार तर पन्नास लाख एवढ्यातच काम भागवावे लागते. उलट मोठ्या कंपन्या अब्जावधी डॉलर्स ओतू शकतात. ही लढाई म्हणजे **डेव्हिड आणि गॉलियथ** अशीच होती. ड्रेक डेव्हिड होता. अनेकदा तो स्वत: तसे म्हणूनही दाखवत असे.

इव्हान्सने घड्याळाकडे नजर टाकली. आता ड्रेकला भेटायला जायची वेळ झाली होती. त्याने डी.व्ही.डी. काढून खिशात टाकली आणि तो ड्रेककडे निघाला. केनरने सांगितलेले सगळे काही तो पुन्हा पुन्हा आठवत होता.

बिव्हर्ली हिल्स
शनिवार, ९ ऑक्टोबर
सकाळी ११ वाजून १२ मिनिटे

''पीटर... पीटर...'' इव्हान्सचा हात आनंदाने हातात घेत निकोलस ड्रेक म्हणाला, ''तुला पाहून मी खूष झालोय. तू बरेच दिवस नव्हतास ना इथं?''

''होय.''

''पण तू माझी विनंती विसरला तर नाहीस ना?''

''नाही.''

''बस.''

इव्हान्स खुर्चीत बसला. ड्रेक पुन्हा टेबलाला वळसा घालून आपल्या जागी जाऊन बसला. ''हं... बोल आता.''

''मी ते कलम कुठून आलं त्याचा शोध घेतलाय.''

''होय का?''

''होय. तुझं म्हणणं बरोबरच होतं. जॉर्जला ही कल्पना कुणातरी वकिलानंच सुचवली होती.''

''मला वाटलंच होतं!... कोण होता तो वकील?''

''कोणीतरी बाहेरचा होता. आपल्या फर्ममधला नाही.'' इव्हान्स काळजीपूर्वक केनरने बोलायला सांगितले होते तेवढेच बोलत होता.

“कोण?”

“निक, दुर्दैवाने त्याबद्दल काहीच नोंद उपलब्ध नाही, फक्त जॉर्जच्याच हातानं लिहिलेलं लाल रेघा मारलेलं टिपण तेवढं आहे.”

“ऑ... शिट्... बरं हे टिपण केव्हाचं आहे?”

“सहा महिन्यांपूर्वीचं.”

“सहा महिने?”

“असं दिसतंय की जॉर्जला कोणत्या तरी... गोष्टीबद्दल चिंता वाटत असावी. म्हणजे तो ज्या गटांना मदत करतोय त्यांच्याबद्दल–”

“मला तो त्याबद्दल कधीच काही बोलला नाही.”

“मलाही नाही,” इव्हान्स म्हणाला, “त्याने बाहेरचा वकील गाठला.

“मला हा पत्रव्यवहार पाहायचा आहे.”

इव्हान्सने मानेने नकार दिला, “तो वकील तसं करू देणार नाही.”

“जॉर्ज आता जिवंत नाही.”

“वकील-अशील संबंधांचा फायदा अशिलाच्या मृत्यूनंतरही कायम राहतो. **स्विडलर आणि बर्लीन** विरुद्ध युनायटेड स्टेट्स हा खटला पाहा.”

“हा गाढवपणा आहे आणि पीटर, तुला त्याची कल्पना आहे.”

इव्हान्सने खांदे उडवले, “ठीक आहे. पण हा वकील कायद्यावर बोट ठेवूनच वागणार ना. खरं तर मी हे एवढं बोलून मुळातच माझी कायदेशीर मर्यादा ओलांडली आहे.”

ड्रेकने टेबलावर बोटांनी ताल धरला होता. “पीटर, वानुटू खटल्यासाठी पैशाची नितांत गरज आहे.”

“माझ्या तर कानावर आलंय की खटला कदाचित भरलाच जाणार नाही.”

“हा मूर्खपणा आहे.”

“कारण पॅसिफिक महासागराच्या पातळीत काहीही वाढ झाल्याचे आढळत नाही.”

“मी तुझ्या जागी असतो तर हे शब्द उच्चारताना काळजी घेतली असती. हा मूर्खपणा तू कुठं ऐकलास? ही माहिती मुद्दाम उद्योगधंद्यांकडून पसरवली जाते. पीटर, जगभरात सगळीकडे समुद्राची पातळी वाढतेय यात कसलीही शंका नाही. वैज्ञानिकांनी वारंवार तसं सिद्ध करून दाखवलेलं आहे. ते कशाला, परवाच मी उपग्रहांनी मोजलेल्या समुद्राच्या पातळीची माहिती पाहत होतो. पातळीचे मोजमाप करायची ही नवीन पद्धत आहे. गेल्याच वर्षी समुद्राच्या पातळीत कित्येक मिलीमीटरनं वाढ झाल्याचं उपग्रहांनी नोंदवलंय.”

“ही माहिती प्रसिद्ध झालीय का?”

''मला ते एकदम आठवणार नाही,'' ड्रेक म्हणाला. तो पीटरकडे रोखून पाहत होता, ''मला त्यामधला सारांश तेवढा आठवतोय.''

इव्हान्सने अशा प्रकारचे प्रश्न विचारायचा बेत मुळात केलेला नव्हता. ते असेच उत्स्फूर्तपणाने त्याच्या तोंडातून निघाले होते. पण आपला सूर संशयाचा आहे याची जाणीव झाल्याने तो अस्वस्थ झाला. म्हणूनच तर ड्रेक त्याच्याकडे चमत्कारिकपणे रोखून पाहत होता.

''मला तसं काही म्हणायचं नाही–'' इव्हान्स घाईघाईने सारवासारव करू लागला, ''मी फक्त अशा तऱ्हेच्या काही गोष्टी ऐकल्या होत्या–''

''आणि तुला त्यांच्या मुळाशी जायचं होतं...'' ड्रेक मान डोलावत म्हणाला, ''हे नैसर्गिकच आहे म्हणा. असो. तू माझ्या ते नजरेस आणलंस म्हणून मला आनंदच झाला आहे. पीटर, मी आता हेनलीला कामाला लावून कोणकोणत्या चुकीच्या गोष्टी पसरवल्या जात आहेत याचा छडा लावतोच. अर्थात ही लढाई कधीही न संपणारी आहे. तिथं कॉम्पिटिटिव्ह एंटरप्राईझ इन्स्टिट्यूट आणि हूव्हर फौंडेशनमध्ये ते रानटी लोक बसलेले आहेतच. शिवाय ती मार्शल इन्स्टिट्यूटही आहे. मेंदू खलास झालेल्या मूलतत्त्ववाद्यांनी आणि उजव्या विचारसरणीच्या कडव्या लोकांनी या संस्था पोसलेल्या आहेत. आपल्या दुर्दैवानं त्यांच्याकडे अफाट पैसा आहे.''

''होय. मी समजू शकतो.'' इव्हान्स निघून जाण्यासाठी वळला, ''हं... तुला आणखी कशासाठी माझी गरज पडेल का?''

''मी स्पष्टच बोलतो.'' ड्रेक म्हणाला, ''मी अजिबात खूष नाही. आपल्याला दर आठवड्याला पन्नास हजारांवर भागवावं लागणार की काय?''

''होय. सद्यस्थितीत आपल्यापुढं दुसरा पर्यायच नाही.''

''तर मग आपल्याला जुळवून घ्यावंच लागणार. खटल्याची तयारी उत्तम चालू आहेच... बरं.... पण मला मात्र आता परिषदेवरच लक्ष केंद्रित करावं लागणार आहे.''

''होय... खरंच की. परिषद कधी सुरू होणार आहे?''

''बुधवारी. आजपासून चार दिवसांनी... पण आता तू मला माफ करशील तर...''

''जरूर... जरूर.'' इव्हान्स ड्रेकच्या ऑफिसातून बाहेर पडला. त्याचा सेलफोन त्याने बाजूच्या टेबलावर तसाच सोडला होता.

इव्हान्स खाली उतरून गेला तेव्हा त्याच्या एकदम लक्षात आले, की ड्रेकने त्याच्या कानशिलावर असलेल्या जखमेविषयी काहीही विचारपूस केली नव्हती. त्या

दिवशी भेटलेल्या प्रत्येकाने त्याबद्दल काही ना काही चौकशी केलेली होती.

अर्थात ड्रेकच्या मनात त्यावेळी कितीतरी गोष्टी घोळत होत्या. ती आकस्मिक हवामान बदलासंबंधीची परिषद अगदी तोंडावर येऊन ठेपली होती. सगळीकडे परिषदेची जोरदार तयारी चालू होती. तळमजल्यावर मोठमोठी पोस्टर्स आणि बॅनर्स लावण्याचे काम चालू होते. एका मोठ्या टेबलावर सभागृहाची प्रतिकृती होती. त्याच्याभोवती वीसएक तरुण पोरं उभी राहिलेली इव्हान्सला दिसली. एकजण पार्किंगमध्ये किती गाड्या बसतील याची चाचणी घेत होता.

''त्याला ते आवडणार नाही.'' एकजण म्हणाला, ''त्याला इमारतीच्या जवळची जागा प्रसिद्धी माध्यमांच्या व्हॅन्ससाठी राखून ठेवायची आहे. बससाठी नाही.''

''मी त्यांच्या व्हॅनसाठी तीन जागा सोडल्या आहेत. त्या पुरेशा नाहीत का?''

''त्याला दहा जागा हव्या आहेत.''

''दहा? इथं प्रसिद्धी माध्यमांचे कितीजण येतील असा त्याचा अंदाज आहे?''

''मला कल्पना नाही. पण त्याला दहा जागा मोकळ्या हव्या आहेत. त्यानं तर आम्हाला वीज आणि फोन लाईन्सची सोय करायला सांगितली आहे.''

''हवामानबदलासंबंधीच्या परिषदेला एवढे जण येतील का? तीनजण आले तरी खूप झालं.''

''ए... इथं बॉस तो आहे. तेव्हा प्रसिद्धी माध्यमांसाठी दहा जागा मोकळ्या ठेव आणि हा विषय संपवून टाक.''

''त्याचा अर्थ बससाठी मागच्या बाजूला–''

''दहा जागा जेक!''

''ठीक आहे... ठीक आहे.''

''त्या इमारतीजवळच हव्यात. कारण लाईन टाकणं फार महागडं काम आहे. या सभागृहाबरोबर मिळणाऱ्या प्रत्येक सोयीसाठी आपल्याला भरपूर रक्कम मोजावी लागणार आहे.''

एक तरुण पोरगी इव्हान्सजवळ आली. ती रिसेप्शनिस्ट वाटत होती, ''सर... मी आपल्याला काही मदत करू शकते का?'' तिचे सौंदर्य सपक प्रकारचे होते.

''होय.'' इव्हान्स मान हलवत म्हणाला, ''या परिषदेला हजर राहण्यासाठी काय करावं लागेल?''

''त्यासाठी निमंत्रण लागेल. ही परिषद फक्त निमंत्रितांसाठी आहे.''

''मी आत्ताच निक ड्रेकला भेटून आलोय, पण मी त्याला विचारायचं विसरून गेलो–''

''ओह्!... काही पास रिसेप्शन टेबलापाशी उपलब्ध आहेत. तुम्हाला कोणत्या दिवशी हजर राहायचं आहे?''

''सगळे दिवस.''

''ओहो... तुमची या विषयाची बांधिलकी जबरदस्त दिसतेय.'' ती हसत म्हणाली, ''तुम्ही जरा इकडं येता का...''

एन.ई.आर.एफ.पासून परिषद जिथे होणार होती तिथे जाण्यासाठी फार थोडा वेळ लागत होता. परिषदेच्या सांता मोनिका इथल्या जागी एका मोठ्या फलकावर काहीजण 'आकस्मिक हवामान...' अशा प्रकारची अक्षरे जुळवत होते.

गाडीतून जाताना इव्हान्सने साराला फोन केला, ''काम झालं. मी माझा सेलफोन त्याच्या ऑफिसात ठेवून आलोय.''

''उत्तम. पण मला वाटत होतं की तू या अगोदर फोन करशील. असो. पण आता त्याचा फारसा उपयोग होणार नाही.''

''का नाही?''

''कारण केनरला जे काय हवं होतं ते अगोदरच मिळालंय.''

''म्हणजे काय?''

''तो इथंच आहे. त्याच्याशी बोल.''

केनर आणि सारा एकत्र आहेत हा विचार इव्हान्सच्या मनात डोकावला.

''केनर बोलतोय.''

''मी पीटर बोलतोय.''

''तू कुठं आहेस?''

''सांता मोनिका.''

''घरी जा आणि भटकायला जायच्या तयारीने कपडे भरून घे. तिथंच थांब.''

''कशासाठी?''

''तुझ्या अंगावरचे सगळे कपडे बदल. सगळे. एकही जुना कपडा अंगावर ठेवू नकोस.''

''का?''

''नंतर सांगतो.''

क्लिक् आवाज आला. फोन बंद झाला होता.

इव्हान्सने घरी परतल्यावर घाईघाईने बॅग भरली. वाट बघत तो बसला असताना त्याने ती डी.व्ही.डी. सुरू केली. त्यावर अनेक तारखा असणाऱ्या फाईल होत्या. त्याने त्यातली दुसरी निवडून सुरू केली.

पडद्यावर आता निक ड्रेक आणि हेनली दिसत होते. बहुदा ते चित्रण त्याच दिवशीचे होते. कारण त्यांच्या अंगावरचे कपडे तेच होते. ड्रेकने जाकीट काढून

खुर्चीवर अडकवलेले दिसत होते.

"मी हे तुझ्याकडून या अगोदर ऐकलंय." ड्रेक म्हणत होता. त्याच्या आवाजात संताप होता, "आणि तुझ्या सल्ल्याचा काहीही उपयोग झाला नाही."

"रचनेच्या दृष्टीनं विचार कर." हेनली खुर्चीत मागे रेलत छताकडे पाहत म्हणाला.

"×××× याचा अर्थ काय?"

"निकोलस, रचनेच्या दृष्टीनं विचार कर. माहिती कशी असते ते पाहा. माहितीत काय असतं आणि माहिती कोण रोखून धरतं?"

"हा काय आणखी गाढवपणा–"

"निकोलस–" हेनली धारदार स्वरात म्हणाला, "तुला मदत व्हावी म्हणून मी प्रयत्न करतोय."

"माफ कर." ड्रेकचा स्वर शिक्षा मिळालेल्या पोरासारखा होता. त्याची मानही थोडी खाली झुकली होती.

व्हिडिओ पाहणाऱ्या इव्हान्सला वाटले की या ठिकाणी बॉस कोण आहे? निक की हेनली? निदान त्यावेळी तरी हेनलीच बॉस वाटला.

"तर मग–" हेनली म्हणाला, "मी तुला स्पष्ट करून सांगतो. तू तुझी समस्या कशी सोडवायची ते सांगतो. उत्तर अगदी सोपं आहे. तू मला या अगोदरच सांगितलं आहेस की–"

इव्हान्सला दारावर जोरजोरात ठोकल्याचा आवाज ऐकू आला. त्याने घाईघाईने डी.व्ही.डी. काढून घेतली आणि खिशात सरकवली. दारावरचे धक्के आता वाढले होते. इव्हान्सने दार उघडले.

दारात संजोंग थापा उभा होता.

"आपल्याला निघायला हवं... या क्षणी."

भाग ५

स्नेक

डायब्लो दरी

रविवार, १० ऑक्टोबर

दुपारी २ वाजून ४३ मिनिटे

फ्लॅगस्टाफपासून पूर्वेकडे वीस मैल अंतरावर ॲरिझोनाच्या वाळवंटी प्रदेशावर हेलिकॉप्टर घोंघावत जात होते. ही जागा डायब्लो दरीपासून फार दूर नव्हती. मागच्या सीटवर बसलेल्या संजोंगने इव्हान्सच्या हातात काही फोटो आणि कागद दिले, ''एन्व्हरॉनमेंटल लिबरेशन फ्रन्टबद्दल बोलायचं तर त्यांचं जाळं चांगलंच काम करतंय असं दिसतंय खरं; पण आपलीही सगळी जाळी तयारीत आहेत नि जोरात कामाला लागली आहेत. विशेष म्हणजे अगदी एका अनपेक्षित ठिकाणाहून सुगावा लागला. कुठून तर साऊथ वेस्टर्न पार्क्स मॅनेजमेंट असोसिएशन.''

''हे काय असतं म्हणे?''

''ही पश्चिमेकडच्या राज्यातल्या पार्कच्या व्यवस्थापनाची संघटना आहे. त्यांना काहीतरी चमत्कारिक घडतंय हे लक्षात आलं. उटाह, ॲरिझोना आणि न्यू मेक्सिको राज्यांमधल्या बहुतेक सर्व पार्कची बुकिंग अगोदरच झालेली आहेत. इतकंच नाही तर त्यांचे पैसेही अगोदर पूर्ण भरलेले आहेत. ही सगळी आरक्षणं कंपनींच्या सहली, शाळांच्या सहली, वाढदिवसांचे समारंभ अशा कार्यक्रमांसाठी आहेत. बऱ्याच प्रसंगी लहान मुलं, आईबाप आणि काही ठिकाणी आजी-आजोबाही सामील होणार आहेत.''

''मला याचं कारण लक्षात आलं नाही.'' इव्हान्स म्हणाला.

''त्या लोकांनाही ते कळलेलं नाहीच. संघटनेच्या लोकांना वाटलं की कोणत्यातरी धार्मिक किंवा पंथांच्या कार्यक्रमांसाठी असं करण्यात आलं असावं. म्हणून त्यांनी ज्यांनी आरक्षणं केली त्यांच्यापैकी काहींना फोन केला. त्यांना कळलं ते निराळंच. या कार्यक्रमांसाठी म्हणून त्या सर्वांना खास देणग्या मिळाल्या आहेत.''

''कोणाकडून?''

''धर्मादाय संस्था. प्रत्येकानं सांगितलेली माहिती तंतोतंत सारखी आहे. त्यांना एक पत्र मिळालं. त्यात लिहिलं होतं की तुम्ही निधीसाठी विनंती केलीत त्याबद्दल आभार. अकरा ऑक्टोबरला सोमवारी अमुक अमुक पार्कमध्ये तुमच्या होणाऱ्या संमेलनासाठी मदत करायला आम्हाला आनंद होत आहे. तुमच्या नावे पार्कसाठी चेक अगोदरच पाठवण्यात आला आहे. तुमचं संमेलन मजेचं होवो.''

''पण या लोकांनी स्वत:हून कधी मदत मागितली नव्हती?''

''नाही. मग त्यांनी त्या धर्मादाय संस्थेला फोन केला की त्यांना सांगण्यात

आलं– काहीतरी गडबड झालेली आहे खरी. पण आता चेक तर पाठवून पार्क आरक्षित केलेलं आहेच, तर त्यांनी संमेलन भरवून मजा करावी. अशा प्रकारे माहिती मिळाल्यानंतर अनेक संघटनांनी या संधीचा फायदा घ्यायचा असं ठरवलंय.''

''आणि चेक पाठवणाऱ्या धर्मादाय संस्था कोणत्या आहेत?''

''त्यांची नावं तू ऐकलेली नसतील. 'द एमी रोझीटर फंड', 'द फंड फॉर ए न्यू अमेरिका', 'द रॉजर व्ही ॲन्ड एलेवॉर टी. माल्किन फौंडेशन', 'द जॉयनर मेमोरियल फौंडेशन. अशा साधारण दहा-बारा धर्मादाय संस्था आहेत.''

''त्या खरोखरच तशा आहेत का?''

संजोंगने खांदे उडवले, ''त्या तशा नसाव्यात असं आम्ही गृहीत धरतो आहोत. पण तरीही आम्ही तपास करतोच आहोत.''

''पण माझ्या अजूनही लक्षात येत नाही.'' इव्हान्स म्हणाला.

''कोणालातरी या पार्कचा वापर त्या सुट्टीच्या दिवसात व्हायला हवाय. सुट्टी जर शनिवार, रविवार आणि सोमवार अशी असली तरी सर्वांत जास्त आरक्षणं सोमवार या दिवसासाठी आहेत.''

''पण ते कशासाठी?''

संजोंगने इव्हान्सच्या हातात एक हवाई छायाचित्र ठेवले. तो जंगलाचा फोटो होता. मधल्या भागात एका ठिकाणी जंगलात मोकळी जागा त्याने दाखवली. त्या ठिकाणी कोळ्याच्या जाळ्याप्रमाणे रेषा दिसत होत्या.

''हे काय आहे?''

''ही क्षेपणास्त्रांची रचना आहे. क्षेपणास्त्रे सोडणारे प्रक्षेपक आणि त्यांना जोडणाऱ्या तारा मिळून हे असं दिसतंय.'' संजोंग छायाचित्रावरून बोट फिरवत म्हणाला, ''पाहा, इथं तशीच दुसरी रचना आहे. आणखी एक इथं आहे. या तिन्ही रचना मिळून एक त्रिकोण तयार होतोय. त्याच्या तिन्ही बाजू साधारण पाच मैल लांबीच्या आहेत.''

''क्षेपणास्त्रे सोडण्यासाठी तीन रचना...''

''होय. त्यांनी घन इंधन असणारी पाचशे क्षेपणास्त्रं खरेदी केली आहेत हे आपल्याला माहीत आहेच. ही क्षेपणास्त्रं तशी लहान आहेत. पण त्यांच्या प्रक्षेपकांचा आकार पाहता ती आकाशात एक हजार फुटांपर्यंत सहज जाऊ शकतील. प्रत्येक रचनेत पन्नास क्षेपणास्त्रं आहेत. बहुदा ती सगळी एकाच वेळी सोडली जाणार नाहीत. प्रक्षेपकांमध्येही बरंच अंतर राखलेलं आहे पाहा...''

''पण याचा उपयोग काय होईल?'' इव्हान्सने विचारले, ''ती क्षेपणास्त्रं सरळ हजार फूट वर जातील नि खाली जंगलात पडतील. त्यांचा काय उपयोग होणार अशा निर्मनुष्य ठिकाणी?''

"कल्पना नाही." संजोंग म्हणाला, "पण आपल्याला आणखी एक माग लागला आहे."

संजोंगने इव्हान्सच्या हातात आणखी एक हवाई छायाचित्र ठेवलं. "हे छायाचित्र आज सकाळी घेतलेलं आहे. ते कालचं होतं. या चित्रात पाहा, त्या जागी आता काहीच दिसत नाही."

"हे कसं काय झालं?"

"त्यांनी सगळं गोळा केलं नि निघून गेले. कालच्या छायाचित्रात पाहा. त्यात काही गाड्याही दिसताहेत. त्यांनी सगळं गाड्यात भरलं असणार आणि ते निघून गेलेत बहुतेक."

"कारण ते सापडले म्हणून की काय?"

"त्यांना ते कळलं नसणार."

"मग?"

"आम्हाला वाटतंय की ते आणखी जास्त उपयोगी जागी गेले असावेत."

"जास्त उपयोगी जागा? कशासाठी उपयोगी?"

"ही माहिती फार महत्त्वाची आहे की त्यांनी क्षेपणास्त्रं खरेदी केली तेव्हाच त्यांनी दीडशे किलोमीटर लांब इथरनेट केबल खरेदी केलीय."

"दीडशे किलोमीटर लांब केबल म्हणजे..."

संजोंगने हेलिकॉप्टरच्या पायलटच्या दिशेने नजर टाकली, "पीटर... आपण या विषयावर नंतर बोलू."

संजोंग खिडकीतून बाहेर पाहू लागला.

इव्हान्सही आपल्या बाजूच्या खिडकीतून बाहेर पाहत विचार करू लागला. खाली मैलोन्मैल वाळवंटी प्रदेश दिसत होता. कडेकपारी लाल-नारिंगी रंगाच्या दिसत होत्या. हेलिकॉप्टर उत्तरेकडे चालले होते. खालच्या वाळूवर हेलिकॉप्टरची पुढेपुढे पळणारी सावली दिसत होती. ती मध्येच विसकटल्यासारखी होऊन पुन्हा पूर्ववत होत होती.

पाचशे क्षेपणास्त्रं... एका ठिकाणी पन्नास क्षेपणास्त्रं आणि दीडशे किलोमीटर लांब इथरनेट केबल... कशासाठी? क्षेपणास्त्रं तशी लहान आकाराची होती. ही केबल कशासाठी होती. इव्हान्सने गणित केले. पाचशे क्षेपणास्त्रांना दीडशे किलोमीटर म्हणजे एका क्षेपणास्त्राला एक तृतीयांश किलोमीटर... म्हणजे साधारण एक हजार फूट. ही क्षेपणास्त्रं हवेत जर एक हजार फूट उंच जाणार असली तर ती केबल एक हजार फूट उंचीपर्यंत नेणार होती की काय? पण ती कशासाठी? की ही केबल ती क्षेपणास्त्रं पुन्हा मिळवण्यासाठी जोडली जाणार होती? पण ते कारण इव्हान्सला

पटेना. कारण क्षेपणास्त्रं जंगलात पडली की ही केबल तुटून जाणार होती.

इव्हान्सला वाटले की कदाचित प्रत्येक क्षेपणास्त्राच्या टोकापाशी काहीतरी उपकरण असेल. हे उपकरण जमिनीकडे काहीतरी माहिती पाठविणारे असेल. पण कसली माहिती? या सगळ्याचा अर्थ काय होता?

इव्हान्सने संजोंगकडे नजर टाकली. तो आता एका फोटोवर वाकून बारकाईने काहीतरी पाहत होता.

''तू काय करतो आहेस?''

''ते लोक कुठं गेले असावेत याचा अंदाज बांधतोय.''

इव्हान्सने संजोंगच्या हातातल्या फोटोकडे पाहिले. तो फोटो म्हणजे त्या भागाचा हवामानविषयक नकाशा होता.

'म्हणजे या सगळ्याचा संबंध हवामानाशी होता की काय?'

फ्लॅगस्टाफ

रविवार, १० ऑक्टोबर

रात्री ८ वाजून ३१ मिनिटे

''होय.'' केनर पुढे झुकत म्हणाला. ते सगळेजण आता फ्लॅगस्टाफमध्ये एका रेस्टॉरंटमध्ये बसलेले होते. तिथल्या ज्यूक बॉक्समध्ये जुन्या काळातला गायक एल्व्हिस प्रेसलेची 'डोन्ट बी क्रूएल' ही रेकॉर्ड वाजत होती. केनर आणि सारा नुकतेच तिथे आलेले होते. सारा त्यावेळी नेहमीसारखी प्रसन्न वाटत नव्हती.

''या सगळ्याचा संबंध हवामानाशीच आहे असं आम्हाला वाटतं.'' केनर म्हणाला,

''नव्हे, आता तर तशी खात्रीच झाली आहे आमची.'' वेट्रेस सॅलड घेऊन आली म्हणून केनरने बोलणे मध्येच थांबवले. मग तो पुन्हा सांगू लागला, ''तसं वाटायला दोन कारणं आहेत. पहिलं म्हणजे इ.एल.एफ.नं सामान्यत: कुठंही न वापरलं जाणारं तंत्रज्ञान खरेदी केलं. हे तंत्रज्ञान प्रगत आणि चांगलंच महागडं आहे. आणि दुसरं कारण म्हणजे–''

''एक मिनिट... एक मिनिट.'' इव्हान्स म्हणाला, ''तुम्ही असं म्हणत होतात की हे सारं हवेवर परिणाम करण्यासाठी आहे?''

''बरोबर.''

''परिणाम कसा करणार?''

'''नियंत्रण ठेवून.'' संजोंग म्हणाला.

इव्हान्स मागे रेलून बसला, ''हे मला वेडपटपणाचं वाटतंय. म्हणजे मला असं

म्हणायचं आहे की... हे लोक हवेवर नियंत्रण ठेवू शकतात असं तुम्हाला वाटतं?''

''ते तसं करू शकतात.'' साराने उत्तर दिले.

''पण कसं?''

''यामधलं बरंचसं संशोधन गोपनीय आहे.''

''असं असेल तर ते या लोकांना कसं मिळालं?''

''प्रश्न चांगला आहे.'' केनर म्हणाला, ''आम्हालाही या प्रश्नाचं उत्तर मिळालं तर आवडेल. पण मुख्य मुद्दा असा आहे की क्षेपणास्त्रांची रचना बहुदा मोठं वादळ निर्माण करण्यासाठी केलेली आहे. किमान असलेल्या वादळाची तीव्रता वाढवण्यासाठी तरी असेल.''

''ती कशी?''

''क्षेपणास्त्रांमुळे हवेतल्या इन्फ्रा-क्युमुलस थरांच्या विद्युतभारात फरक करून.''

''मी विचारलं हे फार चांगलं झालं नाही... किती स्पष्ट कळलं मला!''

''आम्हाला फारसे तपशील खरोखरच माहीत नाहीत.'' केनर म्हणाला, ''पण लवकरच सगळं काही कळेल.''

''सर्वांत महत्त्वाचा पुरावा पार्क कशा प्रकारे आरक्षित केलंय त्याचा आहे.'' संजोंग म्हणाला,

''या लोकांनी तीन राज्यांमधल्या खूप मोठ्या भागांमध्ये लोकांनी सहलीसाठी जावं म्हणून व्यवस्था केलेली आहे. त्याचा अर्थ असा की हे लोक त्यावेळेस हवा कशी असेल हे पाहून अखेरच्या क्षणी कुठं सुरुवात करायची ते ठरवणार आहेत.''

''काय ठरवणार आहेत ते? ते नेमकं काय करतील?'' इव्हान्सने विचारले.

कोणीही उत्तर दिले नाही.

इव्हान्स सगळ्यांकडे आळीपाळीने पाहत होता.

''हं...?''

''एक गोष्ट आपल्याला माहीत आहे,'' केनर म्हणाला, ''ती म्हणजे, त्यांना हे सगळं लोकांपर्यंत पोहोचायला हवंय. शाळा किंवा घरगुती सहली म्हणजे भरपूर जणांजवळ कॅमेरे असणार. फोटो... भरपूर व्हिडिओ फिल्म...''

''आणि अर्थातच बातम्या देणारे लोक असतीलच तिथं.'' संजोंग म्हणाला.

''अस्सं... कशासाठी?''

''रक्ताकडे कॅमेरे आकर्षित होतात.'' केनर म्हणाला.

''म्हणजे यात लोकांना इजा करायचा त्यांचा विचार आहे की काय?''

''मला वाटतं की ते अगदी स्पष्ट आहे,'' केनर म्हणाला, ''ते तसा प्रयत्न नक्कीच करणार आहेत.''

सर्वजण एका तासानंतर एका सुमार दर्जाच्या मोटेलमध्ये पलंगांवर बसून डी.व्ही.डी. पाहत होते. हे मोटेल ॲरिझोनामध्ये शोशोन या गावाजवळ होते.

पडद्यावर इव्हान्सने अगोदर पाहिलेले दृश्य आहे. ड्रेक हेनलीकडे पाहत रागाने म्हणाला होता, ''मी हे यापूर्वीही ऐकलंय. आणि त्याचा काहीही उपयोग झाला नाही.''

''निकोलस रचनेच्या दृष्टीनं विचार कर.'' हेनली मागे रेलून बसला होता. तो छताकडे पाहत होता.

''×××× याचा अर्थ काय?''

''रचनेच्या दृष्टीनं विचार करायचा. माहिती कशी कशी काम करते? ती कशी दडवता येते नि ती कशी मिळू देता येत नाही.''

''×××× हा काहीतरी प्रसिद्धी विभागातला गाढवपणा आहे झालं.''

''निकोलस.'' हेनली धारदारपणे म्हणाला, ''मी तुला मदत करायचा प्रयत्न करतोय.''

''माफ कर.'' ड्रेक म्हणाला. तो एकदम शिक्षा झालेल्या पोरासारखा वाटत होता. पडद्याकडे पाहत इव्हान्स म्हणाला, ''त्या ठिकाणी हेनली बॉस आहे असं दिसतंय.''

''होय. तोच तर सगळ्याचा मुख्य होता. नेहमीच.'' केनर म्हणाला, ''तुला माहीत नाही?'' पडद्यावरच्या दृश्यात हेनली ड्रेकला सांगत होता, ''तुझी समस्या कशी सोडवायची हे आता मी तुला समजावून सांगतो. उपाय अगदी साधा आहे. तू म्हणालास की जागतिक तापमानवाढीचा तुला काही उपयोग होत नाही, कारण खूप थंडी पडली की लोक तिकडे साफ काणाडोळा करतात.''

''होय, मी तसं म्हणालो–''

''तेव्हा तुला कशाची गरज आहे तर हवा कसल्याही प्रकारची होवो, त्यातून तुला हवा तोच संदेश लोकांना मिळेल याची व्यवस्था करण्याची, म्हणूनच तर सगळा भर अकस्मात होणाऱ्या हवामान बदलांवर द्यायची कल्पना आहे. त्यामुळे काहीही घडलं तरी तुला त्याचा उपयोग करून घेता येईल. नेहमीच प्रचंड पूर येतात, वादळं होतात, बर्फाची वादळं होतात, झंझावात उद्‍भवतात. प्रत्येक वेळी हे सगळं जागतिक तापमान वाढीमुळे होणाऱ्या आकस्मिक बदलांचं लक्षण आहे असं तू म्हणायचं आहे. तेव्हा तुझं काम होऊन जाणार.''

''मला खात्री वाटत नाही.'' ड्रेक साशंक स्वरात म्हणाला, ''पूर्वीही असं सांगण्यात आलं होतंच पण तरीदेखील–''

''होय. पण ते फुटकळ स्वरूपात किंवा वैयक्तिक पातळ्यांवर. कधीमधी एखाद्या राजकीय नेत्यानं तसा दावा एखाद्या पुराच्या वेळी किंवा वादळाच्या वेळी

केला असेल. बिल क्लिंटननी तसं केलं होतं. तो इंग्लंडमधला एक मंत्रीही बरळताना तसं म्हणाला होता हे खरं. पण मी अशा फुटकळ गोष्टींबद्दल बोलत नाही. मी एका जागतिक पातळीवरच्या सुनियोजित मोहिमेबद्दल बोलतोय.''

ड्रेक नकारार्थी मान हलवत म्हणाला, ''पण हवेत अकस्मात बदल होत नाहीत असं दाखवणारं कितीतरी संशोधन उपलब्ध आहे.''

''हॅ... ही शंकाखोर लोकांनी मुद्दाम पसरवलेली माहिती आहे.'' हेनली गुरगुरला.

''हे पटवून देणं अवघड आहे. कितीतरी संशोधनातून–''

''निकोलस हे तू काय बोलतो आहेस? ते लोकांना पटवणं फार सोपं काम आहे. विरोधी बाजूनं उद्योगक्षेत्र आहे हे लोकांना अगोदरच पटलेलं आहे.''

हेनलीने सुस्कारा टाकला, ''ते काहीही असो. लवकरच हवेत अकस्मात बदल व्हायचं प्रमाण वाढलंय हे दाखवणारी संगणकावर आधारित मॉडेल तयार होतील याची खात्री बाळग. अनेक वैज्ञानिक या प्रकारे काम करून आपल्याला हवं तेच सांगू लागतील हे तुलाही माहीत आहे.''

ड्रेक येरझाऱ्या घालत होता. तो नाराज दिसत होता, ''पण त्यात काहीही अर्थ नाही. गोठवणारी थंडी जागतिक तापमानवाढीमुळे पडते हे सांगणं तर्कशास्त्राला धरून नाही.''

''इथं तर्कशास्त्राचा संबंधच काय?'' हेनली म्हणाला, ''आपल्याला एवढंच हवंय की प्रसिद्धी माध्यमांनी तसं सांगायचं. उदाहरणार्थ, बहुसंख्य अमेरिकनांना वाटतं की देशामधल्या गुन्हेगारीचं प्रमाण वाढतंय. प्रत्यक्षात गेल्या बारा वर्षांत प्रमाण कमीच होतंय. खुनाचं प्रमाण १९७०-८०च्या दशकाएवढं कमी झालंय. पण तरीही अमेरिकन जनता सतत भयग्रस्त आहे. कारण प्रसिद्धी माध्यमं गुन्ह्यांचा एवढा गाजावाजा करतात की ते खरंच वाटू लागतं.'' हेनली खुर्चीत ताठ बसला, ''मी तुला काय सांगतोय त्याचा नीट विचार कर. निकोलस सगळं सत्य हे प्रसिद्धी माध्यमांनी पसरवलेलं सत्य असतं.''

''पण युरोपीय लोक–''

''माझ्यावर विश्वास ठेव. अकस्मात होणाऱ्या हवामानबदलांची कल्पना युरोपात विकणं जास्त सोपं आहे. फक्त ते काम ब्रुसेल्सच्या बाहेर करायचं. कारण तिथल्या अधिकारी वर्गाला हे सहज लक्षात येतं की बदलाची दिशा कोणती आहे.''

खिशात हात खुपसून ड्रेक यावर काहीच न बोलता येरझाऱ्या घालत होता.

''आपण कुठून कुठवर आलोय पाहा जरा!'' हेनली म्हणाला, ''एकोणिसशे सत्तरच्या नंतर हवामान शास्त्रज्ञ म्हणत होते की **हिमयुग** येणार. त्यांना वाटत होतं की जगाचं तापमान कमी होतंय. पण जागतिक तापमानवाढ ही कल्पना पुढे येताच त्यांना त्यामधला फायदा लगेच समजला. जागतिक तापमान वाढीमुळे संकटं

येतात. संकटं येतात म्हणून त्याचा अभ्यास हा करायलाच हवा. अशा अभ्यासाला निधी लागतो, आणि त्यासाठी जगभरात सगळीकडे राजकीय आणि नोकरशाही यंत्रणा उभ्या राहाणं हे साहजिकच आहे. हे सगळं वेगानं झालं, कितीतरी भूवैज्ञानिक, सागर वैज्ञानिक आणि तसे अनेक शास्त्रज्ञ बघता बघता 'हवामान' विषयातले शास्त्रज्ञ होऊन बसले. यावेळीही हेच होईल निकोलस.''

''आकस्मिक हवामान बदलाबद्दल यापूर्वीही चर्चा झालेली आहे, पण ती फारशी–''

''म्हणून तर तू ही परिषद आयोजित केली आहेस.'' हेनली शांतपणाने म्हणत होता, ''तू ही पुरेशी प्रसिद्धी व्यवस्था केलेली परिषद भरवशील तेव्हाच योगायोगानं अकस्मात हवामान बदल दाखवणारी एखादी नाट्यमय घटना घडून येईल, तेव्हा परिषद संपता संपता अकस्मात होणारे हवामान बदल हे खरंखुरं संकट आहे हे तू सिद्ध करून दाखवलेलं असशील.''

''मला वाटतं की...''

''हे रडगाणं बंद कर! आण्विक हिवाळा ही कल्पना लोकांच्यात रुजवायला किती वेळ लागला ते आठव. निकोलस, फक्त पाच दिवस. १९८३च्या एका शनिवारपर्यंत कोणीही आण्विक हिवाळा हा शब्द सुद्धा ऐकलेला नव्हता. मग एके दिवशी एक प्रचंड गाजलेली परिषद झाली. त्यानंतरच्या बुधवारी सगळं जग आण्विक हिवाळ्याच्या चिंतेत बुडून गेलं होतं. हे एक अस्सल जागतिक संकट आहे हे सिद्ध झालं होतं आणि ते एकही वैज्ञानिक शोधनिबंध प्रकाशित न होता...''

ड्रेकने एक दीर्घ उसासा टाकला.

''पाच दिवस निकोलस. फक्त पाच दिवसांत त्यांनी हे केलं. तू देखील तसं करशील. तुझ्या एकाच परिषदेमुळं सगळं काही तत्काळ बदलून जाणार आहे.''

यानंतर पडदा रिकामा झाला.

''माय गॉड!'' सारा म्हणाली.

इव्हान्स काही बोलला नाही. तो फक्त टी.व्ही.च्या पडद्याकडे पाहतच बसून राहिला होता.

संजोंगने काही मिनिटांपूर्वी आपले लक्ष काढून घेतले होते. तो त्याच्या लॅपटॉपवर काम करू लागला होता.

केनर इव्हान्सकडे वळला, ''ही फिल्म केव्हाची आहे?''

''मला कल्पना नाही.'' इव्हान्स हळूहळू भानावर येत होता, ''केव्हाची आहे ही फिल्म? मला माहीत नाही. पण मला कसं माहीत असणार?''

''कारण टी.व्ही.चा रिमोट कंट्रोल तुझ्या हातात आहे.'' केनर म्हणाला.

“ओह्... माफ कर.” इव्हान्सने बटणे दाबली. पडद्यावर तारीख दिसू लागली, “ती दोन आठवड्यांअगोदरची आहे.”

“म्हणजे मॉर्टनने दोन आठवड्यांपूर्वीच ड्रेकच्या ऑफिसमध्ये बग बसवले होते तर.”

“तसं दिसतंय खरं.”

इव्हान्सने पुन्हा ती फिल्म पाहायला सुरुवात केली. त्याने आता आवाज बंद केला होता. पडद्यावरच्या दोघांकडे पाहत तो विचार करत होता. अस्वस्थ झालेला ड्रेक येरझाऱ्या घालत होता, तर आत्मविश्वास स्पष्ट दिसणारा हेनली बसून बोलत होता. त्याने पूर्वी पाहिलेली फिल्म त्याला आठवली. त्याला त्यामधले संभाषण फारसे खटकले नव्हते. कोणी जागतिक तापमानवाढ या विषयाकडे फारसे लक्ष देत नाही याबद्दल तो तक्रार करत होता. पण हे संभाषण... इव्हान्सला चिंतेने पूर्णपणे ग्रासले होते.

संजोंगने एकदम टाळी वाजवली, “मला कळलं! मला ती जागा समजली!” त्याने सर्वांना बघता यावे म्हणून लॅपटॉप इतरांना दिसेल असा फिरवला, “ही माहिती फ्लॅगस्टाफ-पुलीयाम इथल्या **नेक्सरॅड** रडारकडून आलीय. पेसनच्या ईशान्येला पावसाळी ढगांची गर्दी होताना स्पष्ट दिसतेय. उद्या दुपारपर्यंत तिथं वादळ होण्याची दाट शक्यता आहे.”

“इथून ते ठिकाण किती दूर आहे?” साराने विचारले.

“साधारण नव्वद मैल.”

केनर म्हणाला, “आपण हेलिकॉप्टरमध्ये चढलेलं बरं.”

“आणि काय करायचं?” इव्हान्स म्हणाला, “गॉड!... रात्रीचे दहा वाजलेत...”

“उबदार कपडे चढवा.” केनर म्हणाला.

सगळेजण हिरवे-काळे दिसत होते. नाईट व्हिजन गॉगल्समधून झाडांच्या कडा किंचित धूसर दिसत होत्या. गॉगलचा पट्टा इव्हान्सच्या कानांना बोचत होता. पण इतरांना काहीच त्रास होत नसावा अशा प्रकारे ते खालच्या मैलोगणती पसरलेल्या जंगलाकडे पाहत होते.

सर्वजण झाडीमधल्या मोकळ्या जागा शोधत होते. एक डझनापेक्षा जास्त जागा त्यांना दिसल्या होत्या. काही ठिकाणी वस्ती होती. कारण चौकोनी घरांच्या खिडक्या उजळलेल्या स्पष्ट कळत होत्या. काही ठिकाणी मात्र इमारती संपूर्णपणे अंधारात होत्या. या खाणींच्या आसपासच्या आता सोडून दिलेल्या वसाहती होत्या.

त्यांना अजून हवे ते सापडले नव्हते.

“ती जागा पाहा.” संजोंगने एका ठिकाणाकडे लक्ष वेधले.

इव्हान्सने डावीकडे झाडीतल्या मोकळ्या जागेकडे पाहिले. त्या ठिकाणी त्याला ती जाळ्याची रचना दिसली. एका बाजूला एक मोठा ट्रेलर ट्रक उभा होता. तो सुपर मार्केटला पुरवठा करणाऱ्या ट्रकसारखा होता. खरोखरच त्याच्यावर 'ए ॲन्ड पी' अशी मोठी अक्षरेही आहेत हे इव्हान्सला स्पष्ट पाहता आले.

"खादाड दहशतवादी!" सारा म्हणाली, पण तिच्या विनोदावर कोणीच हसले नाही.

मग ती मोकळी जागा मागे पडली. हेलिकॉप्टर पुढे गेले. कोणत्याही मोकळ्या जागेजवळ काय वाटेल ते झाले तरी वेग कमी करायचा नाही किंवा त्याच्याभोवती फेरी मारायची नाही अशी स्पष्ट सूचना पायलटला केनरने अगोदरच देऊन ठेवलेली होती.

"ही ती जागा नक्कीच आहे," इव्हान्स म्हणाला, "आपण नेमके कुठं आहोत?"

"टोन्टो फॉरेस्ट. प्रेस्कॉटच्या पश्चिमेला." पायलट म्हणाला.

"आता आपल्याला पाच मैलांच्या अंतरात आणखी दोन जागा मिळायला हव्यात." संजोंग म्हणाला.

साधारण एक तासाच्या अवधीत आणखी दोन जागा सापडल्या. नंतर हेलिकॉप्टर परतीच्या प्रवासाला लागले.

मॅकिनली स्टेट पार्क
सोमवार, ११ ऑक्टोबर
सकाळी ११ वाजता

त्या दिवशीची सकाळ उबदार होती. छान ऊन पसरले होते. दूरवर उत्तरेकडे मात्र काळे ढग दिसत होते. लिंकन मिडलस्कूलची मुले वार्षिक सहलीसाठी मॅकिनली स्टेट पार्कमध्ये आलेली होती. काही ठिकाणी फुगे बांधलेले दिसत होते. बार्बिक्यूमधून धुराची वेटोळी बाहेर पडत होती. धबधब्याच्या जवळच्या हिरवळीवर साधारण तीनशे मुलं आणि त्यांचे आईबाप खेळत मजा करत होते. काहीजण कॅव्हेन्डर नदीच्या किनाऱ्यावर खेळत होते. नदीत त्यावेळी फारसे पाणी नव्हते. दोन्ही तीरांवर वाळूचे दांडे पसरलेले होते. काही ठिकाणी साचलेल्या पाण्यात लहान मुलं बागडत होती.

गाड्या उभ्या करून पार्कच्या एका बाजूला केनर आणि इतरजण हे सारे दृश्य पाहत उभे होते.

"एकदा का नदीत पाणी आलं की त्यात सगळा पार्क वाहून जाईल." केनर म्हणाला.

"हा पार्क खूपच मोठा आहे. नदीला खरोखरच तेवढं पाणी येईल?'' इव्हान्सने विचारले.

"तेवढं लागत नाही.'' केनर म्हणाला, "पाणी गढूळ असेल आणि त्याला वेगही खूप असेल, सहा इंच पाणी देखील एखाद्याला पाडायला पुरेसं ठरतं. एकदा का माणूस पडला, की घसरड्या जागी आणखी घसरतो आणि मग उठून बसणं अशक्य होतं. गढूळ पाणी डोळ्यात जातं. नीट दिसत नाही. पाण्यात खडक आणि इतर वस्तू वाहत येतात. त्यावर डोकं आपटलं की शुद्ध हरपू शकते...''

"फक्त सहा इंच पाण्यात–?''

"गढूळ पाण्यात भरपूर ऊर्जा असते.'' केनर म्हणाला, "चाकं जराशी जरी घसरली तर तेवढ्या पाण्यामुळे गाडी सुद्धा वाहून जाते.''

इव्हान्सचा या माहितीवर विश्वास बसेना. पण केनर आता कोलोरॅडोमधल्या कुठल्या तरी सुप्रसिद्ध पुराच्या वेळची उदाहरणे देत होता. तिथे काही मिनिटांत म्हणे एकशेचाळीस लोक मृत्युमुखी पडले होते.

"पण इथं जर पाणी वाढू लागलं तर बाहेर पडायला पुरेसा वेळ मिळेल–''

इव्हान्स पार्ककडे बोट दाखवत म्हणाला.

"नाही. अचानक पूर आला तर नाही मिळणार. जेव्हा लोकांना कळेल तेव्हा फार उशीर झालेला असेल. म्हणूनच तर आपण पूर येऊ नये यासाठी प्रयत्न करतोय.''

केनरने घड्याळाकडे नजर टाकली. मग सर्वजण गाड्यांपाशी गेले. त्यांच्याजवळ तीन व्हॅन होत्या. एक केनर चालवणार होता. दुसरी संजोंगसाठी होती, तर तिसरीमधून सारा आणि इव्हान्स जाणार होते.

केनरने स्वत:च्या व्हॅनचे मागचे दार उघडले. मग तो पीटरला म्हणाला, "तुझ्याजवळ बंदूक आहे का?''

"नाही.''

"हवीय का?''

"मला लागेल की काय?''

"कदाचित लागेल. बरं, तू बंदूक चालवली होतीस त्याला किती वेळ उलटलाय?''

"ऊं... बराच काळ उलटलाय.'' इव्हान्स म्हणाला. प्रत्यक्षात त्याने कधीच बंदूक वापरलेली नव्हती. आणि त्याचा त्याला अभिमानही वाटायचा. त्याने मान हलवली आणि म्हणाला, "मला बंदूक वगैरे फारशी आवडत नाही.''

केनरच्या हातात रिव्हॉल्वर होते. तो बॅरल उघडून ते नीट तपासून पाहत होता. संजोंग स्वत:च्या व्हॅनपाशी उभा राहून एक अतिशय भीषण दिसणारी रायफल

तपासत होता. काळ्या रंगाच्या त्या रायफलला टेलिस्कोपिक नळी जोडलेली होती. त्याच्या हालचाली अतिशय सफाईदार होत्या. सैनिकच असणार तो, हा विचार इव्हान्सच्या मनात आला.

"ठीक आहे." सारा केनरला म्हणाली, "माझ्याजवळ आहे."

"काय आहे?"

"पॉईंट नाईन मिलीमीटर बेरेट्टा."

"तुला वापरता येतं का?"

"होय."

केनरने नकारार्थी मान हलवली, "पण, तुला पॉईंट अडतीस वापरता येईल का?"

"येईल की."

केनरने तिला ते रिव्हॉल्वर आणि त्याचे होल्स्टर दिले. साराने होल्स्टर कंबरेच्या पट्ट्यात अडकवले. तिला आपण काय करतोय ते नेमके कळत होते. इव्हान्सने विचारले, "आम्हाला कोणाला गोळी घालावी लागणार आहे की काय?"

"अगदीच गरज पडली तर." केनर म्हणाला, "तुम्हाला कदाचित स्वसंरक्षणासाठी तसं करावं लागेल."

"त्या लोकांकडे शस्त्रं असतील का?"

"असतील. कदाचित... होय असतील."

"जीझस!"

"ठीक आहे." सारा म्हणाली, "माझं म्हणशील तर मला त्या हरामखोरांना गोळ्या घालायला आवडेल." साराचा स्वर रागीट आणि कठोर होता.

"ठीक आहे तर मग." केनर म्हणाला, "चला, आता स्वार व्हा."

स्वार व्हा! इव्हान्सच्या मनात विचार आला. *जीझस!*

केनर पार्कच्या दुसऱ्या बाजूला गेला. तिथे एक काळ्या-पांढऱ्या रंगाची गस्ती गाडी उभी होती. तिथे पार्कचा सुरक्षा रक्षक उभा होता. केनर त्याच्यापाशी जाऊन काहीतरी सांगून आला. केनरने त्याच्याशी रेडिओ संपर्क ठेवायची व्यवस्था केली होती. खरे म्हणजे सर्वजणच रेडिओद्वारा एकमेकांच्या संपर्कात राहणार होते. कारण तिन्ही ठिकाणी एकाच वेळी क्षेपणास्त्रांची रचना उद्ध्वस्त करण्यासाठी त्यांना त्यांच्यात उच्च दर्जाचा समन्वय असायची गरज होती.

केनरने त्यांना थोडक्यात स्पष्ट करून सांगितले होते, की बहुदा त्या लोकांचा उद्देश वादळाची तीव्रता वाढवणे हा होता. गेल्या दहा वर्षांत विजांचा अधिक अभ्यास केला जाऊ लागला होता. पूर्वीची कल्पना होती की वीज चमकली की ढग

आणि जमीन यांच्यामधला विद्युतभाराचा फरक कमी होतो. त्यामुळे विजा चमकू लागल्याने वादळाचा जोर कमी-कमी होत जातो. पण काही संशोधकांनी नेमका उलट निष्कर्ष काढला होता. तो असा की विजांमुळे वादळाच्या तीव्रतेमध्ये नाट्यमय बदल होतो. त्याची तीव्रता वाढते.

"ती क्षेपणास्त्रांची रचना?" इव्हान्सने विचारले.

"त्या क्षेपणास्त्रांना छोट्या व्यासाच्या केबल जोडलेल्या आहेत. ती क्षेपणास्त्रं ढगांमध्ये एक हजार फूट जातील. मग त्या केबलमुळे जमिनीपर्यंत विद्युतप्रवाह वाहण्याची प्रक्रिया सुरू होईल आणि वीज पडेल."

"म्हणजे विजांचे लोळ वाढावेत म्हणून ती क्षेपणास्त्रं आहेत तर?"

"होय."

इव्हान्सच्या मनात अनेक शंका डोकावत होत्या, "या प्रकारच्या संशोधनाला निधी कोण देतं? विमा कंपन्या की काय?"

केनरने मानेने नकार दिला, "हे गोपनीय आहे."

"म्हणजे लष्करी की काय?"

"बरोबर."

"लष्कर हवामानविषयक संशोधनाला निधी पुरवतं?"

"तसा विचार करून पाहा."

इव्हान्स तसा विचार करू शकत नव्हता. लष्करी म्हटले की त्यातल्या प्रत्येक गोष्टीबद्दल इव्हान्सला शंका येत असे. हवामानविषयक संशोधनाला लष्कर पैसा पुरवते ही कल्पना ऐकल्यावर त्याला ही आणखी एक उधळपट्टी आहे हे जाणवले. त्याने सहा हजार डॉलर किमतीची टॉयलेट सीट आणि लष्कराने तयार केलेला एक हजार डॉलर किमतीचा स्क्रू ड्रायव्हर यासारख्या हास्यास्पद गोष्टी ऐकल्या होत्या, "मला विचाराल तर मला ही निव्वळ उधळपट्टी वाटते."

"पण ई.एल.एफ.ला तसं वाटत नाही." केनर म्हणाला.

यानंतर संजोंग बोलू लागला. संजोंग हा एक लष्करी माणूस आहे हे इव्हान्स विसरून गेला होता. संजोंगने सांगितले की जो कोणी हवेवर ताबा मिळवेल तो रणांगणात विजयी होतो हे जुने लष्करी वचन आहे. म्हणूनच लष्कराने हवेवरच्या संशोधनाला निधी पुरवला.

"तुझ्या मते खरोखरच तसं घडू शकेल?" इव्हान्सने विचारले.

"होय." संजोंग म्हणाला, "नाहीतर आम्ही इथं कशाला आलोय?"

मॅकिनली स्टेट पार्कच्या उत्तरेला असणाऱ्या गर्द रानातून वळसे घेत व्हॅन चालली होती. या ठिकाणी अधूनमधून गवताळ भाग होता. गाडी चालवणाऱ्या

इव्हान्सकडे साराने पाहिले. तो दिसायला चांगला होता. त्याचे शरीरही एखाद्या खेळाडूसारखे बळकट होते. पण कधीकधी मात्र तो अगदी नेभळटपणा करायचा.

''तू कधी काही खेळतोस का?''

''होय.''

''काय?''

''स्क्वॅश खेळतो. कधी कधी फुटबॉल.''

''ओह्...''

''ए...'' इव्हान्स म्हणाला, ''मी बंदूक वापरत नाही म्हणून... मी एक वकील आहे. कळलं?''

आता सूर्यप्रकाश कमी झाला होता. ते आता वादळी ढगांच्या जवळ आले होते. रस्ता आता पूर्णपणे रिकामा होता. पार्कमधून बाहेर पडल्यापासून त्यांना एकही गाडी दिसली नव्हती.

''अजून किती लांब जायचंय?'' इव्हान्सने विचारले.

साराने जी.पी.एस. पाहिले, ''अजून पाच मैल तरी जायचंय बहुतेक.''

इव्हान्सने मान डोलावली.

साराने जागीच हालचाल केली. रिव्हॉल्वर टोचू नये म्हणून तिने बैठक बदलून आरशात पाहिले.

''ओह् शिट्!''

''काय झालं?''

त्यांच्या मागे ॲरिझोनाची नंबर प्लेट असलेला निळा ट्रक येत होता.

ऑरोराव्हिले

सोमवार, ११ ऑक्टोबर

सकाळी १० वाजून २२ मिनिटे

''गडबड झालीय!'' सारा म्हणाली.

''काय झालं?'' इव्हान्सने आरशात नजर टाकली. त्याला ट्रक दिसला, ''त्याचं काय?''

साराच्या जवळ रेडिओ होता. ती म्हणाली, ''केनर, त्यांनी आमचा माग काढलाय.''

''कोणी माग काढलाय? कोण आहेत ते?'' इव्हान्स म्हणाला.

रेडिओवरून केनरचा आवाज आला, ''तुम्ही कुठं आहात?''

''हायवे नंबर ९५. साधारण चार मैलांवर.''

“ठीक आहे.” केनर म्हणाला, “ठरल्याप्रमाणे काम करायचा आटोकाट प्रयत्न करा.”

“कोण आहेत हे लोक?” इव्हान्सने पुन्हा आरशात पाहत विचारले.

निळा ट्रक फार वेगाने पुढे येत होता. पुढच्याच क्षणी ट्रकने गाडीला मागच्या बाजूने धक्का दिला होता. इव्हान्स क्षणभरात सावरला, “××××” त्याने शिवी हासडली.

“गाडी चालवत राहा पीटर–”

साराने होल्स्टरमधून रिव्हॉल्वर काढून मांडीवर ठेवले आणि आरशात नजर टाकली. निळा ट्रक आता जरासा मागे पडला होता. पण पुन्हा तो वेगाने पुढे येऊ लागलेला तिला दिसला.

“आला बघ तो पुन्हा–”

धक्का फारसा जोराचा नव्हता. कारण बहुदा इव्हान्सने त्याचवेळी वेग वाढवला होता. तो वळणावरून सफाईने गाडी चालवत होता. त्याचे लक्ष मागे होतेच.

निळा ट्रक पुन्हा जरा मागे पडलेला दिसला. तो आणखी अर्धा मैल त्यांच्या गाडीच्या मागोमाग होता. पण त्याने मधे किमान पाच-सहा गाड्यांएवढे अंतर सतत राखले होते.

“हे काय चाललंय?” इव्हान्सने विचारले, “तो आपल्याला धडक देणार की नाही?”

“तसं वाटत नाहीये. पण तू जरा वेग कमी करून पाहा बरं.”

इव्हान्सने गाडीचा वेग कमी केला. त्याचबरोबर ट्रकचाही वेग कमी झाला.

“ते लोक आपला फक्त पाठलाग करताहेत.”

“कशासाठी?”

आता पावसाचे थेंब गाडीच्या काचेवर पडू लागले होते. समोरच्या रस्त्यावरही थेंबांनी नक्षी उमटली होती. पण अजून पाऊस जोराचा नव्हता.

निळा ट्रक आता आणखी मागे पडलेला दिसला.

सारा आणि इव्हान्सची गाडी एका वळणावरून पुढे गेली आणि त्यांना समोर अठरा चाकांचा चंदेरी रंगाचा मोठा ट्रेलर दिसला. तो साधारण तीस मैल वेगाने धडधडत चालला होता. त्याच्या मागच्या बाजूला 'ए ॲन्ड पी' अशी अक्षरे दिसली.

“ओह् शिट्!” इव्हान्स म्हणाला, “त्यांनी आता आपल्याला कोंडीत पकडायचं ठरवलंय...”

इव्हान्सने त्या मोठ्या ट्रेलरच्या बाजूने व्हॅन काढायचा प्रयत्न केला. पण इव्हान्सने तसे करताच ट्रेलर रस्त्याच्या मधल्या भागात मुद्दाम वळला. इव्हान्सला साहजिकच मागे व्हावे लागले.

‘‘आपण आता सापडलो त्यांच्या तावडीत.’’

‘‘पण मला हे कळत नाही–’’ सारा म्हणाली. साराला त्या दोन्ही ट्रकचा इरादा काय आहे हे नीटसे कळलेले नव्हते. ती विचार करत असतानाच अचानक त्यांच्याजवळ जेमतेम दहा यार्डांवर पहिली वीज कडाडत कोसळली. दोघेही जागीच उडाले.

‘‘जीझस!... फारच जवळ होती ती.’’ इव्हान्स म्हणाला.

‘‘होय...’’

‘‘मी कधीही एवढ्या जवळ वीज पडलेली पाहिलेली नाही.’’

सारा काही उत्तरादाखल बोलण्याअगोदरच दुसरी वीज कडाडत खाली आली. ती त्यांच्या अगदी समोर कोसळली. स्फोटाचा आवाज खूप मोठा होता. इव्हान्सच्या नकळत तो एकदम दचकून मागे सरकला.

‘‘होली शिट्!’’

साराला काहीतरी संशय येऊ लागला असतानाच तिसरी वीज कडाडत सरळ गाडीवरच कोसळली. कानाचे पडदे फाटतील असा आवाज झाला. इव्हान्स भेदरून किंचाळला आणि त्याने स्टिअरिंग एकदम सोडून दिले. पण साराने प्रसंगावधान राखून स्टिअरिंग धरून गाडी सरळ ठेवली.

एवढ्यात चौथी वीज इव्हान्सच्या बाजूच्या दारापाशी अवघ्या काही इंचांवर कोसळली. इव्हान्सच्या बाजूची खिडकी हादरली आणि फुटली.

‘‘होली शिट्!.... होली शिट्!... हे... हे काय चाललंय!’’ इव्हान्स किंचाळत होता.

साराला मात्र परिस्थिती नीट लक्षात आली होती.

विजा त्यांच्याच दिशेने येत होत्या.

पुढची वीज गाडीच्या टपावर आदळली. टपाला पोचा आला.

‘‘मला जमणार नाही.... नाही!...’’

‘‘पीटर! गाडी चालव...’’ साराने इव्हान्सचा दंड गच्च धरला होता, ‘‘गाडी चालव.’’

आणखी दोना विजा एका पाठोपाठ एक गाडीवर कोसळल्या. साराला काहीतरी जळत असल्याचा वास आला. काय ते तिला समजत नव्हते. पण आता साराला सारे काही लक्षात येऊ लागले होते. त्या निळ्या ट्रकने त्यांना जोरात धडक का मारली नव्हती हे तिला समजले. बहुदा त्या ट्रकने हलकासा धक्का देताना काहीतरी वस्तू त्यांच्या गाडीत घुसवली होती. काहीतरी इलेक्ट्रॉनिक वस्तू होती. ही वस्तू बहुदा विजांना आकर्षून घेत होती.

''काय करायचं आता?... काय करायचं आपण?...'' इव्हान्स वीज पडली की प्रत्येक वेळी केकाटत होता.

पण आता ते चांगलेच कोंडीत सापडले होते. रस्ता अरुंद होता आणि दोन्ही बाजूंना पाईन वृक्षांचे दाट जंगल होते... जंगल...

साराच्या लक्षात आले. जंगलाचा काहीतरी संबंध विजा पडण्याशी होता.

''मरू दे!'' इव्हान्स म्हणाला आणि त्याने गर्रकन स्टिअरिंग फिरवून गाडी एका कच्च्या रस्त्यावर घेतली. साराला एक पाटी चमकून गेलेली दिसली. हा कच्चा रस्ता कोणत्या तरी गावाकडे जात असावा. त्यावेळी तिथे गडद अंधार होता. पण वीज पडणे तत्काळ थांबले.

अर्थातच जंगलातली झाडे... साराच्या मनात विचार आला. जर त्यांची गाडी विजांना आकर्षित करत असली तर झाडांनीही तसंच करायला हवं होतं. हा विचार तिच्या मनात येतो न येतो तोच मोठा आवाज झाला. बाजूच्या एका पाईन वृक्षावर वीज कोसळली होती. बुंध्याचे दोन उभे भाग चिरकत असल्याचा आवाज झाला. पाठोपाठ झाडाने पेट घेतला होता.

''आपण इथं बहुदा वणवा लागायला कारणीभूत ठरणार.''

''मला त्याची पर्वा नाही.'' इव्हान्स म्हणाला. तो गाडी वेगाने चालवत होता. ती कच्च्या रस्त्यावरून दणके खात पुढे जात होती.

साराने मागे पाहिले. पाईनचे ते झाड आता उभे पेटले होते. ज्वाळा आडव्या तिडव्या पसरू लागल्या होत्या.

रेडिओवरून केनरचा आवाज आला, ''सारा, काय चाललंय तिथं?''

''आम्हाला रस्ता सोडून आत शिरावं लागलं. आमच्यावर विजा कोसळल्या आहेत.''

''खूप विजा!'' इव्हान्स ओरडून म्हणाला, ''एकाच वेळी कितीतरी.''

''त्यांना आकर्षित करणारी वस्तू शोधून काढा.''

''मला वाटतं तसली वस्तू गाडीलाच चिकटवलेली असावी.'' साराचे वाक्य पूर्ण होते न होते तोच समोर अगदी जवळ विजेचा लोळ चमकला. त्याची तीव्रता एवढी होती की साराच्या डोळ्यापुढे हिरव्या रेषा चमकल्या.

''तसं असेल तर गाडी सोडून द्या.'' केनर म्हणाला, ''जितकं जमेल तेवढं जमिनीला चिकटून पडा.''

इव्हान्स अजूनही जोरातच गाडी चालवत होता, ''नाही... मी गाडी सोडून जाणार नाही.... गाडीतच सुरक्षित आहे... रबरी टायरचा उपयोग होईल.''

''पण काहीतरी जळतंय गाडीत.''

गाडी आता एवढी हिंदकळत होती की साराला तोल सांभाळणे अवघड जात होते. तरीही ती सीटला घट्ट धरून बसली होती. दाराच्या धातूला स्पर्श होऊन

देण्याची काळजी ती घेत होती.

"मला फिकीर नाही... मी गाडी सोडणार नाही..."

"पीटर... पेट्रोलच्या टाकीचा स्फोट होईल..."

पण इव्हान्स मी गाडी सोडणार नाही एवढेच पुन्हापुन्हा म्हणत होता. त्याने स्टिअरिंग एवढे गच्च धरले होते की त्याची बोटे पांढरीफटक पडली होती.

साराला समोर मोकळी जागा दिसली. त्या ठिकाणी उंच पिवळसर रंगाचे गवत होते.

विजेचा एक लोळ कडाडत खाली आला. त्यामुळे बाजूचा आरसा फुटला. मग टायर फुटल्याचा आवाज आला. गाडी एका बाजूला कलली.

"ओह् शिट्!" इव्हान्स म्हणाला, "टायर फुटला वाटतं..."

"पाहा तुझ्या रबरी टायरचा उपयोग." सारा म्हणाली.

गाडी आता एका बाजूने घासत निघाली होती.

"पीटर..."

"ठीक आहे... ठीक आहे... आपण त्या मोकळ्या जागेपर्यंत जाऊ."

"मला वाटतं, आपण तेवढं थांबू शकत नाही."

तरीही इव्हान्स गाडी चालवतच होता. त्यांना आता समोरच्या मोकळ्या जागेतल्या लाकडी घरांची छपरे चमकताना दिसली. पावसाचे थेंब टपटप करत पडू लागले होते. साराला पाटी दिसली– 'अरोराव्हिले, लोकसंख्या ८२.'

"पीटर... आपण आता आलोय तिथं!"

"होय... होय... जरा आणखी पुढे जाऊन..."

"पीटर... आत्ता या क्षणीच!"

इव्हान्सने गाडी एकदम थांबवली. दोघांनी आपापल्या बाजूची दारे उघडून एकाच वेळी बाहेर उड्या मारल्या होत्या. साराने जमिनीवर लोळण घेतली, कारण एक वीज तिच्या एवढी जवळ कोसळली की क्षणभर तिला आपण बहिरे झालो की काय असे वाटले. सारा हातापायावर रांगत मागे सरकली आणि ती गाडीची मागची बाजू पाहू लागली.

त्या ठिकाणी काहीही वस्तू नव्हती.

साराला विचार करायला जरासाही अवधी मिळाला नाही. कारण त्याच क्षणी एक वीज मागच्या काचेवर कोसळली होती. त्या विजेमुळे फुटलेल्या काचांचा वर्षाव सारावर झाला. सारा स्वत:वर ताबा मिळवण्याचा प्रयत्न करत होती. ती घाबरली होती तरी ती जमिनीला शक्यतो चिकटून राहत जवळच्या इमारतीकडे धावली. इव्हान्स तिच्या पुढे होता. तो काहीतरी ओरडत होता. पण काय ते साराला ऐकू आले नाही. साराच्या हाताला लाकडी फळी लागली.

घराची पायरी!

सारा वेगाने हातापायात घुसलेल्या काचांची पर्वा न करता पुढे गेली. आता तिला पडझड झालेले पोर्च दिसले. इव्हान्स अगोदरच तिथे पोहोचलेला दिसला. तो काहीतरी ओरडत होता.

अखेर तिला तो काय ओरडतोय ते कळले. ''विंचू... विंचू आहेत पाहा!''

साराला पोर्चच्या लाकडी तक्तपोशीवर चांगले दहा-बारा पिवळे विंचू दिसले. त्यांनी नांग्या उगारलेल्या होत्या.

''उठून उभी राहा!''

सारा कशाचीही पर्वा न करता वेगाने धावली. तिच्या पायाखाली विंचू चिरडत असल्याचा आवाज आला.

सारा जेमतेम आत शिरत होती. एवढ्यात आणखी एक वीज कोसळली. त्या घराच्या दारावर लटकणारी जुनी पाटी खाली पडली.

''आपण इथं पोहोचलो!'' इव्हान्स म्हणाला.

सारा धापा टाकत म्हणाली, ''चला, निदान इथं साप तरी नाहीत.''

''काय?''

''अशा जुन्या इमारतीत नेहमीच खुळखुळे साप असतात.''

''जीझस!''

बाहेर ढगांचा गडगडाट झाला.

पुन्हा एकदा विजा लखलखू लागल्या होत्या.

मोडक्या खिडकीमधून साराला गाडी दिसत होती. त्यांनी गाडी सोडून दिल्यानंतर आता गाडीवर विजा कोसळणे थांबलेले दिसले. म्हणजे गाडीत तसली काही वस्तू नव्हती तर... मग त्या ट्रकने तसा हलकासा धक्का कशासाठी दिला असावा? सारा इव्हान्सला विचारण्यासाठी त्याच्याकडे वळली. एवढ्यात– विजेचा लोळ कडाडत छपरामधून सरळ खाली आला. छपरातल्या लाकडाचे तुकडे चारी दिशांना उडाले. सारा काही क्षणांपूर्वी उभी होती त्या ठिकाणी वीज पडली होती. लाकडाच्या काही तुकड्यांनी पेट घेतला होता. त्यातून धूर बाहेर पडू लागला होता. हवेत ओझोनचा तीव्र वास पसरला होता.

''ही सगळी इमारतच कोसळेल...'' इव्हान्सने बाजूचे दार उघडले होते. सारा त्याच्या मागोमाग धावताना म्हणाली, ''जमिनीलगत राहा!''

दोघेजण आता बाहेर आले होते आणि बाजूच्या इमारतीकडे धावत निघाले होते. पावसाच्या मोठ्या थेंबांचे फटकारे त्यांच्या अंगाखांद्यांवर लागत होते.

बाजूची इमारत जरा बरी वाटत होती. तिला विटांनी बांधलेली चिमणी होती

पण दारेखिडक्यांची अवस्था तशीच होती. मोडकी आणि काळवंडून गेलेली. इव्हान्सने समोर दिसणारे दार उघडण्याचा प्रयत्न केला. पण ते गच्च बसलेले होते. म्हणून मग ते पुढच्या भागाकडे धावले. इमारतीचे पुढचे दार उघडे होते. तिथे छप्पर पोर्चवर अर्धवट कोसळलेले दिसत होते.

सारा आत शिरत असतानाच तिच्या मागे विजेचा लोळ कोसळला. त्या धक्क्याने पोर्च खाली पडले. त्याच बरोबर खिडकीच्या काचा फुटून काचांच्या बारीक तुकड्यांचा सडा साराच्या अंगावर पडला.

साराने इकडेतिकडे पाहिले. ती जागा म्हणजे लोहारकाम करायची जागा होती हे तिच्या लक्षात आले. मध्यभागी भट्टीची मोकळी जागा होती आणि आजूबाजूला गंजून पडलेली अनेक अवजारे विखुरलेली होती. काही छताला टांगलेल्या अवस्थेत होती.

त्या ठिकाणी प्रचंड प्रमाणात धातू होता.

''आपण इथून बाहेर पडायला हवं...'' इव्हान्स ओरडत होता, ''आपण चुकीच्या जागी आलोय–''

इव्हान्सला वाक्य पुरे करण्याएवढा अवधी मिळाला नाही. कारण त्याच क्षणी वीज कडाडत भट्टीवर कोसळली होती. छताला टांगलेली अवजारे गरागरा फिरली. धक्का एवढा जोरदार होता की भट्टीमधल्या विटांचे तुकडे इतस्तत: उडाले.

साराने हातांनी डोके आणि कान झाकून घेण्याचा प्रयत्न केला. विटांचे तुकडे आपल्या अंगावर पडत आहेत हे तिला जाणवले. पुढच्या क्षणी तिच्या कपाळात प्रचंड वेदना झाली.

क्षणभर साराच्या डोळ्यापुढे चांदण्यांचा लखलखाट झाला आणि मग ती गडद अंधारात हरवून गेली.

रान

सोमवार, ११ ऑक्टोबर

सकाळी ११ वाजून ११ मिनिटे

केनर सत्तेचाळिसाव्या रस्त्यावरून जाताना साराच्या रेडिओवरून येणारे आवाज ऐकत होता. पण नेमके काय चालले आहे ते कळणे अवघड होते. कारण वीज कोसळली की प्रत्येक वेळी रेडिओ काही क्षण बंद पडत होता. तरीही त्याच्या एक गोष्ट लक्षात आली की सारा नि इव्हान्स गाडीतून बाहेर पडले होते. पण विजा पडणे मात्र थांबलेले नव्हते. उलट विजा जणू त्यांच्याच मागावर आहेत असे वाटत होते.

केनर रेडिओवरून ओरडून साराचे लक्ष वेधण्याचा प्रयत्न करत होता. पण

बहुदा तिने रेडिओचा आवाज कमी केला होता किंवा त्या निर्मनुष्य झालेल्या वसाहतीत जे काही घडत होते त्यात ती पूर्णत: गुंतून पडली होती. केनर सतत सांगत होता, "विजा तुमचा पाठलाग करताहेत!"

साराने एकदाही उत्तर दिले नव्हते.

आता रेडिओवरून फक्त खरखर ऐकू येत होती. केनरने चॅनेल बदलून पाहिले.

"संजोंग?"

"बोला, प्राध्यापक केनर."

"तू हे ऐकतो आहेस का?"

"होय."

"तू कुठं आहेस?"

"मी १९० क्रमांकाच्या रस्त्यानं उत्तरेकडे चाललोय. मी त्या जाळ्यापासून साधारणत: तीन मैलांवर आहे."

"विजा चमकत आहेत का तिथं?"

"नाही. पण पाऊस नुकताच सुरू झालाय."

"ठीक आहे. काम चालू ठेव."

केनरने पुन्हा साराच्या रेडिओचे चॅनेल लावले. अजूनही खरखर येतच होती. पण ती आता कमी व्हायला लागली होती.

"सारा!... सारा!... तू ऐकते आहेस का सारा?"

केनरला दूर अंतरावरून खोकल्याचा आवाज आला.

"सारा?"

क्लिक, जोरदार दणका. खोकल्याचा आवाज. कोणीतरी रेडिओची बटणे धडपडत दाबत असल्याचा आवाज.

"मी पीटर इव्हान्स..."

"काय झालं?"

"–मेलीय."

"काय म्हणालास?"

"ती मेलीय. सारा गेली. तिच्या अंगावर विटा पडल्या. ती पडली आणि मग तिच्याच अंगावर सरळ वीज कोसळली. मी तिच्याजवळच आहे... ती गेलीय... ओह् शिट्!..."

"तिला तोंडानं श्वास देण्याचा प्रयत्न कर."

"मी सांगतोय की ती मरून गेलीय!"

"पीटर!... तोंडावाटे श्वास सुरू..."

"ओह् गॉड! ती काळीनिळी पडलीय."

''त्याचा अर्थ पीटर, ती जिवंत आहे.''

''एखाद्या प्रेतासारखी...''

''पीटर.... मी सांगतोय त्याकडं लक्ष दे.''

पण इव्हान्स काहीही ऐकण्याच्या मनस्थितीत नव्हता. तो मूर्खासारखा रेडिओची बटणे दाबत होता. केनरने हताश होऊन शिवी हासडली.

अचानक मोठा गडगडाट झाला. केनरला त्याचा अर्थ ताबडतोब लक्षात आला.

''संजोंग?''

पण आता संजोंगच्या चॅनेलवरही फक्त खरखर ऐकू येऊ लागली होती. ती दहा-पंधरा सेकंद टिकली. म्हणजे संजोंगवरही विजा कोसळत होत्या तर. अचानक केनरच्या लक्षात आले की नेमके काय घडते आहे.

खोकत खोकत संजोंग काहीतरी बोलत असल्याचा आवाज आला.

''संजोंग?... तू ठीक आहेस ना?''

''माझ्या गाडीजवळ... अगदी जवळ वीज पडली.''

''संजोंग... मला वाटतं, त्याचं कारण रेडिओ हे आहे.''

''म्हणजे?''

''हे रेडिओ आपण कुठून आणले?''

''वॉशिंग्टन डी.सी.हून फेडएक्स कुरिअरनं मी मागवले होते.''

''पार्सल थेट तुझ्याकडं आलं होतं का?''

''नाही. ते आपण राहिलो होतो त्या मोटेलवर आलं होतं. तिथल्या मालकानं मला ते दिलं होतं. पण पार्सल तर सीलबंद होतं...''

''तुझा रेडिओ फेकून दे.''

''इथं सेलफोनही चालत नाहीत. आपला परस्पर संपर्क–''

संजोंगचे वाक्य अर्धवट राहिले. कारण प्रचंड मोठा गडगडाट झाला. मग फक्त खरखर सुरू झाली होती.

''पीटर?''

उत्तर आले नाही.

''पीटर?...''

आता तर रेडिओवर खरखरही येत नव्हती. केनर काही क्षण वाट पाहत होता. पण इव्हान्सकडून काहीही प्रतिसाद आला नाही.

केनरच्या गाडीच्या काचेवर पावसाचे थेंब टपटप पडायला सुरुवात झाली. त्याने खिडकीची काच खाली घेतली आणि रेडिओ फेकला. तो गडगडत पलीकडच्या बाजूला गवतात जाऊन पडला.

केनर जेमतेम शंभर यार्ड पुढे गेला असतानाच रस्त्याच्या पलीकडच्या बाजूला गवतात वीज कोसळली.

याचा अर्थ रेडिओमध्येच काहीतरी होते.

कोणीतरी त्यांच्या रेडिओशी खेळ केलेला होता. कुठे असेल? वॉशिंग्टन डी.सी. की इथे ॲरिझोनात? ते नेमके कळणे अवघड होते आणि आता या वेळी ते कळूनही काही फायदा नव्हता. त्यांनी अतिशय हुशारीने आखलेला बेत आता पार पाडणे अशक्य होते. परिस्थिती एकदम भयंकर झाली होती. त्यांनी क्षेपणास्त्रांच्या तिन्ही जाळ्यांवर एकाच वेळी हल्ला करायची योजना ठरवली होती. पण आता तसे होणे शक्य नव्हते. केनर अजूनही त्याने ठरवलेल्या ठिकाणी जाऊन काम पुरे करू शकणार होता. संजोंग जिवंत असेल तर तो दुसरे जाळे उद्ध्वस्त करू शकत होता. पण काहीही झाले तरी आता एकाच वेळी तिन्ही जाळी उद्ध्वस्त करण्याचा बेत पार फसला आहे हे केनरच्या लक्षात आले. तसे झाले नाही तर ते लोक इतर ठिकाणी सूचना देणार हे नक्की होते, आणि मग ते बंदुका रोखूनच वाट पाहत राहाणार हे उघड दिसत होते.

सारा आणि इव्हान्स मेले होते किंवा काम करण्याच्या स्थितीत नव्हते. त्यांची गाडी मोडलेली असणार. कोणत्याही परिस्थितीत ते तिसऱ्या जाळ्यापाशी पोहोचू शकत नाहीत हे केनरला स्पष्ट जाणवले.

याचा अर्थ एकच जाळे उद्ध्वस्त होणार. फार फार तर दुसरे.

हे एवढे पुरेसे ठरेल का?

कदाचित पुरेसे होईल हा विचार केनरच्या मनात आला.

केनरने समोरच्या फिक्कट रंगाच्या रस्त्याकडे नजर टाकली. आपले मित्र जिवंत आहेत की नाही हा विचार त्याच्या मनात आला नाही. बहुदा तिघे अगोदरच मेलेले असावेत. पण जर केनरने वादळ थांबवले नाही तर कदाचित शेकडोजण मरणार होते. मुले, आई-बाप, आजी-आजोबा... सहलीला आणलेल्या अन्नाच्या प्लेट चिखलात पडलेल्या असतील... मदत पथकाचे लोक मृतदेह बाहेर काढत असतील... काहीही करून हे सारे थांबायला हवे होते.

केनरने वेगाने, वादळाची पर्वा न करता गाडी चालवायला सुरुवात केली.

मॅकिनली, स्टेट पार्क

सोमवार, ११ ऑक्टोबर

सकाळी ११ वाजून २९ मिनिटे

"ममी!... ममी! ब्रॅडनं मला मारलं! बस... ममी! त्याला थांबव ना!"

"पोरांनो..."

"ब्रॅड? तुला किती वेळा सांगायचं? तुझ्या बहिणीच्या मागे लागू नकोस म्हणून?"

ॲरिझोना हायवे पेट्रोल पथकाचा मायगेल रॉड्रिग्ज, मॅकिनली स्टेट पार्कच्या एका बाजूला उभा राहून सहलीसाठी आलेल्या लोकांकडे पाहत होता. आता सकाळचे साडेअकरा वाजले होते. पोरांना भूक लागलेली होती. त्यांच्यात भांडणे सुरू झाली होती. पार्कभर सगळीकडे बार्बेक्यूमधून धूर बाहेर पडत होता. आकाश सतत काळवंडत चालले होते. काहीजणांनी चिंताग्रस्त नजरेने आकाशाकडे पाहिले होते. पण ते तेवढ्यापुरतेच. कोणीही बाहेर निघण्याच्या तयारीत नव्हते. जरी उत्तरेकडे दूर अंतरावर गडगडाट होत असला आणि काही विजा चमकत असल्या तरी पार्कपाशी अजून पावसाला सुरुवात झालेली नव्हती.

रॉड्रिग्जने गाडीत सीटवर ठेवलेल्या भोंग्याकडे नजर टाकली. गेला अर्धा तास तो एजंट केनरच्या फोनची वाट पाहत होता. फोन आला की तो पार्कमधल्या लोकांना बाहेर काढणार होता. पण अजून फोन आला नव्हता.

एजंट केनरने रॉड्रिग्जला स्पष्ट शब्दांत सूचना दिलेली होती. त्याच्याकडून फोन येईपर्यंत पार्क रिकामा करायची आज्ञा द्यायची नाही.

रॉड्रिग्जला या सूचनेमागचे कारण समजत नव्हते. वाट पाहत कशासाठी थांबायचे?

पण एजंट केनरने मात्र बजावून सांगितले होते, की ही बाब राष्ट्रीय सुरक्षेशी निगडित आहे. रॉड्रिग्जला हे देखील कळत नव्हते की एका साध्या सहलीच्या दिवसाचा आणि राष्ट्रीय सुरक्षेचा काय संबंध?

पण आज्ञा मिळाली की ती पाळायची हे रॉड्रिग्जला पक्के ठाऊक होते. तो अस्वस्थपणाने फोनची वाट पाहत थांबला होता. मध्येच रेडिओवरच्या हवामानविषयक बातमीपत्रात सांगण्यात आले की केएन्टा ते कॅम्प पेसन या परिसरात अचानक पूर येण्याची शक्यता आहे. मॅकिनली पार्कचा भाग यात येत असला तरीही रॉड्रिग्ज वाट पाहत थांबला.

ज्या फोनची तो वाट पाहत होता तो कधीच येणार नाही हे त्याला माहिती नव्हते.

ऑरोराव्हिले

सोमवार, ११ ऑक्टोबर

११ वाजून ४० मिनिटे

काय घडले ते नंतर आठवताना इव्हान्सच्या लक्षात आले, की केवळ अपघातानेच

इव्हान्सचा प्राण वाचला होता. ते जिथे जात आहेत तिथे तिथे विजा पडताहेत हे इव्हान्सच्या थोडेफार लक्षात आले होते. पण अचानक त्याला हातातल्या रेडिओची किंचितशी थरथर जाणवली होती. इव्हान्सला विज्ञान कळत नसले तरी विजा पडण्याचे कारण काहीतरी इलेक्ट्रॉनिक वस्तू किंवा धातूची वस्तू असणार एवढे समजत होते. काहीतरी जाणवून त्याने रेडिओ फेकून दिला होता. तो एका मोठ्या अस्वलांना पकडण्यासाठी वापरतात तसल्या पिंजऱ्यासारख्या धातूच्या वस्तूला धडकून पडला होता.

तो रेडिओ तिथे पडतो न पडतो तोच प्रचंड गडगडाट करत विजेचा पांढरा लोळ त्याच्यावर कोसळला. इव्हान्सने क्षणाचाही विचार न करता साराच्या शरीराच्या पलीकडे स्वत:ला झोकून दिले. तो अर्धवट तिच्या शरीरावर पडला होता. विजेच्या आवाजामुळे त्याला बधीरपणा आलेला होता. डोकेही किंचित गरगरत होते. पण त्याला साराच्या शरीराची अगदी हलकी हालचाल जाणवली.

इव्हान्स खोकत खोकत उठून उभा राहिला. त्या ठिकाणी आता प्रचंड धूर झाला होता. पलीकडच्या भिंतीला आग लागली होती. ज्वाळा अजून फार मोठ्या नव्हत्या. पण त्याच्या लवलवत्या जिभा भिंतीला ग्रासू लागलेल्या त्याला दिसल्या. त्याने साराकडे नजर टाकली. तिचे शरीर काळेनिळे झालेले होते. सारा जिवंत नाही असेच त्याला वाटू लागले. कदाचित तिच्या शरीराची झालेली हालचाल हा भास होता–

तरीही इव्हान्सने साराचे नाक चिमटीत धरले आणि तो तिला तोंडावाटे कृत्रिम श्वास देऊ लागला. साराचे ओठ एकदम थंड लागले. हे चिन्ह त्याला चांगले वाटले नाही. ती जिवंत नाही असेच त्याला वाटत होते. खोलीत आता काही निखारे आणि गरम धूर इतस्तत: पसरू लागला होता. काही मिनिटात आपल्याला त्या इमारतीतून बाहेर पडायलाच हवे हे त्याला कळत होते. तो जीव खाऊन साराच्या फुप्फुसांमध्ये हवा भरण्याचा प्रयत्न करत होता. पण वेळ फार थोडा होता.

इव्हान्सच्या त्याच्या आजूबाजूला जळक्या फळ्या चिरकत असल्याचे आवाज ऐकू आले. एकदम भेदरून तो उठून उभा राहिला आणि दार उघडून बाहेर धावला. बाहेर पावसाचे थेंब जोरात पडत होते. त्यामुळे इव्हान्स एकदम भानावर आला. त्याने मागे वळून पाहिले. जळणाऱ्या इमारतीत सारा पडलेली त्याला दिसली. तो तिला तशी टाकून निघून जाऊ शकत नव्हता.

इव्हान्स मागे धावत गेला. त्याने तिचे दोन्ही हात धरले आणि तिला ओढत त्या जळत्या घराबाहेर आणले. साराचे अचेतन शरीर चांगलेच जड झाले होते. तिचे तोंड उघडे पडलेले होते आणि मान लटलटत होती. सारा जिवंत नव्हती.

बाहेर गवतात आणून टाकल्यावर इव्हान्सने पुन्हा गुडघ्यावर बसून साराला कृत्रिम श्वास द्यायला सुरुवात केली. एका लयीत तो तिच्या तोंडात हवा भरत होता.

किती वेळ तो तसे करत होता हे त्याला नंतर आठवले नाही. एक मिनिट, दोन मिनिटे किंवा कदाचित पाच मिनिटे. पण त्या लयबद्ध हालचालींमुळे त्याची स्वत:ची भेदरलेली अवस्था दूर झाली. तो चांगलाच भानावर आला होता. आपण एका निर्मनुष्य वसाहतीत मुसळधार पावसात उभे आहोत हे त्याला जाणवले.

अचानक साराला जोरदार ओकारी आली. साराचे शरीर एकदम उसळले. हे जाणवताच इव्हान्सने तिला एकदम सोडून दिले. साराला कोरडे उसासे येत होते. मग ती खोकू लागली.

''सारा....''

सारा कण्हली आणि एका कुशीवर वळली. साराचा श्वास हळूहळू सुरू होता. साराचे डोळे जोरदार हलत होते. पण ती शुद्धीवर नव्हती.

''सारा...''

सारा खोकत होती. तिचे सारे शरीर गदगदत होते. इव्हान्सला वाटले की ती आता घुसमटून मरते की काय?

''सारा...''

साराने डोके हलवले. जणू ती डोके हलके करायचा प्रयत्न करत होती. तिने डोळे उघडून इव्हान्सकडे पाहिले. ''ओह्!... माझं डोकं दुखतंय.''

इव्हान्सला आपल्याला रडू फुटणार असे वाटत होते.

संजोंगने घड्याळाकडे नजर टाकली. पावसाचा जोर आता वाढला होता. त्याच्या गाडीचे वायपर्स हलत होते. आता चांगलेच अंधारून आले होते. त्यामुळे त्याने दिवे सुरू केले होते.

संजोंगने आपला रेडिओ खूप अगोदरच फेकून दिला होता. त्याचवेळी त्याच्या गाडीजवळ येणारे विजेचे लोळ थांबले होते. पण दूरवर अजूनही विजा लखलखत होत्या. त्यांचा गडगडाटही ऐकू येत होता. संजोंगने जी.पी.एस.कडे नजर टाकली. त्याच्या हे लक्षात आले की तो जाळ्यापासून अवघ्या काही शेकडा यार्डांवर होता.

त्याने समोरच्या रस्त्याकडे नजर टाकली. त्याला बाजूला वळणारा रस्ता दिसला. तिकडे पाहत असतानाच त्याला काही क्षेपणास्त्रे हवेत जाताना दिसली. ती काळ्या पक्ष्यांसारखी सरळ ढगांमध्ये चढत होती. त्यानंतर काही क्षणातच त्या क्षेपणास्त्रांना जोडलेल्या वायरवरून विजांचे लोळ खाली पडताना दिसले.

उत्तरेकडे दहा मैलांवर असलेल्या केनरने क्षेपणास्त्रे आकाशात झेपावताना पाहिली होती. त्याचा अंदाज होता की एकूण दीडशे क्षेपणास्त्रे असली तर अजून किमान शंभर तरी जागेवरच होती.

केनरने गाडी पुढे काढली. तो मुख्य रस्त्यावरून आत शिरला तेव्हाच त्याला जंगलातली ती मोकळी जागा समोर दिसली होती. एका बाजूला अठरा चाकांचा मोठा ट्रेलर उभा होता. पिवळे रेनकोट घातलेली दोन माणसे उभी आहेत हे केनरला दिसले. त्यांच्यापैकी एकाच्या हातात एक पेटी होती. बहुदा क्षेपणास्त्रांना उडवण्यासाठीची यंत्रणा त्यात होती.

केनरने एकही क्षण न दवडता गाडी सरळ त्या दोघांच्या अंगावर घातली. त्या दोघांना क्षणभर आश्चर्य वाटले होते. पण अगदी अखेरच्या क्षणी त्यांनी बाजूला उडी मारण्यात यश मिळवले होते. केनरची गाडी तिथे असलेल्या ट्रेलरला घासून गेली. केनर सरळ पुढे गेला आणि क्षेपणास्त्रांच्या रचनेत शिरला.

ते दोघेजण धडपडत उठून उभे राहत आहेत हे केनरला आरशात दिसले. पण एव्हाना इकडे केनर त्या क्षेपणास्त्रांच्या जाळ्यात फिरू लागला होता. तो वायरच्या अनुरोधाने गाडी चालवत क्षेपणास्त्रे चिरडत पुढे जाऊ लागला. क्षेपणास्त्राच्या नळ्या गाडीच्या चाकांखाली चिरडत असल्याचे आवाज त्याला ऐकू येत होते. त्याला वाटले की यामुळे क्षेपणास्त्रांच्या कामात अडथळे येतील. पण केनरचा अंदाज चुकला होता.

केनरच्या समोरच पन्नास क्षेपणास्त्रे प्रज्वलित झाली आणि वेगाने आकाशात चढली.

संजोंग दुसऱ्या जागी पोहोचला होता. मोकळ्या जागेत त्याला एक लाकडी केबिन आहे हे दिसले. बाजूला एक मोठा ट्रक उभा होता. केबिनमध्ये दिवे लागलेले होते. त्या खिडक्यांमधून आत हलणाऱ्या माणसांचे आकार दिसले.

संजोंगने गाडी सरळ केबिनच्या दिशेने नेली. केबिनच्या पुढच्या दारातून त्याला एक माणूस हातात मशीनगन घेऊन बाहेर येताना दिसला. त्याच्या मशीनगनमधून ज्वाळा उसळलेल्या दिसल्या. संजोंगच्या गाडीच्या पुढच्या काचांचा चक्काचूर झाला. त्याचवेळी संजोंगने दार उघडून बाहेर झेप टाकली होती. हातातली रायफल सांभाळत संजोंग गडगडत गवतावर लोळण घेत बाजूला गेला.

संजोंगची गाडी केबिनवर धडकली. मोठा आवाज झाला. तिथून धूर बाहेर येऊ लागला. ओरडण्याचे आवाजही त्याला ऐकू आले. संजोंग केबिनपासून जेमतेम वीस यार्डांवर होता.

हातात मशीनगन घेतलेल्या माणसाने आता ओरडत धडकलेल्या गाडीला फेरी मारली होती. तो ड्रायव्हरला शोधत होता.

संजोंगने एकच गोळी झाडली. तो माणूस तत्काळ खाली कोसळला. संजोंग वाट पाहत थांबला.

आता दुसरा माणूस तिथे आला. तो काहीतरी ओरडत होता. त्याला मरून पडलेला

माणूस दिसताच त्याने मागे उडी मारली. तो आता गाडीच्या पुढच्या भागाच्या आडोशाला बसून पहिल्या माणसाला उद्देशून काहीतरी ओरडला. संजोंगने गोळी झाडली. तो माणूस दिसेनासा झाला. पण तो मेला की नाही याची त्याला खात्री नव्हती.

संजोंगला आता आपली जागा बदलणे आवश्यक होते. तो भराभरा लोळत गवतावरून बाजूला दहा यार्ड गेला. तिथून मग तो सावधगिरी बाळगत अगदी हळूहळू केबिनच्या दिशेने पुढे सरकू लागला. त्या केबिनमध्ये आणखी माणसे आहेत याची संजोंगला खात्री होती. पण कोणीही बाहेर आले नव्हते. आता आरडाओरडा देखील बंद झालेला होता. आता फक्त ढगांचा गडगडाट आणि पावसाची रिपरिप एवढेच आवाज तिथे होते.

संजोंग कानोसा घेत होता. त्याला रेडिओची खरखर आणि हलक्या आवाजात बोलण्याचे आवाज ऐकू आले.

याचा अर्थ केबिनमध्ये आणखी काहीजण होते.

संजोंग वाट पाहत गवतात पडून राहिला.

भर पावसात इव्हान्स चाक बदलण्याचे काम करत होता. पावसाच्या थेंबांचे सपकारे त्याच्या तोंडावर आदळत होते. इव्हान्सने गाडीतले राखीव चाक आता जागीच बसवले होते. त्याने एक एक करून सगळे नट घट्ट केले. परत जाताना रस्ता निसरडा आहे हे त्याला माहिती होते. म्हणून त्याने जास्तीची सावधगिरी बाळगून नट आणखी एकदा घट्ट केले.

सारा गाडीत बसली होती. इव्हान्सने तिला थोडेफार उचलून नि थोडेफार ओढत आणून गाडीत बसवले होते. सारा अजून मलूलपणाने बसली होती. त्यामुळेच अचानक साराने हाक मारलेली पाहून त्याला फार आश्चर्य वाटले.

त्याने वर पाहिले. हेडलाईटच्या प्रकाशाने त्याचे डोळे दिपले. पण डोळे किलकिले करून पाहताच त्याला दिसले की एक ट्रक त्यांच्या दिशेने येत होता. निळा ट्रक.

"पीटर!"

इव्हान्स वेगाने वळसा घालून ड्रायव्हर सीटवर येऊन बसला. तेवढ्यात साराने इंजिन सुरू केले होते. इव्हान्सने गाडी गिअरमध्ये टाकली.

"चल!"

ट्रक आता त्यांच्या अंगावर वेगाने येत होता.

इव्हान्सने आलेल्या रस्त्याने गाडी सुसाट नेली. निळा ट्रक जळणाऱ्या त्या इमारतीजवळ क्षणभरही न थांबता सरळ त्यांच्या पाठलागावर निघाला.

केनरने आता गाडी अठरा चाकी ट्रेलरकडे वळवली. त्याच्यापाशी दोघेजण उभे होते. एकाच्या हातात पिस्तूल होते. त्याने केनरच्या दिशेने गोळ्या झाडल्या. केनरने

गाडीचा वेग वाढवला आणि गाडी सरळ त्या माणसाच्या दिशेने नेली. गाडीची धडक बसून तो माणूस उडाला आणि गाडीच्या टपावरून पलीकडे पडला. दुसऱ्या माणसाने मात्र धडक चुकवण्यात यश मिळवले होते.

केनरने गाडी वळवून पुन्हा मागे आणली. धडक बसलेला तो माणूस धडपडत उठताना दिसला. त्याने पिस्तूल रोखले होते. पण त्याने गोळी झाडायच्या अगोदरच केनरने गोळी झाडली होती. तो माणूस खाली पडला.

दुसरा माणूस कुठेही दिसत नव्हता. केनरने क्षणभर विचार केला आणि गाडी पुन्हा वळवली.

तो माणूस ट्रकखेरीज आणखी कुठेही लपू शकत नव्हता.

गवतावर पडून संजोंग वाट पाहत असताना त्याला इंजिन सुरू झाल्याचा आवाज आला. ट्रक मागे येत होता. पण त्याच्या गाडीमुळे त्याला समोर काय चालले आहे ते दिसेना. संजोंग उभा राहिला आणि तो पुढे जाणार एवढ्यात एक गोळी त्याच्या कानाजवळून सणसणत गेली. संजोंग पुन्हा जमिनीवर पडला. केबिनमध्ये आणखी कोणीतरी होते.

काही क्षण थांबल्यानंतर संजोंग रांगत गवतातून पुढे जाऊ लागला. तत्काळ त्याच्या आजूबाजूला गोळ्यांचा वर्षाव झाला. गवतात असूनही तो त्यांना दिसत होता. याचा अर्थ कोणीतरी...

संजोंगने डोळ्यावरचे पावसाचे पाणी निपटून काढले आणि केबिनच्या दिशेने रायफलच्या दुर्बिणीतून पाहिले.

एकजण केबिनच्या छपरावर लपून बसलेला त्याला अस्पष्टपणाने दिसला. फक्त गोळ्या झाडताना तो वर दिसत होता. संजोंगने छपराच्या पातळीलगत नेम धरून गोळी झाडली. त्या माणसाला गोळी लागलेली संजोंगला दिसली नाही. पण त्याची रायफल मात्र छपरावरून गडगडत खाली आलेली दिसली.

संजोंग उठला आणि वेगाने ट्रकच्या दिशेने धावला. पण आता उशीर झालेला होता. ट्रक मुख्य रस्त्यावर वेगाने जाताना त्याला दिसला. बघताबघता ट्रकचे मागचे लाल दिवे दिसेनासे झाले.

केनर आता गाडीतून खाली उतरला होता. त्याला मोठा अठरा चाकी ट्रेलरच्या खाली लपलेला माणूस दिसला. "मला मारू नका... मारू नका!" तो माणूस जिवाच्या आकांताने ओरडू लागला.

''हात वर ठेवून हळूहळू बाहेर ये... मला तुझे हात नीट दिसले पाहिजेत.''

''गोळी झाडू नका...''

''बाहेर ये. अगदी सावकाशच पाहिजे आणि–''

अचानक मशीनगनचा थडथडाट झाला. केनरच्या बाजूच्या गवतावर गोळ्यांचा पाऊस पडला. केनर जमिनीलगत पडून वाट पाहू लागला.

''वेग वाढव!'' सारा मागे नजर टाकत म्हणाली.

सारा आणि इव्हान्सची व्हॅन चिखलाने भरलेल्या रस्त्यावरून धक्के खात जात होती.

''मला नाही वाटत की...''

''ते आता जवळ येऊ लागलेत! तुला वेग वाढवलाच पाहिजे!''

आता ते जंगलातून बाहेर पडले होते. पुढे थोड्या अंतरावर असणारा हायवे त्यांना

दिसू लागला होता. रस्त्याचा हा भाग तसा बरा आहे हे इव्हान्सला आठवले. त्याने गाडीचा वेग वाढवला.

काही क्षणातच ते दक्षिणेकडे जाणाऱ्या हायवेवर येऊन पोहोचले.

''हे तू काय करतो आहेस?'' सारा म्हणाली, ''आपल्याला त्या क्षेपणास्त्रांच्या जाळ्याकडं जायचंय.''

''आता फार उशीर झालाय. आपण आता पार्ककडे जाऊ.''

''पण आपण केनरला वचन दिलं होतं की– ''

''आता त्याला उशीर झालाय.'' इव्हान्स म्हणाला, ''हे वादळ पाहा. ते अगोदरच पूर्ण भरात आलेलं आहे. आपण पार्ककडे जाऊन तिथं लोकांना मदत करायला हवी.''

इव्हान्सने गाडीचा वेग वाढवला. वादळाची पर्वा न करता तो गाडी चालवत होता. पाठीमागून निळा ट्रक हायवेवर वळला आणि त्यांच्याच मागे वेगाने निघाला.

मायगेल रॉड्रिग्ज धबधब्याकडे पाहत बसला होता. एक तासापूर्वी त्यामधून स्वच्छ पाण्याचे तुषार उडत होते. पण आता त्याचा रंग करडा झाला होता. तुषार उडण्याचे प्रमाणही वाढलेले होते. नदीचेही पाणी आता वाढले होते. पाण्याला जोर आला आहे हे त्याच्या लक्षात आले. पाणीही करडे झाले होते.

पण अजून प्रत्यक्ष पार्कमध्ये पाऊस सुरू झाला नव्हता. हवा चांगलीच कुंद झाली होती. थोड्या वेळापूर्वी दोनचार थेंब पडले होते. पण ते तेवढेच. काहीजणांनी बार्बेक्यूचा बेत आटोपता घेतला होता. काहीजण वादळ येणार हे पाहून गाडीत

सामान भरत होते. पण बऱ्याच जणांनी हवेकडे दुर्लक्ष करायचे ठरवले होते. हवा पुन्हा लवकरच ठीक होईल, तेव्हा लोकांनी थांबावे असे सांगत शाळेचा मुख्याध्यापक सगळीकडे फिरत होता.

रॉड्रिग्ज आता फारच अस्वस्थ झाला होता. त्याने ओलसर झालेली कॉलर नीट केली. त्यामुळेही तो वैतागला होता. गाडीच्या उघड्या दारापाशी तो येरझाऱ्या घालत होता. पोलीस रेडिओवर त्याने क्लेटन काऊंटीत अचानक पूर येण्याची शक्यता आहे ही बातमी ऐकली. मॅकिनली पार्क हा याच काऊंटीत होता. आता मात्र रॉड्रिग्जने आणखी न थांबण्याचा निर्णय घेतला. पण तरीही तो जरा बिचकत होता.

केनरने फोन का केला नाही हे त्याला कळेना. हा पार्क दरीत होता. त्यामुळे तिथे मोठा पूर येण्याची शक्यता खूपच होती. रॉड्रिग्जचे सारे आयुष्य उत्तर ॲरिझोना याच भागात गेलेले होते. त्यामुळे त्याला काय घडू शकते याची पूर्ण कल्पना होती.

रॉड्रिग्जने लोकांना पार्कमधून बाहेर काढायचे असे ठरवले.

पण केनरकडून अजून काहीच कसे कळले नाही?

तो अस्वस्थपणे गाडीच्या दारावर बोटांनी ताल धरत विचार करत होता.

त्याने आणखी पाच मिनिटे थांबायचे असा निर्णय घेतला.

पाच मिनिटे फक्त. त्यानंतर मात्र अजिबात नाही.

त्यावेळी समोर दिसणाऱ्या धबधब्याचे दृश्य पाहूनच तो जास्त अस्वस्थ झाला होता. पाणी आता चांगलेच गढूळ झालेले होते. ते पाहून सावध झालेले काहीजण तिथून निघून जाऊ लागले होते. पण अजूनही काही तरुण पोरे धबधब्याच्या खाली मजेत खेळत होती. धबधब्यातून कोणत्याही क्षणी दगडगोटे यायला सुरुवात होणार होती. एखाद्या छोट्या गोट्यामुळेही जीव जाऊ शकतो हे रॉड्रिग्जला माहिती होते.

रॉड्रिग्ज आता लोकांना बाहेर काढायची सुरुवात करणार होता. एवढ्यात तो थबकला. वरून पाणी पडत होते. त्या खडकापाशी त्याला काहीतरी चमत्कारिक दिसले. तिथे एक व्हॅन उभी होती. त्यावर एक ॲन्टेना लावलेली त्याला दिसली. ती एखाद्या टी.व्ही. चॅनेलची असावी असे त्याला वाटले. पण त्यावर काहीही लिहिलेले मात्र नव्हते. त्यावर कसलेतरी चिन्ह होते. पण रॉड्रिग्जला ते लांबून ओळखता येत नव्हते.

कॅमेरा घेतलेला एकजण व्हॅनमधून बाहेर आला आणि धबधब्याच्या कडेपाशी तो उभा राहिला. खांद्यावरचा कॅमेरा सांभाळत तो खाली पार्कमधल्या लोकांकडे पाहू लागला.

म्हणजे ही व्हॅन कोणत्यातरी बातमी देणाऱ्या चॅनेलची होती.

शाळेच्या सहलीची बातमी देण्यासाठी चॅनेलनं यावं?

रॉड्रिग्जने डोळे किलकिले करून व्हॅनवरचे निळे-पिवळे बोधचिन्ह नीट पाहण्याचा

प्रयत्न केला. त्याला त्या चिन्हात एकात एक अशी वर्तुळे आहेत हे कळले. पण ही व्हॅन कोणत्याही स्थानिक चॅनेलची नाही हे त्याच्या लक्षात आले.

पार्कमध्ये वादळ आणि पूर येण्याची शक्यता असताना तिथे बातमीदारांनी हजर असणे यात रॉड्रिग्जला काहीतरी चमत्कारिक आहे हे जाणवले. त्याने त्या लोकांशी बोलायचे असे ठरवले.

ट्रेलरखाली दडलेल्या त्या माणसाला ठार करायची केनरची इच्छा नव्हती. आजवर ई.एल.एफ.चा एकही माणूस पकडला गेलेला नव्हता. आता हा माणूस सापडण्याची शक्यता होती. त्याच्या आवाजावरून तो भेदरला आहे हे केनरच्या लक्षात आले. तो वीस-बावीस वर्षांचा असावा. आपल्या बरोबरचा साथीदार ठार झाला हे पाहून तो घाबरला असावा. त्याला मशीनगन नीट वापरता येत नाही हे केनरला उघडच दिसत होते.

''बाहेर ये... तुला काही होणार नाही... बाहेर ये.''

''××××'' त्या माणसाने शिवी हासडली, ''कोण आहेस तू?... ×××× तुझा काय संबंध इथं?... तुला कळत नाही का?... आम्ही पृथ्वीला वाचवण्याचा प्रयत्न करतोय.''

''तू कायदा मोडतो आहेस.''

''कायदा?'' ट्रेलरखाली लपलेला माणूस हेटाळणीच्या स्वरात म्हणाला, ''पर्यावरण प्रदूषित करून माणसाचं जीवन उद्ध्वस्त करणाऱ्या कंपन्यांचा कायदा गुलाम आहे.''

''माणसांना ठार करता आहात ते तुम्ही.'' केनर म्हणाला.

गडगडाट आणि विजांचा लखलखाट होत असताना वादळ केव्हाही सुरू होईल अशी शक्यता असताना तिथे उभे राहून तसं संभाषण करणे फार चमत्कारिक आहे हे केनरला कळत होते. पण त्या माणसाला जिवंत पकडणे हे फार महत्त्वाचे होते.

''अं... कोण म्हणतं मी कोणाला ठार करतो?... मी तुलाही ठार करणार नाही.''

''तुम्ही पार्कमध्ये खेळणाऱ्या छोट्या पोरांना ठार करता आहात.'' केनर म्हणाला, ''सहलीसाठी येणाऱ्या लोकांना तुम्ही मारता आहात.''

''समाजात बदल होताना काहीजणांचे बळी जाणारच. इतिहास त्याला साक्षी आहे.''

हा माणूस काय बोलतोय ते त्याला स्वत:ला कळतंय का नाही हे केनरला समजेना. कदाचित तो हे सगळे पढवलेले बोलत असावा, किंवा निव्वळ मरणाच्या भीतीमुळे हे आपोआप होत असण्याची शक्यता होती. तसेच, केनरला बोलण्यात

गुंतवण्याची ही युक्ती असेल...

केनरने उजवीकडे त्याच्या गाडीकडे नजर टाकली. त्याला त्याच्या गाडीमागून येणारे पाय दिसले. तो माणूस त्याच्याच दिशेने येत होता.

केनरने नेम धरला आणि एकच गोळी झाडली. ती त्या माणसाच्या घोट्यात शिरली असावी. तो माणूस किंचाळत खाली पडला. पडताना तो केनरला दिसला. हा दाढीवाला माणूस वयाने चाळीस-पंचेचाळीसच्या आसपास होता. त्याच्या हातात मशीनगन होती आणि पडता पडताच तो गोळ्या झाडण्याच्या पावित्र्यात जात होता–

केनरने दोन गोळ्या झाडल्या. त्या माणसाचे डोके एकदम मागे पडले. तो खाली पडला. त्याचे शरीर चमत्कारिकपणे गवतावर पसरले.

इकडे ट्रेलरखाली लपलेल्या माणसाने मशीनगन चालवायला सुरुवात केली होती. केनरच्या गाडीला काही गोळ्या थडकल्याचे आवाज आले. केनर खाली पडून राहिला.

काही वेळाने गोळीबार थांबला. तो थांबल्यावर केनर ओरडला, ''शेवटची संधी.''

''××××''

केनर काही क्षण थांबला. फक्त पावसाचा आवाज येत होता.

''×××× ऐकलंस का मी काय म्हणालो ते?'' तो माणूस ओरडला.

''होय. मी ऐकलंय.'' केनर म्हणाला आणि त्याने एकच गोळी झाडली.

पावसाचा जोर आता वाढला होता. वायपर्स चालू असूनही समोरचा रस्ता नीट दिसत नव्हता. इव्हान्सला गाडीचा वेग कमी करावा लागला. पाठीमागच्या ट्रकचाही वेग मंदावला होता. त्याचाही नाईलाज होता हे इव्हान्सला जाणवले.

वाटेत एक-दोन ठिकाणी बाजूला गाड्या उभ्या होत्या. त्यावेळी तसे करण्यातच खरा शहाणपणा होता. रस्त्यात काही ठिकाणी पाण्याचे छोटे प्रवाह आडवे जात होते. मागच्या ट्रकचे दिवे अधूनमधून दिसत होते. आता चांगलेच अंधारून आले होते.

सारा समोर पाहत काही न बोलता बसून होती. ती ठीक आहे की नाही हे त्याला कळत नव्हते. इव्हान्स साराला म्हणाला, ''आपण बहुतेक पार्कच्या जवळ आलोय. पण नक्की कळत नाही.''

ते आता चढावर आले होते, आणि आता ते उतारावरून खाली जाणार होते.

''ओह् शिट्!''

''काय झालं?'' साराने विचारले.

''ते पाहा.''

उतार संपत होता त्या ठिकाणी पंधरा-वीस फुटांचा छोटा पूल होता. ओढ्यातले पाणी वाहून जाण्यासाठी मोठमोठे पाईप लावलेले दिसत होते. हे सगळे पाईप असूनही पाणी आता रस्त्यावरून वाहू लागलेले दिसले.

पाणी किती खोल आहे हे इव्हान्सच्या लक्षात येत नव्हते. कदाचित फार खोल नसण्याची शक्यता होती.

"पीटर... तू गाडी थांबवली आहेस." सारा म्हणाली.

"होय."

"गाडी थांबवून चालणार नाही..."

"हे पाणी किती खोल आहे कोणास ठाऊक..."

सहा इंच खोल पाण्याच्या जोराने गाडीही वाहून जाऊ शकते.

"पीटर दुसरा पर्यायच नाही."

आरशात ट्रकचे दिवे दिसू लागले होते.

इव्हान्सने गाडी सुरू करून उतारावरून न्यायला सुरुवात केली. काही वेळातच तो पाण्यापाशी आला. त्याने हळूहळू गाडी पाण्यात घातली. पाणी फार जास्त नाही हे त्याच्या लक्षात आले. त्याने गाडी आणखी पुढे घेतली. तो आता साधारण मध्यावर आला होता.

"पीटर..." सारा समोर बोट दाखवत होती.

इव्हान्सने समोर पाहिले. एक मोठा ट्रेलर सरळ त्यांच्याच दिशेने त्यांच्याच बाजूने भरधाव येत होता, "महामूर्ख आहे!"

इव्हान्स थोडा पुढे गेला. त्याने गाडी उजवीकडच्या लेनमध्ये घेतली. ते पाहून तो ट्रकही त्याच लेनमध्ये आलेला दिसला.

त्याचा वेग अजिबात कमी झालेला नव्हता. तो आणखी पुढे आल्यावर त्याच्यावरची अक्षरे दिसू लागली, "ए ॲन्ड पी."

"पीटर, काहीतरी कर!"

"काय करू?"

"काहीतरी कर!"

इव्हान्सने समोर पाहिले. कित्येक टनांचा तो मोठा ट्रेलर त्यांच्या दिशेने भरधाव येत होता. इव्हान्सने आरशात नजर टाकली. निळा ट्रकही मागून चांगलाच पुढे आलेला होता. त्याने मागचा रस्ता अडवला होता.

पाणी आता वाढू लागले होते.

दोन्ही बाजूंनी ते कोंडीत सापडले होते. आता काही पर्यायच उरला नव्हता. काही क्षणांचाच अवधी होता.

"पीटर..."

इव्हान्सने स्टिअरिंग फिरवले आणि गाडी ओढ्याच्या पाण्यात घातली.

गाडी आता पुढच्या बाजूला खाली झुकली होती. पाणी टपावरून आले. एक क्षण इव्हान्सला वाटले की आता आपली गाडी बुडणार. पण आता मागची चाके खडकावर स्थिरावली होती. त्यामुळे गाडी सरळ झाली. आता इव्हान्सला वाटले की रस्त्याच्या कडेने ओढ्याच्या पात्रातून आपण गाडी पुढे नेऊ शकू. पण त्याच क्षणी इंजिन बंद पडले. गाडीला पाण्याने मागच्या बाजूने धक्का बसला होता.

इंजिन बंद पडलेली गाडी ओढ्यात अगतिकपणे वाहून जाऊ लागली.

इव्हान्सने पुन्हा किल्ली फिरवून गाडी सुरू करायचा प्रयत्न केला. पण इंजिन सुरू होईना. दरम्यान गाडी आणखी थोडी वाहत गेली होती. मधे ती एका खडकाला अडकून थांबली. इव्हान्स बाहेर उतरण्याचा विचार करत असताना ती पुन्हा वाहत जाऊ लागली. सारा सीट घट्ट धरून गप्प बसून होती.

गाडी पुन्हा एका खडकाला अडकून थांबली, "आपण उतरायचं का?" साराने विचारले.

"नको."

"मला वाटतं, आपण उतरून जावं."

गाडी पुन्हा हलली होती. इव्हान्सने इंजिन सुरू करण्यासाठी किल्ली फिरवली. फक्त गुरगुर आवाज येण्यापलीकडे काहीच घडले नाही.

"सारा, खिडकी उघड."

"काय?"

"तुझ्या बाजूची खिडकी उघड."

"ओह्!" साराने बटण दाबले होते.

"काय झालं?"

"उघडत नाहीये."

इव्हान्सने आपली खिडकी उघडण्यासाठी बटण दाबले. पण खिडकी उघडेना. याचा अर्थ गाडीतली विद्युतयंत्रणा बंद पडली होती.

इव्हान्सने मागची खिडकी उघडण्याचा प्रयत्न केला. डाव्या बाजूची खिडकी उघडली. "वाहवा!"

सारा मात्र काहीच बोलली नाही.

पाण्याच्या वेगामुळे गाडी आता जोराने पुढे पुढे जात होती. खिडक्यांवर पाणी साचल्याने त्यांना बाहेरचे काही दिसेना. दोघे जीवाच्या कराराने खिडक्या साफ करायचा प्रयत्न करू लागले.

''ओह् जीझस!'' अखेर साराला बाहेरचे दृश्य दिसले होते.

ते आता वेगाने वाहणाऱ्या ओढ्याच्या मध्यभागी होते. पाण्यात फांद्या आणि इतर अनेक वस्तू वेगाने आदळत आपटत पुढे पुढे जात होत्या.

आता त्यांचे पाय भिजू लागले होते. त्याचा अर्थ इव्हान्सच्या लक्षात आला. गाडी बुडू लागली होती.

रॉड्रिग्जला ओढ्यामधून आदळत आपटत येणारी व्हॅन दिसताच त्याने तत्काळ गाडीवरचा भोंगा सुरू केला. त्याने माईक हातात घेतला, ''लोकहो, कृपया तात्काळ बाहेर पडा. वरच्या भागात चला. आत्ता लगेच!''

त्याने पुन्हा भोंगा वाजवला.

''लोकहो! वस्तू सोडून द्या. पळा!''

रॉड्रिग्जने पुन्हा ओढ्याकडे नजर टाकली. पण गाडी आता दिसेनाशी झाली होती. ती आता नव्वद फूट उंचीच्या धबधब्याच्या टोकापाशी येणार हे त्याच्या लक्षात आले.

गाडी आणि त्यातले लोक आता वाचणे अशक्यच होते आणि तो त्याबद्दल काहीही करू शकत नव्हता.

''पीटर, आपण बाहेर पडायला हवं.''

''नाही.''

गाडी आता एका बाजूला कलली होती. मोठमोठे दगडगोटे गाडीवर आदळताना त्याला दिसत होते. बाहेर पडलो तर आपण त्यांच्या माऱ्यापुढे वाचणार नाही हा विचार त्याच्या मनात आला.

इव्हान्सने बाहेर पाहिले. ''सारा... हा भाग परिचित वाटतो का? त्या नदीचं नाव काय आहे?''

''ते कळून काही फरक पडतो का?'' सारा किंचाळली.

''पाहा!'' इव्हान्स समोर पाहून ओरडला.

समोर थोड्या अंतरावर त्याला कड्याची बाजू दिसली. त्याच्यावरून धबधबा कोसळत होता. त्या ठिकाणी चालण्यासाठी एक जिना बांधलेला होता. त्या जिन्याच्या खालच्या बाजूला अनेक फांद्या, ओंडके, झाडांचे बुंधे, जुन्या फळ्या वगैरे गोष्टी अडकलेल्या दिसत होत्या.

''सारा.'' इव्हान्स ओरडला, ''सीटबेल्ट काढून टाक.'' हे बोलताना तो आपला सीटबेल्ट सोडवण्याचा प्रयत्न करत होता. तो खालच्या थंडगार पाण्यात बुडाला होता.

“नाही... मला सापडत नाही!”

इव्हान्स तिला मदत करण्यासाठी वाकला.

“आता आपण काय करायचं?”

“बाहेर पडायचं.”

गाडी आता पुढे सरकत सरकत पुलाजवळ आली होती. मधेच ती एका जुन्या फ्रीजला धडकली. जुना फ्रीज! इव्हान्स शहारला.

पुलाची खालची बाजू आता त्यांच्यापासून अवघ्या दहा फुटांवर होती.

“आता बाहेर पडायलाच हवं सारा.”

“मला बेल्ट सोडवता येत नाहीये!”

फांद्यांच्या जंजाळात अडकून काहीशी स्थिर झालेली गाडी पुन्हा पुढे सरकू लागली होती. जुना फ्रीज पुन्हा गाडीला वेडावाकडा धडकू लागला होता.

“सारा... बेल्ट सोडव!”

“नाही... मला जमत नाही.”

पाणी आता चांगलेच वर आले होते. इव्हान्सने क्षणभर विचार केला आणि मग एकदम डोके खाली घातले. हाताला बेल्ट लागताच त्याने तो बाहेर खेचला. मग श्वास घेत तो वर आला. “बाहेर पड!”

साराच्या तत्काळ लक्षात आले. त्याच्या खांद्याचा आधार घेत ती बेल्टमधून बाहेर पडली.

“आता गाडीतून बाहेर!”

गाडी आता पुन्हा वेगाने पुढे जाऊ लागली होती. सारा खिडकीतून बाहेर पडली आणि गाडीला लोंबकळू लागली. पीटर आता मागच्या सीटवर आला होता. “तिकडं जा नि फांद्या पकड!” इव्हान्स ओरडून सांगत होता.

“पीटर!” सारा इव्हान्सला बाहेर येण्यासाठी ओरडून सांगत होती.

इव्हान्सने खिडकीतून बाहेर सूर मारला आणि फांद्या ओरबाडत असल्याची पर्वा न करता त्याने एका मोठ्या बुंध्याला मिठी मारली.

पुढच्या क्षणी गाडी फांद्यांच्या जंजाळातून निसटून पुलाखालून वेगाने निघून गेली.

इव्हान्सने सारा कुठे आहे ते पाहिले. ती पुलाखालच्या कॉंक्रिटच्या खांबावर चढत होती. कुडकुडत इव्हान्सही तिच्या मागोमाग वर चढू लागला.

“मित्रांनो, तुम्ही फार सुदैवी आहात.” इव्हान्सने वर पाहिले. संजोंग हसत त्यांच्याकडे पाहत होता. सारा आणि पीटर गाडीतून वाहात पुलाकडे येत आहेत हे पाहून संजोंग पुलावर धावत आला होता.

इव्हान्स वर आला आणि रेलींगवरून पलीकडे येऊन तो जमिनीवर कोसळला.

तो कमालीचा थकला होता. दूरवरून त्याला पोलिसांच्या गाडीचा सायरन ऐकू येत होता. पुलावर आता प्रचंड गर्दी झालेली होती. सगळेजण जिवाच्या आकांताने बाहेर निघण्याच्या घाईत होते.

''ऊठ,'' सारा इव्हान्सला उठण्यासाठी मदत करत म्हणाली, ''असा पडलास तर कोणी सरळ तुझ्या अंगावरून जाईल.''

फ्लॅगस्टाफ

सोमवार, ११ ऑक्टोबर

दुपारी ४ वाजून ३ मिनिटे

''मला याची बिलकूल गरज वाटत नाही.'' सारा उठून बघत म्हणाली, तिच्या पायावर आणि छातीवर अनेक इलेक्ट्रोड बसवलेले होते.

''कृपया हलू नका.'' नर्स म्हणाली, ''आम्ही नोंदी घेतोय.''

तिला फ्लॅगस्टाफ हॉस्पिटलमधल्या एका छोट्या खोलीत ठेवलेले होते. संजोंग, इव्हान्स आणि केनर तिथे आले होते. ते बाहेर उभे होते. त्यांचे हलके आवाज साराला ऐकू येत होते.

''माझं वय अठ्ठावीस आहे.'' सारा म्हणाली, ''मला काही हृदयविकाराचा झटका येणार नाही.''

''डॉक्टरांना तुमच्या शरीरातले विद्युतप्रवाह तपासून पाहायचे आहेत.''

''विद्युतप्रवाह? माझ्या विद्युतप्रवाहांना काहीही झालेलं नाही.''

''मॅडम, कृपया झोपून राहा आणि हलू नका.''

''पण हे सगळं–'

''आणि बोलूही नका.''

साराने सुस्कारा टाकला. ती आडवी झाली. ती बाजूच्या मॉनिटरवर दिसणाऱ्या पांढऱ्या रेषांकडे पाहत होती, ''हे हास्यास्पद आहे. माझ्या हृदयाला काहीही झालेलं नाही.''

''होय, तसं काहीही झालेलं नाही बहुतेक.'' मॉनिटरकडे पाहत नर्स म्हणाली, ''तुम्ही फार सुदैवी आहात.''

''हं...'' साराने पुन्हा सुस्कारा टाकला, ''मग आता मी उठू का?''

''चालेल.'' नर्सने उत्तर दिले, ''आणि तुमच्या भाजल्याच्या जखमांबद्दल काळजी करू नका. ते व्रण आपोआप नाहीसे होतील.''

''भाजल्याच्या जखमा?''

नर्सने साराच्या छातीकडे बोट दाखवले, ''हे व्रण कदाचित वरवरचे असतील.''

सारा उठून बसली. तिने आपल्या छातीकडे नजर टाकली. इलेक्ट्रोड जोडलेल्या ठिकाणी लावलेला पांढरा टेप तिला दिसला. शिवाय तिच्या छातीवर आणि पोटावर असलेले फिक्कट तपकिरी रंगाचे पट्टे तिला दिसले. ते सगळीकडे आडवेतिडवे होते आणि–

“हे काय आहे?”

“विजेमुळे झालंय ते.”

“काय?”

“तुमच्या अंगावर वीज पडली होती.”

“काय म्हणालात?”

डॉक्टर आत आला. तो तरुण असूनही त्याला टक्कल पडलेले होते. तो फारच कामात असावा असे दिसत होते.

“या व्रणांची फारशी फिकीर करू नका. ते नंतर निघून जातील.”

“ते वीज पडल्यामुळे झालेत का?”

“होय. ते तसं होतंच म्हणा. बरं. तुम्ही कुठं आहात कल्पना आहे का?”

“फ्लॅगस्टाफच्या हॉस्पिटलमध्ये.”

“आज कोणता दिवस आहे?”

“सोमवार.”

“बरोबर.... उत्तम. आता कृपया माझ्या बोटांकडं पाहा बरं.” डॉक्टरने साराच्या समोर बोटे धरून ती डावीकडे, उजवीकडे आणि वरखाली केली, “पाहा... माझ्या बोटांकडं पाहत राहा. छान... छान. धन्यवाद. बरं, तुम्हाला डोकं दुखल्यासारखं वाटतंय का?”

“वाटत होतं. पण आता दुखत नाहीये. तुमच्या मते माझ्यावर वीज पडली होती?”

“अगदी बरोबर.” डॉक्टर खाली वाकला आणि रबर लावलेल्या छोट्या हातोडीने तिच्या गुडघ्यावर हलकेच फटके मारू लागला, “पण तुमच्यात हायपोक्सियाची कसलीही लक्षणं दिसत नाहीत.”

“हायपोक्सिया...?”

“ऑक्सिजनची कमतरता. जेव्हा हृदय बंद पडतं तेव्हा त्याची लक्षणं दिसतात.”

“हे तुम्ही काय सांगता आहात?”

“तुम्हाला विस्मरण होणं नैसर्गिकच आहे. पण तुमच्या मित्रांच्या सांगण्यानुसार तुमचं हृदय बंद पडलं होतं आणि तुमच्या एका मित्रानं ते पुन्हा चालू केलं. त्याच्या मते जवळजवळ पाच मिनिटं लागली होती त्यासाठी.”

“म्हणजे मी मेलेली होते?”

"जर कृत्रिम श्वासोच्छ्वास मिळाला नसता तर तुम्ही मेल्यातच जमा होतात."

'पीटरनं आपल्याला जीवनदान दिलं?' साराच्या मनात विचार आला.

"नक्कीच पीटर असणार."

"कोणत्या मित्रानं ते केलं. हे मला माहीत नाही." डॉक्टर पुढे सांगू लागला. तो आता तिच्या कोपरांवर ठोकून पाहत होता, "तुम्ही फारच सुदैवी आहात. इथं दरवर्षी वीज पडून तीन-चार मृत्यू हमखास होतात. काही वेळा फार गंभीर स्वरूपाच्या भाजल्याच्या केस येतात. पण तुम्ही उत्तम आहात."

"मला वाचवणारा माणूस कोण होता? त्याचं नाव पीटर इव्हान्स आहे का?"

डॉक्टरांनी खांदे उडवले, "बरं... तुम्ही धनुर्वात प्रतिबंधक डोस याआधी पूर्वी कधी घेतला होतात?"

"मला एक कळत नाही. बातम्यांमध्ये सांगत होते की तिथं काही शिकारी जमा झाले होते. कदाचित शिकारीच्या दरम्यान काहीतरी अपघात झाला किंवा काहीतरी भांडण झालं होतं," इव्हान्स म्हणाला.

"बरोबर आहे." केनर म्हणाला.

"पण तुम्ही तर म्हणालात की तुम्ही त्या लोकांना ठार केलंत?" संजोंग आणि केनरकडे आळीपाळीने पाहत इव्हान्सने विचारले.

"गोळीबाराला सुरुवात त्यांनीच केली." केनर म्हणाला.

"जीझस! बातमीत सांगितलं की तीनजण मेले आहेत." इव्हान्स ओठ चावत म्हणाला.

इव्हान्स हे बोलत असताना त्याच्या मनात संमिश्र भावनांचा कल्लोळ झाला होता. एकीकडे त्याला हे जाणवत होते की त्या मृत्यूंना तो थोडाफार जबाबदार धरला जाऊ शकत होता. किमान त्याने गुन्हा घडायला मदत केली असा आरोप होऊ शकत होता. 'कोर्टात बेड्या घालून नेणं, अपमान, तिरस्कार...' एक वकील म्हणून त्याचे मन या दिशेने विचार करत होते. पण त्याच वेळी त्याला त्या लोकांबद्दल अजिबात पर्वा वाटत नव्हती. 'दहशतवादी सापडले होते आणि मारले गेले होते.' त्यात अस्वस्थ होण्यासारखे काहीच नव्हते. उलट ही बातमी ऐकून त्याला समाधान वाटले होते.

इव्हान्सच्या लक्षात आले की बर्फाच्या घळीत अडकल्याच्या अनुभवानंतर आपण बदलून गेलो आहोत. हा बदल कायमस्वरूपी आहे. कोणीतरी त्याला ठार मारायचा प्रयत्न केला होता. कॉलेज किंवा क्लीव्हलँडमध्ये उपनगरात राहताना त्याने कधी याची कल्पनाही केली नव्हती. किंवा लॉस एंजलीसमध्ये दैनंदिन कामे करताना किंवा फर्ममध्ये कामासाठी जाता-येता ही कल्पना त्याच्या मनाला शिवलीही नव्हती.

पण आता मात्र त्याच्यात फार फरक पडला होता. त्याला आपण खंबीर आणि निर्विकार झाले आहोत हे जाणवले. जगात अनेक वाईट गोष्टी असतात. पण त्या खऱ्या जगाकडे पूर्वी त्याने दुर्लक्ष केले होते, किंवा काही वेळा विषयाला बगल देऊन वास्तवाकडे काणाडोळा केला होता. असे करणेच योग्य आहे असे त्याला वाटत होते. पण आता मात्र त्यात फरक पडला होता.

कोणी तुम्हाला ठार करायचा प्रयत्न केला तर तुम्ही विषय बदलणं किंवा डोळेझाक करूच शकत नाही. तुम्हाला त्यावर काहीतरी करणं भागच असतं. त्या अनुभवामुळे अनेक भ्रम दूर झाले होते.

जग तुम्हाला हवं तसं नसतं.

जग हे असंच असतं.

जगात काहीजण वाईट असतात आणि त्यांना थांबवलंच पाहिजे.

केनर सांगत होता, ''होय. तीनजण ठार झालेत. बरोबर ना संजोंग?''

''बरोबर.''

''×××× खड्ड्यात जाऊ देत!'' इव्हान्स म्हणाला.

संजोंगने मान डोलावली. पण केनर काहीच बोलला नाही.

लॉस एंजलीसकडे परत जाताना सारा विमानात पुढच्या बाजूला बसली होती. पाठीमागे बसलेल्या तिघांची चर्चा तिच्या कानावर पडत होती. पुढे काय होईल हे केनर सांगत होता.

ठार झालेल्या लोकांची ओळख पटवण्याचे काम सुरू होते. त्यांचे कपडे, हत्यारे, आणि ट्रक यांच्यावरून त्यांचा माग काढला जात होता. तिथे पार्कपाशी आलेल्या टी.व्ही.वाल्या लोकांचा शोध लागला होता. सेडोनामधल्या के.बी.बी.डी.चे लोक तिथे आलेले होते. त्यांना एक निनावी फोन आला होता. त्यांना कळले होते, की अकस्मात पूर येण्याचा इशारा दिलेला असूनही पार्कमध्ये लोकांना सहल चालू ठेवू देण्याचा निष्काळजीपणा हायवे पोलिसांनी केलेला होता. म्हणून ते लोक तिथे पोहोचले होते.

पण एकालाही हा प्रश्न सुचला नव्हता की नेक्सरॅड केंद्राकडून पुरासंबंधी इशारा देण्याच्या अगोदर अर्धा तास त्यांना हा निनावी फोन कसा काय आला होता? हा फोन कुठून केला गेला याचाही तपास करण्यात आला. हा फोन कॅनडातून कॅलगरीमधून एका सार्वजनिक फोनवरून आला होता.

''त्यांचं व्यवस्थापन हे असं पक्कं आहे,'' केनर म्हणाला, ''ॲरिझोनामधल्या त्या केबल टी.व्ही. कंपनीचा फोन नंबर त्यांच्याजवळ अगोदरच होता.''

''कॅलगरी?'' इव्हान्सने विचारले, ''तिथून का आला असेल तो फोन?''

''या गटाचं ते एक मुख्य ठाणं असण्याची शक्यता आहे.''

साराने बाहेरच्या ढगांकडे नजर टाकली. जेट आता ढगांच्यावरून चालले होते. सूर्यास्त जवळ आल्यामुळे पश्चिमेकडे सोनेरी प्रभा फाकली होती. दृश्य विलक्षण सुंदर होते. त्या दिवशी घडलेल्या गोष्टी कितीतरी महिने आधी किंवा अनेक वर्षांपूर्वी घडल्या असाव्यात असे वाटत होते.

साराने आपल्या छातीकडे पाहिले. तिला फिक्कट तपकिरी रंगाच्या रेषांचे जाळे दिसले. ॲस्पिरिन घेतलेले असूनही तिला वेदना जाणवू लागल्या होत्या. साराचे लक्ष आता मागच्या संभाषणाकडे नव्हते. फक्त त्यांचे आवाज तिच्या कानावर पडत होते. साराच्या लक्षात आले की इव्हान्सच्या आवाजामधली पोरकटपणाची छटा नाहीशी झाली आहे. तो आता केनरच्या कोणत्याही बोलण्यावर प्रतिवाद करत नव्हता. तो आता खंबीर आणि परिपक्व झालाय असे तिला जाणवले.

थोड्या वेळानंतर इव्हान्स साराजवळ आला, ''इथं बसलो तर चालेल?''

''होय.'' साराने बाजूच्या सीटकडे बोट दाखवले.

इव्हान्स बसताना किंचित कण्हला, ''तुला आता बरं वाटतंय का?''

''ठीक आहे. तुझं काय?''

''जरासं अंग ठणकतंय. म्हणजे जरासं नाही, चांगलंच ठणकतंय. मला वाटतं मी गाडीतून बाहेर पडल्यावर चांगलाच सडकून निघालो असणार.''

साराने मान डोलावली. ती काही क्षण खिडकीबाहेर पाहत बसली. मग ती इव्हान्सकडे वळली, ''तू मला कधी सांगणार आहेस?''

''काय सांगायचंय?''

''हेच, की तू माझा जीव दुसऱ्या खेपेस वाचवलास.''

इव्हान्सने खांदे उडवले, ''मला वाटलं, तुला माहीत आहे.''

''नव्हतं.''

साराला हे बोलत असताना राग येत होता. असा राग का यावा हे तिला कळेना. पण तरीही तो येत होता. बहुदा तिला आता उपकाराखाली दबल्यासारखं वाटत होतं किंवा कदाचित...

''माफ कर.'' इव्हान्स म्हणाला.

''धन्यवाद.''

''सेवेसाठी सदैव हजर आहे मी.'' इव्हान्स हसला आणि मागे निघून गेला.

हे फार चमत्कारिक आहे हा विचार साराच्या मनात आला. पीटरमध्ये काहीतरी चमत्कारिक बदल झाला होता. तिला पूर्वी न कळलेला त्याचा स्वभाव आता तिला जाणवू लागला होता.

साराने बाहेर पाहिले. सोनेरी रंग आता गडद होऊ लागला होता.

लॉस एंजलीसकडे जाताना

सोमवार, ११ ऑक्टोबर

संध्याकाळी ६ वाजून २५ मिनिटे

विमानात मागच्या बाजूला बसून मार्टिनीचे घुटके घेत इव्हान्स समोरच्या पडद्याकडे पाहत होता. फिनीक्समधल्या बातम्या देणाऱ्या चॅनेलशी विमानातली यंत्रणा जोडलेली होती. बातम्या देणारे दोघेजण होते. दोन पुरुष आणि एक स्त्री अर्धवर्तुळाकार टेबलामागे बसून कार्यक्रमाचे सूत्रसंचालन करत होते.

त्यांच्या पाठीमागच्या बाजूला मोठ्या अक्षरात 'कॅनन कंट्रीमधील मृत्यू' असे लिहिलेले दिसत होते. बहुदा त्याचा संबंध फ्लॅगस्टाफमधल्या त्या लोकांशी होता. पण इव्हान्सला नीट समजले नाही, कारण त्याने बातम्या पाहायला उशीर केला होता. अगोदरच तो कार्यक्रम सुरू झालेला होता.

"अजून एक बातमी. मॅकिनली स्टेट पार्कमध्ये अकस्मात पूर येणार असा इशारा देण्यात आल्यामुळं तीनशे शाळकरी मुलांचे प्राण वाचले. ही मुलं सहलीसाठी तिथं गेली होती. पोलीस अधिकारी माईक रॉड्रिग्ज यांनी आमची वार्ताहर शेली स्टोन हिच्याशी बोलताना सांगितलं–"

मग हायवे पेट्रोल पथकाच्या त्या अधिकाऱ्याची संक्षिप्त मुलाखत झाली. तो अतिशय त्रोटक बोलत होता. त्याच्या बोलण्यात कुठेही केनर किंवा इतरांचा उल्लेख नव्हता.

मग इव्हान्सच्या गाडीची दृश्ये दाखवण्यात आली. मोडतोड झालेली गाडी दरीत उलटून पडलेल्या अवस्थेत होती. रॉड्रिग्ज म्हणाला की सुदैवाने गाडी वाहत गेली तेव्हा त्यात कोणीही नव्हते.

इव्हान्सने मार्टिनीचा घोट घेतला.

मग एक पुरुष सूत्रसंचालक पडद्यावर आला. "जरी या महिन्यांमध्ये असं घडणं अस्वाभाविक आहे हे खरं असलं तरी पुराचा धोका तसा कायमचाच असतो."

"हवामान बदलतंय असं वाटतंय." केस मागे सारत सूत्रसंचालक स्त्री म्हणाली.

"होय मार्ला. हवामान बदलतंय यात काहीच शंका नाही. आणि आता त्याबद्दल आणखी सांगताहेत आमचे वार्ताहर जॉनी रिव्हेरा–"

आता पडद्यावर एक तरुण माणूस दिसू लागला होता, "धन्यवाद टेरी. हाय! तुम्ही जर ग्रॅन्ट कॅननच्या या राज्यात राहणारे जुने रहिवासी असाल तर तुमच्या लक्षात आलं असेल की हवामानात बदल व्हायला लागलाय. आणि या प्रकाराला जबाबदार असणाऱ्या घटकांबद्दल शास्त्रज्ञांनी नक्की सांगितलंय. जागतिक तापमानवाढ

हेच त्याला कारण आहे. आजचा पूर ही फक्त पुढं काय होईल याची एक झलक आहे. पूर, चक्रीवादळं आणि दुष्काळ, टोकाचं हवामान हे सारं जागतिक तापमानात होत असलेल्या वाढीचा परिणाम म्हणून–''

संजोंगने इव्हान्सला किंचित ढोसून त्याच्या हातात एक कागद ठेवला.

पत्रकार परिषदेसाठी एन.ई.आर.एफ.ने बनवलेले ते निवेदन होते. त्याने काही ओळींवर बोट दाखवले, '...शास्त्रज्ञांनी नक्की सांगितलंय... टोकाचं हवामान, पूर, चक्रीवादळं आणि दुष्काळ हे सारं जागतिक तापमानात होत असलेल्या वाढीचा परिणाम आहे.'

इव्हान्स म्हणाला, ''म्हणजे हा माणूस ते निवेदन वाचतोय की काय?''

''हं... हल्ली हे लोक असंच करतात.'' केनर म्हणाला, ''ते एखादं वाक्य इकडचं तिकडं करायचीही तसदी घेत नाहीत. ते सरळ हातात पडलेली तयार वाक्यं वाचतात.... अर्थात तो जे काही सांगतोय ते खरं नाही.''

''म्हणजे हवामानात टोकाचे बदल का होत आहेत ते म्हणतोस का?''

''होय. हवामान टोकाचं होतंय याला काहीच पुरावा नाही.''

''तसं संशोधन झालंय?''

''कितीतरी वेळा. गेल्या शतकात कधीही टोकाचं हवामान झालेलं दिसत नाही. गेल्या पंधरा वर्षांतही नाही. हवामानाचा अंदाज व्यक्त करणारी ती मॉडेल वापरली जातात ती देखील असं काही भाकीत करत नाहीत. उलट हवामानात टोकाचे बदल होणार नाहीत हेच त्यांचं भाकीत आहे.''

''म्हणजे त्याचं बोलणं ही सगळी गटारघाण आहे तर.''

''होय. आणि पत्रकारांसाठीचं ते निवेदनही.''

पडद्यावरचा माणूस सांगत होता, ''–हे इतकं वाईट होत चाललंय की अलीकडच्या बातमीनुसार ग्रीनलंडवरचे हिमखंड वितळू लागले आहेत. ते लवकरच नष्ट होऊन जातील. हे हिमखंड तीन मैल जाड आहेत. लोकहो पाहा केवढा प्रचंड बर्फ आहे तो. नवीन संशोधनानुसार समुद्राची पातळी वीसएक फुटांनी वाढेल. तेव्हा किनाऱ्यावर जागा असेल तर विकून टाका.''

इव्हान्सने विचारले, ''आणि याचं काय? ही बातमी काल लॉस एंजलीस टाईम्समध्येही आली होती.''

''मी त्याला बातमी म्हणणार नाही.'' केनर म्हणाला, ''रीडिंगमधल्या शास्त्रज्ञांनी एक मॉडेल बनवलंय. त्यांनी सुचवलंय की पुढच्या एक हजार वर्षांत ग्रीनलँडवरचा बर्फ नष्ट होऊ शकेल.''

''एक हजार वर्षं?''

“होऊ शकेल–”

इव्हान्सने समोरच्या पडद्याकडे बोट दाखवले, “पण त्यानं हजार वर्षं असा उल्लेख केला नाही.”

“पाहा ना. नेमकं तेवढंच त्यानं टाळलं.”

“पण ही बातमी नाही असं का म्हणायचं?”

“मला एक सांग. आजपासून एक हजार वर्षांनी काय होईल याची चिंता करत तू बसतोस का कधी?”

“नाही.”

“कोणी तसं करत वेळ फुकट घालवत असेल का?”

“नाही.”

“तेच तर मी म्हणतोय.”

मार्टिनी संपली तेव्हा अचानक इव्हान्सला पेंग येऊ लागली. तो खुर्चीत कसाही बसला तरी त्याचे शरीर ठणकत होते. पाय, पाठ आणि कंबर सगळीकडेच वेदना होत होत्या.

डोळे मिटून इव्हान्स बातमीपत्राचा विचार करू लागला. ही चर्चा आजपासून एक हजार वर्षांनी होणाऱ्या घटनांविषयी होती आणि इथे तर त्यांनी आव असा आणला होता की जणू ही आत्ता या मिनिटाला भेडसावणारी जीवन-मरणाची समस्या आहे.

इव्हान्सला विचार करता करता गुंगी आली. त्याचे डोके छातीवर झुकले होते. पण एकदम तो दचकून जागा झाला.

इंटरकॉमवरून वैमानिक घोषणा करत होता, “सीट बेल्ट घट्ट बांधा. आपण व्हान न्यूसला उतरतो आहोत.”

व्हान न्यूस

सोमवार, ११ ऑक्टोबर

संध्याकाळी ७ वाजून ३० मिनिटे

इव्हान्सला त्यावेळी फक्त झोपायची इच्छा होती. पण विमानातून उतरताच त्याने सेलफोनवरचे मेसेज पाहिले. ते पाहिल्यावर त्याच्या लक्षात आले की आपली गैरहजेरी फारच जणांना जाणवली होती.

“मिस्टर इव्हान्स, मी निकोलस ड्रेकच्या ऑफिसातून एलेवॉर बोलतेय. तुम्ही तुमचा सेलफोन इथं विसरला होतात. मी माझ्याजवळ ठेवलाय आणि मिस्टर ड्रेकना

तुमच्याशी बोलायचं आहे.''

''पीटर, मी जॉन बाल्डरच्या ऑफिसातली जेनिफर हेन्स बोलतेय. उद्या सकाळी दहा वाजायच्या आत आमच्या इथं येणार का? हे फार महत्त्वाचं आहे. जर काही कारणानं जमणार नसेल तर मला फोन कर. भेटू उद्या.''

''पीटर, मला फोन कर. मार्गो... मी हॉस्पिटलमधून घरी आलेय.''

''मिस्टर इव्हान्स. मी रॉन पेरी. बिव्हर्ली हिल्स पोलीस विभाग. तुम्ही चार वाजता ठरल्याप्रमाणे आला नाहीत. मला तुमच्या अटकेचं वॉरंट काढायची इच्छा नाही. फोन करा. तुमच्याकडं माझा नंबर आहेच.''

''मी हर्ब लोवेनस्टाईन बोलतोय. तू कुठं तडमडला आहेस? अशा प्रकारे दिवसच्या दिवस गायब होण्यासाठी आम्ही कनिष्ठ वकिलांना पगार देत नाही. इथं केवढं काम पडलंय. बाल्डरच्या ऑफिसातून सारखे फोन येत आहेत. उद्या सकाळी बरोब्बर दहा वाजता तू तिथं कल्व्हर सिटीत असायला हवास. दहा वाजता म्हणजे दहा वाजता. माझा हा सल्लाही ऐकून ठेव. तिथं जा नाहीतर दुसरी नोकरी शोधायला सुरुवात कर.''

''मिस्टर इव्हान्स. बिव्हर्ली हिल्स पोलिसांच्यातर्फे रॉन पेरी बोलतोय. माझ्या फोनला तत्काळ उत्तर हवं.''

''पीटर. फोन कर. मार्गो.''

''पीटर... रात्री भेटायचं का? फोन कर. जॅनिस.''

''मिस्टर इव्हान्स, एन.ई.आर.एफ.मधून मिस्टर ड्रेक तुमच्याशी बोलू इच्छितात.''

''पीटर, मी लिसा बोलतेय. पोलीस तुझी सारखी चौकशी करताहेत. मला वाटलं, तुझ्या हे कानावर घालावं.''

''पीटर, मी मार्गो. माझ्या वकिलानं फोनला उत्तर द्यावं अशी माझी अपेक्षा आहे. ××××सारखा वागू नकोस. फोन कर मला.''

''मी रॉन पेरी. बिव्हर्ली हिल्स पोलीस विभाग. जर मला तुमच्याकडून काहीही प्रतिसाद आला नाही तर मला न्यायाधीशांकडून अटकेसाठी वॉरंट मिळवावं लागेल.''

''इव्हान्स, मी हर्ब. तू म्हणजे खरोखरच महामूर्ख xxxx आहेत. पोलीस तुझ्या अटकेचं वॉरंट काढणार आहेत. ताबडतोब काय ते पाहा. या फर्मचे लोक असे पकडले जात नाहीत.''

इव्हान्सने सुस्कारा टाकला आणि फोन बंद केला.

''काय झालं? काही अडचण?'' साराने विचारले.

''नाही. पण मला आणखी बराच वेळ झोपायला मिळणार नाही हे नक्की.''

इव्हान्सने रॉन पेरीला फोन केला. त्याला सांगण्यात आले की तो दिवसाचे

काम संपवून घरी गेला आहे आणि आता सकाळी कोर्टातच भेटेल. त्याचा सेलफोनही बंद असणार होता. इव्हान्सने त्याच्यासाठी स्वत:चा नंबर दिला.

इव्हान्सने ड्रेकला फोन केला. तो काम संपवून निघून गेला होता.

इव्हान्सने हर्बला फोन केला. तो ऑफिसात नव्हता.

इव्हान्सने मार्गोला फोन केला. तिने तो उचलला नाही.

इव्हान्सने मग जेनिफरला फोन केला आणि आपण दहा वाजता तिकडे येणार आहोत हे सांगितले.

"चांगले नीटनेटके कपडे घाल." जेनिफर म्हणाली.

"का?"

"कारण तू टी.व्ही.वर झळकणार आहेस."

कल्व्हर सिटी

मंगळवार, १२ ऑक्टोबर

सकाळी ९ वाजून ५१ मिनिटे

वानुटू खटल्याचे काम चालू होते. त्या ऑफिससमोर दोन पांढऱ्या रंगाचे कॅमेऱ्याचे ट्रक उभे होते. इव्हान्स आत गेला. काहीजण दिव्यांची मांडणी करताना दिसले तर काहीजण छतावरचे दिवे बदलताना दिसले. व्हिडिओ शूटींग करण्यासाठी चार टीमचे लोक इकडेतिकडे फिरत होते. कोणते कोन चांगले ठरतील याचा ते अंदाज घेत होते. पण अजून तरी शूटींगला सुरुवात झालेली नव्हती.

इव्हान्सच्या लक्षात आले की ऑफिसच्या आतही बराच फरक पडलेला आहे. भिंतीवर लावलेले नकाशे आणि आलेख आता आणखी गुंतागुंतीचे झालेले दिसले. त्यांच्यात आता जास्त तांत्रिकपणा आलेला दिसत होता. पॅसेफिक महासागरामधल्या वानुटू बेटाचा खूप मोठा फोटो लावलेला होता. एक फोटो आकाशातून घेतलेला देखील होता. काही फोटोंमध्ये धूप झालेले किनारे होते. एका फोटोत पाण्याच्या अगदी जवळ कोसळण्याच्या बेतात असलेली काही घरे दिसत होती. एक फोटो एका शाळेचा होता. तपकिरी रंगाची निरोगी मुले हसताना दिसत होती. मध्यभागी वानुटू बेटाची त्रिमिती प्रतिकृती ठेवलेली होती. खास कॅमेऱ्यांसाठी त्या प्रतिकृतीवर झगझगीत प्रकाश टाकलेला होता.

जेनिफरने स्कर्ट-ब्लाऊज परिधान केलेला होता. पायात उंच टाचांचे बूट होते. ती तिथल्या अर्धवट अंधारात अतिशय सुंदर आणि गूढ वाटत होती. इव्हान्सच्या लक्षात आले की मागच्या खेपेस पाहिल्यापेक्षा सगळ्यांचे कपडे जास्त चांगले होते. सगळ्या संशोधकांनी जाकिटे घातलेली होती आणि टाय लावलेले होते. त्या

ठिकाणी ते जास्त संख्येने दिसत होते.

''हे... हे सगळं काय आहे?'' इव्हान्सने विचारले.

''आम्ही टी.व्ही. स्टेशननी वापरण्याजोगी काही दृश्यं शूट करतोय. अर्थातच पत्रकारांना देण्यासाठी दृश्यं आम्ही घेऊन ठेवणार आहोत.''

''पण अजून तुम्ही खटल्याची घोषणा केली नाहीये.''

''ती आज दुपारी इथं होईल. एक वाजता पत्रकार परिषद असेल. तू सुद्धा त्यावेळी हजर असशीलच म्हणा.''

''हं... मला कल्पना नव्हती–''

''मला याची माहिती आहे की जॉन बाल्डरला तू तिथं हवा आहेस. जॉर्ज मॉर्टनचा प्रतिनिधी म्हणून.''

इव्हान्स अस्वस्थ झाला. कारण त्यामुळे त्याच्या फर्ममध्ये गडबड होण्याची शक्यता होती. ''पण जॉर्जचं काम करणारे अनेक वरिष्ठ वकील फर्ममध्ये आहेत की–''

''ड्रेकला खास तूच हवा आहेस.'' तो तसं म्हणाला.

''होय का?''

''या खटल्याच्या कामासाठी लागणाऱ्या निधीच्या संदर्भात काही कागदपत्रं वगैरेबद्दल तो काहीतरी म्हणत होता.''

म्हणजे हा सगळा प्रकार असा होता तर. इव्हान्सच्या लक्षात आले की ते त्याला टी.व्ही.समोर मुद्दाम आणत होते. म्हणजे नंतर तो एन.ई.आर.एफ.च्या एक कोटी डॉलर देणगीबद्दल काहीही बोलू शकणार नव्हता. वानुटू खटल्याची घोषणा करण्याच्या समारंभात ते त्याला शक्यतो पाठीमागे ठेवणार होते किंवा फार फार तर त्याच्या उपस्थितीची नाममात्र दखल घेणार होते. मग ड्रेक सांगणार की एक कोटी डॉलर मिळणार आहेत. इव्हान्स उठून उभा राहिला नाही आणि काही विरोधी बोलला नाही तर त्याचा अर्थ इव्हान्सची त्याला संमती होती असा घेतला जाणार होता. नंतर तो काही शंकाकुशंका काढू लागला तर ते त्याला म्हणणार होते इव्हान्स, तू तिथं हजर होतास की. तू तेव्हा काही का बोलला नाहीस?

''अस्सं...'' इव्हान्स म्हणाला.

''तू काळजीत पडलेला दिसतोस.''

''होय...''

''मी तुला सांगते ते ऐक. अजिबात काळजी करू नकोस.''

''पण तुला कशाचीही बिलकूल कल्पना–''

''मी काय म्हणतेय ते फक्त ऐक.'' जेनिफर इव्हान्सच्या डोळ्यांत रोखून पाहत म्हणाली, ''अजिबात काळजी करू नकोस.''

“ठीक आहे...”

जेनिफर हे म्हणत असली तरी इव्हान्स कमालीचा अस्वस्थ झाला होता. आपण बुडतोय अशा प्रकारची जाणीव त्याला होत होती. पोलीस त्याच्या अटकेचे वॉरंट काढणार होते. तो फर्ममध्ये येत नाही म्हणून ते लोक तक्रार करत होते. आणि आता त्याचे बोलणे बंद करण्यासाठी त्याला टी.व्ही.वर आणण्याचा डाव रचलेला होता.

“मी इथं लवकर कशासाठी यायला हवा होतो तुला?”

“तू पुन्हा मागच्याप्रमाणे आमच्या प्रश्नांना सामोरं जावंस अशी कल्पना आहे. ज्यूरी निवडण्यासाठी चाचणी घेण्याचा तो एक भाग आहे.”

“माफ कर. पण मला ते शक्य–”

“होईल. तुला ते केलंच पाहिजे. मागच्यासारखंच असेल सगळं. बरं तुला कॉफी हवी का?”

“जरूर.”

“तू खूप दमलेला दिसतो आहेस. तुझे केस ठाकठीक करून थोडा मेकअप करून घ्यायला हवा.”

अर्धा तास उलटल्यानंतर इव्हान्स पुन्हा एकदा त्या कॉन्फरन्सरूममध्ये मोठ्या टेबलाच्या एका टोकापाशी बसला होता. काही तरुण संशोधक त्याच्याकडे उत्सुकतेने पाहत होते.

“आज आपण जागतिक तापमानवाढ आणि जमिनीचा वापर या विषयाचा विचार करणार आहोत.” जेनिफर म्हणाली, “तुम्ही याच्याशी परिचित आहात का?”

“थोडाफार.”

जेनिफरने टेबलाच्या दुसऱ्या टोकापाशी बसलेल्या एकाकडे पाहून मानेने इशारा केला, “रायमुंडो, त्यांना जरा थोडी पार्श्वभूमी सांगशील का?”

त्या संशोधकाची बोलण्याची ढब वेगळी होती. पण इव्हान्सला त्याचे म्हणणे कळत होते. “जमिनीच्या वापरामधील बदलांमुळे जमिनीच्या सरासरी तापमानात बदल होतो हे सर्वज्ञात आहे. शहरांचे तापमान बाजूच्या ग्रामीण भागापेक्षा जास्त असतं. याला ‘नागरी उष्णता बेट परिणाम’ असं म्हणतात. त्याचप्रमाणे पिके असलेला भाग जंगलांपेक्षा जास्त गरम असतो.”

“हं...हं...” इव्हान्स मान डोलवत होता. त्याने पूर्वी या संकल्पना कधीही ऐकलेल्या नव्हत्या. पण त्या त्याला तर्कशुद्ध वाटत होत्या.

रायमुंडो पुढे सांगू लागला, “हवामानाचा अभ्यास करण्यासाठी असणारी बरीच

केंद्रे जी पूर्वी म्हणजे चाळीस वर्षांपूर्वी शहरांच्या बाहेर होती ती आता काँक्रीटच्या बहुमजली इमारतींच्या मधोमध आलेली आहेत. त्यामुळे त्यांच्यातल्या तापमानाच्या नोंदी जास्त असतात.''

''हे मला समजतंय.'' इव्हान्स म्हणाला. त्याची नजर काचेच्या भिंतींमधून बाहेर गेली. बाहेर निरनिराळ्या ठिकाणी शूटिंग चालू आहे हे त्याला दिसले. त्यांनी आत येऊ नये अशी त्याची मनोमन इच्छा होती. आपण अडाणी आहोत, मूर्ख आहोत असे त्याला त्यांच्यासमोर वाटू द्यायचे नव्हते.

''या गोष्टी या क्षेत्रात काम करणाऱ्या सगळ्यांना चांगल्या माहीत आहेत. म्हणूनच अशा ठिकाणांहून मिळालेल्या माहितीत ठरावीक प्रकारे कपात करून मगच ती माहिती वापरली जाते.''

''ही कपात कशी करायची हे कसं ठरवतात?''

''निरनिराळे मार्ग आहेत. बऱ्याचदा त्या शहरातल्या लोकसंख्येचा आधार घेतला जातो. जितकी लोकसंख्या जास्त तितकी कपात जास्त.''

इव्हान्सने खांदे उडवले, ''हे तर ठीकच वाटतंय की.''

''दुर्दैवाने तसं नाही. तुम्हाला व्हिएन्ना शहर माहीत आहेच. त्या ठिकाणी काही वर्षांपूर्वी बोहम यानं संशोधन केलं होतं. व्हिएन्नाच्या लोकसंख्येत १९५० पासून अजिबात वाढ झालेली नाही.[१] पण तरीही त्या शहरातला ऊर्जा वापर आणि जागेचा वापर जवळपास दुप्पट झाला आहे. प्रत्यक्षात नागरी उष्णता बेट परिणाम झालेला आहे. पण त्यात कपात करण्याचं प्रमाण लोकसंख्येवर अवलंबून असल्यानं ते मात्र जास्त नाही.''

''म्हणजेच शहरांमध्ये उष्णतेत जी वाढ होते तिचा अपेक्षेपेक्षा कमी अंदाज केला जातो तर?'' इव्हान्सने विचारले.

''त्यापेक्षाही वाईट घडतं,'' जेनिफर म्हणाली, ''पूर्वी असं मानलं जाई की नागरी भागातल्या उष्णतामानाचा फारसा परिणाम होत नाही. नागरी उष्णता बेट परिणाम हा एकूण उष्णतावाढीचा नगण्य भाग आहे असं मानलं जात असे. पृथ्वीचं तापमान गेल्या तीस वर्षांत साधारण ०.३ अंश सेल्सिअसनं वाढलं तर शहरांच्या तापमानात ०.१ अंश सेल्सिअस एवढा फरक पडला.''

''होय का? बरं मग?''

''याचा अर्थ जे गृहीत धरलं होतं ते चुकीचं होतं. उलट चिनी शास्त्रज्ञांनी दाखवून

---

१. Bohm, R 1998. Urban Bias in Temperature Time Series – A Case Study for the City of Vienna, Austria, *Climate Change* 38 : 113-128. Mc. Kendry, I.G.2003. Applied Climatology, *Progress in Physical Geography* 27(4):597-606.

दिलंय की गेल्या अवघ्या वीस वर्षांत शांघायचं तापमान एक अंश सेल्सिअसनं वाढलं.[२] ही वाढ पृथ्वीच्या एकूण तापमानवाढीच्या संदर्भात फार मोठी आहे. शांघाय हे एकमेव उदाहरण नाही. गेल्या बारा वर्षांमध्ये यूस्टन शहराच्या तापमानात ०.८ अंश सेल्सिअसनी वाढ झालेली आहे.[३] दक्षिण कोरियामधल्या शहरांचं तापमान फार वेगानं वाढतंय.[४] इंग्लंडमधलं मँचेस्टर हे शहर त्याच्या आजूबाजूच्या ग्रामीण भागापेक्षा आठ अंशांनी जास्त गरम झालेलं आहे. इतकंच नाही तर छोटी शहरेदेखील[५] आजूबाजूच्या ग्रामीण भागापेक्षा जास्त तापमान असणारी आहेत.''

जेनिफरने जवळ असलेले आलेख आपल्याकडे ओढून घेतले, ''हं... तर इथं मुख्य मुद्दा असा आहे की हे आलेख मूळची माहिती दाखवणारे नाहीत. त्यांच्यात 'फज फॅक्टर' तंत्र वापरून अगोदरच दुरुस्त्या करून घेतलेल्या आहेत. कदाचित ही दुरुस्ती पुरेशी नसेल.''

त्याच वेळी दरवाजा उघडला. व्हिडिओ शूटिंग करणारा एक गट आत आला. त्यांच्याजवळच्या दिव्यांचा झगझगीत प्रकाश पसरला. जेनिफरने न बिचकता आणखी काही आलेख उचलले आणि ती हलक्या आवाजात म्हणाली, ''इथं आवाजाला महत्त्व नाही. त्यामुळे जास्त परिणाम करण्यासाठी दृश्य दाखवणं जरूर आहे.'' मग जेनिफर कॅमेऱ्याकडे पाहत म्हणाली, ''मी तुम्हाला हवामान केंद्रात नोंदी कशा ठेवतात त्याचं एक उदाहरण दाखवते.[६] पसाडेना इथल्या १९३० पासूनच्या सरासरी तापमानाच्या नोंदी पाहा.''

---

२. Chen, L. et. at 2003. Characteristics of the Heat Island Effect in Shanghai and its possible Mechanism, *Advances in Atmospheric Sciences* 20 : 991-1001.

३. Streatker, D. R. 2003. Satellite - Measured Growth of the Urban Heat Island of Houston, Texas, *Remote Sensing of Environment* 85 : 282 - 289.

४. Choi, Y., H. S. Jung, K. Y. Nam and W. T. Kwon 2003. Adjusting Urban Bias in the Regional Mean Surface Temperature Series of South Korea, 1968-1999, *International Journal of Climatology* 23 : 577-591.

५. http://news.bbc.co.uk/1/hi/in_depth/sci_tech/2002/

६. लॉस एंजलीसची लोकसंख्या १४५३१०००, बर्कलेची ६२५०००० तर न्यूयॉर्कची १९३४५००० आहे.

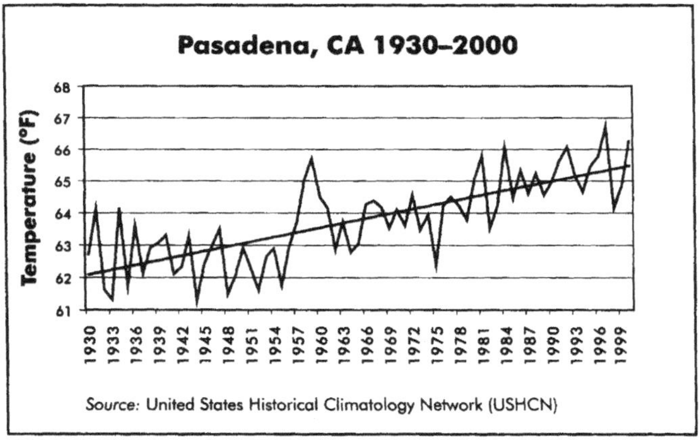

"इथं तापमानात नाट्यमयरीत्या वाढ झालेली दिसतेय. आणि आता बर्कलेमधल्या १९३० पासूनच्या नोंदी पाहा."

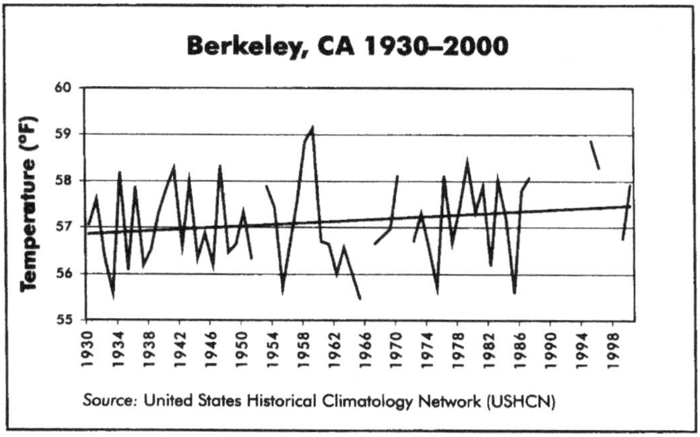

"या नोंदी अपुऱ्या आहेत हे एक आश्चर्यच आहे. पण आपण इथं मूळ माहिती वापरतो आहोत. म्हणूनच काही वर्षांच्या नोंदी नाहीत. यात आपल्याला तापमानात होणारी वाढ स्पष्टपणानं जाणवते आहे. ती देखील निर्विवादरीत्या. तुम्ही याच्याशी सहमत आहात का?"

"तसं म्हणता येईल." इव्हान्स म्हणाला. पण हा बदल एक अंशापेक्षा कमी आहे हा विचार त्याच्या मनात आला.

"आणि आता डेथ व्हॅलीमधली परिस्थिती काय आहे पाहा. डेथ व्हॅली हा भाग जगातला सर्वांत उष्ण आणि शुष्क भाग आहे. इथं नागरीकरण झालेलं नाही. या ठिकाणीही काही वर्षांच्या नोंदी नाहीत."

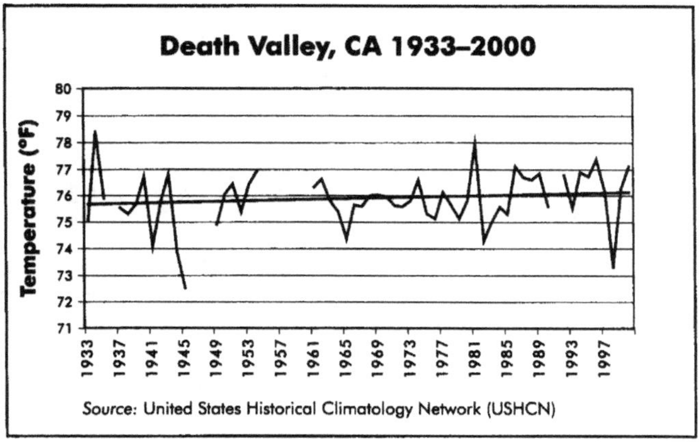

हा आलेख पाहून इव्हान्स काही बोलला नाही. कदाचित ही अपवादात्मक बाब असेल हा विचार त्याच्या मनात आला होता खरा, पण तो गप्प बसला. जेनिफरने आता आणखी काही आलेख समोर ठेवले.

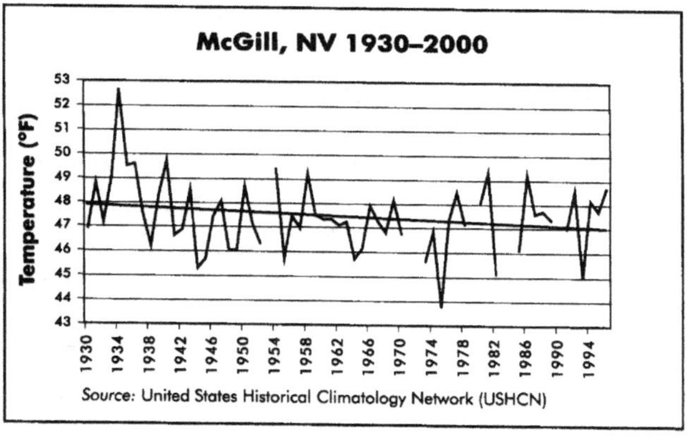

"हा आलेख नेवाडा वाळवंटामधल्या हवामान केंद्रामधल्या नोंदींचा आहे. आणि हा जो आलेख तुम्ही पाहता आहात तो ओक्लाहोमाच्या पठारी भागातला आहे."

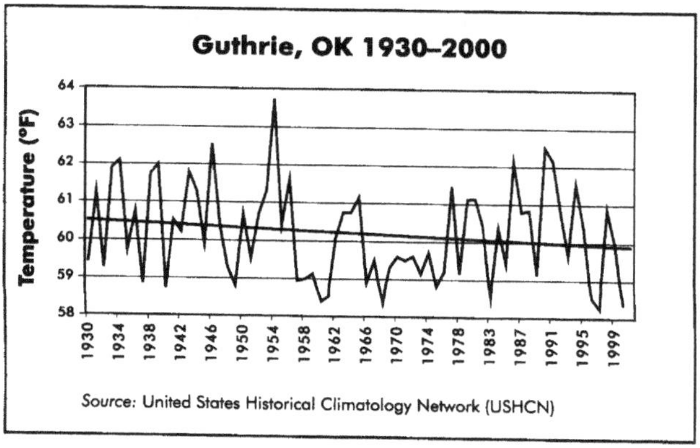

जेनिफर पुढे स्पष्टीकरण देऊ लागली, "हे दोन आलेख पाहिले तर दिसेल की ते सपाट तरी आहेत किंवा तापमान कमी तरी होतंय. आणि हे फक्त ग्रामीण भागात घडतंय असं मात्र नाही. हा आलेख कोलोरॅडोमधल्या बोल्डरचा आहे. याला खास महत्त्व आहे, कारण जागतिक तापमानवाढीच्या संदर्भात जिथं फार मोठं संशोधन केलं जातं ते केंद्र– नॅशनल सेंटर फॉर ॲटमॉसफियरीक रिसर्च या ठिकाणीच आहे."

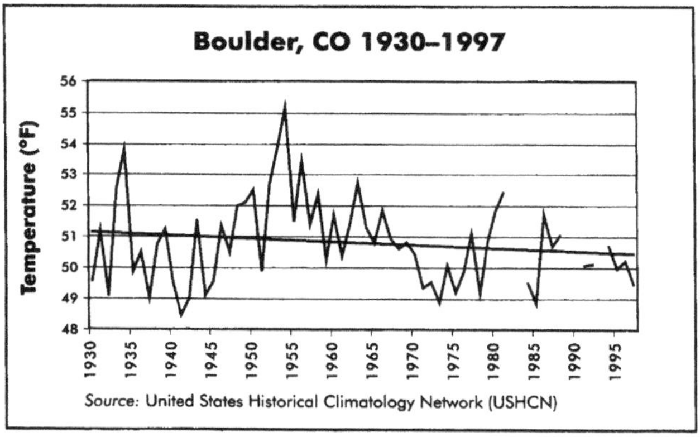

"आता आणखी छोट्या शहरांची परिस्थिती पाहा. टूमन, मिसौरी..."

Truman, MO 1931–2000

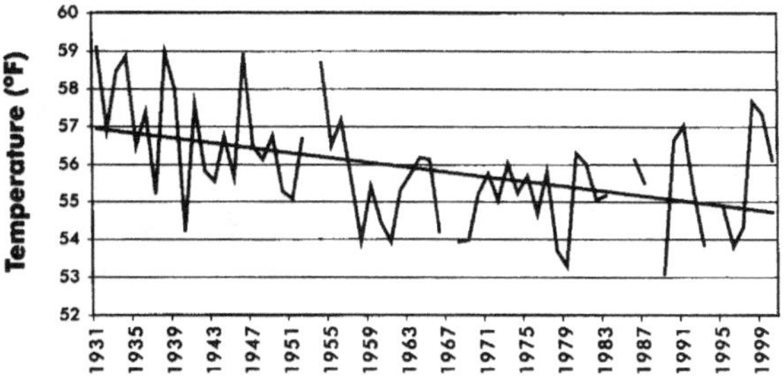

Source: United States Historical Climatology Network (USHCN)

Greenville, SC 1930–2000

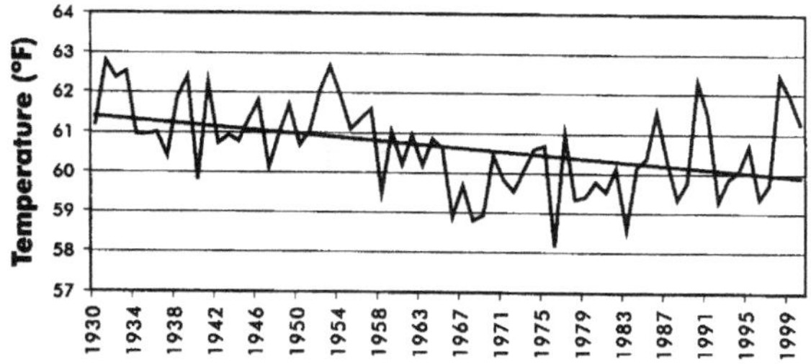

Source: United States Historical Climatology Network (USHCN)

Ann Arbor, MI 1930–2000

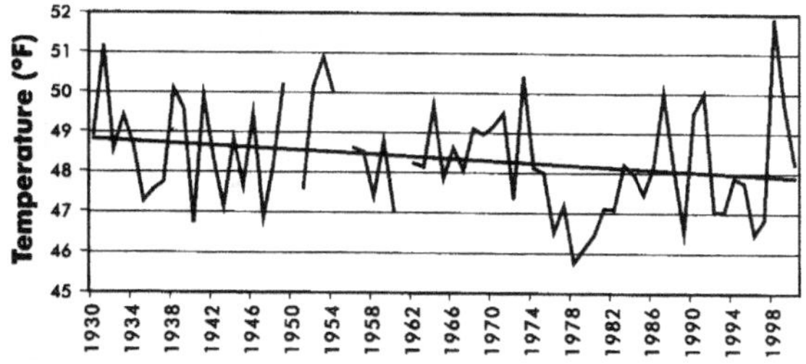

Source: United States Historical Climatology Network (USHCN)

"हं... तरीही तुम्ही हे मान्य कराल की हे काही फार नाट्यमय बदल नाहीत." इव्हान्स म्हणाला.

"तुम्ही कशाला नाट्यमय म्हणता ते मला माहीत नाही," जेनिफर म्हणाली, "ट्रूमनचं तापमान २.५ अंशांनी, ग्रीनव्हिलेचं १.५ अंशांनी, तर १९३० पासून आन आर्बोरचं तापमान १.० अंशानं कमी झालेलं दिसतंय. पृथ्वीचं तापमान वाढत असूनही या जागा मात्र त्या वाढीतून सुटल्या आहेत."

"पण आपण जरा मोठ्या गावांची परिस्थिती काय आहे ते पाहायला हवं. म्हणजे चार्ल्सटनसारखं एखादं गाव..." इव्हान्स म्हणाला. हातातले आलेखांचे कागद चाळत जेनिफर म्हणाली, "माझ्याजवळ चार्ल्सटनचा आलेख आहे. हा पाहा–"

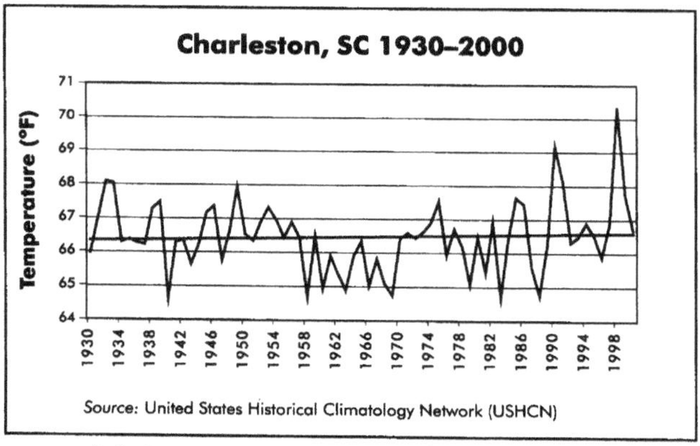

"याचा अर्थ मोठी शहरं..." जास्तच गरम होतात तर, बरं न्यूयॉर्कचं काय?" इव्हान्सने विचारले, "न्यूयॉर्क शहरच नाही, तर न्यूयॉर्क राज्यातील शहरं?"

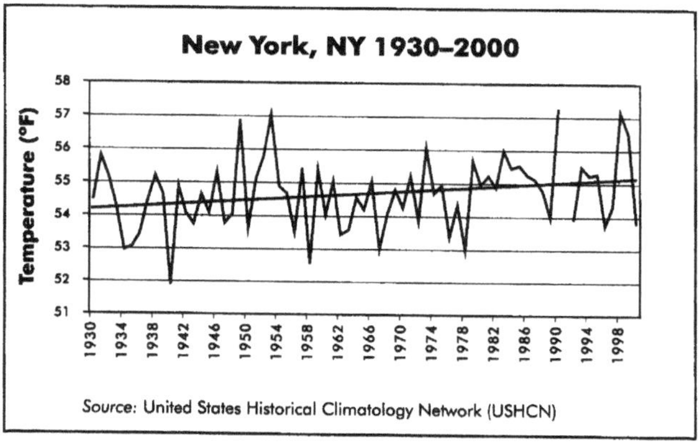

Syracuse, NY 1930–2000

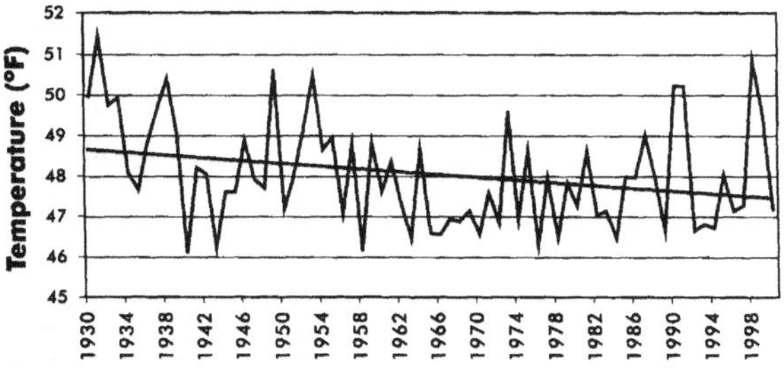

Source: United States Historical Climatology Network (USHCN)

Albany, NY 1930–2000

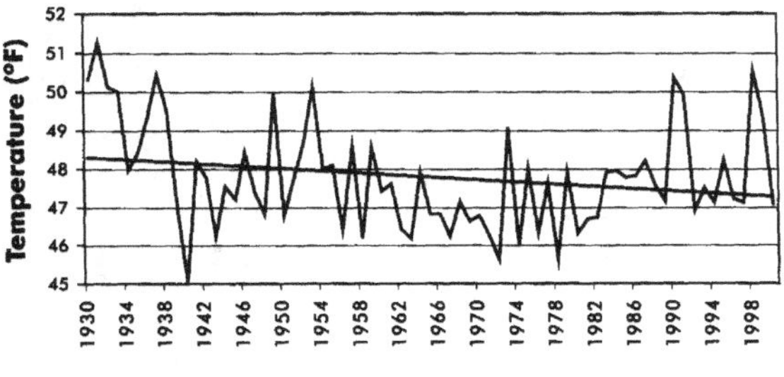

Source: United States Historical Climatology Network (USHCN)

Oswego, NY 1930–2000

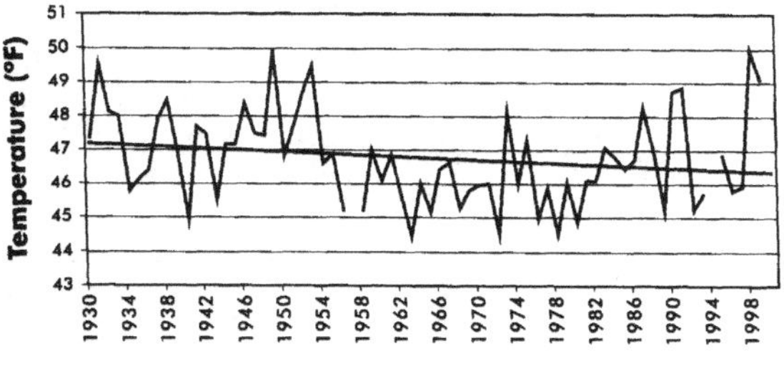

Source: United States Historical Climatology Network (USHCN)

''तुम्ही हे सहज पाहू शकता की न्यूयॉर्कचं तापमान जास्त आहे, पण त्या राज्यामधल्या ओसवेगो ते अल्बानी या शहरांचं तापमान १९३० पासून कमी झालंय,'' जेनिफर म्हणाली.

''हं–हे विचार करण्याजोगं आहे खरं.'' इव्हान्स म्हणाला, ''पण मला युरोप किंवा आशिया खंडातली माहिती पाहायला आवडेल. कारण अखेर आपण जागतिक पातळीवरच्या एका गोष्टीबद्दल बोलतोय.''

''नक्कीच.'' जेनिफर म्हणाली. ती आता जाणीवपूर्वक कॅमेऱ्याकडे डोळा ठेवून बोलत होती, ''आपण ते तर पाहू या. पण नंतर. अगोदर तुम्ही आत्तापर्यंत जी माहिती पाहिलीत त्याबद्दल तुमची प्रतिक्रिया मला हवीय. हे तर स्पष्ट दिसतंय की १९३० नंतर आजपर्यंत अमेरिकेतल्या अनेक भागांचं तापमान वाढलेलं नाही.''

''तुम्ही नक्कीच तुम्हाला सोयीची माहिती निवडली असणार.'' इव्हान्स म्हणाला.

''थोड्याफार प्रमाणात तसं केलंय. अर्थात खटल्यातले प्रतिवादी नक्कीच तसं करणार यात काही शंका नाही.'' जेनिफर म्हणाली.

''मला या निरीक्षणांबद्दल जराही आश्चर्य वाटत नाही.'' इव्हान्स म्हणाला, ''कारण हवा कधीच एकसमान नसते. ती कायमच बदलणारी असते.'' हे बोलताना इव्हान्सच्या मनात निराळी शंका डोकावली, ''बरं... एक सांगा. हे सगळे आलेख १९३० पासून पुढचे का आहेत? तापमानाच्या नोंदी त्या अगोदरपासून उपलब्ध आहेत ना?''

''तुमचा हा मुद्दा बरोबर आहे.'' जेनिफर मान डोलावत म्हणाली, ''उदाहरणार्थ... हा न्यूयॉर्कमधल्या वेस्ट पॉईंटच्या नोंदींचा आलेख पाहा. या नोंदी १९३१ ते २००० या काळातल्या आहेत...''

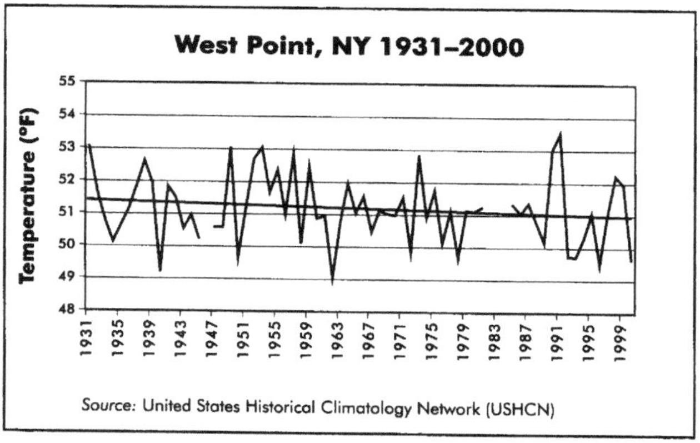

"आणि आता वेस्ट पॉईंटच्याच त्या आधीच्या काळापासूनच्या नोंदी पाहा. सन १९०० पासून २००० पर्यंत पाहिलं तर तापमानात वाढ झालेली दिसतेय. जी मागच्या आलेखात नेमकी उलट वाटत होती."

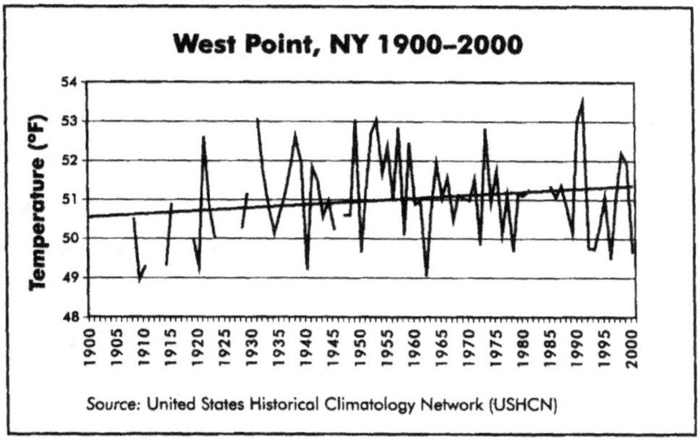

"हं!..." इव्हान्स म्हणाला, "म्हणजे तुम्ही माहिती वापरताना हातचलाखी करता तर! तुम्हाला जे दाखवायचं आहे ते दिसण्याजोगी नेमकी वर्षं तुम्ही निवडता."

"अगदी बरोबर." जेनिफर म्हणाली, "पण ही युक्ती चालू शकते, कारण १९३० नंतरच्या काळानंतरची काही वर्षं अमेरिकेचा बराचसा भाग आजच्यापेक्षा जास्त गरम होता."

"पण ही युक्तीच आहे अखेर."

"ते खरं आहे. पण प्रतिवादी ज्यूरींना अशा युक्त्या करून तयार केलेले आलेख दाखवण्याची एकही संधी सोडणार नाहीत. उलट परिस्थिती कशी हाताबाहेर जात आहे हे दाखवण्यासाठी ते अशा प्रकारे माहितीचा वापर नक्कीच करतील. पर्यावरणवादी लोक हे कसं करतात हे नक्कीच दाखवलं जाणार."

जेनिफरने पर्यावरणवादी लोकांचा केलेला तुच्छतादर्शक उल्लेख त्याच्या नजरेतून सुटला नाही. तो म्हणाला, "तसं असेल तर आपण कसल्याही युक्तीला थारा देताच कामा नये. सगळ्या नोंदी आहेत तशा वापरायच्या. बरं... या नोंदी केव्हापासून उपलब्ध आहेत?"

"वेस्ट पॉईंटला सन १९२६ पासून."

"ठीक आहे. तर मग या नोंदी काय दाखवतात ते पाहायचं का?" इव्हान्स म्हणाला.

त्याला खात्री होती की १८५० नंतर जगात सगळीकडे तापमानात वाढ झाली हे त्याने वाचलेले, त्या ठिकाणी, म्हणजे वेस्ट पॉईंटलाही खरेच असणार. बहुतेक जेनिफरलाही त्याची कल्पना असावी. कारण ती आलेखांच्या कागदात उलटापालट करत वेळ काढत आहे असे इव्हान्सला वाटले.

''हा आलेख नेमका तुमच्याकडं नसेलच म्हणा. आहे का तो?''

''आहे... आहे. हा पाहा.'' जेनिफरने एक आलेख काढून समोर ठेवला.

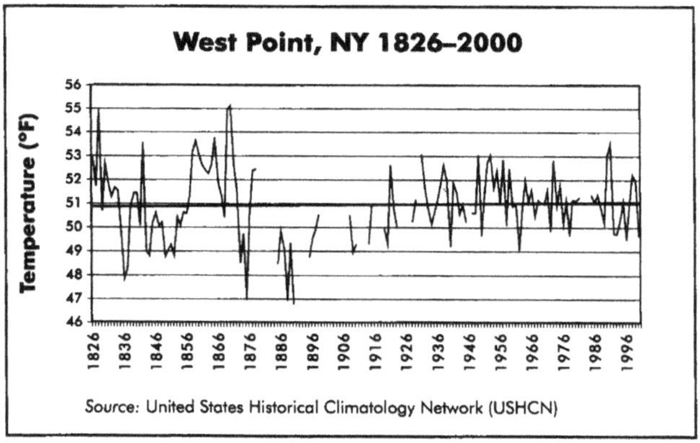

इव्हान्सने आलेखावर नजर टाकली आणि आपली फसगत झाली हे त्याच्या लक्षात आले.

''तुमच्या अपेक्षेप्रमाणं या आलेखातून खरोखरच भरपूर माहिती मिळतेय.'' जेनिफर म्हणाली, ''गेल्या एकशे चौऱ्याहत्तर वर्षांत वेस्ट पॉईंटच्या तापमानात काही फरक पडलेला नाही. सन १८२६ मध्ये ते ५१ अंश फॅरनहीट होतं नि सन २००० मध्येही तितकंच.''

''पण ही एका ठिकाणची नोंद झाली.'' इव्हान्सने स्वत:ला चटकन सावरले, ''अशी शेकडो, हजारो ठिकाणं आहेत की... इतरही नोंदी आहेतच.''

''म्हणजे इतर नोंदीमध्ये वेगळं काही दिसेल असं तुम्हाला म्हणायचं आहे का?''

''होय. तसं होऊ शकेल. नक्कीच.''

''तुमचं हे म्हणणं अगदी बरोबर आहे.'' जेनिफर म्हणाली, ''निरनिराळ्या नोंदींमध्ये निरनिराळे कल दिसतात हे खरं आहे.''

इव्हान्स मागे रेलून बसला. त्याला मनोमन समाधान वाटत होते. तो पाहू लागला. आता जेनिफरने न्यूयॉर्क शहराच्या तापमानाच्या १८२२ ते २००० या

कालखंडातल्या नोंदी समोर ठेवल्या होत्या.

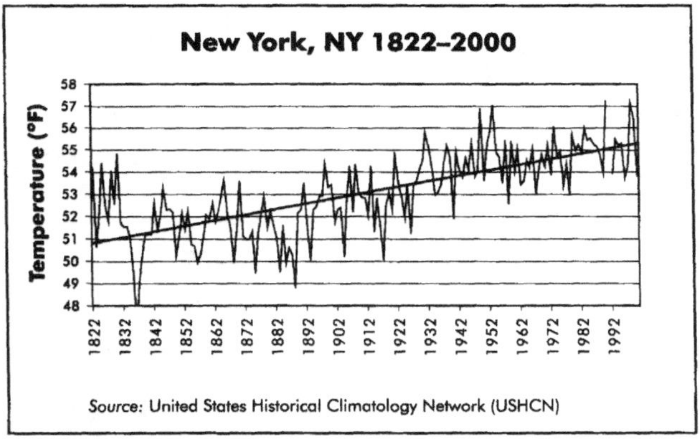

"न्यूयॉर्क शहराचं तापमान पाहा. एकशे अठ्ठ्याहत्तर वर्षांमध्ये तापमानात पाच अंश फॅरनहीटची वाढ झालीय." आणि या अल्बानीमधल्या नोंदी पाहा. तिथं गेल्या एकशे ऐंशी वर्षांत तापमान अर्धा अंशानं कमी झालंय."

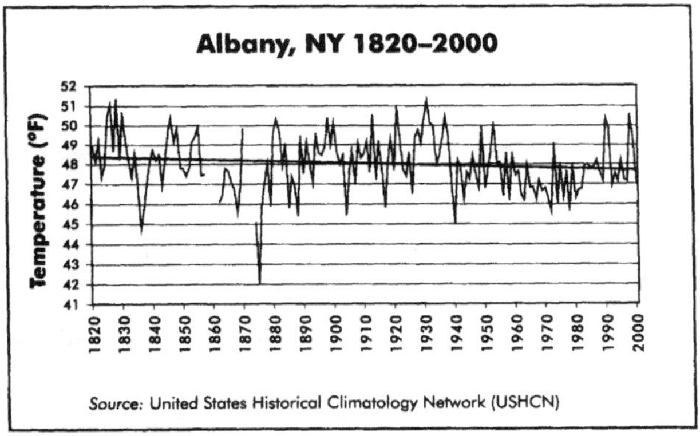

इव्हान्सने खांदे उडवले, "स्थानिक पातळीवर एवढा फरक असतोच. हे मी या अगोदरही म्हणत होतो."

"पण मला हे लक्षात येत नाही की अशा प्रकारचे स्थानिक पातळीवरचे फरक जागतिक तापमानवाढीच्या सिद्धांतात कसे बसवणार? माझ्या समजुतीनुसार तथाकथित हरितगृह वायूंच्या प्रमाणात वाढ होऊन तापमान वाढतं. कार्बन डायऑक्साईड

सारख्या या वायूंमुळे पृथ्वीच्या पृष्ठभागालगतची उष्णता बाहेर अवकाशात जाऊ शकत नाही. तुम्हालाही असंच वाटतं ना?''

"होय." इव्हान्सला बरे वाटले. आपल्याला व्याख्या तयार करत बसायला लागले नाही याचा त्याला आनंद झाला होता.

"आणि आपण ज्या कार्बन डायऑक्साइड वायूबद्दल एवढी चिंता करतो आहोत, त्याचे प्रमाण जगात सगळीकडं वाढलं आहे असंच ना?..." जेनिफरने समोर एक आलेख ठेवला.*

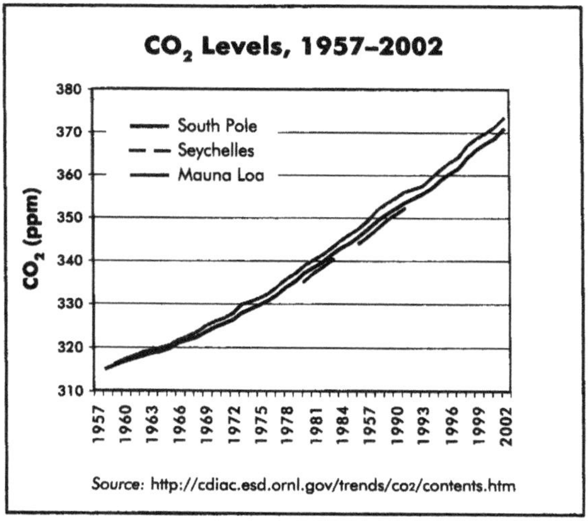

"होय...."

"आणि हे असंच जगात सगळीकडं असणार. म्हणून तर आपण जागतिक तापमानवाढ हा शब्द वापरतो. बरोबर?''

"होय..."

"पण अल्बानी आणि न्यूयॉर्ककडे पाहिलं तर दिसेल की ही दोन्ही शहरं

---

* Keeling, C.D.T.P. Whorf and the Carbon Dioxide Research Group, Scripps Institute of Oceanography (SIO), University of California, La Jolla.
Conway, Thomas J., Pieter Tans, Lee S. Waterman, National Oceanic and Atmospheric Administration, Climate Monitoring and Diagnostics Laboratory, Boulder.
याखेरीज http://cdiac.esd.ornl.gov/trends/CO_2/contents.htm हे संकेतस्थळ पाहा.

एकमेकांपासून फक्त एकशेचाळीस मैल अंतरावर आहेत. तीन तासात इकडून तिकडं जाता येतं. दोन्ही ठिकाणी कार्बन डायऑक्साइडचं प्रमाण सारखंच आहे. पण एका ठिकाणी तापमान वाढतं नि दुसऱ्या ठिकाणी ते जरासं कमी होतं. यातून जागतिक तापमानवाढ सिद्ध होते असं तुम्हाला वाटतं का?''

''पण हवा ही मुळातच स्थानिक गोष्ट आहे. काही भाग थंड तर काही गरम होणं हे स्वाभाविकच आहे.'' इव्हान्स म्हणाला.

''पण आपण हवेबद्दल नाही तर हवामानाबद्दल बोलतोय. इथं काय झालंय पाहा. एका ठिकाणी तापमान वाढलं. एका ठिकाणी जरासं का होईना पण ते कमी झालं. आणि वेस्ट पॉईंटला तर त्यात काहीच फरक पडला नाही.''

''नाही. पण हवामान ही फार गुंतागुंतीची प्रणाली आहे.''

''पण म्हणजे काय?''

''म्हणजे हवामान ही प्रणाली गुंतागुंतीची आहे इतकंच. तिनं नेहमीच आपल्या इच्छेनुसार वागलंच पाहिजे असं काही नाही.''

''ते खरंच आहे. पण आपण न्यूयॉर्क आणि अल्बानीच्या उदाहरणाकडं परत वळायचं का? गेल्या एकशे पंच्याऐंशी वर्षांमध्ये न्यूयॉर्कची लोकसंख्या वाढून ती ऐंशी लाख झाली. तशी तेवढी अल्बानीची झाली नाही.''

''बरोबर.''

''आणि हा जो नागरी उष्णता बेट परिणाम आहे तो स्थानिक पातळीवरचा असतो?''

''होय....''

''मग मला हे सांग की न्यूयॉर्क शहराच्या तापमानात जी नाट्यमय वाढ झालीय ती जागतिक तापमानवाढीमुळं आहे की प्रचंड प्रमाणात बहुमजली इमारती बांधल्यानं झालीय हे कसं ठरवणार?''

''हं...'' इव्हान्स बिचकला, ''मला याचं उत्तर माहीत नाही. पण मला वाटतं ते माहीत असावं कोणालातरी.''

''न्यूयॉर्कसारखी शहरं वाढत जाताना जास्त गरम होत जाणार हे बरोबर आहे?''

''होय.''

''आणि अशी अनेक शहरं जगभरच मोठमोठी होत गेली तर जगाचं सरासरी तापमान वाढेल आणि त्याचा जागतिक तापमानवाढीच्या त्या सिद्धांताशी काहीही संबंध नसेल हे बरोबर आहे?''

''मला वाटतं, वैज्ञानिकांनी याचा यापूर्वी नक्कीच विचार केला असणार.''

इव्हान्स म्हणाला, ''आणि त्यांनी या प्रश्नाचं उत्तरही शोधलं असेल.''

''होय. ते ठीक आहे. मूळ माहितीतून ठरावीक प्रमाणात कपात करणं हे वैज्ञानिकांनी दिलेलं उत्तर आहे.''

''अगदी हेच तर मी म्हणतोय.''

''माफ करा, मिस्टर इव्हान्स. तुम्ही वकील आहात. खटल्याच्या कामकाजात वापरला जाणारा महत्त्वाचा पुरावा संशयास्पद असू नये म्हणून किती कसोशीनं प्रयत्न केले जातात हे तुम्हाला सांगायला नको.''

''होय. पण–''

''तुमच्या खटल्यात तुम्ही अशा पुराव्यात अजिबात फेरफार सहन करत नाही...''

''होय...''

''पण या ठिकाणी मात्र मूळ माहितीत फेरफार केलेला चालेल? ज्या वैज्ञानिकांना जागतिक तापमानवाढ हे महासंकट आहे असं खात्रीनं वाटतं त्यांनी असे फेरफार केले तर पुरावा संशयास्पद ठरत नाही का?''

''संशयास्पद?... पण मूळ माहितीमध्ये फक्त थोडी कपात करण्यात आली आहे इतकंच–''

''पण प्रतिपक्ष विचारेल की ही कपात पुरेशी झाली हे कशावरून?''

''कोण जाणे.'' इव्हान्स म्हणाला, ''हे आता फारच तांत्रिक आणि क्लिष्ट होत चाललंय आणि हा भाग तसा किरकोळ आहे.''

''अजिबात नाही. हाच तर सगळ्यात मुख्य मुद्दा आहे. नागरीकरण की हरितगृह परिणाम, कोणामुळे तापमानात वाढ झाली? मी म्हणाले त्याप्रमाणं तापमानातली गेल्या शतकातली वाढ तीन दशांश एवढी थोडी होती. त्याला काही महासंकट म्हणता येणार नाही.''

इव्हान्स काहीही बोलला नाही. तो आपला चेहेरा बुद्धिमान वाटेल अशा प्रकारे कॅमेऱ्याकडे पाहत बसून राहिला.

जेनिफर पुढे बोलतच राहिली, ''अर्थात या संशोधनावर वादविवाद होऊ शकतात. पण प्रतिपक्ष नक्कीच असा युक्तिवाद करणार की ज्यांना फेरफार करून भरपूर फायदा होतो तेच माहितीत फेरफार करतात.''

''म्हणजे हवामानशास्त्रज्ञ अनैतिक आहेत असं म्हणायचंय का?''

''मी म्हणतेय की हे कोल्ह्याला कोंबड्यांच्या खुराड्यावर राखणीला ठेवण्यासारखं झालं.''

''म्हणजे तापमानाची उपलब्ध माहिती निरुपयोगी आहे असं म्हणायचं का?''

''तापमानाची माहिती संशयास्पद आहे असं म्हणूया. एखादा चांगला वकील त्या माहितीच्या बघताबघता चिंधड्या उडवील. म्हणूनच आमचा बचाव पक्का करण्यासाठी–''

अचानक कॅमेरे घेतलेले लोक उठले नि निघून गेले. जेनिफरने इव्हान्सच्या हातावर हात ठेवला. ‘‘या सगळ्याबद्दल अजिबात चिंता करू नकोस. हे चित्रण फक्त तेवढ्यापुरतंच होतं. त्यांनी आवाज रेकॉर्ड केलेले नाहीत. मला हे चित्रण जिवंत व्हायला हवं होतं म्हणून–’’

‘‘मला आपण मूर्ख ठरलो असं वाटू लागलंय.’’

‘‘नाही. तू अगदी छान दिसत होतास. टी.व्ही.च्या दृष्टीनं तेच तर महत्त्वाचं आहे.’’

‘‘नाही.’’ इव्हान्स म्हणाला, ‘‘म्हणजे मला असं म्हणायचंय की... मी मघाशी बोलताना अनेकदा... म्हणजे मी माझी मतं चांगलीच बदलली होती.’’

‘‘अस्सं?’’

‘‘होय.’’ इव्हान्स म्हणाला, ‘‘ते आलेख पाहिले तर जागतिक तापमानवाढीच्या सिद्धांताबद्दल अनेक प्रश्न अगदी सहज मनात निर्माण होतात...’’

जेनिफर इव्हान्सकडे पाहत हळूहळू मान डोलावत होती.

‘‘म्हणजे तू देखील?’’

जेनिफरने मान डोलावणे चालू ठेवले.

ते जेवणासाठी पूर्वी गेले होते त्याच रेस्टॉरंटमध्ये गेले. या खेपेसही तिथे फारशी गर्दी नव्हती. कोपऱ्यात सोनी कंपनीतले काहीजण हसत खिदळत बसलेले दिसले. ते तिथे रोजच येत असणार हे इव्हान्सच्या लक्षात आले. पण इव्हान्सला मात्र सर्व काही वेगळे वाटत होते. त्याचे सारे अंग ठणकत होते. आपण कधी एकदा झोपतो असे त्याला सारखे वाटत होते. पण त्यापेक्षाही महत्त्वाचे म्हणजे आपण आतूनच वेगळे झालो असल्याची त्याला जाणीव झाली.

जेनिफर काही न बोलता जेवत होती. ती आपण बोलणे सुरू करायची वाट पाहते आहे असे इव्हान्सला वाटून गेले.

काही वेळानंतर इव्हान्स म्हणाला, ‘‘जागतिक तापमानवाढ हा सिद्धांत खरा नव्हता याचा विचार करणं वेडपटपणाचं वाटतंय नाही?’’

‘‘वेडपटपणाच तो.’’ जेनिफर मान डोलावत म्हणाली.

‘‘म्हणजे... सगळं जग त्यावर विश्वास ठेवतं–’’

‘‘होय.’’ जेनिफर म्हणाली, ‘‘पण तिथं खटला लढताना आम्ही फक्त ज्यूरींचाच विचार करत होतो. आणि बचावपक्ष ज्यूरींच्या बाबतीत अक्षरश: हात धुवून घेणार बघ.’’

‘‘म्हणजे तू मला सांगितलंस ते उदाहरण–’’

‘‘त्यापेक्षाही भयंकर होऊ शकेल. आम्ही बचावपक्ष अशा तऱ्हेने युक्तिवाद करेल असं मानतो. ते म्हणतील : सभ्य स्त्री-पुरुषहो. तुम्हाला हे सांगण्यात आलंय

की जागतिक तापमानवाढ असलं काहीतरी घडतंय. त्याचं कारण म्हणे कार्बन डायऑक्साइड आणि हरितगृह वायूंमधील वाढ हे आहे. पण तुम्हाला हे सांगितलं गेलं नाही की ही वाढ अगदीच नगण्य आहे. या आलेखात कार्बन डायऑक्साइडचं प्रमाण म्हणजे एव्हरेस्ट शिखर वाटतंय ना. पण वस्तुस्थिती तशी नाही. कार्बन डाय ऑक्साइडचं प्रमाण दर दशलक्ष भागात ३१६ भाग होतं, ते आता दर दशलक्ष भागात ३७६ झालंय. म्हणजे एकूण वाढ झाली, दहा लाख भागांत फक्त साठ भाग. कदाचित ही एवढी छोटी वाढ नेमकी किती आहे हे कळणं थोडं अवघड वाटण्याची शक्यता आहे. आपण त्याची कल्पना कशी बरं करू शकतो?''

जेनिफर मागे रेलून बसली. तिने हात आडवा फिरवला. ''ही आता एक आकृती पाहा. पृथ्वीचं वातावरण म्हणजे एक फुटबॉलचं मैदान आहे अशी कल्पना करा. वातावरणाचा बराचसा भाग नायट्रोजनने व्यापलेला असतो. म्हणजे एका बाजूच्या गोलरेषेपासून सुरुवात केली तर आपण नायट्रोजनबरोबर अठ्ठ्याहत्तर यार्ड रेषेपर्यंत जाऊ. आता उरलेला मोठा भाग ऑक्सिजनचा आहे. ऑक्सिजनमुळं आपण आता नव्व्याण्णव यार्ड रेषेपर्यंत गेलो. आता फक्त एक यार्ड अंतर उरलं. पण आता वातावरणात जे काही उरलंय त्यात सगळ्यात मोठा भाग अर्गान या उदासीन वायूचा आहे. अर्गानचा विचार केला तर आपण आता पलीकडच्या गोलरेषेच्या जवळ साडेतीन इंच अंतरावर येतो. ही तर रेषेची जाडी झाली लोकहो. आणि या तीन-साडेतीन इंचातला कार्बन डायऑक्साइड किती? एक इंच! हा एवढासा कार्बन डायऑक्साइड वायू आपल्या हवेत असतो.''

जेनिफर नाटकीपणाने थांबली आणि मग बोलू लागली, ''ज्यूरींमधील सभ्य स्त्री-पुरुषहो, तुम्हाला सांगितलं गेलं की गेल्या पन्नास वर्षांत कार्बन डायऑक्साइड वायूमध्ये वाढ झाली. आपल्या फुटबॉल मैदानाच्या प्रमाणात किती वाढ झाली असेल? एका इंचाचा तीन अष्टमांश भाग. एखाद्या पेन्सिलच्या जाडीपेक्षाही कमी. आणि तरीही तुम्हाला या म्हणण्यावर विश्वास ठेवा असं सांगितलं गेलं की, या इतक्या थोड्या कार्बन डायऑक्साइडमुळं पृथ्वीला धोका उत्पन्न झालाय.''

''पण याला सहज उत्तर देता येईल–''

''थांब. अजून संपलेलं नाही.'' जेनिफर म्हणाली, ''तंत्र असं आहे. अगोदर शंका व्यक्त करा. मग पर्यायी स्पष्टीकरण द्या. ते लोक न्यूयॉर्क शहराचा आलेख बाहेर काढतील. आपण पाहिलं आहेच की त्या शहराच्या तापमानात पाच अंशाची वाढ झाली आहे. न्यूयॉर्कची लोकसंख्या १८१५ मध्ये एक लाख वीस हजार होती. आज ती ऐंशी लाख आहे. म्हणजे शहरात सहा हजार टक्के वाढ झालीय! आता मी विचारते की ज्या शहरात एवढी वाढ झालीय त्याचं तापमान कार्बन डायऑक्साइडमधल्या अत्यल्प वाढीमुळं वाढलंय असं कसं म्हणता येईल?'' जेनिफर खुर्चीत मागे रेलून बसली.

''पण या युक्तिवादालाही प्रत्युत्तर देता येईल.'' इव्हान्स म्हणाला, ''बंदुकीचा घोडा हा बंदुकीचा फार छोटा भाग असतो. पण त्या छोट्या भागाचा परिणाम म्हणून–''

''पीटर–'' जेनिफर डोके हलवत म्हणाली, ''जर तू त्या ज्यूरींमध्ये असशील आणि तुझ्यासमोर मी मघाशी केला तो युक्तिवाद केला तर तू काय म्हणशील? न्यूयॉर्कचं तापमान जागतिक तापमानवाढीमुळं आहे की काँक्रीटच्या खूप इमारती झाल्यानं?''

''मी काँक्रीटमुळं असंच म्हणेन कदाचित.''

''बरोबर.''

''पण तरीही समुद्राच्या पातळीचा मुद्दा आहेच की.'' इव्हान्स म्हणाला.

''दुर्दैवानं वानुटू बेटावर पाण्याच्या पातळीत म्हणावी तेवढी वाढ झालेली नाही. जिथं कुठं वाढ दिसू शकते ती अवघी अर्धा इंच. तीस वर्षांत अर्धा इंच.''

''म्हणजेच तुम्ही खटला जिंकण्याची शक्यता जवळपास नाही.''

''अगदी बरोबर.'' जेनिफर म्हणाली, ''ते असो. पण तुझा बंदुकीच्या घोड्याचा युक्तिवाद छान होता हे नक्की.''

''पण जर तुम्ही खटला जिंकणार नाही हे माहीत आहे, तर मग ही पत्रकार परिषद घेतली तरी कशासाठी?''

''तुम्ही आलात त्याबद्दल आभार.'' जॉन बाल्डर मायक्रोफोनच्या जवळ जात म्हणाला. फोटोग्राफरांच्या कॅमेऱ्यांचे फ्लॅश चमकले.

''मी जॉन बाल्डर. माझ्याजवळ उभे आहेत मिस्टर निकोलस ड्रेक. ते नॅशनल एन्व्हरॉनमेंटल रिसोर्स फंड या संस्थेचे अध्यक्ष आहेत. माझ्या प्रमुख मदतनीस वकील जेनिफर हेन्स आणि हॅसल ॲन्ड ब्लॅक या फर्मचे वकील पीटर इव्हान्स इथं उपस्थित आहेत. आम्ही सर्वजण मिळून घोषणा करतो आहोत की पॅसेफिक महासागरातील बेटांवरच्या वानुटू या राष्ट्राच्या वतीनं आम्ही अमेरिकेच्या एन्व्हरॉनमेंटल प्रोटेक्शन एजन्सीवर खटला भरणार आहोत.''

मागे उभ्या असलेल्या इव्हान्सने ओठ चावायला सुरुवात केली होती. पण लगेच तो सावरला. आपण नर्व्हस आहोत हे अजिबात दिसता कामा नये हे त्याच्या लक्षात आले.

''आजच्या घडीला आपल्याला भेडसावणाऱ्या संकटांमुळे वानुटू बेटावरचे गरीब लोक आणखीनच गरीब होणार आहेत. पर्यावरणाला धोका उत्पन्न करणारी ही महाभयंकर संकटं आहेत. जागतिक तापमानवाढ आणि त्या पाठोपाठ हमखास येणारी आकस्मिक हवामान बदलांची प्रक्रिया.''

इव्हान्सला आठवले की अवघ्या काही दिवसांपूर्वी ड्रेकला असे बदल होतील ही निव्वळ शक्यता वाटत होती. आता अवघ्या एक आठवड्यात हे बदल नक्की होणार असे वाटू लागले होते.

बाल्डरने अगदी चित्रमय शब्दात वानुटूच्या लोकांवर पुराचं संकट कसं कोसळेल आणि त्या लोकांना आपली घरेदारे सोडून जावे लागेल हे सांगितले. उत्तर गोलार्धातल्या कपटी औद्योगिक राक्षसांमुळे बिचाऱ्या तरुण मुलांच्या भवितव्याचा कसा विनाश होतोय आणि त्यांचा वारसा कसा हरवतोय याचे वर्णन केले.

''हा वानुटू लोकांच्या दृष्टीनं न्याय मिळण्याचा आणि सगळ्या जगाच्या भविष्याचा प्रश्न आहे. त्यात आकस्मिक हवामानबदलांचा धोका समोर उभा ठाकलेला असताना आम्ही या खटल्याची घोषणा करत आहोत.''

मग त्याने कोणाला काही प्रश्न विचारायचे आहेत का ते विचारले.

पहिला प्रश्न होता : ''तुम्ही हा खटला नेमका केव्हा दाखल करणार?''

''हा मामला तांत्रिकदृष्ट्या खूपच गुंतागुंतीचा आहे.'' बाल्डर म्हणाला. ''आत्ता आमच्याकडे दिवसरात्र चाळीस संशोधक प्रचंड खपून काम करत आहेत. त्यांचं काम संपलं की आम्ही मनाई हुकूम मिळावा म्हणून अर्ज करणार आहोत.''

''हे तुम्ही कुठं करणार आहात?''

''लॉस एंजलीसमधल्या फेडरल जिल्हा न्यायालयात.''

''तुम्ही किती भरपाई मागता आहात?''

''प्रशासनाचा प्रतिसाद कसा आहे?''

''न्यायालय तुमची बाजू ऐकून घेईल का?''

आता एका पाठोपाठ एक प्रश्नांच्या फैरी झडत होत्या. बाल्डर एकदम जोशात होता. इव्हान्सने पोडियमच्या पलीकडे उभ्या असलेल्या जेनिफरकडे नजर टाकली. तिने घड्याळावर बोटांनी टकटक केली. इव्हान्सने स्वत:च्या घड्याळाकडे नजर टाकली. चेहेरा वेडावाकडा केला आणि तिथून निघून गेला.

जेनिफर इव्हान्सच्या पाठोपाठ तिथून निघाली.

कल्व्हर सिटी

मंगळवार, १२ ऑक्टोबर

दुपारी १ वाजून २० मिनिटे

आता दिवे विझवण्यात आले होते. इव्हान्सने पूर्वी पाहिलेल्यांपैकी बरेचसे लोक तिथून निघून गेलेले होते. खोल्या रिकाम्या केल्या जात होत्या. फर्निचर एका बाजूला रचून ठेवण्याचे काम सुरू होते. कागदपत्रे खोक्यात भरली जाताना दिसली.

काहीजण ट्रॉलींवरून खोकी बाहेर घेऊन जाताना दिसत होते. हे सारे पाहून इव्हान्सने विचारले, ''हे सगळं काय चाललंय?''

''या जागेची भाडे कराराची मुदत संपलीय.'' जेनिफरने उत्तर दिले.

''म्हणून तुम्ही दुसरीकडे जाताय का?''

''नाही. आम्ही सोडून चाललोय.''

''म्हणजे काय?''

''म्हणजे काही नाही पीटर. आम्ही सोडून चाललोय. आम्ही नवीन नोकऱ्या शोधू लागणार आहोत. हा खटला आता तेवढा जोमानं पुढं जाणार नाही.''

लाऊडस्पीकरवरून बाल्डरचा आवाज ऐकू आला, ''आम्हाला पुढच्या तीन महिन्यात न्यायालयाकडून मनाई हुकूम मिळवण्यात यश येईल अशी आशा आहे. या अतिशय महत्त्वाचा खटल्याच्या कामात मला मदत करणाऱ्या चाळीस स्त्री-पुरुषांच्या बुद्धिमत्तेवर माझा पूर्ण विश्वास आहे.''

एकजण ट्रॉलींवरून टेबल घेऊन जात असल्याने इव्हान्सने त्याला जागा करून दिली. याच टेबलापाशी त्याची अवघ्या काही तासांपूर्वीच मुलाखत झाली होती.

बाल्डरचे बोलणे ऐकून इव्हान्सने विचारले, ''पण हे कसं काय शक्य आहे... म्हणजे नेमकं काय चाललंय ते लोकांना कळणारच की...''

''जे काही चाललंय ते तर्काला धरूनच आहे.'' जेनिफर म्हणाली, ''आम्ही प्राथमिक मनाई हुकुमासाठी अर्ज करू. आम्हाला त्या सगळ्या यंत्रणेतूनच वाट काढत युक्तिवाद करावा लागणार आहे. आमच्या अपेक्षेनुसार हा अर्ज जिल्हा न्यायालयाकडून फेटाळला जाईल. त्याचं कारण हे प्रकरण त्या न्यायालयाच्या न्यायकक्षेत बसत नाही हे असेल. मग आम्ही हा दावा नाईन्थ सर्किटकडे नेऊ. त्यानंतर सर्वोच्च न्यायालय. मुळात मनाई हुकुमाच्या अर्जाचा निकाल लागेपर्यंत खटला पुढे सरकूच शकणार नाही. याला कित्येक वर्षं लागू शकतात. म्हणून आम्ही आमच्या मोठ्या संशोधक कर्मचारीवर्गाला सुट्टी देणं योग्यच आहे. आम्ही आमची महागडी ऑफिसेस बंद करून अगदी थोड्या लोकांचा उपयोग करून काम चालू ठेवू.''

''पण अशा थोड्या लोकांची टीम तयार आहे का?''

''नाही. पण तू विचारलं होतंस की पुढं काय होईल, म्हणून मी सांगितलं.''

मागच्या दाराने बाहेर नेली जाणारी खोकी इव्हान्सला दिसत होती. तिकडे पाहत त्याने विचारले, ''मुळात हा खटला भरायचाच नाही असं ठरवण्यात आलं होतं की काय?''

''आपण त्याकडे वेगळ्या प्रकारे पाहू. बाल्डरचं केस जिंकण्याचं रेकॉर्ड फार जबरदस्त आहे. हे रेकॉर्ड तसं अबाधित राखण्याचा एक मार्ग म्हणजे जे खटले

हरण्याची शक्यता आहे ते मुळातच खुरटवून टाकायचे.''

''म्हणजे इथंही हे असं होणार की काय?''

''होय. मला खात्री आहे तशी. कारण एखाद्या अमेरिकन कंपनीनं जास्त प्रमाणात कार्बन डायऑक्साइड वायू सोडला म्हणून कोणतंही न्यायालय मनाई हुकूम जारी करणार नाही.'' जेनिफरने लाऊडस्पीकरकडे बोट दाखवले. ''त्याला ड्रेकनं आकस्मिक हवामान बदलांच्या मुद्द्यावर भर द्यायला सांगितलं होतं. आणि हे ड्रेकच्या त्या उद्या सुरू होणाऱ्या परिषदेशी अगदी छान जुळून येतंय–''

''पण–''

''हे बघ, तुला-मला दोघांनाही हे पक्कं ठाऊक आहे. हा खटला म्हणजे फक्त प्रसिद्धी मिळवण्याचा एक मार्ग होता. आता पत्रकार परिषद झाली. सगळं झालं. मग तो खटला पुढं नेण्याची गरजच उरली नाही.''

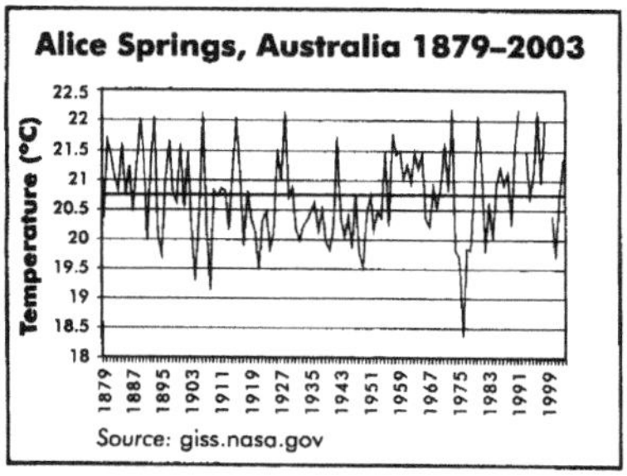

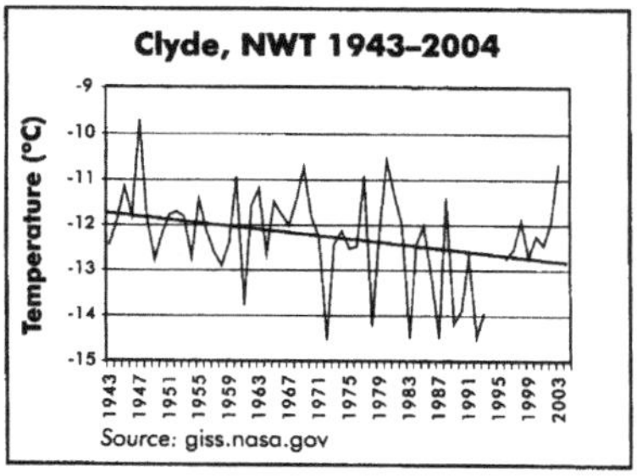

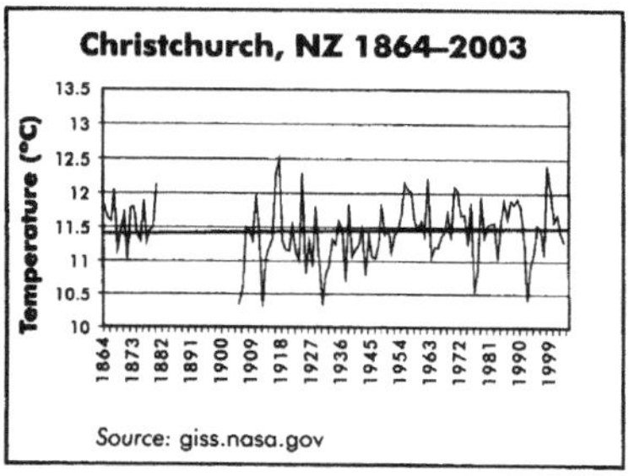

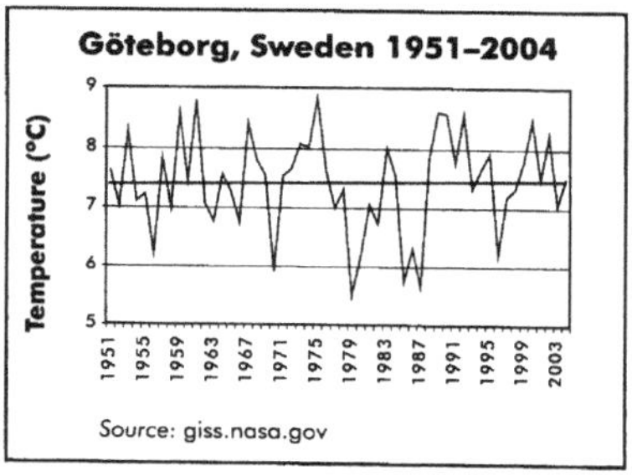

सामान हलवणारी माणसे जेनिफरला कोणत्या गोष्टी कुठे ठेवायच्या हे विचारत होती. इव्हान्स कॉन्फरन्सरूममध्ये निर्हेतुक रेंगाळत फिरत होता. अचानक त्याला कोपऱ्यात ठेवलेला आलेखांचा गठ्ठा दिसला. त्याच्या मनात विचार चमकला– जेनिफरने त्याला न दाखवलेले काही आलेख त्याला पाहायचे होते आणि ती संधी आता समोर आली होती. इव्हान्सने त्यामधले काही बाहेर ओढून काढले. त्यातल्या काहींमध्ये परदेशातल्या हवामानकेंद्रांकडून मिळालेली माहिती होती.

अर्थात इव्हान्सला याची पूर्ण कल्पना होती की विरुद्ध पक्षाचे मुद्दे सिद्ध करण्यासाठी मुद्दाम या आलेखांची निवड करण्यात आली होती. म्हणूनच त्या माहितीमधून बऱ्याच ठिकाणी तापमानात अजिबात वाढ झालेली दिसत नव्हती. ज्या ठिकाणी वाढ होती ती अगदीच नगण्य होती. पण तरीही हा प्रश्न इव्हान्सला सतत कुरतडत होताच की जगात सगळीकडेच अशा प्रकारच्या नोंदी का आहेत.

इव्हान्सची नजर आणखी एका गठ्ठ्यावर गेली. त्यावर 'युरोप' असे लिहिलेले दिसले. इव्हान्सने भराभरा त्यातले काही उपसून काढले.

तिथे 'एशिया' असे लिहिलेला आणखी एक गठ्ठा होता. त्याने तो भरभर चाळला.

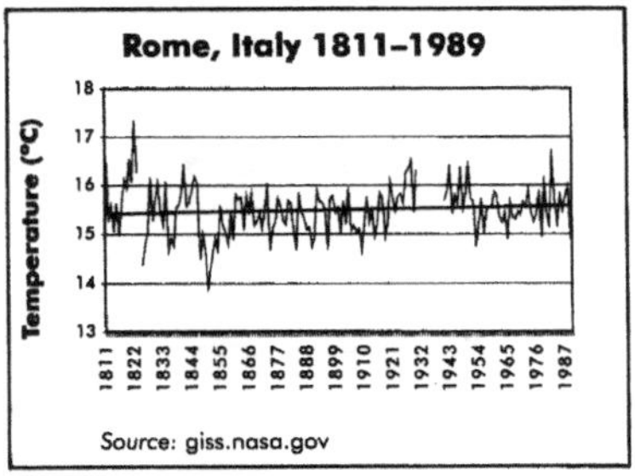

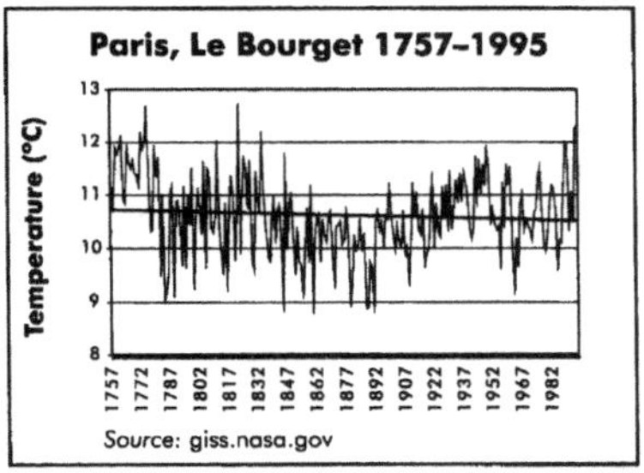

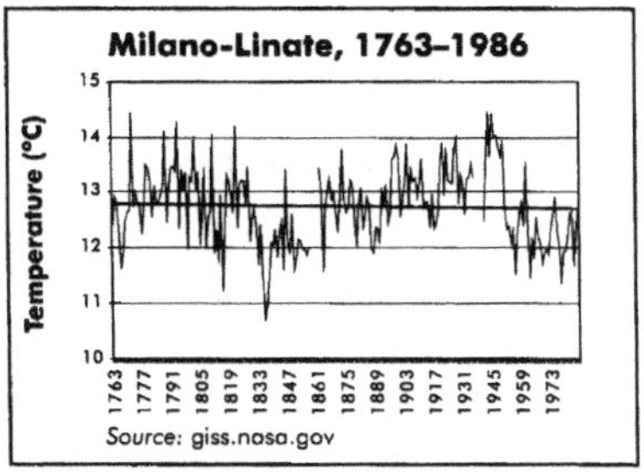

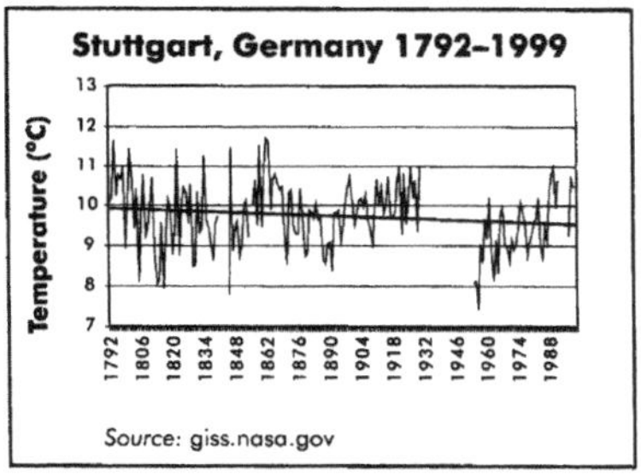

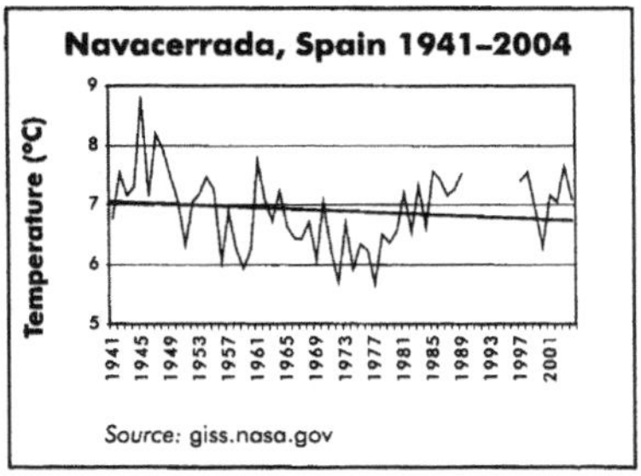

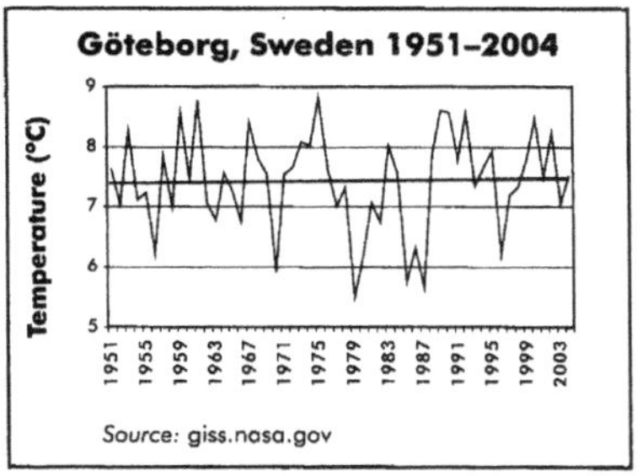

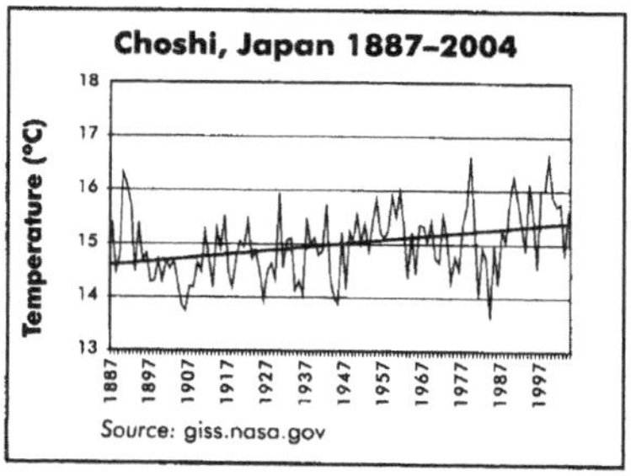

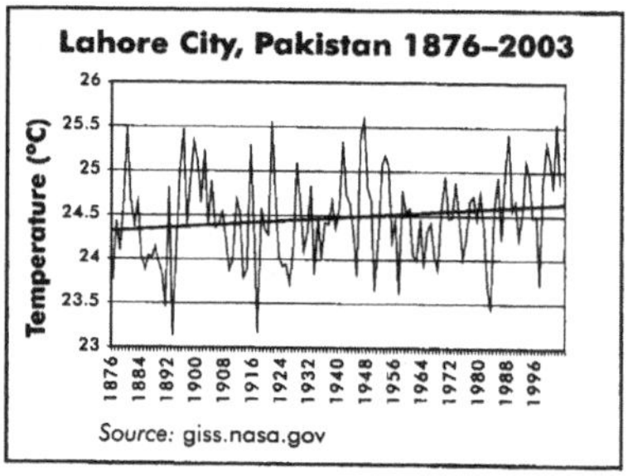

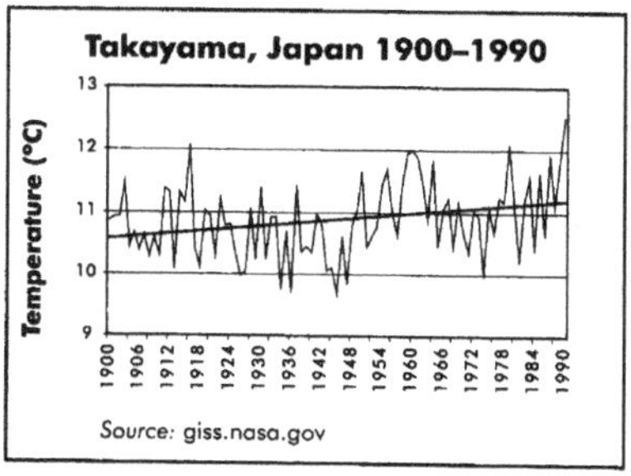

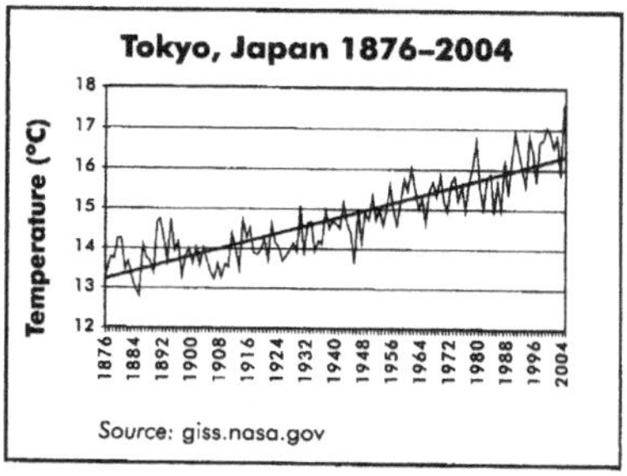

“पीटर?”

जेनिफर पीटर इव्हान्सला हाक मारत होती. तिच्या ऑफिसची अगोदरच सगळी आवराआवर झालेली दिसत होती. तिच्याजवळ अगदी थोडी खोकी होती. इव्हान्सने तिला ती खोकी जेनिफरच्या गाडीत नेऊन ठेवायला मदत केली.

“मग?... आता तू काय करायचं ठरवलं आहेस? तुझ्या बॉयफ्रेंडकडं तिकडं वॉशिंग्टन डीसीला जाणार की काय?”

“नाही–”

“मग?”

“खरं म्हणजे माझा विचार होता.... तुझ्याबरोबर राहावं.”

“माझ्याबरोबर?”

“तू जॉन केनरबरोबर काम करतो आहेस. होय की नाही?”

“हे तुला कसं कळलं?”

जेनिफरने फक्त स्मितहास्य केले.

मागच्या दरवाज्यातून बाहेर पडताना लाऊडस्पीकरचा आवाज ऐकू येतच होता. आता ड्रेक बोलत होता. तो पत्रकार परिषदेला उपस्थित राहिल्याबद्दल आलेल्या पत्रकारांचे आणि प्रसिद्धी माध्यमांचे आभार मानत होता. तो त्यांना आगामी परिषदेला

या असे निमंत्रण देत होता. जागतिक तापमानवाढीचा खरा धोका हा आकस्मिक हवामानबदल आहे हे त्यांना पुन्हापुन्हा सांगत होता.

अचानक मध्येच थांबून ड्रेक म्हणाला, ''माफ करा.... मला सांगायला फार खेद होतोय.... मला एक अतिशय दु:खद घोषणा करायची आहे. माझ्याकडे आत्ताच एक चिठ्ठी आलीय.... माझा परममित्र जॉर्ज मॉर्टन याचा मृतदेह आढळून आलाय.''

कल्व्हर सिटी

मंगळवार, १२ ऑक्टोबर

दुपारी २ वाजून १५ मिनिटे

त्या दिवशी दुपारी बातम्यांमध्ये सविस्तरपणे 'स्टोरी' सांगितली जात होती. अब्जाधीश जॉर्ज मॉर्टनचा मृतदेह पिझ्मो बीचजवळ किनाऱ्यावर पडलेला आढळून आला होता. मृताच्या कपड्यांवरून आणि हातातल्या घड्याळावरून ओळख पटली होती. मृतदेह खूपच छिन्नविच्छिन्न अवस्थेत होता. बहुदा शार्कमुळे तसे झाले असण्याची शक्यता बातमी देणाऱ्याने वर्तवली होती.

त्या दयाळू अब्जाधीशाच्या नातेवाईकांना या दुर्घटनेची खबर देण्यात आली होती. मृतावरील अंत्यसंस्कारांची कोणतीही तारीख अद्याप ठरवलेली नव्हती. एन.ई.आर.एफ.चा संचालक आणि मॉर्टनचा जवळचा मित्र निकोलस ड्रेक याने निवेदन दिले होते. ड्रेक म्हणाला होता की मॉर्टनने आपले सारे आयुष्य पर्यावरणवादी चळवळीला वाहिलेले होते आणि त्याने कायमच एन.ई.आर.एफ.सारख्या संस्थांना मदत केली होती.

''जगभरातल्या पर्यावरणात जे काही भयंकर बदल घडताहेत त्याबद्दल कोणाला खरीखुरी चिंता वाटत असेल तर ती जॉर्ज मॉर्टनला वाटत होती हे नक्की.''

ड्रेक म्हणाला होता, ''ज्या दिवसापासून हा माझा मित्र नाहीसा झाला त्या दिवसापासून आजवर आम्हाला आशा वाटत होती की तो सुखरूप परत येईल. पण तसं घडलं नाही ही फार दु:खद गोष्ट आहे. मी माझ्या या परममित्राच्या मृत्यूबद्दल शोक व्यक्त करतो. त्याच्या जाण्यामुळे जग पोरकं झालं आहे.''

हर्ब लोवेनस्टाईनचा फोन आला तेव्हा इव्हान्स गाडी चालवत होता.

''काय करतो आहेस तू?''

''मला ज्या पत्रकार परिषदेला जायला सांगण्यात आलं होतं तिकडूनच परत येतोय.''

''हं.... तू सान फ्रान्सिस्कोला जाणार आहेस?''

"कशासाठी?"

"मॉर्टन सापडलाय. कोणीतरी त्याच्या मृतदेहाची ओळख पटवायला हवी."

"त्याच्या मुलीचं काय?"

"ती पुनर्वसन केंद्रात आहे सध्या."

"त्याची माजी बायको, म्हणजे–"

"इव्हान्स, तुझ्यावर ही जबाबदारी अधिकृतरीत्या टाकण्यात येत आहे. तयारी कर. तिकडे त्यांना रात्रीच्या जेवणापूर्वी शवविच्छेदन पुरं करून टाकायचं आहे. तेव्हा मृतदेहाची ओळख पटवण्याचं काम त्या अगोदर व्हायला हवं."

"पण–"

"×××× तिकडं जायचंय तुला. तू एवढे नखरे का करतो आहेस ते मला कळत नाही. त्याचंच विमान घेऊन जा. फॉर ख्राईस्ट सेक!... तू सध्या त्याचं विमान वापरतो आहेस हे माझ्या कानावर आलंय. आता तो मृत झालेला आहे, तेव्हा तू काळजी घेतलेली बरी. हं... आणखी एक गोष्ट. तू त्याच्या कुटुंबातला नाहीस. त्यामुळं ओळख पटवण्यासाठी दोन माणसं लागतील."

"हं.... मी त्याची सेक्रेटरी साराला नेऊ–"

"नाही. ड्रेकनं सांगितलंय की तू टेड ब्रॅडलीला घेऊन जा."

"का?"

"मला ते कसं माहीत असणार? ब्रॅडलीला जायचंय. ड्रेकला त्याला खूष करायचंय. ब्रॅडलीला बहुदा वाटतंय की तिथं बातमी देणाऱ्यांचे कॅमेरे सज्ज असतील. काहीही झालं तरी अखेर तो एक नट आहे आणि तो जॉर्जचा अगदी जवळचा मित्र होता."

"साधारण तसा होता खरा."

"त्यावेळी जेवणाच्या टेबलापाशी तो देखील तुझ्याबरोबर होता."

"पण सारानं येणं–"

"इव्हान्स, मी सांगतोय त्यातलं तुला काय कळत नाही ते सांग! तू सान फ्रान्सिस्कोला जाणार आहेस आणि टेड ब्रॅडली तुझ्याबरोबर असेल. कळलं?"

इव्हान्सने उसासा टाकला, "हं.... कुठं आहे तो?"

"सेक्वोया." तू मधे थांबून त्याला बरोबर घेणार आहेस."

"सेक्वोया?"

"नॅशनल पार्क. तो वाटेत आहे."

"पण–"

"ब्रॅडलीला अगोदरच निरोप देण्यात आलेला आहे. सान फ्रान्सिस्कोला मृतदेह कुठं ठेवलाय याचा नंबर माझी सेक्रेटरी देईल. गुडबाय इव्हान्स. विचका करू नकोस."

फोन बंद झाल्याचा क्लिक असा आवाज आला.

जेनिफरने विचारले, ''काही अडचण?''

''नाही. पण मला सान फ्रान्सिस्कोला जायला लागणार आहे.''

''मी तुझ्याबरोबर येते... ही सारा कोण?''

''जॉर्ज मॉर्टनची जुनी सेक्रेटरी.''

''मी तिचे काही फोटो पाहिलेत. ती फारशी वयस्कर दिसत नाही.''

''तू कुठं पाहिलेस तिचे फोटो?''

''एका मासिकात. ती टेनिस चॅम्पिअन वगैरे काहीतरी आहे ना?''

''असावी.''

''मला वाटलं की मॉर्टनबरोबर तू बराच वेळ असायचास. तेव्हा तुला तिच्याबद्दल चांगली माहिती असेल.''

''तसं काही नाही.'' इव्हान्स खांदे उडवत म्हणाला, ''गेल्या काही दिवसात आम्ही थोडाफार वेळ एकत्र होतो इतकंच.''

''अं... हं...'' जेनिफरला थोडे आश्चर्य वाटले होते. ''पीटर.... ठीक आहे. ती खरोखरच सुंदर आहे... नि ते नैसर्गिकच आहे-''

''नाही... नाही.'' इव्हान्स म्हणाला, ''तसं काहीही नाही.'' हे संभाषण ताबडतोब थांबवण्यासाठी त्याने फोन उचलला. त्याने बिव्हर्ली हिल्स पोलिसांना फोन केला आणि रॉन पेरीशी बोलायचे आहे असे सांगितले. पण रॉन अजून कोर्टातून परतला नव्हता. इव्हान्सने त्याच्यासाठी निरोप ठेवला. फोन ठेवून तो पुन्हा जेनिफरकडे वळला, ''जर एखाद्या विरुद्ध फौजदारी गुन्ह्यासाठी वॉरंट निघालं असेल तर त्याचं काय करता येतं?''

''माफ कर. पण हा विषय माझा नाही.'' जेनिफर म्हणाली.

''माझाही नाही.''

''तुला कोणी अटक करणार आहे का?''

''तसं वाटत नाही.''

हर्बची बडबडी मदतनीस लिसाचा फोन आला. ''हाय पीटर. मिस्टर ब्रॅडलीचा आणि सान फ्रान्सिस्कोमधल्या शवागाराचा नंबर माझ्याजवळ आहे. तो घे. ते शवागार रात्री आठ वाजता बंद होतं. तू तोपर्यंत पोहोचू शकतोस का ते हर्ब विचारतोय. तो फार अस्वस्थ झालेला आहे.''

''का?''

''मी त्याला एवढा अस्वस्थ झालेला कधीच पाहिलेलं नाही. म्हणजे गेल्या काही आठवड्यात तरी.''

''काय झालंय?''

''मला वाटतं की त्याचं कारण जॉर्ज मॉर्टन हे असावं. केवढा धक्का आहे हा!

त्यातच ड्रेक त्याची खरडपट्टी काढतोय. ड्रेकनं आजच किमान पाच वेळा फोन केला होता. मला वाटतं, ते तुझ्याबद्दलच चर्चा करत होते.''

''माझ्याबद्दल?''

''होय.'' लिसाने आवाज कमी केला. तिचा स्वर कारस्थानी प्रकारचा वाटावा एवढा हलका होता. ''हर्बनं बोलताना दार बंद करून घेतलं होतं... पण अर्थातच मला थोडंफार ऐकू आलं.''

''उदाहरणार्थ?''

''कोणाला सांगू नकोस–''

''अजिबात नाही.''

''म्हणजे मी मुद्दाम ऐकत होते असं काही नाही... पण मला वाटलं. तुला हे समजलं तर बरं होईल.''

''होय.''

''कारण इथं बरंच काही बोललं जातंय.'' लिसाचा आवाज आता आणखी बारीक झाला होता, ''तुला सोडावी लागेल की काय असं बोललं जातंय.''

''काय सोडावं लागणार आहे? फर्म की काय?''

''अं... हं... जाऊ दे. मला वाटलं, तुझ्या कानावर घालावं इतकंच.''

''होय ते बरं केलंस. धन्यवाद. बरं, कोण बोलतंय असं?''

''हं... हर्ब. डॉन ब्लांडिंग्ज आणि इतर काही वरिष्ठ भागीदार. बॉब आणि लुईस. कोणत्या तरी कारणानं निक ड्रेक तुझ्यावर चिडलाय. कारण तू कोणा एका माणसाबरोबर आहेस म्हणे. कॉनर की केनर असलं काही तरी नाव आहे.''

''अस्सं.''

''मिस्टर ड्रेक या मिस्टर कॉनरमुळेच उखडलाय म्हणे.''

''का बरं?''

''तो म्हणाला की हा माणूस हेर आहे. औद्योगिक क्षेत्राचा हेर. प्रदूषण करणाऱ्यांचा हेर.''

''बरं.''

''असो. सगळ्यांचा सूर असा आहे की मिस्टर ड्रेक हा फार महत्त्वाचा ग्राहक आहे आणि तू त्याच्या रागाला कारणीभूत आहेस. असं असलं तरी मॉर्टन जिवंत असता तर त्यांना तुला काढून टाकायचं धाडस होणंच शक्य नव्हतं. पण तो आता नाही नि तू देखील सतत बाहेर गेलेला असतोस. शिवाय पोलीस फोन करत आहेतच. मी तुला म्हणून सांगते, पोलिसांचा असा इथं फोन येणं चांगलं नाही. सगळेजण त्यामुळंच फार अस्वस्थ झालेत. बरं, तू त्या मिस्टर कॉनरबरोबर काय करतो आहेस?''

''ती फार लांबलचक कहाणी आहे.''

''पीटर, मी माझ्या परीनं तुला सांगितलं.'' लिसाच्या स्वरात नाराजीची छटा होती. इव्हान्सच्या लक्षात आले की आता त्यालाही काहीतरी माहिती देणे भाग होते.

''ठीक आहे.'' इव्हान्सने आपण अलिप्तपणाने बोलत असल्याचा आव आणला.

''मरणापूर्वी मिस्टर मॉर्टननी माझ्यावर सोपवलेलं काम मी पूर्ण करतोय.''

''होय का? कसलं काम?''

''ते गुप्त आहे. मी तुला ते सांगू शकत नाही.''

''जॉर्ज मॉर्टननी तुझ्यावर ते काम सोपवलं होतं?''

''होय. लेखी स्वरूपात.'' इव्हान्स म्हणाला. असं सांगण्यामुळे भडका जरा कमी होईल असा त्याचा विचार होता.

''होय का?... जर तू फर्मचंच काम करत असशील तर त्यांनी तुला काढून टाकायचं धाडस करू नये हे बरं.''

''लिसा, मला आता जायला हवं.''

''आणि तरीही त्यांनी तसं केलंच तर तुला चुकीच्या पद्धतीनं काढलं असा त्याचा अर्थ होईल.''

''लिसा...''

''ठीक. ठीक. तुला बोलायला वेळ नाही हे मला कळतंय. पण... असो. तुला माझ्या शुभेच्छा!''

''धन्यवाद लिसा.''

हे इव्हान्स म्हणाला खरा. पण मनोमन तो अजिबात स्वस्थ नव्हता. त्याला एकदम अस्वस्थ वाटू लागले. सगळ्या बाजूंनी आपण कोंडीत सापडलोय हे त्याला जाणवले. शिवाय तो फार दमला होता.

इव्हान्सने साराला विमानाची व्यवस्था करण्यासाठी फोन केला. पण त्याला तिच्या व्हॉईसमेलवर निरोप ठेवावा लागला. मग त्याने वैमानिकाला फोन केला. त्याला कळले की वैमानिक त्याक्षणी उड्डाण करत होता.

''म्हणजे काय?''

''म्हणजे तो आत्ता विमान चालवतोय.''

''कुठं?''

''सर, मी तुम्हाला ते सांगू शकत नाही. तुम्हाला व्हॉईसमेलवर निरोप ठेवायचाय का?''

''नाही.'' इव्हान्स म्हणाला, ''मला एक विमान भाड्यानं हवं आहे.''

''केव्हा?''

"अर्ध्या तासात. सान फ्रान्सिस्कोला जायला. मधे एका ठिकाणी थांबायचं आहे. सेक्वोयाच्याजवळ जो काही सर्वांत जवळचा विमानतळ असेल त्या ठिकाणी. आज रात्री परत येणं अपेक्षित आहे."

"काय करता येईल ते मी पाहतो."

हे एवढे संभाषण झाल्यानंतर इव्हान्सला पुन्हा आपण फार थकल्याची जाणीव झाली. त्याने गाडी बाजूला घेतली आणि तो गाडीतून बाहेर उतरला.

"काय झालं?" जेनिफरने विचारले.

"तुला व्हान न्यूसचा रस्ता माहीत आहे का?"

"आहे."

"मग तू गाडी चालव."

इव्हान्स बाजूच्या सीटवर येऊन बसला. त्याने सीट बेल्ट लावून घेतला आणि तो तत्काळ झोपी गेला.

सेक्वोया

मंगळवार, १२ ऑक्टोबर

दुपारी ४ वाजून ३० मिनिटे

जंगलामधली जमीन गडद रंगाची आणि थंड होती. वर उंचापर्यंत गेलेल्या सुंदर वृक्षांमधून सूर्याचे किरण अधूनमधून खाली उतरताना दिसत होते. हवेत पाईन वृक्षांचा वास दरवळत होता. खालची जमीन मऊ होती.

ती जागा फार सुंदर होती. जरी तिथे सूर्यप्रकाश येत असला तरी टी.व्ही. कॅमेऱ्यावाल्यांना मुद्दाम दिवे लावावे लागले होते. तिसऱ्या यत्तेतली मुले विख्यात नट टेड ब्रॅडली याच्याभोवती कोंडाळी करून बसली होती. पर्यावरण चळवळीतला कार्यकर्ता असलेल्या टेड ब्रॅडलीने काळा टी-शर्ट परिधान केलेला होता. तो त्याचा देखणेपणा आणखीनच खुलवत होता.

"ही विलक्षण देखणी वृक्षसंपदा तुमचा जन्मसिद्ध अधिकार आहे." टेड सगळ्यांकडे पाहत म्हणाला, "हे वृक्ष इथं शेकडो वर्षं उभे आहेत. तुमच्या जन्माच्या अगोदरपासून, तुमच्या आई-वडिलांच्या जन्माच्या अगोदरपासून किंवा तुमच्या आजोबा-पणजोबांच्या जन्माच्याही कितीतरी आधीपासून. यातले काही वृक्ष तर कोलंबसने अमेरिकेत पाऊल ठेवायच्याही आधीचे आहेत! काही वृक्ष इंडियन लोकांच्याही अगोदरपासून इथं आहेत! कोणाच्याही अगोदर ते इथं होते. हे वृक्ष म्हणजे जगातले सर्वांत जुने वयोवृद्ध सजीव आहेत. ते आपल्या या पृथ्वीचे पालनकर्ते आहेत. हे वृक्ष शहाणे आहेत. ते आपल्याला एक संदेश देत आहेत. ही

पृथ्वी वाचवा. तिचा विनाश होऊ देऊ नका. आम्हाला जगू द्या. आमच्यात ढवळाढवळ करू नका. आणि आपण त्यांच्याकडे लक्ष द्यायला हवं.

पोरं स्तिमित होऊन ब्रॅडलीचे भाषण ऐकत होती. काहींची तोंडं उघडलेली होती. काही पोरं अवाक् होऊन पाहत होती.

''या विलक्षण सुंदर वृक्षांनी लाकूडतोड्यांच्या हत्यारांचा मुकाबला केला आहे. हे वृक्ष वणव्यामधून वाचले आहेत. जमिनीच्या धूप होण्यामुळे झालेल्या नुकसानातून हे वृक्ष सहीसलामत राहिलेत. आम्लवर्षा होऊनही ते टिकून राहिले. पण आता कधी नाही एवढे महाभयंकर संकट उभे आहे. त्यांच्यापुढे जागतिक तापमानवाढीचा धोका उभा ठाकला आहे. पोरांनो, तुम्ही जागतिक तापमानवाढ ही गोष्ट ऐकली आहे का?''

काही पोरांनी हात वर केले, ''मला माहितीय... मला माहिती आहे...''

''हे ऐकून मला बरं वाटलं,'' ब्रॅडली म्हणाला. त्याने पोरांना हात खाली घ्या अशी खूण केली. कारण त्यावेळी फक्त तो एकटाच बोलणार होता, ''पण कदाचित तुम्ही हे ऐकलं नसेल, की जागतिक तापमानवाढीमुळे आपल्या वातावरणात अकस्मात बदल घडून येणार आहेत. अवघ्या काही महिन्यांत किंवा काही वर्षांत वातावरण एकदम फार उष्ण किंवा फार थंड होईल. आणि अनेक कीटकांच्या झुंडी येतील. अनेक रोग येतील आणि या देखण्या वृक्षांचा बळी घेतील.''

''असल्या प्रकारचे किडे?'' एका पोराने विचारले.

''वाईट किडे. असे किडे की जे झाडं खाऊन फस्त करतात. जे आतून त्यांना पोखरून नष्ट करतात असे किडे.'' ब्रॅडलीने हाताने पोखरण्याची कृती केली.

''पण एखाद्या किड्याला अख्खं झाड खाऊन टाकायला खूप वेळ लागेल.'' एक मुलगी म्हणाली.

''नाही!'' ब्रॅडली म्हणाला, ''कारण जागतिक तापमानात वाढ झाल्यामुळे फार फार मोठ्या संख्येने किडे येतील. हे किडे फार वेगानं या वृक्षांना खलास करून टाकतील!''

जेनिफर इव्हान्सकडे झुकत म्हणाली, ''तुला ही ×××× पटतील का?''

इव्हान्सने एक जांभई दिली. तो विमानात झोपला होता आणि नंतर विमानतळापासून तिथपर्यंत येताना गाडीतही तो डुलक्या घेत होता. तो आता भयंकर कंटाळला होता. ब्रॅडलीकडे पाहून त्याला पुन्हा पेंग येत होती.

पोरं आता चुळबुळ करू लागली होती. ब्रॅडली कॅमेऱ्यांकडे वळला. अनेक वर्षं टी.व्ही.वर राष्ट्राध्यक्षांचं काम केल्यामुळे त्याच्या बोलण्यात एक प्रकारचा अधिकारी ढंग आला होता. त्याने सफाईदारपणे कॅमेऱ्याकडे पाहत बोलायला सुरुवात केली, ''आकस्मिक हवामान बदलाचा फार मोठा धोका आज मानवजातीपुढं उभा ठाकला

आहे. हा धोका सगळ्याच सजीवसृष्टीला आहे. संकट एवढं भीषण आहे की त्यासाठी जगात सगळीकडे त्या विषयावर परिषदा आयोजित केल्या जात आहेत. उद्या लॉस एंजलीसलाही अशीच एक परिषद सुरू होणार आहे. या परिषदेत अशा भीषण आपत्तीवर कशी मात करायची यासंबंधीची चर्चा शास्त्रज्ञ करतील. आपण काहीच केलं नाही तर मात्र ही भयंकर आपत्ती आपल्यावर कोसळेल आणि मग हे विशाल देखणे वृक्ष फक्त स्मृतीतच शिल्लक राहतील. मानवाने निसर्गाला किती क्रूरपणे वागवले याची ती आठवण असेल. हवामानात होणाऱ्या अचानक बदलांना आपण जबाबदार आहोत आणि ते थांबवणं आपल्याच हातात आहे.''

ब्रॅडलीने भाषण संपताना खुबीने आपल्या चेहेऱ्याची चांगली बाजू कॅमेऱ्यासमोर येईल याची काळजी घेतली होती. शेवटचे शब्द उच्चारताना तो आपल्या निळ्या डोळ्यांनी कॅमेऱ्याकडे थेट पाहत होता.

''मला शू लागलीय...'' एक छोटी पोरगी म्हणाली.

धावपट्टीवरून विमान उडाले आणि गर्द रानावरून जाऊ लागले.

''तुम्हाला असं घाईघाईनं भाषण संपवावं लागलं त्याबद्दल माफ करा.'' इव्हान्स म्हणाला, ''पण आपल्याला त्या शवागारात सहा वाजायच्या आत पोहोचणं गरजेचं आहे.''

''ठीक आहे... काही हरकत नाही.'' ब्रॅडली स्वत:वर खूष होत म्हणाला. भाषण संपल्यानंतर त्याने काही पोरांना सह्या दिल्या होत्या. कॅमेऱ्यांनी त्याचंही चित्रण केलं होतं.

ब्रॅडली आता जेनिफरकडे वळला आणि मुद्दाम मोहक स्मित करत म्हणाला, ''तुम्ही काय करता मिस हॅडली?''

''जागतिक तापमानवाढीसंदर्भातल्या कायदाविषयक टीममध्ये मी आहे.''

''उत्तम! म्हणजे तुम्ही आमच्यापैकीच आहात. बरं, खटल्याचं काम कुठवर आलंय?''

''छान चाललंय.'' जेनिफरने इव्हान्सकडे कटाक्ष टाकत उत्तर दिले.

''मला असं वाटू लागलंय की तुम्ही जितक्या सुंदर आहात तितक्याच हुशार आहात.''

''खरं म्हणजे तसं काही नाही.'' जेनिफर म्हणाली.

इव्हान्सला हे जाणवत होते की ब्रॅडलीमुळे जेनिफर वैतागली होती.

''हा तुमचा विनय आहे. तुम्ही खरंच फार मोहक आहात.''

''मी प्रामाणिकपणानं सांगतेय.'' जेनिफर म्हणाली, ''आणखी एक... मला खोटी स्तुती आवडत नाही.''

''खोटी स्तुती? तुमच्या बाबतीत मी केली म्हणता? शक्यच नाही ते.''

''यात मला फारसा प्रामाणिकपणा दिसत नाही.''

''तुम्ही काय करता आहात त्याचं मी जे कौतुक केलं ते मनापासूनच होतं. माझ्या बोलण्यावर विश्वास ठेवा. आपल्याला केवळ ई.पी.ए.वर विसंबून चालणार नाही. दबाव कायम राखायला हवा. म्हणून तर मी आज इथं छोट्या मुलांबरोबर असा कार्यक्रम केला. टी.व्ही.वर हा कार्यक्रम नक्कीच गाजणार. मला वाटतं आजचा कार्यक्रम खूपच छान झाला. तुमचं काय मत आहे?''

''अं... तसा चांगलाच झाला.''

''तसा म्हणजे?''

''त्यामधला गाढवपणा लक्षात घेतला तर चांगला म्हणायचा.''

ब्रॅडली अजूनही हसत होता. पण त्याचे डोळे बारीक झाले होते. ''तुम्ही कशाबद्दल म्हणताय ते माझ्या लक्षात येत नाही.''

''मी सगळ्याच कार्यक्रमाबद्दल बोलतेय! सगळं भाषण. सेक्वोया हे पृथ्वीचे पालनकर्ते आहेत? ते आपल्याला संदेश देत आहेत?''

''होय. तसं आहेच–''

''ती फक्त झाडं आहेत. फक्त मोठी झाडं!''

''मला वाटतं, तुमच्या हे लक्षात येत नाही की–''

''आणि ती वणव्यांमध्ये टिकून राहिली, अं? हे तर अशक्यच आहे. कारण पुनरुत्पादनासाठी ही झाडं जंगलात लागणाऱ्या आगींवरच अवलंबून असतात. रेडवुडच्या बिया फार कठीण असतात. त्या फक्त उष्णतेमुळेच फुटतात. रेडवुड वृक्षांच्या जंगलांना टिकून राहण्यासाठी वणवे लागणं अत्यावश्यकच असतं.''

''मला वाटतं, माझा मुद्दा तुमच्या लक्षात आलेला नाही.'' ब्रॅडली ताठरपणे म्हणाला.

''होय का? कोणता मुद्दा?''

''मी त्यांना हे समजावून सांगत होतो की– म्हणजे कदाचित मी जास्त काव्यात्म प्रकारे त्यांना या महान वृक्षांच्या आदिम जंगलांचा चिरंतनपणा–''

''चिरंतनपणा?... तुम्हाला जंगलांबद्दल थोडीफार तरी माहिती आहे का?''

''होय. आहे.'' ब्रॅडली धारदारपणे म्हणाला. तो रागावला आहे हे आता स्पष्ट दिसत होते.

''खाली पाहा.'' जेनिफर खिडकीतून बाहेर दिसणाऱ्या जंगलांकडे पाहत म्हणाली, ''तुमचं हे चिरंतन आदिम जंगल असं किती काळ दिसतंय याची तुम्हाला थोडीफार तरी कल्पना आहे का?''

''अर्थातच. शेकडो, हजारो वर्षं.''

''चूक. ही जंगलं तयार व्हायच्या कितीतरी अगोदर या ठिकाणी मानव येऊन राहू लागला आहे, हे तुम्हाला माहीत आहे का?''

टेड दातावर दात रोवून पाहत होता. तो काही बोलला नाही.

''नाही ना? मग मी सांगते ते ऐका आता.''

''वीस हजार वर्षांपूर्वी कॅलिफोर्नियाच्या भागातून हिमयुगातले प्रचंड आकाराचे हिमखंड मागे सरकत गेले. कॅलिफोर्नियाचा हा भाग ध्रुवांवर असतो तसा टुंड्रा प्रदेश बनला. जमीन सुकत गेली आणि उंदीर व खारींसारख्या छोट्या प्राण्यांना आसरा देऊ शकणारे उंच गवत तिथे वाढू लागले. मग माणसं आली. त्यांच्याजवळ अग्नी होता. प्राण्यांची शिकार करून ते पोट भरू लागले. ठीक आहे?'' जेनिफरने विचारले, ''अजून तरी ती आदिम जंगलं अस्तित्वात आलेली नाहीत.''

''मी ऐकतोय.'' टेड गुरगुरला. तो आपल्या रागावर नियंत्रण ठेवण्याचा आटोकाट प्रयत्न करतोय हे स्पष्ट दिसत होते.

''सुरुवातीला उघड्या पडलेल्या उजाड जमिनीवर फक्त गवत आणि खुरटी झुडपं वाढू शकत होती. हजारो वर्षं त्यांच्या सुकण्याने वरचा मातीचा थर तयार झाला. हिमयुगानंतर उत्तर अमेरिकेच्या सगळ्याच प्रदेशात हे घडत गेलं होतं.''

''सुरुवातीला घरांना वासे म्हणून उपयोगी पडतात त्या पाईन वृक्षांनी आपले बस्तान बसवले. मग स्प्रूस, हेमलॉक आणि आल्डर ही झाडं आली. ही झाडं दणकट असतात. ही झाडं खरोखरच प्राथमिक जंगलात असतात. या ठिकाणी त्यांचं प्रमाणही खूप जास्त आहे. पण ही झाडं सुरुवातीपासूनची नाहीत. पुढची चार हजार वर्षं ही झाडं होती. मग हवामानात बदल झाला. तापमानात वाढ झाली. कॅलिफोर्नियामधले सगळे हिमखंड वितळले. आता कॅलिफोर्निया प्रदेश कोरडा आणि ऊबदार हवेचा होता. प्रचंड प्रमाणात वणवे लागत गेल्याने प्राथमिक जंगले नष्ट झाली. मग त्या जागी पठारी प्रदेशात असतात ती ओकची झाडं आणि गवताळ प्रदेशात वाढणारी झुडपं जगू लागली होती. त्यात थोडीफार डग्लस फिर ही झाडं होती. पण थोडीच, कारण हवामान फारच कोरडं असल्यानं ते फिरच्या झाडांना अनुकूल नव्हतं.''

''मग साधारण सहा हजार वर्षांपूर्वी हवामानात पुन्हा बदल झाला. ते अधिक आर्द्र बनले. आता डग्लस फिर, हेमलॉक आणि सेडार हे वृक्ष आले. आज आपण पाहतो ते दाट जंगल तयार झालं. काहीजण या फिरच्या वृक्षांना आक्रमक किंवा मोठे 'तण' आहे असंही म्हणू शकतात. कारण या झाडांच्या पानांचं छत एवढं दाट असतं की जमिनीवर येणारा सूर्यप्रकाश कमी होतो. त्यामुळे इतर वनस्पतींना जगणं अशक्य होऊन जातं. या प्रकारची जंगलं जशी नवीन जागा मिळेल तशी पसरत

गेली, तेव्हा ही जंगलं काही आदिम नव्हेत. ती सगळ्यात अलीकडची आहेत इतकंच.''

ब्रॅडली फुरफुरत होता, ''फॉर गॉड्स सेक! पण ती निदान सहा हजार वर्षं तरी आहेतच की.''

जेनिफरवर त्याचा काहीही परिणाम झाला नाही. ती पुढे रेटतच होती, ''हे देखील चूक. वैज्ञानिकांनी दाखवून दिलंय की जंगलांमधली अंतर्गत रचना सतत बदलणारी असते. दर हजार वर्षांनंतरचं जंगल काही मुळातलं असत नाही. शिवाय इथं इंडियन लोक होतेच की.''

''त्यांचं काय?''

''इंडियन लोकांना निसर्गाचं निरीक्षण फार चांगलं करता येत होतं. ही जुनी जंगलं कितीही सुंदर दिसत असली तरी वन्य प्राणी राहण्याच्या दृष्टीनं ती कुचकामी ठरतात. म्हणून मग ते लोक अधूनमधून मुद्दाम जंगलांचा काही भाग जाळून टाकत असत. जुनी जंगलं मोकळ्या गवताळ प्रदेशात केवळ एखाद्या बेटासारखी राहतील याची त्यांनी काळजी घेतली होती. अमेरिका खंडात सुरुवातीला आलेल्या युरोपियनांनी जी जंगलं पाहिली ती मुळीच आदिम जंगलं नव्हती. ती एक प्रकारे 'तयार केलेली' होती. आज जेवढी तशी जुनी जंगलं आहेत त्याच्यापेक्षा कितीतरी कमी दीडशे वर्षांपूर्वी होती असं म्हटलं तर आश्चर्य वाटायला नको. कारण इंडियन लोक स्वच्छ नजरेचे व्यवहारी होते. आजचा जमाना रोमॅन्टिक मिथ्यकांचा आहे.* एवढे बोलून झाल्यावर जेनिफर मागे खुर्चीत रेलून बसली.

''हं... भाषण छान होतं,'' ब्रॅडली म्हणाला, ''पण हे सगळे मुद्दे फारच तांत्रिक स्वरूपाचे होते. लोकांना त्यात अजिबात रस नसतो. एका दृष्टीनं ते बरंच आहे म्हणा. कारण तुमच्या म्हणण्याचा अर्थ असा की ही जंगलं खरोखरच फार जुनी नाहीत, तेव्हा त्यांना वाचवण्याची गरज नाही. उलट मी म्हणतोय, ही जंगलं आपल्याला निसर्गाच्या शक्तीची जाणीव करून देतात. ती सौंदर्याचं प्रतीक आहेत आणि कोणतीही किंमत मोजून आपण ती वाचवलीच पाहिजेत. विशेषत: जागतिक तापमान-वाढीच्या तडाख्यातून त्यांचं संरक्षण करण्याची नितांत गरज आहे.''

''मला आता पेयाची गरज आहे.'' जेनिफर म्हणाली.

''मी त्यात सहभागी होतो.'' ब्रॅडली म्हणाला.

हे सारे संभाषण चालू असताना इव्हान्स सतत रॉन पेरीला फोन लावण्याचा प्रयत्न करत होता. जेनिफरच्या बोलण्यातल्या एका भागामुळे तो चकित झाला

---

* अधिक माहितीसाठी अल्स्टन चेस यांचे *'द डार्क वुड'* हे पुस्तक पाहा.

होता. सातत्यानं होणारा बदल ही कल्पना त्याला फार अस्वस्थ करणारी होती. या भागात हिमखंड होते त्याचवेळी इथं इंडियन लोक राहात होते याचा त्यानं कधीच विचार केलेला नव्हता. अर्थात ते खरं आहे हे त्याला माहिती होतं. सुरुवातीच्या काळात राहणाऱ्या इंडियन लोकांनी मॅमथ आणि इतर मोठ्या प्राण्यांची शिकार करून त्यांचा विनाश केला होता हे त्याला माहिती होतं. पण त्यांनी त्यांना उपयोगी पडेल अशा प्रकारे पर्यावरणात बदल घडवण्यासाठी जंगले जाळली असावीत हे त्याला नवीन होतं. अर्थात हे देखील अगदी खरंच होतं.

एका मागोमाग एक निरनिराळ्या प्रकारच्या जंगलांची वाढ ही कल्पनाही तितकीच अस्वस्थ करणारी होती. रेडवुडच्या जंगलांच्या अगोदर त्या ठिकाणी आणखी काही असेल हा विचार त्याच्या मनात कधीच आला नव्हता. त्यालाही इतरांप्रमाणेच ही जंगले आदिम वाटली होती.

जेनिफरने तिच्या बोलण्यात अनेकदा पर्यावरणात होणाऱ्या बदलांचा उल्लेख केला होता. पर्यावरणात होणारे बदल. सतत होणारे बदल. बदलांचे सातत्य.

थोड्या वेळाने ब्रॅडली उठून त्याच्या एजंटला फोन करण्यासाठी विमानाच्या पुढच्या भागात गेला.

इव्हान्स जेनिफरला म्हणाला, ''तुला हे सगळं कसं काय माहीत?''

''कारण ब्रॅडली म्हणाला तेच. जागतिक तापमानवाढीचं गंभीर संकट. आमचा युक्तिवाद चांगला व्हावा म्हणून आम्ही या विषयावर जमेल तितकी माहिती गोळा केली आहे.''

''आणि त्यातून काय कळलं?''

जेनिफरने डोके हलवले, ''हेच की जागतिक तापमानवाढीचा धोका मुळातच अस्तित्वात नसलेली गोष्ट आहे. आणि जरी जागतिक तापमानात खरोखरच वाढ होत असली तर ती बऱ्याचशा जगाला एकूणच फायद्याचीच ठरेल.''

इंटरकॉमवरून वैमानिकाचा आवाज आला. सीटबेल्ट बांधण्याची सूचना त्याने दिली. विमान सान फ्रान्सिस्कोला उतरण्याच्या तयारीत होते.

सान फ्रान्सिस्को
मंगळवार, १२ ऑक्टोबर
संध्याकाळी ६ वाजून ३१ मिनिटे

करड्या रंगाच्या त्या थंडगार पडलेल्या खोलीत जंतुनाशकाचा उग्र वास येत होता. टेबलापाशी बसलेल्या माणसाच्या अंगावर प्रयोगशाळेत घालतात तसा कोट

होता. त्याने की-बोर्डवरची बटणं दाबली, ''मॉ...र्ट...न... मॉर्टन.... होय. जॉर्ज मॉर्टन. ठीक आहे. बरं तुम्ही कोण–''

''पीटर इव्हान्स. मी मिस्टर मॉर्टनचा वकील आहे.''

''टेड ब्रॅडली.'' असे म्हणून त्याने हात पुढे केला. पण मध्येच त्याने विचार बदलला आणि हात मागे घेतला.

''हं... खरंच की!'' तो तंत्रज्ञ म्हणाला, ''मला वाटतच होतं... मी तुम्हाला पाहिलेलं आहे. तुम्ही परराष्ट्रमंत्री आहात ना?''

''खरं तर मी राष्ट्राध्यक्ष आहे.''

''बरोबर. तुम्ही राष्ट्राध्यक्ष आहात. मी तुम्हाला पाहिलंय. तुमची बायको दारूडी आहे ना?''

''नाही. परराष्ट्रमंत्र्याची बायको दारूडी आहे.''

''ओहो!... मला तो कार्यक्रम नीट पाहायला मिळत नाही.''

''आता तो बंद आहे.''

''तरीच.''

''पण तो कार्यक्रम बाजारात सी.डी.वर अगदी सगळीकडं मिळतो.''

इव्हान्स म्हणाला, ''आपण आता ओळख पटवण्याचं काम केलं तर बरं–''

''ठीक आहे. इथं सही करा. मी तुमच्यासाठी बॅज घेऊन येतो.''

जेनिफर त्याच ठिकाणी थांबली. इव्हान्स आणि ब्रॅडली शवागारात गेले. ब्रॅडलीने मागे नजर टाकत विचारले, ''ती कोण आहे?''

''ती वकील आहे. जागतिक तापमानवाढीसंबंधीच्या खटल्याचं काम करणारी एक वकील.''

''ती मला अतिरेकी वाटते. बहुदा औद्योगिक क्षेत्रानं घुसवलेली हेर.''

''टेड... ती थेट बाल्डरच्या हाताखाली काम करते.''

''ते लक्षात आलंय माझ्या.'' ब्रॅडली तिरकस हसत म्हणाला, ''माझ्याही हाताखाली तिला घ्यायला आवडेल!... तू तिचं बोलणं ऐकत होतास ना? जुनी जंगलं माणसांचं शोषण करतात...'' ब्रॅडली इव्हान्सकडे झुकत हलक्या आवाजात म्हणाला, ''ही भाषा त्या उद्योगधंद्यांचीच आहे. मला वाटतं तू तिला बाजूला करायला हवंस.''

''म्हणजे?''

''तिचा काहीही उपयोग नाही. बरं एक सांग. ती आज इथं का आलीय?''

''माहीत नाही. तिला यायचं होतं बस्स. टेड तू इथं का आलास?''

''मी कामासाठी आलोय.''

देहावर टाकलेले आवरण त्या तंत्रज्ञाने काढून मागे टाकले. त्या आवरणावर करड्या रंगाचे डाग दिसत होते.

"ओह् जीझस!" ब्रॅडलीने तत्काळ तोंड फिरवले.

इव्हान्सने धीर करून मृतदेहाकडे नजर टाकली. जिवंत असताना मॉर्टन चांगला धष्टपुष्ट होता. आता तर तो जास्त मोठा वाटत होता. त्याचे धड जांभळ्या-करड्या रंगाचे होते आणि ते फुगलेले दिसत होते. कुजलेल्या मांसाचा दर्प फारच तीव्र होता. त्याच्या मनगटापाशी एक इंच रुंदीचा वळ कुजलेल्या मांसात उमटलेला दिसला.

"घड्याळ की काय?" इव्हान्सने विचारले.

"होय. आम्ही ते हातातून काढलं. जेमतेमच काढता आलं. तुम्हाला पाहायचंय का?"

"होय." इव्हान्स म्हणाला. तो मृतदेहावर किंचित वाकून पाहू लागला. वास फारच उग्र होता. पण त्याला नखे आणि हात पाहायचे होते. कारण मॉर्टनच्या उजव्या हाताच्या चौथ्या नखाला लहानपणीच इजा झाल्याने ते कायमचे वाकडे झालेले होते. पण मृतदेहाला एक हात नव्हता आणि जो होता तो छिन्नविच्छिन्न अवस्थेत होता. त्यामुळे इव्हान्सला त्या खुणेबद्दल अजिबात खात्री वाटत नव्हती.

मागे उभा असलेल्या ब्रॅडलीने विचारले, "झालं का पाहून?"

"अजून नाही."

"जी..झ..स...!"

तो तंत्रज्ञ म्हणाला, "तुमचा कार्यक्रम पुन्हा सुरू होणार का?"

"नाही. तो रद्द झालाय." ब्रॅडलीने उत्तर दिले.

"का बरं? मला तो फार आवडायचा."

"त्यांनी तुम्हाला विचारायला हवं होतं."

इव्हान्स आता छातीकडे पाहत होता. आणखी काही खूण पटते का ते तो बघत होता. इव्हान्सने मॉर्टनला अनेकदा उघडा पाहिलेला होता. तरीही मृतदेह फुगल्यामुळे त्याला नीट काही कळत नव्हते. त्याने डोके हलवले. हा मृतदेह मॉर्टनचाच आहे हे तो खात्रीपूर्वक सांगू शकत नव्हता.

"अजून झालं नाही का?" ब्रॅडलीने विचारले.

"झालं."

मृतदेहावर पुन्हा आवरण घालण्यात आले. सर्वजण बाहेर आले.

तंत्रज्ञ म्हणाला, "पिझ्मो बीचवर काम करणाऱ्या जीवरक्षकांना हा मृतदेह आढळला. त्यांनी पोलिसांना फोन केला. पोलिसांनी कपड्यांवरून तो मॉर्टनचा आहे हे ओळखलं."

"अंगावर कपडे तसेच होते?"

"अं...हं..., म्हणजे पॅन्टचा एक पाय आणि जाकिटाचा बराचसा भाग. हे कपडे मुद्दाम शिवून घेतलेले होते. पोलिसांनी न्यूयॉर्कमधल्या टेलरला फोन करून खात्री करून घेतली.... "तुम्ही त्यांच्या उरलेल्या वस्तू ताब्यात घेणार का?"

"कोण जाणे, मला–"

"तुम्ही त्यांचे वकील आहात ना..."

"हं... ठीक आहे. मी घेतो त्या वस्तू."

"तुम्हाला त्या सही करून घ्याव्या लागतील."

सर्वजण बाहेर जेनिफर थांबली होती त्या ठिकाणी आले. ती तिच्या सेलफोनवर बोलत होती. "होय.... मी ते समजू शकते. होय... ठीक आहे. ते करता येईल." त्यांना येताना पाहून जेनिफरने फोन बंद केला, "झालं का काम?"

"हो."

"आणि तो मृतदेह–"

"होय. तो जॉर्जच आहे." टेडने उत्तर दिले.

इव्हान्स काहीच न बोलता पुढे गेला आणि त्याने सही करून मॉर्टनच्या वस्तू ताब्यात घेतल्या. तंत्रज्ञाने दिलेल्या पिशवीत टक्सेडो सूटचे काही तुकडे होते. जाकिटाच्या आतल्या खिशाला लावलेली एन.ई.आर.एफ. असे लिहिलेली छोटी पिन होती. इव्हान्सने पिशवीत हात घातला. त्यात रोलेक्स सबमरीनर घड्याळ होते. मॉर्टन तसेच घड्याळ वापरत असे. इव्हान्सने घड्याळ उलटे करून मागची बाजू पाहिली. त्यावर 'जी.एम. २-३१-८९' ही अक्षरे त्याला दिसली. इव्हान्सने मान डोलावली आणि घड्याळ परत पिशवीत ठेवले.

या सगळ्या गोष्टी नक्कीच जॉर्जच्या होत्या. त्या पाहून आणि त्यांना हात लावून इव्हान्सच्या मनात दुःख दाटून आले.

"ठीक आहे." इव्हान्स म्हणाला, "चला. आता निघायला हवं."

सगळेजण गाडीपाशी आले. आत बसता बसता जेनिफर म्हणाली, "आपल्याला आणखी एका ठिकाणी जायचं आहे."

"होय का?"

"होय. आपल्याला ओकलँड नगरपालिकेच्या गॅरेजकडे जायला लागेल."

"का?"

"तिथे पोलीस आपली वाट पाहत आहेत."

ओकलँड

मंगळवार, १२ ऑक्टोबर

सकाळी ७ वाजून २२ मिनिटे

ओकलँडच्या बाहेर असलेल्या त्या गॅरेजची इमारत खूपच मोठी होती. भोवती पार्किंगसाठी खूप विस्तृत जागा ठेवलेली होती. काँक्रीटच्या त्या इमारतीत हॅलोजनचे प्रखर दिवे लावलेले होते. तारेच्या कुंपणाच्या आत असणाऱ्या त्या पार्किंगच्या जागेत मोडक्यातोडक्या अवस्थेतल्या अनेक गाड्या पडलेल्या होत्या. बऱ्याच गाड्या जरी भंगार दिसत असल्या तरी काही कॅडिलॅक आणि बेंटले अशाही गाड्या तिथे होत्या.

लिमोझीन त्या ठिकाणी जाऊन थांबताच ब्रॅडलीने विचारले, ''आपण इथं का आलोय? मला कळत नाही की–''

एक पोलीस गाडीच्या खिडकीपाशी आला, ''इव्हान्स?... मिस्टर पीटर इव्हान्स?''

''मीच तो.''

''कृपया इकडं माझ्यामागे या.''

सर्वजण गाडीतून उतरू लागले. पण त्या पोलिसाने त्यांना थांबवले, ''फक्त मिस्टर इव्हान्स.''

ब्रॅडली पुटपुटला, ''पण आम्ही सगळेजण–''

''माफ करा सर, पण फक्त मिस्टर इव्हान्सच येतील. तुम्हाला इथंच थांबावं लागेल.''

जेनिफर ब्रॅडलीकडे पाहत हसत म्हणाली, ''मी आहे ना इथं.''

''उत्तम.''

इव्हान्स गाडीतून उतरून गॅरेजच्या आत पोलिसामागोमाग शिरला. आतमध्ये लांबलचक भाग केलेले दिसत होते. त्यात अनेक गाड्या रांगेने उभ्या होत्या. त्या ठिकाणी गाड्यांवर काम चालू होते. बऱ्याच ठिकाणी पोलिसांच्या गाड्यांची दुरुस्ती चालू होती. वातावरणात ॲसिटेलीन ज्योतींचा उग्र दर्प होता. जमिनीवर पडलेले तेल आणि ग्रीसचे डाग चुकवत इव्हान्स जात होता. ''हे कशाच्या संदर्भात आहे?'' त्याने विचारले.

''ते लोक तुमची वाट पाहत आहेत सर.''

ते आता गॅरेजच्या मागच्या भागात आले होते. अधूनमधून इव्हान्सला रक्त लागलेल्या मोडक्यातोडक्या गाड्या दिसल्या. काही गाड्यांना धागे बांधलेले होते.

हे धागे निरनिराळ्या दिशांना जात आहेत हे इव्हान्सला दिसले. एका मोडक्या गाडीजवळ उभे राहून कोट घातलेले तंत्रज्ञ काही मोजमापं घेत होते. दुसऱ्या एका गाडीजवळ एकजण उभा राहून ट्रायपॉडवर ठेवलेल्या कॅमेऱ्याने फोटो घेत होता.

"हा माणूस पोलिसांपैकी आहे का?"

"नाही. वकील आहे. त्यांना अशी परवानगी द्यावी लागते."

"म्हणजे तुम्ही इथं अपघातग्रस्त गाड्यांसंबंधी काम करता तर?"

"जेव्हा गरज पडेल तेव्हा करतो."

ते एका कोपऱ्यावरून वळून पुढे गेले. इव्हान्सला केनर तिघाजणांशी बोलताना दिसला. ते बहुदा साध्या कपड्यातले पोलीस होते. बाजूला निळे कोट परिधान केलेले दोन प्रयोगशाळा तंत्रज्ञ उभे होते. या सगळ्यांनी जॉर्ज मॉर्टनच्या चुराडा झालेल्या फेरारी स्पायडर गाडीभोवती कोंडाळे केलेले होते. गाडी उंचावर उचललेल्या अवस्थेत होती. झगझगीत प्रकाशाच्या झोतात गाडी न्हाऊन निघाली होती.

"ओह्... पीटर." केनर म्हणाला, "तू जॉर्जची ओळख पटवलीस का?"

"होय."

"छान."

इव्हान्स गाडीजवळ आला. गाडीच्या खालच्या बाजूला अनेक ठिकाणी पिवळ्या रंगाने खुणा केलेल्या दिसत होत्या.

"हं.... तर मामला काय आहे?" इव्हान्सने विचारले.

साध्या कपड्यांमधल्या पोलिसांची एकमेकांत नेत्रपल्लवी झाली. मग त्यांच्यातला एकजण म्हणाला, "आम्ही या फेरारीची तपासणी करत आहोत मिस्टर इव्हान्स."

"ते मला दिसतंच आहे."

"हीच गाडी अलीकडे मिस्टर मॉर्टननी विकत घेतली होती का?"

"मला तसं वाटतं."

"खरेदी केव्हा करण्यात आली होती?"

"मला नेमकं माहीत नाही." इव्हान्स आठवण्याचा प्रयत्न करत म्हणाला, "फार अगोदर नाही. मागच्या महिन्यात असेल. जॉर्जची मदतनीस सारानं मला सांगितलं होतं की जॉर्जनी फेरारी खरेदी केलीय."

"कोणी विकत घेतली होती नेमकी?"

"सारानं."

"त्यात तुमचा सहभाग किती होता मिस्टर इव्हान्स?"

"अजिबात नाही. तिनं फक्त मला त्या खरेदीची कल्पना दिली होती."

"तुम्ही स्वत: खरेदीत किंवा विमा उतरवणं या कशातही सामील नव्हतात?"

''नाही. ते सगळं जॉर्जच्या अकाऊंट विभागातले लोक करतात.''

''तुम्ही या गाडीची कागदपत्रं कधी पाहिली नव्हतीत?''

''नाही.''

''बरं मग प्रत्यक्ष गाडी तुम्ही प्रथम केव्हा पाहिलीत?''

''मार्क हॉपकिन्स हॉटेलजवळून जॉर्जनं ती चालवली तेव्हा.''

''त्या संध्याकाळच्या अगोदर तुम्ही ती गाडी कधीही पाहिलेली नव्हती?''

''नाही.''

''ही गाडी सोनोमा इथं एका खासगी गॅरेजकडे पाठवण्यात आली होती. तिथं ती दोन आठवडे होती. नंतर ती सान फ्रान्सिस्कोला रवाना केली गेली. तुम्ही त्या खासगी गॅरेजची व्यवस्था केली होती का?''

''नाही.''

''तशी पावती तुमच्या नावानं केलेली आहे.''

इव्हान्सने मानेने नकार देत सांगितले, ''मला त्याबद्दल काहीही माहीत नाही.'' पण अनेकदा मॉर्टन खरेदी करताना किंवा काही भाड्यानं घेताना त्याच्या वकिलांची किंवा अकाऊंट विभागातल्यांची नावं वापरायचा. जर त्याला एखाद्या व्यवहाराचा गाजावाजा व्हायला नको असेल तर तो अनेकदा असं करत असे.''

''पण तसं असेल तर तुम्हाला त्यांनी सांगितलं असतं ना?''

''तसंच काही नाही.''

''म्हणजे आपलं नाव वापरण्यात आल्याचं तुम्हाला माहीत नव्हतं?''

''नाही.''

''सान होजेमध्ये गाडीचं काम कुणी केलं?''

''मला कल्पना नाही.''

''मिस्टर इव्हान्स, हे सांगण्याचं कारण असं की ही फेरारी मॉर्टनच्या हातात पडायच्या अगोदर कोणीतरी तिच्यात खूप काही बदल केलेले होते. त्या पिवळ्या खुणा केलेल्या आहेत त्या ठिकाणी गाडीचा सांगाडा मुद्दाम ढिला करण्यात आला होता. अशा जुन्या गाड्यांमध्ये त्या घसरू नयेत म्हणून जी सुरक्षा यंत्रणा असते ती निकामी करण्यात आली होती. पुढच्या चाकांमधलं डावं आणि मागचं उजवं चाक सैल ठेवण्यात आलं होतं. तुमच्या लक्षात येतंय का? या इथं पाहा.'' इव्हान्सच्या कपाळावर आठ्या दिसू लागल्या.

''ही गाडी म्हणजे मृत्यूचा सापळा होती मिस्टर इव्हान्स. कोणीतरी तुमच्या अशिलाला खलास करण्यासाठी तिचा वापर केलाय. सोनोमामधल्या त्या गॅरेजमध्ये हे प्राणघातक बदल करण्यात आले होते. आणि त्या गॅरेजमधल्या वापराची पावती तुमच्या नावावर आहे.''

तिकडे गाडीत बसून टेड ब्रॅडली जेनिफरचं डोकं खात होता. ती सुंदर आहे खरी, पण तिच्या बाबतीत सगळंच फसलेलं आहे असं तो म्हणत होता. तिचं वागणं, पुरुषासारखं दणकट असण्याचं नाटक करणं आणि तिची मतं हे सगळंच ब्रॅडलीला नापसंत होतं.

जेनिफरने टेडला सांगितले होते की ती एन.ई.आर.एफ.साठी काम करत होती. टेड त्या संघटनेशी संबंधित होता. असे असताना तिने त्याच्याशी उर्मटपणाने वागणे त्याला आवडले नव्हते. तिने त्याच्याविषयी पूर्ण आदर दाखवूनच वागायला हवे होते. उलट तिने टेडच्या प्रत्येक बोलण्याचा उपहास केला होता. शिवाय आपण जे काही मुलांना सांगितले होते ते बरोबरच होते अशी टेडची खात्रीची समजूत होती. कारण त्याच्या भाषणाचे सगळे मुद्दे आणि कुठे काय सांगायचे ते सारे एन.ई.आर.एफ.कडून येत असत. त्याला दिलेल्या भाषणात कुठेही त्या हिमयुगाचा जराही उल्लेख नव्हता. ती झाडे खरोखरच सुंदर होती आणि ती पृथ्वीची पालनकर्ती होती! टेडला भाषणातला तो भाग आठवला. खात्री करून घेण्यासाठी त्याने भाषणाचा मसुदा खरोखरच खिशातून बाहेर काढला.

"मला ते पाहायला आवडेल." जेनिफर म्हणाली.

"न आवडायला काय झालं..."

"नेमकी अडचण काय आहे टेड?"

टेड मनाशी म्हणाला, "पाहा!... हीच ती वागण्याची तऱ्हा. आक्रमक आणि भांडखोर."

जेनिफर म्हणाली, "तुम्ही त्या अनेक टी.व्ही. स्टारपैकी आहात, ज्यांना वाटतं की लोकांना तुमच्या ×××× हात लावायला आवडतं... ओह्! वाहवा!... पण मी त्यामधली नाही. माझ्या दृष्टीनं तुम्ही केवळ एक नट आहात."

"आणि माझ्या मते तू एक हेर आहेस, हेर..."

"ते खरं असेल तर मी चांगली हेर नाही म्हणायचं. कारण तुम्हाला ते कळलं की!"

"कारण तू तुझं थोबाड वाजवलंस म्हणून कळलं."

"मी नेहमी अशीच बोलते."

हे सारे संभाषण टेडला अस्वस्थ करत होते. बायका कधीही त्याच्याशी वाद घालत नसत. काहीजणी सुरुवातीला जोरदार विरोध करत. पण ते त्याच्या सुंदर दिसण्याचा मत्सर वाटून! त्यांना नंतर टेडबरोबर झोपायला हवे असायचे आणि टेड त्यांना ती संधी देत असे. हे ठीक होते. पण त्या त्याच्याशी वाद घालत नसत. ही पोरगी वाद घालत होती. त्यामुळे त्याला एकाच वेळी रागही येत होता आणि उत्तेजकही वाटत होते. तिचे शांत बसणे, त्याच्या डोळ्यांत बेधडकपणे रोखून पाहत

बोलणे. त्याच्या ‘स्टार’पणाला भीक न घालता उर्मटपणाने बोलणे हे सारे पाहून तो वेडापिसा होऊ लागला होता.

असेल ती सुंदर, म्हणून काय झालं?

टेड एकदम पुढे झाला आणि त्याने तिचा चेहेरा दोन्ही हातात पकडून तिच्या ओठांवर ओठ टेकवून चुंबन घ्यायला सुरुवात केली.

तिला हे आवडत असणार असे टेडला वाटले.

पण एवढ्यात मानेवर आणि डोक्यावर वेदनेचा आगडोंब उसळला. वेदना एवढी तीव्र होती की क्षणभर टेडच्या डोळ्यासमोर काजवे चमकले. क्षणभर त्याला काय झाले तेच कळले नाही. तो भानावर आला तेव्हा त्याला दिसले की आपण लिमोझीनमध्ये धापा टाकत खाली पडलोय आणि शर्टावर रक्त ओघळते आहे. सुरुवातीला त्याला कशाचाच अर्थ कळत नव्हता.

नंतर टेडच्या लक्षात आले की त्याच्या जीभेमधून रक्त वाहते आहे.

टेडने जेनिफरकडे पाहिले. ती निवांत बसली होती. तिचा स्कर्ट थोडासा वर सरकला होता. पण तिला कशाचीच पर्वा नव्हती.

“तू माझ्या जीभेला चावलीस!”

“नाही. ×××× तू स्वत:चीच जीभ चावलीस.”

“तू माझ्यावर हल्ला केलास!” टेड म्हणाला.

जेनिफरने फक्त भुवया उंचावल्या.

“तू मला मारलंस!” टेड स्वत:च्या शर्टाकडे पाहत म्हणाला, “माझा शर्ट... नवीन होता. मॅक्सफील्डचा शर्ट!”

जेनिफर फक्त त्याच्याकडे रोखून पाहत होती.

“तू मला मारलंस!” टेड पुन्हा म्हणाला.

“मग माझ्यावर खटला भर.”

“ते तर मी करीनच.”

“त्याआधी वकिलाचा सल्ला घे.”

“ते कशाला?”

जेनिफरने गाडीत पुढे बसलेल्या ड्रायव्हरकडे पाहून मानेने इशारा केला, “त्याचं काय?”

“त्याचा काय संबंध?”

“त्यानं हे सगळं पाहिलंय.”

“म्हणून काय झालं? तू मला प्रोत्साहन दिलंस.” टेड विखारी स्वरात फुसफुसत म्हणाला, “तू मला मोहात पाडलंस. तुझं सूचक वागणं कोणालाही सहज समजण्यासारखं होतं.”

''पण तुला त्याचा अर्थ कळला नाहीच की.''

''××××'' टेडने एक शिवी हासडली आणि समोरून व्होडकाची बाटली उचलली. त्याला तोंड साफ करायचे होते. टेडने ग्लास भरला आणि पुन्हा एकदा जेनिफरकडे नजर टाकली. ती त्याच्या भाषणाचे मुद्दे वाचत होती. टेडने झेप टाकून ते कागद हिसकावून घ्यायचा प्रयत्न केला. ''हे कागद तुझे नाहीत.''

जेनिफर फारच चपळपणे मागे सरकली. तिने कागद मागे धरले आणि दुसरा हात एखादी सुरी घाव घालायला सज्ज करावी तसा धरला, ''टेड.... अजून एकदा आपलं नशीब आजमावून पाहायचंय का?''

''तुला... तुला...××××'' टेडने शिवी हासडली आणि व्होडकाचा घुटका घेतला. जीभ अक्षरश: पेटल्यासारखी झाली.

'ठीक आहे. ही कुत्री आता उद्या सकाळी दुसरी नोकरी शोधेल हे नक्की.' टेड मनाशी म्हणाला.

त्या चुराडा झालेल्या फेरारीच्या खाली उभा राहून आणखी दहा मिनिटे इव्हान्स प्रश्नांची सरबत्ती झेलत होता. तिघे पोलिसवाले त्याच्याभोवती फेर धरून उभे होते आणि त्याच्यावर प्रश्नांच्या फैरी झाडत होते. इव्हान्सचे म्हणणे त्यांना अजिबातच पटत नव्हते.

इव्हान्स सांगत होता, ''जॉर्जला गाडी फार उत्तम चालवता येत होती. जर गाडीत असे बदल कोणी केले असतील तर ते त्याच्या लक्षात आलं नसतं का?''

''शक्य आहे. पण त्यावेळी तो प्यायलेल्या अवस्थेत होता.''

''ते बरोबरच आहे. तो चांगलाच झिंगलेला होता.''

''आणि त्याला दारू कोण आणून देत होतं मिस्टर इव्हान्स?''

''जॉर्जजवळ स्वत:ची दारू होती.''

''हॉटेलमधला वेटर म्हणाला की मेजवानीच्या वेळी तुम्ही जॉर्ज मॉर्टनला दारू घेण्याचा आग्रह करत होतात.''

''ते खोटं आहे. उलट मी कमी पिण्यासाठी त्याला विनवत होतो.''

अचानक पोलिसांनी प्रश्नांचा रोख बदलला.

''फेरारीतले बदल कोणी केले मिस्टर इव्हान्स?''

''मला माहीत नाही.''

''चोपन्न नंबरच्या रस्त्यावर असणारं सोनोमामधलं एक खासगी गॅरेज तुम्ही भाड्यानं घेतलं होतं हे आम्हाला माहीत आहे. हे गॅरेज तसं एका बाजूला आहे. तिथं कोणी आलं-गेलं तरी चटकन कोणाच्या नजरेत भरणार अशी ती जागा आहे. तुम्ही या गॅरेजची निवड का केलीत?''

''मी गॅरेज भाड्यानं घेतलं नव्हतं.''

''पावतीवर तुमचं नाव आहे.''

''बरं... भाड्यानं घेण्याचा हा व्यवहार कसा ठरला होता.'' इव्हान्सने विचारले.

''फोनवरून.''

''पैसे कोणी दिले?''

''पैसे रोख देण्यात आले होते.''

''कोणी दिले?''

''कुरिअर सेवेमार्फत ते आले होते.''

''तुमच्या एखाद्या कागदपत्रावर माझी सही आहे?... माझ्या बोटांचे ठसे?''

''नाही. फक्त पावती तुमच्या नावानं आहे.''

''माफ करा.'' इव्हान्सने खांदे उडवले, ''मला याबद्दल काहीही माहीत नाही. मी जॉर्ज मॉर्टनचा वकील आहे ही गोष्ट सार्वजनिक स्वरूपाची आहे. माझं नावं कोणीही वापरू शकतो. जर या गाडीत कोणी काही बदल केले असले तर मला त्याची बिलकूल कल्पना नव्हती.''

इव्हान्स विचार करत होता हे खरं तर हे सगळं त्यांनी साराला विचारायला हवं होतं. तेवढं डोकं त्यांना असेल तर त्यांनी साराकडे चौकशी करायला हवी होती. आणि हा विचार मनात येतो न येतो तोच त्याला सारा दिसली. सेलफोनवर बोलता बोलता केनरकडे पाहून तिने एकदा मान डोलावली होती.

आता केनर पुढे झाला, ''ठीक आहे. सभ्य गृहस्थहो... जर तुम्हाला आणखी काही प्रश्न विचारायचे नसले तर मी मिस्टर इव्हान्सना माझ्या वैयक्तिक जबाबदारीवर माझ्या ताब्यात घेतो. हा माणूस पळून जाईल असं मला वाटत नाही. तो माझ्या ताब्यात सुरक्षित राहील.''

त्या पोलिसांनी बरीच कुरकूर केली, पण अखेर त्यांनी केनरचे म्हणणे मान्य केले. त्याने आपले कार्ड त्यांच्या हातात ठेवले आणि इव्हान्सच्या खांद्यावर घट्ट हात टाकत तो त्याला घेऊन बाहेर पडला. मागोमाग सारा बाहेर आली.

पोलीस फेरारीजवळच थांबले होते.

गाडीजवळ येताना केनर म्हणाला, ''पीटर.... या सगळ्याबद्दल माफ कर. पण पोलिसांनी तुला सगळं सांगितलेलं नाही. त्यांनी अपघात झालेल्या गाडीचे अनेक फोटो घेतले आणि ते त्यांच्या संगणकाला पुरवले. त्याच्या संगणकाने अपघात कसा घडला असावा याची प्रतिकृती करून पाहिली आणि त्यांना प्रत्यक्ष अपघात आणि अपेक्षित मोडतोड यात तफावत आढळली.''

''हे करता येतं, याची मला कल्पना नव्हती.''

''होय तर.'' केनर म्हणाला, ''सध्या सगळीकडेच संगणकावर आधारित मॉडेल बनवली जातात. संगणकावर प्रतिकृती बनवून मग पोलिसांनी पुन्हा गाडीची

तपासणी केली. त्यांना त्यात अगोदर नजरेत न भरलेल्या अनेक गोष्टी दिसून आल्या.''

''हं... हं...''

''अर्थात त्यांच्याजवळ चाळीस वर्षं जुन्या इटालियन बनावटीच्या शर्यतीत वापरायच्या गाडीचं मॉडेल नव्हतं. त्यांनी सर्वसाधारण गाडी अमेरिकन रस्त्यावर अपघातग्रस्त झालीय असं गृहीत धरून काम केलं होतं.''

''पण त्या सोनोमामधल्या गॅरेजचं काय प्रकरण आहे?''

केनरने खांदे उडवले, ''कोणास ठाऊक. तुला काहीही माहीत नाही. साराला काहीही माहीत नाही. ती गाडी खरोखरच या गॅरेजमध्ये गेली होती हे कोणीही कधीच सिद्ध करू शकणार नाही. माझ्या अंदाजानुसार ते गॅरेज जॉर्जनंच भाड्यानं घेतलं असावं. अर्थात हे देखील खरं की खोटं ते आपल्याला कधीच कळणार नाही.

इव्हान्सने लिमोझीनचे दार उघडले आणि तो आत शिरला. त्याला रक्ताने माखलेला टेड ब्रॅडली दिसला.

''काय झालं?''

''तो पडला.'' जेनिफरने उत्तर दिले.

लॉस एंजलीसकडे जाताना

मंगळवार, १२ ऑक्टोबर
रात्री १० वाजून ३१ मिनिटे

विमानात बसलेली सारा चांगलीच गोंधळून गेली होती. जॉर्ज मॉर्टनचा मृतदेह सापडला म्हणून तिला विलक्षण दुःख झाले होते. अनेक दिवस होऊनही तिला मनोमन आशा होती की जॉर्ज जिवंत असेल. हे होणार नाही हे माहिती असूनही तिला उगीचच तशी आशा होती. शिवाय पीटर इव्हान्समुळेही ती गोंधळात पडली होती. पीटर नेहमीच नेभळट स्वभावाचा नाही हे तिला कळून आले होते. त्याच्यात वेगळ्याच प्रकारचा दणकटपणा आहे हे तिला जाणवत होते. तिला तो आता थोडाफार आवडू लागला होता. तिला मरणाच्या दाढेतून वाचवणाऱ्या पीटरबद्दल तिला वेगळ्या भावना जाणवू लागल्या होत्या. पण अचानक ही दुसरी स्त्री– जेनिफर की कोण, ती आली होती. पीटरला ती आवडते हे उघड दिसत होते.

त्यात भर म्हणून आता टेड ब्रॅडलीही आला होता. साराला त्याच्याबद्दल कसलाही भ्रम नव्हता. तिने त्याला एन.ई.आर.एफ.च्या अनेक कार्यक्रमांच्यावेळी पाहिलेले होते. एकदा तिने त्याला त्याच्या पद्धतीने भुरळ पाडू दिली होती. ती तेव्हा सिनेमा कलाकारांच्यात मौजमजा करायची. पण त्यांचे जमले नाही. अखेरच्या क्षणी

सारा मागे फिरली, कारण तो आणि तिचा माजी प्रियकर यांच्यात साराला साम्य आढळले होते. अखेर सिनेमा कलाकार म्हणजे तरी काय? ती देखील माणसेच आहेत. इतरांसारखीच माणसे. ते फार जवळीक आहे असे दाखवतात. पण तुमच्यावर छाप पाडण्यासाठी ते काहीही करायला तयार असतात हे सहजासहजी कळत नाही. निदान टेड तरी तसा होता.

त्याला ही इजा कशी झाली? त्याची जीभ चुकून चावली गेली म्हणे. पण साराला त्याच्या जखमेचा जेनिफरशी काहीतरी संबंध असावा असा संशय होता. टेडने नक्कीच तिच्यावर जाळे टाकायचा प्रयत्न केला होता. जेनिफर नक्कीच सुंदर होती. काळेभोर केस, बांधेसूद शरीर आणि पिळदार स्नायू असूनही सडपातळ. अगदी नमुनेदार न्यूयॉर्कवासी. प्रत्येक बाबतीत साराच्या विरुद्ध टोकाची आणि पीटर इव्हान्स तिच्याभोवती गोंडा घोळत होता.

साराला त्यामुळे संताप येत होता. तिला तो आवडू लागलेला असतानाच हे नवीन प्रकरण उद्भवले होते. साराने एक उसासा टाकला.

टेड ब्रॅडली केनरशी बोलत होता आणि आपल्या पर्यावरण विषयातल्या ज्ञानाचे प्रदर्शन करत होता. एखादा अजगर जसा उंदराकडे पाहतो तसा केनर टेडकडे पाहत होता.

''हं... तर, ही जागतिक तापमानवाढ म्हणजे जगावरचं संकट आहे म्हणायचं?''

''नक्कीच, सगळ्या जगावरचं संकट.''

''कसल्या प्रकारचं संकट?''

''पिकांची हानी, वाळवंट पसरणं, नवीन रोगराई, प्रजातींचा विनाश, हिमखंडांचं वितळणं, किलमांजारो, समुद्राच्या पातळीत होणारी वाढ, टोकाची हवामाने, चक्रीवादळं, झंझावाती वादळं, एल निनो–''

''हे संकट गंभीर स्वरूपाचं दिसतंय.''

''आहेच.'' ब्रॅडली म्हणाला, ''खरोखरच आहे.''

''तुमची माहिती पक्की आहे ना?''

''आहेच.''

''तुमच्या मुद्द्यांच्या समर्थनासाठी तुम्ही लोक वैज्ञानिक नियतकालिकांमधले संदर्भ देऊ शकता का?''

''अं... मी स्वत: नाही, पण शास्त्रज्ञ देतील.''

''खरं तर वैज्ञानिक संशोधनातून यामधल्या एकाही दाव्याला पुष्टी मिळत नाही. उदाहरणादाखल पिकांची हानी हा दावा पाहा. प्रत्यक्षात कार्बन डायऑक्साईड वायूमुळे वनस्पतींच्या वाढीला चालनाच मिळते. हे असं घडत असल्याची काही

उदाहरणं पुढे येऊ लागली आहेत. अलीकडेच घेतलेल्या उपग्रह-प्रतिमा हे दाखवतात की १९८० नंतर सहारा वाळवंटाची व्याप्ती कमी होत चालली आहे.[१] नवीन रोगराईबद्दल बोलायचं तर ते अजिबात खरं नाही. १९६० पासून नवीन उद्भवणाऱ्या रोगांच्या प्रमाणात किंचितही बदल झालेला नाही.''

''पण अमेरिकेत पुन्हा मलेरिया येतोय त्याचं काय?... आणि युरोपातही?''

''मलेरिया तज्ज्ञांना तसं वाटत नाही.''

ब्रॅडलीने हातांची घडी घातली. तो फुरफुरत बसला होता.

''प्रजातींचा नाश होतो हे देखील कोणी दाखवून दिलेलं नाही. १९७० नंतर नॉर्मन मेअर्स यांनी भाकीत केलं होतं, की सन २००० पर्यंत दहा लाख प्रजातींचा विनाश होईल. पॉल एर्लिश यांच्या भाकितानुसार सन २००० पर्यंत अस्तित्वात असणाऱ्या प्रजातींपैकी पन्नास टक्के नष्ट होणार होत्या. पण ती फक्त मतं होती. पुरावा नसताना व्यक्त केलेल्या मतांना काय म्हणतात माहीत आहे ना? त्यांना पूर्वग्रह म्हणतात... सध्या पृथ्वीतलावर किती प्रजाती आहेत ते ठाऊक आहे का?''

''नाही.''

''ते कोणालाच माहीत नाही. अंदाजे तीस लक्ष ते दहा कोटी एवढे विविध आहेत. यामधला फरक खूप मोठा आहे. होय ना? खरंतर कोणालाच नेमका आकडा माहीत नाही.''[२]

''यात नेमकं काय म्हणायचंय तुला?''

''हेच की जर मूळ संख्याच माहीत नाही तर किती प्रजातींचा विनाश होतोय हे कसं कळणार? जर मुळात तुमच्या खिशात किती रक्कम आहे हे तुम्हाला माहीत नसेल तर त्यातली काही गहाळ झाली की नाही हे कसं सांगणार? दरवर्षी पंधरा हजार नवीन प्रजातींचा शोध लागतो. बरं... प्रजातींच्या विनाशाच्या वेगाचं प्रमाण किती आहे ते माहीत आहे का?''

''नाही.''

''कारण हे प्रमाण मुळात माहीतच नाही. प्रजातींची संख्या किंवा किती नष्ट झाल्या यांचा अंदाज कसा करतात कल्पना आहे का? कोणीतरी एक हेक्टर किंवा एक एकर जमिनीचा तुकडा मापून घेतो. मग त्यातले सगळे प्राणी, वनस्पती, किडे वगैरेंची गणती केली जाते. मग तोच माणूस पुन्हा दहा वर्षांनी तिथं जातो आणि

---

१ Frod Piearce, Africans go back to the land as plants reclaim the desert, New Scientist 175 : 4-5, 21 Sept, 2002

२ Paul Reiter, *et al.* 2004. Global warming and Malaria : A Call for Accuracy *Lancet* 4(1).

पुन्हा गणती करतो. दरम्यान किडे पलीकडच्या बाजूला गेले असण्याची शक्यता असते. असो. एखाद्या हेक्टर जमिनीतदेखील सगळ्या किड्यांची गणती करायची म्हणजे काय याची कल्पना आहे का?"[१]

"ते फार अवघड असणार."

"हे विधान फारच सौम्य झालं आणि चुकीचंही." केनर म्हणाला, "हे जसं खरं नाही तसंच त्या हिमखंडांचं. सगळे हिमखंड वितळत आहेत म्हणे. हे देखील खरं नाही. काही वितळत आहेत, काही नाही."

"बहुतेक सगळे वितळत आहेत."[२]

केनर हसला. "आपण किती हिमखंडांबद्दल बोलतोय?"

"डझनावारी."

"टेड, जगात किती हिमखंड आहेत?"

"मला माहीत नाही."

"अंदाजे?"

"अं... असतील साधारण दोनशे."

"यापेक्षा जास्त तर कॅलिफोर्नियात आहेत.[३] जगात एकूण एक लक्ष साठ हजार हिमखंड आहेत. साधारण सदुसष्ट हजारांची नोंद झालेली आहे. यातल्या फक्त काहींचा सविस्तर अभ्यास झालेला आहे. आकारात गेल्या पाच वर्षांत काय फरक पडला या प्रकारची माहिती फक्त एकोणऐंशी हिमखंडांच्या बाबतीत उपलब्ध आहे. तेव्हा ते वितळत आहेत हे कसं सांगणार? ते कोणालाच नेमकं माहीत नाही."[४]

"किलमांजारो पर्वतावरचं बर्फ वितळतंय."

"त्याचं कारण काय आहे?"

"जागतिक तापमानवाढ." टेड ब्रॅडली म्हणाला.

"खरं तर किलमांजारोवरचं बर्फ वेगाने वितळायला सुरुवात १८००च्या

---

२ Braithwaite R. J. 2002, Glacier Mass Balance, the first 50 years of International Monitoring Progress in Physical Geography 26 (1) : 76-95

३ कॅलिफोर्नियात ४९७ हिमखंड आहेत. संदर्भासाठी रॉब आणि त्यांच्या सहकाऱ्यांचा १९८० मधला शोधनिबंध पाहा.

४ H. Kieffer et.al.2000. New Eyes in the Sky Measure Glaciers and Ice sheets, *EOS Transactions. American Geophysical Union* 81 : 270-271. Braithwaite R. J. and Y. Zhang 2000. Relationship between Inter-annual Variability of Glacier Mass Balance and climate, *Journal of Glaciology* 45: 256-262

सुमारास झाली. कधी? तर जागतिक तापमानवाढ सुरू व्हायच्या अगोदर. हे असं का व्हावं यावर शतकभर चर्चा होत आली आहे; पण अजून ते गूढ उकललेलं नाही. किलमांजारो हा विषुववृत्तावरच्या प्रदेशातला म्हणजे उष्ण प्रदेशातला ज्वालामुखी आहे. पण उपग्रह-प्रतिमांनी जे मोजमाप केलंय त्यानुसार किलमांजारोच्या उंचीवरच्या भागाच्या तापमानात अजिबात वाढ दिसत नाही. तरी पण बर्फ का वितळावं?''

"तूच सांग ना–'' चिडक्या स्वरात टेड म्हणाला.

"कारण वृक्षतोड आहे टेड. या पर्वताच्या पायथ्याशी असणाऱ्या घनदाट जंगलाची तोड झाल्याने आता ओलसर हवा वर जात नाही. जर जंगल पुन्हा वाढवलं तर बर्फात वाढ होईल असं तज्ज्ञांना वाटतं.''

"ही निव्वळ ×××× आहे.''

"मी तुला वैज्ञानिक संदर्भ देतो.[१] बरं... तू आणखी काय म्हणाला होतास? समुद्राची पातळी वाढते... असंच ना?''

"होय.''

"खरोखरंच समुद्राची पातळी वाढतेय–''

"हा...हा!'' टेड कुत्सित हसला.

"पातळी वाढतेय, पण गेली सहा हजार वर्षं... दर शंभर वर्षांनी समुद्राची पातळी दहा ते वीस सेंटीमीटरनं वाढते आहे.''[२]

"पण ती खरोखरच आता जास्त वाढतेय.''

"नाही.''

"उपग्रहांनी तसं सिद्ध केलंय.''

"ते तसं नाही टेड.''

"संगणकांनी बनवलेल्या मॉडेलनीदेखील तसं सिद्ध केलंय.''

---

१ Mason, Betsy 2003. African Ice Under Wraps, Nature. http://www.nature.com/nsu/031117/
Kaser, *et. al.* 2004. Modern Glacier Retreat on Kilimanjaro as Evidence of climate change, Observations and Facts, *International Journal of Climatology* 24 : 329-339.

२ http://www.csr.utexas.edu/ gmsl/main.html
जागतिक पातळीवर समुद्राच्या पातळीत दरवर्षी १.७ ते २.४ मिलिमीटर एवढी वाढ होते.

१ Henderson-Sellers *et. al.* 1997. Tropical cyclones and Global Climate Change : a Post-IPCC Assessment, *Bulletin of the American Meteorological Society* 79 : 9-38.

"मॉडेल वापरून काहीही सिद्ध करता येत नाही. कोणतंही भाकीत हे कधी सिद्धता म्हणून, पुरावा म्हणून वापरता येत नाही. बरं तू आणखी काय म्हणाला होतास? हवामानात अकस्मात बदल होतात असंच ना? ते देखील खोटं आहे. कितीतरी संशोधनांमधून तसं सिद्ध झालंय."[१]

"हे पाहा, मला खोटं पाडण्यात तुम्हाला आनंद मिळत असेल कदाचित. पण अनेक जणांना हवामानात टोकाचे बदल होत आहेत असं वाटतं ही खरी परिस्थिती आहे."

"हे खरं आहे की खूप जणांना तसं वाटतं. पण त्याला वैज्ञानिक आधार नाही.[२] म्हणून तर आपण विज्ञानाचा आग्रह धरतो ना! आपलं मत खरं आहे की निव्वळ एक भ्रम आहे हे तपासण्यासाठीच तर विज्ञान आहे."

केनरने एक सुस्कारा टाकला.

"भविष्यात आणखी चक्रीवादळं येतील हा हवामानातला आकस्मिक बदल आहे."

केनरने आता लॅपटॉप उघडला होता. "एक मिनिट– हं... टेड आता हे पाहा. अमेरिकेत येणाऱ्या चक्रीवादळांच्या किंवा झंझावाती वादळांच्या प्रमाणात गेली शंभर वर्षं अजिबात वाढ झालेली नाही. तसंच आकस्मिक बदलांची प्रक्रिया जगभर

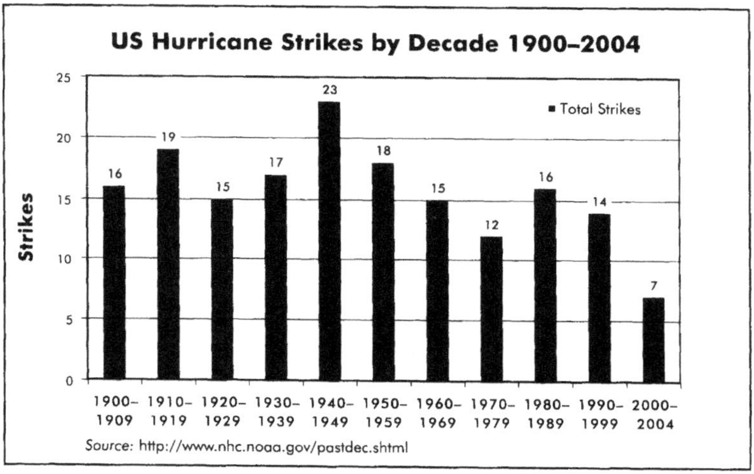

२ रिचर्ड फेनमन म्हणतात की, 'आपण आपली फसगत होऊ न देण्यासाठी जे शिकतो तेच विज्ञान होय.'

सारखीच नसते. तू एल निनोबद्दल म्हणाला होतास ना?''

''होय...''

''एल निनोचा आकृतीबंध जागतिक हवेशी आहे हे तुला माहीत असेलच. दक्षिण अमेरिका खंडाच्या पश्चिम किनाऱ्यालगत अनेक महिने तापमान जास्त असलं तर एल निनोची सुरुवात होते. एकदा का हे घडलं की मग एक ते दीड वर्षात जगात सर्वत्र त्याचा परिणाम दिसून येतो. एल निनो साधारण दर चार वर्षांनी म्हणजेच शतकात साधारणत: पंचवीस वेळा उद्भवणारी परिस्थिती असते. आणि असं हे हजारो वर्षं घडतंय. म्हणजे तुमची ही जागतिक तापमानवाढ व्हायच्या कितीतरी अगोदरपासून. पण या एल निनोचा अमेरिकेला कितपत धोका असतो? १९९८ मध्ये अशीच मोठी एल निनो परिस्थिती उद्भवली होती–''

''पूर येणं, पिकांचं नुकसान वगैरे झालंच होतं की.''

''हे झालं होतं खरं, पण एल निनोचा एकूण परिणाम म्हणून उत्पन्नात दीडशे अब्ज डॉलरची वाढ झाली होती.''[१]

''मला हे संशोधन वाचायला आवडेल.'' टेड म्हणाला.

''मी हे संशोधन तुला नक्की मिळेल असं पाहतो.''

''बरं. मग तुझा नेमका मुद्दा काय आहे?'' ब्रॅडली म्हणाला, ''तुला असं म्हणायचंय का की आपण पर्यावरणाकडे लक्ष देण्याची गरज नाही. उद्योगांना ते प्रदूषित करू दे आणि सगळं खड्ड्यात जाऊ दे.''

साराला वाटले की केनर आता भडकणार. पण तो शांतपणे म्हणाला, ''समजा तुम्ही मृत्युदंडाच्या शिक्षेच्या विरोधी मताचे असाल, तर याचा अर्थ तुम्ही गुन्ह्याला प्रतिबंध करूच नये असं म्हणता?''

''नाही.''

''तुम्ही मृत्युदंडाला विरोध करत असूनही गुन्हेगारांना शिक्षा व्हायलाच हवी या बाजूचे असू शकता?''

''होय. अर्थातच.''

''तर मग जागतिक तापमानवाढ हे संकट नाही आणि तरीही पर्यावरण रक्षणाची गरज आहे असं मी म्हणू शकतो का?''

''पण तसं म्हणणं खरं वाटत नाही–''

केनरने एक उसासा टाकला.

---

१ Changnon, Stanley 1999. Impacts of 1997-98 El Nino – Generated Weather in the United States, *Bulletin of the American Meterological Society* 80(9) : 1819-1828.

हे सारे ऐकत असणाऱ्या साराला जाणवले की ब्रॅडली, केनर काय सांगतोय ते अजिबात ऐकून घेत नव्हता.

"हं... म्हणजे तुमचं म्हणणं असं नाही का, की पर्यावरणाला संरक्षणाची अजिबात गरज नाही." टेड पुढे बोलतच होता.

"नाही." केनर ठासून म्हणाला. त्याचा स्वर 'आता हे पुरे झालं' अशा अर्थाचा होता.

टेड ब्रॅडली मूर्ख आहे. त्याची आकलनशक्तीच कमी आहे असे साराला वाटले. अखेर टेड एक नट होता आणि लिहून दिलेली वाक्ये वाचण्यापलीकडे गेला की त्याची फजिती होत होती.

साराने केबिनकडे पाहिले. तिला जेनिफर आणि इव्हान्स एकमेकांच्या अगदी जवळ बसून बोलताना दिसले. त्यांच्यामध्ये काहीतरी जवळीक निर्माण झाली आहे हे तिला ताबडतोब जाणवले.

व्हान न्यूस

मंगळवार, १२ ऑक्टोबर

रात्री ११ वाजून २२ मिनिटे

संजोंग विमानतळावर वाट पाहत थांबला होता. तो चिंताक्रांत दिसत होता. तो आणि केनर गाडीत बसून तत्काळ निघून गेले. सारा तिच्या घरी गेली. ब्रॅडली उतरल्याबरोबर त्याच्या लिमोझिनमध्ये बसला आणि निघून गेला. जाताना तो वैतागलेला आहे हे दिसत होते. गाडीत बसल्याक्षणीच त्याने सेलफोन काढून बोलायला सुरुवात केली होती. पीटर इव्हान्स आणि जेनिफर त्याच्या गाडीतून कल्व्हर सिटीकडे गेले. तिची गाडी तिथे पार्क केलेली होती. निरोप घेतानाचा क्षण दोघांनाही अवघडल्यासारखा वाटला. त्याला तिचे चुंबन घ्यायचे होते, पण ती किंचित हातचे राखून वागते आहे हे इव्हान्सच्या लक्षात आले. आपण उद्या सकाळी फोन करू असे जेनिफर म्हणाली.

घरी परत येताना इव्हान्सच्या मनात जेनिफरचे विचार रेंगाळत होते. त्यावेळी त्याला सारा अजिबात आठवली नाही.

इव्हान्स घरी पोहोचला त्यावेळी जवळपास मध्यरात्र होत आली होती. तो फार दमला होता. तो शर्ट काढत असतानाच फोन वाजला. फोनवर जॅनिस बोलत होती, "पीटर... गोड पोरा... तू कुठे होतास?"

"प्रवासात."

"मी तुला दररोज फोन करत होते. दररोज. काही दिवशी तर दर तासाला."

"हं... हं... बोल."

"माझं नि माझ्या बॉयफ्रेंडचं वाजलं."

"अरेरे... का बरं तो फार–?"

"मी तिकडं येऊ का?"

इव्हान्सने सुस्कारा टाकला, "जॅनिस... मी खरोखरच फार दमलोय नि..."

"मला तुझ्याबरोबर बोलायचंय. मी राहणार नाही. म्हणजे तुला नको असेल तर. मी पाच मिनिटांत येऊ शकते."

आता इव्हान्सने मोठा सुस्कारा टाकला, "जॅनिस... आज रात्री–"

"ठीक... ठीक. पाच मिनिटांनी भेटू या."

क्लिक्.

इव्हान्सने उसासा सोडला. शर्ट काढून तो रॅकवर फेकला. जॅनिस कधीच ऐकून घेत नसे. तिचा स्वभाव तसाच होता. त्याने ठरवले की जॅनिस आली तर तिला सरळ निघून जा म्हणून सांगून टाकायचे.

पण पुन्हा विचार बदलला. नाही. असे करायचे नाही.

जॅनिसचा स्वभाव फार गुंतागुंतीचा होता. तशी ती आली तर चालणार होते. पण जर सकाळी जेनिफरचा फोन आला तर त्यावेळी त्याला जॅनिस घरी असायला नको असे वाटत होते. जेनिफर फोन करेल का? ती म्हणाली खरी की फोन करीन, पण तिच्याकडे घरचा नंबर आहे का? त्याला नक्की लक्षात येईना.

इव्हान्सने शॉवर घ्यायचा असे ठरवले. तिथे जॅनिस आली तर ऐकू येणार नाही म्हणून त्याने बाहेरचे दार उघडून ठेवले. दरवाज्यापासून अर्धवट अंधारात बाथरूमकडे जाताना त्याला एक सावली हलल्यासारखे वाटले. पुढच्या क्षणी त्याच्या डोक्यावर कोणत्यातरी जड वस्तूचा आघात झाला.

इव्हान्स किंचाळला. वेदना फार तीव्र होती. तो कळवळत गुडघ्यावर बसत असतानाच पुन्हा फटका बसला. यावेळी तो कानशिलावर होता. इव्हान्स आता साफ कोलमडून पडला.

इव्हान्सच्या गरगरणाऱ्या नजरेसमोर दोन घाणेरडे बूट त्याला दिसले. त्याला कोणीतरी खेचत बाहेर नेले आणि जमिनीवर फेकून दिले. त्याच्याभोवती चेहऱ्यांवर मुखवटे चढवलेली तीन माणसे होती. त्यांच्यामधला एकजण त्याच्या दोन्ही हातांवर उभा राहिला. एकजण त्याच्या दोन्ही पायांवर बसला. "हलू नकोस– बोलू नकोस." एकजण गुरगुरत म्हणाला.

इव्हान्स आता हलू शकत नव्हताच. त्याला दिशांचे भान राहिलेले नव्हते. इव्हान्सला आता तिसरा माणूस दिसला. आता त्याला पाण्यात काहीतरी फडफड झाल्यासारखा आवाज आला. त्याला प्लॅस्टिकच्या पिशवीसारखे काहीतरी दिसले.

''त्याला नीट धरून ठेवा.'' तिसरा माणूस हलक्या आवाजात म्हणाला. तो इव्हान्सच्या हातापाशी वाकला. त्याने बाही गुंडाळली होती. काळ्या मुखवट्यामागे तो कुत्सितपणे हसत होता. हलक्या आवाजात तो इव्हान्सला म्हणाला, ''हे काय आहे... माहीत आहे का?''

त्याने हातातली प्लॅस्टिकची पिशवी वर उचलून धरली. त्यामधले पाणी गढूळ होते. आतमध्ये एक मांसल गोळा आहे हे इव्हान्सच्या लक्षात आले. *ओह् गॉड! या लोकांनी कुणाच्या अंडकुळ्या कापल्या की काय?* हा विचार त्याच्या मनात आला. पण पुढच्या क्षणी त्याला तो गोळा लहान-मोठा होत असल्याचे दिसले. गोल्फच्या चेंडूएवढ्या त्या गोळ्यावर पांढरे ठिपके होते.

''माहिती आहे का?'' इव्हान्सने नकारार्थी मान हलवली.

''होईल... होईल, माहीत होईल.''

त्या माणसाने पिशवी उघडली आणि ती इव्हान्सच्या काखेत दाबून धरली. इव्हान्सला ओलसरपणाची जाणीव झाली. तो माणूस आता त्या गोळ्याला दाबत होता. तो गोळा आता एखाद्या ऑक्टोपससारखा इव्हान्सच्या काखेतल्या त्वचेवर पसरला होता.

ऑक्टोपस! इव्हान्स हादरला. त्याने धडपड करून सुटण्याचा प्रयत्न केला. पण त्या लोकांनी त्याला घट्ट धरून ठेवले होते. क्षणार्धात त्या गोळ्यावरच्या पांढऱ्या वलयांचा रंग बदलला. तो गडद निळा झाला.

मृत्यूची निळी कडी!

''याचा अर्थ तो आता खवळला आहे.'' त्या गोळ्याला दाबणारा माणूस म्हणाला. ''तुला काहीही कळणारसुद्धा नाही.''

पण इव्हान्सला काहीतरी चावत असल्याची जाणीव झाली. एकच सुईसारखा दंश. इव्हान्सने हात उचलण्याचा प्रयत्न केला. पण त्या माणसाने गोळा ओढून घेताना आज्ञा सोडली, ''त्याला घट्ट धरून ठेवा.''

तो माणूस किचनमध्ये गेला आणि फरशी पुसायचे फडके घेऊन परत आला. त्याने इव्हान्सच्या दंडावरचे आणि जमिनीवर पडलेले पाणी पुसून काढले. अजूनही तो कुजबुजल्यासारखा बोलत होता, ''तुला काही मिनिटं काहीच जाणवणार नाही.'' मग तो फोनपाशी गेला आणि फोन उचकटून काढत म्हणाला, ''कोणालाही फोन करायचा प्रयत्न करू नको.''

धरून बसलेल्या दोघांनी इव्हान्सला सोडून दिले आणि मग तिघेही चपळाईने बाहेर निघून गेले.

इव्हान्स खोकत हातापायावर उठून बसला. त्याने दंडाच्या मागच्या बाजूला

काखेपाशी दंश कसा आहे ते पाहिले. काखेतल्या केसांच्या अगदी जवळ एक छोटी गुलाबी रंगाची पुळी आली होती. ती एवढी छोटी होती की कोणालाही ती सहज दिसणे शक्य नव्हते.

इव्हान्सला त्या पुळीच्या जागी अगदी हलकी ठसठसल्याची जाणीव होत होती. त्याचे तोंड कोरडे पडले होते. बहुधा तो भीतीचा परिणाम होता. डोके अजून जड होते. त्याने डोक्याला हात लावून पाहिला. हाताला रक्त लागले. त्याच्या लक्षात आले की टाके बहुधा पुन्हा उसवले गेले होते.

जीझस! इव्हान्सने उठण्याचा प्रयत्न केला; पण हातात जोर आलाच नाही. तो पुन्हा खाली पडला. त्याला छतावरचे डिझाईन दिसत होते. बरेच दिवस त्याच्या मनात ते बदलून टाकायचा विचार होता. पण खर्च खूप असल्याने तो ते टाळत होता. शिवाय आपण ही जागा बदलावी असेही त्याला अधूनमधून वाटत असे.

इव्हान्स कोपरांवर टेकून उठून बसला. त्याचे तोंड चांगलेच कोरडे पडले होते. हा बहुतेक विषाचा परिणाम होता.

कोणतातरी विषारी प्राणी होता. एखादा बेडूक असावा की काय? नाही. तो बेडूक नव्हता. वेगळाच कोणतातरी प्राणी. कोणता होता बरं...

'ऑक्टोपस!'

होय. ऑक्टोपसच. इव्हान्सला आठवले की ॲमेझॉन नदीच्या खोऱ्यातले इंडियन लोक त्यांच्या बाणांच्या टोकांना लावण्यासाठी असेच कोणतेतरी विष वापरत असत. नाही. ते कसलेतरी बेडूकच वापरतात. की ऑक्टोपस असतात तिकडे?

इव्हान्स पूर्णपणे गोंधळून गेला होता. त्याला आता घाम येऊ लागला होता. बहुधा हा देखील त्या विषाचाच परिणाम असावा. आपल्याजवळ आता काही मिनिटेच उरली आहेत हे इव्हान्सच्या लक्षात आले. त्याने जवळच्या वस्तूकडे खुरडत जायला सुरुवात केली. ती वस्तू म्हणजे जुनी आरामखुर्ची होती. ती तो लॉ कॉलेजात असल्यापासून वापरत होता. बऱ्याचवेळा ती काढून टाकायचा विचार त्याच्या मनात आला होता; पण आता ते राहूनच गेले... खुर्चीमधली उशी आता फार खराब झाली होती. ती बदलायला हवी होती... पण शॉपिंगला जायला वेळ नव्हता...

इव्हान्सने खुर्चीपाशी येऊन उठून बसण्याचा प्रयत्न केला; पण त्याला श्वास घेताना त्रास होऊ लागला होता. आपण जणू मोठा पर्वत चढून आलोय अशी त्याची छाती धपापत होती. अखेर त्याला फक्त हनुवटी टेकवण्यात यश आले.

आपण इथे असे काय करतोय? हा विचार इव्हान्सच्या मनात आला. मग त्याच्या लक्षात आले की आपल्याला उठून खुर्चीत बसायचे आहे.

खुर्चीत बसायचे आहे.

इव्हान्सने चांगल्या हाताने जोर लावला. त्याची छाती आता खुर्चीवर टेकली. पण दर क्षणी त्याचे हात जड होत चालले होते. त्याला खुर्चीत आणखी थोडे सरळ होता आले. समोरच्या टेबलावर फोन होता; पण त्याचा हात आता एवढा जड झाला होता की तो त्याला उचलता येईना. त्याची फक्त बोटे किंचित हलली. बस्स.

इव्हान्सला आता काहीही हालचाल करता येत नव्हती. त्याला त्याचे डोळेही हलवता येत नव्हते. त्याच्या नजरेसमोर आता खुर्चीतली उशी आणि खालचा गालिचा दिसत होता.

'बहुधा आपण मरण्यापूर्वी दिसणारं हे अखेरचं दृश्य आहे.'

भाग ६

ब्ल्यू

बिव्हर्ली हिल्स

बुधवार, १३ ऑक्टोबर
रात्री १ वाजून २ मिनिटे

आपण खालच्या गालिचावर किती वेळ पडलो आहोत याची इव्हान्सला अजिबात जाणीव नव्हती. खुर्चीचा हात छातीत रुतल्यामुळे श्वास घ्यायला त्रास होत होता. खेरीज मुळातच त्याचा श्वासोच्छ्वास जड होत चालला होता. बालपणापासूनची अनेक दृश्ये त्याच्या मनात चमकून जात होती. पहिल्यावहिल्या कॉम्प्युटरशी खेळणे, विकत घेतली त्याच दिवशी चोरीला गेलेली निळी सायकल, वर्गात उत्तर देताना उभे राहिल्यानंतर थरथरणारे पाय...

''पीटर... हॅलो... पीटर?''

... लॉ फर्मच्या इंटरव्ह्यूच्यावेळी जेवताना अंगावर सूप सांडणे आणि इतरांनी ते पाहिलेच नाही असे दाखवणे... सर्वांवर वचक असणारे प्राध्यापक व्हिटसन...

''पीटर?... तू काय करतो आहेस... पीटर... ऊठ.''

इव्हान्सला कोणीतरी खांद्याला धरून उचलून खुर्चीत ठेवल्याची जाणीव झाली.

''हं... हे ठीक आहे जरा...'' जॅनिस त्याच्याकडे निरखून पाहत म्हणाली, ''पीटर... तू काय घेतलं आहेस? काय झालंय तुला, बोल.''

पण इव्हान्स बोलू शकत नव्हता. त्याला तर साधी हालचालही करता येत नव्हती.

''पीटर?'' जॅनिस गोंधळून गेलेली होती. ''काहीतरी गडबड नक्कीच आहे. तू कशानं बेहोश झाला आहेस का? की तुला पक्षाघात झालाय? पण तुझं वय काही तेवढं जास्त नाही. अर्थात तू ज्या पद्धतीनं खातोस ते पाहता तसं होऊही शकतं म्हणा. मी तुला सांगितलं होतं पीटर... दिवसाला पासष्ट ग्रॅमपेक्षा जास्त चरबीयुक्त पदार्थ खाऊ नकोस. तू शाकाहारी असतास तर पक्षाघाताचा धोकाच उरला नसता. पीटर... तू उत्तर का देत नाहीस?''

जॅनिसने इव्हान्सच्या गालाला हात लावला. आता त्याचा श्वास आणखी जड झाला होता. छातीवर कोणीतरी भला थोरला दगड ठेवला आहे असे त्याला वाटत होते. *'हॉस्पिटलला फोन कर!'* हा विचार त्याच्या मनात आला.

''पीटर... काय करू मी? मला काही कळत नाही. मला तुझ्याशी फक्त बोलायचं होतं. पण आता तर तुझी ही अशी स्थिती झालीय. तू उत्तर दे पीटर... पीटर तुला बोलता येतंय का?''

'हॉस्पिटलला फोन कर!'

''तू काय घेतलंस म्हणून तुझी ही अवस्था झालीय मला माहीत नाही. पण मी आता ९११ला फोन करून ॲम्ब्युलन्स बोलावते... माफ कर. मला तुला त्रास देण्याची इच्छा नव्हती.''

जॅनिस इव्हान्सच्या दृष्टीसमोरून नाहीशी झाली. आतल्या खोलीत तिने फोन उचलल्याचा आवाज आला.

'उत्तम... आता घाई कर!'

''पीटर, फोनमध्ये काहीतरी गडबड आहे...''

'ओह् गॉड!'

जॅनिस पुन्हा नजरेच्या टप्प्यात आली. ''तुझा फोन बंद पडलाय. तुला कल्पना आहे का?''

'सेलफोन वापर... लवकर!'

''पीटर तुझ्याकडचा सेलफोन कुठंय? मी माझा गाडीत विसरलेय.''

'जा... तो घेऊन ये.'

''कदाचित तुझ्या घरातले इतर फोन नीट असतील. मी पाहते. पण असं फोन बंद असूनही... पीटर तू तक्रार करून ते दुरुस्त करून घ्यायला हवेत... हे काय? फोन कुणीतरी उचकटून काढलाय... हे काय–?''

दारावर कोणीतरी टकटक केल्याचा आवाज आला.

''हॅलो... हॅलो... पीटर... तू आहेस का?'' कोणातरी स्त्रीचा आवाज आला. पीटरला कोण आले आहे ते दिसले नाही. पण जॅनिसचा आवाज त्याला ऐकू आला, ''कोण आहेस तू?''

''तू कोण आहेस?''

''मी जॅनिस– पीटरची मैत्रीण.''

''मी सारा, मी त्याच्याबरोबर काम करते.'' सारा म्हणाली, ''पीटर कुठंय?''

''तिथं...'' सारा म्हणाली, ''त्याचं काहीतरी बिघडलंय.''

इव्हान्सच्या डोळ्यापुढे आता करड्या रंगाचे ठिपके चमकू लागले होते. आपली शुद्ध हरपत चालली आहे हे त्याला जाणवले. आता श्वासासाठी होणारी छातीची हालचाल म्हणजे मरणप्राय वेदना आहेत हे त्याला कळत होते.

''पीटर?'' सारा पीटरजवळ आली.

''तुला पक्षाघात झालाय की काय?'' सारा त्याच्या अगदी जवळ येऊन म्हणाली.

'होय! हॉस्पिटलला फोन कर!'

''त्याला घाम येतोय.'' सारा म्हणाली.

''मी त्याला अशाच अवस्थेत पाहिलं,'' जॅनिस साराला म्हणाली, ''बरं, तू इथं

काय करते आहेस? तुझी नि पीटरची कितपत ओळख आहे?''

''तू ॲम्ब्युलन्स बोलावलीस का?'' साराने विचारले.

''नाही. माझा फोन गाडीत विसरलाय आणि–''

''मी फोन करते.''

साराने सेलफोन उघडला आहे हे इव्हान्सला कळले. पण नंतर काय झाले ते त्याला समजले नाही.

ब्रेन्टवूड

बुधवार, १३ ऑक्टोबर

रात्री १ वाजून २२ मिनिटे

बरीच रात्र झाली होती. घरात सगळीकडे अंधार होता. सांता मोनिकाजवळच्या ब्रेन्टवूड भागातल्या आपल्या घरात निकोलस ड्रेक टेबलापाशी बसला होता. त्याचे घर समुद्रकिनाऱ्यापासून बरोबर २.९ मैल होते. अलीकडेच त्याने गाडीतून जाऊन ते अंतर मोजले होते. त्यामुळे त्याला तिथे सुरक्षित वाटत होते. हे घर एन.ई.आर.एफ.ने एक वर्षापूर्वीच त्याच्यासाठी विकत घेतले होते. त्याबद्दल थोडीफार चर्चाही झाली होती कारण त्याच्यासाठी एन.ई.आर.एफ.ने जॉर्जटाऊन भागात त्याच्यासाठी एक घर खरेदी केले होते. पण ड्रेकने पटवून दिले होते की, त्यांच्या संस्थेला भरीव मदत करणाऱ्यांची आणि प्रसिद्ध व्यक्तींची सरबराई करण्यासाठी पश्चिम किनाऱ्यालगत घर असण्याची गरज होती.

कॅलिफोर्निया हे राज्य सगळ्या देशात पर्यावरणाविषयीच्या जागरूकपणाबद्दल प्रसिद्ध होते. जवळपास दहा वर्षांपूर्वी या राज्याने धूम्रपानविरोधी कायदे तयार केले होते. १९९८ मध्ये एका फेडरल न्यायालयाने तंबाखूमुळे कोणताही त्रास होतो अशा प्रकारचा पुरावा नाही असे म्हणून एनव्हरॉनमेंटल प्रोटेक्शन एजन्सीवर ताशेरे ओढले होते. त्यावेळी फेडरल न्यायालयातला न्यायाधीश तंबाखू उत्पादक राज्यातला होता हा भाग वेगळा. पण एवढा जबरदस्त विरोधी निर्णय येऊनही कॅलिफोर्नियाने दाद दिली नव्हती. अप्रत्यक्ष धूम्रपानविरोधातले आणि एकूणच धूम्रपानविरोधी कायदे कॅलिफोर्नियाने तसेच ठेवले. आता तर सांता मोनिकात सार्वजनिक ठिकाणी, अगदी समुद्रकिनाऱ्यावरही धूम्रपानाला बंदी घालण्याचा विचार चालू होता.

याला म्हणतात प्रगती!

तिथे राहणे सुखद होते.

पण निधी गोळा करण्याचे म्हणाल तर परिस्थिती सर्वस्वी वेगळी होती. सिनेमा उद्योगात ज्यांच्यावर भरवसा ठेवता येईल असे काही श्रीमंत लोक होते, पण

कॅलिफोर्नियातला खरा पैसा बँकर्स, शेअर्सची उलाढाल करणारे, जमिनीचे व्यवहार करणारे आणि कंपन्यांचे मुख्य कार्यकारी अध्यक्ष यांच्याकडे होता. पन्नास कोटी ते कित्येक अब्ज डॉलर एवढ्या संपत्तीचे मालक असणारे कितीतरीजण होते. पण या लोकांकडून पैसा काढणे ही सोपी गोष्ट नव्हती. त्यांचे विश्वच वेगळे होते. त्यांच्या गोल्फ क्लबवर ते सिनेमानटांना येऊ देत नसत. तंत्रज्ञानातल्या अग्रणी आणि धाडसी उद्योजकांकडे पैसा लोळत पडलेला असायचा. पण हे लोक फार चतुर आणि पटवायला अवघड होते. त्यामधल्या बहुतेकांना विज्ञान चांगले समजत होते ही खरी अडचण होती. कारण यातले बहुतेक शास्त्रज्ञच होते.

अशा अतिश्रीमंत लोकांकडून निधी गोळा करणे हे ड्रेकपुढचे फार मोठे आव्हान होते.

ड्रेक समोरच्या मॉनिटरकडे बघत विचार करत बसला होता. आता आपण थोडी स्कॉच घ्यावी असा विचार त्याच्या मनात डोकावला. पण इतक्यात मॉनिटरवर एक नवीन विंडो उघडली.

'स्कॉर्पिआ एल : तू बोलू शकतोस का?'

ड्रेकने उत्तर टाईप केले.

'होय. शक्य आहे.'

ड्रेक खुर्चीत सावरून बसला. त्याने आपल्या चेहऱ्यावर प्रकाश येईल अशा प्रकारे टेबलावरचा दिवा नीट केला. मॉनिटरच्या वर बसवलेल्या कॅमेऱ्याच्या भिंगाकडे तो पाहू लागला.

मॉनिटरवरच्या विंडोत त्याला सान फर्नांडो व्हॅलीमधल्या घरात बसलेला टेड ब्रॅडली दिसला.

''हं... बोल.''

''तू म्हणालास तसंच आहे.'' ब्रॅडली म्हणाला, ''इव्हान्स पलीकडच्या बाजूला गेलेला आहे.''

''आणि–?''

''त्याच्याबरोबर ती पोरगी होती. जेनिफर. तीच वानुटू खटल्यासंबंधी काम करणारी...''

''जेनिफर हेन्स?''

''होय. तीच ती स्वत:ला अतिशहाणी समजणारी ×××× कुत्री.''

ड्रेक काहीही बोलला नाही. तो फक्त पाहत होता. ब्रॅडली आता पुन्हा पिताना दिसला.

ड्रेक त्याला म्हणाला, ''टेड, आपण याबद्दल पूर्वीही बोललोय. तू चढायला गेलास की सगळ्यांनाच ते आवडत नाही.''

“आवडतं... म्हणजे बऱ्याच जणींना आवडतं...”

“टेड... पण आपल्याला ही अशी प्रतिमा होऊन चालणार नाही.”

“पण तिनं माझा अपमान केला.”

“ठीक आहे. बरं तिथं जेनिफर हेन्स होती हे कळलं पण...”

“ती मोठ्या तेल उद्योगाची आणि कोळसा उद्योगाची हेर आहे. ती असणारच.”

“आणि तिथं आणखी कोणकोण होतं?”

“सारा जोन्स.”

“हं... हं... ती मॉर्टनचा मृतदेह पाहण्यासाठी तिथं गेली होती?”

“ते मला माहीत नाही. पण तिच्याबरोबर एक केनर नावाचा माणूस होता. अगदी ××××. आणखी एक अतिशहाणा.”

“त्याचं वर्णन कर बरं...”

“चाळिशीतला. सावळा. दणकट. मला तो लष्करी धाटणीचा वाटला.”

“अं हं.. हं... ठीक. बरं, आणखी कोणी?”

“नाही.”

“कोणी परदेशी माणूस? इतर कोणी?”

“नाही. मी सांगितलं त्याखेरीज कोणी नाही.”

“पीटर इव्हान्सची आणि त्या केनरची ओळख आहे असं तुला वाटलं का?”

“होय. चांगलीच असणार.”

“तेव्हा ते दोघं एकत्र काम करतात असं तुला वाटलं का?”

“होय. खात्रीनं.”

“ठीक आहे.” ड्रेक म्हणाला, “टेड, मला तू राखलेलं प्रसंगावधान आवडलं.”

ब्रॅडली आता मॉनिटरकडे रोखून पाहत होता.

“ठीक आहे टेड. बहुधा तुला काहीतरी सापडण्याची शक्यता आहे. इव्हान्स आपल्याला अडचणीचा ठरणार असं दिसतंय.”

“मलाही तसं वाटतंय.”

“इव्हान्स हा आपल्या विश्वासातला वकील होता. इतकंच नाही, तर अगदी कालपरवाच तो माझ्या ऑफिसात माझ्याच कामाच्या संबंधात भेटायला आला होता. पण जर तो आपल्यावर उलटला तर आपलं नुकसान होईल.”

“होय. फितूर लेकाचा! अगदी दुसरा बेनेडिक्ट अर्नोल्डच...”

“त्याच्या अवतीभवती राहा. म्हणजे छान छान गप्पा मारत... समजलं ना?”

“समजलं. मी त्याला गोंदासारखा चिकटून राहतो.”

“आज सकाळी तो नक्कीच परिषदेच्या उद्घाटनाला येईल.” ड्रेक म्हणाला. पण लगेच त्याच्या मनात विचार आला *‘कदाचित यावेळी त्याला ते शक्य होणार नाही.’*

वेस्टवूड

बुधवार, १३ ऑक्टोबर
रात्री ३ वाजून ४० मिनिटे

"त्यांनी जे निवडलेलं होतं ते उत्तमच होतं म्हणा," केनर म्हणाला, "*हॅपॅलोचलेना फॅसिटा.* निळ्या कड्या असणाऱ्या तीन अत्यंत विषारी ऑक्टोपस प्रजातींपैकी एक प्रजात. या ऑक्टोपसवर काही संकट आलं की त्यांचा रंग बदलतो आणि एक गडद निळी कडी दिसू लागते. म्हणूनच तर त्यांना हे नाव पडलं आहे. ऑस्ट्रेलियाच्या समुद्र किनाऱ्यांवर हा सगळीकडं आढळतो. या छोट्या प्राण्याचा दंश अगदी सूक्ष्म असतो. तो सहजासहजी लक्षात न येणारा असतो आणि बहुतेक प्रसंगी प्राणघातक ठरतो. याच्या विषावर उतारा काहीही नाही. लॉस एंजलीसमधल्या हॉस्पिटलमध्ये याचा दंश झाल्याचं कोणाला ओळखू येणं जवळपास अशक्य आहे. त्यांची निवड चांगली आहे."*

युनिव्हर्सिटी ऑफ कॅलिफोर्नियाच्या हॉस्पिटलमध्ये इव्हान्स पलंगावर पडलेला होता. त्याच्या तोंडावर कृत्रिम श्वासासाठी रेस्पिरेटर लावलेला होता. त्याला अजून बोलता येत नव्हते. पण आता त्याची भीती गेली होती. जॅनिस आपल्याला क्लास घ्यायला जायचे आहे असे सांगून अचानक उठून निघून गेली होती. सारा इव्हान्सच्या पलंगाशेजारी बसून त्याचा हात हलकेच चोळत होती. ती सुंदर दिसत होती.

"हा असला ऑक्टोपस त्यांना कुठं मिळाला असेल?" साराने विचारले.

"मला वाटतं एक नाही, तर त्यांच्याजवळ अनेक असणार आहेत." केनर म्हणाला.

"हे प्राणी तसे नाजूक आहेत. ते फार काळ जगत नाहीत. पण त्यांची संख्या खूप मोठी असते. किनाऱ्यावर मोठ्या प्रमाणात ते गोळाही केले जातात, कारण ऑस्ट्रेलियन संशोधक त्यांच्या विषावर उपाय शोधायचा प्रयत्न करत आहेत. तुला कदाचित माहीत असेल, जगातल्या सर्वांत विषारी प्राण्यांच्या बाबतीत ऑस्ट्रेलियाचा वरचा क्रमांक आहे. जगातला सर्वांत विषारी साप, सर्वांत विषारी शंखशिंपला आणि सर्वांत विषारी मासा... हे सारे ऑस्ट्रेलियात आढळतात."

इव्हान्स मनाशी म्हणाला, *'वाहवा!'*

---

* Sutherland, S. K. *et. al.* 1969. Toxins and mode of Envenomation of the common Ringed or Blue-banded octopus. *Medical Journal of Australia* 1: 893-898
Flecker, H. *et. al.* 1955. Fatal Bite from Octopus, *Medical Journal of Australia* 2: 329-331

''पण आता इथल्या संशोधकांनी तीन केसेस पाहिलेल्या आहेत. तेव्हा ते आता त्याच्यावर संशोधन करत असतील.''

''होय. ते काम सुरू झालंय.'' एक इंटर्नशिप करणारा डॉक्टर आत येत म्हणाला.

त्याने इव्हान्सला लावलेले सलाईन आणि रेस्पिरेटर उपकरण नीट आहे ना हे तपासून पाहिले. ''आम्ही तुमच्या रक्ताचे नमुने घेतले होते. प्राथमिक माहिती हाती आली आहे. ते विष म्हणजे रेट्रोडो टॉक्सिन होतं. तीन-चार तासात तुम्ही ठीक व्हाल. खरंच तुम्ही सुदैवी आहात.'' तो जाताजाता साराकडे पाहून हसला.

''असो. तू ठीक आहेस हे ऐकून मला बरं वाटलं,'' केनर म्हणाला, ''तुला गमावणं फार चमत्कारिक ठरलं असतं.''

इव्हान्स मनात म्हणाला, *'हे काय बोलणं झालं?'* आता त्याला डोळ्यांची हालचाल करता येत होती. त्याने साराकडे नजर टाकताच तिने स्मित केले.

''होय पीटर... मला तू जिवंत राहायला हवा आहेस. निदान आणखी थोडा काळ तरी.''

कोपऱ्यात बसून संजोंग सेलफोनवर बोलत होता. तो केनरकडे वळून म्हणाला, ''चला. काहीतरी सुरू झालं एकदाचं.''

''आपण अपेक्षा केली होती तिथंच का?''

''होय.''

''काय झालं?''

''आत्ताच मला कळलंय. त्यांनी गेल्या महिन्यात एक सी-५७ विमान भाड्यानं घेतलं आहे.''

''ओहो!'' केनर म्हणाला.

''या माहितीचा अर्थ काय?''

''हे विमान खूप मोठं असतं. बहुधा त्यांना ते फवारणीसाठी हवं असेल.''

''फवारणी?'' सारा गोंधळात पडली.

संजोंग म्हणाला, ''ते ए.ओ.बी. म्हणजे अमोनिया ऑक्सिडायझिंग बॅक्टेरिया वापरणार हे पक्कं आहे. खूप मोठ्या प्रमाणात. शिवाय काही पाण्याला आकर्षित करणारे नॅनोकण.''

''कशासाठी?''

''वादळाच्या दिशेवर नियंत्रण ठेवण्यासाठी.'' केनर म्हणाला, ''अमोनिया ऑक्सिडेशन करू शकणाऱ्या जिवाणूंचा फवारा उंचीवर मारला तर वादळाची दिशा बदलते हे दाखवणारे काही पुरावे उपलब्ध आहेत. पाण्याला आकर्षित करणारे नॅनोकण वापरले तर हा परिणाम अधिक जास्त होऊ शकतो. म्हणजे निदान तसा

सिद्धांत आहे. अजून कोणी मोठ्या प्रमाणात हे करून पाहिलंय की नाही याची मला कल्पना नाही.''

''ते वादळावर नियंत्रण ठेवणार आहेत की काय?''

''तसा प्रयत्न ते करून पाहतील.''

''कदाचित नाही,'' संजोंग म्हणाला, ''टोकियोकडे अलीकडंच जमा झालेल्या माहितीनुसार हा प्रयत्न ते सोडून देण्याची शक्यता आहे.''

''म्हणजे त्यांना हवी तशी प्रारंभीची स्थिती मिळणार नाही तर?''

''बहुतेक तसंच दिसतंय.''

इव्हान्स ठसकू लागला. ते पाहून केनर म्हणाला, ''छान. म्हणजे तू आता बरा होऊ लागलायस.'' त्याने इव्हान्सच्या दंडावर हलकेच थोपटले. ''पीटर... जरा थोडा वेळ विश्रांती घे. जमल्यास झोप काढ एक. कारण तुला माहीतच आहे आजचा दिवस किती धावपळीचा असणार आहे ते.''

''धावपळीचा म्हणजे?'' साराने विचारले.

''आत्तापासून पाच तासांनी परिषद सुरू होणार आहे.'' केनर उठून उभा राहिला. मग तो इव्हान्सला उद्देशून म्हणाला, ''पीटर, मी संजोंगला इथं तुझ्याजवळ बसायला सांगणार आहे. तू इथं तसा सुरक्षित आहेस हे खरं; पण त्यांनी परत एकदा तुझा जीव घ्यायचा प्रयत्न केला आहे. आणि त्यांनी आणखी एकदा प्रयत्न करावा असं मला वाटत नाही.''

संजोंग हसला आणि इव्हान्सच्या शेजारी खुर्ची घेऊन बसला. त्याच्याजवळ मॅगेझीन्सचा गठ्ठा होता. त्याने 'टाईम'चा ताजा अंक उचलला. त्याची कव्हर स्टोरी होती 'हवामान बदलाचं महासंकट.' इतर मॅगेझीन्सवरही तशाच प्रकारे मथळे होते.

संजोंग प्रसन्न हसत म्हणाला, ''आता निवांत झोप काढ.''

इव्हान्सने डोळे मिटले.

सांता मोनिका

बुधवार, १३ ऑक्टोबर

सकाळी ९ वाजता

सकाळी नऊ वाजता परिषदेला निमंत्रित केलेले लोक अजून इकडेतिकडे रेंगाळत होते. अजून कोणीही जागेवर बसलेले नव्हते. इव्हान्स दारापाशी कॉफीचे घुटके घेत उभा होता. फक्त प्रचंड थकवा वगळता तो तसा ठीक होता. सुरुवातीला त्याचे पाय जरासे थरथरत होते. पण नंतर मात्र ती थरथर थांबली होती.

निमंत्रितांचे पोषाख ते घराबाहेर खूप काम करत असावेत अशा प्रकारचे होते.

खाकी शर्ट-पॅन्ट, गिर्यारोहणाचे बूट वगैरे.

“हे सारं विदुषकांचं संमेलन वाटतंय, नाही?” जेनिफर म्हणाली, “यांच्याकडे पाहून कोणाला तरी खरं वाटेल का, की यांचं बहुतेक सारं आयुष्य कॉम्प्युटरपुढे बसण्यात जातं.”

“खरं की काय?”

“होय. बहुतेकांच्या बाबतीत खरंच आहे.”

“आणि हे असले बूट वगैरे–?”

जेनिफरने खांदे उडवले, “सध्या अशी रफ दिसायची फॅशन आहे.”

पोडियमपाशी उभ्या असलेल्या निकोलस ड्रेकने मायक्रोफोनवर बोटांनी टकटक केली, “गुड मॉर्निंग... आपण दहा मिनिटांत सुरुवात करणार आहोत.” मग तो मागे सरकला आणि हेनलीबरोबर बोलण्यात मग्न झाला.

“ते टी.व्ही. कॅमेरे सज्ज व्हायची वाट पाहत थांबले आहेत.” जेनिफर म्हणाली, “आज सकाळी विद्युत यंत्रणेत काहीतरी बिघाड झाला होता. आता ते व्यवस्था करत आहेत.”

“अर्थातच. सगळेच जण टी.व्ही. साठी थांबतात म्हणा.”

हॉलच्या दरवाज्यापाशी अचानक गोंगाट ऐकू आला. कोणीतरी ओरडत होते. इव्हान्सने तिकडे नजर टाकली. त्याला दिसले की एक वयस्कर गृहस्थ दोन सुरक्षा रक्षकांशी झगडत होता. “पण मी निमंत्रितच आहे!... मला इथं येण्यासाठी बोलावलेलं आहे.”

“माफ करा सर. पण तुमचं नाव या यादीत नाही.”

“पण मी तुम्हाला सांगतोय ना... मी निमंत्रित आहे!”

“अरे बापरे!” जेनिफर म्हणाली. ती डोके हलवत होती.

“कोण आहे तो?” इव्हान्सने विचारले.

“प्राध्यापक नॉर्मन हॉफमन. कधी ऐकलंय का हे नाव?”

“नाही. का बरं?”

“वैचारिक परिस्थितीविज्ञान हे ऐकलं आहेस? नाही? हा माणूस प्रसिद्ध समाजशास्त्रज्ञ आहे किंवा कुप्रसिद्ध म्हण. पर्यावरणवादाचा अत्यंत कडवट टीकाकार. काहीसा वेडाच म्हण हवं तर. आम्ही त्याला बोलावून त्याची मतं विचारण्याची फार मोठी चूक केली होती. हा माणूस बोलायला लागला की गप्प बसतच नाही. मिनिटाला मैलभर या वेगानं तो बोलतो आणि चारी दिशांना तिरकस शेरे मारत राहतो. त्याला गप्प करताच येत नाही. दर काही सेकंदांनी चॅनेल बदलणारा टी.व्ही. आहे आणि रिमोट कंट्रोल नाही अशी कल्पना कर.”

“म्हणूनच तर तो इथं यायला नको असणार.”

''होय. तो नक्कीच त्रास देणार. म्हणजे त्यानं अगोदरच तसं सुरू केलंय पाहा.''

तिकडे दारापाशी तो वयस्कर माणूस अजून सुरक्षा रक्षकांशी भांडत होता, ''सोडा! मला सोडा! तुमची हिंमत कशी झाली? मला निमंत्रण दिलं होतं... स्वत: जॉर्ज मॉर्टननी! आम्ही दोघं मित्र आहोत. जॉर्ज मॉर्टननी मला इथं यायला सांगितलंय.''

जॉर्ज मॉर्टनचा उल्लेख येताच इव्हान्स चमकला. तो दाराकडे निघाला.

''तुला नंतर वाटेल की–'' जेनिफर म्हणत होती.

इव्हान्सने खांदे उडवले. मग तो सुरक्षा रक्षकांजवळ आला, ''माफ करा... मी मिस्टर मॉर्टनचा वकील आहे... मी काही मदत करू शकतो का?''

तो वयस्कर माणूस सुरक्षा रक्षकांच्या पकडीतून उसळी मारून निसटण्याचा प्रयत्न करत होता. ''माझं नाव प्राध्यापक नॉर्मन हॉफमन. मला जॉर्ज मॉर्टननी निमंत्रण दिलंय!''

जवळ गेल्यावर इव्हान्सला दिसले, की त्या माणसाने नीट दाढी केलेली नव्हती. त्याचे केस अस्ताव्यस्त होते.

''मी या असल्या भयंकर परिषदेला कशासाठी आलोय माहीत आहे? एकाच कारणासाठी. मला जॉर्जनी यायला सांगितलं म्हणून. माझं मत त्याला हवं होतं. अर्थात मी कित्येक आठवडे अगोदरच सांगू शकत होतो. इथं काहीही नवीन होणार नाही. मी खात्रीनं सांगतो. एखाद्या स्वस्त, हलक्या दर्जाच्या अंत्यसंस्कारासारखं इथं सारं काही यथासांग पार पडेल!''

जेनिफरने दिलेला इशारा योग्यच होता असे इव्हान्सला जाणवले. पण तो नम्रपणाने म्हणाला, ''सर, तुमच्याकडे तिकीट आहे का?''

''नाही. माझ्याकडे तिकीट नाही. मला तिकिटाची गरज नाही. तरुण माणसा, तुला काय माहिती आहे? मी प्राध्यापक नॉर्मन हॉफमन आहे. जॉर्ज मॉर्टनचा जवळचा मित्र. असो... त्या लोकांनी माझं तिकीट काढून घेतलं.''

''कोणी?''

''त्या सुरक्षा रक्षकांपैकी एकानं.''

''त्याच्याजवळ तिकीट नव्हतंच.''

इव्हान्स हॉफमनला म्हणाला, ''तिकिटाचा अर्धा भाग आहे का?''

''नाही. डॅम इट! माझ्याजवळ तो नाही. पण खरं म्हणजे मला असल्या तिकिटाची गरजच नाही.''

''माफ करा प्राध्यापक, पण–''

''त्यातल्या त्यात मला माझ्याजवळ हे एवढंच ठेवता आलं,'' हॉफमन म्हणाला. त्याने तिकिटाचा एक फाटलेला कोपरा इव्हान्सच्या हातात ठेवला.

''उरलेला भाग कुठंय?''

''मी सांगितलं ना, त्यांनी काढून घेतला तोदेखील.''

एका बाजूला उभ्या असलेल्या सुरक्षा रक्षकाने इव्हान्सला खूण केली. तो तिकडे गेला.

''माफ करा सर. पण मिस्टर ड्रेकनी स्पष्ट सूचना दिली आहे की या माणसाला आत सोडायचं नाही.''

''पण त्यांच्याकडे तिकीट आहे.''

''तुम्ही त्याबद्दल मिस्टर ड्रेक यांच्याशी बोललेलं बरं.''

आता तिथली गडबड पाहून टी.व्ही.चे लोक तिकडे येऊ लागले होते. ते पाहून हॉफमन पुन्हा नव्याने सुटायची धडपड करू लागला, ''ड्रेककडे जायची गरज नाही,'' हॉफमन किंचाळत म्हणाला, ''ड्रेकला या परिषदेत सत्य नकोच आहे!'' एवढे बोलून हॉफमन कॅमेऱ्यांकडे पाहून बोलू लागला, ''ड्रेक हा एक अनैतिक माणूस आहे. बदमाष आणि लुच्चा. आणि ही परिषद म्हणजे जगातल्या गरिबांची थट्टा आहे. मी आफ्रिका आणि आशियात अनेक लहान मुलांना मरताना पाहिलंय. त्याचं कारण म्हणजे असल्या या परिषदा! बागुलबुवा निर्माण करणारे बदमाष!'' हॉफमन आता आणखीनच वेगाने सुटण्याचा प्रयत्न करत झगडू लागला. त्याचे डोळे गरागरा फिरत होते. ओठांवर फेस जमा होऊ लागला होता. ते पाहून कॅमेरे बंद झाले. ते लोक तिथून निघून गेले.

टी.व्ही.चे लोक निघून जाताक्षणीच हॉफमनने सुटकेची धडपड थांबवली, ''जाऊ दे! मी माझं काम केलं. नेहमीप्रमाणे कोणालाही त्यात रस नाही. जाऊ दे. मला सोडा. मला आणखी एक मिनिटही हा तमाशा नकोय!''

इव्हान्स म्हणाला, ''सोडा त्यांना.''

त्या रक्षकांनी सोडताच हॉफमन पुढे धावला. समोर टी.व्ही.चे लोक आता टेड ब्रॅडलीची मुलाखत घेत होते. हॉफमन सरळ ब्रॅडलीच्या समोर जाऊन उभा राहिला. ''हा माणूस भडवा आहे! खोटी भीती घालून पोट जाळणाऱ्या भ्रष्ट यंत्रणेसाठी हा भडवेगिरी करतो! तुमच्या लक्षात कसं येत नाही?''

आता सुरक्षा रक्षकांनी हॉफमनवर झडप घातली होती. ते त्याला ओढत बाहेर नेऊ लागले. यावेळी हॉफमनने सुटायचा प्रयत्न केला नाही. उलट त्याने अंग ढिले सोडले होते. त्याचे पाय जमिनीवर फरफटत जात होते. जाताना तो ओरडत होता, ''नीट काळजी घ्या! माझी पाठ दुखावलेली आहे. मला जर का काही झालं तर मी तुम्हाला माझ्यावर हल्ला केला म्हणून कोर्टात खेचीन.''

सुरक्षा रक्षकांनी त्याला हॉलबाहेर ओढत नेऊन फुटपाथवर ठेवले. त्याच्या अंगावरची धूळ झटकली आणि त्याला सोडून दिले.

“तुमचा दिवस चांगला जावो सर!”

“तो तर जायलाच हवा. कारण माझ्याकडे फार कमी दिवस उरलेत.”

इव्हान्स आणि जेनिफर हे पाहत उभे होते. जेनिफर त्याला उद्देशून म्हणाली, “मी सांगितलं होतं अगोदरच–”

“बरं... पण हा माणूस आहे तरी कोण?”

“तो कॅलिफोर्निया विद्यापीठात मानद प्राध्यापक आहे. काळजीपूर्वक संख्याशास्त्रीय कसोट्या वापरून प्रसिद्धी माध्यमांचा समाजावर होणारा परिणाम पाहणाऱ्या समाजशास्त्रज्ञांपैकी हा एक होता. त्याचं काम तसं फार चांगलं आहे. पण तू पाहिलंसच की त्याची मतं फार तीव्र झाली आहेत.”

“त्याला मॉर्टननं खरोखरच बोलावलं असेल का?”

“पीटर...” मागून एक आवाज आला, “पीटर, मला तुझ्या मदतीची गरज आहे.” ड्रेक इव्हान्सकडे येत बोलत होता.

“कसली मदत?”

हॉफमनकडे मानेने इशारा करत ड्रेक म्हणाला, “तो वेडा आता बहुतेक सरळ पोलिसांकडे जाऊन त्याच्यावर हल्ला झाला अशी तक्रार करणार. आज तरी हे सगळं नकोय आपल्याला. जा, त्याच्याशी बोल. तू त्याची समजूत घालून तो शांत होतोय का ते पाहा.”

इव्हान्स काळजीपूर्वक म्हणाला, “मी काय समजूत घालणार–”

“त्याला त्याच्या त्या वेडपटपणाच्या सिद्धांताबद्दल बोलायला सांग. त्यात तो काही तास गुंतून पडेल.”

“पण मग मला परिषदेतल्या गोष्टी–”

“इथं तुझी गरज नाही पीटर. तिथं आहे–”

परिषदेच्या हॉलबाहेर खूप गर्दी होती. ज्यांना आत प्रवेश मिळाला नव्हता ते मोठ्या पडद्यावर दिसणारी दृश्ये पाहत थांबले होते. इव्हान्स त्या गर्दीतून वाट काढत हॉफमनकडे गेला. इव्हान्सला येताना पाहून हॉफमन म्हणाला, “–आणि त्याचा काहीही उपयोग होणार नाही.”

“प्राध्यापक–”

“मला माझ्या कामापासून विचलित करण्यासाठी ड्रेकनं तुला पाठवलेलं दिसतंय.”

“तसं नाही सर...”

“तसंच आहे. खोटं बोलू नकोस. मला खोटेपणा आवडत नाही.”

“ठीक आहे.” इव्हान्स म्हणाला. “ते खरंच आहे. ड्रेकनंच मला पाठवलंय.”

हॉफमन चालता चालता थांबला. बहुदा असं प्रामाणिकपणाने कबूल केल्यामुळे तो चकित झाला असावा. ''मला माहीतच होतं ते. बरं. तुला त्यानं काय करायला सांगितलंय?''

''तुम्हाला पोलिसात जाऊ न देणं.''

''ठीक तर मग. तुझं काम झालं. जा नि त्याला सांग, मी पोलिसांकडे जाणार नाही.''

''पण तुम्ही जाणार असंच दिसतंय.''

''ओह्! मी जाणार असं *दिसतंय?*''

''नाही. पण सर–''

''हे पाहा काय दिसतं यापेक्षा काय असतं ते महत्त्वाचं आहे.''

''मला कळलं नाही सर–''

''काय आहे याची काही कल्पना आहे का?''

''नाही. पण–''

''तू काय काम करतोस?''

''मी वकील आहे.''

''मला ते खरं तर आधीच कळायला हवं होतं. हल्ली सगळेच वकील असतात. वकिलीच्या व्यवसायाचा सांख्यिकी अभ्यास केला तर दिसेल, की सन २०३५ मध्ये अगदी नवजात अर्भकांसकट अमेरिकेत सगळेच्या सगळेजण वकील असतील. म्हणजे ती पोरं वकील म्हणूनच जन्माला येतील. अशा समाजात राहायला कसं वाटेल तुला?''

''प्राध्यापक, तुम्ही आतमध्ये काही लक्षवेधक टिप्पणी केल्या होत्यात–''

''लक्षवेधक? मी त्यांच्यावर ते बेशरम आणि हलकट मनोवृत्तीचे आहेत असे चक्क आरोप केले होते. तू त्यांना लक्षवेधक म्हणतोस?''

''माफ करा...'' इव्हान्स म्हणाला. त्याचा उद्देश हॉफमनला त्याच्या मतांबद्दल बोलायला लावण्याचा होता, ''पण तुम्ही तुम्हाला असं का वाटतं ते सांगितलं नाहीत–''

''मला काही वाटत नाही तरुण पोरा. मला ते माहितीच असतं. माझ्या संशोधनाचा उद्देश असतो ज्ञान मिळवणं, अंदाज बांधणं नव्हे. सिद्धांत मांडत बसणं नव्हे. पण हल्ली प्रत्यक्ष काम करून ज्ञान मिळवण्याची कला सर्वजण विसरत चालले आहेत, तरुण पोरा... हं. तसा तू तेवढा तरुण नाहीस म्हणा. असो. बरं, तुझं नाव काय?''

''पीटर इव्हान्स.''

''मिस्टर इव्हान्स. हं, तू ड्रेकसाठी काम करतोस का?''

"नाही. जॉर्ज मॉर्टनसाठी."

"अं... मग तू आधी तसं का सांगितलं नाहीस? जॉर्ज मॉर्टन फार फार मोठा माणूस होता. माझ्याबरोबर चल. मी तुला कॉफी पाजतो. मग आपण बोलू. बरं. मी काय करतो ठाऊक आहे का?"

"मला माहीत नाही सर..."

"मी विचारांच्या परिस्थितीविज्ञानाचा अभ्यास करतो." हॉफमन म्हणाला, "आणि त्यातून भयग्रस्तपणाची अवस्था कशी निर्माण होते त्याचा."

सांता मोनिका

बुधवार, १३ ऑक्टोबर
सकाळी ९ वाजून ३३ मिनिटे

परिषदेच्या हॉलच्या समोरच्या बाजूला रस्त्याच्या पलीकडे ते एका बाकावर बसले होते. आजूबाजूला भरपूर गर्दी होती. परिषदेच्या दाराजवळही खूप लोक होते. पण हॉफमनला कशाचीही जाणीव नव्हती. तो अत्यंत कळकळीने जोरदार हातवारे करत बोलत होता. त्याचा जोश एवढा होता की अधूनमधून त्याचे हात इव्हान्सच्या छातीवर लागत होते. अर्थात त्याला ते देखील कळत नव्हते.

"दहा वर्षांपूर्वी मी फॅशन आणि बोलीभाषा यापासून सुरुवात केली," हॉफमन सांगत होता, "बोलीभाषा ही एक प्रकारे बोलण्यामधली फॅशनच असते. फॅशन आणि भाषा यांच्यात बदल कशामुळे होतात हे मला जाणून घ्यायचं होतं. मला हे लगेचच कळलं की असे काही घटक नसतात. फॅशनमध्ये काही वेळा पुनरावृत्ती वाटते, काहीवेळा परस्पर साहचर्य वाटतं खरं, पण ते फक्त वर्णनापुरतं खरं असतं. त्यांचा उपयोग स्पष्टीकरणासाठी होत नाही. फॅशनमधले बदल लहरीपणानं होतात. तुझ्या लक्षात येतंय ना?"

"होय–" इव्हान्स म्हणाला.

"ते काहीही असो. माझ्या लक्षात आलं की बदलांमधला ठरावीकपणा ही एक प्रकारे प्रणालीच असते. हवं तर परिस्थिती प्रणाली म्हण त्यांना. मी हा सिद्धांत मांडला आणि मग माझ्या ध्यानात आलं की पुढच्या अभ्यासाला तो महत्त्वाचा ठरणार आहे. जसं निसर्गातली जंगलं, डोंगरदऱ्या आणि महासागर यांचा समावेश असलेल्या घटकांचं परिस्थितीविज्ञान असतं, तसंच मानवनिर्मित जगातल्या अमूर्त कल्पना, संकल्पना आणि विचारांचंही एक विज्ञान असतं. मी त्याचा अभ्यास केलाय."

"हं..."

“आधुनिक संस्कृती कल्पना सतत वर जातात नि खाली येतात. काहीकाळ प्रत्येकाचा एखाद्या गोष्टीवर विश्वास बसतो आणि मग हळूहळू एकेकाचा विश्वास कमीकमी होत जातो. अखेर कोणालाही मूळ कल्पना काय होती हे देखील आठवत नाही. जुनी बोलीभाषा ही अशीच विस्मृतीत जाते. कल्पना म्हणजे एका अर्थी फॅडच असतं.”

“प्राध्यापक मला हे कळलं, पण–”

“काही कल्पना उतरणीस का लागतात असंच ना?” हॉफमन म्हणाला. तो आता स्वत:शीच बोलत होता. “होय. उत्तर असं आहे की हे होतं इतकंच. फॅशनमध्ये अचानक खंड पडतो. जंगलात विजेमुळे एकदम वणवा पेटतो. जळालेल्या भागात एखादी नवीन प्रजात उदयाला येते. अपघाती, अचानक झालेला अनपेक्षित बदल. जगात सगळीकडेच हे असं दिसतं.”

“प्राध्यापक...”

“जशा कल्पना अकस्मात बदलतात, तशा काहीवेळा त्या त्यांचा काळ उलटूनही चालूच राहतात. वैज्ञानिकांनी टाकून देऊनही काही कल्पना लोकांच्या मनात तशाच टिकून राहतात. मेंदूचा डावा भाग नि उजवा भाग हे त्याचं उत्तम उदाहरण आहे. १९७० नंतर कॅन्टोन्मेंटमधल्या स्पेरीच्या कामामुळे या कल्पनेला लोकप्रियता लाभली. मेंदूवर शस्त्रक्रिया केलेल्या रुग्णांचा त्यानं अभ्यास केला होता. पण त्या विशिष्ट रुग्णांच्या पलीकडे त्याच्या निष्कर्षांना काहीही महत्त्व नव्हतं. १९८० च्या सुमारास हे सिद्ध झालं की निरोगी माणसाच्या मेंदूचे दोन्ही भाग वेगवेगळे काम करत नाहीत. मुळात ही कल्पना साफ चुकीची आहे. पण तरीही अजून ही कल्पना पुरती नष्ट झालेली नाही. काहीजण अजूनही त्यावर बोलतात, विश्वास ठेवतात नि पुस्तकंही लिहितात.”

“हे सारं फार रंजक आहे–”

“तसंच पर्यावरणाचंही आहे. १९६० च्या आसपास सर्वत्र मानलं जात होतं की निसर्गाचं संतुलन असं काहीतरी असतं. जर आपण निसर्गात हस्तक्षेप केला नाही तर निसर्ग आपोआप आपलं संतुलन राखतो. ही नितांत सुंदर कल्पना फार जुनी आहे. तीन हजार वर्षांपूर्वी ग्रीकांचा त्यावर विश्वास होता नि त्याला कोणताही आधार नव्हता. फक्त कल्पना होती. पण आता १९९० मध्ये कोणीही वैज्ञानिक यावर विश्वास ठेवत नव्हता. सगळ्यांनी ही कल्पना निव्वळ एक स्वप्नरंजन आहे म्हणून त्याज्य ठरवली. आता लोक निसर्गामधल्या अनेक असंतुलित अवस्थांबद्दल बोलू लागले आहेत. निसर्गात कधीच संतुलन नव्हतं आणि या पुढंही ते असणार नाही. निसर्गात नेहमीच असंतुलन असतं आणि त्याचा अर्थ–”

“प्राध्यापक... मला तुम्हाला असं विचारायचं आहे की–”

''त्याचा अर्थ एकेकाळी मानव हा निसर्गात हस्तक्षेप करतो त्यामुळे त्याची हानी होते हे खरं नाही. निसर्गाची कायमच हानी तशीही होतच आली आहे.''

''पण जॉर्ज मॉर्टन तर...''

''होय... होय... मी जॉर्ज मॉर्टनबरोबर काय चर्चा करत असेन असंच तुला विचारायचं आहे ना? मी तिकडं येतोच आहे. मी मुद्द्यापासून भरकटत गेलेलो नाही. मॉर्टनला पर्यावरणविषयक कल्पनांमध्ये रस होता. विशेषत: पर्यावरणावरच्या संकटांविषयी.''

''तुम्ही त्याला काय सांगितलंत?''

''जर तुम्ही प्रसिद्धी माध्यमांमध्ये संकल्पना कशा बदलतात याचा अभ्यास केलात तर फार चित्तवेधक निष्कर्ष समोर येतात. मी आणि माझ्या ग्रॅज्युएट विद्यार्थ्यांनी बातम्या देणाऱ्या मुख्य नेटवर्क चॅनेलचा अभ्यास केला. आम्ही न्यूयॉर्क, वॉशिंग्टन, लॉस एंजलीस आणि सिॲटल अशा शहरांमधल्या वर्तमानपत्रात छापून येणाऱ्या स्टोरींची माहिती जमा केली. त्यांनी कोणत्या संकल्पना किती प्रमाणात वापरल्या यांची सांख्यिकी मांडणी केली. निष्कर्ष फारच वेगळे होते.''

''कसल्या प्रकारचे?''

''१९८९ च्या हिवाळ्याअगोदर आणि नंतर यात फार फरक होता. त्या अगोदर प्रसारमाध्यमांमध्ये संकट, अरिष्ट, प्रलय, आपत्ती, प्लेग अशा प्रकारचे शब्द फार मोठ्या प्रमाणात वापरले जात नव्हते. पण नंतर मात्र फरक पडला.''

''म्हणजे काय स्वरूपाचा?''

''हे शब्द वारंवार वापरले जाऊ लागले. उदाहरणार्थ, १९८५ पेक्षा १९९५ मध्ये आकस्मिक अरिष्ट हा शब्द पाचपटीने जास्त वेळा वापरला जात होता. सन २००० मध्ये तो त्यापेक्षाही दुप्पट झाला. आता स्टोरींचा रोखही बदलला होता. काळजी, भीती, धोका, अनिश्चितता, घबराट यांच्यावर अतिरिक्त भर दिला जात होता.''

''१९८९ नंतर असं व्हायचं कारण काय?''

''हं... फार महत्त्वाचा प्रश्न!'' हॉफमन म्हणाला, ''१९८९ मध्ये काय काय झालं? काही बाबतीत हे वर्ष इतर वर्षांपेक्षा निराळं नव्हतं. नॉर्वेत सोव्हिएत रशियाची पाणबुडी बुडाली. चीनमध्ये तिआनमेन चौकात आंदोलन चिरडलं. सलमान रश्दीला मृत्युदंड देण्याचा फतवा निघाला. जेन फोंडा आणि माईक टायसन यांचे घटस्फोट झाले. चर्चमध्ये स्त्री बिशप व्हायची घटना घडली. व्हॉएजर यान नेपच्यूनकडे गेलं. सान फ्रान्सिस्कोत मोठा जमीनदोस्त करणारा भूकंप झाला. अमेरिका, फ्रान्स आणि इंग्लंडनी अणुचाचण्या केल्या. हे वर्ष इतर वर्षांसारखंच तर होतं. पण तरीही आपत्ती या शब्दाचा वापर त्या वर्षीच वाढला. त्याच वेळी काय झालं होतं... तर बर्लिनची

भिंत नोव्हेंबर महिन्यात भुईसपाट झाली.'' हॉफमन बोलायचा थांबला. जणू तो स्वत:वर खूष झाला आहे अशा प्रकारे तो इव्हान्सकडे पाहत होता.

''माफ करा प्राध्यापक... पण माझ्या लक्षात येत नाही की–''

''आमच्या तरी कुठं लक्षात आलं. आधी आम्हाला वाटलं की हे साहचर्य अगदी वरवरचं आहे. पण ते तसं नव्हतं. बर्लिनची भिंत कोसळणं म्हणजे सोव्हिएत साम्राज्याचा अंत होणं. म्हणजेच शीतयुद्धाची समाप्ती. अर्ध शतकभर व्यापणारं शीतयुद्ध.''

हॉफमन पुन्हा तसाच गप्प राहिला.

''माफ करा.'' आता मात्र इव्हान्स धीर करून म्हणाला, ''मी तेव्हा तेरा वर्षांचा होतो आणि... तुम्हाला काय म्हणायचंय ते माझ्या लक्षात येत नाही.''

''पीटर, मी सामाजिक नियंत्रण या कल्पनेकडे तुला नेतोय. आपल्या नागरिकांना ताब्यात ठेवण्यासाठी प्रत्येक सार्वभौम राज्ययंत्रणेला त्यांच्या वर्तनावर नियंत्रण ठेवण्याची गरज असते. त्यांनी ठरवून दिलेल्या दिशेनेच चालावं म्हणून. त्यांनी कर भरत राहावं म्हणून. आणि आपल्याला हे माहीत आहे की सामाजिक नियंत्रण मिळवण्याचा सर्वांत चांगला मार्ग म्हणजे भय दाखवणं.''

''भय?'' इव्हान्सने विचारले.

''अगदी बरोबर.'' हॉफमन म्हणाला, ''पाश्चिमात्य राष्ट्रांनी पन्नास वर्षं आपल्या नागरिकांना सतत भीतीच्या छायेत ठेवलं. पलीकडच्या बाजूची भीती. अणुयुद्धाची भीती. कम्युनिस्टांचा धोका असण्याचं भय. पोलादी पडद्याचं भय. त्यांचं सैतानी साम्राज्य. आणि पलीकडच्या बाजूला हेच, पण उलट दिशेने. आपली भीती. पण अखेर १९८९ मध्ये हे सगळंच बंद पडलं. बर्लिनची भिंत पडल्यावर एक पोकळी निर्माण झाली. भय नष्ट झाल्यानं निर्माण झालेली पोकळी. निसर्गात कधीच पोकळी राहू शकत नाही. ती कशानंतरी भरली जायलाच हवी.''

इव्हान्सच्या कपाळाला आठ्या पडल्या. ''म्हणजे पर्यावरणाच्या संकटाच्या भीतीनं शीतयुद्धाच्या भीतीची जागा घेतली की काय?''

''पुराव्यावरून तरी तसंच दिसतंय. अर्थात आता कट्टर मूलतत्त्ववाद आणि ९/११ नंतरचा दहशतवाद हे आहेतच आपल्याला घाबरवायला. हे धोके खरोखर तसे गंभीर आहेत. पण माझा मुद्दा तो नाही. मुद्दा हा आहे की नेहमीच भीतीचं काहीतरी कारण असतंच. ते काळाच्या ओघात बदलतं इतकंच. दहशतवादाच्या अगोदर आपल्याला पर्यावरणातल्या विषारी पदार्थांचं भय होतं. त्याआधी साम्यवादाचा धोका होता. म्हणजेच भय हे कायमचं आहेच. ते समाजावर सगळ्याच बाबतीत परिणाम करत असतं.''

हॉफमन जरासा सावरून बसला. आता त्याची पाठ गर्दीकडे होती.

''पाश्चिमात्य समाजाची संस्कृती नेमकी कशी आहे याचा विचार कधी मनात आला का तुझ्या? औद्योगिकदृष्ट्या प्रगत राष्ट्रं आपल्या नागरिकांना यापूर्वी कधीही न लाभलेलं आरोग्य, आरामशीर जीवन आणि सुरक्षा पुरवतात. गेल्या शतकात सरासरी आयुष्यमान पन्नास टक्क्यांनी वाढलं. तरीही या आधुनिक जगातले लोक सतत भीतीच्या छायेत जगतात. अनोळखी लोकांची भीती, रोगराईची भीती आणि शिवाय पर्यावरण आहेच. त्यांना त्यांच्या घरात भीती वाटते. जे अन्न खातात ते कसं आहे याची चिंता पोखरत असते. रोगजंतू, प्रदूषण, रसायनं, अन्न-पेयांमध्ये मिसळलेले पदार्थ अशा डोळ्यांना न दिसणाऱ्या गोष्टींचं त्यांना विलक्षण भय वाटतं. लोक त्यामुळे कायम बुजरे, भेकड आणि खिन्न मनोवृत्तीचे होतात. त्यांना पक्की खात्री वाटत असते की पृथ्वीवर सगळीकडेच पर्यावरणाचा प्रचंड विनाश होतोय. वाहवा! पूर्वी चेटकिणी असतात अशी पक्की खात्री लोकांना असायची तसंच हे आहे. आणि हे सगळ्या जगात असंच आहे. आपल्याला जरी वाटत असलं की आपण वेगवेगळ्या राष्ट्रांमध्ये राहतो, पण ते खरं नाही. आपण कायमच सगळे 'भयाच्या राज्यात' राहतो. हे भयाचं राज्य कसं बनतं?''

इव्हान्स काहीही बोलला नाही. बोलायची गरज नाही हे त्याला कळत होतं.

''हं... मी सांगतो. पूर्वी म्हणजे पीटर तुझ्या पिढीच्या अगोदरच्या काळात पाश्चिमात्य जगातल्या लोकांना वाटत असे, की त्यांच्या राष्ट्रांवर लष्कर-उद्योग यांचा संयुक्त पगडा आहे. युरोपीय लोकांना दोन महायुद्धांमुळे त्याचा अर्थ काय ते ठाऊक होतं. १९६० नंतर आयसेनहॉवरनं अमेरिकन लोकांना त्यापासून सावध राहायला सांगितलं होतं. पण लष्कर-उद्योग हा आजच्या जगाला पुढे चालत राहायला भाग पाडणारा महत्त्वाचा घटक राहिलेला नाही. खरं तर गेल्या पंधरा वर्षांत निराळ्याच ठिकाणांकडे आजच्या समाजाचं नियंत्रण गेलेलं आहे. मी त्याला राजकारण-कायदा-प्रसिद्धी माध्यम यांची युती म्हणतो. ही युती फार फार प्रबळ आहे. या युतीचं काम समाजात भयाची वाढ घडवणं हे आहे. अर्थात सुरक्षितता वाढवण्याच्या नावाखाली प्रत्यक्षात भीतीचा पगडा वाढवणं.''

''ही युती फार बळकट आणि स्थिर पायावर उभी आहे. त्यात समाजातल्या अनेक घटकांचा समावेश असल्यानं हे शक्य झालंय. लोकांवर ताबा ठेवण्यासाठी राजकीय नेत्यांना भय दाखवावं लागतं. खटले व्हावेत आणि आपल्या तुंबड्या भराव्यात म्हणून वकिलांना धोकादायक गोष्टी समाजात असणं गरजेचं असतं. आपल्याला प्रेक्षक मिळावेत आणि ते धरून ठेवता यावेत म्हणून प्रसिद्धी माध्यमांना भयप्रद स्टोरी हवीच असते. एकत्रितपणे या तिघांचं बळ एवढं आहे की एखादी पूर्णतः निराधार गोष्ट असूनही त्यांचा धंदा उत्तम चालतो. सिलिकॉनच्या कृत्रिम स्तनरोपणाचं उदाहरण घे.''

“कृत्रिम स्तनरोपण?” इव्हान्स मान हलवत म्हणाला.

“होय. कदाचित तुला आठवत असेल की स्तनांमध्ये सिलिकॉनच्या कृत्रिम तुकड्यांचा उपयोग केल्यानं स्तनांचा कर्करोग होतो असं सांगण्यात आलं होतं. हे खरं नाही असं सांगणारा संख्याशास्त्रीय पुरावा असूनदेखील अनेक गाजलेल्या स्टोरीज आपण पाहिल्या. अनेक खटले झाले. राजकीय क्षेत्रात उलटसुलट वादविवाद झाले. सिलिकॉनचे कृत्रिम स्तनरोपण करण्यासाठी जे लागतं त्याचं उत्पादन करणाऱ्या डो कॉर्निंगला अब्जावधी डॉलरची भरपाई द्यावी लागली. त्याला त्या व्यवसायातून अक्षरश: उठावं लागलं. पुढं चार वर्षांनंतर अनेक संशोधनांतून निर्विवाद सिद्ध झालं की अशा रोपणांमुळे स्तनांचा कर्करोग होत नाही. पण आता जे व्हायचं ते होऊन गेलं होतं. राजकारण-कायदा-प्रसिद्धी माध्यमं यांच्या युतीला आणखी नवीन भयाचा शोध घ्यायचा होता. नवीन भय, नवीन दहशत. एकापाठोपाठ एक भयांची मालिका आणि यावर कोणाचंही नियंत्रण नाही.”

“कारण आपण उच्चार स्वातंत्र्य मानतो म्हणून–”

“राजकारण-कायदा-प्रसिद्धी माध्यमं यांच्या युतीचं हे अगदी साधंसोपं उत्तर आहे. हे आहे म्हणूनच त्यांचा धंदा चालतो.” हॉफमन म्हणाला, “असा विचार करून पाहा. स्वातंत्र्य आहे. पण एखाद्या गच्च भरलेल्या थिएटरमध्ये ‘आग!’ असं खोटंच ओरडणं आपण अयोग्य मानतो. असं असूनही न्यूयॉर्क टाईम्समध्ये ‘कर्करोगाचा धोका!’ असं ओरडणं योग्य का मानायचं?”

हॉफमन आता चांगलाच गरम झाला होता.

“आपण ज्या परिस्थितीत बोलतोय ती फार भयंकर आणि अनैतिक आहे. राजकारण-कायदा-प्रसिद्धी माध्यमांची युती जगातल्या गरीब आणि जगण्यासाठी धडपडणाऱ्या बिचाऱ्या लोकांकडे साफ दुर्लक्ष करते. कशासाठी तर राजकीय नेते त्यांना हव्या त्या पदावर जावेत, प्रसिद्धी माध्यमांमधल्या सूत्रचालकांचं काम चालू राहावं आणि वकिलांना मर्सिडीज-बेंझ गाड्या उडवायला मिळाव्यात म्हणून आणि हो, विद्यापीठातल्या प्राध्यापकांना व्होल्व्हो गाड्या मिळाव्यात यासाठी. त्यांना विसरून चालणार नाही.”

“म्हणजे काय?” इव्हान्सने विचारले, “विद्यापीठातल्या प्राध्यापकांचा याच्याशी काय संबंध?”

“हं… तो एक वेगळाच विषय आहे.”

“थोडक्यात सांगण्याजोगं काही असेल तर–”

“नाही पीटर. फक्त मथळा म्हणजे सगळी बातमी कधीच नसते. पण मी प्रयत्न करतो सांगायचा. मुद्दा असा आहे की गेल्या पन्नास वर्षांत जग खूप बदललंय. आपण आता ज्ञानावर आधारित जगात राहतो. माहिती-तंत्रज्ञानाच्या जगात राहतो.

तुला जे काही म्हणायचे असेल ते म्हण, पण त्याचा आपल्या सगळ्या विद्यापीठांवर जबरदस्त परिणाम झालेला आहे.''

''पन्नास वर्षांपूर्वी तुम्हाला बुद्धिजीवी म्हणून जगायची इच्छा असेल तर त्यासाठी तुम्हाला विद्यापीठांकडे जावं लागायचं. तुम्हाला तुमच्या मनाजोगं काम करायचा आनंद हवा असला तर तीच एक जागा होती. ज्यांना तरुण पोरांना कालातीत मूल्यांची शिकवण देण्याची इच्छा असे आणि ज्यांची त्यासाठी भौतिक सुखाचा त्याग करायची तयारी असायची असे लोक विद्यापीठांकडे आकर्षित होत असत. बौद्धिक काम हे विद्यापीठांचं राखीव क्षेत्र होतं.

पण आता आपली सगळी अर्थव्यवस्थाच बौद्धिक कामावर अवलंबून आहे. आज छत्तीस टक्के कर्मचारी ज्ञानाशी संबंधित असतात. आणि जेव्हा प्राध्यापकांनी ठरवलं की शिकवणं हे आपलं काम नाही तेव्हा विद्यापीठांची अवस्था दयनीय झाली.''

हॉफमन उठून उभा राहिला. जणू त्याला एकदम स्फुरण चढले असावे. पण लगेच तो खाली बसून पुढे बोलू लागला.

''काय झालं की १९८० नंतर विद्यापीठांमध्ये अनेक बदल झाले. बौद्धिक स्वातंत्र्य, लैंगिक स्वातंत्र्य आणि प्रयोगशीलतेचे किल्ले असणाऱ्या विद्यापीठांचं रूपांतर अगदी बंदिस्त रचनांमध्ये झालं. कारण आता त्यांची भूमिका बदलली होती. त्यांनी आता नवीन भय निर्माण करायचं काम स्वीकारलं होतं. आज विद्यापीठं ही भय तयार करण्याचे नवीन कारखाने झाले आहेत. ते नवनवीन भयं आणि नवीन सामाजिक चिंता शोधून काढतात. हे सहज लक्षात येणार नाही. पण विद्यापीठं सतत नवनवीन चिंता, भय आणि दहशती शोधत राहतात. यांचा वापर राजकारणी, वकील आणि पत्रकारांना होतो.

भयाचं हे आधुनिक राज्य विद्यापीठांखेरीज अस्तित्वातच राहू शकणार नाही. त्यासाठी एक खास प्रकारची नव-स्टालिनवादी विचारसरणी आवश्यक आहे. ती फोफावण्यासाठी लागणारं वातावरण आपली विद्यापीठं पुरवतात. विद्यापीठं ही उदारमतवादी आहेत असं म्हणणं ही फार क्रूर थट्टा आहे.''

हॉफमन बोलता बोलता थांबला. त्याने कॉरिडॉरकडे बोट दाखवत विचारले, ''तो आपल्या दिशेने येणारा माणूस कोण आहे? मी त्याला पाहिलंय कुठेतरी असं वाटतंय...''

''तो टेड ब्रॅडली आहे. अभिनेता.''

''मी त्याला कुठं पाहिलंय बरं?''

''तो टी.व्ही.वर राष्ट्राध्यक्षाची भूमिका करतो.''

''हां! तोच आहे की–''

ब्रॅडली त्यांच्याजवळ धापा टाकत आला. ''पीटर, मी तुला सगळीकडं शोधत होतो. तुझा सेलफोन चालू आहे का?''

''नाही. कारण–'

''साराला तुझ्याशी बोलायचंय. ती म्हणाली की ते फार महत्त्वाचं आहे. आपल्याला तात्काळ बाहेर जावं लागणार आहे. तुझा पासपोर्ट बरोबर घे.''

''आपल्याला? तुझ्याशी त्याचा काय संबंध?''

''मी तुमच्याबरोबर येतोय.''

इव्हान्स चालायला लागताच हॉफमनने त्याची बाही पकडली. त्याच्या मनात बहुदा नवीन विचार आला असावा, ''आपण अजून–''

''प्राध्यापक–''

''राष्ट्र-राज्य संकल्पनेची पुढची पायरी असेल की–''

''प्राध्यापक.'' इव्हान्स म्हणाला, ''मला जायला हवं.'' त्याने बाही सोडवून घेतली.

''हे लोक आता चक्क आरोग्यासाठी चुंबक विकत घेतात. आरोग्यासाठी चुंबक! मूर्खपणा सगळा! कोणालाही थोड्या वर्षांपूर्वीचं काहीच आठवत नाही. जॉर्ज ऑरवेल.... स्मृती जाणं!''

इव्हान्स आणि ब्रॅडली जात असताना ब्रॅडली विचारले, ''कोण होता हा माणूस? त्याचा स्क्रू जरा ढिला वाटला नाही?''

सांता मोनिका

बुधवार, १३ ऑक्टोबर

सकाळी ११ वाजून ३३ मिनिटे

''आपत्तीच्या नोंदी आपल्याला बर्फाच्या गाभ्यांमध्ये पाहायला मिळतात.'' एक रशियन वक्ता पोडियमपाशी बोलत होता. त्याचे उच्चार जडसर धाटणीचे होते. ''ग्रीनलंडमधल्या बर्फाच्या गाभ्यांमध्ये दिसतं की गेल्या एक लाख वर्षांमध्ये चार वेळा हवामानात अकस्मात बदल झाले आहेत. त्यामधले काही अवघ्या काही वर्षांत फार वेगानं घडले होते. या बदलांमागची कारणं कोणती आहेत यांचा अभ्यास अद्याप केला जातोय हे खरं असलं, तरी अशा घटनांमधून हे दिसतंय की हवामानात एक प्रकारे 'ट्रिगर' दाबल्यावर घडतं तसं होऊ शकतं. म्हणजेच मानवामुळे होणाऱ्या बदलांसकट हवामानात होणाऱ्या अगदी छोट्या बदलांमुळे आपत्ती येण्याएवढे प्रचंड परिणाम होऊ शकतात. आपण अलीकडच्या काळात अशा घटनांची यशस्वी

भाकितं केलेली पाहिली आहेत. त्यामध्ये जगातला सर्वांत मोठा हिमखंड सुटून बाहेर पडणं आणि अचानक आलेल्या पुरामुळं अमेरिकेच्या नैऋत्य भागात लोकांचे पडलेले बळी हे आहेत. आणि आता अशा घटना आणखीही घडतील हे सांगायला'' वक्ता बोलता बोलता थांबला. कारण ड्रेक घाईघाईने त्याच्यापाशी जाऊन काहीतरी हलक्या आवाजात सांगत होता.

''ओह्! माफ करा.'' वक्ता म्हणाला, ''मी चुकून माझं जुनंच भाषण घेऊन आलो. वर्ड प्रोसेसर्स! हा माझ्या सन २००१ मधल्या भाषणाचा भाग होता. मला असं म्हणायचं होतं की सन २००१ मध्ये मोठा हिमखंड सुटा झाला होता. अनेक अमेरिकन राज्यांपेक्षा मोठा हिमखंड आणि जगातल्या अनेक भागात अवेळी निर्माण होणारे विचित्र हवामान, ज्यात अमेरिकेचा नैऋत्य भागदेखील येतो, त्यामुळे हवामानात आणखी अस्थिरता येते. ही नुसती सुरुवात आहे.''

मागच्या बाजूला उभी असलेली सारा ॲन गार्नरशी बोलत होती. हॉलीवूडमधल्या एका प्रसिद्ध वकिलाची बायको असणारी ॲन एन.ई.आर.एफ.ला मोठी देणगी देत असे. नेहमीप्रमाणेच ती सतत बोलत होती.

''माझ्या कानावर काय आलं ते मी तुला सांगते.'' ॲन म्हणाली, ''मी ऐकलं की स्वयंसेवी संस्थांना बदनाम करण्यासाठी उद्योगांनी मुद्दाम मोहीम उघडली आहे. त्यांना पर्यावरणवादी चळवळीच्या वाढत्या सामर्थ्याची धास्ती वाटते. ते काहीही करून ही चळवळ थांबवण्याच्या प्रयत्नात आहेत. काहीही करून, अलीकडच्या काळात आम्हाला जे काही माफक यश मिळालंय त्यामुळे खवळून–''

''माफ कर ॲन... एक मिनिट–'' सारा म्हणाली आणि वक्ता काय म्हणाला ते आठवण्याचा प्रयत्न करू लागली, *''काय म्हणाला तो नेमका?''*

सारा भराभरा वार्ताहर होते त्या ठिकाणी गेली. तिथे टेबलावर लॅपटॉप मांडून अनेकजण बसले होते. त्यांना परिषदेत चालू असलेल्या भाषणाची लिखित प्रत त्याचक्षणी मिळत होती.

साराला बेन लोपेझ दिसला. तो लॉस एंजलीस टाईम्सचा वार्ताहर तिला माहिती होता. कारण तो गेले कित्येक महिने तिला पटवण्याचा प्रयत्न करत होता. सारा त्याच्याजवळ जाऊन त्याच्या लॅपटॉपकडे पाहू लागली.

''हाय... गोड पोरी...''

''हाय. बेन, मी पाहिलं तर हरकत नाही ना?''

''जरूर. जरूर... पर्फ्युम छान आहे!''

सारा वाचू लागली.

हवामानात एक प्रकारे ट्रिगर दाबल्यावर घडतं तसं होऊ शकतं. म्हणजेच मानवामुळे होणाऱ्या बदलांसकट हवामानात होणाऱ्या अगदी छोट्या बदलांमुळे आपत्ती येण्याएवढे प्रचंड परिणाम होऊ शकतात. आपण अलीकडच्या काळात अशा घटनांची यशस्वी भाकितं केलेली पाहिली आहेत.

सारा पाहत असतानाच तिच्यासमोरच्या लॅपटॉपवर वेगळ्याच ओळी आल्या. खोडलेला भाग आता नाहीसा झाला होता.

हवामानात एक प्रकारे ट्रिगर दाबल्यावर घडतं तसं होऊ शकतं. म्हणजेच मानवामुळे होणाऱ्या बदलांसकट हवामानात होणाऱ्या अगदी छोट्या बदलांमुळे आपत्ती येण्याएवढे परिणाम होऊ शकतात. आपण अलीकडच्या काळात अशा घटनांची भाकितं पाहिली आहेत. त्यात अमेरिकेच्या अनेक राज्यांपेक्षा मोठा असलेला हिमखंड सन २००१ मध्ये सुटा होणे याचा समावेश होता. जगातल्या अनेक भागात अवेळी निर्माण होणारे हवामान, ज्यात अमेरिकेचा नैऋत्य भागदेखील येतो, त्यामुळे हवामानात आणखी अस्थिरता येते.

"होली शिट्!" साराने शिवी हासडली.

"काय झालं?"

"तो काय बोलला ते पाहिलंस का?"

"होय.... बिचारा. बहुदा त्याचा जेटलॅग अजून गेला नसावा. शिवाय त्याचं इंग्लिशही नीट–"

मुळातली भाषणाची प्रत आता नाहीशी झाली होती. मुळातली नोंद नष्ट करण्यात आली होती. यात काहीच शंका नव्हती. *त्या रशियन माणसाला हिमखंड आणि अकस्मात येणाऱ्या पुराबद्दल अगोदरच माहिती होती.* तो भाग त्याच्या भाषणात होता. पण तसं प्रत्यक्ष घडलं नाही हे सांगायला कोणीतरी विसरलं.

त्याला अगोदरच कल्पना होती.

साराने व्हिडिओ कॅमेऱ्यांकडे नजर टाकली. पण तिथूनही मूळ भाषण अदृश्य झाले असणार हे तिच्या लक्षात आले.

"त्या कुत्र्याला अगोदरच कल्पना होती!"

"ए... तू एवढी का चिडलीस ते मला कळत नाही." बेन म्हणाला, "मला

काहीतरी धागा सांगशील का?''

''नंतर.'' सारा म्हणाली. तिने बेनच्या खांद्यावर हलकेच थोपटले आणि ती परत ॲनपाशी आली.

''हं. तर आपल्याला या उद्योगानं चालवलेल्या मोहिमेचा सामना करावा लागतोय. ही मोहीम उत्तम प्रकारे नियोजन केलेली आणि पैशाचं भरपूर पाठबळ असणारी आहे. आपल्या मार्गात येणारी पर्यावरणवादी चळवळ मोडून काढण्यासाठी कडव्या अशा अतिउजव्या गटांनी ती सुरू केली आहे.''

साराने लॅपटॉपवर जे काही पाहिले होते त्यानंतर तिला ॲनची आणखी वटवट सहन होत नव्हती. ''ॲन... तुला असं वाटत नाही का की तुला भयगंडानं पछाडलं असावं?''

''छे!... पण भयगंड असलेल्यांनाही शत्रू असतातच.''

''आत्ता या क्षणी एन.ई.आर.एफ.च्या बोर्डावर उद्योगांमधले कितीजण आहेत?''

''फार नाहीत.''

साराला पक्के ठाऊक होते की एन.ई.आर.एफ.च्या बोर्डावर तीस जण होते आणि त्यामधले बाराजण उद्योग क्षेत्रातलेच होते. आधुनिक पर्यावरणवादी संस्थांमध्ये सगळीकडे हीच स्थिती होती.

''तू तुझ्या या सदस्यांना त्या उद्योगानं चालवलेल्या गुप्त मोहिमेबद्दल विचारलं नाहीस का?''

''नाही.'' ॲन चमत्कारिकपणे साराकडे पाहत होती.

''ॲन... तुला असं वाटतं का की एन.ई.आर.एफ.सारख्या संस्थाच अशी एखादी गुप्त मोहीम चालवत असतील–''

''हे तू काय बोलते आहेस?'' ॲन एकदम ताठरपणानं म्हणाली, ''सारा, आपण चांगल्या बाजूनं आहोत.''

''नक्की का?''

''होय. नक्कीच सारा. हे तू काय बोलते आहेस अं?''

पार्किंग लॉटमध्ये गाडीत संजोंग बसून लॅपटॉपवर काम करत होता. त्याला वाय-फाय नेटवर्कमध्ये घुसायला अजिबात अडचण आली नव्हती. या नेटवर्कचा वापर वार्ताहर करत होते. परिषदेचा नेटवर्कवर येणारा वृत्तांत संजोंग ताबडतोब सेव्ह करत होता. कारण त्याचे हॅकिंग उघडकीस येण्याची शक्यता होती. तसे झाले तर त्याचा संपर्क तुटणार होता. पण आत्ताच त्याच्याकडे जो काही मजकूर जमा झाला होता तो केनरला खूष व्हायला पुरेसा आहे हे त्याच्या लक्षात आले.

दुसऱ्या मॉनिटरवर संजोंग पश्चिम अटलांटिक महासागराच्या फ्लोरिडाच्या

किनाऱ्यालगतच्या भागाच्या सतत येणाऱ्या उपग्रह प्रतिमा पाहत होता. एक मोठा ढगाकार गोल गोल फिरायला प्रारंभ झाला होता. चक्रीवादळ सुरू व्हायचे संकेत मिळत होते. याचा अर्थ त्यांनी चक्रीवादळाच्या संदर्भात काहीतरी योजना केली होती हे नक्की. पण कोणत्या तरी कारणाने त्यांनी ती सोडून दिली होती.

संजोंग आणखी एका धाग्याच्या शोधात होता. त्यांना ए.व्ही. स्कॉर्पिओ आणि त्याच्याबरोबर वापरली जाणारी पाणबुडी डी.ओ.ई.व्ही.-२ यांचा माग काढायचा होता. हे ए.व्ही. स्कॉर्पिओ जहाज आणि पाणबुडी कॅलगरीमधल्या कानुको नावाच्या एका कंपनीने भाड्याने घेतली होती. ही कंपनी पॅसिफिक महासागरात तळाजवळच्या तेलाचा शोध घेणार होती. दोन महिन्यांपूर्वी हे जहाज न्यू गिनीमधल्या पोर्ट मोर्सबी या बंदरात जाऊन पोहोचले होते. नंतर ते तिथून बाहेर पडले असल्याची नोंद होती. हे जहाज सॉलोमन बेटांच्या समूहामधल्या बोगनव्हिले बेटाजवळ गेले होते.

ही सारी माहिती तशी फार महत्त्वाची नव्हती. पण नंतर उघडकीस आले की कानुको ही कंपनी कॅनेडियन नव्हती. कंपनीची वेबसाईट आणि वेबसाईटचा पत्ता हे वगळता कंपनीची मालमत्ताच नव्हती. वेबसाईटची मालकी कानुको लिझींग कंपनी अशा नावाच्या आणखी एका तसल्याच फसव्या कंपनीकडे होती. ए.व्ही. स्कॉर्पिओ भाड्याने घेताना रक्कम केमेन बेटावरच्या खात्यातून युरोच्या स्वरूपात देण्यात आली होती. हे खाते सिस्मिक सर्व्हिसेस या कॅलगरीच्या कंपनीचे होते. या कंपनीचा आणि कानुको कंपनीचा पत्ता एकच होता.

आता वॉशिंग्टनमध्ये उपग्रह प्रतिमा वापरून ए.व्ही. स्कॉर्पिओचा शोध जारी होता. हे जहाज सॉलोमन बेटसमूहांमध्ये कुठेतरी असणार होते. पण बेटसमूहावर ढग असल्याने अजून तरी त्या जहाजाचा पत्ता लागलेला नव्हता. ही घटना चिंता वाढवणारी होती. त्याचा अर्थ हे जहाज कुठेतरी पॅसेफिक महासागरातल्या एखाद्या सुरक्षित बंदरात दडून बसले होते.

पॅसेफिक महासागराचा विस्तार खूप मोठा आहे.

काळजीचे आणखीही एक कारण होते. हे जहाज अगोदर व्हँकूवरला गेले होते. तिथे त्यामध्ये तीस टन 'औद्योगिक उपकरणे' भरण्यात आली होती. प्रत्येकी पाच टन वजनाचे कार्टन होते. कॅनडाच्या अधिकाऱ्यांना वाटले की कंपनी अनधिकृतरीत्या वाहने नेत असावी म्हणून एक कार्टन उघडण्यात आले होते. कॅनडाच्या कस्टम विभागाला औद्योगिक उपकरणांच्या जागी 'डिझेल जनरेटर' आढळले होते.

जनरेटर!

संजोंगने कार्टनमध्ये काय आहे ते पाहिले नसले तरी त्याला खात्री होती की जे काही आढळले होते ते डिझेल जनरेटर नव्हते. जनरेटरसाठी कोणी व्हँकूवरला जाणार नाही– "ए... तू... तू?"

संजोंगला दिसले की दोन सुरक्षा रक्षक त्याच्या गाडीच्या दिशेने येत होते. त्याने वाय-फाय नेटवर्कमध्ये केलेली घुसखोरी उघडकीस आली हे दिसत होते. आता तिथून निघून जाणेच योग्य होते. त्याने गाडी सुरू केली आणि सुरक्षा रक्षकांकडे हसत पाहत तो निघून गेला.

''सारा.... हे काय चाललंय? तू अशी शून्यात नजर लावून का बसली आहेस?''

''काही नाही ॲन... जरा विचार करतेय थोडा.''

''कशाचा? आणि तू ते भयगंड वगैरे काय म्हणत होतीस? सारा मला तुझी काळजी वाटते.''

'आणि मला तुझी काळजी वाटते.' हा विचार साराच्या मनात आला. साराची नजर अचानक ड्रेककडे गेली. तो तिच्याकडेच पाहत असल्याचे तिला दिसले. किती वेळ तो तिचे निरीक्षण करत होता? ती वार्ताहरांच्या टेबलापाशी गेली होती हे त्याने पाहिले होते की काय? त्याला त्याचा अर्थही लक्षात आला असेल काय?

''सारा...'' ॲन साराचा दंड धरून हलवत होती.

''ऐक... ॲन. मला जायला हवं... माफ कर, पण–''

''सारा, मला तुझी काळजी वाटते.''

''मी ठीक आहे.'' सारा म्हणाली आणि बाहेर जाऊ लागली.

''मी तुझ्याबरोबर येते.''

''नाही आलीस तरी चालेल.''

''मला तुझ्याबद्दल खरंच आस्था वाटते, सारा.''

''मला जरा वेळ एकटीनंच काढायचाय.''

''आपल्या मैत्रिणीशी हे असं वागतात का सारा?'' ॲन म्हणाली, ''सारा, तुझी कोणीतरी मायेनं काळजी घ्यायला हवीय. मी त्यासाठीच आहे. मी तुझ्याबरोबर येणारच.''

साराने उसासा टाकला.

सारा बाहेर जात असताना निकोलस ड्रेक तिच्याकडे पाहत होता. ॲन तिच्याबरोबर आहे हे पाहून त्याला बरे वाटले. त्यानेच तिला असे साराला चिकटून राहायला सांगितले होते. ॲन ते काम चोख बजावत होती. ॲन चिवट आणि हुशार होती. सारा तिला चकवूच शकणार नव्हती. पण जर साराने पळण्याचा प्रयत्न केला तर... तर त्यावर काहीतरी तीव्र स्वरूपाची उपाययोजना करावीच लागणार होती. काही वेळा तसे करावेच लागते. विशेषतः युद्धाच्या प्रसंगी.

तरीही तातडीने काहीतरी कडक कारवाई करायची गरज नाही असेच ड्रेकला

वाटत होते. केनरने पहिल्या दोन घटना होऊ दिल्या नव्हत्या हे खरे होते. पण त्याचे कारण म्हणजे ई.एन.एफ. ही हौशी लोकांची संघटना होती. त्यांनी घोटाळा केला होता. ते तसे उपयोगी नाहीत हे ड्रेकने हेनलीला अनेकवेळा सांगितले होते. पण त्याने तो विषय झिडकारून टाकला होता. हेनलीच्या मते आपण आपला संबंध नाही हे सांगू शकणे महत्त्वाचे होते. आपल्या त्या विदूषकांशी काहीही संबंध नाही असे एन.ई.आर.एफ. कधीही सहज म्हणू शकत होती.

पण यावेळी परिस्थिती वेगळी होती. त्याची योजना खूप काळजीपूर्वक आणि कितीतरी आधीपासून करण्यात आली होती. यावेळी व्यावसायिक लोकांचा वापर करण्यात आला होता. केनरला या वेळी काहीही करता येणे शक्य नाही हा विचार ड्रेकच्या मनात आला. केनर त्या ठिकाणी वेळेत पोहोचूच शकणार नव्हता. शिवाय ॲन, ब्रॅडली आणि स्वत: ड्रेक यांची त्यांच्यावर सक्तनजर होतीच.

ड्रेकने सेलफोन उघडून हेनलीला सांगितले, ''आपण त्यांच्यावर नजर ठेवलीय.''

''उत्तम.''

''तू कुठं आहेस?''

''मी 'व्ही'ला बातमी सांगायला जातोय. त्याच्या घराजवळच आहे मी आत्ता.'' हेनली म्हणाला.

केनर दुर्बिणीमधून पाहत असताना किनाऱ्यावरच्या घराच्या आवारात चंदेरी रंगाची पोर्श गाडी शिरली. एक उंच आणि सावळा माणूस खाली उतरला. त्याने टोपी घातली होती आणि गडद गॉगल लावला होता. तरीही केनरने त्याला तत्काळ ओळखले. तो हेनली होता.

केनरने हातातली दुर्बिण खाली ठेवली आणि तो विचार करू लागला.

''सर, हा माणूस कोण आहे याची तुम्हाला कल्पना आहे का?'' केनरजवळ उभ्या असलेल्या तरुण एफ.बी.आय. एजंटने विचारले. तो अवघ्या पंचवीस वर्षांचा होता.

''होय.'' केनरने उत्तर दिले.

ते दोघे सांता मोनिका भागात समुद्र किनाऱ्याजवळच्या एका घराजवळ दडून पाहत उभे होते. हे घर अत्यंत महाग प्रकारचे होते. इथली सगळीच घरे अडीच-तीन कोटी डॉलर किमतीची होती. कॅलिफोर्नियामधले अतीश्रीमंत लोक या भागात राहात असत.

हेनलीने पोर्श गाडीचे टप खाली टाकले आणि तो दरवाज्यापाशी गेला. ते अत्यंत आधुनिक घर काचांमुळे एखाद्या हिऱ्यासारखे चमचमत होते.

''पण त्या घरात कोण जातंय याची फारशी काळजी करायची नाही का?'' त्या

एफ.बी.आय. एजंटने विचारले.

''बरोबर.''

''पण तुम्हाला आत कोण येतंय-जातंय याच्या नोंदी-''

''नाही.''

''कदाचित त्याचा उपयोग होईल म्हणून-''

''नाही.'' केनर म्हणाला, ''मला त्याची काही गरज नाही. फक्त या घरातले सगळेजण केव्हा निघून जातात तेवढंच मला हवंय.''

''म्हणजे सुट्टीसाठी वगैरे जातात लोक तसं?''

''होय.''

''पण त्यांनी एखादा नोकर किंवा मोलकरीण मागे ठेवली तर?''

''तसं होणार नाही. सगळेजण बाहेर पडतील. ते केव्हा होईल ते पाहायचं आहे.''

''पण सर. इथले लोक नेहमीच तसं करतात. घराकडे लक्ष ठेवण्यासाठी ते कोणालातरी मागे ठेवतात.''

''नाही. तसं होणार नाही. सगळेच जातील.''

त्या एफ.बी.आय. एजंटच्या कपाळावर आठ्या दिसल्या. ''बरं... पण हे घर आहे तरी कुणाचं?''

''व्ही. ॲलन विली. तो एक दयाळू, समाजाला उपयोगी पडणारा माणूस आहे.''

''हं... हं... मग काय झालंय त्याचं... माफियांशी संबंध वगैरे काही?''

''तसंच काहीसं.''

''अगदी मला वाटलं तसंच म्हणा. काहीतरी भानगड असल्याखेरीज एवढा पैसा कोणी कधी मिळवू शकतं का? सांगा बरं?''

केनरने त्याच्या म्हणण्याला दुजोरा दिला. त्याला व्ही. ॲलन विलीची सगळी स्टोरी ठाऊक होती. ती खास अमेरिकन शैलीचीच होती. त्याने स्वस्त किमतीच्या कपड्यांची अनेक दुकाने सुरू केली होती. तो गरीब राष्ट्रांमधून कपडे शिवून घेत असे आणि ते त्याच्या मालकीच्या दुकानांच्या साखळीतून विकत असे. किमतीमधला फरक तीसपट असायचा. दहा वर्षांनंतर विलीने आपली कंपनी चाळीस कोटी डॉलरला विकून टाकली. मग तो त्याच्या स्वत:च्या व्याख्येनुसार कडवा समाजवादी बनला. त्याच्यामते तो पर्यावरणाला न्याय देण्यासाठी आणि शाश्वत जगासाठी एखाद्या धर्मयोद्धयासारखा काम करत होता.

ज्या शोषणाचा वापर करून तो गब्बर झाला होता, त्याच मार्गाने मिळालेल्या पैशाचा उपयोग करूनच तो आता शोषणाविरुद्ध हल्ला बोल करत होता. त्याच्या

हल्ल्यामुळे अनेकदा कंपन्यांना गरीब राष्ट्रांमधले आपले उद्योग बंद करावे लागत असत. त्या जागी मग चिनी लोक येत आणि ते कामगारांना आणखी कमी पैशांमध्ये राबवून घेत. म्हणजे व्ही. ॲलन विली कामगारांचे दोनवेळा शोषण करत होता. दिसायला अत्यंत देखणा असलेला विली अजिबात मूर्ख नव्हता. फक्त तो फार अहंकारी होता. हल्ली तो म्हणे, सावधगिरीच्या तत्त्वाविषयी पुस्तक लिहीत होता.

त्याने व्ही. ॲलन विली फौंडेशन सुरू केले होते. इतर डझनभर संस्थांच्या माध्यमातून हे फौंडेशन पर्यावरणासंबंधी न्यायासाठी मदत करत असे. त्या संस्थांमध्ये एन.ई.आर.एफ.चा देखील समावेश होता. त्याची ही भूमिका पाहता हेनलीने स्वत: त्याला भेटायला जावे हे साहजिकच होते.

''अच्छा, म्हणजे हा माणूस श्रीमंत पर्यावरणवादी आहे तर?''

''बरोबर.'' केनर म्हणाला.

त्या तरुण एजंटने मान डोलावली, ''पण मला अजूनही कळत नाही. असा एवढा श्रीमंत माणूस आपलं घर रिकामं करून का निघून जाईल?''

''ते मी तुला सांगू शकत नाही. पण तसं होईल खरं. आणि ज्या क्षणी ते होईल त्याच क्षणी मला ते कळायला हवं.'' केनरने त्याच्या हातात आपले कार्ड ठेवले.

''या नंबरवर फोन कर.''

त्या एजंटने कार्डावर एक नजर फिरवली, ''बस्स. एवढंच ना?''

''होय. तेवढंच.''

''आणि हे कधी घडू शकेल?'' त्या एजंटने विचारले.

''लवकरच.''

केनरचा फोन वाजला. त्याने तो उघडला. संजोंगकडून संदेश आला होता.

'ए.व्ही. स्कॉर्पिओचा शोध लागलाय.'

''मला निघायला हवं.'' केनर म्हणाला.

फ्री वे क्रमांक ४०५

बुधवार, १३ ऑक्टोबर
दुपारी १२ वाजून २२ मिनिटे

''निव्वळ मूर्खपणा!'' टेड ब्रॅडली इव्हान्सला म्हणाला. ते दोघे व्हान न्यूसकडे जात होते. इव्हान्स गाडी चालवत होता. ''पीटर... मला माहीत आहे की तू गेल्या आठवड्यात गुप्त कामगिरीवर जात होतास. आता मी पण येणार.''

''टेड, ते शक्य नाही.'' इव्हान्स म्हणाला, ''ते तशी परवानगी देणार नाहीत.''

''ते मी पाहतो. मग तर झालं?'' ब्रॅडली हसत म्हणाला.

इव्हान्स मनाशी म्हणाला, 'हे काय चाललंय नेमकं. हा असा चिकटून का बसतोय आपल्याला?'

इव्हान्सचा सेलफोन वाजू लागला. तो साराचा होता.

''पीटर, तू कुठं आहेस?''

''जवळच आलोय विमानतळाच्या... माझ्याबरोबर टेडदेखील आहे.''

''हं... हं...'' सारा म्हणाली. त्याचा अर्थ ती त्यावेळी मोकळेपणाने बोलू शकत नव्हती, ''आम्हीही विमानतळावर आत्ताच पोहोचलोय आणि एक समस्या उभी राहिलीय.''

''कसली समस्या?''

''कायदेशीर बाबींबद्दल.''

''म्हणजे काय?'' इव्हान्स हे म्हणत असतानाच त्याची गाडी विमानतळाच्या गेटपाशी येत होती. त्याला आता धावपट्टीही दिसत होती.

हर्ब लोवेनस्टाईन आठ सुरक्षा रक्षकांबरोबर तिथे उभा होता. ते मॉर्टनच्या जेट विमानाचे दार सीलबंद करताना इव्हान्सला दिसले. इव्हान्सने गाडी आत विमानाजवळ नेली. खाली उतरून त्याने विचारले, ''हर्ब, काय प्रकार आहे?''

''कायदेशीर तरतुदींप्रमाणे विमान सीलबंद करण्यात येतंय.''

''कोणत्या कायद्यानं?''

''जॉर्ज मॉर्टनची मालमत्ता आता कोर्टाच्या ताब्यात आहे. तू विसरलास बहुतेक ते. तेव्हा त्याची सारी मालमत्ता, बँकेतील खाती, घरे वगैरे सारं काही सीलबंद करायला हवं. मग फेडरल यंत्रणेकडून कर वगैरेची बाकी किती आहे का ते पाहून मालमत्तेचं मूल्यमापन केलं जाईल. असं मूल्यमापन होईपर्यंत विमान सीलबंद अवस्थेत राहील.''

त्याचवेळी केनर गाडीतून तिथे आला. त्याने खाली उतरून हर्बशी हस्तांदोलन केले, ''अस्सं? म्हणजे हा मामला कोर्टाच्या अखत्यारीत आहे तर?''

''बरोबर.''

''मला हे ऐकून आश्चर्य वाटतंय.''

''का? जॉर्ज मॉर्टन मरण पावलेला आहे.''

''होय का? पण मी तर तसं काही ऐकलेलं नाही.''

''काल त्याचा मृतदेह सापडला होता. ब्रॅडली आणि इव्हान्सनं जाऊन त्याची ओळख पटवली.''

''आणि वैद्यकीय तपासनीसानं त्याला दुजोरा दिला?''

हर्ब क्षणभर थबकला, ''होय. म्हणजे तसं झालं असणार. हे गृहीत आहे.''

''तसं गृहीत धरायचं म्हणता? पण तुम्हाला वैद्यकीय तपासनीसाकडून तशी

कागदपत्रं तर नक्कीच मिळाली असतील.''

''मला वाटतं– म्हणजे मी ती आहेत असं गृहीत धरतो.''

''मला पाहायला मिळतील का?''

''ती ऑफिसात असतील आमच्या.''

''मला ती पाहायला मिळतील का?'' केनरने पुन्हा तोच प्रश्न केला.

''त्यामुळे माझ्या कामात इथं विनाकारण खोळंबा होईल.'' हर्ब आता इव्हान्सकडे वळला, ''तू मॉर्टनचा मृतदेहाची ओळख नक्की पटवली होतीस की नाही?''

''होय. पटवली होती.''

''आणि तुला टेड? तो मृतदेह मॉर्टनचाच आहे हे पटलं?''

''होय. तो जॉर्ज मॉर्टनचाच होता. बिच्चारा जॉर्ज!''

केनर पुन्हा एकदा हर्बला म्हणाला, ''मला तरीही वैद्यकीय तपासनीसानं दिलेलं प्रमाणपत्र पाहायचं आहे.''

हर्ब रागाने फणफणत म्हणाला, ''तुम्हाला अशी मागणी करायचा कोणताही अधिकार नाही. आणि मी अधिकृतपणे ती मागणी फेटाळून लावत आहे. जॉर्जच्या मालमत्तेचा ताबा एक वरिष्ठ वकील या नात्यानं माझ्या अधिकारात येतो. माझी तशी नेमणूकही झालेली आहे. मी तुम्हाला या अगोदरही सांगितलं की कागदपत्रं माझ्या ऑफिसात आहेत.''

''ते मी मघाशीच ऐकलंय.'' केनर म्हणाला, ''पण मी असं ऐकलंय पूर्वी, की मालमत्ता कोर्टाच्या ताब्यात आहे असं खोटंच सांगणं हा गुन्हा आहे. तुमच्यासारख्या कायद्याच्या अधिकाऱ्यानं तसं करणं ही फारच गंभीर बाब ठरेल.''

''हे पाहा... हा काय खेळ चाललाय याची मला कल्पना नाही. पण–''

''मला फक्त कागदपत्रं पाहायची आहेत. बस्स.'' केनर शांतपणे म्हणाला.

''इथं विमानतळावर ऑफिसमध्ये फॅक्स आहे. तुम्ही ते ऑफिसमधून इथं मागवून घ्या. मामला काही सेकंदात मिटून जाईल. त्यात काहीच अडचण यायचं कारण नाही. किंवा तुम्ही सान फ्रान्सिस्कोमधल्या वैद्यकीय तपासनीस कार्यालयाला फोन करून त्यांनी मृतदेहाची पक्की ओळख पटवली आहे अशी माझी खात्री करून द्या.''

''पण आपल्याजवळ इथंच दोन प्रत्यक्ष साक्षीदारच हजर असताना–''

''हे युग डी.एन.ए. चाचणीचं आहे.'' केनर हातातल्या घड्याळाकडे नजर टाकत म्हणाला, ''तुम्ही हे करावं अशी मी तुम्हाला शिफारस करेन.'' मग तो सुरक्षा रक्षकांकडे वळला. ''हं... तुम्ही विमानाचे दरवाजे उघडा.''

सुरक्षा अधिकारी गोंधळात पडला. ''मिस्टर लोवेनस्टाईन–?''

''एक मिनिट... ×××× एक मिनिट.'' हर्ब म्हणाला आणि ढांगा टाकत विमानतळावरच्या ऑफिसकडे गेला. जाताना तो नेहमीप्रमाणे सेलफोनवर बोलत होता.

“विमानाचं दार उघडा.” केनरने खिशातून आपला बिल्ला दाखवला आणि आज्ञा सोडली.

“होय सर.”

विमानापाशी आणखी एक गाडी येऊन थांबली. सारा आणि ॲन खाली उतरल्या. ॲनने विचारले, “हा काय प्रकार आहे इथं?”

“काही नाही. थोडासा गैरसमजुतीचा प्रकार झालाय.” केनर स्वत:ची ओळख करून देत म्हणाला.

“मला तुम्ही कोण ते माहीत आहे.” ॲन म्हणाली. ती आपला संताप लपवण्याचा आटोकाट प्रयत्न करत होती.

“मला त्याची कल्पना होतीच.” केनर हसत म्हणाला.

“आणि मला हे सांगितलंच पाहिजे,” ॲन पुढे म्हणाली, “तुमच्यासारखे कशाचाही विधीनिषेध न बाळगणारे चतुर आणि अनैतिक लोक– तुमच्यासारख्या लोकांनी पर्यावरणाची ही जी काही अवस्था आहे ती केलीय. तेव्हा आपण रोखठोक बोललेलं बरं. मिस्टर केनर, मला तुमचा तिरस्कार वाटतो. मला तुम्ही एक व्यक्ती म्हणून आवडत नाहीच. शिवाय तुम्ही जे काही करता ते मला पसंत नाही. मला तुमचं काहीच आवडत नाही.”

“हे मजेशीरच आहे.” केनर म्हणाला, “कधीतरी आपण दोघं पर्यावरणाचं नेमकं काय झालंय या विषयावर चर्चा करू या आणि पर्यावरणाची ही स्थिती व्हायला कोण जबाबदार आहे ते पाहू या.”

“कधीही.” ॲन रागाने तणतणत म्हणाली.

“उत्तम.” केनर म्हणाला, “बरं, तुम्ही कायद्याचं शिक्षण घेतलंय?”

“नाही.”

“विज्ञानाचं शिक्षण?”

“नाही.”

“मग तुमची पार्श्वभूमी तरी काय आहे?”

“मी लग्न करून संसारात पडायच्या अगोदर डॉक्युमेंटरी फिल्म बनवत असे.”

“ओह्–”

“पण मी पर्यावरणाला वाहून घेतलंय, सगळं आयुष्य.” ॲन म्हणाली, “मी सगळं वाचते. मी न्यूयॉर्क टाईम्सची विज्ञान पुरवणी या टोकापासून त्या टोकापर्यंत वाचते. शिवाय ‘द न्यूयॉर्कर’ आणि ‘न्यूयॉर्क रिव्ह्यू’ वाचतेच. माझं वाचन फार चांगलं आहे.”

“ठीक आहे.” केनर म्हणाला, “मी आपल्याशी बोलण्याची उत्सुकतेनं वाट पाहतोय.”

वैमानिकांनी विमान आता सज्ज केले होते. ते दरवाजा उघडण्याची प्रतीक्षा करत होते. ते पाहून केनर म्हणाला, ''पीटर, तू जाऊन पाहतोस का की हर्ब लोवेनस्टाईनना काही शंका उरलेली नाही ते.''

''ठीक आहे.'' इव्हान्स म्हणाला आणि विमानतळाच्या ऑफिसकडे निघाला.

''तुमच्या माहितीसाठी म्हणून सांगते,'' ॲन म्हणाली, ''आम्ही तुमच्याबरोबर येणार आहोत. मी आणि टेड.''

''त्याचा मला आनंदच वाटतो.'' केनर म्हणाला.

इव्हान्स विमानतळावरच्या ऑफिसात शिरला. मागच्या बाजूला वैमानिकांसाठी राखीव असलेल्या खोलीत हर्ब लोवेनस्टाईन फोनवर अगदी झुकून बोलत होता.

''पण मी तेच तर सांगतोय. तो माणूस ऐकायलाच तयार नाही. त्याला कागदपत्रं बघायचीच आहेत... हे बघ निक, या प्रकरणात माझी सनद गमावून बसायची माझी तयारी नाही... त्याच्याजवळ हार्वर्डमधली कायद्याची पदवी आहे.''

इव्हान्सने दारावर टकटक केली. ''हर्ब, आम्ही जाऊ शकतो का?''

''एक मिनिट...'' हर्ब म्हणाला आणि मग त्याने फोनवर हात ठेवला.

''तुम्ही आत्ता निघाला आहात की काय?''

''बरोबर. अर्थात तुझ्याजवळ ती कागदपत्रं असतील तर मात्र–''

''मॉर्टनच्या मालमत्तेसंबंधी काय करायचं याबद्दल जरासा गोंधळ आहे नि–''

''तसं असेल तर आम्ही निघालो हर्ब.''

''ठीक. ठीक.'' हर्बने हे म्हणून फोनवरचा हात बाजूला केला, ''निक, ते लोक निघालेत. त्यांना थांबवायचं असलं तर आता तूच काय ते कर.''

विमानात सगळेजण बसत असताना केनरने फिरून सगळ्यांना काही कागद वाटले.

''हे काय आहे?'' ॲनकडे पाहत ब्रॅडली म्हणाला.

''प्रतिज्ञापत्र.'' केनरने सांगितले.

ॲन मोठ्या आवाजात वाचू लागली, ''...पुढील प्रसंगी जबाबदारी राहणार नाही. मृत्यू, गंभीर स्वरूपाची शारीरिक इजा, अपंगत्व आणि अवयव तुटणं... अवयव तुटणं!''

''अगदी बरोबर.'' केनर म्हणाला, ''तुम्ही हे समजून घ्या की आपण ज्या भागात चाललोय तो अतिशय धोक्याचा आहे. तुम्ही दोघांनी येऊ नये असा माझा तुम्हाला आग्रहाचा सल्ला आहे. पण माझा सल्ला तुम्हाला मानायचा नसेल तर तुम्हाला यावर सही करावी लागेल.''

''आपण कुठं चाललोय?'' ब्रॅडलीने विचारले.

"विमान उडेपर्यंत मी ते तुम्हाला सांगू शकत नाही."

"तो भाग धोकादायक का आहे?"

"तुम्हाला सही करण्यात काही अडचण वाटतेय का?"

"नाही–" ब्रॅडलीने सही खरडली.

"ॲन?"

ॲन क्षणभर थबकली. तिने खालचा ओठ चावत सही केली.

वैमानिकाने दारे लावून घेतली. इंजिनांचा घरघराट सुरू झाला. विमान हळूहळू धावपट्टीवरून पुढे सरकू लागले. फ्लाईट अटेंडंटने कोणते पेय हवे ते विचारले.

"पुलीन्यी– मोन्त्राचे." इव्हान्स म्हणाला.

ॲनने विचारले, "आपण कुठं निघालोय?"

"न्यूगिनीजवळच्या एका बेटाकडे."

"कशासाठी?"

"एक समस्या उद्‌भवलीय म्हणून." केनर म्हणाला.

"जरा नेमकं सांगणार का?"

"आत्ता नाही."

विमान ढगांच्या वर गेले आणि पश्चिमेकडे वळून पॅसिफिक महासागरावरून उडू लागले.

प्रवास

बुधवार, १३ ऑक्टोबर

संध्याकाळी ४ वाजून १० मिनिटे

जेनिफर विमानात पुढच्या बाजूला गेली आणि तत्काळ झोपी गेली. हे पाहून साराला बरे वाटले. पण ॲन आणि टेड बरोबर बसणे तिला अवघडल्यासारखे वाटत होते. संभाषण तसे एकतर्फी होते. केनर फारसा बोलत नव्हता. टेड भरपूर पीत होता. तो ॲनला म्हणाला, "तुला माहिती आहे का? नॉर्मल माणसांचा ज्या ज्या गोष्टींवर विश्वास असतो त्यावर मिस्टर केनर अजिबात विश्वास ठेवत नाहीत. जागतिक तापमानवाढ नाही नि क्योटो करार देखील नाही."

"अर्थातच. क्योटो करारावरसुद्धा विश्वास नसणारच, कारण या माणसाला त्यांचे हितसंबंध जपण्यासाठी कोळसा आणि तेल उद्योगानं नेमलंय."

केनर काहीच बोलला नाही. त्याने फक्त ॲनच्या हातात त्याचे कार्ड ठेवले.

"सेंटर फॉर रिस्क ॲनॅलिसीस..." ॲन मोठ्या आवाजात वाचत म्हणाली, "हे

काहीतरी नवीनच दिसतंय. उजव्या गटांचा, फसवणारा मुखवटा असणाऱ्या संस्थांच्या यादीत मी आता हे नाव घालते.''

केनर गप्पच राहिला.

''कारण ही सगळी चुकीची माहिती आहे. मुद्दाम पसरवलेली खोटी माहिती. त्यांचे संशोधन, वेबसाईट, नियोजनबद्ध मोहिमा हे सगळं प्रचंड पैशाच्या पाठबळावर चालतं. मी तुला सांगते, जेव्हा अमेरिकेनं क्योटो करारावर सही केली नाही तेव्हा उद्योगक्षेत्राला अत्यानंद झाला होता.''

केनर हनुवटी चोळत पाहत होता. पण तो काहीच प्रतिक्रिया देत नव्हता.

''आपला देश जगातला सर्वांत मोठा प्रदूषण करणारा देश आहे नि आपल्या सरकारला त्याबद्दल ढिम्म काही वाटत नाही.''

केनर फिक्कट हसला.

''आता क्योटो करारावर सही न केल्यामुळे आपला देश जगात एकाकी पडला आहे–'' ॲन केनरला भडकावण्याचा प्रयत्न करत पुढे बोलू लागली. पण अखेर तिच्या प्रयत्नांना यश आले होते.

''मला सांग ॲन, आपण त्या करारावर कशासाठी सही करायची होती?''

''कशासाठी म्हणजे? सन १९९० पूर्वी जगात कार्बन डायऑक्साइड बाहेर टाकण्याचं जे प्रमाण होतं तिथपर्यंत जाण्यासाठी आपण इतर सुसंस्कृत जगाबरोबर असावं म्हणून.''

''त्या कराराचा परिणाम काय होईल?''

''सगळ्या जगाला त्याचं कारण माहीत आहे. सन २१०० पर्यंत जागतिक तापमान कमी करण्यासाठी.''

''किती प्रमाणात?''

''काय म्हणायचंय तुम्हाला?''

''नाही कळलं?'' केनरने विचारले, ''उत्तर अगदी सर्वांना ठाऊक असणारं आहे. क्योटो करारानुसार सन २१००पर्यंत तापमान ०.०४ अंश सेल्सिअसनं कमी करायचं आहे. एक अंशाचा चारशेवा भाग. या आकड्याबद्दल काही शंका आहे का?''

''आहे. काय म्हणालात? चारशे... काय? एका अंशाचा एवढा छोटा भाग. हे मला हास्यास्पद वाटतंय.''

''म्हणजे क्योटो करारामुळे हे असं घडेल यावर तुमचा विश्वास नाही का?''

''हं... कारण अमेरिकेनं सही केली नाही म्हणून–''

''नाही. जर आपण सही केली तर तेवढी घट होणं अपेक्षित आहे.'' केनर म्हणाला.

''नाही.'' ॲन नकारार्थी मान हलवत होती, ''हे खरं नसावं...''

"हा आकडा कितीतरी वेळा वैज्ञानिक नियतकालिकांमध्ये प्रसिद्ध झालाय. मी संदर्भ देऊ का?"*

हातातला ग्लास उंचावत ब्रॅडली म्हणाला, "संदर्भ देण्याच्या बाबतीत हा माणूस फार पक्का आहे."

"तसं आहे खरं." केनर म्हणाला.

ब्रॅडलीने एक ढेकर दिली. "शंभर वर्षांत एका अंशाचा चारशेवा भाग हे म्हणजे ×××× फारच झालं."

"तसं म्हणता येईल खरं."

"मी आत्ताच तर तसं म्हणालो." ब्रॅडली म्हणाला.

"पण क्योटो करार ही पहिली पायरी आहे असं म्हणता येईल." ॲन म्हणाली.

"कारण जर माझ्याप्रमाणे तुमचा सावधगिरी बाळगण्याच्या तत्त्वावर विश्वास असेल तर–"

"क्योटो कराराचं उद्दिष्ट पहिली पायरी वगैरे काहीही नव्हतं." केनर म्हणाला.

"माझ्या समजुतीनुसार त्याचा उद्देश जागतिक तापमान कमी करणे हा होता."

"होय. तो तर होताच."

"पण मग जे मुळातच शक्य नाही त्यासाठी करार कशासाठी करायचा?"

"मी म्हणाले की ती पहिली पायरी आहे."

"मला एक सांग, कार्बन डायऑक्साइडचं प्रमाण कमी करणं शक्य आहे का?"

"अर्थातच. कितीतरी पर्यायी ऊर्जा साधनं आपण वापरू शकतो. सौर ऊर्जा, पवन ऊर्जा, भूऔष्णिक ऊर्जा–'

"टॉम विगली यांच्या नेतृत्वाखालील जगातल्या सोळा वैज्ञानिकांच्या गटाने एक काळजीपूर्वक संशोधन केलं आणि निष्कर्ष काढला की ते शक्य नाही. त्यांचं संशोधन 'सायन्स'मध्ये प्रसिद्ध झाले आहेत. सध्याचं कोणतंही तंत्रज्ञान ते साध्य करू शकणार नाही. त्यासाठी सर्वस्वी निराळं आणि आजवर न शोधलेलं तंत्रज्ञान लागेल असं ते म्हणतात."**

---

* लोम्बर्ग आणि विगली (१९९८) यांच्या मतानुसार घट कमी म्हणजे ०.०८ ते ०.२८ अंश सेल्सिअस असेल. नेचरच्या अलीकडच्या अंकात (२२:३९५-७४१) सन २००३ मधील अंदाजानुसार रशिया करारात सामील झाल्यास सन २०५०पर्यंत जगाच्या तापमानात ०.०२ अंश सेल्सिअस एवढी घट होऊ शकेल.

**Marin Hoffert *et. al.* 2002. Advanced Technology Paths to Global Climate Stability : Energy for a Greenhouse Platet, *Science* 298 : 981-987.

''हा वेडेपणा आहे.'' ॲन म्हणाली, ''सौर ऊर्जा, पवन ऊर्जा वापरून ऊर्जेची बचत करता येईल. ही साधनं जास्त कार्यक्षमही असतात.''

''ते असू दे. ॲन, मला तुझ्या वैयक्तिक अनुभवांमध्ये जास्त रस आहे.'' केनर म्हणाला, ''तू स्वत: पर्यायी ऊर्जासाधनं वापरली आहेस का?''

''होय. माझ्या पोहोण्याच्या तलावाचं पाणी गरम करायला सौर फलक आहेत. माझी मोलकरीण हायब्रीड गाडी वापरते.''

''तुझ्याकडे काय आहे?''

''हं... मला मुलांसाठी मोठी गाडी लागते.''

''किती मोठी?''

''काही वेळा मी व्हॅन वापरते.''

''घराचं काय? घराला लागणारी वीज सौर ऊर्जा साधनातून येते का?''

''अं... मी घरी काही सल्लागारांना बोलावलं होतं. जेरी... म्हणजे माझा नवरा–त्याच्या मते ते फार खर्चिक काम आहे. पण मी त्याला पटवून देतेय–''

''तुमचं कुटुंब किती मोठं आहे?''

''दोन मुलं आहेत. एक सात आणि एक नऊ वर्षांचा.''

''छान. बरं, तुमचं घर किती मोठं आहे?''

''मला नक्की माहीत नाही.''

''साधारण किती चौरस फूट?''

ॲन काही क्षण गप्प बसली.

''हं... ॲन सांग की.'' ब्रॅडली म्हणाला, ''तिचं घर ×××× मोठं आहे. असेल दहा... नाही... पंधरा हजार चौरस फूट. फार छान घर आहे तिचं. आणि बाजूची मोकळी जागा! साधारण दीड एकर तरी असेल. कारंजी दिवसरात्र चालू असतात. वाहवा! काय सुंदर रचना केलीय तिथं बागेत! तिच्याकडे नेहमी खूप पाहुणे असतात.''

केनरने ॲनकडे पाहिले.

''बारा हजार चौरस फूट.'' ॲन म्हणाली.

''चार जणांसाठी?''

''माझी सासू कधीमधी माझ्याकडं असते. शिवाय पाठीमागच्या बाजूला मोलकरीण राहते.''

''आणि एखादं घर आहे का?''

''×××× एक? दोन आहेत. फार सुंदर घरं! एक ॲस्पेनला आणि एक मेनमध्ये.''

''ती आमच्याकडे वंशपरंपरेनं आली आहेत. माझा नवरा–''

''आणि तो लंडनमधला फ्लॅट?'' ब्रॅडलीने विचारले, ''तो तुझ्या नवऱ्याच्या कंपनीचा आहे की तुमचा?''

''कंपनीचा.''

''बरं. प्रवासाचं काय? तुम्ही लोक खासगी जेट वापरता का?''

''आमच्या मालकीचं नाही. पण जर कोणी जात असेल कुठं तर आम्ही रिकाम्या जागा भरतो. हे चांगलंच आहे.''

''अर्थातच.'' केनर म्हणाला, ''असेल तसं. पण मी मात्र या मागच्या तत्त्वज्ञानामुळं गोंधळात पडलोय की–''

''हो, हो!'' ॲन अचानक उसळून म्हणाली, ''मी ज्या ठिकाणी राहते त्या ठिकाणी मला विशिष्ट दर्जानं राहावं लागतं... म्हणजे माझ्या नवऱ्याच्या व्यवसायाला ते गरजेचं आहे– असो. बरं तुम्ही कुठं राहता?''

''माझा केंब्रिजमध्ये एक फ्लॅट आहे.'' केनर म्हणाला.

''किती मोठा?''

''नऊशे चौरस फूट. माझ्या मालकीची गाडी नाही. मी बसनं जातो.''

''माझा त्यावर विश्वास नाही.''

''ठेव ॲन.'' ब्रॅडली म्हणाला, ''हा माणूस म्हणजे–''

''शट अप टेड!'' ॲनने तडकवले, ''तू झिंगला आहेस.''

''अजून नाही.'' ब्रॅडली दुखावलेला वाटला.

''ॲन, मी तुझी परीक्षा घेत नाही.'' केनर शांतपणानं म्हणाला, ''तू तुझ्या कामात झोकून देणारी आहेस हे मला माहीत आहे. तुझी पर्यावरणाबद्दलची खरीखुरी भूमिका काय आहे ते मला जाणून घ्यायचं होतं.''

''माझी भूमिका अशी आहे. मानवजात पृथ्वीचं तापमान वाढवते आहे. पर्यावरण विषारी करते आहे. आपली सर्व प्राणी, वनस्पती यांच्यासंबंधी नैतिक जबाबदारी आहे. पुढील पिढ्यांसाठी आपण ते करायला हवं.''

ॲन एवढे बोलून मागे टेकून बसली.

''म्हणजे आपली जबाबदारी प्राणी, वनस्पती आणि मानवजातीबद्दल आहे तर?''

''बरोबर.''

''त्यांच्या हिताचं काम आपण केलं पाहिजे?''

''जे सगळ्यांच्या हिताचं असेल ते.''

''आणि त्यांचं हित आणि आपलं हित सारखंच असेल असं नाही. हितसंबंधांमधील विरोध हे नेहमीच घडणारं आहे.''

''प्रत्येक सजीवाला या पृथ्वीवर जगायचा हक्क आहे.''

''पण तुमचा त्यावरच विश्वास नाही.'' केनर म्हणाला.

''आहे. पण मी काही तज्ज्ञ नाही– पण प्रत्येक सजीवाला हक्क आहे.''

''मलेरियाच्या जंतूलादेखील?''

''हं... होय. तो देखील निसर्गाचाच एक भाग आहे.''

''तसं असेल तर तुमचा देवी आणि पोलिओच्या उच्चाटनाला विरोध आहे का? कारण त्यांचे जंतूदेखील निसर्गाचाच भाग आहेत.''

''मी म्हणेन की ही मानवजातीची अरेरावी आहे. आपल्याला हवं ते करायची प्रवृत्ती... या पुरुषी प्रवृत्तीच्या प्रेरणेमध्ये स्त्रिया अजिबात सहभागी–''

''ॲन, माझ्या प्रश्नाचं उत्तर दिलं नाही. पोलिओ नि देवीच्या उच्चाटनाला विरोध आहे का?''

''हा शाब्दिक खेळ आहे.''

''अजिबात नाही. पण आपल्या सोयीप्रमाणे जगात बदल करून घेणं अनैसर्गिक आहे असं का म्हणायचं?''

''मला पुढे हे चालू ठेवायची इच्छा नाही.'' ॲन म्हणाली, ''तुम्हाला वाद घालण्यात मजा वाटतेय. मला नाही वाटत. मला फक्त हे जग अधिक चांगलं हवंय. मी आता जरा वेळ वाचणार आहे तिकडं जाऊन.'' ॲन उठून विमानाच्या पुढच्या भागात गेली आणि केनरकडे पाठ करून बसली.

सारा होती त्याच जागी बसली होती. ती म्हणाली, ''तिचा उद्देश चांगला आहे.''

''आणि माहिती अतिशय खराब.'' केनर म्हणाला, ''त्यातून संकटाला निमंत्रण मिळू शकतं.''

ब्रॅडली केनर आणि ॲनमधला वादविवाद ऐकत बसला होता. त्याला ती आवडत होती. त्याला नीट आठवत नव्हते, पण आपण नशेत असताना तिच्याबरोबर झोपलोय हे त्याला पुसटसे आठवत होते.

''तू जरा जास्तच कठोरपणानं बोललास.'' टेड केनरला म्हणाला.

त्याने त्यावेळी राष्ट्राध्यक्षाच्या भूमिकेसारखा आवाज काढला होता.

''ॲनसारखीमुळे संकटाला निमंत्रण मिळेल असं कसं म्हणता येईल. ती या बाबतीत किती जागरूक आहे. तिनं आपलं आयुष्य या प्रश्नांना वाहून घेतलंय. ती चांगल्या उद्देशानं मनापासून काम करते.''

''म्हणून काय झालं?'' केनर म्हणाला, ''चांगलं करायची इच्छा असणं हे निरर्थक आहे. ज्ञान आणि परिणाम याला सगळ्यात जास्त महत्त्व आहे. तिच्याकडे ज्ञान नाही. सगळ्यात वाईट गोष्ट म्हणजे तिला ते माहीतच नाही. तिला मानवजातीनं जे काही करावं असं वाटतं त्याची माहितीच मानवजातीला नाही.''

''म्हणजे कोणती गोष्ट?''

''पर्यावरणाचं व्यवस्थापन. ते आपल्याला अजिबात कळत नाही.''

''हे काय बोलणं झालं?'' ब्रॅडली हवेत हात उडवत म्हणाला, ''हा काय मूर्खपणा? अर्थातच पर्यावरणाचं व्यवस्थापन कसं करायचं ते आपल्याला कळतं.''

''अस्सं? तुला आपल्या देशातल्या पहिल्या नॅशनल पार्कचा म्हणजे यलोस्टोन नॅशनल पार्कचा इतिहास जरासादेखील माहीत आहे का?''

''मी तिथं गेलोय.''

''मी ते विचारलं नाही.''

''नेमकं मुद्द्याचं बोलणार का? या असल्या प्रश्नोत्तरांच्या खेळापेक्षा–''

''ठीक आहे. मी सांगतो.'' केनर म्हणाला.

''नैसर्गिक भाग राखीव ठेवण्याचा यलोस्टोन नॅशनल पार्क हा जगातला पहिला प्रयत्न आहे. व्यायोमिंग राज्यातल्या यलोस्टोन नदीचा परिसर हा दीर्घकाळापासून तिथल्या विलक्षण सृष्टीसौंदर्यासाठी प्रसिद्ध आहे. लेविस आणि क्लार्क यांनी त्या सौंदर्याची गीते गायली. बेअरस्टाड आणि मोरान यांच्यासारख्या कलाकारांनी ते चित्रकृतीत आणलं. नॉर्दन पॅसिफिक रेडलरोड कंपनीला या सौंदर्याकडे पर्यटकांना आकर्षित करून घ्यायचे होते. म्हणून सन १८७२ मध्ये रेल्वे कंपनीच्या दबावामुळे राष्ट्राध्यक्ष युलीसीस ग्रॅन्ट यांनी वीस लाख एकर जमीन आरक्षित केली. अशा प्रकारे यलोस्टोन नॅशनल पार्क तयार झाला.

''पण त्यावेळी एक मोठी समस्या होती. कोणीही त्यावेळी किंवा नंतरही ती असल्याचे कधी मान्य केले नाही. पण कोणालाही रानमुलूख सांभाळण्याचा अनुभव नव्हता. कारण पूर्वी कधीच तशी गरज उद्‌भवली नव्हती. लोकांना वाटत होते त्यापेक्षा मात्र ते काम फार जिकिरीचे असल्याचे सिद्ध झाले.

''थिओडोर रुझवेल्ट यांनी सन १९०३ मध्ये पार्कला भेट दिली तेव्हा त्यांना तिथे रानटी प्राणी सुखनैव नांदत असल्याचे दिसले. त्यात एल्क, रेडे, काळी अस्वले, ग्रिझली अस्वले, डोंगरी सिंह, हरणे, लांडगे, कोयोट आणि बिगहॉर्न मेंढ्या इत्यादी होते. त्यानंतर पार्कची निगराणी करण्यासाठी नियमावली तयार झाली. देखरेखीसाठी वेगळी कर्मचारी यंत्रणा बनवण्यात आली. या सगळ्याचा उद्देश पार्कची मूळची स्थिती कायम राखणे हा होता.

''पण रूझवेल्टच्या भेटीनंतर अवघ्या दहा वर्षांत यातले काही शिल्लक राहिले नव्हते. पार्कची मूळ स्थिती कायम राखण्याच्या हेतूने प्रेरित झालेल्या पार्कच्या कर्मचाऱ्यांनी अशा काही गोष्टी केल्या की, त्यांच्या मते त्या प्राणी आणि वनस्पतींच्या दृष्टीने चांगल्या होत्या. पण त्यांची चूक झाली होती.''

''हं... पण काळानुरूप आपलं ज्ञान वाढत गेलं आणि म्हणून–''

''नाही. तसं झालेलं नाही.'' केनर म्हणाला, ''हाच तर मुद्दा मी सांगतोय.

''पार्कचे व्यवस्थापन करणाऱ्यांना वाटले की एल्कचे कळप नष्ट होण्याच्या मार्गावर आहेत. म्हणून त्यांनी त्यांची संख्या वाढवण्यासाठी पार्कमधले भक्षक नष्ट केले. त्यासाठी त्यांनी पार्कमधले लांडगे गोळ्या घालून ठार केले. काहींना विष घालून मारले. जरी यलोस्टोन नदीचा भाग हा परंपरेने इंडियन लोकांचा शिकारीचा मुलूख असला तरी त्यांना शिकार करायला बंदी घालण्यात आली.

''एल्कना संरक्षण मिळाल्यामुळे त्यांची संख्या वाढली. त्यांनी काही विशिष्ट जातीचे गवत आणि झाडे एवढ्या मोठ्या प्रमाणात खायला सुरुवात केली की त्यामुळे तिथल्या परिस्थितीत फरक पडला. एल्क जी झाडे खात होते त्यांचाच उपयोग बीव्हरना बंधारे बनवायला होत असे. आता ही झाडे नष्ट होत गेल्याने बीव्हर नष्ट झाले. त्यानंतर पार्कच्या व्यवस्थापकांच्या लक्षात आले की पार्कच्या एकूण जलसंपदेसाठी बीव्हर फार महत्त्वाचे आहेत.

''बीव्हर नष्ट झाल्यावर पार्कमधली अनेक तळी आटली. त्यानंतर ट्राऊट आणि ऑटर नाहीसे झाले. जमिनीची धूपदेखील वाढली.

''सन १९२०च्या सुमारास हे स्पष्ट झाले होते की एल्कची संख्या जरूरीपेक्षा जास्त आहे. म्हणून मग पार्कमधल्या रेंजरनी हजारोंच्या संख्येने त्यांना ठार करायला सुरुवात केली. पण आता पार्कमध्ये झालेले बदल कायमस्वरूपी असल्याने पूर्वीची झाडे आणि गवत तिथे पुन्हा येऊ शकले नाही.

''आता हे देखील लक्षात आले होते की जुन्या काळात एल्क, मूस आणि बायसन या प्राण्यांची संख्या विशिष्ट मर्यादेत ठेवण्यामध्ये इंडियन शिकाऱ्यांची महत्त्वाची भूमिका होती. यानंतर उशिरा का होईना हे कळले की गोऱ्यांना आपण पहिल्यांदा जे जंगल पाहतोय किंवा जो रानमुलूख पाहतोय तो 'अस्पर्श' वाटला असला तरी तो तसा नव्हता. इंडियन लोकांनी निसर्गाला तसे करण्यात मोठीच भूमिका बजावली होती. तेव्हा मागे वळून पाहताना लक्षात आले की इंडियन लोकांना शिकार करायला बंदी घालण्याचा पार्कच्या प्रशासनाचा निर्णय चुकीचा होता. पण हा तशा अनेक चुकीच्या निर्णयांपैकी एक होता. सुरुवातीला ग्रिझली अस्वलांना संरक्षण दिले आणि नंतर त्यांना मारून टाकले. सुरुवातीला लांडग्यांना मारून नष्ट केले आणि काही काळाने त्यांना परत आणले. आग प्रतिबंधक धोरण अमलात आणले तेव्हा वणव्यांमुळे जंगलात पुनर्निर्माण होते हे माहिती नव्हते. हे माहिती झाल्यानंतर धोरण पालटले. मग हजारो एकर जमीन अशा प्रकारे भाजण्यात आली की तिची आपोआप पुनर्निर्मितीची क्षमताच नष्ट झाली. मग जंगल वाढीसाठी मुद्दाम प्रयत्न करावे लागले.

“तेव्हा इथं काय दिसतंय?” केनर म्हणाला, “अकार्यक्षमपणानं आणि अडाणीपणानं केलेला अनाठायी हस्तक्षेप. हस्तक्षेपामुळे झालेले नुकसान भरून काढण्यासाठी उपाययोजना. या उपाययोजनांमुळे झालेली हानी कमी करण्यासाठी आणखी हानीकारक उपाय. आणि इथं झालेल्या अमाप हानीसाठी जबाबदार धरायला खलप्रवृत्तीचे उद्योग-क्षेत्रही नाही. रानमुलुख संरक्षित करण्याच्या हेतूने भारलेल्या पर्यावरणवादी लोकांनी केलेल्या चुकांचा हा इतिहास आहे.”

“पण–”

“पण वगैरे काही नाही टेड. एखाद्या गोष्टीचा सकारात्मक परिणाम झाल्याचं एखादं उदाहरण सांगता येईल का?”

“सांगतो. ओझोनचा थर वाचवण्यासाठी क्लोरोफ्लुरोकार्बन वापरावर बंदी घालणे.”

“त्यामुळे गरीब राष्ट्रांमधल्या लोकांना स्वस्तात मिळणाऱ्या फ्रिजवर परिणाम झाला. त्यांना अन्न नीट साठवता न आल्याने खराब अन्न खाऊन अनेकजण गेले.”

“पण ओझोन थर फार महत्त्वाचा आहे–”

“तो तुमच्यासाठी असेल. पण त्यांना ते पटेलच असं नाही. पण आपण बोलतोय ते अशा एखाद्या कामासंबंधी की ज्याचा काहीही वाईट परिणाम होत नाही.”

“डी.डी.टी.”

“ही तर विसाव्या शतकातली फार मोठी शोकांतिका होती. डी.डी.टी. वापरणं हा डासांवर नियंत्रण करण्याचा सगळ्यात चांगला मार्ग होता. पण डी.डी.टी.वर बंदी आणून काय झालं, तर दरवर्षी कारण नसताना वीस लाख लोक मलेरियानं मरू लागले. त्यात मुख्यत: मुलं असतात. एकूणात या बंदीमुळे पाच कोटी लोक मेले. त्यांची संख्या हिटलरनं मारलेल्या लोकांपेक्षा जास्त आहे.”

“पण डी.डी.टी.वर बंदी घातलीच नव्हती.” टेड म्हणाला.

“बरोबर. पण असं सांगण्यात आलं होतं की जे देश डी.डी.टी. वापरतील त्यांना परकीय मदत मिळणार नाही.”

टेड बराच वेळ काही बोलला नाही. मग म्हणाला, “ठीक आहे. मी हे मान्य करतो. पण पुढे काय?”

“पुढे काय टेड. मुद्दा असा आहे की ज्या संस्था अशा अनावश्यक निर्बंधांसाठी प्रयत्न करतात त्यांना तुम्ही लोक मदत करणार का?”

“नाही.”

“बेंझीनच्या वापरावर बंदी घालण्यासाठी कॉंग्रेसवर दबाव आणणारा गट मुख्यत: एन.ई.आर.एफ. हाच होता. तेव्हा हे कळल्यावर टेड तू एन.ई.आर.एफ.च्या बोर्डाचा राजीनामा देशील काय?”

"अर्थातच नाही."

केनर हळूहळू मान हलवत म्हणाला, "हे मला अपेक्षितच होतं."

संजोंग कॉम्प्युटरच्या पडद्याकडे बोट दाखवत होता. केनर त्याच्या शेजारी येऊन बसला. पडद्यावर एका भरपूर जंगल असणाऱ्या बेटाचे हवाई छायाचित्र होते. छायाचित्रात एक अर्धवर्तुळाकार किनारा दिसत होता. पाणी निळेशार होते. किनाऱ्यावर चार पडझड झालेली खोपटे होती.

"ही सगळी नवीन आहे." संजोंग म्हणाला, "ती गेल्या चोवीस तासांत उभी राहिलेली आहेत."

"पण ती तर जुनी दिसत आहेत."

"होय. पण तरीही ती तशी नाहीत. त्यांच्याकडं नीट पाहिलं की कळतंय की ही खोपटं लाकडी नाहीत तर प्लॅस्टिकची आहेत. मोठं खोपटं राहण्यासाठीचं असावं आणि इतर तीन उपकरणांसाठी असणार."

"कसली उपकरणं?"

"ते छायाचित्रातून कळत नाही. ही उपकरणं बहुदा रात्री अंधारात उतरवण्यात आली होती. पण मी हाँगकाँग कस्टममधून माग काढून त्यांचं चांगलं वर्णन मिळवलंय. त्या उपकरणांमध्ये तीन उच्च ध्वनीतरंगावर आधारित कॅव्हिटेशन यंत्रं आहेत."

"उच्चध्वनी तरंग वापरणारी कॅव्हिटेशन यंत्रं बाजारात मिळतात?"

"त्यांनी मिळवली. कशी ते माहीत नाही."

संजोंग आणि केनर अगदी हळू आवाजात बोलत होते. इव्हान्स पुढे झुकला आणि म्हणाला, "हे उच्च ध्वनीतरंगावर चालणारं काय म्हणालात..."

"कॅव्हिटेशन यंत्र." केनर म्हणाला, "साधारण ट्रकच्या आकाराच्या या यंत्रात उच्च-उर्जा ध्वनीलहरींचा वापर केलेला असतो. त्यामुळे वर्तुळाकारात सममिती असणारे क्षेत्र तयार होते. हे क्षेत्र खळगा पाडते."

इव्हान्स कोऱ्या चेहेऱ्याने पाहत होता.

"कॅव्हिटेशन म्हणजे एखाद्या पदार्थात बुडबुडा निर्माण करणे." संजोंग सांगू लागला, "आपण पाणी उकळतो तेव्हा त्या कॅव्हिटेशन होतं. आपल्याला ध्वनीलहरी वापरूनही पाणी उकळून त्यात बुडबुडे निर्माण करता येतात. पण या कॅव्हिटेशन यंत्रांचा उपयोग घन पदार्थात बुडबुडे तयार करण्यासाठी आहे."

"घन पदार्थ म्हणजे?" इव्हान्सने विचारले.

"पृथ्वी." केनर म्हणाला.

"माझ्या लक्षात आलं नाही." इव्हान्स म्हणाला, "म्हणजे हे लोक जमिनीत, पाण्यात निर्माण करतात तसे बुडबुडे तयार करणार की काय?"

''साधारणपणे तसंच.''

''कशासाठी?''

पण केनर काही बोलायच्या आत ॲन गार्नर तिथे आली. ''ही फक्त पुरुषांची खास मैफल नाही ना? मी बसू का इथं?''

''जरूर.'' संजोंग म्हणाला.

''तुम्ही मला नेहमीच अंधारात ठेवता.'' ॲन म्हणाली, ''पण आपण जिथं कुठं पोहोचू तिथं गेलो की मी तुम्ही कशाच्या मागं आहात ते मी नक्कीच शोधून काढीन.''

''खरं आहे.'' केनर म्हणाला.

''पण आत्ता मला सांगायला काय हरकत आहे?''

केनरने नकारार्थी मान हलवली.

वैमानिकाने घोषणा केली, ''कृपया सीटबेल्ट तपासून पाहा. आपण होनोलुलूला उतरत आहोत.''

ॲन म्हणाली, ''होनोलुलू?''

''मग तुला काय वाटलं होतं?''

''मला वाटलं होतं की–''

सारा मनात म्हणाली : *'हिला कुठं जायचं ते माहीत आहे की काय.'*

होनोलुलूमध्ये इंधन भरून घेत असताना कस्टम अधिकारी आत आला. टेडला पाहून तो खूष झाला होता. तो टेडला 'मिस्टर प्रेसिडेन्ट' असे म्हणत होता. ते ऐकून ब्रॅडली मनोमन सुखावला होता.

सर्वांचे पासपोर्ट पाहून झाल्यावर तो म्हणाला, ''तुम्ही सर्वांनी सॉलोमन बेट समूहामधल्या गरेडाला जायचं असं लिहिलंय. तुम्हाला गरेडाला जाणाऱ्यांना जो सल्ला दिला जातो तो तुम्हाला माहीत आहे याची खात्री करून घ्यायची आहे. तिथली सध्याची परिस्थिती पाहता बहुतेक देशांच्या दूतावासांनी लोकांना तिथं जाऊ नये असा इशारा दिलेला आहे.''

''सध्याची परिस्थिती म्हणजे?'' ॲनने विचारले.

''बेटावर सध्या बंडखोरांचा प्रभाव आहे. गेल्या वर्षी ऑस्ट्रेलियन सैन्यानं तिथं जाऊन बहुतेक बंडखोरांना पकडलं. पण सगळ्या नाही. तिथं अनेक खून पडले आहेत. गेल्या आठवड्यात तीन खून झाले आहेत. त्यामधले दोन परदेशी होते. एका मृताच्या बाबतीत त्याचं... अं... डोकं जागेवर नव्हतं.''

''काय?''

''त्याचं शिर कापून नेण्यात आलं होतं.''

ॲन केनरकडे वळली, ''आपण तिकडं जातोय? गरेडाला?''

केनरने मान डोलावली.

''पण शिर कापून नेलं म्हणजे काय? कशासाठी?'' ॲनने विचारले.

''बहुदा त्याच्या कवटीसाठी–''

''म्हणजे... म्हणजे तुम्ही हेडहंटर लोकांविषयी तर–''

केनरने मान डोलावली.

ॲनने तिची हातातली बॅग उचलली, ''मी उतरून जाते आहे.'' असे म्हणून ती विमानाला लावलेला जिना उतरून निघून गेली.

जेनिफर नुकतीच जागी होत होती, ''अं... काय झालं तिला?''

''तिला कोणी निरोप दिलेला पसंत नसावा–'' संजोंग म्हणाला.

टेड ब्रॅडली हनुवटी चोळत विचारात पडला होता. असे केल्याने आपण खूप गाढ विचारात असल्यासारखे दिसतो असा त्याचा समज होता. ''एका परदेशी माणसाचं डोकं कापून नेलं होतं म्हणता?''

''त्यापेक्षाही वाईट काहीतरी घडलं होतं.'' कस्टम अधिकारी म्हणाला.

''जीझस! त्याच्याहून आणखी वाईट ते काय असणार?'' ब्रॅडली हसत म्हणाला.

''तिथली सगळी माहिती नीटशी समजलेली नाही. आलेले रिपोर्ट उलटसुलट आहेत.''

ब्रॅडलीचे हसणे आता बंद झाले होते. ''नाही, मला गंभीरपणानं माहिती हवीय की डोकं कापून टाकण्यापेक्षा वाईट काय असू शकतं?''

यावर काही क्षण कोणीच काही बोलले नाही. मग संजोंग म्हणाला, ''त्यांनी त्याला खाऊन टाकलं.''

ब्रॅडली एकदम खुर्चीत मागे धडपडला, ''काय?... त्यांनी खाऊन टाकलं म्हणजे?'' कस्टम अधिकाऱ्याने मान डोलावली, ''होय. काही भाग खाऊन टाकले त्याचे.''

''होली शिट्!'' ब्रॅडली म्हणाला, ''कोणते भाग खाल्ले ते कळायची काही गरज नाही. त्यांनी एका माणसाला खाल्लं.''

केनरने टेड ब्रॅडलीकडे रोखून पाहिले. ''टेड, तू आला नाहीस तरी चालेल. तू देखील उतरून जाऊ शकतोस.''

''मी तसा विचार करतोय हे मी कबूल करतो.'' टेड पुन्हा राष्ट्राध्यक्षासारखा वजनदार आवाज काढत म्हणाला, ''एखाद्याच्या महान कारकिर्दीचा असा शेवट होणं नक्कीच भूषणास्पद नाही. समजा असं कळलं की एल्व्हिस– खाल्लं त्याला. जॉन लेनॉन– खाल्लं. हे ऐकायला कसं वाटेल?'' तो एकदम गप्प झाला. काही

क्षण तो विचार करत होता. मग तो टी.व्ही.वर शेकडो वेळा उच्चारलेल्या वाक्यांसारख्याच आवाजात म्हणाला, ''पण नाही. तुम्ही जाणार असाल तर मी देखील तिथं येणार. मी धोका पत्करायला तयार आहे.''

''आम्ही जाणार आहोत.'' केनर म्हणाला.

गरेडाकडे जाताना

बुधवार, १३ ऑक्टोबर
रात्री ९ वाजून ३० मिनिटे

होनोलुलूहून गरेडाच्या कोनटाग विमानतळाकडे जायला नऊ तास लागणार होते. बहुतेक सर्वजण झोपले होते. केनर नेहमीप्रमाणे जागा होता. तो आणि संजोंग हलक्या आवाजात बोलत बसले होते.

चार तासांनंतर इव्हान्सला जाग आली. त्याची पाठ दुखत होती आणि बोटेही ठुसठुसत होती. तो बाथरूममध्ये गेला आणि एखादी वेदनाशामक गोळी मिळते का पाहिले. तिथे त्याला फक्त ॲडव्हीलची गोळी मिळाली. ती घेऊन तो केनरपाशी आला.

''ती होनोलुलूत रचलेली कहाणी छान होती. पण तिचा टेडच्या बाबतीत काही उपयोग झाला नाही हे वाईट झालं.'' इव्हान्स म्हणाला.

केनर फक्त इव्हान्सकडे पाहत राहिला.

''ती कहाणी नाही.'' संजोंग म्हणाला, ''काल तीन खून झाले होते.''

''आणि त्यातल्या कुणाला तरी खाल्लं गेलं होतं?''

''रिपोर्ट तरी तसाच आहे.''

''ओह्!'' इव्हान्स म्हणाला आणि मग केबिनकडे गेला. त्याला सारा उठून बसताना दिसली. इव्हान्सला पाहून ती म्हणाली, ''झोप येत नाही?''

''नाही. अंग दुखतंय जरासं. तुझं काय?''

''माझंदेखील.'' सारा म्हणाली. तिने मागे नजर टाकली, ''तिकडं खायला काही असेल का?''

''बहुदा असेल.'' सारा म्हणाली आणि विमानाच्या मागच्या भागात आली. इव्हान्सही तिच्या मागे आला. ''माझ्या कानात ठणका जाणवतोय.''

''माझे कान ठीक आहेत.'' सारा म्हणाली.

साराला फ्रीजमध्ये थंडगार पास्ता मिळाला. तिने प्लेट काढून इव्हान्ससमोर धरली. पण त्याने नकारार्थी मान हलवली. मग साराने आपल्यासाठी थोडा पास्ता काढून घेतला आणि ती खाऊ लागली.

‘‘तुझी आणि जेनिफरची ओळख केव्हापासूनची आहे?’’

‘‘मी तिला तसा फारसा ओळखत नाही.’’ इव्हान्सने उत्तर दिले, ‘‘माझी आणि तिची भेट अलीकडेच एका कायदेविषयक ऑफिसात झाली.’’

‘‘ती आपल्याबरोबर का येतेय?’’

‘‘मला वाटतं, तिची केनरशी ओळख असावी.’’

‘‘होय आहे.’’ केनरने उत्तर दिले.

‘‘कशा प्रकारची?’’

‘‘ती माझी भाची आहे.’’

‘‘होय का?’’ सारा म्हणाली, ‘‘कधीपासून ती भाची आहे अं... असो. माफ कर. आता उशीर झालाय–’’

‘‘ती माझ्या बहिणीची मुलगी आहे. ती अकरा वर्षांची असताना तिचे आईवडील विमान अपघातात मरण पावले.’’

‘‘ओह्.’’

‘‘तेव्हापासून ती स्वत:च्या पायावर उभी आहे जवळजवळ.’’

‘‘ओह्.’’

इव्हान्स साराकडे पाहत होता. त्याला ही जादूच वाटत होती की नुकतीच झोपेतून उठूनही सारा सुंदर आणि प्रसन्न वाटत होती. तिने त्याला वेड लावणारा पर्फ्युम लावला होता.

‘‘हं तर... ती छान आहे. नाही?’’ साराने विचारले.

‘‘मला वाटतं... म्हणजे तसं काही नाही–’’

‘‘ठीक आहे. पीटर, माझ्यापाशी लपवाछपवी करायची आवश्यकता नाही.’’

‘‘मी तसं काही करत नाहीये.’’ इव्हान्स साराच्या बाजूला किंचित झुकला.

‘‘होय. तू तसंच करतो आहेस.’’ हे म्हणून सारा इव्हान्सजवळून दूर गेली आणि केनरच्या समोर जाऊन बसत म्हणाली, ‘‘आपण गरेडाला गेलो की पुढं काय होईल?’’

साराकडे पाहताना इव्हान्सला तिचे एक वेगळेच वैशिष्ट्य जाणवले. अचानक ती अशी वागू लागायची की जणू तो अस्तित्वातच नाही. त्यावेळीही ती इव्हान्सकडे पाहत नव्हती. तिचे सारे लक्ष केनरच्या बोलण्याकडे लागलेले दिसत होते. जणू इतर कोणी आजूबाजूला नाही असा तिचा आविर्भाव होता, की ‘हा आपल्याला चिडवण्याचा एक प्रयत्न आहे?’ हा विचार त्याच्या मनात आला. चिडून आणि उत्तेजित होऊन इव्हान्स तिच्या मागे लागेल अशी तर तिची अपेक्षा नव्हती ना? त्याला तसे काही अजिबात करावेसे वाटत नव्हते. उलट तो हताश होत होता.

इव्हान्सला एकदम वाटले की टेबलावर मूठ आदळून ‘खड्ड्यात जा!’ असे

ओरडावे. पण तो गप्प बसून राहिला. त्यामुळे परिस्थिती विनाकारण बिघडेल असा त्याने विचार केला. आपण असे केले तर वैतागून ती निव्वळ 'काय हा बालिशपणा' असे वाटणारे बघेल याची त्याला खात्री वाटत होती. त्यापेक्षा त्याला जॅनिस बरी असे वाटले. कसलीही गुंतागुंत नाही. फक्त सुंदर शरीर! त्या क्षणी त्याला तेच बरे वाटू लागले होते.

इव्हान्सने एक सुस्कारा टाकला.

साराने ते ऐकून वर पाहिले आणि बाजूच्या सीटवर थोपटत म्हणाली, ''पीटर, इथं बस आणि बोलण्यात सामील हो.'' मग तिने त्याच्याकडे पाहून त्याला भुलवणारे मोहक स्मितहास्य केले.

इव्हान्स प्रचंड गोंधळून गेला.

''या भागाला रिझोल्यूशन बे म्हणतात.'' संजोंग कॉम्प्युटरच्या पडद्यावर दिसणाऱ्या प्रतिमेकडे बोट दाखवत म्हणाला. पडद्यावर आता त्याने संपूर्ण बेटाचा नकाशा आणला होता, ''हा भाग बेटावर उत्तरेकडं आहे. विमानतळ पश्चिम किनाऱ्यावर तिथून साधारण पंचवीस मैलांवर आहे.''

गरेडा बेट एखाद्या पाण्यात तरंगणाऱ्या ॲव्होकॅडो फळाप्रमाणे दिसत होते. ''बेटाच्या मध्यभागी एखाद्या कण्याप्रमाणे भासणारी पर्वताची रांग आहे.'' संजोंग सांगू लागला, ''काही ठिकाणी पर्वत तीन हजार फूट उंच आहे. बेटाच्या मध्यभागी असणारं जंगल इतकं दाट आहे की त्यात शिरणंही अशक्य आहे. आपल्याला रस्त्याचाच वापर करावा लागेल. जंगलातून वाट काढत जाता येणार नाही.''

''म्हणजे आपण रस्त्यानं जायचं तर.'' सारा म्हणाली.

''कदाचित. पण या ठिकाणी बंडखोर असल्याचं कळलंय.'' एका ठिकाणी गोलाकार बोट फिरवत संजोंग म्हणाला, ''आणि त्यांचे दोन किंवा तीन गट पडलेत. त्यांची नेमकी ठिकाणं माहीत नाहीत. पण त्यांनी हे पानुटू नावाचं छोटं गाव ताब्यात घेतलंय. हे गाव बहुदा त्यांचं मुख्य ठाणं आहे. त्यांनी बहुतेक रस्त्यांवर अडथळे उभारलेत आणि त्यांचा जंगलातल्या वाटांवर पहाराही असावा.''

''तर मग आपण रिझोल्यूशन बे पर्यंत कसे पोहोचणार?''

''हेलिकॉप्टरनं, शक्य असेल तर.'' केनर म्हणाला, ''मी एका हेलिकॉप्टरची व्यवस्था केलीय. पण या ठिकाणी त्याची खात्री देता येत नाही. ते जर जमलं नाही तर आपण गाडीनं जाऊ. किती अंतर जाता येतंय पाहू. पण खरं तर आपण नेमकं काय करू शकू हे मला नीट सांगता येणार नाही.''

''आणि आपण रिझोल्यूशन बे कडं पोहोचलो की मग?''

''त्या ठिकाणी किनाऱ्यावर चार नवीन बांधकामं झालेली आहेत. आपण

त्यांच्यात असणारी यंत्रसामुग्री निकामी करायची आहे. शिवाय पाणबुडी शोधून ती मोडून टाकायची आहे.''

''कसली पाणबुडी?'' साराने विचारले.

''त्यांनी एक संशोधनासाठी वापरली जाणारी दोन माणसं बसू शकणारी पाणबुडी भाड्यानं घेतलीय. गेले दोन आठवडे ती त्या भागात आहे.''

''कशासाठी?''

''आता आपल्याला कारण जवळपास कळलंय. सॉलोमन बेटसमूहात साधारण नऊशे बेटं आहेत. ही बेटं भूशास्त्रीय दृष्टीनं जगातल्या अत्यंत अस्थिर भागात आहेत. या भागात अनेक ज्वालामुखी आहेत आणि खूप प्रमाणात भूकंप होतात. या ठिकाणी पॅसेफिक प्लेट सरकते आणि ती ओल्डुवान जावा पठाराच्या खाली शिरते. यामुळे पाण्याखाली अर्धवर्तुळाकारात खूप मोठी घळ तयार झाली आहे. या घळीला सॉलोमन ट्रेन्च म्हणतात. या घळीची खोली दोन हजार ते सहा हजार फूट आहे. ही घळ रिझोल्यूशन बे च्या उत्तरेला आहे.''

''ठीक आहे. पण मला अजून यात डाव काय साधणार ते कळत नाही.''

''हा भाग अत्यंत अस्थिर असल्यानं पाण्याखाली कडे कोसळतात.''

''कडे कोसळतात, पाण्याखाली?'' इव्हान्सने डोळे चोळत विचारले.

''होय. पाण्याखाली कडे कोसळतात.'' केनर म्हणाला.

''आणि त्यानं काय साध्य होईल?''

केनर संजोंगला म्हणाला, ''त्यांना मोठा नकाशा दाखव.''

संजोंगने संपूर्ण पॅसेफिक महासागर क्षेत्राचा नकाशा पडद्यावर आणला.

''हं... आता रिझोल्यूशन बे पासून एक सरळ रेषा काढली तर ती कुठं जाईल ते पाहा.'' केनर म्हणाला.

''कॅलिफोर्निया!''

''बरोबर. साधारण अकरा तासांत–''

''पाण्याखाली कडा कोसळला की–'' इव्हान्स म्हणाला.

''त्यामुळं प्रचंड पाणी दूर सारलं जातं. सुनामीच्या लाटा अशाच तर तयार होतात. एकदा का अशी लाट तयार झाली की ती पूर्वेकडे ताशी पाचशे मैल वेगानं सरकत जाईल.''

''होली शिट्!'' इव्हान्स म्हणाला, ''लाटेचा आकार काय असेल?''

''प्रत्यक्षात लाटांची एक मालिका असेल. १९५२ साली अलास्कात अशाच पाण्याखालच्या कडा कोसळण्यानं सत्तेचाळीस फूट उंचीची लाट आली होती. या ठिकाणी नेमकी किती उंचीची लाट असेल हे सांगणं अवघड आहे. कारण लाटेची उंची प्रामुख्यानं किनाऱ्याच्या स्वरूपावर अवलंबून असते. कॅलिफोर्नियात ती साधारण

साठ फूट उंच असेल. सहा मजल्यांएवढी.''

''ओह् बॉय!'' सारा म्हणाली.

''आणि हे होऊ नये म्हणून आपल्याजवळ किती वेळ आहे?'' इव्हान्सने विचारले.

''परिषद अजून दोन दिवसांनी आहे. लाटेला तिथवर पोहोचायला एक दिवस लागेल हे पाहता–''

''आपल्याजवळ एक दिवस आहे.''

''जास्तीत जास्त. त्यात तिथं जायचंय, रिझोल्यूशन बे पर्यंत पोहोचून त्यांना प्रतिबंध करायचा.''

''कोणाला प्रतिबंध करायचा?'' जांभई देत टेड ब्रॅडली तिथं आला आणि सगळ्यांकडे पाहून म्हणाला, ''ए... लोकहो काय चाललंय? मी एखाद्या अंत्यविधीत व्यत्यय आणला असं का वाटतंय?''

गरेडाकडे जाताना

गुरुवार, १४ ऑक्टोबर
पहाटे ५ वाजून ३० मिनिटे

तीन तासांनंतर सूर्योदय झाला. आता विमान खाली उतरून जमिनीलगत जाऊ लागले होते. खाली हिरवंगार जंगल असणारी बेटं निळीशार, जणू या जगातली नसावीत अशी पाण्यात मधेमधे दिसत होती. बेटांवर अगदी छोटी गावे आणि फार कमी प्रमाणात रस्ते दिसले.

टेड ब्रॅडली खिडकीतून बाहेर पाहत म्हणाला, ''किती सुंदर आहे हे, नाही? खरंच अजून खराब न झालेला स्वर्गच जणू.''

टेडच्या समोर बसलेला केनरही खिडकीतून बाहेर पाहत होता. पण तो काहीच बोलला नाही.

''खरी अडचण अशी आहे की आपला निसर्गाशी संबंध तुटलाय असं वाटत नाही का?'' टेडने विचारले.

''नाही.'' केनर म्हणाला, ''मला अडचण एकच दिसतेय... इथं रस्ते फारसे नाहीत.''

''असं वाटत नाही का की स्थानिक लोकांना नव्हे तर गोऱ्यांना निसर्गाला जिंकून गुलाम बनवायचं आहे?''

''नाही. मला तसं वाटत नाही.''

''मला वाटतं ना.'' ब्रॅडली म्हणाला, ''जे लोक जमिनीच्या अगदी जवळ

खेडेगावात राहतात आणि ज्यांच्या अवतीभवती निसर्ग असतो त्यांना तो राखण्याची उपजत बुद्धी असते.''

''खेडेगावात बराच काळ राहिला आहेस वाटतं टेड?'' केनरने विचारले.

''होय... म्हणजे मी झिंबाब्वेमध्ये एका शुटिंगसाठी गेलो होतो. एकदा शुटिंगसाठी बोटस्वानालाही गेलो होतो. तेव्हा मी काय बोलतोय ते मला चांगलं समजतंय.''

''अस्सं? तू खेडेगावात राहिला होतास का?''

''नाही. मी हॉटेलांमध्ये राहत होतो. मला विम्याच्या कारणासाठी राहावंच लागलं. पण मी खेड्यांचा खूप अनुभव घेतलाय. खेडेगावातलं जीवन सर्वांत छान आणि पर्यावरणाला योग्य असतं, यात काहीच शंका नाही. खरं म्हणजे जगात सर्वांनीच खेडेगावात राहायला हवं. मुख्य म्हणजे खेड्यात राहणाऱ्या लोकांनी औद्योगिकरण करू नये असं आपण पाहायला हवं.''

''होय का? म्हणजे तू स्वत: हॉटेलात राहणार आणि इतरांनी मात्र खेड्यात राहायचं?'

''नाही. मी काय म्हणालो ते–''

''टेड, तू कुठं राहतोस?''

''शेरमन ओक्स.''

''ते खेडं आहे का?''

''नाही... म्हणजे एक प्रकारे आहे म्हणा. मला कामासाठी लॉस एंजलीसला जावं लागतं. त्याला माझा इलाज नाही.''

''टेड, तू एखाद्या गरीब देशातल्या खेडेगावात एखादी तरी रात्र कधी राहिला आहेस का?''

''मी मघाशी सांगितलं की शूटिंग चालू असताना मी खेडेगावात खूप वेळा गेलोय. मी काय बोलतोय त्याची मला पूर्ण कल्पना आहे.''

''जर खेड्यामधलं जीवन इतकं सुंदर असेल तर मग लोकांना तिथून बाहेर का पडावंसं वाटतं?''

''त्यांनी तसं करू नये हेच तर मी म्हणतोय.''

''तुला त्यांच्यापेक्षा जास्त कळतं?''

ब्रॅडली क्षणभर थबकला आणि मग जोरात म्हणाला, ''होय, ऐक. मला त्यांच्यापेक्षा जास्त चांगलं कळतं. मी शिकलेला आहे आणि मला अनुभवही जास्त आहे. औद्योगिक समाजामध्ये राहण्यातले धोके मी स्वत: अनुभवले आहेत. तेव्हा त्यांच्यासाठी योग्य काय ते मला समजतं.''

''मला एक शंका आहे टेड.'' केनर म्हणाला, ''ज्या लोकांना स्थानिक प्रश्न काय आहेत ते माहीत नाहीत किंवा जे लोक त्या ठिकाणी प्रत्यक्ष राहात नाहीत,

ते त्या स्थानिक लोकांच्या हिताचं काय ते कसं काय ठरवू शकतात? त्यांच्या समस्यांवर उपाय काय करायचे हे ही माणसं ब्रुसेल्स, बर्लीन किंवा न्यूयॉर्कमधल्या गगनचुंबी इमारतीत बसून कसं काय सांगणार?''

त्याच वेळी संजोंगने केनरला खूण केली. ते पाहून केनर म्हणाला, ''माफ कर.'' असे म्हणून तो उठून उभा राहिला.

''जायचं असेल तर खुशाल निघून जा.'' ब्रॅडली म्हणाला, ''पण मी सत्यच बोलतोय! आणि हे तुलाही माहीत आहे.''

टेडने हातातला ग्लास फ्लाईट अटेंडंटच्या दिशेने पाहत उंचावला, ''गोड पोरी... अजून एकच.''

संजोंग म्हणाला, ''हेलिकॉप्टर अजून आलेलं नाही.''

''काय झालं?''

''ते दुसऱ्या एका बेटावरून येणार होतं. पण सध्या हवाई क्षेत्र प्रतिबंधित करण्यात आलंय. बंडखोरांजवळ जमिनीवरून हवेत मारा करणारी क्षेपणास्त्रं असावीत असं वाटतंय.''

केनरच्या कपाळावर आठ्या दिसू लागल्या. ''आपल्याला तिथं पोहोचायला अजून किती वेळ आहे?''

''दहा मिनिटं.''

''पाहू या काय होतंय ते.''

एकटा पडल्याने टेड ब्रॅडली उठून विमानाच्या दुसऱ्या भागात इव्हान्सपाशी येऊन बसला. ''काय भव्य दृश्य आहे हे. होय ना? पाहा ते पाणी पाहा. कसं स्फटिकाप्रमाणे स्वच्छ आहे. त्या निळ्या रंगाची खोली पाहा. पाहा ती गावं इथं निसर्गाच्या कुशीत कशी छान विसावली आहेत.''

इव्हान्सदेखील खिडकीमधून बाहेर पाहत होता. पण त्याला मात्र गरिबी दिसली. गावांमध्ये कच्ची घरं होती. त्यांच्यावर पत्रे होते. घरं म्हणण्यापेक्षा ती खोपटंच होती. अशी त्यांची अवस्था होती की, त्यांच्याभोवती जणू उदासवाणी छाया रेंगाळत असावी. इव्हान्सला त्या ठिकाणी असणाऱ्या गरिबीची, रोगराईची आणि मरणाऱ्या लहानग्या बाळांची दृश्यं दिसत होती...

''सुंदर! अस्पर्श सौंदर्य.'' टेड म्हणाला, ''मी खाली तिथं जायला अगदी उतावळा झालोय. हे तर सुट्टीसाठी निघाल्यासारखंच आहे. सॉलोमन बेटसमूह इतका सुंदर आहे याची कोणाला कल्पना होती का?''

पुढच्या बाजूला बसलेली जेनिफर म्हणाली, ''इतिहास पाहता दिसतंय, की इथं

नेहमीच डोकी मारणाऱ्यांची वस्ती होती.''

"हं... तो इतिहास झाला. म्हणजे तसं खरोखरच असेल तर म्हणा.'' ब्रॅडली म्हणाला, "खूप लोक नरमांसभक्षणाबद्दल बोलतात. पण ते खरं नाही हे सगळ्यांना माहीत आहे. मी कोणातरी एका प्राध्यापकानं लिहिलेलं पुस्तक वाचलंय.* जगात कधीही नि कुठंही नरमांस खाल्लं जात नव्हतं. ती निव्वळ एक दंतकथा आहे. गोऱ्या लोकांनी इतर रंगाच्या लोकांना राक्षस ठरवण्याचं हे आणखी एक उदाहरण आहे इतकंच. जेव्हा कोलंबस प्रथम वेस्ट इंडिज बेटांवर आला तेव्हा त्यानं फक्त तिथे नरमांस खाणारे लोक असतात असं उडतउडत ऐकलं होतं. म्हणजे त्याला तसं कोणीतरी फक्त सांगितलं होतं. माझ्या आता तपशील लक्षात नाहीत. पण नरमांस खाणं ही केवळ दंतकथा आहे.. तू माझ्याकडं असा का पाहतो आहेस?''

इव्हान्स वळून ब्रॅडली कोणाशी बोलतोय ते पाहू लागला. त्याला खरोखरच ब्रॅडलीकडे रोखून पाहत उभा असलेला संजोंग दिसला.

"हं... माझ्याकडं असं पाहायचं कारण काय? तुला माझं म्हणणं पटलं नाही की काय?''

"तुम्ही खरोखरच महामूर्ख आहात.'' संजोंग अशा काही स्वरात म्हणाला, की सगळे थक्क होऊन पाहू लागले.

"कधी सुमात्राला गेला होतात का?'' संजोंगने विचारले.

"नाही.''

"न्यूगिनी?''

"नाही. मला खरं तर तिथल्या आदिवासी कलावस्तू वगैरेंसाठी जायचं होतं. पण–''

"बोर्निओ?''

"नाही. मला तिथंही खरं म्हणजे जायची इच्छा होती. तिथल्या सुलतानानं काय बरं त्याचं नाव?... त्यानं लंडनमधल्या डोरचेस्टरची पुनर्बांधणी करण्याचं फार मोठं काम केलंय त्यामुळे–''

"हं... जर कधी बोर्निओला गेलात तर तिथं डाईक लोकांची लांबरुंद घरं पाहा. तिथं अजूनही ते लोक आपण ठार केलेल्या माणसांच्या कवट्या लावून ठेवतात.''

"ओह्... ती निव्वळ पर्यटकांना आकर्षित करण्याची युक्ती आहे.''

"न्यूगिनीमध्ये एक कुरू नावाचा रोग आहे. हा रोग शत्रूचे मेंदू खाण्यानं पसरतो.''

"हे खरं नाही.''

---

* William Arens. "The Man-Eating Myth."

“गयूसेकला त्याबद्दल नोबेल पुरस्कारानं सन्मानित केलं गेलंय. हे लोक फार पूर्वीपासून शत्रूचे मेंदू खातात.”

“पण ती फार पूर्वीची गोष्ट झाली.”

“एकोणीसशे साठ-सत्तरच्या दशकात.”

“तुम्हा लोकांना घाबरवणाऱ्या कहाण्या सांगण्यात रस आहे.” ब्रॅडली म्हणाला, “हे पाहा, सत्याला सामोरं जा. माणूस एकमेकांना खात नाही.”*

संजोंगने केनरकडे पाहिले. केनरने खांदे उडवले.

“खालचा भाग काय सुंदर आहे! वाहवा!” ब्रॅडली म्हणाला, “आणि आपण आता उतरणार तिथं, वाहवा!”

---

* माणसाने माणसांना खाण्यासंबंधी अधिक माहितीसाठी पुढील वेबसाईट पाहा :
http://www.nature.com/nature/fow/000907.html
http://www.bris.ac.uk/Depts/Info-office/news/archive/canibal.htm
http://www.bbc.co.uk/1/hi/sci/tech/462048.htm

भाग ७

रिझोल्यूशन

गरेडा

गुरुवार, १४ ऑक्टोबर
सकाळी ६ वाजून ४० मिनिटे

वातावरण अतिशय उष्ण आणि दमट होते. ते सर्वजण एका उघड्या शेडसारख्या दिसणाऱ्या इमारतीकडे गेले. त्यावर ओबडधोबड अक्षरांमध्ये 'कॅस्टोम' असे लिहिलेले होते. इमारतीच्या एका बाजूला लाकडी कुंपण होते. त्या कुंपणाला असलेल्या दारावर लाल अक्षरांमध्ये 'नो गॉट रॉट' असे लिहिलेले दिसले.

''आह! नो गॉट रॉट...'' ब्रॅडली म्हणाला, ''हे स्थानिक दंतरोगाचं नाव असणार.''

''खरं म्हणजे त्याचा अर्थ पिजिन भाषेत 'तुम्हाला पुढे जायची परवानगी नाही' असा आहे.'' संजोंग म्हणाला.

''हं... असं होय.''

इव्हान्सला तिथली उष्णता असह्य होत होती. लांबच्या विमानप्रवासामुळे तो फार थकला होता. शिवाय आणखी पुढे काय वाढून ठेवलंय याची चिंता होतीच. पण त्याच्या बाजूने चालणारी जेनिफर मात्र उत्साहात होती. ती ताजीतवानीच दिसत होती. ''तू दमलेली नाहीस?''

''मी विमानात झोप काढली.''

इव्हान्सने साराकडे नजर टाकली. ती सुद्धा तशीच उत्फुल्ल दिसत होती. ती मजेत ढांगा टाकत चालली होती.

''मी मात्र फार थकलोय.'' इव्हान्स म्हणाला.

''तू गाडीत डुलकी काढ हवं तर.'' जेनिफर म्हणाली. पण इव्हान्सची काय परिस्थिती आहे यात तिला फारसा रस दिसत नव्हता. इव्हान्स ते पाहून थोडा वैतागला.

त्यावेळी दमटपणा फारच होता. ते सगळेजण कस्टमच्या ऑफिसात पोहोचले. तिथे जाईपर्यंतच इव्हान्सचा शर्ट घामाने चिंब भिजला होता. त्याचे केसही घामाने चिकट झाले होते. तो जे काही फॉर्म भरत होता त्यावर घामाचे थेंब टपटप पडत होते. काही ठिकाणी थेंब पडून शाई फिसकटत होती. इव्हान्सने कस्टम अधिकाऱ्याकडे पाहिले. पिळदार स्नायू असणाऱ्या त्या काळ्या माणसाचे केस कुरळे होते. त्याने इस्त्रीची पांढरी पँट आणि स्वच्छ पांढरा शर्ट घातला होता. त्याला जवळजवळ काहीच घाम येत नव्हता. इव्हान्सने पाहताच त्याने स्मितहास्य केले. ''ओह्... वेटमॅन. डिस नो टैम बिलोंग सान. यू टूमस हॉटपेला.''

काहीही न कळून इव्हान्सने मान डोलावली. ''होय... होय...''

ते संजोंगच्या लक्षात आले. त्याने भाषांतर केले, ''हा उन्हाळ्याचा हंगाम नाही. आणि तरीही तुम्हाला फार गरम होतंय.''

''अगदी बरोबर. संजोंग तू पिजिन कुठं शिकलास?''

''न्यूगिनी. मी तिथं एक वर्ष होतो.''

''कशासाठी?''

संजोंगने या प्रश्नाचे उत्तर दिले नाही. तो केनरच्या मागोमाग कामाच्या मागे होता. केनरने एका माणसाला पाहून हात हलवला होता. तो माणूस एका लँडरोव्हरमधून उडी मारून उतरला होता. काळ्या रंगाच्या त्या माणसाने अर्धी विजार आणि टी-शर्ट हा वेष केलेला होता. त्याच्या खांद्यावर भरपूर गोंदलेले दिसत होते. तो तोंड भरून हसत होता. ''हाय, जॉन केनर! *हमामास क्लोक!*'' त्याने आनंदाने आपल्या छातीवर बुक्की मारून घेतली आणि पुढे होऊन केनरला मिठी मारली.

''तो आनंदी असतो कायम.'' संजोंग म्हणाला, ''ते दोघं एकमेकांना ओळखतात.''

केनरने त्या नव्या माणसाची सर्वांना हेन्री अशी ओळख करून दिली. फक्त हेन्री आणखी काही नाही.

''हेलिकॉप्टरच्या बाबतीत काहीतरी प्रॉब्लेम झालाय असं मी ऐकलं.'' केनर हेन्रीला म्हणाला.

''काय? *नो ट्राबेल. मी गॉट क्लोस्टू लोंग.*'' हेन्री हसत म्हणाला, ''पाहा. ते तिथं उभं आहे मित्रा.'' आता हेन्रीची उच्चाराची धाटणी अगदी खास ब्रिटिश वळणाची होती.

''उत्तम.'' केनर म्हणाला, ''मी फार काळजीत होतो.''

''होय. पण जॉन, आपण घाई केलेली बरी. *मी यट बारीम प्लांटी यांगपेलास, क्रोसीम पासीम बिरूआ, गॉट प्लेंटी मस्केट, नोकेन स्टाप गुट. या?*''

इव्हान्सला जाणवले की इतरांना कळू नये म्हणून हेन्री मुद्दाम पिजिनमध्ये बोलत होता.

केनरने मान डोलावली. ''माझ्याही ते कानावर आलंय. इथं फारच बंडखोर आहेत. मुख्यत: तरुण पोरं आहेत. चिडखोर आणि भरपूर शस्त्रं असणारी.''

''मित्रा, मला हेलिकॉप्टरची काळजी वाटतेय.''

''का? तुला पायलटबद्दल काही कळलं का?''

''होय.''

''काय? कोण पायलट आहे?''

हेन्री खिदळला आणि केनरच्या पाठीवर थाप मारत म्हणाला, ''मीच आहे.''

''उत्तम. तर मग आपण निघालेलं बरं.'' केनर म्हणाला.

सगळेजण विमानतळापासून दूर निघाले. रस्त्याच्या दुतर्फा उंच झाडे असणारे जंगल होते. रातकिड्यांचा किर्र असा आवाज येत होता. इव्हान्सने मागे नजर टाकली. निळ्या आकाशाच्या पार्श्वभूमीवर उभे असलेले गल्फस्ट्रीम जेट विमान आणि पांढरे शर्ट परिधान केलेले वैमानिक त्याला दिसले. आपण पुन्हा हे विमान पाहू की नाही ही शंका त्याच्या मनात डोकावली.

केनर हेन्रीला विचारत होता, ''–आणि हेन्री आम्ही ऐकलं की काहीजण ठार झाले होते म्हणून.''

हेन्रीचा चेहेरा वेडावाकडा झाला. ''नुसते ठार नाही जॉन. *ओलपेला.*''

''ते माझ्या कानावर आलंय.''

''या. डिस्ट्र.'' म्हणजे ते खरे होते.

''बंडखोरांनी ते केलं?'' केनरने विचारले.

हेन्रीने मान हलवली. ''होय. हा नवा प्रमुख आहे ना. सांबुका त्याचं नाव. हा माणूस ठार वेडा आहे जॉन! *लोंगलोंग मॅन ट्रू*.... पूर्वीचे दिवस फार चांगले होते. पूर्वीच्या पद्धती चांगल्या होत्या.

''मी तेच म्हणेन.'' ब्रॅडली म्हणाला, ''पूर्वीच्या पद्धती चांगल्या होत्या.''

हेन्री मागे वळला. ''तुमच्याकडं सेलफोन आहे. कॉम्प्युटर आहेत. औषधं आहेत. सुसज्ज हॉस्पिटलं आहेत आणि तरी तुम्ही म्हणणार की पूर्वीच्या गोष्टी चांगल्या होत्या?''

''होय. कारण जुन्या गोष्टी तशा होत्याच.'' ब्रॅडली म्हणाला, ''त्यांच्यात जास्त मानवीपणा होता. माझ्यावर विश्वास ठेव. जर तुला त्या तथाकथित आधुनिक चमत्कारांचा अनुभव मिळाला तर त्यात काहीही भव्य नाही हे तुला सहज–''

''मी मेनबर्न विद्यापीठाचा पदवीधर आहे.'' हेन्री म्हणाला.

''ओह्!... मग ठीक आहे....'' ब्रॅडली म्हणाला. मग तो पुटपुटला. ''×××× मला हे अगोदरच का सांगितलं नाही!''

हेन्री ते पाहून म्हणाला, ''जाता जाता सूचना म्हणून सांगतो. हे असं पुन्हा इथं करू नका. असं पुटपुटणं इथं चालत नाही.''

''कारण?''

''इथं काही जणांना ते पाहून असं वाटतं की तुम्हाला भुताखेतानं पछाडलं आहे. ते मग घाबरतात. कदाचित तुम्हाला ठारही करू शकतात.''

''हं... हं...''

''तेव्हा या ठिकाणी जर तुम्हाला काही म्हणायचं असेल तर ते सरळ बोलून टाका!''

''मी हे लक्षात ठेवीन.''

सारा ब्रॅडलीच्या बरोबरच चालत असली तरी तिचे संभाषणाकडे अजिबात लक्ष नव्हते. हेन्री म्हणजे इरसाल नमुना होता. कधी तो खास इंग्लिश धाटणीने सफाईदार इंग्लिश बोलत होता, तर मधेच पिजिन वापरू लागायचा. अर्थात तिला त्याचे काही विशेष वाटत नव्हते.

सारा जंगलाकडे पाहत होती. हवा गरम आणि अगदी स्थिर होती. वाऱ्याची झुळूकदेखील येत नव्हती. दोन्ही बाजूंना पन्नास साठ फूट उंचीचे वृक्ष असल्याने रस्त्यावरची हवा जणू कोंडली गेलेली होती. वृक्षांवर अनेक वेली पसरलेल्या दिसत होत्या. जमिनीवर नेच्यांची मोठी झुडपे एवढ्या दाटीने वाढलेली होती की जणू त्यांची हिरवी भिंतच तयार झाली होती. वरच्या दाट पानांमुळे खाली चांगलाच अंधार होता.

साराच्या मनात ते पाहून विचार आला की जर तुम्ही त्यात शिरलात आणि रस्ता चुकलात तर परत कधीही बाहेर पडू शकणार नाही.

रस्त्यावर अनेक ठिकाणी जुनी वाहने गंजत पडलेली होती. त्यामधले अनेक भाग गायब होते.

आता रस्त्यावरून उजवीकडे छोट्या वाटेने वळल्यानंतर साराला हेलिकॉप्टर दिसले. ती पाहतच राहिली. त्याचा रंग हिरवा होता. त्यावर सुरेख पांढरा पट्टा होता. त्याची पाती चमकत होती. सगळ्यांनाच ते आवडले. त्यांनी तसे बोलूनही दाखवले.

''होय. बाहेरून चांगलंच आहे.'' हेन्री म्हणाला, ''पण माझ्या मते आतला भाग... म्हणजे इंजिन फारसं चांगलं नाही... यथातथाच आहे...''

''वाहवा!.... उलटं असतं तर किती बरं झालं असतं.'' ब्रॅडली म्हणाला.

आत शिरण्यासाठी हेलिकॉप्टरचे दार उघडल्यावर त्यांना आत लाकडी खोकी रचून ठेवलेली दिसली. त्यात लाकडाचा भुसा भरलेला होता आणि तिथे ग्रीसचा वास येत होता.

''तुला हवा तो माल मी आणलाय.'' हेन्री केनरला म्हणाला.

''पुरेसा दारूगोळा आहे का?''

''होय. सर्व काही मागितल्याप्रमाणे आहे.''

''उत्तम. तर मग आपण निघू या.'' केनर म्हणाला.

हेलिकॉप्टर सुरू झाले. इंजिन धडधडू लागले. पाती वेगाने फिरू लागली. हेलिकॉप्टरने जराशी थडथड केली. ''लोक जास्त आहेत.'' हेन्री म्हणाला, ''आपण सगळं नीट होईल अशी आशा करू या.''

हेन्री खिदळला. हेलिकॉप्टर निळ्या आकाशात वर चढू लागले.

रिझोल्यूशन बे कडे जाताना

गुरुवार, १४ ऑक्टोबर
सकाळी ९ वाजून २ मिनिटे

हेलिकॉप्टर घनदाट जंगलावरून उडत जात होते. मैलोन्‌मैल हिरवे दाट जंगल खाली सरकत मागे जात होते. काही ठिकाणी झाडांच्या शेंड्यांपाशी धुके रेंगाळत होते. साराला खालचा भाग डोंगराळ आहे हे पाहून आश्चर्य वाटले. त्या ठिकाणी कुठेही रस्ते दिसत नव्हते. अधूनमधून काही मोकळ्या जागा दिसल्या. त्या ठिकाणी छोटी वस्ती होती. हे एवढे वगळता फक्त खाली हिरवा रंग सगळीकडे पसरलेला होता. हेन्री सरळ उत्तर दिशेने निघाला होता. तो त्यांना किनाऱ्याजवळ रिझोल्यूशन बे च्या पश्चिमेला काही मैल अंतरावर उतरवणार होता.

''काय सुंदर गावं आहेत!'' ब्रॅडली म्हणाला, ''या ठिकाणी लोक कसली पिकं घेतात?''

''काहीही नाही. जमीन चांगली नाही. इथं लोक तांब्याच्या खाणींवर काम करतात.'' हेन्रीने उत्तर दिले.

''ओह्!... ते वाईट आहे.''

''तुम्ही इथं राहात असाल तर हेच काम सर्वांत चांगलं आहे. त्यातच थोडीफार कमाई होऊ शकते. खाणीवर काम करायला मिळण्यासाठी लोक जीवाची बाजीही लावतात. म्हणजे या ठिकाणी दरवर्षी कितीतरी खून पडतात.''

ब्रॅडली डोकं हलवत होता. ''भयंकर... खरंच फार भयंकर आहे. पण ते पाहा...'' ब्रॅडली खाली बोट दाखवत म्हणाला, ''या गावात घरांना खरोखरच उतरती छपरं आहेत. घरं शाकारणीची ती जुनी पद्धत आहे. त्यांनी ती अजून जिवंत ठेवली आहे?''

''नाही.'' हेन्री म्हणाला, ''हे बंडखोरांचं गाव आहे आणि ही नवीन पद्धत आहे. मोठ्या उतरत्या छपराच्या झोपड्या ही नवीन पद्धत आहे. ही झोपडी प्रमुखाची आहे.'' मग हेन्रीने सांगितले की नवीन प्रमुख सांबुका याने बंडखोरांच्या सर्व गावांमध्ये अशा तीन मजली उंच झोपड्या बांधायचे आदेश दिले होते. वर चढण्यासाठी शिड्या वापरलेल्या आहेत. अशा उंच जागी उभे राहून बंडखोर टेहळणी करतात. त्यामुळे त्यांना ऑस्ट्रेलियन सैन्याची चाहूल खूप आधी लागते.

''पूर्वी अशा उंच झोपड्या नव्हत्या. कारण त्या वादळात टिकूच शकत नाहीत. पण या सांबुकाने मात्र त्या मुद्दाम बांधून घेतल्या आहेत. बंडखोरांच्या ताब्यात असणाऱ्या भागात अशा सात-आठ तरी आहेत.''

''म्हणजे आपण आत्ता बंडखोरांच्या प्रदेशावरून चाललोय तर?'' ब्रॅडलीने विचारले.

''होय. अजून तरी चाललोय म्हणायचं.'' हेन्री पुन्हा खिदळला. ''आता चार-पाच मिनिटांत आपल्याला किनारा दिसू लागेल आणि... ओह् शिट्!''

''काय झालं?''

''माझी चूक झाली.''

''कसली चूक?''

''टू मास लाँगवे इस.''

''तू जास्तच पूर्वेकडे आलास की काय?'' केनरने विचारले.

''डॅम शिट्!... डॅम...'' हेन्रीने वेगाने हेलिकॉप्टर वळवले. पण आता उशीर झाला होता. त्यांना जंगलामध्ये मोठी मोकळी जागा केलेली दिसली. त्यात काही घरे होती आणि चार उंच झोपड्या होत्या. मध्यभागी चिखलात अर्धा डझन ट्रक उभे आहेत हे दिसले. काही ट्रकच्या मागच्या बाजूला मशीनगन लावलेल्या होत्या.

''हे काय आहे सगळं?'' ब्रॅडलीने विचारले, ''ही वस्ती मोठी–''

''पावुटू. बंडखोरांचं मुख्य ठाणं!''

आता हेलिकॉप्टर पावुटूपासून दूर पुन्हा जंगलावरून उडत निघाले होते. हेन्रीचा श्वासोच्छ्वास जोरात चालू होता.

केनर काहीही न बोलता फक्त बारीक नजरेने हेन्रीला निरखून पाहत होता.

''हं... चला मला वाटतं आपण ठीक आहोत. त्यांनी आपल्याला पाहिलेलं नसावं.'' ब्रॅडली म्हणाला.

''होय. तशी आशा करणं चांगलंच आहे.'' हेन्री म्हणाला.

''का बरं?'' ब्रॅडलीने विचारले, ''समजा त्यांनी आपल्याला पाहिलं असेल तर?''

''त्यांच्याजवळ रेडिओ आहेत... ते मूर्ख नाहीत.''

''म्हणजे काय?''

''त्यांना हे हेलिकॉप्टर हवंय.''

''कशासाठी? त्यांना ते उडवता येईल का?''

''*ओरेट ओरेट*! होय. कारण त्यांना मी देखील हवा आहे.'' हेन्रीने सांगितले की गेले कित्येक महिने या बेटावर हेलिकॉप्टरला उडायला बंदी होती. केवळ केनरने फार उच्च ठिकाणाहून वशिला लावला म्हणूनच हे हेलिकॉप्टर तिथं येऊ शकलं होतं, आणि ते बंडखोरांच्या हाती लागून चालणार नव्हतं.

''हं... पण त्यांना असं वाटत असणार की आपण दक्षिणेकडं चाललोय.'' ब्रॅडली म्हणाला, ''म्हणजे आपण तिकडंच चाललोय ना?''

''त्यांना सगळं चांगलं माहीत असतं.'' हेन्री म्हणाला.

''काय माहीत असतं?''

''ई.एल.एफ.च्या लोकांना या ठिकाणी येताना बंडखोरांना विकत घ्यावंच लागलं असणार. तेव्हा रिझोल्यूशन बे परिसरात काहीतरी चालू आहे हे त्यांना माहीत असणं साहजिकच आहे.'' केनर म्हणाला, ''त्यांना हेलिकॉप्टर कुठं जातंय ते कळलेलं आहेच.''

''ती पोरं मूर्ख नाहीत.'' हेन्री पुन्हा म्हणाला.

''मी तसं कधीच म्हणालो नव्हतो.'' ब्रॅडलीने निषेधाचा सूर लावला.

''होय. पण तसं तुम्हाला वाटतंय हे नक्की. प्रत्यक्ष बोलला नाहीत तरी... *वेटमॅन*.... तुम्ही तसाच विचार करता.''

''मी मनापासून सांगतो. माझ्या मनात तसा काहीही विचार नव्हता. फक्त तू नीट समजून घेतलं नाहीस मला काय म्हणायचं आहे ते.''

''होय का?'' हेन्री म्हणाला.

सारा टेड आणि जेनिफरच्या मधे बसली होती. तिला खिडकीतून बाहेरचे दिसत नव्हते आणि तिला तिथे चाललेले संभाषणही नीट कळले नव्हते. म्हणून तिने जेनिफरला विचारले, ''काय चाललंय, ते तुला समजलं का?''

जेनिफरने मान डोलावली, ''बंडखोरांनी हेलिकॉप्टर पाहिलंय आणि ते रिझोल्यूशन बेच्या दिशेने निघालंय हे त्यांना कळलंय. आपण आता काहीही केलं तरी ते त्या भागात आपली वाट पाहत थांबणार हे नक्की. त्यांचे गट जरी विखुरलेले असले तरी त्यांच्याजवळ रेडिओ आहेत. तेव्हा ते आपल्या मागावर असणार.''

''मला माफ करा.'' हेन्री म्हणाला, ''मला खरंच फार वाईट वाटतंय.''

''ठीक आहे.'' केनर म्हणाला. त्याचा स्वर अतिशय तटस्थ होता.

''आता काय करायचं?''

''ठरल्याप्रमाणेच. उत्तरेकडे चल आणि आम्हाला किनाऱ्यावर उतरव.'' केनर म्हणाला. त्याच्या स्वरात लपलेली घाई स्पष्टपणाने जाणवत होती.

मागच्या बाजूला बसलेल्या इव्हान्सला ही घाई जाणवली. त्याने घड्याळाकडे नजर टाकली. सकाळचे नऊ वाजले होते. त्यांच्या हाताशी असलेल्या चोवीस तासांपैकी वीस तास शिल्लक होते. तेव्हा ही घाई केनरने करायचे कारण काय ते त्याला समजेना. वेळ तर भरपूर आहे आणि–

अचानक इव्हान्सच्या मनात वेगळा विचार आला. ''आत्ता लॉस एंजलीसमध्ये किती वाजले असतील?''

''ते ठिकाणी आंतरराष्ट्रीय वाररेषेच्या पलीकडे आहे. तेव्हा इथल्यापेक्षा सत्तावीस तास मागे.'' संजोंगने उत्तर दिले.

''नाही. म्हणजे मला किती वेळ तिथं उलटला असेल ते हवंय.''

''सहा तास.''

''आणि तुम्ही त्या ठिकाणी पोहोचण्यासाठी लागणारा अवधी किती धरलाय?''

''तेरा तास.''

''माझ्या मते आपलं गणित चुकलंय.'' इव्हान्स ओठ चावत म्हणाला. हेन्रीच्या समोर कितपत बोलायचे हे त्याला समजेना. पण मग त्याला दिसलं की 'बोलू नको' असा इशारा संजोंग मान हलवून देत होता.

पण खरोखरच गणित चुकलं होतं. ड्रेकला लाट परिषदेच्या शेवटच्या दिवशी यावी असं वाटत असलं तर ती सकाळीच तिथे पोहोचणे गरजेचे होते. कारण मग दृश्यांची परिणामकता वाढेल. शिवाय प्रसिद्धी माध्यमांत मुलाखती, चर्चा वगैरेसाठी सगळी दुपार हाताशी राहते. तिथे हजर असलेल्या शास्त्रज्ञांच्या मुलाखती अमेरिकेतली सगळी चॅनेल घेणार. म्हणजे एक मोठाच प्रसिद्धी धमाका उडणार.

असे होणार असेल तर आणि तेरा तास लाटेला प्रवासाला लागणार असतील तर लॉस एंजलीसच्या वेळेनुसार लाट रात्री अकराला निघायला हवी. म्हणजेच ती गरेडातून संध्याकाळी पाच वाजता सुरू व्हायला हवी.

पाच वाजता. त्याच दिवशी संध्याकाळी.

म्हणजेच आता हातात फक्त आठ तास उरले होते.

म्हणूनच केनर ठरल्याप्रमाणे पुढे जात होता. आपण सापळ्यात अडकणार आहोत हे माहिती असूनही त्यांच्याकडे काहीच पर्याय नव्हता.

हेलिकॉप्टर आता निळ्या पाण्यावरून जात पूर्वेकडे वळले. हेलिकॉप्टर आता किनाऱ्यावरून खालून उडत जात होते. इव्हान्सला वाळूची पुळण आणि काही ठिकाणी असणारा खडकाळ भाग दिसत होता.

''इथून रिझोल्यूशन बे किती लांब आहे?'' केनरने विचारले.

''पाच-सहा किलोमीटर.'' हेन्रीने उत्तर दिले.

''आणि पावुटू इथून किती दूर असेल?''

''रस्त्यानं गेलं तर साधारण दहा किलोमीटर.''

''ठीक आहे.'' केनर म्हणाला, ''आता आपण खाली उतरण्यासाठी सोयीची जागा पाहू या.''

''इथून साधारण एक किलोमीटर पुढं तशी एक जागा आहे.''

''उत्तम. चल तर मग तिथं.''

इव्हान्स विचार करू लागला. वाळूच्या किनाऱ्यावरून पाच किलोमीटर अंतर चालत जायचे म्हणजे कमीत कमी दीड तास लागणार. म्हणजे दुपार होण्यापूर्वी

रिझोल्यूशन बे पर्यंत पोहोचलो आपण तर–''

''हीच ती जागा.'' हेन्रीने एका ठिकाणी बोट दाखवले. त्या जागी जमिनीचे एक टोक समुद्रात शिरले होते. तिथले खडक लाटांमुळे गुळगुळीत झालेले दिसत होते.

''ठीक आहे. उतरव.'' केनर म्हणाला.

हेलिकॉप्टर गिरकी मारून उतरण्याची तयारी करू लागले. इव्हान्सला एका ठिकाणी जंगलात मोकळी जागा दिसली आणि वाळूत टायरचे ठसे उमटलेले दिसले. त्याचा अर्थ–

''हं... हं... ऐका.'' इव्हान्स म्हणाला, ''मला वाटतं–''

संजोंगने बोटांनी जोरात इव्हान्सच्या बरगड्यांमध्ये दाबले. इव्हान्स कण्हला.

''पीटर, काय झालं?'' केनरने विचारले.

''अं... काही नाही.''

''आपण आता उतरतोय.'' हेन्री म्हणाला, ''पण जॉन, मला फार वेळ इथं थांबणं आवडणार नाही, कारण ते कधीही येऊ शकतात...''

''मी ते समजू शकतो.'' केनर म्हणाला.

हेलिकॉप्टर उतरले. केनरने दाराला हात लावला. पण तो थबकला.

''सर्व काही ठीक आहे ना जॉन?''

''उत्तम. हेन्री, ही जागा छानच आहे... बरं आता उतरून मागचं दार जरा उघडशील का आमच्यासाठी?''

''होय जॉन, पण तुम्ही या दारानंही–''

''खाली उतर!'' केनर म्हणाला. त्याच्या हातातले पिस्तूल हेन्रीच्या डोक्यावर रोखले गेले. पिस्तूल कधी त्याच्या हातात आले ते कोणालाही कळले नव्हते.

हेन्री घाबरून दारापाशी चाचपडत म्हणाला, ''पण जॉन... मी आतच बसणं–''

''हेन्री, तू उलटलास आमच्यावर.''

''मला तू गोळी घालणार का जॉन आत्ता?''

''लगेच नाही.'' हेन्रीला बाहेर ढकलत केनर म्हणाला. हेन्री धडपडत खाली खडकांवर पडला. तो कळवळत होता. केनर चपळाईने पायलटच्या सीटवर बसला आणि त्याने दार लावून घेतले.

हेन्री उठून वेड्यासारखा बंद दारावर मुठी आपटू लागला. त्याचे डोळे गरागरा फिरत होते. तो भीतीने थरथरत होता.

''जॉन!... प्लीज जॉन!''

''काही इलाज नाही हेन्री.'' केनरने हेलिकॉप्टरची दांडी वर खेचली. ते आकाशात वर चढू लागले. ते हवेत वीसएक फूट जेमतेम गेलेले असतानाच

जंगलातून दहा-बारा लोक बाहेर आले. ते हेलिकॉप्टरच्या दिशेने गोळीबार करत होते. केनरने हेलिकॉप्टर पाण्याच्या दिशेने नेले आणि मग वेग घेत तो उत्तरेकडे जाऊ लागला.

मागे वळून पाहिल्यावर दिसले की किनाऱ्यावर काहीजण हेन्रीच्या दिशेने धावत जात होते. हेन्रीने हात वर धरले होते.

''××××'' ब्रॅडली म्हणाला, ''तो आपल्याला ठारच करवणार होता.''

''अजूनही ते शक्य आहे.'' केनर म्हणाला.

''आपण आता काय करायचं?'' साराने विचारले, ''रिझोल्यूशन बे च्या पलीकडच्या बाजूला जायचं का?''

''नाही.'' केनर म्हणाला, ''त्यांची तीच अपेक्षा असेल.''

''मग–''

''आपण काही मिनिटं थांबू आणि मग पूर्वी ठरवल्याप्रमाणे पश्चिमेकडे जाऊ.''

''त्यांना त्याची कल्पना येणार नाही का?''

''येईल कदाचित. पण आपण वेगळ्या ठिकाणी जाऊ.''

''रिझोल्यूशन बे पासून आणखी दूर?''

''नाही. जवळ.''

''ई.एल.एफ.च्या लोकांना आपली चाहूल लागणार नाही का?''

''आता त्यानं काही फरक पडत नाही. कारण बहुदा त्यांना आपण येतोय हे अगोदरच कळलंय.''

हेलिकॉप्टरच्या मागच्या बाजूला लाकडी खोके उघडून संजोंग बंदुका बाहेर काढत होता. पण तो मधेच थबकला.

''वाईट बातमी आहे.''

''काय?''

''बंदुका नाहीत.'' संजोंग झाकण बाजूला करत म्हणाला, ''यात दारूगोळा आहे. पण बंदुकाच नाहीत.''

''तो हरामखोर–'' ब्रॅडली म्हणाला.

''आता?'' साराने विचारले.

''आपण ठरल्याप्रमाणे पुढं जायचं.'' केनर म्हणाला. त्याने विमान वळवले आणि तो गरेडाच्या दिशेने निघाला.

रिझोल्यूशन बे

गुरुवार, १४ ऑक्टोबर

सकाळी ९ वाजून ४८ मिनिटे

रिझोल्यूशन बे या भागाच्या पश्चिमेकडचा किनारा अर्धवर्तुळाकार होता. त्याच्या जवळ टेकड्या आणि घनदाट जंगल होते. एका ठिकाणी खडकांची एक रांग सरळ समुद्रात घुसून एक टोक तयार झाले होते. किनाऱ्यापासून पन्नास फूट उंचीवर एक सपाट जागा होती. हेलिकॉप्टर त्याच जागी आता उभे होते.

हेलिकॉप्टर उभे असलेल्या जागेच्या आजूबाजूला उंच वृक्षांची दाटी होती. हेलिकॉप्टर दिसू नये म्हणून त्याच्यावर झाडांशी मिळतीजुळती ताडपत्री टाकलेली होती. इव्हान्सने हेलिकॉप्टरकडे नजर टाकली. सहज दिसू नये अशा प्रकारे ते झाकले असले तरी प्रत्यक्षात बे वरून ते अगदी स्पष्ट दिसत होते. सगळेजण आता हेलिकॉप्टर असलेल्या जागेपासून पन्नास फूट उंचीवर आले होते.

चढणे वाटले तितके सोपे गेले नव्हते. त्यांना अक्षरश: हातांनी खडक घट्ट पकडत वर जाताना कसरत करावी लागत होती. जमीन चिखलाने भरलेली असल्याने ते सतत घसरत होते. सर्वजण एका रांगेत वर चढत होते. ब्रॅडली एकदा चांगलाच घसरून दहा यार्ड खाली गेला होता. त्याच्या डाव्या बाजूला काळा चिखल लागलेला होता. त्याचे डावे अंग चिखलाने माखले होते. इव्हान्सला दिसले की एक जाडजूड जळू त्याच्या मानेवर चिकटली होती. पण त्याने त्या वेळी तरी त्याला काही सांगायचे नाही असे ठरवले.

सर्वजण गप्प होते. ते कमीत कमी आवाज करत चढण्याचा प्रयत्न करत होते. पण तरीही पायाखालच्या झुडपांमुळे आवाज होतच होता. केनर सर्वांत पुढे होता. पण इव्हान्सला तो दिसत नव्हता. सगळ्यात शेवटी संजोंग होता. त्याच्या खांद्यावर रायफल लटकत होती. त्याने ती एका बॅगेतून आणली होती आणि हेलिकॉप्टरमध्ये बसून त्याने ती जोडून घेतली होती. केनरजवळ एक पिस्तूल होते. बाकी सर्वजण नि:शस्त्र होते.

हवा अतिशय गरम आणि कमालीची दमट होती. अनेक किड्यांचे आवाज सतत ऐकू येत होते. काही वेळाने पावसाला सुरुवात झाली. सुरुवातीला हलका असला तरी नंतर पावसाचा जोर चांगलाच होता. बघता बघता सगळेजण चिंब भिजून गेले. टेकडीवरून पाण्याचे ओहोळ वाहू लागले. आता आणखीच निसरडे झाले होते.

ते आता किनाऱ्यापासून दोनशे फुटांवर आले होते. आता पाय घसरण्याची शक्यता त्यांच्या मनात धडकी भरवत होती. पीटरने साराकडे पाहिले. ती नेहमीसारखीच

चपळाईने आणि नेहमीच्या रुबाबात चढत होती. ती जणू टेकडीच्या चढावर नृत्य करते आहे असे इव्हान्सला वाटले.

जेनिफर साराच्या पुढे होती. ती देखील तेवढ्याच सहजपणे चढत होती. इव्हान्सला सतत आधारासाठी फांद्या पकडाव्या लागत असल्या तरी जेनिफर मात्र अपवादानेच तसे करत होती. तिचे वागणे इतके नैसर्गिक होते की जणू हे सगळे असेच असायचे हे तिला पक्के माहिती असावे. त्याला तिचे वागणे वेगळे वाटले. ती जरी वकील असली तरी त्या पेशाला हे अनुरूप नव्हते. इव्हान्सला ती कोणत्या तरी खास लष्करी पथकाची सदस्य असावी असे वाटले. दणकट, अनुभवी आणि प्रशिक्षित.

मानेवर जळू चिकटलेला ब्रॅडली जेनिफरच्या पुढे होता. तो प्रत्येक पावलाला शिवी हासडत स्वत:शी पुटपुटत चढत होता. अखेर जेनिफरने त्याला ढोसले आणि ओठांवर बोट ठेवून गप्प राहण्यासाठी इशारा केला. ब्रॅडलीने मान डोलावली. त्याला जरी तिच्याकडून अशा प्रकारे सूचना होणे आवडले नसले तरी तो त्यानंतर मात्र गप्प झाला.

साधारण तीनशे फुटांवर आले असताना त्यांना वारा जाणवू लागला. लवकरच ते आता टेकडीच्या माथ्यावर आले होते. तिथे एवढी दाट झाडी होती की त्यांना खालचे काहीच दिसत नव्हते.

अचानक त्यांना गुणगुणल्यासारखा हलका आवाज ऐकू आला. पण तो बघता बघता तीव्र झाला आणि सगळीकडे भरून राहिला. इव्हान्सच्या कानात ठणका लागला. अचानक आवाज बंद पडला.

इव्हान्सने केनरकडे पाहिले.

केनरने फक्त मान हलवून इशारा केला. मग संजोंग भराभर एका झाडावर चढला. तो वर चढून आजूबाजूला पाहून खाली उतरला. त्याने बोटांनी इशारा करून सांगितले की त्या ठिकाणी टेकडीचा चढ खूप अवघड आहे. तेव्हा आपण वळसा घालून जावे.

ते त्याप्रमाणे टेकडीच्या कडेकडेने निघाले. सहा फूट उंच नेच्यांची दाटी तिथे असल्याने त्यांना काहीही दिसत नव्हते. नेच्यांमधून पाणी ठिबकत पडत होते. साधारण अर्धा तास चालल्यानंतर त्यांना थोडी मोकळी जागा दिसली. तिथून त्यांना खाली पसरलेल्या रिझोल्यूशन बे चा सुंदर किनारा दिसला.

किनारा साधारणत: एक मैल रुंद होता. त्यावर वाळूमध्ये ठरावीक अंतरावर काही घरे होती. त्यांची रचना त्रिकोणाच्या स्वरूपात होती. इव्हान्सला त्या घरांकडे पाहून त्यात काहीतरी चमत्कारिकपणा आहे हे जाणवले. तो डोळे बारीक करून पाहू लागला.

संजोंगने त्याला किंचित ढोसले आणि बोटे हलवून खूण केली. इव्हान्सने पाहिले तेव्हा त्यालाही दिसले की ती लाकडी घरे वाऱ्याने फडफडत होती.

ते तंबू होते.

हे तंबू लाकडी घरांसारखे वाटावेत अशा प्रकारचे होते. म्हणून तर हवाई छायाचित्रणातही ते नीट कळू शकले नव्हते.

त्यांना आता तंबूंमधून काही माणसे बाहेर येताना दिसली. त्यातले काहीजण ओरडून काहीतरी सांगत होते. त्यांची भाषा जरी इंग्लिश असली तरी तेवढ्या अंतरावर शब्दांचे नेमके अर्थ समजत नव्हते. बहुदा त्यांच्या बोलण्यातला बराचसा भाग तांत्रिक होता. तिथे साधारण आठ ते दहा जण होते.

''ख्राईस्ट!... इथं हे एवढे हरामखोर आहेत की काय?'' ब्रॅडली म्हणाला.

जेनिफरने त्याच्या बरगड्यांमध्ये जोरात बोटे खुपसली.

''ओह्... माफ करा...''

जेनिफरने चिडून मान हलवली. मग हलक्या आवाजात म्हणाली, ''तुझ्यामुळं आपण सगळे ठार होऊ!''

ब्रॅडलीने चेहेरा वेडावाकडा केला. जेनिफर विनाकारण अती नाटकीपणा करते आहे असा त्याचा आविर्भाव होता.

त्यानंतर त्यांना जंगलातून खालच्या बाजूला कोणीतरी खाकरल्याचा आवाज आला.

सर्वजण जागच्या जागी खिळून गेले. काही क्षण तिथे संपूर्ण शांतता होती. फक्त रातकिड्यांची किरकिर ऐकू येत होती. अगदी दूरवरून पक्ष्यांचा आवाज अस्पष्टपणे ऐकू येत होता.

पुन्हा एकदा घसा खाकरल्याचा आवाज आला. जणू तो माणूस आवाज न करता खोकत असावा असे वाटले.

संजोंग खाली बसून नीट ऐकण्याचा प्रयत्न करू लागला.

आता पुन्हा एकदा तसाच आवाज आला.

इव्हान्सला हा आवाज आपल्या परिचयाचा आहे अशी चमत्कारिक जाणीव झाली. त्याला आपल्या आजोबांची आठवण आली. तो लहान असताना त्यांना हृदयविकाराचा त्रास होत होता. त्या वेळी ते अशा प्रकारे खोकायचे.

आता पुन्हा शांतता पसरली.

खोकणारा माणूस हलल्याचा आवाज आला नव्हता. किंवा तो हलला असेल तर त्याची हालचाल फारच चपळाईची आणि सावध असणार हे त्यांच्या लक्षात आले.

केनरने घड्याळाकडे पाहिले. पाच मिनिटे उलटली होती. त्याने सगळ्यांना पूर्वेकडे निघण्याची खूण केली. त्याच वेळी पुन्हा खोकल्याचा आवाज आला. यावेळी तीनदा उह् उह् उह् असे आवाज आले. नंतर पुन्हा काहीही आवाज नाही.

केनरने 'निघा' अशा अर्थाची खूण केली.

ते जेमतेम शंभर यार्ड पुढे गेले असताना त्यांना पायवाटेसारखी वाट दिसली. त्याच्या दोन्ही बाजूंना फांद्या खाली आल्या होत्या. इव्हान्सला वाटले की कदाचित ही कोणत्या तरी प्राण्याची जाण्यायेण्याची वाट असावी. बहुदा या ठिकाणी एकेकाळी पाळीव असलेली आणि आता रानटी बनलेली डुकरे असावीत हा विचार इव्हान्सच्या मनात आला. डुकरे सगळीकडेच असतात. अचानक झाडीतून अंगावर येणाऱ्या, तीक्ष्ण सुळे असणाऱ्या डुकरांमुळे संकटात पडलेल्या लोकांविषयी वाचलेल्या कथा त्याला आठवल्या–

पण त्यांना आवाज आला तो यांत्रिक स्वरूपाचा 'क्लिक्' असा होता. त्याचा अर्थ त्याच्या तत्काळ लक्षात आला. झाडण्यासाठी बंदूक सज्ज केली जात होती.

सगळेजण जागच्या जागी उभे राहिले.

पुन्हा एकदा 'क्लिक्' असा आवाज आला.

आणखी एकदा 'क्लिक्'.

इव्हान्सने भराभरा सगळ्या दिशांना नजर फिरवली. पण त्याला कोणीच दिसले नाही. मग कोणीतरी बोलल्याचा आवाज आला "*दाय. नोगोट सोक. वेटमॅन. इंडाई. स्टॉपीय!*"

इव्हान्सला त्या वाक्याचा अर्थ जरी कळला नाही, तरी इशारा समजला. कोणीही जागचे हलले नाही.

समोरच्या झुडपामधून एक तरुण पोरगा बाहेर आला. त्यानं पायात मोज्याशिवाय बूट घातलेले होते. त्यानं हाफ पॅन्ट आणि टी-शर्ट घातलेला होता. डोक्यावर बेसबॉलची टोपी होती. त्याच्या तोंडात अर्धी ओढलेली सिगारेट होती. त्याच्या एका खांद्यावर गोळ्यांचा पट्टा आणि दुसऱ्या खांद्यावर मशीनगन होती. पाच फूट उंचीचा तो पोरगा कदाचित दहा-अकरा वर्षांचाच होता. त्याने अगदी उद्धटपणे बंदूक रोखली होती. "*ओके. वेटमॅन. यू प्रिझनेर बियूलंग मी. सव्हे? बुकीम डानो!*" त्याने अंगठा उडवून त्यांना पुढे येण्यासाठी खूण केली, "*गोहेट!*"

क्षणभर चकित झाल्यामुळे कोणीच हलले नाही. मग जंगलातून दोन्ही बाजूंनी आणखी पोरे बाहेर आली.

ब्रॅडली म्हणाला, "हा काय प्रकार आहे? जंगलात वाट हरवलेली पोरं की काय?"

अतिशय निर्विकार चेहेरा असलेल्या एका पोराने रायफलचा दस्ता ब्रॅडलीच्या पोटात ठोसला. ब्रॅडली कळवळत खाली पडला.

''स्टॉपीम वेटमॅन बिलोंग टॉकटॉंक.''

''ओह्, जीझस!'' ब्रॅडली जमिनीवर लोळत म्हणाला.

त्या पोराने पुन्हा एकदा ब्रॅडलीवर तडाखा मारला. त्याने दस्त्याने डोक्यावर फटका मारला आणि जोरात लाथ मारली. ब्रॅडली वेदनेने कळवळला.

''*अन्टाप! अन्टाप!*'' तो पोरगा बहुदा ब्रॅडलीला उठून उभा राहण्याची आज्ञा सोडत होता. पण ब्रॅडलीने काही प्रतिसाद दिला नाही हे पाहून त्याने पुन्हा एकदा जोराची लाथ हाणली, ''*अन्टाप!*''

सारा पुढे झाली आणि तिने ब्रॅडलीला उठून उभा राहण्यास मदत केली. आपण काहीही बोलायचे नाही हे तिला कळत होते. ती गप्प बसली.

''*ओह्, नाईस मारी!*'' तो पोरगा साराला पाहून म्हणाला आणि त्याने तिला बाजूला ढकलले.

''अन्टाप!''

सगळेजण पाय ओढत पुढे निघाले. एक पोरगा ब्रॅडलीजवळ गेला. त्याने त्याचा दंड दाबून पाहिला. मग तो हसला. *''तिस् गुट!''*

इव्हान्सला त्या अर्धवट इंग्लिश शब्दांचा अर्थ कळला. तो मनोमन शहारला. नाईस मारी म्हणजे बहुदा छान बाई असा होता. अन्टाप याचा अर्थ उठून उभा राहा असा होता. आणि तिस् गुट म्हणजे 'चव छान असेल!'

सगळेजण एका रांगेत चालू लागले. बाजूने ती पोरे चालत होती. केनर सर्वांत पुढे होता. त्याच्या मागे टेड, सारा, जेनिफर आणि मग इव्हान्स होता. इव्हान्सने क्षणभर थबकून मागे नजर टाकली.

संजोंग पाठीमागे नव्हता.

तत्काळ एका पोराने रायफल रोखली. ''*अन्टाप! अन्टाप!*''

इव्हान्स लगेच चालू लागला.

अशा प्रकारे पोरांनी हाकलून नेणे इव्हान्सला चमत्कारिक वाटत होते. अर्थात ही पोरे तशा अर्थाने लहान मुले नव्हती. त्यांच्या डोळ्यांमधला थंडपणा अंगावर काटा आणणारा होता. या पोरांनी एवढ्याशा आयुष्यात फार काही पाहिलेले होते. त्यांचे जगच निराळे होते.

आणि आता तो त्यांच्या जगात आलेला होता.

इव्हान्सला आता समोर दोन जीप दिसल्या. त्याने घड्याळाकडे नजर टाकली. दहा वाजले होते.

म्हणजे अजून सात तास बाकी होते.

पण त्या क्षणी तरी किती वेळ आहे याला काहीच महत्त्व उरलेले नाही असे इव्हान्सला वाटत होते.

पावुटू

गुरुवार, १४ ऑक्टोबर

सकाळी ११ वाजून २ मिनिटे

ती वेळ अशा वेळांपैकी होती, की आपण स्त्री नसतो तर बरे झाले असते असे साराला वाटले. तिला उघड्या जीपमधून त्या चिखलाने भरलेल्या पावुटू या बंडखोरांच्या ताब्यातल्या गावात नेले जात होते. तिला त्या ठिकाणी फक्त पुरुषच दिसले. ते आरडाओरडा करत कोणाला आणले जाते आहे हे पाहण्यासाठी मोकळ्या जागेत जमा होऊ लागलेले दिसले. आता साराला काही बायकाही दिसल्या. त्या तिच्या उंचीकडे आणि केसांकडे रोखून पाहत होत्या. मग जणू ती खरीखुरी आहे का हे पाहण्यासाठी काही जणींनी पुढे होऊन साराला ढोसून पाहिले.

सारापेक्षा उंचीने कमी असलेली आणि किंचित सावळी असलेली जेनिफर तिच्या बाजूलाच उभी असली तरी तिच्याकडे कोणाचे फारसे लक्ष जात नव्हते.

गावात आल्यानंतर त्यांना आता एका मोठ्या झोपडीच्या आत ढकलण्यात आले. आतमध्ये एक मोठी मोकळी जागा होती. ती चांगली तीन मजले उंचीपर्यंत मोकळी होती. सगळ्या बाजूंना वर जाण्यासाठी शिड्या लावलेल्या होत्या. त्यावरून चढल्यावर उभे राहण्यासाठी जागा होत्या. तिथून बहुदा टेहळणी करता येत होती.

मध्यभागी एका जागी शेकोटी पेटवलेली होती. त्याच्या बाजूला एक आडव्या बांध्याचा माणूस बसलेला दिसला. त्याचा वर्ण उजळ होता आणि दाढी काळ्या रंगाची होती. त्याने गॉगल चढवला होता. डोक्यावर जमैकाचा झेंडा लावलेली टोपी होती. ती सैनिक घालतात तशा प्रकारची होती.

हा माणूस म्हणजे सांबुका होता. सगळ्या जणांना त्याच्या पुढ्यात ढकलण्यात आले. त्याने त्यांच्याकडे तिरप्या नजरेने पाहिले. साराला केवळ नजर पाहून काय ते ओळखता येत होते. तिला जाणवले की सांबुकाला त्यांच्यात फारसा रस नव्हता. त्याला उलट टेड आणि इव्हान्समध्ये रस होता. त्याने केनरकडे एकवार नजर टाकली आणि नजर दुसरीकडे वळवून म्हणाला, *"किलीम."*

केनरला दारातून बाहेर ढकलण्यात आले. ते रायफलच्या दस्त्याने त्याला ढोसत होते. केनरला ठार करण्याच्या कल्पनेने ते उत्तेजित झालेले स्पष्ट जाणवत होते.

''*नो नाव.*'' सांबुका गुरगुरत म्हणाला, ''*बिहेन.*''

साराला क्षणभरानंतर कळले की त्याचा अर्थ 'आत्ता नाही, नंतर' असा असावा. म्हणजे निदान काही वेळ तरी केनरचे मरण टळले होते.

सांबुका आता वळून तिथे असलेल्या लोकांना उद्देशून म्हणाला, ''*मेरीस.*'' त्याने घालवून दिल्यासारखा हात हलवला, ''*गोयपीम मेरी बिहेन.*''

तिथे असलेल्या तरुण पोरांच्या चेहेऱ्यांवरचे हास्य पाहून साराला वाटले, की बहुदा त्या दोघींचे काहीही करण्याची परवानगी त्यांना मिळाली असावी. 'त्यांना घेऊन जा.' असा त्याचा अर्थ आहे हे तिच्या लक्षात आले. कारण त्यांना आता आतल्या एका खोलीत नेण्यात आले.

जरी परिस्थिती वाईट आहे हे कळत होते तरी सारा शांत होती. तिला दिसले की जेनिफरही अजिबात घाबरलेली नाही. ती अतिशय निर्विकारपणे जणू आपल्यासमोर काय वाढून ठेवलं आहे याचा विचार करत नसल्याप्रमाणे पाहत होती.

त्या पोरांनी दोघींना ज्या खोलीत आणले होते ती मागच्या बाजूला होती. त्या ठिकाणी जमिनीत रोवलेले दोन खांब साराला दिसले. एका पोराने खिशातून एक बेडी काढली आणि जेनिफरच्या हातात अडकवून तिला एका खांबाला जखडून टाकले. तिचे हात त्याने मागे अडकवले होते. मग त्याने साराला त्याचप्रमाणे दुसऱ्या खांबाला अडकवून टाकले. दुसरा पोरगा पुढे झाला. त्याने साराची छाती दाबली आणि हसत हसत तो बाहेर निघून गेला.

''छान.'' जेनिफर त्या दोघीच तिथे आहेत हे पाहून म्हणाली, ''तू ठीक आहेस ना?''

''अजून तरी आहे.''

बाहेरच्या मोकळ्या जागी ढोल वाजू लागल्याचा आवाज त्यांना आला.

''उत्तम.'' जेनिफर म्हणाली, ''अजून सगळं काही संपलेलं नाही.''

''म्हणजे संजोंग–''

''होय. संजोंग बाहेर आहे. मोकळा.''

''पण आपण जीपमधून कितीतरी दूर आलोय.''

''होय. निदान दोन-तीन मैल. मी जीपमध्ये अंतर पाहण्याचा प्रयत्न करत होते. त्याला पळत यायला देखील जरासा वेळ लागेल.''

''त्याच्याजवळ रायफल आहे ना?''

''होय.''

''तुला सुटता येतंय का?''

''नाही.'' जेनिफरने नकारार्थी मान हलवली, ''बेडी फार घट्ट आहे.''

उघड्या दारामधून त्यांना दिसले की इव्हान्स आणि ब्रॅडलीला दुसऱ्या एका

खोलीकडे ढकलत नेले जात आहे. एक-दोन क्षणांनंतर त्यांना केनरही दिसला. जाताना त्याने दोघींकडे नजर फिरवली होती. साराला त्याच्या त्या प्रकारे बघण्यात काहीतरी अर्थ असावा असे वाटले.

पण साराला त्याबद्दल खात्री वाटत नव्हती.

जेनिफर खांबाला टेकून जमिनीवर बसली. ''हवं तर खाली बस. कदाचित सगळी रात्रही अशीच बसून काढावी लागेल.''

सारा खाली बसली.

काही क्षणांनंतर एक पोरगा आत आला. त्याने त्या दोघी बसलेल्या आहेत हे पाहिले. त्याने त्यांच्या हातातल्या बेड्यांकडे नजर टाकली आणि तो बाहेर निघून गेला.

बाहेरचा ढोलांचा आवाज आता वाढला होता. लोकांचेही आवाज ऐकू येत होते. बहुदा अनेकजण जमा होत होते.

''जोरदार कार्यक्रम होणार आता.'' जेनिफर म्हणाली. ''दुर्दैवानं तो काय आहे मला माहीत आहे.''

पलीकडच्या खोलीत ठेवलेल्या इव्हान्स आणि केनरलाही बेड्या चढवलेल्या होत्या. त्यांनाही एकेका खांबापाशी जखडून ठेवले होते. त्या ठिकाणी तिसरा खांब नव्हता. म्हणून टेड ब्रॅडलीला बेड्या अडकवून तसेच जमिनीवर बसवलेले होते. त्याच्या डोळ्यांवर मोठी जखम होती. पण आता रक्तस्राव थांबला होता. टेड प्रचंड घाबरलेला दिसत होता. पण जणू झोप अनावर व्हावी त्याप्रमाणे त्याच्या पापण्या खाली पडत होत्या.

''टेड, आत्तापर्यंत तरी तुझं खेडेगावातल्या जीवनाबद्दलचं मत काय झालं ते सांगतोस का?'' केनर म्हणाला, ''अजूनही हाच जगण्याचा सगळ्यात उत्तम मार्ग आहे हे तुझं म्हणणं कायम आहे का?''

''हे खेडेगावातलं जीवन नाही. हा रानटीपणा आहे.''

''तो त्याचाच एक भाग आहे.''

''नाही. ते तसं नाही... इथं सगळं काही बिघडलेलं आहे नि–''

''टेड, अजून तुला समजत नाही का?'' केनर म्हणाला, ''तुला वाटतं की मानवी संस्कृती वाईट आहे. संस्कृतीमुळे पर्यावरण प्रदूषित होतं. संस्कृतीमुळे आपला निसर्गाशी संबंध तुटतो. टेड, संस्कृतीमुळे आपलं निसर्गापासून संरक्षण होतं. तू आत्ता जे पाहतो आहेस तो निसर्गाचाच एक भाग आहे.''

''नाही... नाही. माणूस चांगला असतो. परस्परांना सहकार्य करणारा–''

''टेड हे म्हणणं ×××× आहे.''

“परस्पर सहकार्य हे मानवी जनुकांमध्येच असतं.”

“हा भाबडेपणा झाला.”

“दुबळेपणामधूनच क्रौर्य जन्माला येतं.”

“काही जणांना क्रौर्य प्रिय असतं टेड.”

“जाऊ देत.” इव्हान्स केनरला म्हणाला.

“कशासाठी जाऊ देत? हं... टेड. माझ्या प्रश्नाचं उत्तर दे.”

“××××” टेड म्हणाला, “कदाचित ही पोरं आपल्या सगळ्यांनाच ठार करणार आहेत. मी जर मरणार आहेच तर निदान मला अखेरचं ×××× हे बोलू दे. ऐक केनर, तू एक नंबरचा ×××× आहेस. तू निराशावादी आहेस नि तुला फक्त वाईटच दिसतं सगळ्यांच्यात. तू प्रगतीचा विरोधक आहेस. तू... तू उजव्या विचारसरणीचा डुक्कर आहेस... आणि जे काही कपडे तू घातले आहेस ना?... कसला युनिफॉर्म आहे तुझा अं?... तुझं पिस्तूल कुठं आहे?”

“मी ते टाकून दिलं.”

“कुठं?”

“जंगलात.”

“संजोंगला ते मिळालं असेल का?”

“तशी आशा करू या आपण.”

“तो आपल्याला सोडवायला येईल का?”

केनरने नकारार्थी मान हलवली, “आम्ही ज्या कामासाठी आलोय ते काम करायला तो गेलाय.”

“म्हणजे तो रिझोल्यूशन बे कडे गेलाय म्हणतोय?”

“होय.”

“म्हणजे कोणीही आपल्याला सोडवायला येणार नाही?”

“नाही टेड. कोणीही नाही.”

“आपण ×××× झालो. आपली ×××× झाली!” टेड रडू लागला.

दोन पोरं खोलीत शिरली. त्यांच्या हातात दोरी होती. त्यांनी त्या जाडजूड दोरीने टेडची मनगटे बांधली. मग ते निघून गेले.

ढोलांचा लयबद्ध आवाज आता वाढला होता.

मोकळ्या जागी जमलेले लोक तालात गाऊ लागले होते.

जेनिफरने विचारले, “तुला तिथून बाहेरचं दिसतंय का?”

“होय.”

"बाहेर नजर ठेव. कोणी येतंय असं वाटलं तर मला सांग."

"ठीक आहे." सारा म्हणाली.

साराने पाहिले तर जेनिफरने कमान टाकली होती. पायात खांब पकडून ती वर पोहोचली आणि तिने वरून हलकेच खाली उडी मारली.

"कोणी आलं नाही ना?"

"नाही... पण तू हे कधी शिकलीस–"

"बाहेर लक्ष ठेव."

जेनिफर पुन्हा खांबापाशी बसली. जणू अजून ती खांबाला जखडलेली आहे असेच कोणालाही वाटावे अशी ती बसली होती.

"कोणी नाही ना अजून–?"

"अजून तरी नाही."

जेनिफरने एक सुस्कारा टाकला, "एखाद्या पोरानं आत यायला हवं. लवकरात लवकर."

बाहेर सांबुका काहीतरी भाषण देत होता. मधेच तो काहीतरी ओरडून विचारत होता. त्याला गर्दीमधून ओरडून उत्तरे दिली जात होती. सांबुका लोकांना उत्तेजित करत होता.

गुडघ्यात मान घालून बसलेला ब्रॅडली मुळूमुळू रडत होता.

आता दोन मोठी तरुण पोरे आत आली. त्यांनी त्याची बेडी काढून टाकली. त्यांनी त्याला उभे केले. दोराची दोन टोके ओढून त्यांनी टेडला बाहेर नेले. पुढच्याच क्षणी जमावाने मोठ्या आवाजात चीत्कार केला.

पावुटू

गुरुवार, १४ ऑक्टोबर

दुपारी १२ वाजून २ मिनिटे

"ए... ए... चिकण्या पोरा." एका पोराने आत डोकावून पाहिल्यावर जेनिफर म्हणाली.

ती हसली, "ए पोरा... तुला आवडतंय का तू पाहतो आहेस ते?" जेनिफरने अत्यंत उत्तेजक प्रकारे पार्श्वभागाची सूचक हालचाल केली.

त्या पोराला प्रथम संशय आला होता. पण तो खोलीत शिरला. तो साधारण चौदा-पंधरा वर्षांचा असावा. तो आकाराने मोठादेखील होता. त्याच्याजवळ रायफल होती आणि पट्ट्यामध्ये सुरी अडकवलेली दिसत होती.

''थोडी मजा करायचीय का?'' जेनिफर ओठांचा चंबू करत म्हणाली, ''मला जरा सोडतोस का? तुला समजतंय का मी काय म्हणतेय ते?... थोडीशी गंमत... अं....''

तो खरखरीत स्वरात हसला. तिच्याजवळ येत त्याने तिचे पाय फाकवले आणि तिच्यासमोर उकिडवा बसला.

''ओह्... मला आधी मोकळं कर... प्लीज...''

''*नो मारी.*'' तो पोरगा खिदळला. तिला मोकळे करण्याची गरज नाही हे त्याला कळत होते. तो आपल्या हाफपॅन्टची चेन उघडण्यासाठी धडपडू लागला. पण हातात रायफल असल्याने त्याला ते जमेना. म्हणून त्याने रायफल बाजूला ठेवली.

त्यानंतर क्षणार्धात काय झाले ते त्याला कळले नाही. जेनिफरने पाठीला बाक देऊन त्याच्या थोबाडावर लाथ झाडली होती. तो मागे कोलमडला. जेनिफरने तशीच चेंडूसारखी हालचाल करून कोलांटी मारली आणि पुन्हा उठून बसण्याच्या प्रयत्नात असलेल्या पोराला दोन्ही हातांनी जोराचा तडाखा दिला. तो खाली पडताच ती त्याच्या अंगावर बसली. मग निमिषार्धात तिने त्याच्या कमरेची सुरी उपसून वेगाने त्याचा गळा चिरला.

तो तडफडत असताना जेनिफरने त्याच्या अंगावर बसून त्याला दाबून धरले होते. काही क्षणानंतर त्याची हालचाल थांबली. मग तिने त्याचे खिसे चाचपडले. सारा आ वासून हे सारे पाहत होती.

''डॅम इट!'' जेनिफर म्हणाली.

''काय झालं?''

''त्याच्याजवळ किल्ली नाही!''

जेनिफरने पोराचा मृतदेह उलटला. ते करताना तिला चांगलेच प्रयास पडत होते. तिच्या हातांना रक्त लागले होते. पण तिचे त्याकडे अजिबात लक्ष नव्हते.

''किल्ल्या कुठं असतील बरं?''

''त्या दुसऱ्या पोराकडं असतील कदाचित.''

''म्हणजे आपल्याला ज्यानं अडकवलं त्याच्याकडं म्हणतेस?''

''मला नक्की सांगता येत नाही. कारण मी गोंधळून गेले होते.'' सारा अजूनही त्या मेलेल्या पोराकडे आणि वाहणाऱ्या रक्ताकडे पाहत होती.

''ए...'' जेनिफर म्हणाली, ''यातून बाहेर ये आता. ते आपलं काय करणार आहेत याची तुला चांगली कल्पना आहे. ते आपल्याला मारहाण करतील. मग सगळे मिळून अत्याचार करतील आणि मग ठार करतील. तेव्हा त्यांची ×××× करू नकोस. आपण जितके जमतील तितक्यांना ठार करून बाहेर पडायचा प्रयत्न करू या. पण मला ती डॅम किल्ली पाहिजे!''

सारा पाय हलवून सोडवण्याचा प्रयत्न करू लागली.

“हं... असं करू या–” जेनिफर साराजवळ येऊन वाकून बसली.

“काय?”

“माझ्या पाठीवर चढून खांबावरून उडी मार. घाई कर.”

बाहेर जमाव चित्रविचित्र आरोळ्या मारत असल्याचे आवाज ऐकू येत होते.

एकदम उन्हात आल्यामुळे टेड ब्रॅडलीचे डोळे दिपले. वेदना आणि भीती यामुळे त्याचे दिशेचे भान नष्ट झाले होते. समोर काय दिसत आहे हे त्याला नीट कळले नव्हते.

समोर म्हाताऱ्या बायकांच्या दोन रांगा होत्या. त्यांच्या मधोमध टेडला जाण्यासाठी जागा सोडलेली होती. सगळेजण त्याला टाळ्या पिटून उत्तेजन देत होते. त्या दोन रांगांच्या पलीकडे दोन्ही बाजूंना चेहेऱ्यांचा समुद्र पसरला होता. काळ्या वर्णाचे स्त्री-पुरुष आणि मुले. बहुतेकजण कमरेएवढ्या उंचीचे होते. सगळेच लोक टाळ्या वाजवत आनंदाने आरडाओरडा करत होते.

ते टेडला उत्तेजन देत होते. त्याचे स्वागत करत होते!

त्या परिस्थितीत देखील टेड हसला. थकल्यामुळे त्याला फिक्कट स्मित करता आले होते. पण पूर्वीच्या अनुभवामुळे त्याला कल्पना येत होती की लोकांना तेवढेही पुरेसे होते. लोकांवर अशा स्मिताचा चांगलाच परिणाम होतो. त्याला धरून पुढे नेले जात असताना तो आणखी चांगला रुंद हसू लागला.

मोकळ्या मधल्या जागेतून पलीकडच्या बाजूला बसलेला सांबुका दिसत होता. तो देखील जोरजोरात हसत टाळ्या वाजवताना दिसला.

टेडला काय चालले आहे ते नीट कळत नव्हते. त्याला वाटले की तो नेमका कोण आहे हे त्या लोकांच्या लक्षात आले असावे, म्हणून आता त्यांची वागणूक बदलली असावी. टेडला हा अनुभव नवीन नव्हता. बायका मोठ्या आवाजात आनंदाने चीत्कार करत आहेत. उत्सुकतेने त्यांच्यापैकी काहींनी आ वासलेला आहे. ते पाहून टेडने त्याला धरून ठेवलेल्या लोकांना हिसडा मारून स्वत:ची सुटका करून घेण्याचा प्रयत्न केला.

त्यात त्याला यश आले!

टेड आता आणखी पुढे गेला तेव्हा त्याला दिसले, की त्याला उत्तेजन देणाऱ्या त्या बायकांच्या जवळ जाडजूड काठ्या होत्या. त्या त्यांनी पाठीमागे लपवलेल्या होत्या. काहीजणींच्या हातात बेसबॉलच्या बॅट, तर काहीजणींच्या जवळ धातूचे पाईप होते. टेड त्यांच्यामधून चालू लागताच दोन्ही बाजूंनी त्याच्यावर बायकांनी तडाखे मारायला सुरुवात केली. क्षणात वेदनांचा कल्लोळ उठला. टेड खाली

कोसळला. पण लगेचच दोरी धरलेल्या लोकांनी त्याला हिसडा मारून उभे केले आणि ते त्याला फरफटत पुढे नेऊ लागले.

दोन्ही बाजूंनी कठोर प्रहार होतच होते.

अखेर जवळजवळ बेशुद्ध झालेला टेड रांगांच्या मधून दुसऱ्या टोकाला जाऊन पोहोचला होता. त्याला समोर दोन खांब दिसले. त्याला ओढणाऱ्या दोघांनी त्याला खांबांमध्ये बांधून उभे ठेवले.

आता सारा जमाव एकदम गप्प झाला होता. टेडची मान खाली झुकली होती. त्याला त्याच्या डोक्यावरून खाली टपटप पडणारे रक्त दिसत होते. त्याला त्याच्याजवळ दोन पाय आलेले दिसले. कोणीतरी त्याचे डोके सरळ केले होते.

अर्धवट शुद्धीत असलेल्या टेडला समोर उभा असलेल्या सांबुका दिसला. तो त्याच्याकडे पाहून दात विचकून हसत होता. त्याला सांबुकाचे पिवळे टोकदार दात दिसले. आता सांबुकाने टेडसमोर एक सुरी धरली होती. दुसऱ्या हाताच्या दोन बोटांनी त्याने टेडचा गाल चिमटीत पकडला आणि त्याच्या गालाचा एक तुकडा काढला. त्याने तो तुकडा उंच धरला आणि हसत तो तोंडात टाकला. तो चघळत असताना सांबुकाच्या हनुवटीवरून रक्त ओघळत होते.

टेडला आता काहीच कळत नव्हते. वेदना एवढी होती की त्याला आता तिची जाणीवच होत नव्हती. तो भकास नजरेने पाहत होता. त्याला छातीपाशी वेदना जाणवली. एक आठ-नऊ वर्षांचा पोरगा त्याच्या दंडाच्या खालच्या बाजूचा तुकडा सुरीने कापून काढत होता.

एक बाई चीत्कार करत पुढे आली. तिने त्याच्या हाताचा एक लचका तोडून काढला. आता सगळाच जमाव त्याच्या अंगावर तुटून पडला. सगळीकडे फक्त सुऱ्या दिसू लागल्या. जमाव प्रचंड कोलाहल करत होता.

टेडला एक सुरी त्याच्या डोळ्यांच्या दिशेने येताना दिसली. नंतर मात्र त्याला काही कळण्याच्या पलीकडे तो गेला होता.

पावुटू

गुरुवार, १४ ऑक्टोबर

दुपारी १२ वाजून २२ मिनिटे

इव्हान्सला बाहेरच्या जमावाचे चीत्कार ऐकू येत होते. बाहेर काय चालले आहे याचा त्याला अंदाज आला होता. त्याने केनरकडे पाहिले. केनरने फक्त नकारार्थी मान हलवली.

त्यावेळी काहीही करणे शक्य नव्हते. मदतीसाठी कोणीही येण्याची शक्यता

नव्हती. बाहेर पडण्याचा कोणताही मार्ग समोर दिसत नव्हता.

दार उघडले. दोन पोरे आत आली. त्यांच्या हातात जाड दोरी होती. ती रक्ताने माखलेली आहे हे उघड दिसत होते. त्यांनी पुढे होऊन इव्हान्सचे हात काळजीपूर्वक बांधले. ती दोन्ही पोरे बाहेर निघून गेली.

इव्हान्सचे हृदय धडधडू लागले.

बाहेर जमावाचा आरडाओरडा चालू होता.

"काळजी करू नकोस." केनर म्हणाला, "अजून थोडा वेळ मिळेल... अजून थोडी आशा आहे."

"आशा? कशाची?" इव्हान्स क्षुब्ध होत म्हणाला.

केनर म्हणाला, "आशा.... फक्त आशा बस्स!"

जेनिफर आणखी पोरे आत येण्याची वाट पाहत होती. त्याप्रमाणे थोड्या वेळाने दुसरा पोरगा आत आला. आत मरून पडलेल्या पोराला पाहताच त्याने दरवाज्यातून बाहेर झेप घेण्याचा प्रयत्न केला. पण जेनिफरने त्याच्या गळ्याभोवती हात टाकून त्याला खाली पाडले, आणि पुन्हा खोलीच्या आत खेचले. त्याच्या तोंडावर हात दाबून तिने हातांची एकदम हालचाल केली. तो पोरगा खाली कोसळला. तो मेला नव्हता पण बराच वेळ तो तसाच पडणार होता.

त्या पोराला दरवाज्यातून मागे खेचताना तिला किल्ल्या दिसल्या होत्या. पण त्या बाहेरच्या पॅसेजच्या टोकाशी एका बाकड्यावर होत्या. खोलीत आता दोन रायफली हाताशी होत्या. पण त्या झाडणे शक्य नव्हते. कारण मग सगळेजण एकदम आत शिरले असते.

जेनिफरला बाहेरून कुजबुजण्याचे आवाज ऐकू आले. ते पॅसेजमधून येत होते की बाजूच्या खोलीतून हे तिला कळत नव्हते. पण बाहेर डोकावण्याचा धोका ती पत्करू शकत नव्हती. जराशीही चूक होऊन चालणार नव्हती.

जेनिफर दाराच्या मागे उभी राहिली आणि मोठ्याने कण्हू लागली. असे काही वेळ करूनही कोणी आत आले नाही.

बाहेर डोकावून पाहायचे का? हा विचार तिच्या मनात आला. पण तिने आणखी थोडी वाट पाहायची असे ठरवले.

इव्हान्स भीतीने थरथरत होता. त्याला आता उभे राहणे अवघड वाटत होते. कोणत्याही क्षणी आपण बेशुद्ध पडणार असे त्याला वाटू लागले. बाहेरचे आवाज आता हळूहळू कमी होत होते. बहुदा जमाव पुन्हा स्थिरस्थावर होत असावा. आता इव्हान्सला कोणीतरी हलकेच खोकल्याचा आवाज आला.

कोणीतरी माणूस हलकेच पण मुद्दाम सतत खोकत होता.

केनरला त्या खोकण्याचा अर्थ कळला, ''इथं आत.'' तो मोठ्या आवाजात म्हणाला. तट्ट्याची भिंत कापल्याचा आवाज आला. एक मोठे पाते आत शिरले. इव्हान्सने मागे वळून पाहिले. आता भिंतीमधली फट मोठी झाली होती. इव्हान्सला एका दाढीवाल्या माणसाचा चेहेरा दिसला.

क्षणभर इव्हान्सला काहीच कळेना. हा माणूस कोण असा विचार त्याच्या मनात आला असेल नसेल तोच त्या माणसाने ओठांवर बोट ठेवले. ते पाहताच मात्र इव्हान्सला ओळख पटली.

''जॉर्ज!''

तो जॉर्ज मॉर्टन होता.

जिवंत.

मॉर्टन त्या रुंद केलेल्या फटीमधून आत आला. ''आवाज हळू...'' तो कुजबुजत म्हणाला.

''तुला यायला बराच वेळ लागला.'' केनर म्हणाला.

मॉर्टनने त्याच्या हातातली बेडी काढून टाकली आणि त्याला पिस्तूल दिले. मग तो इव्हान्सकडे वळला. त्याने दोरीमधून हात सोडवण्याचा प्रयत्न केला. पण ती फारच घट्ट बांधलेली होती.

''बाकीचे कुठं आहेत?'' मॉर्टनने हलक्या आवाजात विचारले.

केनरने पलीकडच्या खोलीकडे बोट दाखवले. त्याने मॉर्टनकडून सुरा घेतला आणि त्याला म्हणाला, ''तू पीटरकडं बघ. मी त्या दोघींना आणतो.''

हातात धारदार सुरा घेऊन केनर पॅसेजमध्ये आला.

मॉर्टनने इव्हान्सचा दंड धरला, ''चल.''

''पण–''

''मी सांगतो तसं कर पोरा.''

दोघे त्या फटीमधून बाहेर पडून जंगलात शिरले.

केनर पॅसेजमध्ये आला. तो दोन्ही बाजूंना मोकळा होता. म्हणजेच कोणत्याही बाजूने हल्ला होऊ शकत होता. त्याला बाकावर पडलेल्या किल्ल्या दिसल्या. त्याने त्या उचलल्या आणि तो दोघी होत्या त्या खोलीपाशी आला. त्याला दोन्ही खांब मोकळे दिसले. दोघी कुठेच दिसत नव्हत्या. त्याने किल्ल्या आत फेकल्या.

''मी आहे.'' केनर हलक्या आवाजात म्हणाला.

पुढच्याच क्षणी जेनिफर दारामागून पुढे आली. बघता बघता दोघींनी एकमेकींच्या बेड्या काढल्या. त्यांनी खोलीत पडलेल्या पोरांच्या रायफली उचलल्या आणि

सगळेजण बाहेर पडले. पण आता उशीर झाला होता.

पॅसेजमधून तीन दणकट माणसे हातात मशीनगन घेऊन येताना दिसली. केनरने दोघींना पुन्हा आत खांबांपाशी जायची खूण केली आणि तो दारामागे लपला. त्या दोघी खांबांपाशी गेल्या न् गेल्या तोच तिघेजण आत आले.

"हाय..." जेनिफर हसत हसत त्यांना म्हणाली.

त्याचवेळी त्यांना खाली पडलेली दोन्ही पोरे आणि रक्ताचे थारोळे दिसले. पण आता त्यांना उशीर झाला होता. केनरने एकाला आणि जेनिफरने एकाला आडवे केले होते. तिसरा दारातून बाहेर निसटण्याच्या बेतात असतानाच केनरने रायफलच्या दस्त्याचा तडाखा मारला. कवटी फुटल्याचा आवाज आला. तो माणूस जागीच खाली पडला.

आता बाहेर पडण्याची वेळ झाली होती.

बाहेर आता जमाव अस्वस्थ झाला होता. सांबुकाने डोळे बारीक करून पायापाशी पडलेल्या गोऱ्या माणसाकडे नजर टाकली. त्याचे शरीर आता थंड पडले असणार. त्याला चव चांगली नसणार. ज्यांना अगोदर एकही तुकडा मिळाला नव्हता ते लोक पुढची संधी मिळण्यासाठी आरडाओरडा करत होते. बायका खांद्यावर पाईप आणि बॅट धरून वाट पाहत होत्या.

पुढचा माणूस अजून कसा आला नाही?

सांबुकाने गुरगुरत आज्ञा सोडली. तिघेजण मागच्या बाजूला धावले.

ते आता उतारावरून घसरत खाली जात होते. तो मॉर्टनच्या मागोमाग जात होता. मॉर्टनला हा जंगलाचा भाग परिचित आहे असे इव्हान्सला वाटले.

दोघे आता उतार संपून एका ओढ्याच्या पात्रात धावू लागले. त्याने इव्हान्सला मागे राहण्याची खूण केली. मॉर्टनचे वजन बरेच कमी झालेले दिसत होते. तो अगदी तंदुरुस्त वाटत होता.

"आम्हाला वाटलं की तू मरण पावला आहेस–"

"बोलू नकोस. फक्त पळत राहा." मॉर्टन म्हणाला, "कोणत्याही क्षणी ते लोक आपल्या मागे येतील."

आणि खरोखरच कोणीतरी उतारावरून घसरत खाली येत असल्याचा आवाज आला.

इव्हान्स वळला आणि पाण्यातून, दगडधोंड्यांमधून ठेचकाळत पळू लागला.

केनर आणि त्याच्या मागोमाग दोघीजणी उतारावरून घसरत खाली जात होते.

केनरला उतारावर दिसलेल्या खुणांवरून लक्षात आले, की मॉर्टनही त्याच दिशेने खाली गेला आहे. गावापासून वेगाने बाहेर निसटून जाण्याचा तोच चांगला मार्ग असणार हे त्याच्या लक्षात आले.

ते ओढ्याच्या पात्रात घसरत खाली पडत असताना वरच्या बाजूला गावात गोळीबाराचे आवाज आले. याचा अर्थ ते पळाले आहेत हे उघडकीस आले होते. केनरला किनारा डावीकडे आहे हे समजत होते. त्याने इतरांना ओढ्याच्या पात्रातून पळत पुढे जाण्याची सूचना केली.

"आणि तू?" इव्हान्सने विचारले.

"मी एक मिनिटात आलोच."

दोघीजणी ओढ्यामधून पळत जाऊ लागल्या. केनर हातातली रायफल सज्ज करून वाट पाहू लागला.

काही क्षणातच पहिला माणूस केनरला दिसला. केनरने भराभरा गोळ्या झाडल्या. त्या वरच्या लोकांचे देह घसरत फांद्यांमध्ये अडकत खाली येऊ लागले. एक तर घसरत ओढ्याच्या पात्रात पडला.

केनर स्तब्ध उभा राहिला. वरचे लोक तो पळण्याची वाट पाहत असणार म्हणून तो वाट पाहत थांबला. काही क्षणानंतर खरोखरच वरचे लोक पुन्हा खाली येत असल्याचे आवाज आले. केनरने गोळ्या झाडल्या. वरच्या बाजूने घाबरलेल्या पोरांचे चित्कार ऐकू आले. यावेळी कोणाला गोळी लागली की नाही याची केनरला खात्री नव्हती. पण त्याच्या एक गोष्ट लक्षात आली. आता वरचे लोक दुसऱ्या वाटेने खाली येणार होते. ती वाट नक्कीच जास्त वेळ खाणारी असणार होती.

केनर वळला आणि पळू लागला.

सारा आणि जेनिफर धावत असताना साराच्या कानाजवळून गोळी सणसणत गेली. ती ओरडून म्हणाली, "ए... ए... आम्हीच आहोत!"

"ओह्... माफ कर." मॉर्टन म्हणाला.

"कोणत्या दिशेला जायचंय?" जेनिफरने विचारले.

मॉर्टनने ओढ्याच्या खालच्या दिशेला बोट दाखवले.

सगळेजण पळू लागले.

इव्हान्सने मनगटावर नजर टाकली. पण त्याचे घड्याळ एका पोराने काढून घेतले होते. पण मॉर्टनजवळ घड्याळ होते. इव्हान्सने त्याला वेळ विचारली.

"सव्वा तीन."

म्हणजे त्यांच्याजवळ दोन तासांपेक्षा कमी वेळ उरला होता.

“रिझोल्यूशन बे किती लांब असेल इथून?”

“अजून एक तास लागेल.” मॉर्टन म्हणाला, “आपण जंगलामधून गेलो तर, एक तास. अर्थात तसंच जावं लागणार. ही पोरं फार भयंकर आहेत. माग काढण्यात ती तयार आहेत. अनेकदा ती माझ्यापर्यंत जवळजवळ येऊन पोहोचली होती. पण मी त्यांना प्रत्येकवेळी चकवू शकलो.”

“तू किती दिवस इथं आहेस?”

“नऊ दिवस. पण मला ते नऊ वर्षांसारखे वाटताहेत.”

ओढ्यामधून पळताना त्यांना वरच्या फांद्याच्या खाली वाकून जावे लागत होते. इव्हान्सचे पाय भरून आले होते. त्याचे गुडघे विलक्षण दुखत होते. पण त्याला त्यावेळी वेदना, किडे किंवा जळवा या कशाचीही फिकीर वाटत नव्हती. आपण जिवंत आहोत हेच महत्त्वाचे आहे, एवढेच त्याला जाणवत होते.

“इथं साप आहेत का?” साराने विचारले.

“भरपूर.” मॉर्टन म्हणाला, “पण त्यांची फारशी फिकीर करायची गरज नाही.”

“मग कशाची?”

“प्लेन्टी पुकपुक.”

“हे काय असतं?”

“सुसरी.”

हे म्हणून मॉर्टन दाट झाडीत घुसला.

“वाहवा!” इव्हान्स म्हणाला.

केनर एकदम जागीच उभा राहिला. काहीतरी घोटाळा होता हे नक्की. कारण अगोदर त्याला त्याच्या पुढे कोणीतरी पळत असल्याच्या खुणा दिसत होत्या. पण आता मात्र त्या दिसत नव्हत्या. याचा अर्थ मॉर्टनने सगळ्यांना कुठेतरी वळून ओढ्यामधून बाहेर काढले होते. मॉर्टनला हा भाग माहीत होता. त्याने नक्कीच उंच झुडपे असणारी जागा पाहिली असणार. पण कुठली?

केनरच्या ती जागा बहुदा लक्षात आली नव्हती.

केनर वळला आणि पुन्हा ओढ्यामधून वरच्या दिशेने जाऊ लागला. त्याला ती जागा सापडायलाच हवी होती. कारण तो जास्त वेळ ओढ्यात राहिला असता तर ती पोरे त्याच्यापाशी येऊन पोहोचणार होती आणि तो चुकीच्या दिशेने जंगलात शिरला असता तर तो जंगलातच भरकटणार होता.

रिझोल्यूशन बे

गुरुवार, १४ ऑक्टोबर

संध्याकाळी ४ वाजून २ मिनिटे

आता एक तास शिल्लक उरला होता. रिझोल्यूशन बे च्या मध्यभागी असणाऱ्या खारफुटीच्या झुडपांखाली मॉर्टन आणि इतर सगळेजण दडून बसले होते. त्यांच्यापासून काही फूट अंतरावर वाळूमध्ये मंद आवाज करत लाटा येत होत्या.

"मला माहीत आहे ते असं आहे," मॉर्टन हलक्या आवाजात सांगू लागला, "ते पाणबुडीधारक जहाज पूर्व बाजूला ताडपत्रीखाली झाकून ठेवण्यात आलंय. ते इथून दिसत नाही. ते गेला आठवडाभर दररोज पाणबुडी खाली सोडत होते. पाणबुडीच्या बॅटरीची शक्ती मर्यादित असल्याने ती एखाद्या ठिकाणी जास्तीत जास्त एक तास खाली राहू शकते. पण हे मात्र नक्की की ते खाली शंकूच्या आकाराची काहीतरी स्फोटकं बसवत असावेत–"

"तशी ती त्यांच्याजवळ अंटार्क्टिकावर देखील होती." सारा म्हणाली.

"हं... म्हणजे तुला कल्पना आहेच." मॉर्टन म्हणाला, "ते स्फोटकं वापरून पाण्याखाली कडा फोडणार आहेत. पाणबुडी किती वेळ खाली राहते हे पाहून मला वाटतंय की ते नव्वद मीटर खोलीवर स्फोटकं बसवत असावेत. सुनामीच्या लाटांसाठी ही खोली अगदी योग्य अशीच आहे."

"त्या तंबूंचं काय?" इव्हान्सने विचारले.

"त्यांना कसलाही धोका पत्करायचा नसावा असं दिसतंय. एक तर त्यांच्याजवळ स्फोटकं कमी असावीत किंवा त्यामुळे त्यांना हवा तो परिणाम होईल की नाही याबद्दल खात्री वाटत नसावी. त्यासाठी त्यांनी ट्रकच्या आकाराची डिझेलवर चालणारी कॅव्हिटेशन यंत्रं आणून त्या तंबूत ठेवली आहेत. अधूनमधून ते त्यांची चाचणी घेत आहेत. त्यांनी काही वेळा तंबूंची जागाही बदलली आहे. प्रत्येकवेळी एक-दोन फूट इकडंतिकडं. बहुदा यंत्रांची जागा नेमकी असण्याशी त्याचा काहीतरी संबंध असावा. मला याचा नेमका अर्थ कळलेला नाही. पण पाण्याखाली कडा पाडण्याशीच त्याचा काहीतरी संबंध असणार."

साराने विचारले, "आपण आता काय करायचं आहे?"

"आपण त्यांना थांबवू शकणार नाही. अगदी केनर जरी इथवर येऊ शकला तरी आपण फक्त चार-पाचजण आहोत. शिवाय तो इथपर्यंत येऊन पोहोचेल असं मला वाटत नाही. ते तेराजण आहेत. जहाजावर सात आणि किनाऱ्यावर सहा. त्यांच्याजवळ स्वयंचलित शस्त्रं आहेत."

"पण आपल्याकडं संजोग आहे हे विसरू नकोस." इव्हान्स म्हणाला.

"तो नेपाळी म्हणतोस?... मला वाटतं, त्या लोकांनी त्याला गाठलं असावं. एक तासापूर्वी तुम्हाला पकडलं होतं त्या जागी मला गोळीचे आवाज आले होते. मी तुम्हाला पकडलं त्यावेळी अगदी जवळ होतो. मी खोकून-खाकरून तुम्हाला इशारा देण्याचा आटोकाट प्रयत्न केला होता. पण... जाऊ दे." मॉर्टनने खांदे उडवले, "आपण तीनपैकी एक कॅव्हिटेशन यंत्र किंवा दोन बंद पाडली तर त्याची योजना फिसकटेल."

जेनिफरने विचारले, "आपण त्यांचा वीजपुरवठा तोडला तर?"

मॉर्टनने नकारार्थी मान हलवली. "ती यंत्रं डिझेलवर चालतात."

"इग्निशनसाठी बॅटरी असेल ना?"

"नाही. त्यासाठी सौर ऊर्जा वापरली आहे."

"याचा अर्थ आपल्याला ही यंत्रं चालवणाऱ्यांनाच टिपून काढावं लागेल."

"होय. आणि त्यांना आपण आल्याची खबर अगोदरच मिळालेली आहे. त्यांनी पहाऱ्यासाठी एकजण मुद्दाम ठेवला आहे."

"म्हणून काय झालं? आपण सरळ सगळ्यांवर हल्ला चढवून त्यांना उडवायचं."

जेनिफर म्हणाली, "आपल्याजवळ पुरेशी शस्त्रं आहेत आणि–" बोलता बोलता तिने तिच्या रायफलमधून मॅगेझीन बाहेर काढले होते. ते रिकामे होते. "तुम्ही तुमची शस्त्रं तपासून पाहा बरं."

भराभरा सगळ्यांनी शस्त्रं पाहून नकारार्थी माना हलवल्या. इव्हान्सकडे चार फैरी शिल्लक होत्या. साराजवळ दोन. मॉर्टनची रायफल रिकामी होती.

"म्हणजे त्या पोरांजवळ फारसा दारूगोळा नव्हताच तर–" जेनिफर म्हणाली. तिने एक दीर्घ श्वास घेतला. "हं... आणि आत्ता आपल्याजवळही पुरेसा नाहीच. त्याशिवाय काम साधणं फार अवघड जाणार आहे." तिने किनाऱ्याकडे डोळे बारीक करून पाहिले." ते तंबू जंगलाच्या कडेपासून दहा यार्डांवर आहेत. मधे काहीही नाही. आपण तंबूवर हल्ला चढवला तरी त्याचा काहीही उपयोग होणार नाही–"

केनर पाण्यातून चालत पुढे जात होता. तो दोन्ही बाजूंना निरखून पाहत होता. काही वेळाने त्याला एका खडकावर ओल्या हाताचा आता वाळत चाललेला ठसा दिसला. तो अस्पष्ट होता. पण नीट पाहिल्यावर दिसले की ओढ्याच्या काठावरचे गवत किंचित दबलेले होते. म्हणजे याच ठिकाणी मॉर्टनने ओढ्याची वाट बदलली होती.

तो पुढे झाला. हा देखील एक ओढाच होता. पण त्याचे पात्र अरुंद होते आणि उतार जास्तच तीव्र होता. उतरणे अवघड असले तरी अशक्य नाही हे केनरला कळत होते. तो खाली उतरू लागला.

ओढ्यात पुढच्या बाजूला त्याला कुत्र्याच्या भुंकण्याचा आवाज आला. हा आवाज कुत्र्यासारखा असला तरी जास्त घोगरा होता. जणू हा कुत्रा आजारी असावा असा तो आवाज होता.

मॉर्टनने तो आवाज ऐकला तेव्हा त्याच्या कपाळावर आठ्या दिसू लागल्या.

''काय झालं?'' जेनिफरने विचारले, ''ते बंडखोर आपला पाठलाग करत आहेत की काय? त्यांच्याजवळ कुत्री आहेत वाटतं?''

''नाही. तो कुत्र्याचा आवाज नाही.''

''कुत्र्याचाच वाटला नाही का तो?''

''नाही. या ठिकाणी त्यांनी ही युक्ती आत्मसात केलेली आहे. कुत्र्यासारखा आवाज काढला की कुत्री बाहेर येतात. ती आली की मग त्यांचा ते फन्ना उडवतात.''

''कोण?''

''सुसरी.'' मॉर्टन म्हणाला, ''आपल्या पाठीमागे कुठंतरी सुसर आहे.''

आता त्यांना किनाऱ्याच्या दिशेने इंजिने सुरू झाल्याची धडधड ऐकू आली. त्यांनी तिकडे पाहिले तेव्हा त्यांना पूर्वेकडून तीन जीप येताना दिसल्या.

''हा काय प्रकार आहे?'' इव्हान्सने विचारले.

''आठवडाभर त्यांचा अशाच प्रकारे सराव चालू आहे.'' मॉर्टन म्हणाला, ''पाहा. प्रत्येक तंबूजवळ ते थांबतील. पण इंजिनं मात्र चालूच असतील. पाहा... त्यांची दिशा मात्र पश्चिम हीच असते.''

''पश्चिम?''

''त्या ठिकाणी त्यांनी रस्ता खोदून तयार केला आहे. पण–''

''हं... हं...'' इव्हान्स विचारात पडला होता.

''काय झालं?''

''मला वाटतं, आपली काहीतरी चूक होतेय.''

''म्हणजे?''

''सुनामीची लाट कॅलिफोर्नियाच्या दिशेने जाईल याबद्दल आपल्याला काळजी वाटतेय. पण इथं पाण्यात कडा कोसळला की पाणी एकदम आत ओढलं जाईल नि मग ते पुन्हा वर येईल. पाण्यात दगड टाकला की कसं होतं तसं होईल... हे असं.'' हे म्हणत इव्हान्सने खरोखरच पायापाशी असणाऱ्या पाण्यात दगड टाकला. ''...आणि त्यावेळी जी लाट तयार होते ती गोलाकार असते–''

''म्हणजे ती सगळ्या दिशांना पसरणार–''

''होय. सगळ्या दिशांना. या किनाऱ्याच्या दिशेलाही... सॉलोमन टेन्च हा भाग

इथून किती लांब आहे?''

मॉर्टनने खांदे उडवले, ''माहीत नाही, पीटर. कदाचित दोन मैल.''

''जर लाटेचा वेग ताशी पाचशे मैल असेल तर लाट या किनाऱ्यावर–''

''चोवीस सेकंदात येऊन थडकेल.'' सारा म्हणाली.

''होय. चोवीस सेकंद. पाण्याखाली कडा कोसळला की आपल्याजवळ तेवढाच वेळ असेल.''

अचानक धडधडाट सुरू झाला. पहिला जनरेटर सुरू झाला. मग दुसरा आणि नंतर तिसरा. सगळे डिझेल जनरेटर सुरू झाले होते.

मॉर्टनने घड्याळाकडे नजर टाकली, ''हं... आता सुरू झालं ते.''

आता हळूहळू गुणगुणण्याचा आवाज सुरू झाला. बघता बघता त्याची तीव्रता एवढी वाढली की तो आसमंतात भरून गेला.

''हीच ती कॅव्हिटेटर यंत्रं आहेत.'' मॉर्टन म्हणाला.

जेनिफरने खांद्यावरची रायफल नीट केली. ''चला, आपण तयारीत राहू या.''

संजोंग वरच्या फांद्यांवरून अगदी बिलकूल आवाज करता ए.व्ही. स्कॉर्पिअन जहाजावर उतरला. चाळीस फूट लांबीच्या त्या जहाजाचा तळ चांगलाच सपाट असणार हे उघड दिसत होते. कारण ते पूर्व बाजूला अगदी किनाऱ्याजवळ आणून ठेवलेले होते. ते वरच्या झाडांमुळे नीट दिसत नव्हते. संजोंगलाही ते अगोदर दिसलेच नव्हते. पण रेडिओचा आवाज आला तेव्हा मात्र त्याला ते तिथे असल्याचे कळले.

संजोंग पुढच्या बाजूच्या डोलकाठीजवळ लपून बसला. त्याला सगळ्या बाजूंनी लोकांचे बोलण्याचे आवाज येत होते. त्याला समोर उंचावर टांगलेली छोटी पाणबुडी दिसली. फिक्कट निळ्या रंगाची ती पाणबुडी सात फूट लांबीची होती. ती पाणबुडी एका कप्पीला अडकवलेल्या साखळीवर टांगलेली संजोंगला दिसली. त्याला पलीकडच्या बाजूला धातूची छोटी बॉक्स दिसली. या ठिकाणाहून पाणबुडी खाली सोडण्याचे नियंत्रण होत असणार हे त्याच्या लक्षात आले.

संजोंग सरपटत त्या बॉक्सपाशी गेला. त्या ठिकाणी त्याला मोठे की-पॅड दिसले. संजोंगने खाली दिशा दाखवणाऱ्या बाणाचे बटण दाबले. त्याचबरोबर खडखड आवाज आला. कप्पीचे काम सुरू होऊन पाणबुडी खाली येऊ लागली.

त्याच क्षणी धोक्याचा भोंगा सुरू झाला.

सगळीकडे एकदम गडबड सुरू झाली.

संजोंग मागे सरकला आणि दडून बसला.

किनाऱ्यापाशी जंगलात दडून बसलेल्या सगळ्यांनीच तो भोंग्याचा आवाज ऐकला होता. इव्हान्सने आजूबाजूला नजर टाकली.

''हा आवाज कुठून येतोय?''

''तिकडं ते जहाज उभं आहे तिकडून असावा.''

किनाऱ्यावरच्या त्या लोकांनीही तो भोंग्याचा आवाज ऐकला होता. ते जोडीजोडीने तंबूंच्या दारात येऊन बंदुका रोखून काय करावे हे न कळून बाहेर पाहत उभे राहिलेले दिसले.

''××××'' जेनिफरने एक शिवी हासडली आणि इव्हान्सची रायफल हातात घेतली. ''हं... यापेक्षा जास्त चांगली संधी येणार नाही.''

हे बोलून गोळीबार करत जेनिफर किनाऱ्याकडे धावली.

सुसर अतिशय वेगाने केनरवर चाल करून आली होती. क्षणभर केनरला तिचा पूर्ण उघडा जबडा आणि आतला पांढरा भाग दिसला. केनरने मशीनगनमधून गोळी झाडली. सुसर जराशी तडफडली. पण परत केनरवर चाल करून आली. म्हणजे गोळीचा काहीच उपयोग झाला नव्हता.

केनर वळला आणि वेगाने पळू लागला.

मागून सुसर गर्जना करत येत होती.

जेनिफर वाळूतून जवळच्या तंबूच्या दिशेने धावत निघाली. ती दहा यार्ड पुढे गेलेली असतानाच दोन गोळ्या तिच्या डाव्या पायात शिरल्या. ती खाली पडली. पण पडता पडता तिने गोळ्या झाडल्या होत्या. तिला दिसले की तंबूच्या दारात उभा असणारा माणूस ठार झाला आहे.

जेनिफरच्या मागून पळत येणारा इव्हान्स तिच्यापाशी येऊन वाकून बोलायचा प्रयत्न करत असताना जेनिफर ओरडली, ''जा!... पुढे जात राहा!''

इव्हान्स तंबूच्या दिशेने धावला.

सारा आणि मॉर्टन जंगलाच्या कडेने दुसऱ्या तंबूच्या दिशेने धावत होते. त्यांना पाहून त्या माणसाने मशीनगनमधून गोळीबार सुरू केला. पण तो स्वत:च नर्व्हस असावा. कारण त्याच्या गोळ्या सारा आणि मॉर्टनला लागत नव्हत्या. मात्र त्या गोळ्यांमुळे फांद्या तुटून इतस्तत: उडत होत्या.

सारा आता तंबूच्या जवळ साधारण वीस यार्ड अंतरावर आली होती. ती एका झाडामागे लपली आणि फांदीचा आधार घेऊन तिने गोळी झाडली. पहिली गोळी हुकली. पण दुसऱ्या गोळीने मात्र तंबूच्या बाहेर उभ्या असलेल्या माणसाचा वेध

घेतला होता. तो खाली वाळूत कोसळलेला पाहून मॉर्टन बाहेर पडला आणि तंबूच्या दिशेने धावू लागला.

इव्हान्स तंबूच्या आत शिरला तेव्हा त्याला समोर यंत्रांची धुडे, पाईप आणि केबल यांचे जाळे दिसले. अनेक केबल एक गोल, सपाट प्लेटपाशी जाऊन संपत आहेत हे त्याला दिसले. ही प्लेट आठ फूट रुंद होती आणि ती वाळूपासून दोन फूट उंचीवर होती. जनरेटर सात फूट उंच होता. त्या जागी कोणीच नव्हते. हातात रायफल सज्ज करून इव्हान्स पुढे जाऊ लागला. हातातली रायफल रिकामी असल्याची जाणीव त्याचे मन पोखरत होती.

आणि त्याला त्याच क्षणी तो दिसला.

तो 'बोल्डेन' होता.

तो पॅनेलपाशी उभा राहून काहीतरी बटणे दाबत होता. तो त्याच्या कामात एवढा मग्न होता की त्याला इव्हान्स आत आलाय याची कल्पना आली नव्हती.

त्याला पाहून इव्हान्सच्या डोक्यात संतापाची तिडीक उठली. त्याच्या रायफलमध्ये गोळ्या असल्या तर त्याने तत्काळ बोल्डेनला गोळी घातली असती.

इव्हान्स जोरात ओरडला.

'बोल्डेन' वळला आणि इव्हान्सच्या अंगावर धावून आला.

मॉर्टनने तंबूत पाऊल टाकले त्याच क्षणी एक गोळी त्याच्या कानावर लागली आणि दुसरी खांद्यावर बसली. किंचाळत मॉर्टन गुडघ्यांवर बसला. त्यावेळी तो खाली पडल्यानेच वाचला. कारण पुढची गोळी सणसणत जाऊन तंबूच्या कापडातून बाहेर पडली होती. या गोळीने सरळ मॉर्टनच्या कपाळाचाच वेध घेतला असता. मॉर्टन खाली पडलेला असताना एक वीस-पंचवीस वर्षं वयाचा दाढी राखलेला माणूस हातात रायफल रोखून मॉर्टनकडे आला.

पण लगेचच तो यंत्रांवर कोसळला. सगळीकडे रक्ताचा शिडकावा झाला. साराने पाठोपाठ गोळ्या झाडल्या होत्या.

"तुझा नेम इतका चांगला आहे हे मी विसरलोच होतो." मॉर्टन म्हणाला.

"जॉर्ज, तू ठीक आहेस ना?"

मॉर्टनने मान डोलावली.

"तर मग हे यंत्र कसं बंद करायचं ते सांग."

बोल्डेनने इव्हान्सला जोरदार धडक मारून खाली पाडले. दोघांची झुंज सुरू झाली. इव्हान्सने रायफलचा दस्ता बोल्डेनच्या पाठीवर मारला. पण त्याचा काहीही

परिणाम झाला नाही. इव्हान्स त्याला डोक्यावर मारण्याचा सतत प्रयत्न करत होता. तर उलट बोल्डेन ताकदीचा वापर करून इव्हान्सला तंबूच्या बाहेर फेकून देण्याचा प्रयत्न करत होता. पण मग इव्हान्सच्या लक्षात आले की प्रत्यक्षात बोल्डेन त्याला खाली पाडून प्लेटच्या खाली नेण्याचा प्रयत्न करतोय.

बोल्डेनने इव्हान्सच्या डोक्यावर फटका मारला. त्या फटक्याने इव्हान्सचा गॉगल उडून प्लेटच्या खाली पडला. तत्काळ तो फुटला. मग फ्रेम वेडीवाकडी झाली आणि पाहता पाहता ती अतीसूक्ष्म तुकडे होऊन नष्ट झाली.

काही... काहीही शिल्लक राहिले नव्हते.

इव्हान्स भीतीने गोठून गेल्यासारखा प्लेटकडे पाहत होता. बोल्डेन त्याला कणाकणाने प्लेटखाली सरकवत होता. आता तो अगदी प्लेटच्या कडेपाशी आला होता. अचानक इव्हान्सने सगळी शक्ती एकवटून लाथ मारली. त्या लाथेने बोल्डेन उडून गरम धातूला धडकला. बोल्डेनने हंबरडा फोडला. त्याच्या गालामधून धूर येताना दिसला.

इव्हान्सने पुन्हा लाथ मारून स्वत:ला सोडवून घेतले. तो उभा राहिला आणि त्याने खाली पडलेल्या बोल्डेनच्या बरगड्यांमध्ये लाथ घातली. त्याने संपूर्ण जोर लावून करकचून लाथ मारली तेव्हा त्याच्या मनात बोल्डेनला खलास करायचा इरादा होता.

ही लाथ अंटार्क्टिकासाठी.

पुढची लाथ मारताना बोल्डेनने इव्हान्सचा पाय पकडला. त्यामुळे इव्हान्स खाली पडला. पण पडता पडता त्याने तरीही लाथ झाडली. त्या दणक्याने बोल्डेन गडगडला आणि बघता बघता प्लेटखाली गेला.

बोल्डेन थरथरत होता. त्याने किंचाळण्यासाठी तोंड उघडले होते. पण त्यातून आवाज फुटला नाही. इव्हान्सने आणखी एकदा लाथ हाणली. बोल्डेन आता पूर्णपणे प्लेटखाली गेला होता.

धडपडत इव्हान्स हातापायावर उभा राहिला आणि प्लेटकडे त्याने नजर टाकली. प्लेटखाली काहीही नव्हते. फक्त तिथे उग्र वासाचा धूर होता.

इव्हान्स उभा राहिला आणि तंबूच्या बाहेर आला.

जेनिफरने मागे नजर टाकत दातांनी स्वत:चा ब्लाऊज फाडला. तिला तिची जखम बांधायची होती. आपली एखादी मोठी शीर तुटलेली नसावी असे तिला वाटले. पण पायावर खूपच रक्त वाहत होते. तिला चक्कर आल्यासारखेही वाटू लागले होते.

तिला स्वत:ला सावरणे भागच होते. कारण अजून एक तंबू शिल्लक होता. त्यामधून आणखी कोणी बाहेर येण्याची शक्यता होती. तसे असेल तर–

साराला जंगलातून कोणीतरी बाहेर येत असल्याची जाणीव झाली. गर्रकन वळून तिने रायफल रोखली.

तो जॉन केनर होता.

तिने रायफल खाली घेतली.

केनर तिच्या दिशेने धावला.

तिकडे जहाजावरच्या लोकांनी पाणबुडी खाली जाण्यापासून रोखून धरली होती. त्यांना किनाऱ्यावर गोळीबार होत असल्याचे आवाज आले होते. म्हणून ते सगळे त्या बाजूला पाहण्यासाठी गेले.

संजोंग डेकवरून दुसऱ्या बाजूला गेला. तिथे एक केबिन होती. तिथे मोठे इलेक्ट्रॉनिक पॅनेल दिसत होते. टी-शर्ट आणि हाफपॅन्ट परिधान केलेला एक माणूस तिथे वाकून काहीतरी करत होता. पॅनेलवर तीन रांगांमध्ये दिवे लागलेले दिसत होते. त्यावर काही आकडे होते. या बहुदा पाण्याखाली स्फोट घडवण्याच्या निरनिराळ्या वेळा होत्या.

संजोंगने डेकवरून त्या केबिनच्या काचेवर गोळी झाडली. पण काहीच घडले नाही. ती काच बुलेटप्रुफ आहे हे संजोंगच्या लक्षात आले. आत बसलेल्या माणसाने दचकून वर पाहिले. पण एवढ्यात संजोंग दरवाज्यापाशी पोहोचला होता.

त्या माणसाने काहीतरी बटणे दाबली. संजोंगने दोन गोळ्या झाडल्या. एक त्या माणसाला लागली आणि दुसरी संजोंगने पॅनेलच्या दिशेने झाडली होती. पण आता बहुदा उशीर झाला होता. कारण पॅनेलवर एका पाठोपाठ एक लाल दिवे चमचम करू लागलेले दिसले.

पाण्याखाली स्फोट होऊ लागले होते.

अचानक मोठ्या आवाजात धोक्याचा इशारा देणारा भोंगा सुरू झाला. जहाजावरचे सगळे लोक आरडाओरडा करत धावपळ करू लागले. त्यांचे आवाज कमालीचे भेदरलेले होते. कारणही तसे योग्यच होते.

सुनामीची सुरुवात झाली होती.

रिझोल्यूशन बे

गुरुवार, १४ ऑक्टोबर

संध्याकाळी ४ वाजून ४३ मिनिटे

आता आसमंतात प्रचंड आवाज भरून राहिला होता. इव्हान्स तंबूमधून बाहेर धावत आला. त्याला समोरच्या बाजूला केनर जेनिफरला उचलून घेताना दिसला.

केनर काहीतरी ओरडून सांगत होता. पण काय ते इव्हान्सला कळले नाही. त्याला हे मात्र लक्षात आले की जेनिफर रक्ताने माखून गेलेली आहे. इव्हान्स जीपकडे धावला आणि त्याने जीप चालू करून केनरकडे आणली.

केनरने जेनिफरला जीपमध्ये मागे ठेवले. तिचा श्वासोच्छ्वास मंदपणाने चालू होता. इव्हान्सला दिसले की समोरच्या बाजूला उभ्या असणाऱ्या जीपमध्ये मॉर्टनला चढण्यासाठी सारा मदत करत होती.

त्यावेळी असणाऱ्या प्रचंड आवाजावर मात करण्यासाठी केनर मोठ्या आवाजात ओरडत होता. अगोदर इव्हान्सला काहीही ऐकू आले नाही. मग त्याला कळले "संजोंग? संजोंग कुठंय?"

इव्हान्सने नकारार्थी मान हलवली, "मॉर्टन म्हणतोय की ठार झालाय तो. त्या बंडखोरांनी त्याला ठार केलंय."

"तुला नक्की माहीत आहे का?"

"नाही!"

केनरने किनाऱ्याकडे नजर टाकली आणि ओरडला, "गाडी चालव!"

एका हाताने मॉर्टनला सावरून धरत सारा गाडी चालवत होती. गिअर बदलण्यासाठी हात काढून घेताच मॉर्टन घसरून तिच्या खांद्यावर पडत होता. त्याला श्वास घ्यायला त्रास होत होता. साराला शंका आली की कदाचित त्याच्या फुप्फुसाला भोक पडले असावे. सारा मनात सेकंद मोजत होती. कडा कोसळल्याला दहा सेकंद झाले असावेत. म्हणजे आता टेकडीवर चढून जाण्यासाठी तिच्याकडे फक्त पंधरा सेकंद उरलेले होते.

जहाजावरून संजोंगने उडी मारली आणि किनाऱ्यावरच्या फांद्या पकडल्या. तो धडपडत जमिनीवर उतरला आणि जीवाच्या आकांताने टेकडीवर चढू लागला. जहाजावरच्या लोकांनी ते पाहिले होते. त्यांनीही त्याच्या मागोमाग किनाऱ्यावर उडी टाकून संजोंगचा पाठलाग सुरू केला.

संजोंगने वेळेचे गणित केले. त्याच्या लक्षात आले की साधारण अर्ध्या मिनिटात पहिली लाट किनाऱ्यावर धडकणार होती. पहिली लाट जरी कमी शक्तीची असली तरी तिची उंची कमीत कमी पाच मीटर असणार होती. तिचा टेकडीवर आदळून उडणारा पाण्याचा पिसारा आणखी पाच मीटर असणार होता. म्हणजे त्या निसरड्या वाटेने संजोंगला तीस सेकंदात कमीत कमी तीस फूट उंच चढून जायचे होते.

आपण हे करू शकणार नाही याची त्याला कल्पना होती.

तरीही संजोंग वर चढत राहिला.

सारा चिखलाने भरलेल्या वाटेने जीप चालवत होती. ती काही वेळा अत्यंत धोकादायकपणे वळत होती. साराच्या शेजारी बसलेला मॉर्टन काहीही बोलू शकत नव्हता. त्याच्या त्वचेचा रंग आता निळसर करडा झाला होता.

''जॉर्ज!... स्वत:ला सावर... धीर धर जॉर्ज!'' सारा ओरडत होती.

जीप एकदम चिखलात माशाच्या शेपटीसारखी वळवळत गेली. साराने घाबरून एक किंकाळी फोडली. तिने गिअर कमी केला आणि जीपवर ताबा मिळवला.

आरशात तिला पाठीमागून इव्हान्स येताना दिसत होता. सारा मनातल्या मनात मोजत होती.

अठरा.

एकोणीस.

वीस.

किनाऱ्यावर असणाऱ्या तिसऱ्या तंबूमधून दोन माणसांनी बाहेर उड्या टाकल्या. त्यांच्या हातात मशीनगन्स होत्या. त्यांनी उरलेल्या जीपमधून इव्हान्सचा पाठलाग सुरू केला. ते इव्हान्सच्या जीपवर गोळ्यांचा वर्षाव करत होते. एका गोळीने इव्हान्सच्या गाडीची काच फुटली. इव्हान्सने वेग थोडा कमी केला.

''गाडी जोरात चालव.'' केनर ओरडला, ''जोरात!''

इव्हान्सला समोरचे नीट दिसत नव्हते. तरीही तो गाडी चालवत होता.

''जोरात!''

आजूबाजूला गोळ्या सणसणत जात होत्या.

केनरही मागच्या जीपच्या टायरवर गोळ्या झाडत होता. एक गोळी टायरला लागली. जीप उलटली. त्यातून दोघे खाली पडले. पण क्षणात ते उठून उभे राहिले. ते किनाऱ्यापासून पंधरा फूट उंचीवर होते.

केनरने समुद्राकडे नजर टाकली. त्याला किनाऱ्याकडे येणारी लाट दिसली. नजर पोहोचत नाही इथवर तिची रुंदी होती. पांढऱ्या रंगाच्या फेसाची एक रेषा किनाऱ्याच्या दिशेने सरकत येत होती. सुरुवातीला तिची उंची जास्त नव्हती. पण किनाऱ्याजवळ येताना तिची उंची सतत वाढत चालली होती.

जीप थांबली.

''गाडी का थांबवलीस?'' केनर ओरडला.

''कारण हा रस्ताच संपलाय!'' इव्हान्सने ओरडून उत्तर दिले.

लाट आता पंधरा फूट उंचीची झाली होती.

प्रचंड गर्जना करत लाट किनाऱ्यावर आदळली आणि आत शिरू लागली. इव्हान्सला हे दृश्य आपण स्लोमोशनमध्ये पाहतोय असे वाटत होते.

पांढऱ्या फेसाची रेषा आता आणखी वर चढली होती. जीपपाशी धडपडत उभे राहाण्याचा प्रयत्न करणारे दोघेजण क्षणभर इव्हान्सला दिसले आणि लगेच पाण्यात दिसेनासे झाले.

लाट आणखी चार-पाच फूट वर तेवढ्याच वेगात चढली. मग अचानक तिचा वेग कमी झाला आणि आली तशीच वेगाने ती मागे सरकत गेली. आता सगळा किनारा उघडा पडला होता. पण ते दोनजण आणि जीप यांचा कुठेही मागमूस दिसत नव्हता.

"ही पहिली आहे. या पुढच्या आणखी मोठ्या असतील." केनर म्हणाला.

साराने मॉर्टनला धरून सरळ बसवण्याचा आटोकाट प्रयत्न चालवला होता. त्याचे ओठ आता काळेनिळे पडले होते. त्याचे अंगही थंडगार लागत होते. पण तरीही तो शुद्धीवर होता. तो काहीतरी बोलत होता. पण साराला ते कळत नव्हते.

"जॉर्ज... धीर धर."

मॉर्टनने किंचित मान डोलावली. तो काहीतरी म्हणाला.

"काय?... काय जॉर्ज?"

साराला काहीही ऐकू येत नव्हते.

आता दुसरी लाट किनाऱ्याच्या दिशेने येताना दिसली. ती अगदी पहिल्या लाटेसारखीच होती. पण किनाऱ्याजवळ आली तेव्हा तिचा आकार पहिलीपेक्षा चांगलाच मोठा आहे हे स्पष्ट दिसून आले. ती किनाऱ्यावर धडकली तेव्हा स्फोट झाल्यासारखा आवाज आला. पाण्याची एक मोठी चादरच जणू त्यांच्या दिशेने वर चढू लागली होती.

ते आता चांगले शंभर फूट वर होते आणि लाट साठ फुटापर्यंत येऊन पोहोचली होती.

"यानंतरची आणखी मोठी असेल." केनर म्हणाला.

पुढची काही मिनिटे समुद्र अगदी शांत होता.

इव्हान्स जेनिफरकडे वळला. "ऐक. मी असं करू का–"

पण जेनिफर जागेवर नव्हती. क्षणभर इव्हान्सला वाटले की ती जीपमधून बाहेर पडली की काय. पण लगेच त्याच्या लक्षात आले की ती सीटवरून खाली पडली होती. ती अंगाची जुडी करून वेदनेने कळवळत पडलेली दिसली. तिचा चेहरा रक्ताने माखला होता.

"जेनिफर?"

केनरने इव्हान्सचा हात हलकेच मागे सारला आणि नकारार्थी मान हलवत

म्हणाला, “त्या लोकांनी जीपमधल्या–”

इव्हान्सला जेनिफरची स्थिती पाहून धक्का बसला होता. “जेनिफर?”

जेनिफरचे डोळे मिटलेले होते. तिचा श्वास अगदी मंदगतीने चालू होता.

“तिकडं बघू नकोस.” केनर म्हणाला, “ती वाचेल की नाही, सांगता येत नाही.”

पुढची लाट त्यांच्या दिशेने वरवर चढत येऊ लागली होती.

आता पुढे जायला रस्ताच नव्हता. समोर फक्त दाट जंगल होते. ते वर चढत येणाऱ्या पाण्याकडे पाहण्याखेरीज काही करू शकत नव्हते. अतिशय भीतिदायक वेगाने लाट वर धडकली होती. प्रत्यक्ष लाट जरी मागे थांबली असली तरी वर आलेला फेस एखाद्या भिंतीसारखा चांगला नऊ-दहा फूट उंच होता.

साराला वाटले की या लाटेत आता आपण वाहून जाणार. पण त्यांच्या अगदी जवळ आलेली लाट काही यार्डांवर असताना विरळ होत गेली आणि अखेर विरून पुन्हा मागे फिरली.

केनरने घड्याळाकडे नजर टाकली, “आपल्याजवळ काही मिनिटं आहेत. जे काही शक्य आहे ते आपण करू या.”

“काय करायचं?” साराने विचारले.

“जितकं जमेल तितकं वर जायचं.”

“आणखी एखादी लाट असेल का?”

“किमान एखादी तरी नक्कीच.”

“मोठी?”

“होय.”

आणखी पाच मिनिटे उलटली होती. ते धडपडत टेकडीवर आणखी वीस यार्ड वर चढले होते. रक्ताने माखलेल्या जेनिफरला केनरने उचलून घेतले होते. आता तिची शुद्ध हरपली होती. इव्हान्स आणि सारा मॉर्टनला आधार देत वर नेत होते. त्याला चालताना प्रचंड त्रास होत होता. अखेर इव्हान्सने त्याला पाठुंगळीवर घेतले आणि तो वर चढू लागला.

“तुझं वजन कमी झालंय म्हणून बरं आहे.” इव्हान्स म्हणाला.

मॉर्टनने काही न बोलता फक्त इव्हान्सच्या खांद्यावर थोपटले.

इव्हान्स धडपडत वर चढत असतानाच पुढची लाट किनाऱ्याकडे आली.

ही लाट परत गेली तेव्हा त्यांना दिसले की काही मिनिटांपूर्वी ते जिथे होते तिथे आता फक्त उन्मळून पडलेले वृक्ष होते. जीपचा मागमूसही दिसत नव्हता. अतिशय

थकून ते सारेजण खाली पाहत होते. ही लाट चौथी की पाचवी असावी हे त्यांना कोणालाच नीटसे आठवत नव्हते. पण अखेर ती चौथी असावी असे सर्वांनी ठरवले.

"आता पुढे काय?" साराने केनरला विचारले.

"वर चढायचं."

यानंतरची लाट आठ मिनिटांनी आली. ही लाट आता पूर्वीपेक्षा छोटी होती. इव्हान्स इतका थकला होता की तो तिच्याकडे शून्य नजरेने पाहत बसला होता. केनर जेनिफरला होणारा रक्तस्राव थांबवण्याचा प्रयत्न करत होता.

खाली किनाऱ्यापाशी कोणाही माणसाचा पत्ता नव्हता. तंबू, जनरेटर वगैरे सर्व काही नाहीसे झाले होते. फक्त किनाऱ्यावर ओंडके, वृक्षांची खोडे आणि तत्सम वस्तूंचा ढिगारा पडला होता.

"हा कसला आवाज?" साराने विचारले.

"आवाज?"

"होय. कोणीतरी ओरडतंय."

सर्वांनी समोर पाहिले. पलीकडच्या बाजूला कोणीतरी माणूस हात हलवून इशारा करत होता.

"संजोंग!" केनर म्हणाला. तो हसला, "त्यानं आहे तिथंच राहाणं चांगलं हे त्याच्या लक्षात आलं तर बरं होईल. कारण तिकडून इकडं यायला त्याला काही तास खटाटोप करावा लागेल... चला, आपण हेलिकॉप्टर जागेवर आहे की लाटांनी ते गिळून टाकलंय ते पाहू या. मग आपण त्याला घेऊन येऊ या."

पॅसेफिक महासागर

शुक्रवार, १५ ऑक्टोबर

संध्याकाळी ५ वाजून ४ मिनिटे

पूर्वेकडे सहा हजार मैलांवरील कोलोरॅडोमध्ये असलेल्या राष्ट्रीय भूकंप माहिती केंद्रामधील संगणकावर एक अनपेक्षित नोंद झाली. सॉलोमन बेटसमूहाच्या उत्तरेला भूगर्भीय हालचाल झाली असून भूकंपाची तीव्रता ६.३ रिश्टर एवढी असल्याचे दिसून आले. म्हणजेच हा भूकंप जोराचा होता. संगणकाने याची नोंद अनपेक्षित होणारी घटना अशी केली. ज्या ठिकाणी भूगर्भातील तीन प्लेट एकत्र येतात त्या ठिकाणी काही वेळा अशा प्रकारे अशा हालचाली घडून येणे स्वाभाविक असते.

या संगणकाने भूकंपानंतरच्या ज्या हालचाली टिपल्या होत्या त्यानुसार या

भूकंपाची गणना सुनामी निर्मितीक्षम भूकंप अशी केली गेली नाही. परंतु १९९८ मध्ये न्यूगिनीमध्ये झालेल्या एका भूकंपानंतर आलेल्या प्रलयंकारी सुनामीनंतर खबरदारी म्हणून पाण्यामधील हालचालींचा अधिक सखोल आढावा घेण्याची पद्धत सुरू झाली होती. या पद्धतीला अनुसरून सॉलोमनमधील भूकंपाची माहिती हवाईमधील हिलो या ठिकाणच्या 'मोर्न' या मध्यसागरी माहिती हस्तांतरण जाळ्याकडे पाठवण्यात आली.

त्यानंतर सहा तासांनी मध्यसागरी प्रदेशात ठेवलेल्या तरंगत्या संवेदकांनी महासागराच्या पाण्याच्या पातळीत सुनामीमध्ये आढळते तशी वाढ झाली असल्याची नोंद केली. महासागराची खोली खूप असल्याने लाट प्रचंड असूनही ती त्या भागातल्या जहाजांना जाणवली नाही. पण तरंगत्या संवेदकांनी मात्र आपले काम चोख बजावले होते.

मध्यरात्र असल्याने संगणकीय जाळ्यावर देखरेख करणारा ज्यो ओहीरी पेंगत होता. सुनामीची सूचना देणारी यंत्रणा आवाज करू लागताच जो ओहीरी उठला. त्याने स्वत:साठी एक कप कॉफी ओतून घेतली आणि तो आलेली माहिती तपासून पाहू लागला. ही सुनामीची लाट होती हे त्याला माहिती पाहून समजले. पण या लाटेची ऊर्जा महासागरातून प्रवास करताना कमी कमी होत जात आहे हे त्याच्या लक्षात आले. हवाई बेटे जरी त्या लाटेच्या मार्गात असली तरी त्या लाटेचा परिणाम होण्याची शक्यता कमी आहे हे त्याने गणित करून ताडले. म्हणून मग त्याने नेहमीच्या पद्धतीने सुनामी लाटेसंबंधीची सूचना सर्व बेटांना कळवण्याची व्यवस्था केली. तसेच त्याने पश्चिमेकडील आणि अलास्कामधील केंद्रांना सूचना पाठवून दिली.

यानंतर पाच तासांनी अलास्का आणि कॅलिफोर्निया किनाऱ्यानजीकच्या महासागरातील तरंगत्या संवेदकांनी सुनामी लाटेची नोंद केली. पण आता त्या लाटेचा जोर कमी झालेला होता. साहजिकच संगणकांनी गणित करून ठरवले की जोर फार नाही आणि त्यानुसार त्यांनी कसलीही सूचना केली नाही. म्हणजेच आता स्थानिक पातळीवर फक्त त्यांची नोंद घेतली जाणार होती. त्यावेळी संगणकांनी धोक्याचा इशारा पाठवलेला नव्हता. नोंद अशी झाली :

> भूकंपाची जागा आणि तीव्रता पाहता या भूकंपाची क्षमता कॅलिफोर्निया-वॉशिंग्टन-ब्रिटिश कोलंबिया-अलास्का या किनारपट्टीवर सुनामी निर्माण करण्याजोगी नाही. काही भागात समुद्राची पातळी थोडीशी वाढेल.

केनरने ही नोंद संगणकावर वाचली आणि डोके हलवत तो म्हणाला, ''हं... निक ड्रेक काही ही बातमी पाहून खूष होणार नाही.''

केनरची कल्पना अशी होती, की मोठी सुनामी लाट उत्पन्न करण्यासाठीच त्या लोकांनी कॅव्हिटेशन यंत्रांची व्यवस्था केली होती. पण त्यांना ती यंत्रे वापरता न आल्याने त्यांचा बेत साफ फसला होता.

दीड तासानंतर सुनामीच्या लाटा कॅलिफोर्नियाच्या किनाऱ्यावर येऊन पोहोचल्या. एकूण पाच लाटा होत्या आणि त्यांची सरासरी उंची सहा फूट होती. पाण्यात खेळणाऱ्यांना फक्त जरासा फरक जाणवला इतकेच. पण पाण्याच्या पातळीमधील वाढ एवढी कमी होती की कोणाच्याही ते लक्षात आले नाही.

नंतर केनरला कळले की एफ.बी.आय.चे लोक बारा तास केनरशी संपर्क साधण्याचा प्रयत्न करत होते. स्थानिक वेळेनुसार रात्री दोन वाजता व्ही. ॲलन विलीने आपले घर सोडून दिले होते. याचा अर्थ विलीने सुनामी येण्याच्या आधी दहा तास किनाऱ्यावरच्या घरातून पलायन केले होते.

केनरने हे पाहून एफ.बी.आय. एजंटला फोन केला आणि विलीच्या फोनवरच्या संभाषणांचा माग काढायला सांगितले.

कोणालाही सॉलोमन बेटसमूहावरून जायची परवानगी मिळाली नाही. त्यांना तीन दिवस तिथे अडकून पडावे लागले. त्यांना कितीतरी फॉर्म भरावे लागले आणि नाना प्रकारच्या चौकशांना तोंड द्यावे लागले होते. मॉर्टनच्या फुप्फुसाची जखम आणि जेनिफरच्या जखमेतून होणारा रक्तस्राव यावर उपचार करण्याची गरज होतीच. मॉर्टनची इच्छा होती की त्याच्यावरची शस्त्रक्रिया सिडनीला केली जावी. पण अमेरिकेत त्याची नोंद 'हरवलेली व्यक्ती' अशी असल्याने त्याला सिडनीला जाण्याची परवानगी मिळाली नाही. मॉर्टन जरी इथले डॉक्टर वैदू आहेत असे म्हणत असला तरी मेलबर्नला शिकलेल्या एका उत्तम डॉक्टरने गरेडा गावात मॉर्टनवर अगदी सफाईने शस्त्रक्रिया केली.

जेनिफरला शस्त्रक्रिया करताना तीन वेळा रक्त द्यावे लागले. पाच तासांच्या शस्त्रक्रियेनंतर तिच्या शरीराच्या वरच्या भागात घुसलेल्या गोळ्या काढण्यात यश मिळाले होते. पण पुढचे अठ्ठेचाळीस तास जेनिफर मृत्यूशी झुंज देत होती. पण अखेर दुसऱ्या दिवशी संध्याकाळी जेनिफरने डोळे उघडले. बाजूला बसलेल्या इव्हान्सला ती म्हणाली, ''पीटर... एवढा उदास होऊ नकोस. मी जिवंत आहे.'' तिला बोलताना त्रास होत होता. पण ती स्मित करत होती.

आणखी एक अडचण होती. त्यांचा संबंध बंडखोरांशी आला होता आणि त्यांच्यामधला एकजण बेपत्ता होता. टेड ब्रॅडली. सगळ्यांनी काय घडले ते सांगितले. पण त्यांच्या माहितीला दुजोरा मिळण्याची काहीच शक्यता नव्हती. मग

पोलिसांनी त्यांना पुन्हा काय घडले ते सांगायला भाग पाडले.

पण अचानक काहीही कारण न देता चौकशी थांबवण्यात आली. सर्वांचे पासपोर्ट परत करण्यात आले. सर्व काही कागदपत्रे व्यवस्थित आहेत असे सांगून त्यांना जाण्याची परवानगी देण्यात आली. आता त्यांना हवे तेव्हा ते तिथून निघून जाऊ शकणार होते.

होनोलुलूला परत येताना प्रवासात इव्हान्सने चांगली झोप काढली.

इंधन भरून घेऊन विमान पुन्हा होनोलुलूहून निघाल्यावर इव्हान्स मॉर्टनपाशी आला. मॉर्टन गाडीला अपघात झाला त्यावेळची हकिकत सांगत होता.

"निक जे काही करत होता ते योग्य नाही हे तर उघडच दिसत होतं. एन.ई.आर.एफ.चं काम नीट चाललेलं नव्हतं. निक माझ्यावर फारच रागावला होता. रागाच्या भरात त्यानं मला धमकीही दिली. मी ही धमकी गंभीरपणानं घेतली. त्याच्यात आणि ई.एल.एफ.मध्ये संबंध आहे हे मी स्वत: शोधून, खात्री करून घेतली. केनर आणि मला वाटत होतं की निक मला ठार करायचा प्रयत्न करणार आणि तसा त्यांनी केलाही. बिव्हर्ली हिल्सवरच्या त्या कॉफीशॉपमध्ये ती पोरगी त्यासाठीच आली होती."

"होय... बरोबर. पण तो गाडीचा अपघात? ते धोकादायक नाटक कसं काय साधलं?"

"तुला काय वाटलं, मी वेडा आहे? अपघात झालाच नव्हता."

"म्हणजे?"

"मी त्या रात्री गाडी चालवत होतो–"

"होय. पण–" इव्हान्स म्हणाला, "मला अजिबात कळलं नाही की–"

"तुला कळलं होतं पीटर." सारा म्हणाली, "जॉर्जनं मला फोन करून तोंड बंद ठेवायला सांगितलं होतं. त्याच्या अगोदर माझ्या तोंडून चुकून ती माहिती बाहेर पडली होती. आठव."

इव्हान्सला काही दिवसांपूर्वीचे संभाषण आठवले. साराच्या बोलण्याकडे त्यावेळी त्याने फारसे लक्ष दिलेले नव्हते. ती म्हणाली होती:

"...त्यानं मला काल मॉन्टेरेमधल्या एका माणसाकडून फेरारी गाडी विकत घेऊन ती सान फ्रान्सिस्कोला पाठवायला सांगितलं."

तेव्हा इव्हान्सने आणखी एक फेरारी घेण्याबद्दल आश्चर्य व्यक्त केले होते, तेव्हा ती त्यावर म्हणाली होती :

'त्यानं ही जी नवी फेरारी घेतलीय ती १९७२ ची ३६५ जी.टी.एस.डेटोना

स्पायडर आहे. त्याच्याकडे अशीच एक आहे. पीटर, त्याला जणू ते माहीत नसावं असं...'

"हं, मला कळतंय ते. तो पैशाचा चांगलाच अपव्यय होता." मॉर्टन स्पष्टीकरण देऊ लागला. "ती गाडी म्हणजे निव्वळ भंगार माल होता. मग मला काही व्यावसायिक तंत्रज्ञांना मुद्दाम हॉलिवुडहून विमानानं सोनोमाला आणण्याची व्यवस्था करावी लागली होती. मग त्यांनी ती गाडी ठोकून अशी बनवली की ती जणू अपघातग्रस्त झाली असावी. नंतर त्यांनी ती त्या रात्री तिथं नेऊन रस्त्यावर उभी केली आणि त्यातून धूर येताना दिसण्याचा देखावा करून सोडून दिली होती..."

"म्हणजे तू या अगोदरच अपघात घडवलेल्या फेरारीजवळून निघून गेलास तर?" इव्हान्सने विचारले.

"होय." मॉर्टन म्हणाला, "मी वळणावरून पुढं गेलो. मागच्या बाजूने टेकाडावर चढून तिथून तुमच्याकडं पाहत होतो."

"जॉर्ज तू म्हणजे... ××××"

"माफ कर. पण पोलिसांना चकवण्यासाठी असं करणं गरजेचं होतं. नाहीतर त्यांचं लक्ष खऱ्या गोष्टींकडं गेलं असतं."

"म्हणजे काय?"

"उदाहरणार्थ, थंड असलेलं इंजिन. ही गाडी कित्येक दिवस सुरूच झालेली नव्हती. एका पोलिसाच्या इंजिन थंड असण्याची स्थिती लक्षातही आली होती. तो तुला परत येऊन अपघाताच्या वेळेबद्दल विचारत होतादेखील. मला काळजी वाटत होती की त्यांच्या लक्षात ते येईल नि–"

"पण तसं झालं नाही." केनर म्हणाला.

"होय. काहीतरी घोटाळा आहे हे त्यांच्या लक्षात आलं होतं. पण दोन अगदी सारख्याच फेरारी असतील ही कल्पना त्यांना आली नाही. कारण ज्याचं डोकं ठिकाणावर आहे असा कोणीही १९७२ ची, अगदी भंगारातली असली तरी फेरारी गाडी मुद्दाम नष्ट करणार नाही." मॉर्टन हसत होता.

पण इव्हान्सला राग आला होता. "मला कोणी का सांगितलं नाही–"

"नाही." केनर म्हणाला, "कारण ड्रेकच्या विरोधात आम्हाला तुझा वापर करून घ्यायचा होता. म्हणजे तू सेलफोनच्या बाबतीत जसं केलंस तसं–"

"त्याचं काय?"

"आम्ही त्या सेलफोनमध्ये मुद्दाम सापडेल असा हलक्या दर्जाचा बग बसवला होता. तू देखील आमच्यात सामील आहेस हे ड्रेकला कळण्यासाठी."

"आणि त्याचा परिणाम म्हणून माझ्यावर प्राणघातक विषप्रयोग झाला. होय ना?" इव्हान्स म्हणाला, "तुम्ही लोक माझ्या जिवाशी खेळत होतात."

“पण अखेर सर्व ठीक झालं ना?” केनर म्हणाला.

“आणि हे अपघाताचं नाटक कशासाठी जॉर्ज? ड्रेकवर दबाव आणण्यासाठी की काय?”

“होय. शिवाय मी मोकळा व्हावा म्हणून. मला स्वत: सॉलोमन बेटसमूहांकडे जाऊन पाहायचं होतं की तिथं नेमकं काय चाललंय. कारण निक सर्वांत हुकमाचा पत्ता शेवटी ठेवणार हे उघड होतं.”

“जॉर्ज ××××” इव्हान्स म्हणाला.

“माफ कर. पण तेव्हा हे सगळं करावं लागलं.” केनर म्हणाला.

“आणि तू देखील ××××”

इव्हान्स उठला आणि विमानात पुढच्या बाजूला सारा बसली होती तिथं जाऊन बसला. पण तो एवढा चिडला होता की तो साराशी एक शब्दही न बोलता बसून राहिला. अखेर थोड्या वेळाने सारानेच मृदू आवाजात त्याच्याशी बोलणे सुरू केले.

काही वेळाने दोघांनी एकमेकांना मिठीत घेतले.

इव्हान्सने झोपण्याचा प्रयत्न केला. पण अंग ठणकत असल्याने त्याला नीटशी झोप लागली नाही. मध्येच त्याला वाटले की केनर साराला असे काहीतरी सांगतोय :

आपण कुठं राहतो ते विसरता कामा नये. आपण सूर्याजवळच्या तिसऱ्या ग्रहावर म्हणजे पृथ्वीवर राहतो. आपली पृथ्वी पाच अब्ज वर्षं जुनी आहे नि ती सतत बदलती आहे. पृथ्वीभोवती आत्ताचं वातावरण आहे ना ते तिसरं आहे.

पहिलं वातावरण हेलिअम आणि हायड्रोजनचं होतं. मग पृथ्वी थंड होऊ लागल्यावर ज्वालामुखीमुळे वातावरणात वाफ आणि कार्बन डायऑक्साइड वायू आले. पुढे पाण्याची वाफ थंड होऊन महासागर तयार झाले. मग सुमारे तीन अब्ज वर्षांपूर्वी कार्बन डायऑक्साइड वापरून अत्यंत विषारी ऑक्सिजन वायू सोडणाऱ्या जिवाणूंची उत्क्रांती झाली. काही जिवाणूंनी वातावरणात नायट्रोजन वायू सोडला. हळूहळू वातावरणात या वायूंचे प्रमाण वाढले. या वायूंचा वापर करू न शकणारे सजीव नष्ट होऊन गेले.

आजही पाच अब्ज वर्षं उलटून देखील पृथ्वीचा आतला भाग चांगलाच तप्त आहे. आजही पाचशे ज्वालामुखी आहेत. दर दोन आठवड्यांनी एखादा ज्वालामुखी जागृत होतो. दरवर्षी लक्षावधी छोटेमोठे भूकंप होतात. दर काही तासांनी मध्यम तीव्रतेचे तर दहा दिवसांनंतर जोराचा भूकंप होतच असतात.

जितकी खळबळ पृथ्वीच्या पोटात चालू असते, तेवढीच ती वातावरणातही असते. कोणत्याही क्षणी पृथ्वीवर दीड हजार विद्युत वादळं होतात. दर सेकंदाला

अकरा विजा कोसळतात. दर चार दिवसांनी एक चक्रीवादळ होतं.

आणि स्वत:ला मानव म्हणवून घेणारा छोट्या आकाराचा एक प्राणी या पृथ्वीवर आहे. या प्राण्याला फक्त पळणं आणि लपून बसणं एवढंच करता येतं. या प्राण्यांकडे आपण वातावरणावर नियंत्रण मिळवू शकतो असं म्हणण्याचा उद्दामपणा आहे.

पण वस्तुस्थिती अशी आहे की वादळ झालं की ते पळत सुटतात.

''आता काय करायचं पुढे?''

''मी सांगतो काय करायचं ते.'' मॉर्टन म्हणाला, ''तू माझ्यासाठी काम कर. मी पर्यावरणाचं काम करणारी एक नवीन संस्था उभी करणार आहे. अजून मला नाव सुचलेलं नाही. पण मला नावात कसलाही आडपडदा ठेवणारं आणि ज्यात जग, संरक्षण, वन्यजीवन, फंड असलं काहीही नकोय. मला काहीतरी साधं, सरळ नि स्वच्छ नाव हवंय. जे प्रामाणिकपणाचं असेल असं काहीतरी नवीन नाव 'समस्येचा अभ्यास करा नि ती सोडवा' असलं काहीतरी. त्याची आद्याक्षरं चांगली दिसणार नाहीत कदाचित, पण तेच बरं होईल. हं... आपल्या या संस्थेसाठी शास्त्रज्ञ, प्रत्यक्ष काम करणारे संशोधक, अर्थशास्त्रज्ञ, इंजिनियर आणि हो, एक वकील लागणार आहे.''

''आणि ही संस्था काय काम करणार आहे?''

''बरंच काही! उदाहरणार्थ, आज कोणालाच रानमुलखाचं व्यवस्थापन कसं करायचं ते माहीत नाही. आपण वेगवेगळ्या व्यवस्थापन पद्धती वापरून मग बाहेरच्या कोणाला तरी विश्लेषण करायला सांगू. मग पद्धतीत आवश्यक ते फेरबदल करून पुन्हा तसंच करून पाहू. अखेर आपल्याजवळ रानमुलखाचं व्यवस्थापन कसं करायचं याचं ज्ञान जमा होईल. लक्षात घे, हे ज्ञान व्यवस्थापनाचं असणार आहे. कारण कोणालाच निसर्ग आहे तसा कधीच टिकवता येत नाही.''

''बरं... आणखी?''

''आणखी आपण विकसनशील जगातल्या समस्यांवर काम करू. पर्यावरणाचं नुकसान होण्याचं मुख्य कारण म्हणजे गरिबी. भुकेलेल्या लोकांना त्याची चिंता नसते. त्यांना असते ती अन्न मिळण्याची चिंता. पन्नास कोटी पेक्षा जास्त लोक अर्धपोटी आहेत. पन्नास कोटींपेक्षा जास्त लोकांना पिण्याचं स्वच्छ पाणी मिळत नाही. या लोकांना फायदा होईल अशा पद्धती विकसित करायच्या.''

''हे अवघड वाटतंय...''

''जर तुम्ही सरकारी पद्धतीनं याकडं बघणार असाल किंवा कुठली तरी विचारसरणी बाळगून या प्रश्नांकडे पाहणार असाल तर मात्र सगळं अवघड आहे.

पण जर समस्येचा अभ्यास व्यावसायिकतेनं केला तर हेही शक्य आहे.''

''ठीक. आणखी काय?''

''आपल्याला संशोधनाला लागणारा निधी मिळण्यासाठीची वेगळी यंत्रणा उभी करावी लागेल. आता सध्याचे शास्त्रज्ञ कसे आहेत, तर प्रबोधन काळातल्या चित्रकारांसारखे. आपल्या आश्रयदात्यांना जे आवडेल ते चित्र काढणारे. आणि हुशार चित्रकार हे पाहतात की आपल्या कामगिरीमुळे आपले आश्रयदाते खूष होतील. ज्या संशोधनामुळं धोरणांवर परिणाम होणार आहे अशा क्षेत्रांमध्ये असं होणं योग्य नाही. सगळ्यात वाईट भाग म्हणजे या पद्धतीत समस्या सोडवण्याकडंच लक्ष दिलं जात नाही. कारण समस्या सुटली की निधी बंद होतो. हे सगळं बदलायला हवं.''

''कसं?''

''माझ्याकडं काही कल्पना आहेत. ज्या संशोधनाचा संबंध धोरणांशी असेल ते अनेकजणांकडून एकाच वेळी करून घेता येईल. असं करायला काय हरकत आहे? वैज्ञानिक नियतकालिकांची प्रकाशन करण्याची पद्धतही बदलता येईल. एखादा शोधनिबंध आणि त्यावरची तज्ज्ञांची मते एकाच वेळी प्रसिद्ध करायची. त्यामुळे खूप काही सरळ सोपं होऊन जाईल. मुख्यत: वैज्ञानिक नियतकालिकांमधून राजकारण हद्दपार करायला हवं. काही मुद्द्यांवर अशा नियतकालिकांचे संपादक उघडउघड बाजू घेतात. हे बंद व्हायला हवं.''

''बरं, अजून काही?''

''अजून आपण नवीन प्रकारची लेबलं बनवायला हवीत. पर्यावरण आणि प्रदूषण या विषयात अनेकजण अनुकार किंवा प्रतिकृतींवरच विसंबून विधानं करत असतात. अशा वेळी आपण अशी धोक्याची सूचना बनवायला हवी : 'धोका. संगणकावर आधारित प्रतिकृती. त्रुटी असण्याची शक्यता आहे.' सिगारेटच्या पाकिटांवर छापतात तसा हा इशारा तिथंच छापायचा. तसाच इशारा वर्तमानपत्रात येणाऱ्या लेखांवरही छापायचा : 'धोका. हा अंदाज आहे. यात काहीही तथ्य नसू शकेल. पाहा.' असा इशारा वर्तमानपत्रांच्या पहिल्या पानांवर सगळीकडे आहे अशी कल्पना करून पाहा.''

''आणखी काही?'' इव्हान्स आता स्मित करत म्हणाला.

''अजून काही गोष्टी आहेत.'' मॉर्टन म्हणाला, ''पण मी त्यातल्या त्यात ठळक बाबी सांगत होतो. काम फार अवघड आहेच. आपल्याला विरोध होणार. आपल्या कामात खोडे घातले जाणार. आपली बदनामी केली जाईल. आपल्याला नाही नाही ती नावं ठेवली जातील. प्रस्थापितांना आपलं काम पसंत पडणार नाही. वर्तमानपत्रं आपल्या कामाला तिरस्कारानं नाकं मुरडतील. पण अखेर आपल्याकडं निधीचा ओघ सुरू होईल. कारण आपण प्रत्यक्ष काम करून दाखवू. मग सगळ्यांची

थोबाडं बंद होतील. आपण नायक होऊ आणि तोच काळ सगळ्यात जास्त धोकादायक असेल.''

''आणि–?''

''मी केव्हाच या जगातून गेलेला असेन. तू आणि सारा ही संस्था पुढची वीस वर्षं चालवाल. तुमची शेवटची कामगिरी ही संस्था मोडणं ही असेल. आपली संस्था इतरांप्रमाणे दमलेली, कालबाय झालेलं ज्ञान उगाळत बसणारी, पैसा वाया घालवणारी नि नुकसानच करणारी अशी होऊ न देणं ही तुमची जबाबदारी असेल.''

''अस्सं?'' इव्हान्स म्हणाला, ''आणि ही संस्था मोडल्यानंतर मग काय?''

''तुम्ही एखादा हुशार तरुण किंवा तरुणीला हेरून त्यांना प्रोत्साहित कराल. पुढच्या पिढीनं जे करणं आवश्यक आहे ते करण्यासाठी त्यांना तुम्ही उत्तेजन द्याल.'' इव्हान्सने साराकडे पाहिले.

साराने खांदे उडवले. ''तुझ्याजवळ निराळी काही कल्पना नसेल तर–''

कॅलिफोर्नियाच्या किनाऱ्यापाशी पोहोचण्याच्या अगोदर त्यांना महासागरावर तरंगणारे तपकिरी रंगाचे धुके दिसले. ते जमिनीच्या दिशेने जात असताना हे धुके जास्तच दाट होत चाललेले दिसले.

''हे काय भयंकर दिसतंय, नाही?'' सारा म्हणाली.

''आपल्यापुढं अजून खूप काम बाकी आहे.'' मॉर्टन म्हणाला.

विमान अलगदपणाने लॉस एंजलीसकडे खाली झेपावले.

■

लेखकाचे मनोगत

'स्टेट ऑफ फिअर'सारख्या अशा कादंबरीत विविध प्रकारची मते व्यक्त करण्यात आलेली असतात. अशी मते वाचून वाचकांना लेखकाची नेमकी भूमिका न कळण्याची शक्यता आहे. मला अतिशय कठीण गेले असले तरी गेली तीन वर्षं मी पर्यावरण या विषयावरील लेखन वाचत होतो. पण या वाचनातून मला प्रचंड माहिती कळली. त्यातून माझी जी काही मते बनली त्यातील काही मुद्दे मी सांगतो.

● पर्यावरणाचा इतिहास, सध्याची परिस्थिती, पर्यावरण कसे टिकवावे अशा पर्यावरणाशी निगडित कितीतरी बाबींबद्दल आपल्याला आश्चर्यकारकरीत्या फार कमी माहिती आहे. कोणत्याही वादविवादात सगळ्याच बाजूचे लोक आपल्या ज्ञानाचा आवाका आणि त्यामधील निश्चितता यांच्याबद्दल जरूरीपेक्षा जास्त विधाने करतात.

● वातावरणामधील कार्बन डायऑक्साईडचे प्रमाण वाढत आहे आणि बहुदा त्याचे कारण मानव हे आहे.

● आपण नैसर्गिकरीत्या तापमानवाढीच्या एका टप्प्यावरील मधल्या कालखंडात आहोत. या वाढीला साधारणपणे सन १८५० मध्ये सुरुवात झाली. त्या अगोदर सुमारे चारशे वर्षं अत्यंत थंड हवामान होते. त्याला 'छोटे शीतयुग' म्हटले जाते.

● सध्या जी तापमानवाढ होत आहे त्यामधला किती भाग हा नैसर्गिक कारणांमुळे आहे हे कोणालाच माहिती नाही.

● सध्याच्या तापमानवाढीत मानवी कारणांचा सहभाग किती हे कोणीच सांगू शकत नाही.

● पुढील शतकात तापमानात किती वाढ होईल हे कोणीच सांगू शकत नाही. संगणकांनी बनवलेली मॉडेल ४००% फरक दाखवतात. याचाच अर्थ कोणालाच खात्रीपूर्वक काही सांगता येत नाही. आपण साहजिकच फक्त अंदाज बांधू शकतो. म्हणूनच मी देखील अंदाज बांधतो. तो असा की तापमानात ०.८१२४३६ अंश सेल्सिअस एवढी वाढ होईल. हा अंदाज बरोबर की चूक किंवा कितपत बरोबर हे सांगता येणार नाही. कारण आपण भविष्यकाळाची 'परीक्षा' करू शकत नाही किंवा त्याचे 'भाकितही' करू शकत नाही. हा फक्त अप्रिय गोष्ट सौम्यपणे सांगण्याचा प्रकार आहे. आपण फक्त अंदाज बांधू शकतो आणि अंदाज कितीही माहितीवर आधारलेला असला तरी अखेर तो अंदाजच राहतो.

● माझा अंदाज आहे की तापमानवाढीमधला काही भाग हा मानवी व्यवहारांमुळे आहे हे अखेर सिद्ध होईल. त्यामधला मोठा भाग हा जमीन वापरातून असेल आणि वातावरणाचा त्यातील वाटा अल्प असेल.

● पर्यावरणासंबंधी खर्चिक धोरणे ठरवण्याअगोदर माझ्या मते वातावरणावर आधारलेल्या मॉडेलनी पुढील दहा वर्षांतील तापमानाचा अचूक अंदाज केला की नाही हे पाहणे योग्य ठरेल. हे वीस वर्षं कालावधीसाठी झाले तर उत्तम.

● पुढील दोनशे वर्षांत साधनसंपत्तीचा तुटवडा निर्माण होईल असे मानणाऱ्या लोकांना मी काहीसे विक्षिप्त मानतो. असे मानण्यामागील नेमकी कारणे काय आहेत ते मला माहिती नाही. कदाचित त्याचे कारण इतिहासाविषयीचे अज्ञान, विशिष्ट मतप्रणालीला चिकटून हटवादीपणाने केलेली डोळेझाक, माल्थसविषयी अनाठायी प्रेम किंवा निव्वळ मद्दडपणा यांपैकी काहीही असू शकेल.

● खनिजांपासून बनवलेली इंधने वापरणे टाळण्यामागे अनेक कारणे आहेत. कोणताही कायदा न करता, आर्थिक लाभाचे आमिष न दाखवता, कार्बन वाचवा वगैरे मोहिमा न चालवता किंवा भीती पसरवणाऱ्यांच्या अथक कटकटींशिवाय पुढील शतकात आपण अशा इंधनांपासून दूर जाणार आहोत. माझ्या माहितीनुसार विसाव्या शतकाच्या सुरुवातीस नवीन साधनांचा प्रसार व्हावा म्हणून कधीही घोड्यांचा वापर करण्यावर बंदी घालावी लागली नव्हती.

● सन २१०० मधील लोक आपल्यापेक्षा अधिक संपन्न असतील असे मला वाटते. ते जास्त ऊर्जा वापरतील, त्यांची संख्याही कमी असेल आणि आपण पाहतो त्यापेक्षा जास्त मोकळ्या जागांचा ते आनंद घेतील. आपण त्यांची काळजी करावी असे मला वाटत नाही.

● सध्याची 'सुरक्षितता' याबद्दलची जवळजवळ उन्माद वाटावा एवढी चिंता करणे हा फार फार तर साधनसंपत्तीचा अपव्यय आहे. तसेच असे करण्याने सर्वंकष सत्ता गाजवण्याला आमंत्रण दिल्यासारखे होईल. म्हणूनच लोकांना योग्य ते ज्ञान मिळण्याची गरज आहे.

● मी असे प्रतिपादन करतो की पर्यावरणासंबंधीची बरीचशी तत्त्वे (उदाहरणार्थ, शाश्वत विकास किंवा सावधानतेचे तत्त्व) अशी आहेत की त्यामुळे पाश्चिमात्य राष्ट्रांना आर्थिक लाभ मिळणे सुरक्षितपणे पुढे चालू राहील. अशा तऱ्हेने त्यातून विकसनशील जगापुढे आधुनिक साम्राज्यवाद उभा राहतो. हे असे म्हणण्यासारखे आहे की "आम्हाला आमचा वाटा मिळाला आहे. पण तुम्ही तुमचा वाटा घेऊ नये असं आम्ही म्हणतो कारण तुम्ही फार मोठे प्रदूषण कराल."

● 'सावधानतेचे तत्त्व' जर नीटपणे अमलात आणले तर त्यामुळे सावधानता बाळगणे अशक्य होईल. हे परस्परविरोधी आहे. म्हणूनच फार कठोर स्वरूपात हे

सावधानतेचे तत्त्व वापरता येणार नाही.

● लोकांचे हेतू चांगले असतात यावर माझा विश्वास आहे. पण पूर्वग्रहांमुळे होणारे नुकसान, विचारांना जाणीवपूर्वक विपर्यस्त करणे, बुद्धीप्रामाण्याची ताकद, वेगवेगळ्या बुरख्यांखाली दडलेला स्वार्थ आणि हेतू नसतानाही घडणारे परिणाम या सर्वांचा प्रभाव मोठा असतो याची मला कल्पना आहे.

● जे लोक तीस वर्षांपूर्वी बनलेल्या मतांना चिकटून राहतात त्यांच्यापेक्षा, नवीन माहिती मिळाल्यानंतर स्वत:ची मते बदलणाऱ्या माणसांबद्दल मला जास्त आदर वाटतो. जग बदलत असते, पण मतप्रणाली आणि त्यांचे हटवादी समर्थक बदलत नाहीत.

● पर्यावरणाची चळवळ सुरू होऊन सुमारे पस्तीस वर्षं उलटली आहेत. दरम्यान विज्ञानात फार मोठी क्रांती झालेली आहेत. यामुळे अरेषीय प्रणाली, गुंतागुंतीच्या प्रणाली, केऑस सिद्धांत, महाआपत्ती सिद्धांत यांच्यासंबंधी आपल्या ज्ञानात खूप भर पडलेली आहे. त्यामुळे आता परिस्थितीविज्ञान आणि उत्क्रांती यांच्याकडे पाहण्याचा आपला दृष्टिकोन बदलला आहे. या कल्पना आता खऱ्या अर्थाने नवीन नाहीत पण तरीही अजून त्या पर्यावरणवादी चळवळी करणाऱ्यांच्या मानसिकतेत भिनलेल्या नाहीत. अद्यापही हे लोक १९७०-८० या दशकातील मतांना चिकटून बसलेले असून तशीच पोपटपंची करताना दिसतात.

● आपण ज्याला रानमुलुख म्हणतो त्याचे संरक्षण कसे करावे याची पुसटशीही कल्पना आपल्याला नाही. आपण लवकरात लवकर प्रत्यक्ष अभ्यास करून ते ठरवायला हवे आहे. आपण या प्रकारचे पद्धतशीर व तर्कावर आधारित संशोधन करत असल्याचे मला अजिबात दिसत नाही. म्हणूनच रानावनांच्या व्यवस्थापनात एकविसाव्या शतकात काही भरीव घडेल असे मला वाटत नाही. जमिनींचा विकास करणारे बिल्डर आणि जमिनी कुरतडणारे खाणवाले यांच्याएवढाच मी पर्यावरणवादी संघटनांनाही दोष देतो. लालसा आणि नाकर्तेपणा यांचे परिणाम सारखेच असतात.

● आपल्याला आता नवीन पर्यावरणवादी चळवळ हवी आहे. त्यासाठी वेगळे उद्दिष्ट आणि नवीन संघटना हव्यात. प्रत्यक्ष पर्यावरणात राहून त्याचा अभ्यास करणारे लोक त्यासाठी लागतील. आपल्याला संगणकाच्या पडद्यासमोर बसणारे लोक कमी व्हायला हवेत. तसेच आपल्याला जास्त वैज्ञानिकांची आणि कमीत कमी वकिलांची आवश्यकता आहे.

● पर्यावरणासारख्या गुंतागुंतीच्या प्रणालीचे व्यवस्थापन आपण कायदे बनवून करू शकत नाही. आपण फक्त तात्पुरत्या स्वरूपात कशावर तरी बंदी घालून थोडीशी परिस्थिती बदलू शकतो. पण अखेर त्याचा परिणाम असा होतो की आपण भाकीत करू शकत नाही की नियंत्रणही ठेवू शकत नाही.

● आपण ज्या भौतिक जगात राहतो ते मुळातच असे आहे की त्यापेक्षा राजकीय काहीच असू शकत नाही. तसेच आपण एकाच पक्षाला चिकटून राहण्यानेही काही फायदा होत नाही. भौतिक जगाचा आपण सामायिक वापर करत असल्याने कोणत्याही एका गटाच्या आर्थिक अथवा सौंदर्यवादी दृष्टिकोनातून या जगाचे व्यवस्थापन होऊच शकणार नाही. केव्हा ना केव्हा तरी दुसरा विरोध गट सत्तेवर येतोच. मग तो मागची सगळी धोरणे उलटीपालटी करतो. बिल्डर आणि पर्यावरणवादी, मोटारसायकली पळवणारे आणि पायी चालणारे अशा सर्व तऱ्हेच्या लोकांना काय हवे असते त्याची जाणीव ठेवली तरच पर्यावरणाचे व्यवस्थापन सुस्थिरपणे होऊ शकेल. पण अशा लोकांचे हितसंबंध एकमेकांच्या विरोधी असणारच. हा विरोधाभास तर टाळता येणारच नाही, पण विरोधी मतांमध्ये योग्य समन्वय घडवणे हेच तर राजकारणाचे खरे काम आहे.

● आपल्याला योग्य धोरण ठरवण्यासाठी जे संशोधन करावे लागेल त्याला निधी पुरवण्यासाठी नि:पक्षपाती आणि डोळे बंद करून काम करणाऱ्या संस्थांची गरज आहे. वैज्ञानिकांना आपण कोणासाठी काम करतो याची फार चांगली कल्पना असते. निधी पुरवणारे कोणीही असो, मग ती एखादी औषधी उत्पादक कंपनी असेल, सरकारी यंत्रणा असेल किंवा पर्यावरणवादी संघटना असेल, या सर्वांना ठरावीक निष्कर्ष हवे असतात. संशोधनाला निधी पुरवणे यात कधीही मोकळेपणा नसतो आणि त्यामध्ये मोकळीकही मिळत नाही. आपल्याला पैसा पुरवणाऱ्यांना जे निष्कर्ष अपेक्षित आहेत ते आपण दिले तरच आपल्या संशोधनाला निधी मिळत राहतो याची वैज्ञानिकांना जाणीव असते. म्हणूनच उद्योगांनी केलेले 'संशोधन', पर्यावरणवादी संघटनांनी केलेले 'संशोधन' व कंपन्यांनी केलेले 'संशोधन' यात सारखाच पूर्वग्रहदूषितपणा असतो. त्याचप्रमाणे त्यावेळी सत्तेत कोण आहे किंवा प्रशासनावर कोणाचे नियंत्रण आहे त्यानुसार सरकारी 'संशोधनातही' तसेच पूर्वग्रह असतात. म्हणूनच कोणत्याही बाजूला मोकळे रान मिळता कामा नये.

● जगात फार मोठ्या प्रमाणात निश्चितपणा आहे याबद्दल मला निश्चित खात्री वाटते.

● मला स्वत:ला निसर्गात राहणे फार आवडते. मी रानावनात राहतो ते माझे दिवस वर्षातले सर्वांत सुखी दिवस असतात. निसर्ग पुढील पिढ्यांसाठी राखून ठेवला पाहिजे असे माझे मत आहे. पण पुरेशा प्रमाणात आणि चांगल्या तऱ्हेने ते होईल असे मला वाटत नाही. माझे प्रतिपादन आहे की 'पर्यावरणाचे शोषणकर्ते' यांच्यात सरकारी संस्था, मोठे उद्योग आणि पर्यावरणवादी संघटना यांचा समावेश होतो. सगळ्यांचा इतिहास सारखाच असमाधानकारक आहे.

● प्रत्येकाजवळच स्वत:चा 'अजेंडा' आहे. माझ्याखेरीज.

विज्ञानाचे राजकीयकरण होणे घातक का आहे?

आपल्यावर कोसळण्याची शक्यता असणाऱ्या संकटाबद्दल आपल्याला सावधगिरीचा इशारा देणारा आणि त्या संकटावर मात करण्याचा उपाय सुचवणाऱ्या नवीन वैज्ञानिक सिद्धांताची कल्पना करा. या सिद्धांताला जगभरातल्या नामवंत वैज्ञानिकांकडून, राजकीय नेत्यांकडून आणि सुप्रसिद्ध व्यक्तींकडून पाठिंबा मिळतो. अतिशय नावाजलेल्या परोपकारी व्यक्तींकडून संशोधनासाठी निधी पुरवला जातो आणि हे संशोधन अत्यंत प्रतिष्ठित विद्यापीठात सुरू होते. त्या संकटाबद्दल प्रसार माध्यमांमधून सतत काही ना काही येत राहते. हे विज्ञान शाळा व महाविद्यालयांमध्ये शिकवले जाते.

मी जागतिक तापमानवाढीविषयी बोलत नाही. माझा रोख वेगळ्याच एका सिद्धांताकडे आहे. हा सिद्धांत साधारण एक शतकापूर्वी गाजला होता. या सिद्धांताच्या पाठीराख्यांमध्ये थिओडोर रूझवेल्ट, वुड्रो विल्सन आणि विन्स्टन चर्चिल होते. अमेरिकेच्या सर्वोच्च न्यायालयाचे न्यायमूर्ती ऑलिव्हर वेंडेल होम्स आणि लुई ब्रॅन्डेस यांनी या सिद्धांताच्या बाजूने निर्णय दिला होता. या सिद्धांताला मान्यता देणाऱ्या नामवंतांमध्ये फोनचा शोध लावणारे अलेक्झांडर ग्रॅहम बेल, अनेक चळवळींची प्रणेती मार्गारेट सँगर, कादंबरीकार एच.जी.वेल्स, नाटककार जॉर्ज बर्नार्ड शॉ आणि इतर हजारो लोकांचा समावेश होता. कितीतरी नोबेल विजेत्यांनी या सिद्धांताला पाठिंबा दिला होता. कार्नेजी आणि रॉकफेलर फौंडेशन या सिद्धांताच्या पाठीशी उभी होती. या संशोधनासाठी खास 'द कोल्ड स्प्रिंग हार्बर इन्स्टिट्यूट' ही संस्था निर्माण करण्यात आली. असे असले तरी हार्वर्ड, येल, प्रिन्स्टन, स्टॅनफोर्ड आणि जॉन हॉपकिन्स अशा विख्यात विद्यापीठांमध्येही या विषयावर संशोधन केले जात होते. न्यूयॉर्क ते कॅलिफोर्नियापर्यंत अमेरिकेतल्या अनेक राज्यांनी या संकटासंबंधी विधेयके संमत केली होती.

या सर्व प्रयत्नांना नॅशनल अॅकॅडमी ऑफ सायन्सेस, अमेरिकन मेडिकल असोसिएशन आणि नॅशनल रिसर्च कौन्सिल यांचा पाठिंबा होता. असे म्हटले जात होते की जर जीझस जिवंत असता तर त्यानेही या प्रयत्नांना पाठिंबा दिला असता.

संशोधन, कायद्यांची निर्मिती आणि लोकमत बनणे हे सारे जवळजवळ अर्ध-शतकापर्यंत चालू होते. ज्यांनी या सिद्धांताला विरोध केला त्यांना प्रतिक्रियावादी ठरवून त्यांचा आवाज बंद पाडण्यात आला. विरोधक सत्याकडे डोळेझाक करत आहेत किंवा ते निव्वळ अडाणी आहेत असे म्हटले गेले. पण आता मागे वळून पाहताना लक्षात येते आहे की फार कमी जणांनी या सिद्धांताला विरोध केला होता. ही आश्चर्याची बाब आहे.

आज आपल्याला माहिती आहे की ज्या सिद्धांताला सर्वत्र एवढे पाठीराखे मिळाले होते तो प्रत्यक्षात असत्‌विज्ञानाचा (pseudoscience) प्रकार होता. ज्या संकटाविषयी त्यात बोलले जात होते ते मुळातच अस्तित्वात नव्हते. या सिद्धांताच्या नावाने जे काही करण्यात आले ते सारे नैतिक गुन्हे होते. तसेच ते सारे पूर्णत: चुकीचे आणि गुन्हेगारी स्वरूपाचे कृत्य होते. अखेरीस त्यामुळे लक्षावधी माणसांचा बळी गेला.

हा सिद्धांत म्हणजे सुप्रजननशास्त्र (eugenics) होता. या सिद्धांताचा इतिहास एवढा भीषण आहे आणि त्यात सापडलेल्यांच्या दृष्टीने इतका अस्वस्थ करणारा आहे, की त्याची आता कोणी फारशी चर्चा करत नाही. पण प्रत्येक नागरिकाला त्याची माहिती असणे आवश्यक आहे. म्हणजे मग तसली भीषण कृत्ये पुन्हा घडणार नाहीत.

सुप्रजननशास्त्राने असा सिद्धांत मांडला की मानवी जनुकसंच संकटात पडला असून त्यातून मानवजातीचा ऱ्हास होणार आहे. त्यात असे म्हटले होते की परकीय, स्थलांतरित, ज्यू, मिश्रवंशीय, जगण्यास अयोग्य आणि ‘दुर्बल मनोवृत्तींचे’ लोक नीचदर्जाचे असून उत्तम माणसांच्या तुलनेत त्यांच्या प्रजननाचा वेग जास्त आहे. ज्याच्याकडे आदराने पाहिले जाते त्या फ्रान्सिस गाल्टन या ब्रिटिश वैज्ञानिकाने सर्वप्रथम या क्षेत्रात काही अंदाज व्यक्त केले होते. पण त्याला अपेक्षित होते त्यापेक्षा त्याच्या कल्पना फार जास्त प्रमाणात ताणल्या गेल्या. त्याच्या कल्पना वैज्ञानिक मनोवृत्तीच्या अमेरिकनांनी तर उचलल्याच, पण त्यांना विज्ञानात रस नव्हता अशांनीही त्या उचलून धरल्या. कारण अशा लोकांना एकोणिसाव्या शतकात सुरुवातीस हलक्या मानववंशांच्या लोकांच्या स्थलांतराबद्दल चिंता वाटत होती. त्यांच्या मते ही ‘घातक मानवी कीड’ असून अशा ‘निर्बुद्ध लोकांच्या वाढत्या लाटांमुळे’ उत्तम मानवजात प्रदूषित होत चालली होती.

सुप्रजननशास्त्राचे समर्थक आणि स्थलांतरांना विरोध करणारे यांनी हे सारे थांबवण्यासाठी हातमिळवणी केली. दुर्बल मनोवृत्तीच्या लोकांना ओळखून काढण्याची योजना बनवण्यात आली. ज्यू लोक असे दुर्बल मनोवृत्तीचे असतात हे मान्य झालेच होते. पण त्यांच्याखेरीज अनेक परकीय व काळ्या लोकांचाही त्यात समावेश करण्यात आला होता. अशांना वेगळे करून किंवा त्यांची पुनरुत्पादन क्षमता बंद करून त्यांना थांबवण्याची कल्पना होती. मार्गारिट सँगर म्हणाली होती की, ‘‘चांगल्या माणसांच्या ऐवजी अशा सर्वथा नालायक लोकांना जोपासणे हे फार भीषण क्रौर्य आहे.... पुढील पिढ्यांना निर्बुद्ध लोकांची वाढती जनसंख्या वारसा म्हणून आपण सुपूर्त करणे यापेक्षा भयंकर शाप असणार नाही.’’ मार्गारिट बाईंनी ‘मानवजातीच्या डोक्यावर बसलेल्या या अनाठायी ओझ्याला’ सांभाळण्याविषयी भाष्य केले आहे.

अनेकजण अशा विचारसरणीचे होते. एच. जी. वेल्स याने 'अत्यंत निकृष्ट शिक्षण मिळालेल्या हीन दर्जाच्या नागरिकांच्या झुंडी' असे शब्द वापरले होते. थिओडोर रुझवेल्ट म्हणाला होता की 'समाजाने अशा मिश्रवंशीय अथवा वांशिक ऱ्हास झालेल्या लोकांना पुनरुत्पादनाची परवानगी देता कामा नये.' अशाच प्रकारे 'गुन्हेगार आणि दुर्बल लोकांना प्रजनन करू देणे थांबवावे' असे म्हटले जाते. जॉर्ज बर्नार्ड शॉ याच्या मते फक्त सुप्रजननशास्त्रच मानवजातीला वाचवू शकणार होते.

या साऱ्या चळवळींमध्ये उघडउघड वंशभेद होता. वंशभेदाची स्पष्ट कल्पना आपल्याला त्यावेळच्या अनेक पुस्तकांमधून येते. अमेरिकन लेखन लोथ्रॉप स्टोडार्ड याचे 'द रायझिंग टाईड ऑफ कलर अगेन्स्ट व्हाईट सुप्रिमसी' हे पुस्तक अशाच वंशभेदी भूमिकेचे उदाहरण आहे. पण भविष्यात मानवजातीची प्रगती करणे या भव्यदिव्य उद्दिष्टांपुढे वंशभेद हा त्यावेळी अतिशय किरकोळ पैलू आहे असे मानले जात होते. म्हणूनच या नवीन कल्पनेकडे एका संपूर्ण पिढीमधील उदारमतवादी आणि प्रागतिक विचारसरणीचे लोक आकर्षित झाले. अमेरिकेतील एकोणतीस राज्यांनी नसबंदी करण्याला परवानगी देणारे कायदे केले होते. कॅलिफोर्निया या राज्याचाही त्यात समावेश होता. हे राज्य या बाबतीत फारच आघाडीवर होते. कारण अमेरिकेत इतरत्र कुठेही झाल्या नसतील इतक्या नसबंदी शस्त्रक्रिया एकट्या कॅलिफोर्निया राज्यात झाल्या होत्या.

सुप्रजननशास्त्रावरील संशोधनाला प्रथम कार्नेजी फौंडेशन आणि नंतर रॉकफेलर फौंडेशन यांनी निधी पुरवला होता. यामधील रॉकफेलर फौंडेशन तर एवढे उत्साही होते, की नंतर सुप्रजननशास्त्राचे केंद्र जर्मनीत गेले व तेथे मतिमंद माणसांना जाळून मारले जात होते, तरीही या फौंडेशनने निधी पुरवणे चालूच ठेवले होते. जर्मन संशोधकांना प्रचंड निधी उपलब्ध करून दिला जात होता. जरी रॉकफेलर फौंडेशनने त्याची वाच्यता केली नाही तरी दुसरे महायुद्ध सुरू होण्याअगोदर काही महिन्यांपर्यंत म्हणजे १९३९ सालापर्यंत ते निधी पुरवत होते.

सन १९२० नंतर अमेरिकन सुप्रजननशास्त्रज्ञांना जर्मनांबद्दल मत्सर वाटू लागला होता. कारण जर्मन शास्त्रज्ञांनी संशोधनाचे पुढारीपण त्यांच्या हातून हिसकावून घेतले होते. जर्मन लोकांची 'प्रगती' निश्चितच नजरेत भरणारी होती. त्यांनी अगदी साधीसुधी घरे तयार केली होती. तेथे 'मानसिकदृष्ट्या दुर्बल' लोकांना एकएक करून आणले जाई व त्यांची चौकशी केली जाई. मग त्यांना मागच्या बाजूला नेत असत. घरांची ही मागची बाजू म्हणजे गॅस चेंबर असत. तेथे कार्बन मोनॉक्साईड वापरून ठार केलेल्या लोकांच्या मृतदेहांची त्याच घरांच्या आवारात विल्हेवाट लावली जात असे.

या कार्यक्रमाचा विचार करून मग रेल्वेमार्गांजवळ अनेक छळछावण्यांचे एक

जाळेच उभारण्यात आले. या छळछावण्यांमध्ये लोकांना अत्यंत कार्यक्षम यंत्रणेद्वारा पाठवून तेथे 'नको असणाऱ्या' एक कोटी लोकांना ठार करण्यात आले.

दुसऱ्या महायुद्धानंतर कोणीही सुप्रजननशास्त्रज्ञ नव्हते. इतकेच नाही तर पूर्वीही तसे नसल्याचे दिसू लागले. वजनदार आणि सुप्रसिद्ध व्यक्तींच्या चरित्रकारांनी आपल्या चरित्रनायकांना या तत्त्वज्ञानाचे आकर्षण वाटले होते, याकडे डोळेझाक केली. बहुतेकांनी तसे उल्लेखदेखील करणे टाळले. सुप्रजननशास्त्र हा विषय महाविद्यालयीन शिक्षणातून हद्दपार झाला. असे असले तरी काहीजण म्हणतात की वेगळ्या वेषात या कल्पना अजूनही वापरल्या जात आहेत.

या सगळ्या विषयाकडे मागे वळून पाहताना तीन ठळक मुद्दे नजरेसमोर येतात. पहिला मुद्दा म्हणजे कोल्ड स्प्रिंग हार्बर संस्था, विद्यापीठे आणि वकिलांनी युक्तीवाद करूनही सुप्रजननशास्त्राला कोणताही वैज्ञानिक आधार नव्हता. खरे म्हणजे त्यावेळी कोणालाच जनुक (जीन) म्हणजे काय याची कल्पना नव्हती. या विषयात एवढे काही होऊ शकले कारण कधीही व्याख्या न केलेल्या अनेक संज्ञा त्यावेळी वापरात होत्या. 'दुर्बल मनोवृत्ती' या शब्दात गरीब-निरक्षर यापासून ते अपस्माराचे रोगी या कशाचाही समावेश होऊ शकत असे. तसेच 'ऱ्हास झालेला वंश' किंवा 'अयोग्य' यांचीही स्पष्ट व्याख्या नव्हती.

दुसरा मुद्दा असा की सुप्रजननशास्त्र हा वैज्ञानिकपणाच्या बुरख्याखाली दडलेला सामाजिक बदलाचा कार्यक्रम होता. स्थलांतरित लोक आणि वंशद्वेष याखेरीज आपल्या भागात बाहेरून लोक येऊ नयेत ही भावना यांच्यामुळे हा कार्यक्रम चालू होता. या ठिकाणीही धूसर संज्ञा वापरल्याने खरे काय चालू आहे ते लपून राहिले.

तिसरा आणि सर्वांत क्लेशकारक मुद्दा आहे तो अमेरिका आणि जर्मनी या दोन्ही देशांमधील वैज्ञानिकांनी कसलाही निषेध न करणे यासंबंधी. जर्मनीत बघता बघता वैज्ञानिक या विषयाचे पाठीराखे बनले. आधुनिक जर्मन इतिहास संशोधकांनी १९३० नंतरच्या नाझी दस्तऐवजांचा अभ्यास केला आहे. वैज्ञानिकांनी काय संशोधन करावे यासंबंधी आदेश त्यात मिळण्याची अपेक्षा होती. पण तशी गरजच पडली नव्हती. उटे डाईकमान यांच्या शब्दात सांगायचे तर, "नाझी पक्षाचे सभासद नसलेल्या वैज्ञानिकांनीदेखील आपली वागणूक बदलून सरकारशी थेट सहकार्य केले आणि आपल्या संशोधनासाठी आर्थिक मदत मिळवली."

डाईकमान यांच्या मते "नाझींच्या वंशवादी धोरणामध्ये वैज्ञानिकांचा सक्रिय सहभाग होता. नाझींचा वंशवादी सिद्धांत सिद्ध करण्यासाठी संशोधन केले जात होते. यासाठी वैज्ञानिकांवर कोणी दबाव आणला असल्याचे आढळत नाही." म्हणजेच जर्मन वैज्ञानिकांनी नवीन धोरणांना अनुकूल असा आपल्या संशोधनाचा रोख ठेवला. ज्यांनी असे मिळतेजुळते घेतले नाही ते थोडे वैज्ञानिक गायब झाले.

राजकीयकरण झालेल्या विज्ञानाचे दुसरे उदाहरण निराळे आहे. पण या उदाहरणात आपल्याला सरकारने आपल्या धोरणांनुसार विज्ञानक्षेत्रावर नियंत्रण ठेवण्यामधील धोका दिसू शकतो. तसेच काटेकोरपणा न बाळगणाऱ्या प्रसिद्धी माध्यमांनी समाजात चुकीच्या कल्पनांचा प्रसार करणे घातक कसे आहे ते दिसून येते. ट्रोफिम डेनिसोविच लायसेंको नावाचा एक स्वत:ची टिमकी वाजवणारा शेतकरी होता. त्याने 'कोणतेही खत अथवा रसायने यांच्याखेरीज जमीन सुपीक करण्यात यश मिळवले होते' असे सांगितले जात असे. सन १९२८ मध्ये त्याने आपण 'व्हर्नलायझेशन' नावाची पद्धत शोधून काढल्याचा दावा केला होता. पिकाची चांगली वाढ व्हावी म्हणून बिया ओलसर करून त्यांना खूप थंड तापमानात ठेवण्याची कल्पना त्यात होती.

लायसेंकोच्या पद्धतीने काटेकोर परीक्षण कधीही केले गेले नाही. पण त्याच्या दाव्यामुळे निराळा परिणाम झाला. जेव्हा सगळे जण मेंडेलच्या आनुवंशशास्त्राचा वापर करत होते, तेव्हा लायसेंकोच्या पद्धतीमुळे लॅमार्कच्या कल्पनांचे एक प्रकारे पुनरुज्जीवन झाले होते. आपल्या पद्धतीचा वापर केलेल्या बिया त्यांचे हे गुणधर्म पुढील पिढीकडे सुपूर्त करतात असा लायसेंकोचा दावा होता. जोसेफ स्टॅलीन लॅमार्कच्या कल्पनांकडे आकर्षित झाला, कारण आनुवंशिक वारशाचे जोखड न राहता त्यामध्ये भविष्यात काहीही होऊ शकते असा विचार होता. तसेच स्टॅलीनला शेती उत्पादनांमध्ये वाढ व्हायला हवी होती. लायसेंकोच्या पद्धतीत या दोन्ही गोष्टी असल्याने त्याला सोव्हिएत प्रसिद्धी यंत्रणेने डोक्यावर घेतले. चतुर शेतकरी आपणहून नवनवीन क्रांतिकारी पद्धती शोधून काढत आहेत अशा प्रकारच्या कहाण्या त्यांना हव्याच होत्या.

लायसेंको हा अलौकिक बुद्धीचा असल्याचे चित्र उभे करण्यात आले. त्यानेही त्याच्या प्रसिद्धी मिळण्याच्या संधीचा योग्य फायदा करून घेतला. लायसेंको अतिशय हुशारीने विरोधकांचा आवाज बंद करत असे. त्याने आपल्या व्हर्नलायझेशन पद्धतीचा शेतकऱ्यांना उपयोग होतो हे दाखवण्यासाठी त्यांच्याकडून प्रश्नावली भरून घेतल्या होत्या. अशा मार्गाने त्याने कोणत्याही थेट चाचण्या घेणे टाळले होते. सरकारी यंत्रणेच्या पाठिंब्यामुळे लायसेंको भराभरा वर चढत गेला. सन १९३७ मध्ये तर तो सुप्रिम सोव्हिएतचा सदस्य बनला होता. आता रशियन जीवशास्त्रावर लायसेंकोच्या सिद्धांताचा जबरदस्त पगडा बसलेला होता. परिणाम म्हणून लक्षावधी लोक दुष्काळात उपासमारीने खलास झाले. आणि 'साफसफाई' मोहिमांमध्ये विरोध करणारे हजारो सोव्हिएत शास्त्रज्ञ 'गुलाग' म्हणजे श्रमछावण्यात पाठवले गेले किंवा गोळ्या खाऊन ठार झाले. लायसेंको आनुवंशशास्त्रावर अत्यंत आक्रमकपणे हल्ला करत असे. अखेर सन १९४८ मध्ये आनुवंशशास्त्र हे 'बुर्झ्वा असत्‌विज्ञान' आहे असे ठरवून त्यावर बंदी घालण्यात आली.

लायसेंकोच्या कल्पनांना कोणताही आधार नव्हता. तरीही जवळजवळ तीस वर्षं सोव्हिएत संशोधनावर त्यांचे नियंत्रण होते. त्याची विचारसरणी वापरणे १९६० नंतर थांबले खरे. पण अजूनही रशियन जीवशास्त्र त्या काळाच्या धक्क्यापासून पूर्णपणे सावरलेले नाही.

आता आपल्यासमोर एक नवीन व महान सिद्धांत उभा ठाकलेला आहे. पुन्हा एकदा त्याला राजकारणी, जगभरातल्या सुप्रसिद्ध व्यक्ती आणि वैज्ञानिक यांचा पाठिंबा मिळतो आहे. या खेपेसही जगातल्या वजनदार प्रतिष्ठानांनी या सिद्धांताला समर्थन दिलेले आहे. पुन्हा एकदा जगातल्या विख्यात विद्यापीठांमध्ये त्यावर संशोधन केले जात आहे. पुन्हा एकदा त्यासंबंधी कायदे केले जात असून या सिद्धांताच्या नावाने सामाजिक कार्यक्रम चालवले जात आहेत. या खेपेसही सिद्धांतावर टीका करणारे कमी आहेत आणि जे आहेत त्यांना कठोरपणाने बाजूस फेकले जात आहे.

पुन्हा एकदा जे काही उपाय सुचवले जात आहेत त्यांना वैज्ञानिक आधार नाहीत. पुन्हा एकदा आपल्या खऱ्या हेतूंना लपवणारे गट या सिद्धांताआड काम करत आहेत. पुन्हा एकदा हा सिद्धांत फार उच्च अशा विचारसरणीचा आहे आणि नैतिकतेच्या आधारावर आत्यंतिक टोकाच्या कृतींचे समर्थन केले जात आहे. पुन्हा एकदा काही लोकांना त्रास होतो आहे ही बाब जणू किरकोळ आहे असे भासवले जात आहे; कारण काय तर मानवी समाजावर होणाऱ्या परिणामांपेक्षा ते अमूर्त उद्दिष्ट अधिक महत्त्वाचे आहे. पुन्हा एकदा 'शाश्वतपणा' आणि 'पिढ्यांना न्याय देणे' अशा अंधुक शब्दांचा वापर होतो आहे. ज्या शब्दांची सर्वमान्य व्याख्या नाही असे शब्द या संकटाचा मुकाबला करण्याच्या कामात सर्रास वापरले जात आहेत.

जागतिक तापमानवाढ हा विषय सुप्रजननशास्त्रासारखा आहे असे मी म्हणत नाही. पण दोन्हीमधली साम्यस्थळे निश्चितच वरवरची नाहीत. मी स्पष्टपणाने म्हणतोय की माहिती व समस्या यांच्यावर मोकळेपणाने चर्चा करण्याची कल्पना दाबून टाकली जात आहे. जगभरातल्या आघाडीच्या वैज्ञानिक नियतकालिकांच्या संपादकांनी जागतिक तापमानवाढीच्या बाजूने जबरदस्त भूमिका घेतलेली आहे. मी म्हणतो की त्यांनी असे करण्याचे काहीही कारण नाही. अशा परिस्थितीत ज्या कोणा वैज्ञानिकांना शंका आहेत त्यांना हे पक्के माहिती आहे की त्यांनी गप्प बसण्यातच शहाणपणा आहे.

शंका घेणाऱ्या वैज्ञानिकांचा आवाज बंद केला जात असल्याने आपल्याला एका उदाहरणावरून सहज लक्षात येईल. जागतिक तापमानवाढीच्या विरोधात परखडपणे मते मांडणारे जवळजवळ सर्वजण निवृत्त झालेले प्राध्यापक आहेत. या लोकांना

आता कसल्याही निधीची गरज उरलेली नाही. त्यांच्या सडेतोड टीकेमुळे त्यांच्या कोणाही सहकाऱ्यांना निधी मिळण्यात अडचणी येतील किंवा त्यांच्या व्यावसायिक क्षेत्रातील बढतीवर परिणाम होईल अशी शक्यता नाही.

विज्ञानाच्या क्षेत्रात सर्वसाधारणपणे वृद्ध नेहमीच चूक ठरतात. पण राजकारणात मात्र वृद्ध शहाणे ठरतात. ते धोक्याची जाणीव करून देतात आणि अखेर त्यांचे म्हणणे खरे ठरते.

मानवी श्रद्धेचा इतिहास आपल्याला धोक्याचा कंदील दाखवणारा आहे. मानवजातीने हजारो माणसांना यमसदनी पाठवले कारण त्यांनी सैतानाशी मैत्री केली असे मानले गेले होते. चेटकिणी म्हणून हजारो जणी ठार झाल्या. आजही चेटूक केल्याच्या संशयातून दरवर्षी हजारो लोकांचा बळी घेतला जातो. कार्ल सेगनने मानवजातीला उद्देशून 'राक्षसांच्या पगड्याखालील जग' असे शब्द वापरले आहेत. माझ्या मते अशा जगातून मानवजातीला बाहेर पडण्याची एकच आशा शिल्लक आहे. हे आशास्थान म्हणजे विज्ञान आहे.

परंतु ॲल्स्टन चेसने म्हटले आहे, ''जेव्हा सत्याचा शोध आणि राजकीय पद्धतीचे समर्थन यांची गल्लत केली जाते, तेव्हा ज्ञानाची आस केवळ सत्तेसाठीची हाव म्हणून शिल्लक राहते.''

सध्या हाच धोका आपल्यासमोर आहे. म्हणूनच विज्ञान आणि राजकारण यांचा मिलाफ होणे फारच धोकादायक आहेत. त्यातच इतिहासही वाईट आहे. आपण इतिहासातील घटना आठवून जाणीवपूर्वक हे पाहायला हवे की आपण जगापुढे जे ज्ञान ठेवू ते निर्हेतुक आणि प्रामाणिक असेल.

■

आलेखांसाठी वापरलेल्या माहितीचे स्त्रोत

जागतिक तापमानाची माहिती न्यूयॉर्कमधील गोदार्द इन्स्टिट्यूट या अवकाशसंशोधक संस्थेकडून मिळाली आहे. जोन्स व त्यांच्या सहकाऱ्यांच्या अभ्यासामधील आकडेवारी[१] ब्रिटनमधील ईस्ट आंग्लिआ विद्यापीठामधील हवामान संशोधन केंद्राकडून घेतली आहे. तसेच ही आकडेवारी नॅशनल क्लायमॅटिक डेटा सेंटर (एन.सी.डी.सी.) यांच्या जागतिक ऐतिहासिक हवामानशास्त्र माहितीजालामधून (जी.एच.सी.एन.) घेण्यात आली आहे. त्याखेरीज टेनेसी राज्यातील ओकरीज नॅशनल लॅबोरेटरीच्या अखत्यारीतील 'कार्बन डायऑक्साईड इन्फर्मेशन ॲन्ड ॲनलिसिस सेंटर'कडूनही काही आकडेवारी घेतलेली आहे.[२]

गोदार्द इन्स्टिट्यूटचे वेबपेज फार सहज सापडत नाही. पण ते पुढील संकेतस्थळावर मिळू शकेल.

http://www.giss.nasa.gov/data/update/gistemp/stationdata/

हवामानशास्त्राच्या ऐतिहासिक माहितीसाठी पुढील संकेतस्थळ उपयोगी पडेल.

http://cdiac.esd.ornl.gov/ghen/ghen.html

अमेरिकेच्या संदर्भातील ऐतिहासिक हवामानाविषयीची माहिती युनायटेड स्टेट्स हिस्टॉरिकल क्लायमेटोलॉजी नेटवर्क (यू.एस.एच.सी.एन.) यामधून मिळते. त्यासाठी पुढील संकेतस्थळ वापरावे असे ओकरीज नॅशनल लॅबोरेटरीकडून सुचवले जाते.

http:www.ncdc.noaa.gov/oa/climate/research/ushen/ushen.htm)

पुस्तकासाठी वापरलेल्या उपग्रह प्रतिमा नासाच्या पुढील संकेतस्थळावरून घेतलेल्या आहेत.

http://datasystem.earthcam.ucsd.edu

पुस्तकाच्या विभागांच्या सुरुवातीला दिलेल्या उपग्रह प्रतिमा खालील संकेत स्थळावरून घेतलेल्या आहेत.

http://earthobservatory.nasa.30v/observatory/Datasets/tsurf/tovs.html

टिपा

१. अतिउच्च क्षमतेच्या ध्वनीलहरी (Hypersonic) (पृ. १९) : अतीउच्च क्षमतेच्या ध्वनीलहरींचे प्रसारण एखाद्या तरंगाप्रमाणे न होता ते प्रकाशाप्रमाणे सरळ रेषेत होते. या लहरी अल्ट्रासाऊंड या वारंवारितेच्या असतात. त्यामुळे या लहरी अत्यंत अरुंद अशा भागातून प्रवास केल्याप्रमाणे जातात आणि एखाद्या झोताप्रमाणे काम करतात. अशा प्रकारच्या उच्चध्वनीलहरींचा वापर लष्करी तंत्रज्ञानात करण्याचे प्रयत्न केले जात आहेत. परंतु अद्याप हे तंत्रज्ञान पूर्णपणे विकसित झालेले नाही.

२. चिपसेट (Chipset) (पृ. २१) : संगणकामध्ये जे भाग वापरलेले असतात त्यात 'चिप' म्हणजे इंटिग्रेटेड सर्किट असतात. या चिपचा समूह म्हणजे चिपसेट. हा संच विशिष्ट कामे करण्यासाठी एकत्र केलेला असतो.

३. कुरोकावा (Kurokawa) (पृ. २१) : कुरोकावा हे विख्यात जपानी वास्तुरचनाकाराचे नाव आहे. आशियाई शैलीचा वापर विशिष्ट प्रकारे वास्तुरचनेत करण्याबाबत किशो कुरोकावा आणि त्यांची कंपनी जगप्रसिद्ध आहे.

४. वॉर्सा करार (Warsaw Pact) (पृ. २५) : दुसऱ्या महायुद्धानंतर अमेरिकेच्या गटातील राष्ट्रे आणि रशियाच्या गटातील राष्ट्रे यांच्यात तेढ निर्माण झाली. अमेरिकेने नाटो करार करून अनेक देशांना लष्करी सहकार्याच्या करारात सहभागी करून घेतले. त्याचप्रमाणे सोव्हिएत रशियाने साम्यवादी राष्ट्रांमध्ये परस्पर सहकार्यासाठी वॉर्सा करार केला होता.

५. फायरवॉल आणि ट्रोजन हॉर्स (Firewall and Trojan Horse) (पृ. ३१, ३२) : संगणकाच्या क्षेत्रात चांगल्या प्रवृत्तीप्रमाणेच काही विघातक प्रवृत्तीचे लोकही असतात. हे लोक दुसऱ्यांना त्रास देण्यासाठी संगणक विषाणूंची निर्मिती करून ते संगणक जाळ्यात सोडतात. ट्रोजन हॉर्स आणि 'वर्म' या नावाने ओळखले जाणारे संगणक कार्यक्रम (सॉफ्टवेअर) हे संगणक विषाणूंचेच प्रकार आहेत. ट्रोजन हॉर्स प्रकारचे विषाणू दुसऱ्या एखाद्या उपयुक्त सॉफ्टवेअरच्या बुरख्याआड येतात आणि संगणकात शिरून बसतात. असे विषाणू नंतर संधी साधून संगणकात विध्वंसाचे काम सुरू करतात.

संगणक विषाणू आणि सर्व प्रकारच्या विघातक संगणक कार्यक्रमांपासून बचाव करण्यासाठी 'फायरवॉल' ही यंत्रणा उभारली जाते. ही यंत्रणादेखील एक प्रकारे सॉफ्टवेअरच असते. या यंत्रणेमुळे बाहेरून, विशेषतः इंटरनेटवरून संगणक प्रणालीत घुसू पाहणाऱ्या विध्वंसक लोकांना रोखता येते.

६. डेव्हिड आणि गॉलियथ (David and Goliath) (पृ. २५६) :

गॉलियथ हा महाकाय आकाराचा राक्षसी प्रवृत्तीचा योद्धा फिलीस्तिनी बाजूने लढत असे. त्याच्याशी लढण्यासाठी इस्रायलींच्या वतीने तरुण डेव्हिड तयार झाला. त्याच्याजवळ गोफण आणि पाच गोटे तेवढे होते. पहिल्याच गोट्याने डेव्हिडने गॉलियथला ठार मारून त्याचे डोके कापले अशी कथा बायबलच्या जुन्या करारात (Old Testament) आहे.

७. नव-पुराणमतवादी (Neoconservatives) (पृ.८७): नव-पुराणमतवादी हा शब्द अमेरिकेतील राजकीय-सामाजिक क्षेत्रातल्या एका विचारसरणीला उद्देशून वापरला जातो. या विचारसरणीचे लोक पुराणमतवादी पठडीतले असून त्यांचा प्रभाव अमेरिकेच्या परराष्ट्र नीतिवरही आहे असे मानले जाते. अमेरिकन राजकारणात १९७० नंतर डेमोक्रॅटिक पक्षातून रिपब्लिकन पक्षात अनेक जण आले. त्यांचाही या विचारसरणीला पाठिंबा आहे. प्रामुख्याने नव-पुराणमतवादी लोकांची ओळख आज रिपब्लिकन पक्षाचे पाठिराखे अशी आहे. यामधील 'नव' हा शब्द जुन्या काळातील पुराणमतवादी विचारांपासून भिन्नत्व दाखवण्यासाठी वापरला जातो. रोनाल्ड रेगन (१९८१-१९८९) आणि सध्याचे अमेरिकन राष्ट्राध्यक्ष जॉर्ज डब्ल्यू बुश (२००१+) यांच्या कारकिर्दीत नव-पुराणवादाने जोर धरला आहे. या विचारसरणीच्या लोकांचा समाजवादाला कट्टर विरोध आहे. तसेच त्यांचा उदारमतवादी धोरणांनाही विरोध असतो. अर्थात नवपुराणमतवाद हा शब्द वृत्तपत्रीय लेखनात वापरला जाणारा शब्द असून त्याची नेमकी व्याख्या अजून करण्यात आलेली नाही.

८. रूटर (Router) (पृ.१११) : रूटर हा संगणकीय जाळ्यामधील अत्यंत महत्त्वाचा घटक आहे. रूटर दोन किंवा जास्त संगणक जाळ्यामधल्या दुव्याचे काम करतो. या दुव्यांमधील नेटवर्क अथवा इंटरनेटसारख्या माहिती जाळ्यामध्ये माहिती इकडून तिकडे पाठवली जाते.

९. इकाबोड क्रेन (Ichabod Crane) (पृ.११८) : इकाबोड क्रेन हे वॉशिंग्टन आयर्विंग याच्या १८१९ मध्ये प्रकाशित झालेल्या 'द लीजंड ऑफ स्लीपी हॉलो' या लघुकथेमधील पात्र आहे. इकाबोड क्रेन हा एक शिष्ठ स्वभावाचा शाळाशिक्षक असतो. तो स्लीपी हॉलो या डच वसाहतीतील गावात साधारण १७८७ च्या सुमारास राहात असतो. कॅट्रीना व्हान टासेल या युवतीवर त्याचे प्रेम असते. पण त्याचा प्रतिस्पर्धी अब्राहम व्हान ब्रन्ट हा त्याला गावातून पिटाळून लावतो अशी ही कथा आहे. तसेच त्यात अमेरिकन स्वातंत्र्ययुद्धात मारला गेलेल्या शिरविहीन घोडेस्वाराचे एक पात्र आहे. हा घोडेस्वार रात्रीच्या वेळी स्लीपी हॉलो भागात स्वत:चे मुंडके शोधण्यासाठी फिरताना दाखवलेला आहे. या कथेवर दोन-तीन सिनेमेदेखील येऊन गेले आहेत.

१०. टेसर (Taser) (पृ.१५२) : टेसर अथवा स्टन गन हे एक प्रकारचे

शस्त्र असून त्याचा वापर व्यक्तीला शॉक देण्यासाठी करता येतो. यामधील टेसर हे नाव लघुरूप असून हे शस्त्र बनवणारा संशोधक 'थॉमस ए. स्वीफ्ट याची इलेक्ट्रीक रायफल' असा त्याचा अर्थ आहे. थॉमस ए. स्वीफ्ट हे नाव काल्पनिक आहे. प्रत्यक्षात या विजेचा वापर करणाऱ्या रायफलचा शोध १९६९ मध्ये ॲरिझोनाच्या जॅक कव्हर याने लावला. हे शस्त्र प्राणघातक नसल्याने जमावावर नियंत्रण मिळवण्यासाठी जगभर अनेक पोलीस दलांमध्ये टेसरचा वापर केला जातो. या शास्त्रात उच्च दाबाच्या परंतु कमी क्षमतेच्या विद्युतप्रवाहांचा वापर केलेला असतो आणि त्यामुळे बसलेल्या धक्क्याने व्यक्ती तात्पुरती निकामी होते. नऊ व्होल्टच्या बॅटरीवर चालणाऱ्या या विद्युत रायफलमधून २००-३०० किलोव्होल्ट इतका तीव्र झटका देता येतो. अर्धा सेकंद ते तीन सेकंदाच्या झटक्यामुळे माणूस जागच्या जागी काही मिनिटे हालचाल न करता पडून राहतो.

११. यू.टी.एम. (UTM) (पृ.१५८) : यू.टी.एम. ही आद्याक्षरे असून ती 'युनिव्हर्सल ट्रान्सव्हर्स मर्केटर' चौकट याचे लघुरूप म्हणून वापरली जातात. नकाशा बनवताना अक्षांश आणि रेखांश ही चौकट जशी वापरली जाते तशीच ही नकाशा बनवण्यासाठी वापरण्याची निराळी पद्धत आहे. ही पद्धत प्रामुख्याने लष्करी वापरासाठी विकसित करण्यात आली आहे. या पद्धतीत पृथ्वीचे समान ६० भागात (दक्षिणोत्तर रेषांनी) विभाजन करण्यात आले असून या पद्धतीमुळे पृथ्वीच्या गोलाकाराचा परिणाम प्रत्यक्ष अंतरांमधील मापनावर होणे टाळता येते.

१२. मारीआची (Mariachi) (पृ. २३३) : मेक्सिकोमध्ये युरोपियनांच्या आगमनापूर्वी अनेक स्थानिक वाद्ये वाजवली जात असत. तथापि स्पॅनिश लोकांच्या आगमनानंतर स्पॅनिश वाद्ये आणि त्यांच्या संगीताचा स्थानिक संगीताशी मिलाफ होऊन तयार झालेल्या एका संगीत-नृत्य-वादन प्रकाराला मारीआची असे म्हणतात. या संगीतात विविध प्रकारची तंतुवाद्ये वापरली जातात.

१३. स्विडलर आणि बर्लीन (Swidler and Berlin) (पृ. २५७) : स्विडलर आणि बर्लीन हे अमेरिकेतील एका खटल्याचे नाव आहे. हा खटला १९९८ मधील असून त्यात वकील-अशील संबंध याबाबत अत्यंत महत्त्वपूर्ण निकाल देण्यात आला होता. हा खटला अमेरिकेच्या सुप्रीम कोर्टाचे मुख्य न्यायाधीश रेन्क्वीस्ट यांच्यापुढे चालला. एका वकिलाने त्याच्या अशिलाशी बोलून जी टिपणे काढली ती सरकारी पक्षाला हवी होती. दरम्यान अशिलाचा मृत्यू झाला होता. तरीही अशील-वकील यांच्यामधील संभाषण गुप्त असून ही गुप्ततेची अट अशिलाच्या मृत्यूनंतरही कायम राखली पाहिजे असा निर्णय या खटल्यात देण्यात आला आहे.

१४. हिमयुग (Ice Age) (पृ. २७०) : हिमयुग म्हणजे पृथ्वीच्या तापमानात दीर्घकाळ होणारी घट होय. या काळात तापमान खूप कमी असल्याने

बर्फाचे प्रमाण वाढते आणि पृथ्वीचा बराचसा भाग बर्फाने झाकला जातो. पृथ्वीवर आजवर चार मोठी हिमयुगे येऊन गेली आहेत. सगळ्यात अलीकडचे हिमयुग सुमारे दहाहजार वर्षांपूर्वी संपुष्टात आले असून आपण सध्या हिमयुगांच्या मधल्या अथवा आंतरहिमयुगीन कालखंडात (Interglacial Period) आहोत. हिमयुग येण्यासाठी तीन कारणे असावीत असे मानले जाते. तथापि याबद्दल शास्त्रज्ञांमध्ये एकमत नाही. वातावरणातील कार्बन डायऑक्साइडचे व मिथेनचे प्रमाण, सूर्याभोवती पृथ्वीच्या फिरण्याच्या कक्षेत होणारे चक्राकार बदल (मिलानकोविच चक्र) आणि खंडाच्या रचनेतील बदल या तीन घटकांमुळे हिमयुग येते असे मानले जाते.

१५. जी.पी.एस. (GPS) (पृ.१८५) : जी.पी.एस. ही आद्याक्षरे ग्लोबल पोझिशनिंग सिस्टीम यासाठी वापरली जातात. जगात कोणत्याही जागेची नेमकी स्थाननिश्चिती करण्यासाठी ही उपग्रहांवर आधारित प्रणाली वापरली जाते.

१६. रॅन्ड (RAND) (पृ.) : रॅन्ड कॉर्पोरेशन या संस्थेचे हे लघुरूप आहे. ही संस्था अमेरिकेतील एक अग्रणी संशोधन संस्था असून तिची सहा केंद्रे आहेत. ही संस्था एक नफा न कमावण्यासाठी स्थापन झालेली स्वायत्त संस्था असून तिचे उद्दिष्ट वैज्ञानिक आणि शैक्षणिक क्षेत्रात प्रगती करण्यासाठी संशोधन करणे हे आहे. रॅन्डने विज्ञानाच्या अनेक क्षेत्रांत अत्यंत भरीव कामगिरी केलेली आहे.

१७. फ्लॅश मेमरी (Flash Memory) (पृ.२२६) : संगणकाच्या क्षेत्रात माहिती साठवण्याच्या कामी वापरल्या जाणाऱ्या स्मृतीचा (मेमरी) हा एक प्रकार आहे. या प्रकारच्या स्मृतीत माहिती साठवण्यासाठी जरी विद्युत पुरवठा लागत असला तरी, त्यातील माहिती धारण करण्यासाठी विद्युत पुरवठ्याची गरज नसते. तसेच या स्मृतीतील माहिती हाताळणे खूप वेगाने करता येते. फ्लॅश मेमरीमध्ये माहिती 'सेल' किंवा फ्लोटिंग गेट ट्रान्झिस्टरच्या चौकटीत साठवली जाते. यातील नवीन तंत्रज्ञानाच्या विकासामुळे आता एका सेलमध्ये एकापेक्षा जास्त बिट (bit) माहिती ठेवता येते.

१८. नेक्सरॅड (NEXRAD) (पृ.२७२) : नेक्सरॅड हे 'नेक्स्ट जनरेशन रडार' म्हणजे पुढील पिढीचे रडार उपकरण याचे लघुरूप आहे. नेक्सरॅड ही अमेरिकेतील १५८ डॉपलर रडारची जाळ्याप्रमाणे असणारी रचना आहे. त्याचे तांत्रिक नाव डब्ल्यू. एस.आर.८८ डी असे आहे. या १५८ ठिकाणी असणाऱ्या हवामानविषयक माहितीचा वापर करून हवामानातील बदलांचा सातत्याने मागोवा घेतला जातो. ही यंत्रणा अमेरिकेतील 'नॅशनल ओशिॲनिक ॲन्ड ॲटमॉसफियरीक ॲडमिनिस्ट्रेशन' या सरकारी संस्थेच्या (NOAA) अखत्यारीत येते. नेक्सरॅड यंत्रणेची सुरुवात डब्ल्यू.एस.आर.५७ या १९५७ मधील रडार जाळ्याने झाली असून त्यात सातत्याने सुधारणा केल्या जात आहेत.

१९. हांटा आणि एबोला विषाणू (Hanta Virus and Ebola Virus) (पृ. २५४) : हांटा विषाणू हा विषाणूचा प्रकार तुलनेने अलीकडच्या काळात माहिती झालेला आहे. या विषाणूमुळे होणाऱ्या रोगाला हांटा व्हायरस कार्डिओ-पल्मनरी सिंड्रोम (HPS) असे म्हणतात. या रोगाची माहिती प्रथम कोरियन युद्धाच्या वेळी म्हणजे १९५० च्या दरम्यान मिळाली. हा विषाणू डिअर माऊस या उंदीरवर्गीय प्रजातीमध्ये आढळतो. माणसामध्ये या विषाणूमुळे थंडी वाजून ताप येणे, अंगदुखी आणि श्वासोच्छ्वासाला त्रास होणे ही लक्षणे आढळतात. उंदरांमधून माणसांमध्ये संसर्ग झाल्यानंतर लक्षणे दिसू लागण्याचा कालावधी २-४ आठवडे इतका आहे. हांटा विषाणूमुळे होणाऱ्या रोगाला पूर्वी कोरियन हिमोऱ्हेजिक फिव्हर असे म्हटले जाई. पण आता हा शब्द वापरला जात नाही.

एबोला हा विषाणू सर्वप्रथम १९७६ मध्ये आढळून आला. त्याचा उगम आफ्रिकेतून झाला असून या विषाणूची संहारक शक्ती महाभयंकर आहे. या विषाणूच्या तीन उपजाती आहेत : एबोला झायरे, एबोला सुदान आणि एबोला रेस्टन. एबोला संसर्गामुळे भीषण शब्दही मिळमिळीत वाटावा अशा प्रकारे रुग्ण मृत्यूमुखी पडतो. याविषयी अधिक उत्सुक वाचकांनी 'द हॉट झोन' ही अनुवादित कादंबरी वाचावी.

२०. हनीनेट (Honeynet) (पृ. ३०) : संगणक विज्ञानात अनधिकृत घुसखोरांना चकवण्यासाठी 'हनीपॉट' म्हणजे आमिष ठेवलेले असते. अशा घुसखोरांना वाटते की ते विशिष्ट संगणक जाळ्यात शिरले आहेत. पण प्रत्यक्षात ते अशा हनीपॉटकडे आकर्षित झालेले असतात. अशा प्रकारे दोनपेक्षा जास्त हनीपॉट बनवून निर्माण केलेल्या फसव्या जाळ्याला हनीनेट म्हणतात. गुप्त माहिती काढण्यासाठी अथवा उचापतखोरांवर नजर ठेवण्यासाठी अशी हनीनेट तयार केली जातात.

२१. स्टूल पिजन (Stool Pigeon) (पृ. २२६) : पूर्वीच्या काळी पक्ष्यांची शिकार करताना इतर पक्ष्यांना भुलवण्यासाठी पक्षी, विशेषत: कबुतर लाकडी स्टुलाला बांधून ठेवले जाई. म्हणजेच हा पक्षी इतरांना भुलवण्याच्या कामी येई. त्या अर्थाने स्टूल पिजन हा शब्द गद्दार या अर्थी वापरला जातो.

२२. बॅकडोअर (Backdoor Control Programme– BDC) (पृ. २१२) : बॅकडोअर हा संगणक विषाणूंचा एक प्रकार आहे. बॅकडोअर म्हणजे मागच्या दारानं संगणकात प्रवेश करणं. त्यासाठी संगणक वापरणाऱ्याच्या नकळत त्यात विशिष्ट संगणक आज्ञावली (प्रोग्रॅम) सोडल्या जातात. नंतर अशा बॅकडोअर आज्ञावलीचा उपयोग करून सायबर गुन्हेगार संगणकातील माहिती चोरतात किंवा त्या संगणकाचा अनधिकृत वापर करतात.

२३. चल (Variable) (पृ. ७५) : चल ही विज्ञानातील एक मूलभूत

संकल्पना आहे. कोणत्याही वस्तूचे गुणधर्म निरनिराळया मूल्यांनी व्यक्त करता येतात. उदाहरणार्थ आपण जेव्हा मुलाची उंची शंभर सेंटीमीटर आहे असं म्हणतो तेव्हा उंची हा गुणधर्म निरनिराळी मूल्ये धारण करतो असं दिसतं. म्हणून या ठिकाणी उंची हा चल आहे असं म्हणता येतं. चल याच्या विरुद्धार्थी स्थिरांक (constant) ही संकल्पना आहे. भौतिकशास्त्र व गाणितात असे अनेक स्थिरांक (उदाहरणार्थ भूमितीमधील पाय) वापरले जातात.

जिज्ञासू वाचक या संदर्भातील अधिक माहिती 'संभव-असंभव' (अनुवाद : प्रमोद जोगळेकर, मेहता पब्लिशिंग हाऊस) या पुस्तकात वाचू शकतील.

■

BIBLIOGRAPHY

What follows is a list of books and journal articles I found most useful in preparing this novel. I found the texts by Beckerman, Chase, Huber, Lomborg, and Wlldavsky to be particularly revealing.

Environmental science is a contentious and intensely politicized field. No reader should assume that any author listed below agrees with the views I express . in this book. Quite the contrary: many of them disagree strongly. I am presenting these references to assist those readers who would like to review my thinking and arrive at their own conclusions.

Aber,John D., and Jerry M. Melillo. *Terrestrial Ecosystems*. San Francisco: Harcourt Academic Press, 2001. A standard textbook.

Abrupt Climate Change: Inevitable Surprises (Report of the Committee on Abrupt Climate Change, National Research Council). Washington, DC: National Academy Press, 2002. The text concludes that abrupt climate change might occur sometime in the future, triggered by mechanisms not yet understood, and that in the meantime more research is needed. Surely no one could object.

Adam, Barbara, Ulrich Beck, and Jost Van Loon. *The Risk Society and Beyond.* London: Sage Publications, '2000.

Altheide, David L. *Creating Fear, News and the Construction of Crisis.* New York : Aldine de Gruyter, 2002. A book about fear and its expanding place in public life. Overlong and repetitive, but addressing a highly significant subject. Some of the statistical analyses are quite amazing.

Anderson, J. B. and J. T. Andrews. "Radiocarbon Constraints on Ice Sheet Advance and Retreat in the Weddell Sea, Antarctica." *Geology* 27 (1999) : 179-82.

Anderson, Terry L., and Donald R. Leal. *Free Market Environmentalism.* New York: Palgrave (St. Martin's Press),

2001. The authors argue government management of environmental resources has a poor track record in the former Soviet Union, and in the Western democracies as well. They make the case for the superiority of private and market-based management of environmental resources. Their case histories are particularly interesting.

Arens, William. *The Man-Eating Myth.* New York: Oxford, 1979.

Arquilla, John, and David Ronfeldt, eds.*In Athena's Camp : Preparingfor Conflict in the Information Age.* Santa Monica, Calif.: RAND National Defense Research Institute, 1997. See particularly part ill on the advent of netwar and its implications.

Aunger, Robert, ed. *Darwinizing Culture.* New York: Oxford University Press, 2000. See especially the last three chapters, which devastate the trendy concept of memes. There is no better example of the way that trendy quasiscientific ideas can gain currency even in the face of preexisting evidence that they are baseless. And the text serves as a model for the expression of brisk disagreement without ad hominem characterization.

Beck, Ulrich. *Risk Society: Towards a New Modernity.* Trans. Mark Ritter. London : Sage, 1992. This highly influential text by a German sociologist presents a fascinating redefinition of the modern state as protector against industrial society, instead of merely the ground upon which it is built.

Beckerman, Wilfred. *A Poverty of Reason: Sustainable Development and Economic Growth.* Oakland, Calif.: Independent Institute, 2003. A short, witty, stinging review of sustainability, climate change, and the precautionary principle by an Oxford economist and former member of the Royal Commission on Environmental Pollution who cares more about the poor of the world than he does the elitist egos of Western environmentalists. Clearly argued and fun to read.

Bennett, W Lance. *News: The Politics of Illusion.* New York: Addison-Wesley, 2003.

Black, Edwin. *War Against the Weak: Eugenics and America's Campaign to Create a Master Race.* New York:

Four Walls, 2003. The history of the eugenics movement in America and Germany is an unpleasant story, and perhaps for that reason, most texts present it confusingly. This book is an admirably clear narrative.

Bohm, R. "Urban bias in temperature time series— a case study for the city of Vienna, Austria." *Climatic Change* 38 (1998): 113-28.

Braithwaite, Roger J. "Glacier mass balance: The first 50 years of international monitoring." *Progress in Physical Geography* 26, no. 1 (2002): 76-95.

Braithwaite, R. J., and Y. Zhang. "Relationships between interannual variability of glacier mass balance and climate." *Journal of Glaciology* 45 (2000): 456-62.

Briggs, Robin. *Witches and Neighbors* : The Social and Cultural Context of European Witchcraft. New York: HarperCollins, 1996.

Brint, Steven. "Professionals and the Knowledge Economy: Rethinking the Theory of the Postindustrial Society." *Current Sociology* 49, no. 1 Ouly 2001) : 101-32.

Brower, Michael, and Warren Leon. *The Consumers Guide to Effective Environmental Choices: Practical Advice from the Union of Concerned Scientists.* New York : Three Rivers Press, 1999. Of particular interest for its advice on mundane decisions: paper vs. plastic shopping bags (plastic), cloth vs. disposable diapers (disposable). On broader issues, the analysis is extremely vague and exemplifies the difficulties of determining "sustainable development" that are pointed out by WIlfred Beckerman.

Carson, Rachel. *Silent Spring.* Boston : Houghton Mifflin, 1962. I am old enough to remember reading this poetic persuasive text with alarm and excitement when it was first published; it was clear even then that it would change the world. WIth the passage of time Carson's text appears more flawed and more overtly polemical. It is, to be blunt, about one-third right and two-thirds wrong. Carson is particularly to be faulted for her specious promotion of the idea that most cancer is caused by the environment. This fear remains in general circulation decades later.

Castle, Terry. "Contagious Folly." In Chandler, Davidson,

and Harootunian, *Questions of Evidence.*

Chandler, James, Arnold 1. Davidson, and Harry Harootunian. *Questions ofEvidence: Proof, Practice and Persuasion Across the Disciplines.* Chicago: University of Chicago Press, 1993.

Changnon, Stanley A. "Impacts of 1997-98 EI Nino-Generated Weather in the United States." *Bulletin of the American Meteorological Society* 80, no. 9, (1999) : 1819-28.

Chapin, F. Stuart, Pamela A. Matson, and Harold A. Mooney. *Principles ofTerrestrial Ecosystems Ecology.* New York: Springer-Verlag, 2002. Clearer and with more technical detail than most ecology texts.

Chase, Alston. *In a Dark Wood: The Fight over Forests and the Myths of Nature.*

New Brunswick, N.J.: Transaction Publishers, 2001. Essential reading. This book is a history of the conflict over the forests of the Northwest, a cheerless and distressing story. As a former professor of philosophy, the author is one of the few writers in the environmental field who shows the slightest interest in ideas— where they come from, what consequences have flowed from them in the historical past, and therefore what consequences are likely to flow from them now. Chase discusses such notions as the mystic vision of wilderness and the balance of nature from the standpoint of both science and philosophy. He is contemptuous of much conventional wisdom and the muddle-headed attitudes he calls "California cosmology." The book is long and sometimes rambling, but extremely rewarding.

——. *Playing God in Yellowstone: The Destruction of America's First National Park.*

New York: Atlantic, 1986. Essential reading. Arguably the first and clearest critique of ever-changing environmental beliefs and their practical consequences.

Anyone who assumes we know how to manage wilderness areas needs to read this sobering history of the century-long mismanagement of Yellowstone, the first national park. Chase's text has been reviled in some quarters, but to my knowledge, never seriously disputed.

Chen, L, W Zhu, X. Zhou, and Z. Zhou, "Characteristics of the heat island effect in Shanghai and its possible mechanism." *Advances in Atmospheric Sciences* 20 (2003): 991-1001.

Choi, Y., H.-S. Jung, K- Y. Nam, and W- T. Kwon, "Adjusting urban bias in the regional mean surface temperature series of South Korea, 1968-99." *International Journal of Climatology* 23 (2003): 577-91.

Christianson, Gale E. *Greenhouse : The 200- Year Story of Global Warming.* New York: Penguin, 1999.

Chylek, E, J. E. Box, and G. Lesins. "Global Warming and the Greenland Ice Sheet." *Climatic Change* 63 (2004): 201-21.

Comiso,J. C. "Variability and Trends in Antarctic Surface Temperatures From in situ and Satellite Infrared Measurements." *Journal of Climate* 13 (2000): 1674-96.

Cook, Timothy E. *Governing with the News: The News Media as a Political Institution.* Chicago: University of Chicago Press, 1998.

Cooke, Roger M. *Experts in Uncertainty.* New York: Oxford University Press, 1991.

Davis, Ray Jay, and Lewis Grant. *Weather Modification Technology and Law.* AAAS Selected Symposium. Boulder, Col.: Westview Press, Inc., 1978. Of historical interest only.

Deichmann, Ute. *Biologist Under Hitler*, tr. Thomas Dunlap. Cambridge, Mass.: Harvard University Press, 1996. Difficult in structure, disturbing in content.

Doran, E T., J. c. Priscu, W B. Lyons, J. E. Walsh, A. G. Fountain, D. M. McKnight, D. L Moorhead, R. A. VIrginia, D. H. Wall, G. D. Clow, C. H. Fritsen, C. E McKay, and A. N. Parsons. "Antarctic Climate Cooling and Terrestrial Ecosystem Response." *Nature* 415 (2002): 517-20.

Dorner, Dietrich. *The Logic of Failure: Recognizing and Avoiding Error in Complex Situations.* Cambridge, Mass.: Perseus, 1998. What prevents human beings from successfully managing the natural environment and other complex systems? Dozens of pundits have weighed in with their unsubstantiated opinions. Dorner, a cognitive psychologist, performed experiments and found out.

Using computer simulations of complex environments, he invited intellectuals to improve the situation. They often made it worse. Those who did well gathered information before acting, thought systemically, reviewed progress, and corrected their course often. Those who did badly clung to their theories, acted too quickly, did not correct course, and blamed others when things went wrong. Dorner concludes that our failures in managing complex systems do not represent any inherent lack of human capability. Rather they reflect bad habits of thought and lazy procedures.

Dowie, Mark. *Losing Ground: American Environmentalism at the Close of the Twentieth Century.* Cambridge, Mass.: MIT Press, 1995. A former editor of *Mother Jones* concludes that the American environmental movement has lost relevance through compromise and capitulation. Well written, but weakly documented, the book is most interesting for the frame of mind it conveys-an uncompromising posture that rarely specifies what solutions would be satisfactory. This makes the text essentially nonscientific in its outlook and its implications, and all the more interesting for that.

Drake, Frances. *Global Warming: The Science of Climate Change.* New York : Oxford University Press, 2000. This well-written overview for college students can be read by any interested reader.

Drucker, Peter. *Post-Capitalist Society.* New York: Harper Business, 1993.

Eagleton, Terry. *Ideology: An Introduction.* New York: Verso, 1991.

Edgerton, Robert B. Sick Societies: *Challenging the Myth of Primitive Harmony.* New York: Free Press, 1992. An excellent summary of the evidence disputing the notion of the noble savage that goes on to consider whether cultures adopt maladaptive beliefs and practices. The author concludes that all cultures do so. The text also attacks the currently trendy academic notion of "unconscious" problem-solving, in which primitive cultures are assumed to be acting in an ecologically sound fashion, even when they appear wasteful and destructive. Edgerton argues they aren't doing anything of the sort—they are wasteful and destructive.

Edwards, Paul. N., and Stephen Schneider. "The 1995 IPCC Report: Broad Consensus or 'Scientific Cleansing'?" *EcoFablel/Ecoscience* 1, no. 1 (1997): 3-9.

A spirited argument in defense of changes to the 1995 IPCC report by Ben Santer. However, the article focuses on the controversy that resulted and does not review in detail the changes to the text that were made. Thus the paper talks about the controversy without examining its substance.

Einarsson, Porleifur. *Geology of Iceland.* Trans. Georg Douglas. ReykjaVIK: Mal og menning, 1999. Surely one of the clearest geology textbooks ever written. The author is professor of geology at the University of Iceland.

Etheridge, D. M., et al. "Natural and anthropogenic changes in atmospheric CO2 over the last 1000 years from air in Antarctic ice and firn." *Journal of GeophysicalResearch* 101 (1996):4115-28.

Fagan, Brian. *The Little Ice Age: How Climate Made History* 1300-1850. New York: Basic Books, 2000. Our experience of climate is limited to the span of our lives. The degree to which climate has varied in the past, and even in historical times, is hard for anyone to conceive. This book, by an archaeologist who writes extremely well, makes clear through historical detail how much warmer-and colder-it has been during the last thousand years.

Feynman, Richard. *The Character of Physical Law.* Cambridge, Mass.: MIT Press, 1965. Feynman exemplifies the crispness of thought in physics as compared with the mushy subjectivity of fields such as ecology or climate research.

Finlayson-Pitts, Barbara J., and James N. Pitts, Jr. *Chemistry of the Upper and Lower Atmosphere: Theory, Experiments, and Applications.* New York: Academic Press, 2000. A clear text that can be read by anyone with a good general science background.

Fisher, Andy. *Radical Ecopsychology: Psychology in the Service of Life.* Albany, N.Y.: State University of New York Press, 2002. An astonishing text by a psychotherapist. In my opinion, the greatest problem for all observers of the world is to determine whether their perceptions are genuine and verifiable or whether they are merely the projections of inner feelings. This book says it doesn't matter. The text consists almost entirely of unsubstantiated opinions about human nature and our interaction with the natural world. Anecdotal, egotistical, and wholly tautological, it is a dazzling example of unbridled fantasy. It can stand in for a whole literature of related texts in which feelingexpression masquerades as fact.

Flecker, H., and B. C. Cotton. "Fatal bite from octopus." *Medical Journal of Australia* 2 (1955): 329-31.

Forrester, Jay W. *Principles of Systems.* Waltham, Mass.: Wright-Allen Press, 1971. Some day Forrester will be acknowledged as one of the most important scientists of the twentieth century. He is one of the first, and surely the most influential, researcher to model complex systems on the computer. He did groundbreaking studies of everything from high-tech corporate behavior to urban renewal, and he was the first to get any inkling of how difficult it is to manage complex systems. His work was an early inspiration for the attempts to model the world that ultimately became the Club of Rome's *Limits of Growth.* But the Club didn't understand the most fundamental principles behind Forrester's work.

Forsyth, Tim. *Critical Political Ecology: The Politics of Environmental Science.* New York: Routledge, 2003. A careful but often critical examination of environmental orthodoxy by a lecturer in environment and development at the London School of Economics. The text contains many important insights I have not seen elsewhere, including the consequences of the IPCC emphasis on computer models (as opposed to other forms of data) and the question of how many environmental effects are usefully regarded as "global." However, the author adopts much of the postmodernist critique of science, and thus refers to certain "laws" of science, when few scientists would grant them such status.

Freeze, R. Allan. *The Environmental Pendulum: A Quest*

for the Truth about Toxic Chemicals, Human Health, and Environmental Protection. Berkeley, Calif.: University of California Press, 2000. A university professor with on-theground experience dealing with toxic waste sites has written a cranky and highly informative book detailing his experiences and views. One of the few books by a person who is not only academically qualified but experienced in the field. His opinions are complex and sometimes seemingly contradictory. But that's reality.

Furedi, Frank. *Culture of Fear: Risk-taking and the Morality of Low Expectation.* New York: Continuum, 2002. As Western societies become more affluent and safer, as life expectancy has steadily increased, one might expect the populations to become relaxed and secure. The opposite has happened: Western societies have become panic-stricken and hysterically risk averse. The pattern is evident in everything from environmental issues to the vastly increased supervision of children. This text by a British sociologist discusses why.

Gelbspan, Ross. *The Heat Is On: The Climate Crisis, the Cover-Up, the Prescription.* Cambridge, Mass.: Perseus, 1998. A reporter who has written extensively on environmental matters presents the classic doomsday scenarios well. Penn and Teller characterize him in scatological terms.

Gilovitch, Thomas, Dale Griffin, and Daniel Kahneman, eds. *Heuristics and Biases: The Psychology of Intuitive Judgment.* Cambridge, UK: Cambridge University Press, 2002. Psychologists have created a substantial body of experimental data on human decision making since the 1950s. It has been well replicated and makes essential reading for anyone who wants to understand how people make decisions and how they think about the decisions that others make. The entire volume is compelling (though sometimes disheartening), and articles of particular interest are listed separately.

Glassner, Barry. *The Culture of Fear.* New York: Basic Books, 1999. Debunks fearmongering with precision and calmness.

Glimcher, Paul W *Decisions, Uncertainty, and the Brain.* Cambridge, Mass.: MIT Press, 2003.

Glynn, Kevin. *Tabloid Culture.* Durham, N.e.: Duke University Press, 2000.

Goldstein, WIlliam M., and Robin M. Hogarth, eds. *Research on Judgment and Decision Making.* Cambridge, UK: Cambridge University Press, 1997.

Gross, Paul R., and Norman Leavitt. *Higher Superstition: The Academic Left and Its Quarrels with Science.* Baltimore: Johns Hopkins University Press, 1994.

See chapter 6, "The Gates of Eden" for a discussion of environmentalism in the context of current postmodern academic criticism.

Guyton, Bill. *Glaciers of CalifOrnia.* Berkeley, Calif.: University of California Press, 1998. An elegant gem of a book.

Hadley Center. "Climate Change, Observations and Predictions, Recent Research on Climate Change Science from the Hadley Center," December 2003.

Obtainable at *www.metoffice.com*. In sixteen pages the Hadley Center presents the most important arguments relating to climate science and the predictions for future warming from computer models. Beautifully written, and illustrated with graphic sophistication, it easily surpasses other climate science websites and constitutes the best brief introduction for the interested reader.

Hansen, James E., Makiko Sato, Andrew Lacis, Reto Ruedy, Ina Tegen, and Elaine Matthews. "Climate F orcings in the Industrial Era." *Proceedings of the National Academy of Sciences* 95 (October 1998): 12753-58.

Hansen, James E. and Makiko Sato, "Trends of Measured Climate Forcing Agents." *Proceedings of the NationalAcademy of Sciences* 98 (December 2001): 14778-83.

Hayes, Wayland Jackson. "Pesticides and Human Toxicity." *Annals of the New York Academy of Sciences* 160 (1969): 40-54.

Henderson-Sellers, et al. "Tropical cyclones and global climate change: A postIPCC assessment." *Bulletin of the American Meteorological Society* 79 (1997): 9-38.

Hoffert, Martin, Ken Caldeira, Gregory Benford, David R. Criswell, Christopher Green, Howard Herzog, Atul K. Jain, Haroon S. Kheshgi, Klaus S. Lackner, John S. Lewis, H. Douglas Lightfoot, Wallace Manheimer, John C. Mankins, Michael E. Mauel, L.John Perkins, Michael E. Schlesinger, Tyler Volk, and Tom M. L. Wigley. "Advanced Technology Paths to Global Climate Stability: Energy for a Greenhouse Planet." *Science* 298 (1 November 2001): 981-87.

Horowitz, Daniel. *The Anxieties of Affluence*. Amherst, Mass.: University of Massachusetts Press, 2004.

Houghton, John. *Global Warming, the Complete Briefing*. Cambridge, UK: Cambridge University Press, 1997. Sir John is a leading figure in the IPCC and a world-renowned spokesperson for climate change. He presents a clear statement of the predictions of the global circulation models for future climate. He draws principally from IPCC reports, which this text summarizes and explains. Skip the first chapter, which is scattered and vague, unlike the rest of the book.

Huber, Peter, *Hard Green: Saving the Environment from the Environmentalists, a Conservative Manifesto.* New York: Basic Books, 1999. I read dozens of books on the environment, most quite similar in tone and content. This was the first one that made me sit up and pay serious attention. It's not like the others, to put it mildly. Huber holds an engineering degree from MIT and a law degree from Harvard; he has clerked for Ruth Bader Ginsburg and Sandra Day O'Connor; he is a fellow at the conservative Manhattan Institute. His book criticizes modern environmental thought in both its underlying attitudes and its scientific claims. The text is quick, funny, informed, and relentless. It can be difficult to follow and demands an informed reader. But anyone who clings to the environmental views that evolved in the 1980s and 1990s must answer the arguments of this book.

Inadvertent Climate Modification, Report of the Study of Man's Impact on Climate (SMIC). Cambridge, Mass.: MIT Press, 1971. A fascinating early attempt to model climate and predict human interaction with it.

IPCC. *Aviation and the Global Atmosphere.* Intergovernmental Panel on Climate Change. Cambridge, UK: Cambridge University Press, 1999.

——. *Climate Change 1992: The Supplementary Report to the IPCC Scientific Assessment.* Intergovernmental Panel of Climate Change. Cambridge, UK: Cambridge University Press, 1992.

——. *Climate Change 1995: Economic and Social Dimensions of Climate Change.*Intergovernmental Panel of Climate Change. Cambridge, UK: Cambridge University Press, 1996.

——. *Climate Change 1995: Impacts, Adaptation and Mitigation of Climate Change ScientificlTechnical Analysis.* Contribution of Working Group IT to the Second Assessment Report of the IPCe. Intergovernmental Panel of Climate Change. Cambridge, UK: Cambridge University Press, 1996.

——. *Climate Change 1995: The Science of Climate Change.* Intergovernmental Panel of Climate Change. Cambridge, UK: Cambridge University Press, 1996.

——. *Climate Change 2001: Impacts, Adaptation, and Vulnerability.* Intergovernmental Panel of Climate Change. Cambridge, UK: Cambridge University Press, 2001.

——. *Climate Change 2001: Synthesis Report.* Intergovernmental Panel ofClimate Change. Cambridge, UK: Cambridge University Press, 2001.

——. *Climate Change 2001: The Scientific Basis.* Cambridge, UK: Cambridge University Press, 2001.

——. *Climate Change: The IPCC Response Strategies.* Intergovernmental Panel of Climate Change. Washington, DC: Island Press, 1991.

——. *Emissions Scenarios.* Intergovernmental Panel of Climate Change. Cambridge, UK: Cambridge University Press, 2000.

——. *Land Use, Land-Use Change, and Forestry.* Intergovernmental Panel of Climate Change. Cambridge, UK: Cambridge University Press, 2000.

——. *The Regional Impacts of Climate Change: An Assessment of Vulnerability.* Intergovernmental Panel on Climate Change. Cambridge, UK: Cambridge University Press, 1998.

Jacob, DanielJ. *Introduction to Atmospheric Chemistry.* Princeton, N.J.: Princeton University Press, 1999.

Joravsky, David. *The Lysenko Affair.* Chicago: University of Chicago Press, 1970. A readable account of this depressing episode.

Joughin, 1., and S. *Tulaczyk.* "Positive Mass Balance of the Ross Ice Streams, West Antarctica." Science 295 (2002): 476-80.

Kahneman, Daniel, and Amos Tversky, eds. *Choices, Values and Frames.* Cambridge, UK: Cambridge University Press, 2000. The authors are responsible for a revolution in our understanding of the psychology behind human decision-making. The history of the environmental movement is characterized by some very positive decisions made on the basis of inadequate information, and some unfortunate decisions made despite good information that argued against the decision. This book sheds light on how such things happen.

Kalnay, Eugenia, and Ming Cai. "Impact of Urbanization and Land-Use on Climate." *Nature* 423 (29 May 2003): 528-31. "Our estimate of .27 C mean surface warming per century due to land use changes is at least twice as high as previous estimates based on urbanization alone." The authors later report a calculation error, raising their estimate [Nature 23 (4 September 2003): 102 J. "The corrected estimate of the trend in daily mean temperture due to land use changes is .35 C per century."

Kaser, Georg, Douglas R. Hardy, Thomas Molg, Raymond S. Bradley, and Tharsis M. Hyera. "Modern Glacier Retreat on Kilimanjaro as Evidence of Climate Change: Observations and Facts." *International Journal of Climatology* 24 (2004): 329-39.

Kieffer, H., J. S. Kargel, R. Barry, R. Bindschadler, M.

Bishop, D. MacKinnon, A. Ohmura, B. Raup, M. Antoninetti, J. Bamber, M. Braun, 1. Brown, D.Cohen, L. Copland, J. DueHagen, R. V. Engeset, B. Fitzharris, K. Fujita, W Haeberli, J. O. Hagen, D. Hall, M. Hoelzle, M. Johansson, A. Kaab, M. Koenig, V. Konovalov, M. Maisch, F. Paul, F. Rau, N. Reeh, E. Rignot, A. Rivera, M. Ruyter de WIldt, T. Scambos, J. Schaper, G. Scharfen, J. Shroder, O. Solomina, D. Thompson, K. Van der Veen, T. Wohlleben, and N. Young. "New eyes in the sky measure glaciers and ice sheets." EOS, I *Transactions, American Geophysical Union* 81, no. 265 (2000): 270-71.

Kline, Wendy. *Building a Better Race: Gender, Sexuality and Eugenics from the Turn I of the Century to the Baby Boom.* Berkeley, Calif.: University of California Press, 2001.

Koshland, Daniel J. "Credibility in Science and the Press." *Science* 254 (1 Nov. 1991): 629. Bad science reporting takes its toll; the former head of the American Association for the Advancement of Science complains about it.

Kraus, Nancy, Trorbjorn Malmfors, and Paul Slovic. "Intuitive Toxicology: I Expert and Lay Judgments of Chemical Risks." In *Slovic*, 2000. The extent to which uninformed opinion should be given a place in decision making is highlighted by the question of whether ordinary people have an intuitive sense of what in their environment is harmful—whether they are, in the words of these authors, intuitive toxicologists. As I read the data, they aren't.

Krech, Shepard. *The Ecological Indian: Myth and History.* New York: Norton, 1999. An anth,ropologist carefully reviews the data indicating that native Americans were not the exemplary ecologists of yore. Also reviews recent changes in ecological science. .

Kuhl, Stevan. *The Nazi Connection: Eugenics, American Racism, and German I National Socialism.* New York: Oxford University Press, 1994.

Kuran, Timur. *Private Truths, Public Lies: The Social Consequences of Preference Falsification.* Cambridge, Mass.: Harvard University Press, 1995.

Landsea, c., N. Nicholls, W Gray, and L. Avila. "Downward Trend in the Frequency of Intense Atlantic Hurricanes During the Past Five Decades." *Geophysical Research Letters* 23 (1996): 527-30.

Landsea, Christopher W, and John A. Knaff. "How Much Skill Was There in Forecasting the Very Strong 1997-98 EI Nino?" *Bulletin of the American I Meteorological Society* 81, no. 9 (September 2000): 2017-19. Authors found the older, simpler models performed best. "The use of more complex, physically realistic dynamical models does not automatically provide more reliable forecasts. . . . [Our findings] may be surprising given the general perception that seasonal EI Nino forecasts from dynamical models have been quite successful and may even be considered a solved problem." They I discuss in detail that the models did not, in fact, predict well. Yet "others I are using the supposed success in dynamical EI Nino forecasting to support other agendas. . . one could even have less confidence in anthropogenic global studies because of the lack of skill in predicting EI Nino. . . . The bottom line is that the successes in forecasting have been overstated (sometimes drastically) and misapplied in other areas."

Lave, Lester B. "Benefit-Cost Analysis: Do the Benefits Exceed the Costs?" In Robert W. Hahn, ed., *Risks, Costs, and Lives Saved: Getting Better Results from Regulation.* New York: Oxford University Press, 1996. A critical review of problems in cost-benefit analysis by an economist who supports the tool but acknowledges that opponents sometimes have a point.

Lean, Judith, and David Rind. "Climate Forcing by Changing Solar Radiation." *Journal of Climate* 11 (December 1988): 3069-94. How much does the sun affect climate? These authors suggest about half the observed surface warming since 1900 and one-third of the warming since 1970 may be attributed to the sun. But there are uncertainties here. "Present inability to' adequately specify climate forcing by changing solar radiation has implications for policy making regarding anthropogenic global change, which must be detected against natural climate variability."

LeBlanc, Steven A., and Katherine E. Register. *Constant*

Battles. New York: St. Martin's Press, 2003. The myth of the noble savage and the Edenic past dies hard. LeBlanc is one of the handful of archaeologists who have given close scrutiny to evidence for past warfare and has worked to revise an academic inclination to see a peaceful past. LeBlanc argues that primitive societies fought constantly and brutally.

Levack, Brian P. *The Witch-Hunt in Early Modern Europe.* Second Edition. London: Longman, 1995. In the sixteenth century, the educated elites of Europe believed that certain human beings had made contracts with the devil. They believed that witches gathered to perform horrific rites, and that they flew across the sky in the night. On the basis of these beliefs, these elites tortured countless people, and killed 50,000 to 60,000 of their countrymen, mostly old women. However, they also killed men and children, and sometimes (because it was thought unseemly to burn a child) they imprisoned the children until he or she was old enough to be executed. Most of the extensive literature on witchcraft (including the present volume) does not in my view fully come to grips with the truth of this period. The fact that so many people were executed for a fantasy—and despite the reservations of prominent skeptics—carries a lesson that we must always bear in mind. The consensus of the intelligentsia is not necessarily correct, no matter how many believe it, or for how many years the belief is held. It may still be wrong. In fact, it may be very wrong. And we must never forget it. Because it will happen again. And indeed it has.

Lilla, Mark. *The Reckless Mind: Intellectuals in Politics.* New York: New York Review of Books, 2001. This razor-sharp text focuses on twentiethcentury philosophers but serves as a reminder of the intellectual's temptation "to succumb to the allure of an idea, to allow passion to blind us to its tyrannical potential." Lindzen, Richard S. "Do Deep Ocean Temperature Records Verify Models?" Geophysical Research Letters 29, no. 0 (2002): 10.1029/2001 GLO 14360. Changes in ocean temperature cannot be taken as a verification of GCMs, computer climate models.

——. "The Press Gets It Wrong: Our Report Doesn't Support the Kyoto Treaty." *Wall Street Journal*, 11 June 2001. This brief essay by a distinguished MIT professor summarizes one example of the way the media misinterprets scientific reports on climate. In this case, the National Academy of Sciences report on climate change, widely claimed to say what it did not. Lindzen was one of eleven authors of the report. http://opinionjournal.com/ editorial/feature.html?id=95000606

Lindzen, R. S., and K. Emanuel. "The Greenhouse Effect." In *Encyclopedia of Global Change, Environmental Change and Human Society. Volume 1*. Andrew S. Goudie, ed., New York: Oxford University Press, 2002, pp. 562-66. What exactly is the greenhouse effect everybody talks about but nobody ever explains in anY, detail? A brief, clear summary.

Liu, J., J. A. Curry, and D. G. Martinson. "Interpretation of Recent Antarctic Sea Ice Variability." *Geophysical Research Letters* 31 (2004): 10.1029/2003 GLO18732.

Lomborg, Bjorn. *The Skeptical Environmentalist.* Cambridge, UK: Cambridge University Press, 2002. By now, many people know the story behind this text: The author, a Danish statistician and Greenpeace activist, set out to disprove the views of the late Julian Simon, an economist who claimed that dire environmental fears were wrong and that the world was actually improving. To Lomborg's surprise, he found that Simon was mostly right. Lomborg's text is crisp, calm, clean, devastating to established dogma. Since publication, the author has been subjected to relentless ad hominem attacks, which can only mean his conclusions are unobjectionable in any serious scientific way. Throughout the long controversy, Lomborg has behaved in exemplary fashion. Sadly, his critics have not. Special mention must go to the Scientific I American, which was particularly reprehensible. All in all, the treatment accorded Lomborg can be viewed as a confirmation of the postmodern critique of science as just another power struggle. A sad episode for science.

Lovins, Amory B. *Soft Energy Paths: Toward a Durable Peace.* New York: Harper and Row, 1977. Perhaps the most important advocate for alternative energy wrote this antinuclear energy text in the 1970s for Friends of the Earth, elaborating on an influential essay he wrote for *Foreign Affairs* the year before. The resulting text can be seen as a major link in the chain of events and thinking that set the US on a different energy path from the nations of Europe. Lovins is trained as a physicist and is a MacArthur Fellow.

McKendry, Ian G. "Applied Climatology." *Progress in Physical Geography* 27, no. 4 (2003): 597-606. "Recent studies suggest that attempts to remove the 'urban bias' from long-term climate records (and hence identity the magnitude of the enhanced greenhouse effect) may be overly simplistic. This will likely continue to be a contentious issue. . . ."

Manes, Christopher. *Green Rage: Radical Environmentalism and the Unmaking of Civilization.* Boston: Little Brown, 1990. Not to be missed.

Man's Impact on the Global Environment, Assessments and Recommendations for Action, Report of the Study of Critical Environmental Problems (SCEP). Cambridge, Mass.: MIT Press, 1970. The text predicts carbon dioxide levels of 370 ppm in the year 2000 and a surface-temperature increase of .5 C as a result. The actual figures were 360 ppm and .3 C—far more accurate than predictions made fifteen years later, using lots more computer power.

Marlar, Richard A., et al. "Biochemical evidence of cannibalism at a prehistoric Puebloan site in southwestern Colorado. *Nature* 407, 74078, 7 Sept. 2000.

Martin, Paul S. "Prehistoric Overkill: The Global Model." In *Quaternary Extinctions: A Prehistoric Revolution.* Paul S. Martin and Richard G. Klein, eds. Tucson, Ariz.: University of Arizona Press, 1984,354-403.

Mason, Betsy. "African Ice Under Wraps." *Nature online publication,* 24 November 2003.

Matthews, Robert A. J. "Facts versus factions: The use and abuse of subjectivity in scientific research." In Morris, *Rethinking Risk,* pp. 247-82. A physicist argues "the failure of the scientific community to take decisive action over the flaws in standard statistical methods, and the resulting waste of resources spent on futile attempts to replicate claims based on them, constitute a major scientific scandal." The book also contains an impressive list of major scientific developments held back by the subjective prejudice of scientists. So much for the reliability of the "consensus" of scientists.

Meadows, Donella H., Dennis L. Meadows, Jorgen Randers, and WIlliam W Behrens III. *The Limits to Growth: A Report fOr the Club ofRome's Project on the Predicament of Mankind.* New York: New American Library, 1972. It is a shame this book is out of print, because it was hugely influential in its day, and it set the tone ("the predicament of mankind") for much that followed. To read it now is to be astonished at how primitive were the techniques for assessing the state of the world, and how incautious the predictions of future trends. Many of the graphs have no axes, and are therefore just pictures of technical-looking curves. In retrospect, the text is notable not so much for its errors of prediction as for its consistent tone of urgent overstatement bordering on hysteria. The conclusion: "Concerted international measures and joint long-term planning will be necessary on a scale and scope without precedent. Such an effort calls for joint endeavor by all peoples, whatever their culture, economic system, or level of development. . . . This supreme effort is . . . founded on a basic change of values and goals at individual, national and world levels." And so forth.

Medvedev, Zhores A. *The Rise and Fall of T. D. Lysenko.* New York: Columbia University Press, 1969. Extremely difficult to read.

Michaels, Patrick J., and Robert C. Balling, Jr. *The Satanic Gases: Clearing the Air about Global Warming.* Washington, DC: Cato, 2000. These skeptical authors have a sense of humor and a clear style. Use of graphs is unusually good. The Cato Institute is a pro-free market organization with libertarian overtones.

Morris, Julian, ed. *Rethinking Risk and the Precautionary Principle.* Oxford, UK: Butterworth/Heinemann, 2000. A broad-ranging critique that discusses, for example, how precautionary thinking has harmed children's development.

Nye, David E. *Consuming Power*, Cambridge, Mass.: MIT

Press, 1998. America consumes more power per capita than any other country, and Nye is the most knowledgeable scholar about the history of American technology. He draws markedly different conclusions from those less informed. This text is scathing about determinist views of technology. It has clear implications for the validity of IPCC "scenarios."

Oleary, Rosemary, Robert F. Durant, Daniel J. Fiorino, and Paul S. Weiland. *Managing fOr the Environment: Understanding the Legal, Organizational, and Policy Challenges.* New York: WIley and Sons, 1999. A much-needed compendium that sometimes covers too much in too little detail.

Ordover, Nancy. *American Eugenics: Race, Queer Anatomy, and the Science of Nationalism.* Minneapolis, Minn.: University of Minnesota Press, 2003. Fascinating in content, confusing in strUcture, difficult to read, but uncompromising. The author insists on the culpability of both the left and right in the eugenics movement, both in the past and in the present day.

Pagels, Heinz R. *The Dreams of Reason: Computers and the Rise of the Sciences of Complexity.* New York: Simon and Schuster, 1988. The study of complexity represents a true revolution in science, albeit a rather old revolution. This delightful book is sixteen years old, written when the revolution was exciting and new. One would think sixteen years would be enough time for the understanding of complexity and nonlinear dynamics to revise the thinking of environmental activists. But evidently not.

Park, Robert. *Voodoo Science: The Road from Foolishness to Fraud.* New York: Oxford University Press, 2000. The author is a professor of physics and a director of the American Physical Society. His book is especially good on the "Currents of Death" EMF/powerline/cancer controversy, in which he was involved (as a skeptic).

Parkinson, C. L. "Trends in the Length of the Southern Ocean SeaIce Season, 1979-99." *Annals of Glaciology* 34 (2002): 435-40.

Parsons, Michael L. *Global Warming: The Truth Behind the Myth,* New York: Plenum, 1995. A skeptical review of data by a professor of health sciences (and therefore not a climate scientist). Outsider's analysis of data.

Pearce, Fred, "Mricans go back to the land as plants reclaim the desert." *New Scientist* 175 (21 September 2002): 4-5.

Penn and Teller. *Bullshit!* Showtime series. Brisk, amusing attacks on conventional wisdom and sacred cows. The episode in which a young woman signs up environmentalists to ban "dihydrogen monoxide" (better known as water) is especially funny. "Dihydrogen monoxide," she explains, "is found in lakes and rivers, it remains on fruits and vegetables after they're washed, it makes you sweat. . ." And the people sign up. Another episode on recycling is the clearest brief explanation of what is right and wrong about this practice.

Pepper, David. *Modern Environmentalism: An Introduction.* London: Routledge, 1996. A detailed account of the multiple strands of environmental philosophy by a sympathetic observer. Along with the quite different work of Douglas and WIldavsky, this book considers why mutually incompatible views of nature are held by different groups, and why compromise among them is so unlikely. It also makes clear the extent to which environmental views encompass beliefs about how human society should be structured. The author is a professor of geography and writes well.

Petit, J. R., J.Jouzel, D. Raynaud, N. I. Barkov, J.-M. Barnola, 1. Basile, M. Bender, J. Chappellaz, M. Davis, G. Delaygue, M. Delmotte, V. M. Kotlyakov, M. Legrand, V. Y. Lipenkov, C. Lorius, L. Pepin, C. Ritz, E. Saltzman, and M. Stievenard. "1999. Climate and atmospheric history of the past 420,000 years from the Vostok ice core, Antarctica." *Nature* 399: 429-36.

Pielou, E. C. *After the Ice Age: The Return of Life to Glaciated North America.* Chicago: University of Chicago Press, 1991. A wonderful book, a model of its kind. Explains how life returned as the glaciers receded twenty thousand years ago, and how scientists analyze the data to arrive at their conclusions. Along the way, an excellent reminder of how dramatically our planet has changed in the geologically recent past.

Ponte, Lowell. *The Cooling*. Englewood, N. J.: Prentice-Hall, 1972. The most highly praised of the books from the 1970s that warned of an impending ice age. (The cover asks: "Has the next ice age already begun? Can we survive it?") Contains a chapter on how we might modify the global climate to prevent excessive cooling. A typical quote: "We simply cannot afford to gamble against this possibility by ignoring it. We cannot risk inaction. Those scientists who say we are entering a period of climatic instability [i.e., unpredictability] are acting irresponsibly. The indications that our climate can soon change for the worse are too strong to be reasonably ignored" (p. 237).

Pritchard, James A. *Preserving Yellwstone's Natural Conditions: Science and the Perception of Nature.* Lincoln, Neb.: University of Nebraska Press, 1999. Balance of evidence that elk have changed habitat. Also the nonequilibrium paradigm.

Pronin, Emily, Carolyn Puccio, and Lee Rosh. "Understanding Misunderstanding: Social Psychological Perspectives." In Gilovitch, et al., pp. 636-65. A cool assessment of human disagreement.

Rasool, S. 1., and S. H. Schneider. "Atmospheric Carbon Dioxide and Aerosols: Effects of Large Increases on Global Climate." *Science* (11 July 1971): 138-41. An example of the research in the 1970s that suggested that human influence on climate was leading to cooling, not warming. The authors state that increasing carbon dioxide in the atmosphere will not raise temperature as much as increasing aerosols will reduce it. "An increase by only a factor of 4 in global aerosol background concentration may be sufficient to reduce the surface temperature by as much as 3.5 K. . . believed to be sufficient to trigger an ice age."

Raub, W D., A. Post, C. S. Brown, and M. F. Meier. "Perennial ice masses of the Sierra Nevada, California." *Proceedings of the International Assoc. of Hydrological Science*, no. 126 (1980): 33-34. Cited in Guyton, 1998.

Reference Manual on Scientific Evidence, FederalJudicial Center. Washington, DC: US Government Printing Office, 1994. After years of abuse, the Federal Courts in the US established detailed guidelines for the admissibility of various kinds of scientific testimony and scientific evidence. This volume runs 634 pages.

Reiter, Paul, Christopher J. Tomas, Peter M. Atkinson, Simon 1. Hay, Sarah E. Randolph, David J. Rogers, G. Dennis Shanks, Robert W Snow, and Andrew Spielman. "Global Warming and Malaria: A Call for Accuracy." Lancet 4, no. 1 (June 2004).

Rice, Glen E., and Steven A. LeBlanc, eds. *Deadly Landscape.* Salt Lake City, Utah: University of Utah Press, 2001. More evidence for a strife-filled human past.

Roberts, Leslie R. "Counting on Science at EPA." *Science* 249 (10 August 1990): 616-18. An important brief report on how the EPA ranks risks. Essentially it does what the public wants, not what the EPA experts advise. This is sometimes but not always a bad thing.

Roszak, Theodore. *The Voice of the Earth.* New York: Simon and Schuster, 1992. Roszak is often at the leading edge of emerging social movements, and here he gives an early insight into a blend of ecology and psychology that has since become widespread, even though it is essentially pure feeling without objective foundation. Nevertheless, ecopsychology has become a guiding light in the minds of many people, particularly those without scientific training. My own view is that the movement projects the dissatisfactions of contemporary society onto a natural world that is so seldom experienced that it serves as a perfect projection screen. One must also recall the blunt view of Richard Feynman: "We have learned from much experience that all philosophical intuitions about what nature is going to do fail."

Russell, Jeffrey B. A *History of Witchcraft, Sorcerers, Heretics and Pagans.* London: Thames and Hudson Ltd., 1980. Lest we forget.

Salzman, Jason. *Making the News: A Guide for Activists and Non-Profits.* Boulder, Co!.: Westview Press, 2003.

Santer, B. D., K. E. Taylor, T. M. L. Wigley, T. e. Johns, P. D. Jones, D. J. Karoly, J. F. B. Mitchell, A. H. Oort, J. E. Penner, V. Ramaswamy, M. D. Schwarzkopf, R. J. Stouffer, and S. Tett. "A Search for Human Influences on the Thermal

Structure of the Atmosphere." *Nature* 382 (4 July 1996): 39-46. "It is likely that [temperature change in the free atmosphere] is partially due to human activities, though many uncertainties remain, particularly relating to estimates of natural variability." One year after the 1995 IPCC statement that a human effect on climate had been discerned, this article by several IPCC scientists shows considerably more caution about such a claim.

Schullery, Paul. *Searching for Yellowstone: Ecology and Wonder in the Last Wilderness.* New York: Houghton Mifflin, 1997. The author was for many years an employee of the Forest Service and takes a more benign approach to events at Yellowstone than others do.

Scott, James e. *Seeing Like a State: How Certain Schemes to Improve the Human Condition Have Failed.* New Haven, Conn.: Yale University Press, 1998. An extraordinary and original book that reminds us how seldom academic thought is genuinely fresh.

Shrader-Frechette, K. S. *Risk and Rationality: Philosophical Foundations for Populist Reforms*. Berkeley, Calif.: University of California Press, 1991.

Singer, S. Fred. *Hot Talk, Cold Science: Global Warming's Unfinished Debate.* Oakland, Calif.: Independent Institute, 1998. Singer is among the most visible of global warming skeptics. A retired professor of environmental science who has held a number of government posts, including Director of Weather Satellite Service and Director for the Center for Atmospheric and Space Sciences, he is a far more qualified advocate for his views than his critics admit. They usually attempt to portray him as a sort of eccentric nutcase. This book is only seventy-two pages long, and the reader may judge for himself.

Slovic, Paul, ed. *The Perception of Risk*. London: Earthscan, 2000. Slovic has been influential in emphasizing that the concept of "risk" entails not only expert opinion but also the feelings and fears of the population at large. In a democracy, such popular opinions must be addressed in policy making. I take a tougher stance. I believe ignorance is best addressed by education, not by unneeded or wasteful regulation. Unfortunately, the evidence is that we spend far too much soothing false or minor fears.

Stott, Philip, and Sian Sullivan, eds. *Political Ecology: Science, Myth and Power.* London: Arnold, 2000. Focused on Africa. Stott is now retired, witty, and runs an amusing skeptical blog.

Streutker, D. R. "Satellite-measured growth of the urban heat island of Houston, Texas." *Remote Sensing of Environment* 85 (2003): 282-89. "Between 1987 and 1999, the mean nighttime surface temperature heat island of Houston increased 0.82 ± 0.10 °C."

Sunstein, Cass R. *Risk and Reason: Safety, Law, and the Environment.* New York: Cambridge University Press, 2002. A law professor examines major environ~ mental issues from the standpoint of cost-benefit analysis and concludes that new mechanisms for assessing regulations are needed if we are to break free of the current pattern of "hysteria and neglect"-in which we aggressively regulate minor risks while ignoring more significant ones. The detailed chapter on arsenic levels is particularly revealing for anyone wishing to understand the difficulties that rational regulation faces in a highly politicized world.

Sutherland, S. K., and W R. Lane. "Toxins and mode of envenomation of the common ringed or blue-banded octopus." *Medical Journal Australia* 1 (1969): 893-98.

Tengs, Tammo 0., Miriam E. Adams, Joseph S. Plitskin, Dana Gelb Safran, Joanna E. Siegel, Milton e. Weinstein, and John D. Graham. "Five hundred life-saving interventions and their cost effectiveness." *Risk Analysis* 15, no. 3 (1995): 369-90. The Harvard School of Public Health is dismissed in some quarters as a right-wing institution. But this influential and disturbing study by the Harvard Center for Risk Analysis of the costs of regulation has not been disputed. It implies that a great deal of regulatory effort is wasted, and wasteful.

Thomas, Keith. *Man and the Natural World: Changing Attitudes in England 1500-1800.* New York: Oxford University Press, 1983. Are environmental attitudes a matter of fashion? Thomas's delightful book charts changing perceptions of nature from a locus of danger, to a subject of worshipful appreciation, and finally to the beloved wilderness of elite aesthetes.

Thompson, D. W J., and S. Solomon. "Interpretation of Recent Southern Hemisphere Climate Change." *Science* 296 (2002): 895-99.

Tommasi, Mariano, and Kathryn Lerulli, eds. *The New Economics of Human Behavior.* Cambridge, UK: Cambridge University Press, 1995.

US Congress. *Final Report of the Advisory Committee on Weather Control.* United States Congress. Hawaii: University Press of the Pacific, 2003.

Victor, David G. "Climate of Doubt: The imminent collapse of the Kyoto Protocol on global warming may be a blessing in disguise. The treaty's architecture is fatally flawed." *The Sciences* (Spring 2001): 18-23. Victor is a fellow at the Council on Foreign Relations and an advocate 6f carbon emission controls who argues that "prudence demands action to check the rise in greenhouse gases, but the Kyoto Protocol is a road to nowhere."

Viscusi, Kip. *Fatal Tradeoffs: Public and Private Responsibilities for Risk.* New York: Oxford University Press, 1992. Start at section III.

——. *Rational Risk Policy.* Oxford: Clarendon, 1998. The author is a professor of law and economics at Harvard.

Vyas, N. K., M. K. Dash, S. M. Bhandari, N. Khare, A. Mitra, and P. C. Pandey. "On the Secular Trends in Sea Ice Extent over the Antarctic Region Based on OCEANSAT-1 MSMR Observations." *International Journal of Remote Sensing* 24 (2003): 2277-87.

Wallack, Lawrence, Katie Woodruff, Lori Dorfman, and Iris Diaz. *News for a Change: An Advocate's Guide to Working with the Media.* London: Sage Publications, 1999.

Weart, Spencer R. *The Discovery of Global Warming.* Cambridge, Mass.: Harvard University Press, 2003.

West, Darrell M. *The Rise and Fall of the Media Establishment.* New York: Bedford/St. Martin's Press, 2001.

White, Geoffrey M. *Identity Through History: Living Stories in a Solomon Islands Society.* Cambridge, UK: Cambridge University Press, 1991.

Wigley, Tom. "Global Warming Protocol: CO2, CH4 and climate implications." *Geophysical Research Letters* 25, no. 13 (1 July 1998): 2285-88.

Wildavsky, Aaron. *But Is It True? A Citizen's Guide to Environmental Health and Safety Issues.* Cambridge: Harvard University Press, 1995. A professor of political science and public policy at Berkeley turned his students loose to research both the history and the scientific status of major environmental issues: DDT, Alar, Love Canal, asbestos, the ozone hole, global warming, acid rain. The book is an excellent resource for a more complete discussion of these issues than is usually provided. For example, the author devotes twenty-five pages to the history of the DDT ban, twenty pages to Alar, and so on. WIldavsky concludes that nearly all environmental claims have been either untrue or wildly overstated.

——. *Searchingfor Safety.* New Brunswick, N. J.: Transaction, 1988. If we want a safe society and a safe life, how should we go about getting it? A goodhumored exploration of strategies for safety in industrial society. Drawing on data from a wide range of disciplines, WIldavsky argues that resilience is a better strategy than anticipation, and that anticipatory strategies (such as the precautionary principle) favor the social elite over the mass of poorer people.

WInsor, P. "Arctic Sea Ice Thickness Remained Constant During the 1990s." *Geophysical Research Letters* 28, no. 6 (March 2001): 1039-41.

www.ingramcontent.com/pod-product-compliance
Lightning Source LLC
LaVergne TN
LVHW022354220825
819400LV00033B/792
9788177669695